ಬೇಲೂರು ರಾಮಮೂರ್ತಿ

ಶತಕೃತಿ ಲೇಖಕರು, ಹಾಸ್ಯೋಪನ್ಯಾಸಕರು ಮತ್ತು ಆಧ್ಯಾತ್ಮ ಚಿಂತಕರು. ಸುಮಾರು 52 ವರ್ಷಗಳಿಂದ ಕನ್ನಡ ಸಾಹಿತ್ಯ ಸೇವೆ.

ಇದುವರೆಗೂ–

- 1000 ಹೆಚ್ಚು ಕಥೆಗಳು–ಹಾಸ್ಯ ಲೇಖನಗಳು–ಲಲಿತ ಪ್ರಬಂಧಗಳು
- 22 ಕಾದಂಬರಿಗಳು
- 25 ಕಿರುಕಾದಂಬರಿಗಳ ಗುಚ್ಛ (50 ಕಿರುಕಾದಂಬರಿಗಳು)
- 30 ಹಾಸ್ಯ ಲೇಖನಗಳ ಸಂಗ್ರಹ
- 15 ಕಥಾ ಸಂಕಲನಗಳು
- 2 ಶಿಶು ಸಾಹಿತ್ಯ
- 1 ಇಂಗ್ಲಿಷ್ ಪುಸ್ತಕ (How to be an Efficient Office Secretary)
- 5 ವಿಚಾರಧಾರೆ, ಪ್ರವಾಸ ಸಾಹಿತ್ಯ ಇತ್ಯಾದಿ
- 5 ಆಧ್ಯಾತ್ಮ ಕೃತಿಗಳು (ಪ್ರಕಟಿತ 3–ಅಚ್ಚಿನಲ್ಲಿ 2)
- ಒಟ್ಟು ಸಾಹಿತ್ಯ ಕೃಷಿ–105 ಪುಸ್ತಕಗಳು ಮತ್ತು 7 ಸಂಪಾದಿತ ಕೃತಿಗಳು
- ಆಕಾಶವಾಣಿಯಲ್ಲಿ ಚಿಂತನ, ಸಣ್ಣಕಥೆ, ಹಾಸ್ಯಲೇಖನ, ನಾಟಕ ಪ್ರಸಾರ
- ದೂರದರ್ಶನದ ಹಲವು ಕಾರ್ಯಕ್ರಮಗಳಲ್ಲಿ ಭಾಗಿ. 'ಅಡಚಣೆಗಾಗಿ ಕ್ಷಮಿಸಿ' ಹಾಸ್ಯ ಧಾರಾವಾಹಿಗೆ ಚಿತ್ರಕಥೆ ಸಂಭಾಷಣೆ ರಚನೆ.
- ವಿಶೇಷ – ಅಯಸ್ಕಾಂತ ಕಾದಂಬರಿಯನ್ನು ಮೈಸೂರು ವಿ.ವಿ.ಯ ವಿದ್ಯಾರ್ಥಿ ಶಿವು ಎಂ.ಎ. ಪದವಿಯ ನಾಲ್ಕನೇ ಸೆಮಿಸ್ಟರ್‌ನಲ್ಲಿ ಪ್ರಬಂಧ ಬರೆದು ಉತ್ತೀರ್ಣನಾಗಿದ್ದಾನೆ.
- ಬೇಲೂರು ರಾಮಮೂರ್ತಿಯವರ ಕಾದಂಬರಿಗಳಲ್ಲಿ ಸಾಮಾಜಿಕ ಚಿಂತನೆ ಮತ್ತು ಮಾನವೀಯತೆ ಎನ್ನುವ ವಿಷಯದಲ್ಲಿ ಪಿ.ಎಚ್‌ಡಿ. ಮಾಡುತ್ತಿದ್ದಾನೆ.
- ಸಾಹಿತ್ಯ ಸೇವೆಗೆ – ಕನ್ನಡ ಸಾಹಿತ್ಯ ಪರಿಷತ್ತಿನ ದತ್ತಿ ಪ್ರಶಸ್ತಿ – ಸಾಹಿತ್ಯ ತೇಜಸ್ವಿ – ಕುವೆಂಪು ಪ್ರಶಸ್ತಿ – ರನ್ನ ಪ್ರಶಸ್ತಿ–ಪರಮಾನಂದ ಪ್ರಶಸ್ತಿ – ಕೇಫ ಪ್ರಶಸ್ತಿ–ಗೊರೂರು ಪ್ರಶಸ್ತಿ–ಕನ್ನಡ ಕಣ್ಮಣಿ – ವಿಶ್ವೇಶ್ವರಯ್ಯ ಪ್ರಶಸ್ತಿ–ಕನ್ನಡ ಪ್ರತಿಭಾ ಪ್ರಶಸ್ತಿ – ವಿಪ್ರಶ್ರೀ ಪ್ರಶಸ್ತಿ – ಕೆ.ಪಿ.ಟಿ.ಸಿ.ಎಲ್. ಶ್ಲಾಘನಾ ಪ್ರಶಸ್ತಿ – ಸಪ್ನ ಬುಕ್ ಹೌಸ್ ಪ್ರಶಸ್ತಿ – ಜನಮಿತ್ರ ಪ್ರಶಸ್ತಿ.
- 6 ಚಲನಚಿತ್ರಗಳಿಗೆ ಹಾಡುಗಳ ರಚನೆ
- ಕನ್ನಡದ ಹಾಸ್ಯ ಮಾಸಪತ್ರಿಕೆ ಅಪರಂಜಿಯ ಉಪಸಂಪಾದಕ

ದಡ ಸೇರದ ದೋಣಿಗಳು

(ಕುತೂಹಲಕಾರಿ, ವೈಶಿಷ್ಟ್ಯಪೂರ್ಣ ಕಥೆಗಳ ಗುಚ್ಛ)

ಬೇಲೂರು ರಾಮಮೂರ್ತಿ

ವೀರಲೋಕ

ವೀರಲೋಕ ಬುಕ್ಸ್ ಪ್ರೈ.ಲಿ.

207, 2ನೇ ಮಹಡಿ, 3ನೇ ಮೇನ್, ಚಾಮರಾಜಪೇಟೆ

ಬೆಂಗಳೂರು–560018. ಮೊಬೈಲ್: 70221 22121

ಇಮೇಲ್: veeralokabooks@gmail.com

ವೆಬ್‌ಸೈಟ್: www.veeralokabooks.com

DADA SERADA DONIGALU

A collection of stories written by **Beluru Ramamurthy**

Published by:
VEERALOKA BOOKS PVT. LTD.
207, 2nd Floor, 3rd Main
Chamarajpet, Bengaluru-560018

Mobile:	+91 7022122121
E-mail:	veeralokabooks@gmail.com
Website:	www.veeralokabooks.com

Price:	Rs. 275/-
Pages:	236
First Impression:	2023
Paper used:	70 GSM NS Maplitho
Book size:	1/8th Demy
ISBN:	978-93-94942-49-3

Cover page illustration by:
Godavari D.S.

Inner pages design by:
Vijaya Vikram

ವೀರಲೋಕ crew

Anand Rach
Anantha Kunigal
RajVishnu
Govind Vishnu
Vishwajith
Mamatha
Parvathi
Sai Raghav

ಅರ್ಪಣೆ

ಸಣ್ಣ ಕಥೆಗಳ ಪಿತಾಮಹ

ಮಾಸ್ತಿ ವೆಂಕಟೇಶ ಅಯ್ಯಂಗಾರ್

ಅವರಿಗೆ...

ಒಂದು ಒಳ್ನುಡಿ

ಶ್ರೀ ಬೇಲೂರು ರಾಮಮೂರ್ತಿಯವರು ನನ್ನ ನಿಕಟ ಪರಿಚಯದ ಅಪರಂಜಿ ಮಿತ್ರರಲ್ಲಿ ಒಬ್ಬರು. ಅವರ ಸಾಹಿತ್ಯ ಸಾಧನೆಯನ್ನು ಮತ್ತು ಅವರ ಸಾಂಸ್ಕೃತಿಕ ಚಟುವಟಿಕೆಗಳನ್ನು ನಾನು ಗಮನಿಸಿಕೊಂಡು ಬಂದಿದ್ದೇನೆ. ಅವರ ಸುಮಾರು 50 ವರ್ಷಗಳ ಸಾಹಿತ್ಯ ಸೇವೆಯಲ್ಲಿ ಕಥೆ, ಕಾದಂಬರಿ, ಹಾಸ್ಯ, ಪ್ರಬಂಧ, ಅಧ್ಯಾತ್ಮ ಮತ್ತು ಇನ್ನಿತರೆ ಪ್ರಾಕಾರಗಳಲ್ಲಿ ಇದುವರೆವಿಗೂ 105 ಪುಸ್ತಕಗಳನ್ನು ಬರೆದಿದ್ದಾರೆ ಎನ್ನುವುದು ಹೆಮ್ಮೆಯ ವಿಷಯ.

ಪ್ರಸ್ತುತ ಅವರ 105ನೇ ಪುಸ್ತಕ ದಡ ಸೇರದ ದೋಣಿಗಳು ಕಥಾ ಸಂಕಲನ ಹೊರಬರುತ್ತಿದೆ. ಇದಕ್ಕೆ ಮಾಸ್ತಿ ಅಧ್ಯಯನ ಪೀಠದ ಮತ್ತು ನನ್ನ ಸಂಪೂರ್ಣ ಬೆಂಬಲವಿದೆ. ಇದಕ್ಕೆ ಮಾಸ್ತಿ ಅಧ್ಯಯನ ಪೀಠ ಹಾಗೂ ಎಂ.ವಿ.ಜೆ.ಕೆ. ಟ್ರಸ್ಟ್‌ನ ಸಂಪೂರ್ಣ ಬೆಂಬಲವಿದೆ. ಇದರ ಪ್ರಕಾಶನಕ್ಕೆ ಅಜ್ಜನವರು ತನಗೆ ಜ್ಞಾನಪೀಠ ಪ್ರಸಶ್ತಿಯೊಂದಿಗೆ ಬಂದ ಹಣದ ಮುಕ್ಕಾಲನ್ನು ಹೂಡಿ ನೊಂದಾಯಿಸಿದ ಮಾಸ್ತಿ ಕನ್ನಡ ಸೇವಾ ಟ್ರಸ್‌ನಿಂದ ಕೊಡಮಾಡಿದೆ. ಈ ಪುಸ್ತಕವನ್ನು ಬೇಲೂರು ರಾಮಮೂರ್ತಿಯವರು ಕನ್ನಡದ ಸಣ್ಣ ಕಥೆಗಳ ಜನಕ ಎಂದೇ ಖ್ಯಾತರಾಗಿರುವ ಮಾಸ್ತಿ ವೆಂಕಟೇಶ ಅಯ್ಯಂಗಾರ್ ಅವರಿಗೆ ಅರ್ಪಿಸಿರುವುದು ಸೂಕ್ತವಾಗಿದೆ ಮತ್ತು ನಮಗೆಲ್ಲಾ ಸಂತೋಷ ತಂದಿದೆ.

ಬೇಲೂರು ರಾಮಮೂರ್ತಿಯವರ ಸಾಹಿತ್ಯ ಸೇವೆ ಹೀಗೇ ಸಾಗುತ್ತಿರಲಿ ಮತ್ತು ಅವರಿಗೆ ಎಲ್ಲ ಕೀರ್ತಿಯೂ ಲಭಿಸಲಿ. ಅವರಿಗೆ ಮಾಸ್ತಿ ಅವರ ಆಶೀರ್ವಾದ ಸದಾ ಇರುತ್ತದೆ ಎಂಬ ದೃಢ ನಂಬಿಕೆಯಿದೆ.

ವಸಂತಶ್ರೀ
(ಮಾಸ್ತಿ ಅವರ ಮೊಮ್ಮಗಳು)
ಮಾಸ್ತಿ ಅಧ್ಯಯನ ಪೀಠ ಮತ್ತು
ಎಂ.ವಿ.ಜೆ.ಕೆ. ಟ್ರಸ್ಟ್

ನನ್ನದೊಂದಿಷ್ಟು...!

ಪ್ರಿಯ ಓದುಗರೇ,

'ದಡ ಸೇರದ ದೋಣಿಗಳು' ನನ್ನ 104ನೆಯ ಪುಸ್ತಕ. ನೂರು ಪುಸ್ತಕಗಳ ರಚನೆಯ ಸಾರ್ಥಕತೆಯ ನಂತರ ಇದೀಗ ಈ ಪುಸ್ತಕ ಹೊರಬರುತ್ತಿದೆ. ಇದರಲ್ಲಿರುವ ವೈವಿಧ್ಯಮಯ ಕಥೆಗಳು ಓದುಗರನ್ನು ಆಕರ್ಷಿಸುವುದರಲ್ಲಿ ಅನುಮಾನವಿಲ್ಲ. ಈ ಎಲ್ಲಾ ಕಥೆಗಳನ್ನು ಪ್ರಥಮವಾಗಿ ತಮ್ಮ ಪತ್ರಿಕೆಗಳಲ್ಲಿ ಪ್ರಕಟಿಸಿದ ಆಯಾ ಪತ್ರಿಕೆಗಳ ಸಂಪಾದಕರುಗಳಿಗೂ ಮತ್ತು ಪತ್ರಿಕೆಗಳಲ್ಲಿ ಲೇಖನ ಓದಿ ಆಗಾಗ ತಮ್ಮ ಪ್ರತಿಕ್ರಿಯೆ ತಿಳಿಸಿದ ಅನೇಕಾನೇಕ ಓದುಗರಿಗೂ ನನ್ನ ಧನ್ಯವಾದಗಳು.

ಇದೀಗ ಈ 'ದಡ ಸೇರದ ದೋಣಿಗಳು' ಪುಸ್ತಕವನ್ನು ತಮ್ಮ ಪ್ರಕಾಶನದಿಂದ ಪ್ರಕಟಿಸುತ್ತಿರುವ ನನ್ನ ನೆಚ್ಚಿನ ವೀರಲೋಕ ಪಬ್ಲಿಕೇಷನ್ಸ್ ಅವರಿಗೆ ವಿಶೇಷವಾಗಿ ನನ್ನ ಆತ್ಮೀಯ ವೀರಕಪುತ್ರ ಶ್ರೀನಿವಾಸ ಅವರಿಗೆ ಧನ್ಯವಾದಗಳು

ಎಂದಿನಂತೆ ನಿಮ್ಮ ಪ್ರತಿಕ್ರಿಯೆಗೆ ನನ್ನ ಸ್ವಾಗತ

ಇತಿ ನಿಮ್ಮ

ಬೇಲೂರು ರಾಮಮೂರ್ತಿ
ಸುಕೇಶವ, 96, 2ನೇ ಅಡ್ಡ ರಸ್ತೆ
20ನೇ ಮುಖ್ಯ ರಸ್ತೆ, ಬಿಟಿಎಂ 1ನೇ ಹಂತ
ಬೆಂಗಳೂರು 560 068
belururamamurthy@gmail.com

ಪ್ರಕಾಶಕರ ನುಡಿ

ವೀರಲೋಕಕ್ಕೀಗ ಭರ್ತಿ ಒಂದೂವರೆ ವರ್ಷ. ಈ ಅವಧಿಯಲ್ಲಿ ಅದರ ಹತ್ತು ಹಲವು ಹೊಸತನಗಳನ್ನು ಕನ್ನಡಿಗರು ಮೆಚ್ಚಿ ಹರಸಿದ್ದಾರೆ. ನವೆಂಬರ್ ತಿಂಗಳೊಂದರಲ್ಲೇ ದಾಖಲೆಯ ಪುಸ್ತಕ ಮಾರಾಟ ಮಾಡಿದ್ದೇವೆ. ಆ ಮೂಲಕ ಕನ್ನಡ ಪುಸ್ತಕ ಲೋಕದಲ್ಲಿ ಉದ್ಯಮವಿದೆ ಎಂಬುದನ್ನು ಜಗಜ್ಜಾಹೀರುಗೊಳಿಸಿದ್ದೇವೆ. ಸಾಂಪ್ರದಾಯಿಕ ಶೈಲಿಯ ಪುಸ್ತಕ ಲೋಕವನ್ನು ಶತಮಾನಗಳಿಂದ ನಾವು ಕಾಣುತ್ತಲೇ ಬರುತ್ತಿದ್ದೇವೆ. ಕಲೆ, ಸಾಹಿತ್ಯವು ಪೋಷಕರ ಮರ್ಜಿಯಲ್ಲೇ ಇನ್ನೆಷ್ಟು ದಿನ ಉಳಿಯಬೇಕು? ಅದು ಉದ್ಯಮದ ರೂಪ ಪಡೆದು ತನ್ನ ಕಾಲ ಮೇಲೆ ತಾನು ನಿಲ್ಲಲೇಬೇಕು. ಗ್ರಂಥಾಲಯ ಖರೀದಿ, ಸರ್ಕಾರದ ಅನುದಾನ, ಪ್ರಕಾಶಕನ ಮುಲಾಜುಗಳಿಲ್ಲದೆ ಲೇಖಕ ಉಳಿಯುವಂತಾಗಬೇಕು. ಪುಸ್ತಕಲೋಕವು ಪುಸ್ತಕೋದ್ಯಮವಾಗಬೇಕಾದ ಅನಿವಾರ್ಯತೆ ಈಗ ಎಂದಿಗಿಂತಲೂ ಹೆಚ್ಚಿದೆ. ಹಾಗಾದಾಗ ಮಾತ್ರ ಹೊಸತನ ಇಲ್ಲಿ ತರಲು ಸಾಧ್ಯ. ಹೊಸತನವಿದ್ದಾಗ ಕಟ್ಟಕಡೆಯ ಓದುಗನನ್ನೂ ತಲುಪಬಹುದು, ಹೊಸ ಓದುಗರ ಸೃಷ್ಟಿಗೆ ಕಾರಣವಾಗಬಹುದು. ಅದೇ ನಾವೂ ನೀವು ಮಾಡಬಹುದಾದ ನೈಜ ಕನ್ನಡ ಸಾಹಿತ್ಯದ ಕೆಲಸ. ಈ ಕಾರಣದಿಂದಲೇ ನಾವೀಗ ರಾಜ್ಯದ ಮೂವತ್ತೂ ಜಿಲ್ಲೆಗಳಲ್ಲಿ ಪುಸ್ತಕದ ಅಂಗಡಿ ತೆರೆಯುವ ಯೋಚನೆ ಹೊಂದಿದ್ದೇವೆ. ಶಾಲೆ, ಕಾಲೇಜುಗಳಲ್ಲಿ ಪುಸ್ತಕ ಬಿಡುಗಡೆ ಸಮಾರಂಭಗಳನ್ನು, ಪ್ರತಿ ಜಿಲ್ಲೆಯಲ್ಲೂ ಪುಸ್ತಕ ಮೇಳಗಳನ್ನು ಆಯೋಜಿಸಲು ಸಂಕಲ್ಪಿಸುತ್ತಿದ್ದೇವೆ.

ಇದೀಗ 2024ನೇ ವರ್ಷವನ್ನು ಸ್ವಾಗತಿಸಲು ಸಜ್ಜಾಗುತ್ತಿದ್ದೇವೆ. ಅದರ ಜೊತೆ ಡಿಸೆಂಬರ್ 31ರಂದು "ಸಾಹಿತ್ಯ ಬಂಧನ" ಎಂಬ ವಿಭಿನ್ನ ಕಾರ್ಯಕ್ರಮದಲ್ಲಿ ಏಳು ಪುಸ್ತಕಗಳನ್ನು ಓದುಗರಿಗರ್ಪಿಸಿ ಸಂಭ್ರಮಿಸುತ್ತಿದ್ದೇವೆ. ಇದೇ ಕ್ರಮದಲ್ಲಿ ಬಿಡುಗಡೆಗೊಳ್ಳುತ್ತಿರುವ ಬೇಲೂರು ರಾಮಮೂರ್ತಿ ಅವರ "ದಡ ಸೇರದ ದೋಣಿಗಳು" ಕೃತಿಯೂ ಒಂದು. ಇಪ್ಪತ್ತೈದು ಕತೆಗಳಿರುವ ಈ ಸಂಕಲನದಲ್ಲಿ ಹಾಸ್ಯಕ್ಕೆ ಒತ್ತು ಕೊಡಲಾಗಿದ್ದು, ಹಾಸ್ಯದ ಮೂಲಕವೇ

ನಮ್ಮೆಲ್ಲರ ಸಾಮಾಜಿಕ ಜವಾಬ್ದಾರಿಗಳು, ವೈಯಕ್ತಿಕ ಹೊಣೆಗಾರಿಕೆಗಳು, ವೈಚಾರಿಕ ಸಂಗತಿಗಳ ಮೇಲೆ ಬೆಳಕು ಚೆಲ್ಲುವ ಅನನ್ಯ ಕತೆಗಳು ಇಲ್ಲಿವೆ. ಬೇಲೂರು ರಾಮಮೂರ್ತಿಯವರು ನೀರು ಕುಡಿದಂತೆ ಕತೆಗಳನ್ನು ಬರೆಯುವ, ನಾಡಿನಾದ್ಯಂತ ಹಾಸ್ಯ ಉಪನ್ಯಾಸಗಳನ್ನು ನೀಡುತ್ತಾ ಬಂದಿರುವ, ನೂರ ಐದು ಪುಸ್ತಕಗಳನ್ನು ಬರೆಯುವ ಮೂಲಕ ದಣಿವೇ ಇಲ್ಲದ ಲೇಖಕರಾಗಿ ನಮ್ಮ ನಡುವೆ ಇರುವುದು ಹೆಮ್ಮೆಯ ಸಂಗತಿ.

ಈ ಕೃತಿಯನ್ನು ಕೈಗೆತ್ತಿಕೊಂಡಿರುವ ನಿಮ್ಮ ಓದಿನ ಪ್ರೀತಿಗೆ ಶರಣು. ಹೊಸ ವರ್ಷದ ಹರುಷದ ಜೊತೆಗೆ ಈ ಕೃತಿಯ ಓದಿನ ನಶೆಯೂ ನಿಮ್ಮದಾಗಲಿ..

ಈ ಕೃತಿಯನ್ನು ಓದುವ ಸುಖ ನಿಮ್ಮದಾಗಲಿ.

ಪ್ರೀತಿಯಿಂದ,
ವೀರಕಪುತ್ರ ಶ್ರೀನಿವಾಸ
ಪ್ರಕಾಶಕ, ವೀರಲೋಕ ಬುಕ್ಸ್

ಪರಿವಿಡಿ

ಮಗು

ಕುತೂಹಲಕಾರೀ ಕಥೆ

ಅಂದು ಸಂಜೆ ರೇವತಿಗೆ ದೂರವಾಣಿ ಕರೆಯಲ್ಲಿ ಮಾತಾಡಿದ್ದು ಅಪರೂಪದ ಗೆಳತಿ. "ಲೇ ಗುಗ್ಗು ನಾನ್ಯಾರು ಹೇಳು ನೋಡೋಣ" ಅಂದ ಧ್ವನಿಯನ್ನು ತಕ್ಷಣ ಗುರುತು ಹಿಡಿದ ರೇವತಿ "ಲೇ ನನ್ನನ್ಯಾಕೇ ಗುಗ್ಗು ಅಂತೀಯ ನೀನು ಪೆದ್ದಿ ಸರಳ ಅಲ್ವೇನೇ. ಇಷ್ಟು ವರ್ಷ ಎಲ್ಲಿ ಹಾಳಾಗಿ ಹೋಗಿದ್ಯೇ" ಅಂದಳು. ಸುಮಾರು ಹತ್ತು ವರ್ಷಗಳಿಂದ ಸಂಪರ್ಕ ಕಡಿದುಕೊಂಡಿದ್ದ ಇಬ್ಬರು ಗೆಳತಿಯರು ಬಹಳ ಹೊತ್ತು ಹರಟಿದರು. ಕಡೆಗೆ ಸರಳ "ನಾನು ನಾಳೆ ಬೆಂಗಳೂರಲ್ಲಿ ಇರ್ತೀನಿ ನಿನ್ನನ್ನು ಒಂದು ಕ್ಷಣವಾದರೂ ನೋಡಿಕೊಂಡು ಹೋಗೋಣ ಅನಿಸಿದೆ ಕಣೆ. ನಮ್ಮ ಯಜಮಾನರೂ ಬರ್ತಾರೆ ಜೊತೆಗೆ ನನ್ನ ಪುಟ್ಟ ಮಗುನೂ" ಅಂದಳು. ರೇವತಿ "ಅದಕ್ಕಿಂತ ಸಂತೋಷದ ವಿಷಯ ಇನ್ನೇನೇ ಬಾರೇ ಕಾಯ್ತಾ ಇರ್ತೀನಿ. ಆದರೆ ಬರೋಳು ಬರ್ತೀಯ. ಒಂದು ಕ್ಷಣಕ್ಕೆ ಬರಬೇಡ. ಒಂದು ಗಂಟೆಯಾದರೂ ಇರಬೇಕು" ಅಂದಳು ರೇವತಿ. ಅವತ್ತೆಲ್ಲ ರೇವತಿಗೆ ಸರಳಳ ಅನೇಕ ನೆನಪುಗಳು ಕಾಡಿದವು.

ಮರುದಿನ ಹನ್ನೊಂದು ಗಂಟೆಗೆ ಸರಿಯಾಗಿ ಮನೆಯ ಮುಂದೆ ನಿಂತ ಕಾರಿನಿಂದ ಸರಳ ಅವಳ ಯಜಮಾನರು ಮತ್ತು ಮಗು ಕೆಳಗಿಳಿದರು. ರೇವತಿ ಓಡಿ ಬಂದು ಗೆಳತಿಯನ್ನು ಸ್ವಾಗತಿಸಿದಳು. "ನನ್ನ ಗಂಡ ಶೇಖರ್ ಕಣೆ ಇದು ನಮ್ಮ ಮನೆಯ ದೀಪ, ಹೆಸರೂ ದೀಪ" ಅಂದಳು. ರೇವತಿ ಮಗು ಕೆನ್ನೆಯನ್ನು ಮುಟ್ಟಿದಳು. ಅದು ಪ್ರತಿಭಟಿಸಿತು. ರೇವತಿ ಗಂಡ ಮಧು ಬಂದು ಎಲ್ಲರನ್ನು ಒಳಗೆ ಕರೆದುಕೊಂಡು ಹೋದ. ಸರಳ "ನೋಡು ರೇವತಿ ಇವತ್ತು ನನ್ನನ್ನು ಬಲವಂತ ಮಾಡಬೇಡ. ನಾವು ಹನ್ನೆರಡು ಗಂಟೆಗೆ ಹೊರಡಬೇಕು. ಮುಂದಿನ ತಿಂಗಳು ಬಂದು ನಿಮ್ಮನೇಲೇ ಒಂದು ದಿನ ಇರ್ತೀನಿ ಆಯ್ತಾ" ಅಂದಳು. ರೇವತಿ ನಗುತ್ತಾ ಮಗುವಿನ ಬಾಯಿಗೆ ಸಕ್ಕರೆ ತಿನಿಸಿದಳು. ಸಕ್ಕರೆ ಕೊಟ್ಟ ರೇವತಿ ಬಳಿಗೆ ಮಗು ಬಂತು. "ನೋಡ್ದ್ಯಾ ಈ ಲಂಚಕೋರನ್ನ" ಅಂದು ಸರಳ ನಕ್ಕಳು.

ಬಾರೇ ನಮ್ಮ ಪುಟ್ಟ ಅರಮನೆ ತೋರಿಸ್ತೀನಿ ಅಂದು ರೇವತಿ ಸರಳಳನ್ನು ಕರೆಯುತ್ತಿದ್ದಾಗ ಮಹಡಿಯಿಂದ ಒಂದು ವಯಸ್ಸಾದ ವ್ಯಕ್ತಿ

ಇಳಿದು ಬಂದರು. ಮಗು ಅವರ ಕಡೆ ನೋಡಿತು, ನಕ್ಕಿತು. ಅವರು ಕೈ ಚಾಚಿದರು ಮಗು ಅವರತ್ತ ಹೋಯಿತು. ಎಲ್ಲರಿಗೂ ಅಚ್ಚರಿ. "ಇವರು ನನ್ನ ತಾಯಿ ತಮ್ಮ" ಅಂದಳು ರೇವತಿ. ಸರಳ "ನಮ್ಮ ಮಾವನವರ ತಮ್ಮ ಸ್ವಲ್ಪ ಹೀಗೇ ಇದಾರೆ ಅದಕ್ಕೆ ಇದು ಅವರತ್ರ ಹೋಗಿದೆ" ಅಂದಳು. ಗೆಳತಿಯರು ಮನೆಯೊಳಗೆ ಹೋದರು. ಶೇಖರ್ ಮತ್ತು ಮಧು ಮಾತಿಗೆ ಕುಳಿತರು.

ಸರಳ ಮೊದಲು ಎಲ್ಲರಿಗೂ ತಂಪು ಪಾನೀಯ ಕೊಟ್ಟಳು. "ಒಂಚೂರು ತಿಂಡಿ ಮಾಡಿದೀನಿ ಬೇಡ ಅನ್ನಬೇಡ. ಪ್ಲೀಸ್ ಇದು ನನ್ನ ರಿಕ್ವೆಸ್ಟು" ಅಂದು ಒಳಗೆ ಹೋದಳು. ಸರಳ ಶೇಖರ್‌ಗೆ ರೀ ಮಗು ಎಲ್ರೀ ಅಂದಳು. ಯಜಮಾನರು ಎತ್ಕೊಂಡಿದ್ರಲ್ಲ. ಅವರು ನಿನ್ನ ಹಿಂದೇನೇ ಇದಾರೆ ಅಂದ್ಕೊಂಡಿದ್ದೆ ಅಂದ. ಮಗು ಅಲ್ಲೆಲ್ಲೂ ಕಾಣಲಿಲ್ಲ. ಶೇಖರ ಮನೆಯೊಳಗೆಲ್ಲ ಹೋಗಿ ನೋಡಿ ಹೆಂಡತಿಗೆ "ಲೇ ರೇವತಿ ನಿಮ್ಮ ಮಾವ ಎಲ್ಲೂ ಕಾಣ್ತಾ ಇಲ್ವಲ್ಲೇ" ಅಂದ. ರೇವತಿ ಗಾಬರಿಗೊಂಡು "ಅಯ್ಯೋ ಅವರಿಗೆ ಆರೋಗ್ಯ ಸರಿ ಇಲ್ಲ. ಜೊತೆಗೆ ಮರೆವು ಬೇರೆ. ಈಚೆಗೆ ಹೇಗ್ಹೇಗೋ ಆಡೋಕೆ ಶುರು ಮಾಡಿದ್ರು ಅದಕ್ಕೇ ನಾವು ಅವರು ಒಬ್ಬರನ್ನೇ ಎಲ್ಲಿಗೂ ಕಳಿಸ್ತಿರ್ಲಿಲ್ಲ. ನಂಗ್ಯಾಕೋ ಆತಂಕ ಆಗ್ತಿದೆ" ಅಂದಳು.

ಸರಳ "ಲೇ ರೇವತಿ ಹಾಗಿದ್ಮೇಲೆ ನಿಮ್ಮಾವನ ಕೈಗೆ ಮಗು ಯಾಕೆ ಕೊಟ್ಟೆ, ಈಗ ನಿಮ್ಮ ಮಾವ ಎಲ್ಲಿ ಹೋಗಿದಾರೆ ನೋಡೇ, ನನ್ನ ಎದೆ ಹೊಡ್ಕೊತಾ ಇದೆ. ರೀ ಹೊರಗಡೆ ಹೋಗಿ ನೋಡ್ರೀ" ಅಂದವಳು, "ರೇವತಿ ನಿನ್ನ ಮಾವನ ಫೋಟೋನ ನನಗೆ ವಾಟ್ಸಪ್ ಮಾಡು" ಅಂದವಳೇ ಹುಚ್ಚಿಯಂತೆ ಓಡಿದಳು. ಮಧು ಅವಳ ಹಿಂದೆಯೇ ಓಡಿದ. ಇಬ್ಬರೂ ರಸ್ತೆಯಲ್ಲಿ ಈ ಕಡೆ ಆ ಕಡೆ ನೋಡಿಕೊಂಡು ಹೋಗುತ್ತಿದ್ದರು. ದಾರಿಯಲ್ಲಿ ಕಂಡವರನ್ನು "ಇಲ್ಲಿ ವಯಸ್ಸಾದವರೊಬ್ಬರು ಮಗುನ ಎತ್ಕೊಂಡು ಹೋಗ್ತಿದ್ದನ್ನು ನೋಡಿದಿರಾ" ಅಂತ ಕೇಳುತ್ತಿದ್ದರು. ಇತ್ತ ಮನೆಯಲ್ಲಿ ಶೇಖರ ರೇವತಿಗೆ "ಮಗುನ ನಿಮ್ಮ ಮಾವನ ಕೈಗೆ ಕೊಡಬಾರದಿತ್ತು. ಕೊಟ್ರೂ ಅವರ ಮೇಲೆ ಒಂದು ಹದ್ದಿನ ಕಣ್ಣು ಇಟ್ಟಿರಬೇಕಿತ್ತು. ಅವರು ಮಗುನ ಎತ್ಕೊಂಡು ಎಲ್ಲಿ ಹೋದ್ರೋ ಮತ್ತೆ ಮನೆಗೆ ವಾಪಸ್ ಬರೋಕೆ ಅವರಿಗೆ ದಾರಿ ಗೊತ್ತಾಗುತ್ತೋ ಇಲ್ಲವೋ" ಅಂದ ಆತಂಕದಿಂದ.

ಹುಚ್ಚರಂತೆ ಅಲೆಯುತ್ತಿದ್ದ ಸರಳ ಮತ್ತು ಮಧುನ ರಸ್ತೆ ಬದಿ ಅಂಗಡಿಯವರು "ಸರ್, ಮೇಡಂ ಯಾರನ್ನ ಹುಡುಕ್ತಿದೀರ" ಅಂತ ಕೇಳಿದ. ಮಧು "ಇಲ್ಲಿ ವಯಸ್ಸಾದವರೊಬ್ಬರು ಒಂದು ಚಿಕ್ಕ ಮಗೂನ ಎತ್ಕೊಂಡು ಈ ಕಡೆ ಏನಾದರೂ ಬಂದ್ರಾ" ಅಂತ ಕೇಳಿದ

ಅಂಗಡಿಯವನು ನೆನಪು ಮಾಡಿಕೊಂಡು "ಹೌದು ಸರ್ ಈಗ ಸ್ವಲ್ಪ ಹೊತ್ತಿನ ಮುಂಚೆ ಒಬ್ಬರು ಬಂದಿದ್ದರು ಅವರ ಕೈಲಿ ಒಂದು ಮಗು ಇತ್ತು. ಮಗೂಗೆ ಒಂದು ಬಿಸ್ಕಟ್ ಪ್ಯಾಕೆಟ್ ಕೊಂಡ್ಕೊಂಡ್ರು." ಅಂದ

ಸರಳ "ಆಮೇಲೆ ಆಮೇಲೆ ಅವರು ಯಾವ ಕಡೆ ಹೋದ್ರು ಗೊತ್ತಾ" ಅಂತ ಕೇಳಿದಳು.

"ಅಂಗಡಿ ಮುಂದೇನೇ ಸ್ವಲ್ಪ ಹೊತ್ತು ನಿಂತಿದ್ರು. ಮಗೂಗೆ ಬಿಸ್ಕಟ್ ತಿನ್ನಿಸಿದರು. ನಂತರ ನಮ್ಮ ಅಂಗಡಿ ಮುಂದೆ ಇದ್ದ ಒಂದು ಆಟೋ ಹತ್ತಿ ಹೋದರು" ಅಂದ

"ಆಟೋ ಹತ್ತಿ ಹೋದರಾ? ಯಾವ ಕಡೆ?" ಅಂದ "ಸರಳ ರೀ ಇನ್ನು ಹೇಗ್ರೀ ಹುಡುಕೋದು" ಅಂದಳು.

ಮಧು "ಏನಪ್ಪಾ ನಿಮಗೆ ಆಟೋ ನಂಬರು ಏನಾದರೂ ನೆನಪಿದೆಯಾ" ಅಂತ ಕೇಳಿದ

"ನಿಮ್ಮ ಅದೃಷ್ಟ ಚನ್ನಾಗಿದೆ ಸರ್. ಆ ಆಟೋ ಡ್ರೈವರು ದಿನಾ ನನ್ನ ಅಂಗಡಿಗೆ ಟೀ ಕುಡಿಯೋಕೆ ಬರ್ತಾನೆ. ಹೀಗಾಗಿ ಆಟೋ ನಂಬರು ನನಗೆ ನೆನಪಿದೆ" ಎಂದು ಹೇಳಿದ.

ಆದರೆ ಆಟೋ ಯಾವ ಕಡೆ ಹೋಯಿತು ಅಂತ ಹುಡುಕೋಕೆ ಕಷ್ಟ. ಅವರಿಬ್ಬರೂ ಇನ್ನೊಂದು ಆಟೋದಲ್ಲಿ ಕೂತು ಡ್ರೈವರ್‌ಗೆ "ನೋಡಪ್ಪ ಸ್ವಲ್ಪ ದೂರ ಹೋಗ್ತಿರಿ. ಈ ನಂಬರಿನ ಆಟೋ ಕಂಡರೆ ನಿಲ್ಲಿಸಿ" ಅಂದರು.

ಆಟೋ ಒಂದು ಗಂಟೆ ಹೊತ್ತು ಸುತ್ತಾಡಿದರೂ ಅವರ ನಂಬರಿನ ಆಟೋ ಸುಳಿವಿಲ್ಲ.

ಆಟೋ ಡ್ರೈವರು "ಸರ್, ನೀವು ಪೊಲೀಸಿಗೆ ಕಂಪ್ಲೇಂಟ್ ಕೊಡೋದು ಒಳ್ಳೇದು" ಅಂದರು.

ಇಬ್ಬರೂ ಪೊಲೀಸ್ ಸ್ಟೇಷನ್ನಿಗೆ ಬಂದು ವಿಚಾರ ತಿಳಿಸಿದರು

ಇನ್ಸ್‌ಪೆಕ್ಟರು "ಮಗು ಕಾಣೆಯಾಗಿದ್ದು ಹನ್ನೊಂದು ಗಂಟೆಗೆ ಅಂತೀರ. ಈಗ ಬಂದಿದೀರಲ್ರೀ ಹೋಗ್ಲಿ ಮಗು ಫೋಟೋ ತಂದಿದೀರಾ" ಅಂತ ಕೇಳಿದರು. ಸರಳ ಮಗು ಫೋಟೋ ಜೊತೆಗೆ ರೇವತಿ ವಾಟ್ಸಪ್ ಮಾಡಿದ್ದ ಅವರ ಮಾವನ ಫೋಟೋನೂ ತೋರಿಸಿದಳು. ಪೊಲೀಸಿನವರು ಕಂಟ್ರೋಲ್ ರೂಮಿಗೆ ವಿಚಾರ ತಿಳಿಸಿದ ನಂತರ "ಸ್ವಲ್ಪ ಹೊತ್ತು ಕಾಯಿರಿ. ಏನಾದರೂ ವಿಷಯ ತಿಳಿಯಬಹುದು" ಅಂದರು.

ಸರಳ ರೇವತಿಗೆ ಫೋನ್ ಮಾಡಿ "ರೇವತಿ ನಿಮ್ಮ ಮಾವ ಬಂದ್ರೇನೇ" ಅಂತ ಕೇಳಿದಳು

"ಇನ್ನೂ ಇಲ್ಲ ಕಣೆ ನನಗೂ ಅದೇ ಆತಂಕವಾಗಿದೆ. ಅವರು ಎಲ್ಲಿರ್ತಾರೆ ಅಂತ ಅವರಿಗೇ ನೆನಪಿರೋಲ್ಲ. ನಾವು ಅವರು ಒಬ್ಬರನ್ನೇ ಎಲ್ಲೂ ಕಳಿಸ್ತಿರ್ಲಿಲ್ಲ. ಆ ಬೇಜಾರೂ ಅವರಿಗಿತ್ತು. ಇವತ್ತು ಅವಕಾಶ ಸಿಕ್ತು ಅಂತ ಹೊರಟುಹೋಗಿದಾರೆ" ಅಂತ ರೇವತಿ ಅಂದ ತಕ್ಷಣ ಸರಳ

"ಲೇ ರೇವತಿ ನಿಮ್ಮ ಮಾವ ತಿಕ್ಕಲ ಅಂತ ನನಗೆ ಮೊದಲೇ ಹೇಳಬಾರದಿತ್ತೇನೇ. ಎಂಥಾ ದರಿದ್ರದವನೇ ನಿಮ್ಮ ಮಾವ. ಮಗೂನ ಹೀಗೇನೇ ಎತ್ಕೊಂಡು ಹೊರಟುಹೋಗೋದು. ಅದಕ್ಕೆ ಹಸಿವಾಗಿರುತ್ತೋ, ಸೂಸೂ ಮಾಡಕೊಂಡು ಚಡ್ಡಿ ಒದ್ದೆ ಮಾಡಿಕೊಂಡಿರುತ್ತೋ, ನಮ್ಮನ್ನು ಕಾಣದೇ ಎಷ್ಟು ಅಳ್ತಾ ಇರುತ್ತೋ, ಛೆ ಎಂಥಾ ಕೆಲಸ ಆಯ್ತೇ, ನಾನು ನಿನ್ನ ಮನೆಗೆ ಬರಲೇಬಾರದಿತ್ತು" ಅಂದಳು.

"ಸಮಾಧಾನ ಮಾಡ್ಕೊಳೇ ಸರಳ. ಅಂಥಾದ್ದೇನೂ ಆಗಿರಲ್ಲ. ನಮ್ಮ ಮಾವ ಕೆಟ್ಟವರಲ್ಲ. ಮಗೂ ಆಡಿಸಿಕೊಂಡು ಸ್ವಲ್ಪ ದೂರ ಹೋಗಿರ್ತಾರೆ. ಅವರಿಗೆ ಮತ್ತೆ ಮನೆಗೆ ವಾಪಸ್ ಬರೋಕೆ ದಾರಿ ಗೊತ್ತಾಗಿಲ್ಲ ಅಂತ ಕಾಣುತ್ತೆ. ದಾರಿ ಗೊತ್ತಾಗ್ದೇ ಹೋದರೆ ಎಲ್ಲಾದರೂ ಒಂದು ಕಡೆ ಕೂತಿರ್ತಾರೆ. ನಮ್ಮನೆಯವರೂ ಹೋಗಿದಾರೆ ಹುಡುಕ್ಕೊಂಡು ಬರ್ತಾರೆ. ಗಾಬರಿಯಾಗಬೇಡ ಕಣೆ" ಅಂದಳು.

ಸರಳಳ ಎದೆ ಒಂದೇ ಸಮನೆ ಹೊಡ್ಕೊತಾ ಇತ್ತು. ಕೈ ಕಾಲುಗಳು ನಡುಗುತ್ತಾ ಇದ್ದವು. ಒಂದೇ ಒಂದು ಕ್ಷಣ ಮೈ ಮರೆತದ್ದಕ್ಕೆ ದೇವರು ಎಂಥಾ ಶಿಕ್ಷೆ ಕೊಟ್ಟ ಅಂತ ಅಳುತ್ತಾ ಕೂತಳು. ಇನ್ಸ್‌ಪೆಕ್ಟರು ಅವರಿಗೆ ಟೀ ತರಿಸಿಕೊಟ್ಟರು. ಸರಳ ನನಗೆ ನನ್ನ ಮಗು ಬೇಕು ಟೀ ಬೇಡ ಅಂದಳು.

ಟೆಲಿಫೋನ್ ರಿಂಗಾಯಿತು. ಎಲ್ಲರಿಗಿಂತ ಹೆಚ್ಚಾಗಿ ಸರಳಳ ಕಿವಿ ಚುರುಕಾಯಿತು. ಇನ್ಸ್‌ಪೆಕ್ಟರು ಫೋನ್ ರಿಸೀವ್ ಮಾಡಿ "ಹೌದಾ, ಸಿಕ್ಕಿದಾನಾ, ಎಲ್ಲಿದಾನೆ, ಏನಂತಾನೆ, ಅವನನ್ನು ಇಲ್ಲಿ ಕರ್ಕೊಂಡು ಬನ್ನಿ" ಅಂದು ಸರಳಳ ಕಡೆ ನೋಡಿ "ಆಟೋ ಡ್ರೈವರು ಸಿಕ್ಕಿದಾರಂತೆ ಅವರನ್ನು ಇಲ್ಲಿಗೆ ಕರ್ಕೊಂಡು ಬರ್ತಿದಾರೆ. ಅವರನ್ನೇ ವಿಚಾರಿಸೋಣ ಇರಿ" ಅಂದರು.

ಅರ್ಧ ಗಂಟೆಯಲ್ಲಿ ಆಟೋದವರು ಬಂದರು.

ಆಟೋ ಡ್ರೈವರು "ಸರ್, ನಾನು ಗಿರಾಕಿಗೆ ಕಾಯ್ತಾ ಅಂಗಡಿ ಮುಂದೆ ಇದ್ದೆ. ಒಬ್ಬರು ಯಜಮಾನರು ಮಗೂನ ಎತ್ಕೊಂಡು ಬಂದು ಏನಪ್ಪಾ ಆಂಜನೇಯ ಸರ್ಕಲ್‌ಗೆ ಬರ್ತೀಯಾ ಅಂತ ಕೇಳಿದರು. ಕೂತ್ಕೊಳಿ ಸರ್ ಅಂದೆ. ಆಂಜನೇಯ ಸರ್ಕಲ್ ಬಂದಾಗ ಅವರು ಅಲ್ಲಿ ಇಳ್ಕೊಂಡು ನನಗೆ ದುಡ್ಡು ಕೊಟ್ಟರು" ಅಂದರು

"ಅವರು ಯಾವ ಕಡೆ ಹೋದ್ರು ಅಂತ ನೋಡಿದ್ರಾ" ಅಂತ ಕೇಳಿದ ಮಧು,

"ನನಗೆ ಗೊತ್ತಿಲ್ಲ ಸರ್. ಯಾಕೆಂದ್ರೆ ಅವರು ಇಳಿದ ತಕ್ಷಣ ಇನ್ನೊಂದು ಗಿರಾಕಿ ಬಸ್ ಸ್ಟಾಂಡ್ ಅಂದರು. ನಾನು ಹೊರಟೆ" ಅಂದರು.

ಸರಳ ಗಂಡನಿಗೆ, "ರೀ ಬನ್ನಿ ಆಂಜನೇಯ ಸರ್ಕಲ್ ಹತ್ತಿರ ಹೋಗಿ ವಿಚಾರಿಸೋಣ" ಅಂದಳು. ಇಬ್ಬರೂ ಅಲ್ಲಿಂದ ಓಡಿದರು. ಆಟೋದವರು "ಬನ್ನಿ ನಾನೇ ನಿಮ್ಮನ್ನು ಡ್ರಾಪ್ ಮಾಡ್ತೀನಿ" ಅಂದರು.

ಆಂಜನೇಯ ಸರ್ಕಲ್ ಅಂಥಾ ಜನನಿಬಿಡ ಪ್ರದೇಶವೇನಲ್ಲ. ಪಕ್ಕದಲ್ಲೇ ಒಂದು ಆಂಜನೇಯನ ದೇವಸ್ಥಾನವೂ ಇದೆ. "ನೋಡಿ ಸರ್ ಅವರನ್ನು ನಾನು ಇಲ್ಲೇ ಇಳಿಸಿದ್ದು" ಅಂದು ಜಾಗ ತೋರಿಸಿದ ಆಟೋ ಡ್ರೈವರು ಹೊರಟುಹೋದರು. ಅವರಿಬ್ಬರೂ ಸುತ್ತಮುತ್ತ ನೋಡಿದರು. ಅಲ್ಲೊಂದು ಅಂಗಡಿ ಇತ್ತು. ಸರಳ ಅಲ್ಲಿಗೆ ಹೋಗಿ "ಏನಪ್ಪಾ ಈಗ ಸ್ವಲ್ಪ ಹೊತ್ತಿಗೆ ಮುಂಚೆ ಒಬ್ಬರು ಯಜಮಾನರು ಒಂದು ಮಗು ಎತ್ಕೊಂಡು ಇಲ್ಲಿಗೆ ಬಂದಿದ್ರಾ" ಅಂತ ಕೇಳಿದಳು. ಅಂಗಡಿಯವರು "ನಾನು ನೋಡ್ಲಿಲ್ಲ ಮೇಡಂ" ಅಂದರು. ಅಲ್ಲಿ ಕಂಡ ಕಂಡವರನ್ನೆಲ್ಲ ಕೇಳಿದರು. ಎದುರಿಗೆ ಹೂ ಮಾರುತ್ತಿದ್ದ ಹೆಂಗಸು "ನಾನು ಅವರು ಆಟೋ ಇಳಿದದ್ದು ನೋಡಿದೆ. ಅವರು ದೇವಸ್ಥಾನದ ಒಳಗೆ ಹೋದ ಹಾಗಿತ್ತು" ಅಂದಳು.

ಸರಳ ಮಧು ದೇವಸ್ಥಾನಕ್ಕೆ ಓಡಿ ಅರ್ಚಕರನ್ನು ಕೇಳಿದರು. ಅವರು "ಇಲ್ಲಿ ಎಷ್ಟೋ ಜನ ಭಕ್ತಾದಿಗಳು ಬರ್ತಾರೆ ನಾವು ಯಾರನ್ನ ಅಂತ ಗುರುತಿಸೋದು" ಅಂದರು. ಬಹಳ ನಿರಾಸೆಯಾಯಿತು. "ನನ್ನ ಮಗು ಅದು, ನನ್ನ ಒಂದೇ ಮಗು ಮದುವೆಯಾಗಿ ಐದು ವರ್ಷದ ಮೇಲೆ ಹುಟ್ಟಿದ ಮಗು ಸ್ವಲ್ಪ ನೆನಪು ಮಾಡ್ಕೊಳಿ ದಯಮಾಡಿ. ಆಂಜನೇಯನಿಗೆ ನಾನು ಹರಕೆ ಹೊತ್ಕೊತೀನಿ" ಅಂದು ಸರಳ ಬಿಕ್ಕಿ ಬಿಕ್ಕಿ ಅತ್ತಳು. ಮಧು ಅವಳ ಬೆನ್ನ ಮೇಲೆ ಕೈ ಹಾಕಿ "ಅಷ್ಟೊಂದು ಜೋರಾಗಿ ಅಳಬೇಡ ಕಣೆ" ಅಂದ.

ಅರ್ಚಕರು "ನಿಮ್ಮ ಸಂಕಟ ನನಗೆ ಅರ್ಥ ಆಗುತ್ತೆ ತಾಯಿ. ಆಂಜನೇಯನ ಮೇಲೆ ನಂಬಿಕೆ ಇಡಿ. ಅವನು ನಿಮ್ಮ ಮಗುವನ್ನು ಜೋಪಾನವಾಗಿ ತಂದುಕೊಡ್ತಾನೆ. ಆದರೆ ನಾನು ಏನೂಂತ ಹೇಳಲಿ" ಎನ್ನುತ್ತಿದ್ದಾಗ ಪ್ರಸಾದ ಹಂಚುವ ಭಟ್ಟರು "ಇವತ್ತು ಪ್ರಸಾದಕ್ಕೆ ಸಾಲಾಗಿ ನಿಂತಿದ್ದವರ ಪೈಕಿ ಒಬ್ಬರು ಯಜಮಾನರು ಇದ್ದರು., ಅವರ ಕೈಲಿ ಮಗು ಇತ್ತು. ಅವರು ಪ್ರಸಾದ ಇಸ್ಕೊಂಡು ಮಗೂಗೆ ತಿನ್ನಿಸುತ್ತಿದ್ದನ್ನು ನಾನು ನೋಡಿದೆ. ನನಗೆ ಮಗು ಮುಖ ಚನ್ನಾಗಿ ನೆನಪಿದೆ. ಮಗು ಬಹಳ ಅಂದವಾಗಿತ್ತು. ನಗ್ತಾ ಇತ್ತು. ನಾನು ಪ್ರಸಾದ ಕೊಡೋಕೆ ಹೋದಾಗ ನನ್ನ ಕಡೆ ನೋಡಿತು." ಅಂದರು.

ಸರಳ ತಕ್ಷಣ ಮೊಬೈಲಲ್ಲಿ ಇದ್ದ ಫೋಟೋ ತೋರಿಸಿ "ಇವರೇನಪ್ಪಾ" ಅಂತ ಕೇಳಿದಾಗ ಅವರು "ಹೌದು ಇವರೇ ಮಗೂನೂ ಇದೇ" ಅಂದ.

"ಪ್ರಸಾದ ತಗೊಂಡು ಅವರು ಯಾವ ಕಡೆ ಹೋದರಪ್ಪ" ಅಂತ ಕೇಳಿದಳು ಸರಳ

"ಯಾವ ಕಡೆ ಹೋದರು ಅಂತ ನನಗೆ ಗೊತ್ತಿಲ್ಲ. ಆದರೆ ಅವರು ಇಲ್ಲೇ ಕಟ್ಟೆಯ ಮೇಲೆ ಕೂತು ಪ್ರಸಾದ ತಿನ್ನುತ್ತಿದ್ದುದನ್ನು ನಾನು ನೋಡಿದ್ದೆ ಅಷ್ಟೆ" ಅಂದರು.

ನಿರಾಸೆಯ ಬುತ್ತಿ ಹೊತ್ತು ಆಂಜನೇಯನಿಗೆ ಹರಕೆ ಹೊತ್ತು ದಂಪತಿಗಳು ಮತ್ತೆ ರಸ್ತೆಗೆ ಬಂದರು. ಇವರ ಆತಂಕ ಕಂಡ ಅಲ್ಲಿದ್ದ ಆಟೋ ಡ್ರೈವರು ಏನಮ್ಮಾ ಏನಾದರೂ ಕಳ್ಕೊಂಡ್ರಾ ಅಂತ ಕೇಳಿದರು.

ಸರಳ ಬೇಕು ಬೇಡದವಳಂತೆ ಅವನಿಗೆ ಉತ್ತರ ಕೊಟ್ಟಳು.

ಆಗ ಆಟೋದವರು "ಈಗ ಒಂದು ಗಂಟೆಯ ಹಿಂದೆ ನಾನು ನೀವು ಹೇಳುವಂಥಾ ಒಬ್ಬರು ಯಜಮಾನರನ್ನು ಕೂರಿಸಿಕೊಂಡು ಹೋದೆ. ಅವರ ಕೈಲಿ ನೀವು ಹೇಳುವ ರೀತಿಯ ಮಗು ಇತ್ತು" ಅಂದರು.

ಮಧು ಸರಳ ಇಬ್ಬರ ಕಿವಿಯೂ ಚುರುಕಾಯಿತು. ಅವರಿಗೂ ಮೊಬೈಲಲ್ಲಿ ಇದ್ದ ಫೋಟೋ ತೋರಿಸಿ "ನೋಡಪ್ಪ ಅದು ಇವರೇನಾ" ಅಂತ ಕೇಳಿದಳು. ಆಟೋ ಡ್ರೈವರು "ಹೌದಮ್ಮ ಇವರೇ" ಅಂದಾಗ ಸರಳಳಿಗೆ ಎದೆ ಧಸ್ಸೆಂದಿತು.

"ಅವರನ್ನು ಎಲ್ಲಿಗೆ ಕರ್ಕೊಂಡು ಹೋದ್ರಿ ಹೇಳೀಪ್ಪ" ಅಂದಳು

"ಅವರು ಮಹಾರಾಜ ಪಾರ್ಕಿಗೆ ಬರ್ತೀಯಾಪ್ಪ ಅಂತ ಕೇಳಿದರು. ನಾನು ಕೂತ್ಕೊಳಿ ಅಂದೆ. ಅವರನ್ನು ಮಹಾರಾಜ ಪಾರ್ಕಿಗೆ ಬಿಟ್ಟೆ. ನಾನು ಇನ್ನೊಂದು ಗಿರಾಕಿ ಸಿಕ್ತು. ನಾನು ಹೊರಟೆ. ಮುಂದೆ ನನಗೇನೂ ಗೊತ್ತಿಲ್ಲ" ಅಂದರು.

ಸರಳ ಅಲ್ಲೇ ಕುಸಿದು ಕುಳಿತಳು. ಮಧು "ಸ್ವಲ್ಪ ಮಹಾರಾಜ ಪಾರ್ಕಿಗೆ ನಮ್ಮನ್ನು ಬಿಡೀಪ್ಪ" ಅಂದು ಆಟೋ ಏರಿದರು.

ಮಹಾರಾಜ ಪಾರ್ಕಿನಲ್ಲಿ ಬಹಳ ಜನ ಇದ್ದರು. ಅವರಲ್ಲಿ ಕುಟುಂಬದವರು, ಮಕ್ಕಳು ಎಲ್ಲ ಇದ್ದರು. ಆದರೆ ಇವರಿಗೆ ಬೇಕಾದ ವ್ಯಕ್ತಿ ಅಲ್ಲಿರಲಿಲ್ಲ.

ರೇವತಿ ಮೊಬೈಲ್‌ನಲ್ಲಿ ಕರೆ ಮಾಡಿದಳು. ಸರಳ ಮಗು ಸಿಕ್ಕಿರಬಹುದು ಅಂತ ಕುತೂಹಲದಿಂದ ಕರೆ ಸ್ವೀಕರಿಸಿದಳು. ಅಷ್ಟೇ ಬೇಗ ನಿರಾಸೆಯೂ ಆಯಿತು. ಏಕೆಂದರೆ ಸರಳ ಧ್ವನಿ ಕೇಳಿದೊಡನೇ "ರೇವತಿ ಸರಳಾ ಸಿಕ್ಕಿದ್ರೇನೇ, ಎಲ್ಲೆಲ್ಲಿ ಅಂತ ಹುಡುಕ್ತಿದೀರ. ಇಲ್ಲಿ ನಾನು ನಮ್ಮ ನೆಂಟರಿಷ್ಟರಿಗೆ ತಿಳಿದವರಿಗೆ ಎಲ್ಲರಿಗೂ ಫೋನ್ ಮಾಡಿ ಹೇಳಿದೀನಿ. ಏನಾದರೂ ಶುಭ ಸಮಾಚಾರ ಸಿಗಬಹುದು ಅಂತ ಕಾಯ್ತಿದೀನಿ" ಅಂದಳು.

ಸರಳ ಸಿಟ್ಟಿನಿಂದ ಮೊಬೈಲ್ ಕರೆ ನಿಲ್ಲಿಸಿದಳು. ಅವನು ನನ್ನ ಕೈಗೆ ಸಿಗಲಿ ಅಂತ ಹಲ್ಲು ಕಡಿದಳು. ಮುಂದೇನು ಮಾಡೋದಪ್ಪ ಅಂತ ತಿಳೀಲಿಲ್ಲ. ಇವರ ಆತಂಕವನ್ನು ಗಮನಿಸುತ್ತಿದ್ದ ಒಬ್ಬ ವ್ಯಕ್ತಿ "ಏನ್ಸಾರ್ ಏನಿ ಪ್ರಾಬ್ಲಮ್

ಅಂತ ಕೇಳಿದ. ಮಧು ವಿಚಾರ ತಿಳಿಸಿದ ಮೇಲೆ ಸರ್. ಪಾರ್ಕಿನ ಆಫೀಸು ಇಲ್ಲೇ ಇದೆ. ಅಲ್ಲಿ ಸಿಸಿಟಿವಿ ವಿವರ ಸಿಗುತ್ತೆ. ಪಾರ್ಕಿನ ನಾಲ್ಕೂ ಕಡೆ ಸಿಸಿಟಿವಿ ಅಳವಡಿಸಿದ್ದಾರೆ. ನೀವು ಅಲ್ಲಿಗೆ ಹೋದರೆ ನೀವು ಹುಡುಕುತ್ತಿರುವ ವ್ಯಕ್ತಿ ಇಲ್ಲಿಗೆ ಬಂದಿದ್ದರಾ ಇಲ್ಲವಾ" ಅಂತ ತಿಳಿಯುತ್ತೆ ಅಂದರು.

ಅಯ್ಯೋ ಅಂತ ಮುಳುಗುತ್ತಿದ್ದವನಿಗೆ ಹುಲ್ಲುಕಡ್ಡಿ ಆಸರೆ ಸಿಕ್ಕಿದಂತಾಯಿತು.

ಇಬ್ಬರೂ ಪಾರ್ಕಿನ ಆಫೀಸಿಗೆ ಓಡಿದರು. ಸರಳ ಒಂದೇ ಉಸುರಿಗೆ ವಿಚಾರ ತಿಳಿಸಿದರು.

ಅಲ್ಲಿದ್ದ ಯಜಮಾನರು ಇಬ್ಬರನ್ನೂ "ಸ್ವಲ್ಪ ಕೂತ್ಕೊಳಿ" ಅಂದರು ಸಮಾಧಾನದಿಂದ.

ಅಂದು ಮಧ್ಯಾಹ್ನದಿಂದ ಅಲ್ಲೀವರೆಗಿನ ಸಿಸಿಟಿವಿ ಪರದೆಯ ರೆಕಾರ್ಡಿಂಗನ್ನು ಅವರಿಬ್ಬರಿಗೆ ತೋರಿಸಿದರು. ಅದನ್ನು ನೋಡುತ್ತಾ ನೋಡುತ್ತಾ ಸರಳಳ ಎದೆ ಹೊಡೆದುಕೊಳ್ಳುತ್ತಿತ್ತು. ಮಧುಗೆ ಕಣ್ಣೀರು ಹರೀತಿತ್ತು. ಮಗು ಕಾಣೆಯಾಗಿ ಆಗಲೇ ನಾಲ್ಕು ಗಂಟೆಯ ಹೊತ್ತಾಗಿದೆ. ಅದು ಒಂದೂ ಎರಡೂ ಮಾಡಕೊಂಡಿದ್ದರೆ ಏನು, ಅದಕ್ಕೆ ಹಸಿವಾಗಿದ್ದರೆ ಏನು ಅಂತೆಲ್ಲ ಯೋಚಿಸಿಕೊಂಡಾಗ ದುಃಖ ದುಪ್ಪಟ್ಟಾಯಿತು.

ಒಂದೊಂದು ನಿಮಿಷದ ರೆಕಾರ್ಡಿಂಗನ್ನೂ ನೋಡುತ್ತಿದ್ದ ಹಾಗೆ ಸರಳ ಸರಿಯಾಗಿ ಕೂತು ಪರದೆಯನ್ನೇ ದೃಷ್ಟಿಸುತ್ತಿದ್ದಳು. ಕಡೆಗೂ ಅವಳು ನಿರೀಕ್ಷಿಸಿದ್ದ ದೃಶ್ಯ ಬಂತು.

ಆಟೋದಿಂದ ರೇವತಿಯ ಮಾವ ಮಗುವಿನ ಜೊತೆ ಆಟೋದಿಂದ ಇಳಿಯುತ್ತಿರುವುದು. ಮಗುವನ್ನು ಜೋಪಾನವಾಗಿ ಎತ್ತಿಕೊಂಡು ಪಾರ್ಕಿನ ಒಳಗೆ ಹೋಗುತ್ತಿರುವುದು, ಅಲ್ಲಿ ಒಂದು ಸುತ್ತು ಹಾಕುವುದು, ಮತ್ತೆ ಬೆಂಚಿನ ಮೇಲೆ ಕೂತುಕೊಳ್ಳುವುದು ಕಂಡಿತು. ಮಗುವನ್ನು ಅವರು ಚನ್ನಾಗಿ ಆಡಿಸುತ್ತಿದ್ದರು. ಮಗು ಕೂಡಾ ಅವರ ಜೊತೆ ಅಷ್ಟೆ ಚನ್ನಾಗಿ ಆಡುತ್ತಿತ್ತು.

ಅವರು ಮಗುಗೆ ಬಿಸ್ಕತ್ತನ್ನು ಸಣ್ಣ ಸಣ್ಣ ತುಂಡುಗಳನ್ನಾಗಿ ಮಾಡಿ ನಿಧಾನವಾಗಿ ಬಾಯಿಗೆ ತಿನ್ನಿಸುವುದು ಬಾಯಿ ಒರೆಸುವುದು ಮಾಡುತ್ತಿದ್ದರು. ಮಗು ಅವರ ಕೈನ ಬಿಸ್ಕತ್ತನ್ನು ಕಿತ್ತುಕೊಳ್ಳಲು ಕೈ ಚಾಚಿ ನಗುತ್ತಿತ್ತು.

ಪರದೆಯ ಕಡೆಯೇ ನೋಡುತ್ತಾ ಮಧು "ಯಜಮಾನರು ಮಗುನ ಜೋಪಾನವಾಗಿ ನೋಡ್ಕೊತಾ ಇದಾರೆ. ಆದರೆ ಹೀಗೆ ಹೇಳದೇ ಕೇಳದೇ ಯಾಕೆ ಕರ್ಕೊಂಡು ಹೋದರು ಅನ್ನೋದು ತಿಳೀತಿಲ್ಲ" ಅಂದ.

"ಅಪ್ಪ ಅಮ್ಮನ್ನ ಬಿಟ್ಟು ಬಂದಿದೀನಿ ಅಂತ ಮಗೂಗೆ ಅನಿಸಿಯೇ ಇಲ್ಲ" ಅಂದಳು ಸರಳ.

ನಂತರದ ದೃಶ್ಯದಲ್ಲಿ ಯಜಮಾನರು ಮಗೂನ ಕರ್ಕೊಂಡು ಪಾರ್ಕಿನಿಂದ ಹೊರಗಡೆ ಬಂದರು. ಅತ್ತ ಇತ್ತ ನೋಡಿದರು. ಕೆಲವು ಹೆಜ್ಜೆ ನಡೆದರು. ಯಾಕೋ ದೃಶ್ಯ ಮಂಕಾಗೋಕೆ ಶುರುವಾಯಿತು.

"ಸರ್ ಸ್ವಲ್ಪ ಬ್ರೈಟ್ ಮಾಡಿ ಸರ್. ಅವರು ಈಗ ಎಲ್ಲಿಗೆ ಹೋಗ್ತಾರೆ" ಅಂತ ನೋಡಬೇಕು ಅಂದಳು ಸರಳ

"ನೋಡಿ ಮೇಡಂ ಇದು ಒಂದೆರಡು ಮೀಟರು ದೂರದ ತನಕ ಸರಿಯಾಗಿ ತೋರಿಸುತ್ತೆ. ಆಮೇಲೆ ನಾವು ಜೂಮ್ ಮಾಡಿ ನೋಡಬೇಕು ಇರಿ" ಅಂದರು.

ಯಜಮಾನರು ಅಲ್ಲಿದ್ದ ಆಟೋದವರ ಹತ್ತಿರ ಏನೋ ಮಾತಾಡಿದರು. ನಂತರ ಮಗೂನ ಮಾತ್ರ ಆಟೋದಲ್ಲಿ ಕೂರಿಸಿದರು.

ಸರಳ ಗಟ್ಟಿಯಾಗಿ "ಅಲ್ನೋಡ್ರೀ ಅವರು ಮಗುನ ಆಟೋದವರಿಗೆ ಮಾರ್ತಾ ಇದಾರೆ. ಮಗೂನ ಮಾತ್ರ ಆಟೋದಲ್ಲಿ ಕೂರಿಸ್ತಿದಾರೆ" ಅಂದಳು.

ಕ್ಷಣಮಾತ್ರದಲ್ಲಿ ಅವಳ ಊಹೆ ತಪ್ಪಾಯಿತು.

ಮಗು ಕೂರಿಸಿದ ತಕ್ಷಣ ಯಜಮಾನರೂ ಆಟೋದಲ್ಲಿ ಕೂತರು. ಆಟೋ ಹೊರಟುಹೋಯಿತು.

ಸರಳ ರೇವತಿಗೆ ಫೋನ್ ಮಾಡಿ "ಲೇ, ನಿಮ್ಮ ಮಾವ ಮಗೂನ ಇಲ್ಲಿ ಮಹಾರಾಜ ಪಾರ್ಕಿನಲ್ಲಿ ಕೂರಿಸಿಕೊಂಡಿದ್ದರು. ಅವರು ಈಗ ತಾನೇ ಆಟೋದಲ್ಲಿ ಮಗೂನ ಕರ್ಕೊಂಡು ಹೊರಟಿದಾರೆ. ಎಲ್ಲಿಗೆ ಹೋದರು ಅಂತ ಗೊತ್ತಿಲ್ಲ. ಅವರು ಮನೆಗೆ ಬಂದರೆ ನನಗೆ ಕೂಡಲೇ ಕಾಲ್ ಮಾಡು" ಅಂದಳು.

ಮಧು "ಸರ್ ಸ್ವಲ್ಪ ಜೂಮ್ ಮಾಡಿ ಸರ್. ಆಟೋ ನಂಬರು ನೋಡೋಣ" ಅಂದ.

ಹಾಗೆ ಮಾಡಿ ಆಟೋ ನಂಬರು ಬರೆದುಕೊಂಡರು.

ಮತ್ತೆ ಅವರಿಬ್ಬರೂ ಪೊಲೀಸ್ ಸ್ಟೇಷನ್ನಿಗೆ ಓಡಿದರು.

"ಸರ್ ಇದು ಆಟೋ ನಂಬರು, ಇದರಲ್ಲಿ ನಾವು ಹುಡುಕುತ್ತಿರುವವರು ಮಗೂನ ಕರ್ಕೊಂಡು ಆಟೋ ಹತ್ತಿದಾರೆ" ಅಂದರು.

ಇನ್ಸ್‌ಪೆಕ್ಟರು ಅಯ್ಯೋ ಇವರ ಕಥೆ ಇನ್ನೂ ಮುಗಿದಿಲ್ವಾ ಅಂತ ಆಟೋ ನಂಬರು ತಗೊಂಡು ಸಹಾಯಕರಿಗೆ ಇದರ ಡ್ರೈವರನ ಹೆಸರು ಮೊಬೈಲ್ ನಂಬರು ತಗೋ ಅಂದರು. ಮಾಹಿತಿ ಬರಲು ಅರ್ಧ ಗಂಟೆ ಆಯಿತು. ಸರಳ ಪದೇ ಪದೇ ರೇವತಿಗೆ ಫೋನ್ ಮಾಡುತ್ತಿದ್ದಳು.

"ರೇವತಿ ಮಗು ಮನೆಗೆ ಬಂದ್ರೆ ನಾನೇ ಫೋನ್ ಮಾಡ್ತೀನಿ ಕಣೆ" ಅಂದಳು.

ಕಡೆಗೂ ಮಾಹಿತಿ ಸಿಕ್ಕಿತು.

ಇನ್ಸ್‌ಪೆಕ್ಟರು ಆ ನಂಬರಿಗೆ ಫೋನ್ ಮಾಡಿ "ಏನಯ್ಯಾ ಈಗ ಸ್ವಲ್ಪ ಹೊತ್ತಿನ ಮುಂಚೆ ನೀನು ಮಹಾರಾಜ ಪಾರ್ಕಿಂದ ಒಬ್ಬರು ಯಜಮಾನರು ಒಂದು ಮಗೂನ ಹತ್ತಿಸಿಕೊಂಡು ಹೋಗಿದೀಯ. ಎಲ್ಲಿ ಡ್ರಾಪ್ ಮಾಡಿದೆ ಅವರನ್ನು" ಅಂತ ಕೇಳಿದರು

"ಸರ್ ಬೆಳಗಿನಿಂದ ಎಷ್ಟೋ ಗಿರಾಕಿಗಳು ಆಟೋದಲ್ಲಿ ಪ್ರಯಾಣ ಮಾಡ್ತಾರೆ, ನಾನು ಹೇಗೆ ಹೇಳ್ಲಿ ಸರ್" ಅಂದ.

"ಅಲ್ಲಯ್ಯ ಈಗ ಒಂದು ನಾಲ್ಕು ಗಂಟೆ ಮೊದಲು ಮಹಾರಾಜ ಪಾರ್ಕಿಂದ ಹತ್ತಿದರಲ್ಲ ಅವರು. ಸಿಸಿಟಿವಿಯಲ್ಲಿ ನಿನ್ನ ಆಟೋ ನಂಬರು ದಾಖಲಾಗಿದೆ" ಅಂದರು

"ಸ್ವಲ್ಪ ಇರಿ ಸರ್" ಅಂದು ಒಂದೆರಡು ನಿಮಿಷದ ನಂತರ "ಸರ್ ಅವರು ರೈಲ್ವೇ ಸ್ಟೇಷನ್ನಿಗೆ ಕರ್ಕೊಂಡು ಹೋಗಪ್ಪ ಅಂದರು. ನಾನು ರೈಲ್ವೇ ಸ್ಟೇಷನ್ ಬಳಿ ಅವರನ್ನು ಬಿಟ್ಟೆ" ಅಂದ.

ಇನ್ಸ್‌ಪೆಕ್ಟರು ದಂಪತಿಗಳ ಮುಖ ನೋಡಿದರು.

ಅಷ್ಟೊತ್ತಿಗೆ ಒಬ್ಬರು ಯಜಮಾನರು ಒಂದು ಮಗುವಿನೊಂದಿಗೆ ತಪ್ಪಿಸಿಕೊಂಡಿದ್ದಾರೆ ಅಂತ ಎಲ್ಲಾ ಸ್ಟೇಷನ್ನಿಗೂ ಸುದ್ದಿ ಹೋಗಿ ಎಲ್ಲ ಕಡೆ ಹುಡುಕಾಟ ಪ್ರಾರಂಭವಾಗಿತ್ತು.

ಸರಳ ಮಧು ಇಬ್ಬರೂ ರೈಲ್ವೇ ಸ್ಟೇಷನ್ನಿಗೆ ಹೋದರು.

"ಅಲ್ಲರೀ ಆಯಪ್ಪ ಮಗೂನ ಎಲ್ಲಿಗೆ ಕರ್ಕೊಂಡು ಹೋಗೋ ಪ್ಲಾನ್ ಮಾಡಿದಾರೆ. ರೈಲ್ವೇ ಸ್ಟೇಷನ್ನಿಗೆ ಯಾಕ್ರಿ ಹೋದ" ಅಂತ ತಲೆ ಚಚ್ಚಿಕೊಂಡಳು.

ಮನೆಗೆ ಫೋನ್ ಮಾಡಿ "ಲೇ ರೇವತಿ ನಿಮ್ಮ ಮಾವ ಮಾಡೋದು ಒಂದೊಂದು ಕೆಲಸ ಅಲ್ಲ. ಮಗೂನ ರೈಲ್ವೇ ಸ್ಟೇಷನ್ನಿಗೆ ಕರ್ಕೊಂಡು ಹೋಗಿದಾರಂತೆ. ಅಲ್ಲಿಂದ ಎಲ್ಲಿಗೆ ಹೋಗ್ತಾರೆ ಅಂತ ಹೇಗೇ ಊಹಿಸೋದು" ಅಂದಳು.

ರೇವತಿ "ನನಗೂ ಏನೂ ಅರ್ಥ ಆಗ್ತಿಲ್ಲ ಕಣೇ. ನಾನು ದೇವರಿಗೆ ತುಪ್ಪದ ದೀಪ ಹಚ್ಚಿ ನಮಸ್ಕಾರ ಮಾಡಿದೀನಿ. ದೇವರಿಗೆ ಬೇಡ್ಕೊತಾ ಇದೀನಿ. ನನಗೆ ಅದು ಬಿಟ್ಟು ಬೇರೆ ದಾರಿ ಕಾಣ್ತಾ ಇಲ್ಲ. ನಮ್ಮನೆಯವರೂ ಎಲ್ಲ ಕಡೆ ಹುಡುಕಿಸ್ತಿದಾರೆ. ಅವರಿಗೆ ಪರಿಚಯ ಇರೋರಿಗೆಲ್ಲ ಫೋನ್ ಮಾಡ್ತಿದಾರೆ. ದೇವರು ನಮ್ಮ ಕೈಬಿಡಲ್ಲ ಅನ್ನೋ ವಿಶ್ವಾಸ ಇದೆ ಕಣೆ. ನೀನು ಸಮಾಧಾನವಾಗಿರೆ" ಅಂದಳು.

"ಎಂಥದೇ ಸಮಧಾನ ನಿನ್ನ ಪಿಂಡ ನಿಮ್ಮಾವ ಇಂಥ ದರಿದ್ರದವನು ಅಂತ ನನಗೆ ಮೊದಲೇ ಎಚ್ಚರಿಕೆ ಕೊಡೋದಲ್ವ, ಯಾಕಾದ್ರೂ ನಾನು ನಿನಗೆ ಫೋನ್ ಮಾಡಿದೆನೋ, ಯಾಕಾದ್ರೂ ನಿನ್ನ ಮನೆಗೆ ಬಂದೆನೋ ಅನಿಸ್ತಿದೆ"

ಅಂತ ಸರಳ ಕೂಗಾಡೋ ಹೊತ್ತಿಗೆ ಒಂದಿಷ್ಟು ಜನ ಗುಂಪು ಗುಂಪಾಗಿ ಓಡುತ್ತಿದ್ದರು.

ಮಧು ಏನೂಂತ ವಿಚಾರಿಸಿದರೆ ಯಾರೋ ಒಬ್ಬರು ಮಗು ಜೊತೆ ರೈಲಿಗೆ ಸಿಕ್ಕಿಕೊಂಡಿದಾರಂತೆ ಅಂದರು.

ಸರಳ ಅಯ್ಯೋ ಅಂತ ಕುಸಿದು ಬಿದ್ದಳು. ಅವಳನ್ನು ಸಮಾಧಾನ ಪಡಿಸಿ ಅಲ್ಲಿಗೆ ಕರೆದುಕೊಂಡು ಹೋಗೋ ಹೊತ್ತಿಗೆ ಮಧುಗೆ ಸಾಕುಸಾಕಾಯಿತು. ಸರಳಳನ್ನು ಕಂಟ್ರೋಲ್ ಮಾಡೋಕೇ ಆಗ್ತಿರಲಿಲ್ಲ.

ಅಲ್ಲಿ ಹೋಗಿ ನೋಡಿದ ಮೇಲೆ ಅದು ರೇವತಿ ಮಾವನೂ ಅಲ್ಲ ಸರಳಳ ಮಗೂನೂ ಅಲ್ಲ ಅಂದ ಮೇಲೆ ಸಮಾಧಾನವಾಯಿತು.

ಇಬ್ಬರಿಗೂ ಸುಸ್ತಾಗಿತ್ತು. ಮುಂದೆ ಏನು ಮಾಡೋದು ಅಂತ ಗೊತ್ತಾಗಿರಲಿಲ್ಲ.

ಇಬ್ಬರೂ ಮತ್ತೆ ಪೊಲೀಸ್ ಸ್ಟೇಷನ್ನಿಗೆ ಹೋಗಿ "ಸರ್, ಮಗು ಕಾಣೆಯಾಗಿದೆ ಅಂದ ಒಂದು ಕಂಪ್ಲೇಂಟ್ ತಗೊಳಿ. ದಯವಿಟ್ಟು ಮಗೂನ ಹುಡುಕಿಸಿಕೊಡಿ" ಅಂದರು.

ಇನ್ಸ್‌ಪೆಕ್ಟರು "ಮತ್ತೆ ಕಂಪ್ಲೇಂಟ್ ಬೇಡ. ನಾವಾಗಲೇ ನಿಮ್ಮ ಮಗೂ ಹುಡುಕಿಸೋ ಪ್ರಯತ್ನ ಮಾಡುತ್ತಿದ್ದೇವೆ. ನೀವು ಮನೆಗೆ ಹೋಗಿ. ಸ್ವಲ್ಪ ತಡವಾದರೂ ನಿಮ್ಮ ಮಗು ನಿಮ್ಮ ಕೈ ಸೇರೋ ಹಾಗೆ ಮಾಡೋದು ನಮ್ಮ ಜವಾಬ್ದಾರಿ" ಅಂದರು.

ಇನ್ನೇನೂ ದಾರಿ ಇಲ್ಲದೇ ಇದ್ದಿದ್ದರಿಂದ ಇಬ್ಬರೂ ಮನೆಗೆ ಹೋದರು.

ಅಷ್ಟೊತ್ತಿಗಾಗಲೇ ಸರಳಳ ಅಪ್ಪ ಅಮ್ಮ, ಅಕ್ಕ, ತಂಗಿ ಅಣ್ಣ ಎಲ್ಲರೂ ಯಾಕೆ ಸರಳ ಇನ್ನೂ ಬರಲಿಲ್ಲ ಅಂತ ಫೋನ್ ಮಾಡಿದಾಗ ವಿಷಯ ತಿಳಿದು ಅವರಿಗೂ ಗಾಬರಿಯಾಗಿ ಎಲ್ಲರೂ ಮಗೂನ ಹುಡುಕೋಕೆ ಶುರು ಮಾಡಿದ್ದರು.

ರೇವತಿ ಮನೇಲಿ ತಲೆ ಮೇಲೆ ಕೈ ಹೊತ್ತು ಕುಳಿತಿದ್ದಳು.

"ರೀ ಮಾವ ಬಂದ್ಮೇಲೆ ಅದೇನಾದರೂ ಆಗಲಿ ನಾನು ಅವರ ವಯಸ್ಸನ್ನೂ ಮರೆತು ನಾಲ್ಕು ಬಾರಿಸಿಬಿಡ್ತೀನಿ" ಅಂದಳು. ಶೇಖರನಿಗೂ ಬೇಜಾರಾಗಿತ್ತು. ನಿಮ್ಮ ಮಾವ ತಾನೇ ಏನಾದರೂ ಮಾಡ್ಕೊ ಅಂದ.

ಸರಳ ಮಧು ಬಂದರು. ಮನೆ ಮೌನವಾಗಿತ್ತು. ರೇವತಿ ಕಾಫಿ ಮಾಡಿ ತಂದಳು

ಸರಳ ಸಿಟ್ಟಿನಿಂದ ರೇವತಿಯ ಮುಖಕ್ಕೆ ಬಿಸಿ ಕಾಫಿ ಎಸೆದು "ಮಗು ಕಾಣೆಯಾಗಿದೆ ಅಂತ ನಾನು ಹೊಟ್ಟೆಗೆ ಬೆಂಕಿ ಬಿದ್ದವಳ ಹಾಗೆ ಚಡಪಡಿಸ್ತಾ ಇದ್ದರೆ ಇಲ್ಲಿ ನೀನು ಕಾಫಿ ಕೊಡ್ತೀಯ. ನಿಮ್ಮಾವ ಬರ್ಲಿ ಇವತ್ತು ಅವರನ್ನು ಹುಟ್ಲಿಲ್ಲ ಅನಿಸಿಬಿಡ್ತೀನಿ" ಅಂದಳು.

ಈಗ ಏನು ಮಾತಾಡುವುದೂ ತಪ್ಪಾಗುತ್ತದೆ ಅಂತ ರೇವತಿ, ಶೇಖರ ಸುಮ್ಮನಾದರು.

ಸರಳಳ ಗೋಳು ಕೇಳುವಂತಿರಲಿಲ್ಲ. ಪದೇ ಪದೇ ಬೀದಿ ಕಡೆ ಹೋಗಿ ನೋಡೋದು, ತಲೆ ಚಚ್ಚಿಕೊಂಡು ಅಳೋದು ಮಾಡುತ್ತಿದ್ದಳು. ಯಾರೂ ಅವಳನ್ನು ಸಮಾಧಾನ ಪಡಿಸುವಂತೆಯೇ ಇರಲಿಲ್ಲ.

ರಾತ್ರಿ ಎಂಟು ಗಂಟೆಯಾಯಿತು. ಅವರು ಇನ್ನು ಬರಲ್ಲ. ನನ್ನ ಮಗೂನೂ ನನಗೆ ಸಿಗೋಲ್ಲ ಅಂತ ಸರಳ ಗೋಡೆಗೆ ತಲೆ ಚಚ್ಚಿಕೊಳ್ಳುತ್ತಿದ್ದಾಗ ಮಧು ಬಂದು ತಡೆದ. ಎಲ್ಲರೂ ಅಳುವವರೇ ಆಗಿದ್ದರು.

ರೇವತಿ ಪದೇ ಪದೇ ದೇವರ ಮನೆಗೆ ಹೋಗಿ ನಮಸ್ಕರಿಸಿ ಬರುತ್ತಿದ್ದಳು.

"ಅಯ್ಯೋ ನಾನು ಇವಳಿಗೆ ಯಾಕಾದ್ರೂ ಕರೆ ಮಾಡಿದೆನೋ ಯಾಕಾದ್ರೂ ಇವಳ ಮನೆಗೆ ಬಂದೆನೋ, ಇನ್ಮೇಲೆ ನನ್ನ ಉಸಿರಿರೋ ತನಕ ಇವಳ ಮನೆಗೆ ನಾನು ಬರೋಲ್ಲ. ಹತ್ತು ವರ್ಷ ಆಗಿತ್ತಲ್ಲ ಅಂತ ಬಂದ್ರೆ ಇದೆಂಥಾ ಅನಾಹುತ ಆಯಿತು" ಅಂತ ಸರಳ ನೆಲ ಗುದ್ದಿ ಗುದ್ದಿ ಅಳುತ್ತಿದ್ದಳು.

ಇನ್ನೂ ಅರ್ಧ ಗಂಟೆ ಕಳೆದ ಮೇಲೆ ಮನೆ ಮುಂದೆ ಒಂದು ಆಟೋ ಬಂದು ನಿಂತಿತು. ಎಲ್ಲರ ಕಣ್ಣೂ ಚುರುಕಾಯಿತು. ಹೋಗಿ ನೋಡಿದರೆ ಅದರಲ್ಲಿ ರೇವತಿ ಮಾವ ಮತ್ತು ಮಗು ಇಬ್ಬರೂ ಇದ್ದರು.

ಏನೂ ಆಗೇ ಇಲ್ಲವೆನ್ನುವಂತೆ ಮಗು ಎಲ್ಲರನ್ನೂ ನೋಡಿ ನಕ್ಕಿತು.

ಆಟೋದವರು "ಅಮ್ಮಾ ಬೆಳಗ್ಗೆ ನೀವು ಮಗೂನ ಹುಡುಕ್ತಿದ್ದುದು ನನ್ನನ್ನು ವಿಚಾರಿಸಿದ್ದು ನನ್ನ ಮನಸ್ಸಿನಲ್ಲಿ ಕೊರೀತಾನೇ ಇತ್ತು. ಸಂಜೆ ನನ್ನ ಡ್ಯೂಟಿ ಮುಗಿಸಿ ಮನೆಗೆ ಹೊರಡಬೇಕು ಅಂದುಕೊಂಡಾಗ ಯಜಮಾನರೂ ಮಗೂನೂ ಅಂಗಡಿ ಮುಂದೆ ನಿಂತಿದ್ದರು. ನಾನು ಆಟೋ ಅವರ ಮುಂದೆ ನಿಲ್ಲಿಸಿ ಯಜಮಾನರೇ ಎಲ್ಲಿಗೆ ಹೋಗಬೇಕು ಅಂತ ಕೇಳಿದೆ. ಅದಕ್ಕೆ ಅವರು ನನ್ನ ಮನೆಗೆ ಅಂದರು. ಮನೆ ಎಲ್ಲಿ ಅಂತ ಕೇಳಿದೆ. ನನಗೇನು ಗೊತ್ತು ಅಂದರು. ಅಯ್ಯೋ ರಾಮ ಅನಿಸಿತು. ನೀವು ಸಿಕ್ಕಿದಾಗ ನಿಮ್ಮ ಅಡ್ರೆಸ್ ತಗೋಬೇಕಾಗಿತ್ತು ಅನಿಸಿತು. ಏನಾದರೂ ಆಗಲಿ ಅಂದು ಯಜಮಾನರ ಜೋಬು ತಡಕಿದೆ. ಅಲ್ಲಿ ಒಂದು ಪರ್ಸು ಇತ್ತು ಅದರಲ್ಲಿ ಈ ಅಡ್ರೆಸ್ ಇತ್ತು. ಅದಕ್ಕೇ ನಾನು ಅವರನ್ನು ಇಲ್ಲಿಗೆ ಕರ್ಕೊಂಡು ಬಂದೆ" ಅಂದ.

ಮಗು ಅಮ್ಮನ ಮಡಿಲು ಸೇರಿಯಾಗಿತ್ತು. ಯಜಮಾನರು ನಗುತ್ತಿದ್ದರು. "ಈ ಮಗು ಇದೆಯಲ್ಲ ಇದು ಇವತ್ತು ನನ್ನನ್ನು ಮನುಷ್ಯನನ್ನಾಗಿ ಮಾಡಿತು. ಇದರಿಂದ ನಾನು ಎಷ್ಟು ಸಂತೋಷಪಟ್ಟಿದ್ದೀನಿ ಗೊತ್ತಾ" ಅಂದರು. ಮಗು ಯಜಮಾನರನ್ನು ನೋಡಿ ಕಿಲಕಿಲ ಅಂತ ನಕ್ಕಿತು. ಯಜಮಾನರ ಕೈಯಲ್ಲಿ ಒಂದು ಪ್ಯಾಕೆಟ್ ಇತ್ತು. ಏನದು ಅಂತ ತೆಗೆದು ನೋಡಿದರೆ ಯಜಮಾನರು ಮಗೂಗೆ ಆಡೋದಕ್ಕೆ ಒಂದು ಆನೆ, ಒಂದು ನಾಯಿ ಬೊಂಬೆ ಇತ್ತು.

ಆಟೋದವರು "ನೋಡಿ ಯಜಮಾನರು ಅಂಗಡೀಲಿ ಇದನ್ನು ಕೊಂಡ್ಕೊಂಡು ಬಂದರಂತೆ. ಅಂಗಡಿಯವರು ದುಡ್ಡು ಕೊಡಿ ಅಂದರೆ ದುಡ್ಡು ಕೊಡಬೇಕು ಅಂತ ನೀವೆಲ್ಲಿ ಬೋರ್ಡ್ ಹಾಕಿದೀರ ಅಂತ ಕೇಳಿದರಂತೆ. ಆಮೇಲೆ ಹೋಗ್ಲಿ ಅಂತ ಇವತ್ತು ಕೊಡ್ತಿದೀನಿ ಇನ್ಯಾವತ್ತೂ ದುಡ್ಡು ಕೇಳಬೇಡಿ ಅಂದರಂತೆ. ಜೋಬಲ್ಲಿ ಇದ್ದ ಐನೂರು ರೂಪಾಯಿ ನೋಟು ಕೊಟ್ಟು ಬಂದರಂತೆ. ಅಂಗಡಿಯವರೇ ಇವರನ್ನು ಕರೆದು ಉಳಿದ ಹಣ ಜೋಬಿಗೆ ಹಾಕಿದರಂತೆ. ಇವರು ಆಟೋ ಹತ್ತೋ ಮೊದಲು ಅಂಗಡಿಯವರೇ ನನಗೆ ಇದನ್ನು ಹೇಳಿ ಜೋಪಾನವಾಗಿ ಇವರನ್ನು ಮನೆ ಮುಟ್ಟಿಸಪ್ಪ" ಅಂದರು. ಅಂತ ಹೇಳಿದರು.

ರೇವತಿ, "ಅಲ್ಲ ಮಾವ ನಿಮಗೆ ಮರೆವು. ಯಾಕೆ ಮನೆ ಬಿಟ್ಟು ಮಗೂನೂ ಕರ್ಕೊಂಡು ಹೋದ್ರಿ" ಅಂತ ಕೇಳಿದ್ದಕ್ಕೆ "ಅಯ್ಯೋ ನಾನೆಲ್ಲಿ ಮನೆ ಬಿಟ್ಟು ಹೋದೆ. ಇಲ್ಲೇ ಇದೀನಲ್ಲ" ಅಂದರು.

ಸರಳ ಮೊದಲು ಯಜಮಾನರಿಗೆ ಬಾರಿಸೋಣ ಅಂತ ಕೈ ಎತ್ತಿದವಳು ಸಮಾಧಾನ ಮಾಡಿಕೊಂಡು ನಂತರ ಸ್ವಲ್ಪ ದಬಾಯಿಸೋಣ ಅಂತ ಅವರೆದುರಿಗೆ ಹೋದವಳು ಯಾಕೋ ಬಾಯಿ ಬರದೇ ಯಜಮಾನರನ್ನು ನೋಡಿ ಅಯ್ಯೋ ಪಾಪ ಅನಿಸಿತು. ಅವರು ಮಗು ಕಡೆನೇ ನೋಡ್ಕೊಂಡು ಮಗು ತರಹಾನೇ ಆಡ್ತಿದ್ರು. ಶೇಖರ ನಮ್ಮದು ತಪ್ಪಾಗಿತ್ತು ಅಂತ ಮಧು ಸರಳ ಕಾಲಿಗೇ ಬಿದ್ದುಬಿಟ್ಟ. ಸರಳ "ಬೇಡ ಸರ್ ನೀವ್ಯಾಕೆ ನಮ್ಮ ಕಾಲಿಗೆ ಬೀಳ್ತೀರಿ" ಅಂದಳು.

ಯಜಮಾನರಿಗೆ ಮರೆವು ಅವರಿಗೆ ಈಗ ಹೇಳಿದ್ದು, ಈಗ ಮಾಡಿದ್ದು ಇನ್ನೊಂದು ಕ್ಷಣಕ್ಕೆ ನೆನಪಿರೋಲ್ಲ. ಅವರನ್ನು ಏನು ಪ್ರಶ್ನೆ ಮಾಡಿದರೂ ಪ್ರಯೋಜನವಿಲ್ಲ. ಮುಖ್ಯ ನಾವು ಹುಷಾರಾಗಿರಬೇಕಿತ್ತು ಅಂತ ಶೇಖರನಿಗೆ ಅನಿಸಿತು.

ಹೇಗೋ ಏನೋ ಎಂತೋ ಅಂತೂ ದೇವರು ನಮ್ಮ ಕೈ ಬಿಡಲಿಲ್ಲ ಅಂತ ಸರಳ ರೇವತಿ ಸಮಾಧಾನ ಹೊಂದಿದರು.

ಸರಳ ಗೆಳತಿಯನ್ನು ಕ್ಷಮೆ ಕೇಳಿದಳು. ರೇವತಿ ಸರಳಳನ್ನು ಸಮಾಧಾನ ಪಡಿಸಿದಳು.

ನನಗೆ ಹೊತ್ತಾಗುತ್ತೆ ಕಣೆ ನಾವು ಹೊರಡಬೇಕು. ಅಮ್ಮನಿಗೆ ಮಗು ಸಿಕ್ಕಿದೆ ಅಂತ ಹೇಳ್ತೀನಿ ಅಂದು ಮೊಬೈಲ್ ಕೈಗೆ ತಗೊಂಡಾಗ ಯಜಮಾನರೂ, ಮಗೂನೂ ನಗುನಗುತ್ತಾ ಆಡುತ್ತಿದ್ದುದು ಕಂಡು ಕಣ್ಣು ತೇವವಾಯಿತು.

(ತುಷಾರ, 26.02.2021)

ವ್ಯಾಮೋಹ (ಸೆಳೆತ)

ಎಲ್ಲವೂ ನಿರ್ಧಾರವಾಗಿದೆ. ಇನ್ನು ಕಾಲು ಹಿಂದಿಡುವಂತೆಯೇ ಇಲ್ಲ. ಆರು ತಿಂಗಳ ಮನಸ್ಸಿನ ತಾಕಲಾಟಕ್ಕೆ ಇವತ್ತು ಫಲ ಸಿಕ್ಕಿದೆ. ಈಗ ಅರವತ್ತೈದು. ಅಬ್ಬಬ್ಬಾ ಅಂದರೆ ಇನ್ನು ಹತ್ತು ವರ್ಷ ಬದುಕಿರಬಹುದಾ. ಉಳಿದ ಆಯಸ್ಸನ್ನು ಸ್ವತಂತ್ರವಾಗಿ ಕಳೆಯುವ ಹೆಬ್ಬಯಕೆ ಬಂದಿದೆ. ಸ್ವತಂತ್ರ ಬದುಕಿನಲ್ಲಿ ದೀರ್ಘ ಕಾಲ ಜೈಲಿನಲ್ಲಿ ಇದ್ದು ಬಂದ ಅನುಭವವಾಗುವುದಂತೂ ನಿಜ. ಯಾಕೆ ಇಂಥಾ ನಿರ್ಧಾರ ಅಂತ ಪ್ರಶ್ನೆ ಮಾಡಿಕೊಳ್ಳುವಂತಿಲ್ಲ. ಮನೆಯವರು ಬೇಕಾದರೆ ಆತ್ಮವಿಮರ್ಶೆ ಮಾಡಿಕೊಳ್ಳಲಿ ಯಾರು ಬೇಡಾಂದಿದಾರೆ. ಯಾರು ಸರಿ ಯಾರು ತಪ್ಪು ಎನ್ನುವ ಪ್ರಶ್ನೆ ಉದ್ಭವಿಸಿದೆ. ನಾನೇ ತಪ್ಪು ಉಳಿದವರು ಸರಿ ಎಂದು ನೇರವಾಗಿ ಒಪ್ಪಿಕೊಳ್ಳುವಂತೆಯೂ ಇಲ್ಲ. ಆದರೆ ಒಂದು ಅಚ್ಚರಿ ಎಂದರೆ ನನ್ನ ಕಣ್ಣಿಗೆ ತಪ್ಪು ಎಂದು ಕಾಣಿಸಿದ್ದು ಇತರರ ಕಣ್ಣಿಗೆ ಸರಿ ಹೇಗೆ ಆಗುತ್ತದೆ ಅಂತ.

ಏನಾದರೂ ಮಾಡಿಕೊಳ್ಳಲಿ. ಮನೆಯಲ್ಲಿ ಸರಿ ಎನ್ನುವವರದೇ ಒಂದು ಗುಂಪು ಅದು ಉಳಿದವರದು. ತಪ್ಪು ಎನ್ನುವವರದೇ ಒಂದು ಗುಂಪು ಅದು ನಾನೇ, ಒಂಟಿ ದೆವ್ವ. ಮಗ ಸೊಸೆ ಆಫೀಸಿಗೆ ಹೋದ ಮೇಲೆ ಇವಳು ಸ್ನಾನಕ್ಕೆ ಹೋದ ಮೇಲೆ ಒಂದು ಸೂಟ್‌ಕೇಸ್ ಬಟ್ಟೆಗಳನ್ನು. ಇಸ್ತ್ರಿ ಅಂಗಡಿಯವನ ಹತ್ತಿರ ಕೊಟ್ಟು ನಾಳೆ ತೆಗೆದುಕೊಳ್ಳುತ್ತೀನಿ ಅಂತ ಹೇಳಿಯಾಗಿದೆ. ಬ್ಯಾಂಕಿನ ಚೆಕ್ ಬುಕ್ಕು ಪಾಸ್ ಬುಕ್ಕು ತಗೊಂಡಾಗಿದೆ. ಮನೇಲಿ ನನ್ನದು ಅಂತ ತೆಗೆದಿಟ್ಟುಕೊಂಡಿದ್ದ ಮೂವತ್ತಾರು ಸಾವಿರ ರೂಪಾಯಿಯನ್ನು ಜೋಪಾನ ಮಾಡಿಯಾಗಿದೆ. ಆನಂದಾಶ್ರಮದವರು ಬನ್ನಿ ನಮ್ಮಲ್ಲಿರಿ. ನೀವು ಇಲ್ಲಿರೋದನ್ನು ಯಾರಿಗೂ ಹೇಳೋದಿಲ್ಲ ಎಂದಿದ್ದಾರೆ. ಆ ಷರತ್ತಿನ ಮೇಲೆಯೇ ಅಲ್ಲಿಗೆ ಹೋಗುತ್ತಿರೋದು.

ಅಂಥಾದ್ದೊಂದು ಊರಿದೆ, ಅಂಥಾದ್ದೊಂದು ಆಶ್ರಮವಿದೆ ಅಂತ ಯಾರಿಗೂ ತಿಳಿದೇ ಇಲ್ಲ. ಬರುವ ಪುಟಗೋಸಿ ಪೆನ್‌ಷನ್ ಹಣವನ್ನು ಅವರ ಕೈಗೆ ಹಾಕಿದರೆ ಒಂದು ತಿಂಗಳು ನೋಡಿಕೊಳ್ಳುತ್ತಾರೆ. ಒಮ್ಮೆ ಮನೆಯಿಂದ ಕಾಲ್ತೆಗೆದ ಮೇಲೆ ಹಿಂದಿರುಗುವ ಮಾತೇ ಇಲ್ಲ. ಅಷ್ಟು ದೃಢವಾಗಿದೆ ಮನಸ್ಸು. ಗಂಡಸು ಸರ್ವಿಸಿನಲ್ಲಿರುವಾಗಲೇ ಸತ್ತು ಹೋದರೆ ಈ ಸಮಸ್ಯೆಗಳೇ ಇರೋದಿಲ್ಲ. ರಿಟೈರೂ ಆಗಿ, ವಯಸ್ಸೂ ಆಗಿ ಮನೆಯಲ್ಲಿದ್ದರೆ ಅವನೊಬ್ಬ ಅಪ್ರಯೋಜಕ.

ಪೆನ್‌ಷನ್ ಇಲ್ಲದ ಮೂರ್‍ನಾಲ್ಕು ಸ್ನೇಹಿತರ ಸ್ಥಿತಿಯಂತೂ ಇನ್ನೂ ಚಿಂತಾಜನಕ. ಮಾತಿಗೆ ಬೆಲೆಯಿಲ್ಲ, ಮಾಡಿದ ಕೆಲಸಕ್ಕಂತೂ ಮೊದಲೇ ಉತ್ತೇಜನವಿಲ್ಲ. ಹಾಗಲ್ಲ ಹೀಗೆ ಅಂದರೆ ಕೇಳುವವರೇ ಇಲ್ಲ, ಜೊತೆಗೆ ಇವನೊಬ್ಬ ದಡ್ಡ ಎನ್ನುವಂಥ ಕ್ರೂರ ನೋಟ. ಹಾಳಾದ್ದು ಅನುಭವ ಎನ್ನುವ ಅಸ್ತ್ರವೊಂದು ನಾನಿದ್ದೀನಿ ನಾನಿದ್ದೀನಿ ಅಂದು ಸಾರಿ ಹೇಳುತ್ತಾ ಮಾತಾಡಿಸುತ್ತೆ. ಆದರೆ ನಿಮ್ಮ ಅನುಭವ ನಿಮ್ಮದು ಅದು ನಮ್ಮದೂ ಅಲ್ಲ ಸಾರ್ವಜನಿಕವೂ ಅಲ್ಲ ಅಂತ ಮನೆಯವರ ಮೂದಲಿಕೆ. ಮೊದಲೇ ಸಾಕಾಗಿತ್ತು, ಈಗ ಆರು ತಿಂಗಳಿನಿಂದೀಚೆ ಇನ್ನೂ ಸಾಕಾಗಿದೆ. ಆಮೇಲೆ ಬಂದ ಮಕ್ಕಳು ನನ್ನನ್ನು ಒಪ್ಪದಿರೋದು ಸರಿ ಎಂದರೂ ಮಕ್ಕಳಿಗೆ ಮೊದಲು ಬಂದು ನನ್ನ ಕೈ ಹಿಡಿದವಳೂ ಹೀಗೆ ನನ್ನನ್ನು, ಅದೂ ಇಷ್ಟು ವರ್ಷಗಳ ದಾಂಪತ್ಯವಾದ ಮೇಲೆ, ಅಪ್ರಯೋಜಕನಂತೆ ನೋಡೋದೇ ಸುಮ್ನೆ ಇದ್ಬಿಡಿ ಅಂತಾಳೆ, ಬಾಯಿ ಮುಚ್ಕೊಂಡಿರಿ ಅಂತಾಳೆ, ನಿಮಗ್ಯಾಕೆ ಉಸಾಬರಿ ಅಂತಾಳೇ, ಹಾಗಾದರೆ ಈ ಮನೇಲಿ ನಾನೇನು? ಅಲ್ಲ, ದೊಡ್ಡೋನು ಮನೇಲಿ ಇದೀನಿ, ನನ್ನನ್ನು ಒಂದು ಮಾತು ಕೇಳಬೇಕು ಎನ್ನುವ ಸೌಜನ್ಯ ಯಾರಿಗೂ ಇಲ್ಲ ಏನಾದರೂ ಮಾಡ್ಕೊಂಡು ಹಾಳಾಗಿ ಹೋಗಲಿ ನಾನು ಈ ಮನೇಲಿ ಇದ್ದರೆ ತಾನೇ ಬೆಳಗಾಗೆದ್ದು ಹುಡುಕಬಹುದು, ಯಾರನ್ನಾದರೂ ಕೇಳಬಹುದು, ಪೊಲೀಸಿಗೆ ಫೋಟೋ ಸಮೇತ ದೂರು ಕೊಡಬಹುದು, ಕೊಟ್ಕೊಳ್ಲಿ ಯಾರು ಬೇಡಾಂದಿದಾರೆ.

ಅಥವಾ ಅವರಿಗೆ ಯಾರು, ಎಷ್ಟು ದಿನಾಂತ ಅನ್ನ ನೀರು ಕೊಡ್ತಾರೆ, ಹಿಂದಕ್ಕೆ ಬಂದೇ ಬರ್ತಾರೆ ಅಂತ ಸುಮ್ಮನಿದ್ದುಬಿಡಬಹುದು. ಒಂದೊಂದು ಸಾರಿ ಅನಿಸಿತ್ತು ಈ ವಯಸ್ಸಲ್ಲಿ ಯಾಕೆ ಈ ನಿರ್ಧಾರ ಅಂತ ಮಗಳು ಅಳಿಯನಿಗೆ ವಿಚಾರ ಗೊತ್ತಾದರೆ ನೊಂದುಕೊಳ್ಳಬಹುದು. ಅಳಿಯ ಮಗಳ ಬಳಿ ನಿಮ್ಮಪ್ಪ ಒಬ್ಬ ತಿಕ್ಕಲ ಅನ್ನಬಹುದು. ಸ್ನೇಹಿತರಿಗೆ ಗೊತ್ತಾದರೆ ನಮ್ಮ ಮನೆಯಲ್ಲಿ ಬಂದು ಇರಬಹುದಾಗಿತ್ತಲ್ಲೋ ಅಂತಾರೆ. ಅಣ್ಣನ ಮಕ್ಕಳು ಚಿಕ್ಕಪ್ಪ ನಮ್ಮ ಮನೆಯಲ್ಲಿ ಬಂದಿರಿ ಅನ್ನಬಹುದು. ತಮ್ಮನ ಮಕ್ಕಳು ಯಾಕೆ ದೊಡ್ಡಪ್ಪ ನಾವ್ಯಾರು ನಿಮಗೆ ನೆನಪಿಗೆ ಬರಲಿಲ್ವಾ ಅಂತ ಕೇಳಬಹುದು. ಅದಕ್ಕೆ ಏನು ಎತ್ತ ಎಲ್ಲಿ ಯಾಕೆ ಹೇಗೆ ಅಂತ ಯಾರಿಗೂ ಹೇಳದೇ ಕೇಳದೇ ಹೊರಟಿರುವುದು. ಇನ್ನುಳಿದ ಆಯಸ್ಸು, ಸುಖ, ಸಂತೋಷ, ದುಃಖ ಎಲ್ಲವೂ ನನ್ನದೊಬ್ಬನದೇ ಆನಂದಾಶ್ರಮದಲ್ಲಿರುವವರು ಅಲ್ಲಿ ಎಲ್ಲರನ್ನೂ ಚನ್ನಾಗಿ ನೋಡ್ಕೊತಾರೆ. ನಮ್ಮಂತ ವಯಸ್ಸಾದವರಿಗೆ ಇದಕ್ಕಿಂತ ಸ್ವರ್ಗ ಇಲ್ಲ ಅನಿಸಿಬಿಡುತ್ತೆ. ಬರೀ ಬದುಕಿರುವಾಗಲ್ಲ ಸತ್ತ ಮೇಲೆಯೂ ಸಂಸ್ಕಾರ, ಧರ್ಮೋದಕ, ವೈದೀಕ, ವೈಕುಂಠ, ದಾನ, ಧರ್ಮ ಎಲ್ಲ ಬಹಳ ಚನ್ನಾಗಿ ಮಾಡ್ತಾರೆ. ಮುಖ್ಯವಾಗಿ ಅಲ್ಲಿರುವವರ ಗೌಪ್ಯತೆಯನ್ನು ಕಾಪಾಡುತ್ತಾರೆ. ಅದು ಬಹಳ ಮುಖ್ಯವಯಸ್ಸಾದ

ಮೇಲೆ ಬದುಕಿರುವಾಗ ನಮ್ಮನ್ನು ಚನ್ನಾಗಿ ನೋಡ್ಕೊತಾರೆಯೇ ಇಲ್ಲವೇ ಅನ್ನುವುದಕ್ಕಿಂತ ಹೆಚ್ಚಾಗಿ ಸತ್ತ ಮೇಲೆ ಸಂಸ್ಕಾರ, ಕರ್ಮಗಳನ್ನು ಮಾಡ್ತಾರ್ಯೇ ಇಲ್ಲವೇ ಅನ್ನೋದೇ ಮುಖ್ಯವಾಗುತ್ತೆ.

"ಅಲ್ಲೇನ್ಮಾಡ್ತಾ ಕೂತಿದೀರ ಬನ್ನಿ ಊಟಕ್ಕೆ" ಅನ್ನುವ ಹೆಂಡತಿ ಸುಮಿತ್ರಳ ಮಾತು ಎಚ್ಚರಿಸಿತು. ವೆಂಕೋಬರಾಯರು ಮನಸ್ಸಿನ ತಾಕಲಾಟಕ್ಕೆ ಅಲ್ಪವಿರಾಮ ಹಾಕಿ ಊಟಕ್ಕೆ ಹೊರಟರು. ಇದು ಈ ಜನ್ಮದಲ್ಲಿ ಇವಳ ಕೈನ ಕಡೇ ಊಟ ಅನಿಸಿತು. ಊಟ ಮಾಡುವಾಗಲೂ ತಾಕಲಾಟ ನಿಲ್ಲಲಿಲ್ಲ. ಹೋಗೊ ಮುಂಚೆ ಇವಳ ಕೈಗೆ ಒಂದಿಷ್ಟು ದುಡ್ಡು ಕೊಡೋಣ ಅನಿಸಿತು. ಆಮೇಲೆ ನಾನ್ಯಾಕೆ ದುಡ್ಡು ಕೊಡಲಿ, ಇವಳು ಹೆಚ್ಕೊಂಡಿರೋದು ಮಗ ಸೊಸೆ ಕೊಡೋ ದುಡ್ಡಿನಿಂದಲೇ ಅನಿಸಿತು. ಎಲ್ಲ ಅಪ್ಪಂದಿರಂತೆ ನನಗೆ ಮಗನ ಮೇಲಿಗಿಂತ ಮಗಳ ಮೇಲೆ ಮಮಕಾರ ಹೆಚ್ಚು. ಸದ್ಯ ಆಸ್ತಿಯ ವಿಚಾರಕ್ಕೆ ಅಣ್ಣ ತಂಗಿ ಜಗಳ ಆಡ್ತಾರೆ ಅನ್ನೋದಿಕ್ಕೆ ನನ್ನತ್ರ ಆಸ್ತಿಯೇ ಇಲ್ಲ. ಇರೋದು ಒಂದು ಮನೆ, ಅದನ್ನು ಯಾರಾದ್ರೂ ಏನಾದ್ರೂ ಮಾಡ್ಕೊಳ್ಳಿ. ಹೇಗೂ ಮನೆ ಇರೋದು ಹೆಂಡತಿಯ ಹೆಸರಿನಲ್ಲಿ, ಕೋಟಿ ಅಲ್ಲದಿದ್ದರು ಲಕ್ಷಾಂತರ ಬೆಲೆ ಬಾಳುತ್ತೆ. ಊಟ ಆದ ಮೇಲೆ ಎಲೆ ಅಡಿಕೆ ಮಡಿಸಿ ಕೊಡುವ ಅಭ್ಯಾಸ ಸುಮಿತ್ರಳಿಗೆ. ನನಗೆ ಇವತ್ತು ಬೇಡ ಅಂದು ನುಣುಚಿಕೊಂಡರು. ಬೇಗ ಮಲಗಿದರೆ ಸರಿ, ಇವಳು ಹೇಗೂ ಐದು ಗಂಟೆಗೆ ಎದ್ದು ಬಾತ್ ರೂಮಿಗೆ ಹೋಗ್ತಾಳೆ. ಮಗ ಸೊಸೆ ಮಹಡಿ ಮೇಲಿನ ರೂಮಿನಲ್ಲಿ ಮಲಗಿರ್ತಾರೆ. ಇವಳು ಇತ್ಲಾಗೆ ಬಾತ್ ರೂಮಿಗೆ ಹೋದ ತಕ್ಷಣ ನಿಧಾನವಾಗಿ ಮನೆ ಬಾಗಿಲು ತೆಗೆದು ಹೋಗಿಬಿಡಬೇಕು. ಇಸ್ತ್ರಿ ಅಂಗಡಿಯವನಿಗೆ ಸೂಟ್ ಕೇಸ್ ಅಂಗಡಿ ಹೊರಗೆ ಇಟ್ಟಿರು ಎಂದು ಹೇಳಿದ್ದಾಗಿದೆ. ಅಲ್ಲಿಂದ ಸರಸರ ಹೊರಟರೆ ಆಟೋ ಸಿಗತ್ತೆ ಬಸ್ ಸ್ಟಾಂಡ್ ಅಂದರೆ ಸಾಕು ಹತ್ತೇ ನಿಮಿಷ. ಬಸ್ಸು ಸಿದ್ಧವಾಗಿರುತ್ತೆ. ಬಸ್ಸಿನಲ್ಲಿ ಕೂತರೆ ಮುಗೀತು.

ಪ್ರತೀದಿನ ಹಾಸಿಗೇಲಿ ಮಲಗಿದ ತಕ್ಷಣ ಗೊರಕೆ ಹೊಡೆಯೋಕೆ ಶುರು ಮಾಡೋಳು ಇವತ್ತು "ರೀ ಇವತ್ಯಾಕೋ ನಿಮ್ಮತ್ರ ತುಂಬಾ ಮಾತಾಡಬೇಕು" ಅನಿಸಿದೆ ಅಂದಳು.

ಹಗಲು ಹೊತ್ತೆಲ್ಲಾ ಗಂಡನನ್ನು ಮೂದಲಿಸಿ ಮಾತಾಡೋಳು ರಾತ್ರಿ ಅದೆಂಥಾ ಮಾತಾಡ್ತಾಳೋ... ಮಾತಾಡು ಮಾತಾಡು ಯಾರು ಬೇಡಾಂದಿದಾರೆ. ನಾಳೆ ಮಾತಾಡ್ಬೇಕು ಅಂದ್ರೂ ನಾನಿರೋಲ್ವಲ್ಲ ಅನಿಸಿತು. ಅದೂ ಇದೂ ಮಾತಾಡಿದ್ಲು. ಮದುವೆ ವಿಚಾರ ಬಂತು ಸದ್ಯ ಮೊದಲ ರಾತ್ರಿ ವಿಚಾರ ಕೆದಕಲಿಲ್ಲ. ಇವಳು ಮೊದಲ ರಾತ್ರಿ ಕಾಳಿಯಾಗಿ, ಚಾಮುಂಡಿಯಾಗಿ, ಪರಚಿದ್ದು, ಕೈ ಕಚ್ಚಿದ್ದು ಇನ್ನೂ ನೆನಪಿದೆ. ಸಾಕು ಕಣೆ ನನಗೆ ನಿದ್ದೆ ಬರ್ತಿದೆ

ಅಂದು ಮಗ್ಗಲು ಬದಲಾಯಿಸೋದಕ್ಕೂ ಕಾಲಿಂಗ್ ಬೆಲ್ ಸದ್ದಾಗೋದಕ್ಕೂ ಸರಿಹೋಯ್ತು. ಯಾರಿದು ಇಷ್ಟು ಹೊತ್ತಲ್ಲಿ ಅಂದು ಮಗ ಓಡಿ ಹೋಗಿ ಬಾಗಿಲು ತೆಗೆದರೆ ಮಗಳು ಸುಕನ್ಯ ಇಬ್ಬರು ಮೊಮ್ಮಕ್ಕಳು ನಿಂತಿದ್ದರು ಮಗಳು ಗಾಬರಿಯಾಗಿದ್ದಳು.

"ಇವರಿಗೆ ಮೈ ಹುಷಾರಿಲ್ಲ, ಆಸ್ಪತ್ರೆಗೆ ಸೇರಿಸಿ ಮನೆಗೆ ಬಂದಿದ್ದೀನಿ. ಊರಿಂದ ಬರುವಾಗಲೇ ಮೈ ಸರಿ ಇರಲಿಲ್ಲ. ದಾರಿಯುದ್ದಕ್ಕೂ ಸುಸ್ತು ಸುಸ್ತು ಅಂತಾನೇ ಇದ್ದರು. ನನಗೆ ಏನು ಮಾಡೋಕೂ ತೋಚಲಿಲ್ಲ. ಮೊದಲು ಊರಿಗೆ ಬಂದರೆ ಸಾಕು ಅನಿಸಿತು. ಬಸ್ ಸ್ಟಾಂಡಿಗೆ ಬಂದಾಗ ಮೊದಲು ಆಸ್ಪತ್ರೆಗೆ ಹೋಗೋಣ ಅಂದರು. ಮೀನಾಕ್ಷಿ ಆಸ್ಪತ್ರೆಗೆ ಹೋದೆವು. ಅವರು ಎಲ್ಲಾ ಚೆಕಪ್ ಮಾಡಿ, ಸ್ವಲ್ಪ ಸುಸ್ತಾಗಿದಾರೆ ಅಡ್ಮಿಟ್ ಮಾಡ್ಕೊತೀವಿ. ನಾಳೆ ಬ್ಲಡ್ಡು ಯೂರಿನ್ನು ಎಲ್ಲ ಟೆಸ್ಟ್ ಮಾಡಿ ರಿಸಲ್ಟ್ ನೋಡಿ ಚಿಕಿತ್ಸೆ ಕೊಡ್ತೀವಿ" ಅಂದಿದಾರೆ

"ಅಲ್ಲ ಕಣೆ ಊರಿಗೆ ಬಂದೋಳು ಫೋನ್ ಮಾಡೋದಲ್ವೇನೇ ಮನೇಲಿ ನಿಮ್ಮಪ್ಪ ಸುಮ್ಮನೆ ಕೂತಿದ್ರು." ಅಂದಳು.

"ನನಗೆ ಏನು ಮಾಡೋಕೂ ತೋಚಲಿಲ್ಲ ಕಣಮ. ಮಕ್ಕಳಿಗೆ ಹಸಿವಾಗಿದೆ ಊಟ ಹಾಕು" ಅಂದಳು.

ಮಗಳ ಮಗಳು ರಂಜು, ಮಗಳ ಮಗ ಕೃಷ್ಣ. ಆಗಲೇ ಇಬ್ಬರೂ ತಾತನ ತೊಡೆ ಏರಿ ಆಗಿತ್ತು. ಮೊಮ್ಮಕ್ಕಳನ್ನು ನೋಡಿ ಬಹಳ ತಿಂಗಳುಗಳಾಗಿದ್ದವು. ಆಗ ನೋಡಿದ್ದಕ್ಕಿಂತ ಈಗ ಇನ್ನೂ ಚನ್ನಾಗಿದಾರೆ ಅನಿಸಿತು. ಮೊಮ್ಮಕ್ಕಳನ್ನು ತಬ್ಬಿಕೊಂಡಾಗ ಹೃದಯದಲ್ಲಿ ಮಿಂಚು ಸಂಚರಿಸಿತು. ಇದುವೇ ವಯಸ್ಸಾದವರ ಸ್ವರ್ಗ ಅನಿಸಿತು.

ರಂಜು "ತಾತ ನೀನೇ ಊಟ ಮಾಡಿಸಬೇಕು" ಅಂದಳು.

ತಾತ ಅಡಿಗೆ ಮನೆಗೆ ಹೋಗಿ ಇಬ್ಬರು ಮೊಮ್ಮಕ್ಕಳನ್ನೂ ಅಕ್ಕ ಪಕ್ಕ ಕೂರಿಸಿಕೊಂಡು ಇಬ್ಬರಿಗೂ ನಿಂಗೊಂದು ತುತ್ತು ಅವನಿಗೊಂದು ತುತ್ತು ಅಂತ ತಿನ್ನಿಸಿದರು. ಮಗಳು ತಾಯಿಯ ಜೊತೆ ಕಷ್ಟ ಸುಖ ಹಂಚಿಕೊಳ್ಳುತ್ತಿದ್ದಳು. ಹೆಂಡತಿ ಬಂದು "ರೀ ನಾಳೆ ಬೆಳಗ್ಗೆ ನಿಮ್ಮ ಅಕೌಂಟಿಂದ ಒಂದು ಲಕ್ಷ ರೂಪಾಯಿ ಡ್ರಾ ಮಾಡಿ ಸುಕನ್ಯಗೆ ಕೊಡಿ" ಅಂದಳು.

"ನಾಳೆ ಬೆಳಗ್ಗೆ ನಾನು ಇದ್ರಲ್ವೇನೇ" ಅಂದು ನಾಲಿಗೆ ಕಚ್ಚಿಕೊಂಡರು.

"ಸುಮ್ನೆ ಹೇಳಿದಷ್ಟು ಮಾಡ್ರೀ" ಅಂದಳು ಹೆಂಡತಿ.

ಬೆಳಗ್ಗೆ ಆಗಲಿ ಆಮೇಲಿನ ಕಥೆನೇ ಬೇರೆ ಅಂದುಕೊಂಡು ಮೊಮ್ಮಕ್ಕಳನ್ನು ಊಟ ಮಾಡಿಸಿ ಕರೆದುಕೊಂಡು ಬಂದು "ಇನ್ನು ಮಲ್ಕೊ ಹೋಗಿ" ಅಂದರು.

ಇಬ್ಬರು ಮೊಮ್ಮಕ್ಕಳು "ತಾತ ನಾವು ನಿನ್ನ ಜೊತೇನೇ ಮಲಗೋದು" ಅಂದರು.

ಇಬ್ಬರು ಮೊಮ್ಮಕ್ಳೂ ಅಕ್ಕ ಪಕ್ಕ ಮಲಗಿ ಮಧ್ಯ ಅವರು ಮಲಗಿದರು.

ಅಳಿಯನ ಕಾಯಿಲೆಗೆ ದುಡ್ಡು ಕೇಳ್ತಿದಾಳೆ. ಅಕೌಂಟಿನಲ್ಲಿ ದುಡ್ಡೇನೋ ಇದೆ. ಆದರೆ ಕೊಡೋದು ಹೇಗೆ. ಒಂದು ಚೆಕ್ ಬರೆದಿಟ್ಟು ಹೋಗಿಬಿಡೋಣ ಅಂದುಕೊಂಡರು. ಅಳಿಯ ಹುಷಾರಿಲ್ಲ ಅಂತ ಗೊತ್ತಾದಾಗಲೂ ಹೀಗೆ ಹೊರಡೋದು ಸಾಧ್ಯವೇ ಅನ್ನೊ ಅನುಮಾನ ಸುಳಿಯಿತು. ಮೊಮ್ಮಕ್ಕಳು ಅಕ್ಕಪಕ್ಕ ಮಲಗಿದೋರು ಇಬ್ಬರೂ ತಮ್ಮ ಒಂದೊಂದು ಕಾಲನ್ನು ತಾತನ ಮೇಲೆ ಹಾಕಿದ್ದರು.

ವೆಂಕೋಬರಾಯರೂ ನಿದ್ದೆ ಮಾಡಲು ಯತ್ನಿಸಿದರು. ಬೆಳಗಿನ ಜಾವ ನಾಲ್ಕೂವರೆ ಆದಾಗ ಮೊಬೈಲ್‌ನಲ್ಲಿ ಅಲಾರಂ ಕುಯ್ ಅಂದಿತು. ವೆಂಕೋಬರಾಯರು ಏಳಲು ಯತ್ನಿಸಿದರು. ರಂಜು ಪುಟ್ಟ ತೋಳು ಅವರ ಕುತ್ತಿಗೆಯನ್ನು ಬಳಸಿತ್ತು. ಕೃಷ್ಣನ ತಲೆ ಅವರ ಹೊಟ್ಟೆಯ ಮೇಲಿತ್ತು. ಹೆಂಡತಿ ಎದ್ದು "ಆಗಲೇ ಐದು ಗಂಟೆಯಾಗ್ತಾ ಬಂತಲ್ಲ" ಅಂತ ಧಾವಂತದಿಂದ ಎದ್ದಳು. ರಂಜು ತೋಳನ್ನು ಮೆಲ್ಲಗೆ ಸರಿಸಿದರು, ತಕ್ಷಣ ಅವಳು ಮತ್ತಷ್ಟು ಗಟ್ಟಿಯಾಗಿ ತಾತನನ್ನು ಹಿಡಿದುಕೊಂಡಳು. ಕೃಷ್ಣನ ಕಾಲು ಸರಿಸಲು ನೋಡಿದರೆ ಅವನು ಮತ್ತೆ ಕಾಲನ್ನು ಬಿಗಿಯಾಗಿ ಹಾಕಿದ.

ಒಂದೈದು ನಿಮಿಷ ಬಿಟ್ಟು ವೆಂಕೋಬರಾಯರು ಮತ್ತೆ ಮೊಮ್ಮಕ್ಕಳ ಕೈ ಕಾಲುಗಳನ್ನು ಬಲವಂತವಾಗಿ ಸರಿಸಿದರು. ನಿದ್ದೆಯಲ್ಲಿಯೇ ರಂಜಿತ ತಾತ, ನನ್ನ ಬಿಗಿಯಾಗಿ ಹಿಡ್ಕೊ ಅಂದು ಅವಳೇ ತಾತನನ್ನು ಬಿಗಿಯಾಗಿ ಹಿಡ್ಕೊಂಡಳು. ಕೃಷ್ಣ ತಾತ ತಾತ ಅಂತ ಕನವರಿಸುತ್ತಾ ಅವರನ್ನು ಬಿಗಿಯಾಗಿ ಹಿಡ್ಕೊಂಡ. ವೆಂಕೋಬರಾಯರು ಬಿಡಿಸಿಕೊಳ್ಳೋದು ಮೊಮ್ಮಕ್ಕಳು ಅಪ್ಪಿಕೊಳ್ಳೋದು ನಿರಂತರವಾಗಿ ನಡೆಯಿತು. ಇನ್ನು ತಡೆಯಲಾರೆ ಎನ್ನುವಂತೆ ವೆಂಕೋಬರಾಯರ ಕಣ್ಣಿಂದ ನೀರು ಧಾರಾಕಾರವಾಗಿ ಸುರಿಯಿತು. ಇದನ್ನೇ ಅಲ್ಲವೇ ವ್ಯಾಮೋಹ, ಸೆಳೆತ ಎನ್ನೋದು ಅನಿಸಿತು. ಇದೇ ಅಲ್ಲವೇ ವಯಸ್ಸಾದವರ ಮುಂದಿನ ಬದುಕಿಗೆ ಆಕ್ಸಿಜನ್ನು ಉಕ್ಕಿಬಂದ ಪ್ರೀತಿಯಿಂದ ಮೊಮ್ಮಕ್ಕಳನ್ನು ತಬ್ಬಿ ಮಲಗಿದರು. ಬೆಳಗ್ಗೆ ಏಳು ಗಂಟೆ ಆಗಿದ್ದೇ ತಿಳಿಯಲಿಲ್ಲ. ಸುಮಿತ್ರ "ಇದೇನ್ರೀ ಇಷ್ಟೊ ಹೊತ್ತು ಮಲಗಿದೀರ" ಅಂತ ಬಂದಾಗ ಗಂಡನ ಕಣ್ಣಿಂದ ನೀರು ಹರಿದಿರುವುದು, ಇನ್ನೂ ಕಣ್ಣಂಚಿನಲ್ಲಿ ನೀರು ನಿಂತಿರುವುದು ಕಂಡಿತು.

"ಯಾಕ್ರೀ ಬೆಳಗ್ಗೆ ಬೆಳಗ್ಗೆ ಅಳ್ತಿದೀರ" ಅಂತ ಕೇಳಿದರು.

ಹೆಂಡತಿಯನ್ನು ತಬ್ಬಿ "ಒಂದೊಂದ್ಸಾರಿ ಮನಸ್ಸು ಮಣ್ಣು ತಿನ್ನುವ ಕೆಲಸಕ್ಕೆ ಪ್ರಚೋದನೆ ಕೊಡುತ್ತೆ ಕಣೆ." ಅಂದರು.

"ಏನ್ರೀ ಬೆಳಗ್ಗೆ ಏನೇನೋ ಮಾತಾಡ್ತಾ ಇದೀರ. ಮಣ್ಣು ಯಾಕೆ ತಿನ್ತೀರ ಬಿಸಿ ಬಿಸಿಯಾಗಿ ಉಪ್ಪಿಟ್ಟು ಮಾಡ್ಕೊಡ್ತೀನಿ ತಿಂದ್ಕೊಂಡು ಸುಕನ್ಯ ಜೊತೆ ಆಸ್ಪತ್ರೆಗೆ ಹೋಗಿ. ಹಾಗೇ ದುಡ್ಡು ಡ್ರಾ ಮಾಡ್ಕೊಂಡು ಹೋಗಿ" ಅಂದಳು. ಅಷ್ಟು ಹೊತ್ತಿಗೆ ಮೊಮ್ಮಕ್ಕಳೂ ಎದ್ದು ತಾತ ಅಂತ ತಬ್ಬಿಕೊಂಡರು.

"ತಾತ ನನಗೆ ನೀನೇ ಹಲ್ಲು ಉಜ್ಜಿ ಮುಖ ತೊಳೆಸಬೇಕು" ಅಂದಳು ರಂಜು.

"ತಾತ ನನಗೆ ನೀನು ಇವತ್ತು ಬಿಸಿಬಿಸಿ ನೀರು ಹಾಕಿ ಸ್ನಾನ ಮಾಡಿಸಬೇಕು. ಅಮ್ಮ ಸ್ನಾನ ಮಾಡಿಸುವಾಗೆಲ್ಲ ಕಣ್ಣಿಗೆ ಸೋಪು ತಿಕ್ಬಿಡ್ತಾಳೆ" ಅಂದ ಕೃಷ್ಣ. ಮತ್ತೆ ಬೇಡಾಂದ್ರೂ ವೆಂಕೋಬರಾವ್ ಕಣ್ಣಿಂದ ನೀರು ಹರಿಯಿತು. ಮೊಮ್ಮಕ್ಕಳನ್ನು ತಬ್ಬಿಕೊಂಡು.

"ಹೌದು ಕಣ್ರೋ ಮೊಮ್ಮಕ್ಕಳ ಸೇವೆ ಮಾಡೋದು ಭಗವಂತನ ಸೇವೆ ಮಾಡೋದು ಎರಡೂ ಒಂದೇ. ಈ ತಾತ ಎಂದೂ ನಿಮ್ಮ ಸೇವೆಗೆ ಮೀಸಲು ಕಣ್ರೋ" ಅಂದು ಇಬ್ಬರೂ ಮೊಮ್ಮಕ್ಕಳನ್ನು ಎಡಗೈಲೊಂದು ಬಲಗೈಲೊಂದು ಅಂತ ಎತ್ತಿಕೊಂಡು ಬಚ್ಚಲು ಮನೆಯತ್ತ ನಡೆದರು.

(ಜನಮಿತ್ರದಲ್ಲಿ ಬಹುಮಾನ, 04.03.2021)

ಆದದ್ದೆಲ್ಲಾ ಒಳಿತೇ ಆಯಿತು

ಅದೊಂದು ಹಬ್ಬದ ದಿನ. ಭಕ್ತರು ದೇವಾಲಯಗಳಿಗೆ ದಾಂಗುಡಿ ಇಟ್ಟು ಪೂಜೆ ಮಾಡಿಸಿ ದೇವರ ದರ್ಶನ ಭಾಗ್ಯ ಪಡೆಯುವ ದಿನ. ದೇವಾಲಯದಲ್ಲಿ ಜನಜಂಗುಳಿ ಇರುತ್ತದೆ ಅಂದುಕೊಂಡು ಬೆಳಗ್ಗೆ ಬೇಗ ಬಂದವರೆಷ್ಟೋ ಜನ. ಮನೆಯಲ್ಲಿ ಬೇಗ ಬೇಗ ಪೂಜೆ ಮುಗಿಸಿ ಅನೇಕರು ಕುಟುಂಬ ಸಮೇತ ಬಂದಿದ್ದರು. ವರ್ಷದ ಅನೇಕ ದಿನ ಇದೇ ದೇವಾಲಯಕ್ಕೆ ಬಂದು ದೇವರ ದರ್ಶನ ಪಡೆಯುವುದು ಸಾಮಾನ್ಯವಾದರೂ ಹಬ್ಬದ ದಿನ ದೇವರ ದರ್ಶನ ಪಡೆಯುವುದು ವಿಶೇಷ ಅಂತ ತುಂಬಾ ಭಕ್ತರು ಬರುತ್ತಾರೆ. ದೇವಾಲಯದಲ್ಲಿ ಭಕ್ತರು ಬರುವ ಸಂಖ್ಯೆಯನ್ನು ಅಂದಾಜಿಸಿ ಸೂಕ್ತ ವ್ಯವಸ್ಥೆ ಮಾಡಿರುತ್ತಾರೆ. ಅಂದು ಎಲ್ಲರೂ ಸರತಿಯ ಸಾಲಿನಲ್ಲಿ ಬಂದು ದೇವರ ದರ್ಶನ ಪಡೆದು ಹೋಗಬೇಕು. ವಿಶೇಷ ಪೂಜೆ ಅರ್ಚನೆ ಇವುಗಳಿಗೆ ಅವಕಾಶವಿಲ್ಲ.

ಅಂದು ದೇವಾಲಯದಲ್ಲಿ ನಿರೀಕ್ಷೆಗೂ ಮೀರಿ ಜನ ಬಂದಿದ್ದರು. ಸರತಿಯ ಸಾಲು ಉದ್ದವಿತ್ತು. ಸುಬ್ಬಣ್ಣ ಅವನ ಹೆಂಡತಿ ಪರಿಮಳ ಇಬ್ಬರೂ ಸಾಲಿನಲ್ಲಿ ನಿಂತಿದ್ದರು. ಅವರ ಸಹಿತ ಇನ್ನಿತರ ಭಕ್ತರಿಗೆ ಆದಷ್ಟು ಬೇಗ ದೇವರ ದರ್ಶನ ಪಡೆದು ಪ್ರಸಾದ ಸವಿದು ಮನೆಗೆ ಹೋಗುವ ತವಕ. ಸರತಿಯ ಸಾಲು ತುಂಬಾ ನಿಧಾನಗತಿಯಲ್ಲಿ ಸಾಗುತ್ತಿತ್ತು. ಹೀಗೇ ಆದರೆ ದೇವರ ದರ್ಶನಕ್ಕೆ ಕಡೇ ಪಕ್ಷ ಇನ್ನೂ ಎರಡು ಗಂಟೆಗಳ ಕಾಲ ಬೇಕು ಅಂತ ಭಕ್ತರು ಲೆಕ್ಕ ಹಾಕುತ್ತಿದ್ದರು. ಬಿಸಿಲು ಜೋರಾಗಿತ್ತು. ದೇವಾಲಯ ಸಮಿತಿಯವರು ನೆರಳಿನ ವ್ಯವಸ್ಥೆ ಮಾಡಿದ್ದರು. ದೇವಾಲಯದ ಪ್ರಾಂಗಣದಲ್ಲಿ ಮಾಡಿದ್ದ ಅಲಂಕಾರ ಕಣ್ಣಿಗೆ ಆನಂದವನ್ನುಂಟುಮಾಡಿತ್ತು. ಹತ್ತಾರು ಕಡೆ ದೊಡ್ಡ ಫ್ಯಾನ್‌ಗಳನ್ನು ಅಳವಡಿಸಿದ್ದರು. ಹಬ್ಬದ ವಾತಾವರಣ ಜನರಲ್ಲಿ ಮುದ ಕೊಟ್ಟಿತ್ತು. ಧ್ವನಿವರ್ಧಕದಿಂದ ದೇವರ ನಾಮ ಸಂಕೀರ್ತನೆ ಹರಿದು ಬರುತ್ತಿತ್ತು. ಕೆಲವರು ಮನಸ್ಸಿನಲ್ಲಿಯೇ ಧ್ಯಾನ ಮಾಡುತ್ತಿದ್ದರೆ ಇನ್ನು ಕೆಲವರು ತಮಗೆ ನೆನಪಿದ್ದ ದೇವರ ಶ್ಲೋಕಗಳನ್ನು ಹೇಳಿಕೊಳ್ಳುತ್ತಿದ್ದರು. ಆಗಾಗ ತಮ್ಮ ಕೆನ್ನೆ ತಟ್ಟಿಕೊಂಡು ನಮಸ್ಕರಿಸುತ್ತಿದ್ದರು.

ನಿಧಾನಗತಿಯಲ್ಲಿ ಸಾಗುತ್ತಿದ್ದ ಸರತಿಯ ಸಾಲು ನಿಂತಲ್ಲೇ ನಿಂತಿದ್ದು ಅನೇಕ ಭಕ್ತರಿಗೆ ಕಿರಿಕಿರಿ ಉಂಟುಮಾಡಿತ್ತು. ಯಾಕಿದು, ಆಮೆವೇಗದಲ್ಲಾದರೂ ಸಾಗುತ್ತಿದ್ದ

ಸಾಲು ಹೀಗೆ ನಿಂತೇಬಿಟ್ಟಿದೆಯಲ್ಲ ಅಂತ ಜನ ತಮ್ಮ ದೃಷ್ಟಿ ಕಾಣುವವರೆಗೂ ನೋಡುತ್ತಿದ್ದರು. ಮುಂದೆ ಇದ್ದ ಯಾರೋ "ಅದ್ಯಾರೋ ಮಂತ್ರಿಗಳ ಕಡೆಯವರು ಬಂದಿದ್ದಾರಂತೆ. ಅದಕ್ಕೆ ಅವರಿಗೆ ಮುಂದಿನ ಬಾಗಿಲಿನಿಂದಲೇ ಪ್ರವೇಶ ಕೊಟ್ಟಿದ್ದಾರೆ. ಅವರು ಪೂಜೆ ಮಾಡಿಸಿ ಹೋಗೋತನಕ ಬೇರೆ ಭಕ್ತರಿಗೆ ಪ್ರವೇಶವಿಲ್ಲ, ಅದಕ್ಕೇ ಸಾಲು ಮುಂದೆ ಹೋಗುತ್ತಿಲ್ಲ" ಅಂದರು. ಕೆಲವರು. "ಅವರಿಗೆ ಯಾಕೆ ಮುಂಬಾಗಿಲಿನಿಂದ ಬಿಡಬೇಕು. ನಾವು ಎಷ್ಟೋ ಹೊತ್ತಿಂದ ಸರತಿಯ ಸಾಲಿನಲ್ಲಿ ನಿಂತಿಲ್ಲವೇ. ಅವರಿಗೆ ಏನು ಕೋಡಿದೆಯೇ" ಅಂತ ಶಾಪ ಹಾಕಲು ಶುರು ಮಾಡಿದರು.

ಮಂತ್ರಿಗಳ ಪರಿವಾರ ದೇವಾಲಯದಿಂದ ಹೊರಟ ಮೇಲೆ ಮತ್ತೆ ಸರತಿಯ ಸಾಲು ಸಾಗಿತು. ಪರಿವಾರದವರು ಈ ಕಡೆ ಬಂದಾಗ ಜನ ಅವರಿಗೆ ಕೇಳೋ ಹಾಗೇನೇ "ಅವರೂ ಸಾಮಾನ್ಯ ಮನುಷ್ಯರು ತಾನೇ, ಅವರೂ ನಮ್ಮ ಹಾಗೆ ಸಾಲಿನಲ್ಲಿ ಬಂದು ದರ್ಶನ ಪಡೆದರೆ ಏನು ಗಂಟು ಹೋಗುತ್ತಾ. ಮಂತ್ರಿ ಆದಾಕ್ಷಣ ಏನು ಕೋಡಿದೆಯಾ. ಜನರ ಕಷ್ಟ ಅರ್ಥ ಮಾಡಿಕೊಳ್ಳದಿರೋನು ಅದೆಂಥಾ ಮಂತ್ರಿ, ಅಂಥಾ ಮಂತ್ರಿಗೆ ಇದೆಂಥಾ ಪರಿವಾರ" ಅಂತ ಕೂಗಾಡಿದರು. ಮಂತ್ರಿ ಪರಿವಾರದವರು ಮಾತಾಡದೇ ಹೊರಟರು.

ಸರತಿಯ ಸಾಲು ಮುನ್ನಡೆದಾಗ ಜನರಲ್ಲಿ ಮತ್ತೆ ನಿರಾಳ. ಆದರೆ ಹತ್ತು ಹದಿನೈದು ನಿಮಿಷಗಳಲ್ಲಿ ಮತ್ತೆ ಸಾಲಿನ ಚಲನೆ ಸ್ಥಗಿತಗೊಂಡಿತು. "ಈಗ ಯಾರಪ್ಪಾ ವಕ್ಕರಿಸಿಕೊಂಡಿರೋನು ಮಾನ ಮರ್ಯಾದೆ ಇಲ್ಲದೋರು" ಅಂತ ಯಾರೋ ಕೂಗಿದರು. ಯಾರಿಗೂ ಏನೂ ತಿಳಿಯಲಿಲ್ಲ. ಸಾಲು ಮಾತ್ರ ಒಂದಿಂಚೂ ಮುಂದೆ ಸಾಗುತ್ತಿರಲಿಲ್ಲ. ಹತ್ತು ನಿಮಿಷ ಆದ ಮೇಲೆ "ಗರ್ಭ ಗುಡಿಯಲ್ಲಿ ದೀಪ ಇಲ್ಲವಂತೆ. ಜನರೇಟರ್ ಏನೋ ಸಮಸ್ಯೆಯಂತೆ. ಸರಿಮಾಡ್ತಾ ಇದಾರಂತೆ" ಅನ್ನೋ ಮಾತು ಕೇಳಿತು.

"ಒಂದೊಂದು ಸಾರಿ ಹಬ್ಬದ ದಿನ ದೇವಸ್ಥಾನಕ್ಕೆ ಬರಲೇಬಾರದು ಅನಿಸುತ್ತೆ. ಮನೇಲೇ ಪೂಜೆ ಮಾಡಿದರೆ ಆಯಿತು. ದೇವರು ಎಲ್ಲಾ ಕಡೆನೂ ಇದಾನಲ್ವೆ" ಅಂತ ಯಾರೋ ಅಂದರು. ಇನ್ನೊಬ್ಬರು "ಅದೇನೋ ಸರಿ ಆದರೆ ಹಬ್ಬದ ದಿನ ದೇವಸ್ಥಾನಕ್ಕೆ ಬಂದರೇ ಸಮಾಧಾನ, ನೆಮ್ಮದಿ" ಅಂದರು. ಸಾಲಿನಲ್ಲಿ ನಿಂತಿದ್ದ ಸುಬ್ಬಣ್ಣ "ನಾವು ದೂರದಿಂದ ಬಂದಿದೀವಿ. ಆದಷ್ಟೂ ಬೇಗ ದರ್ಶನ ಮಾಡಿಕೊಂಡು ಮನೆಗೆ ಹೋಗಬೇಕು. ಮನೆಗೆ ಬರೋರು ಇರ್ತಾರೆ, ನಮಗೆ ಮನೇಲೂ ಇನ್ನೂ ಕೆಲಸ ಇರುತ್ತಲ್ಲ" ಅಂದರು. ಸುಬ್ಬಣ್ಣನಿಗೆ ಸ್ವಲ್ಪ ದೂರದಲ್ಲಿ ನಿಂತಿದ್ದ ಇನ್ನೊಬ್ಬರು "ನಾವೂ ತುಂಬಾ ದೂರದಿಂದಲೇ ಬಂದಿದೀವಿ. ನಮ್ಮ ಏರಿಯಾದಲ್ಲೂ ದೇವಸ್ಥಾನ ಇದೆ. ಆದರೆ ನಮಗೆ ಇಲ್ಲಿಗೆ ಬಂದರೇ ಅದೇನೊ ಸಮಾಧಾನ" ಅಂದರು.

ಸುಬ್ಬಣ್ಣ ಅವರ ಕಡೆ ತಿರುಗಿ "ಯಾವ ಏರಿಯಾನೋ ನಿಮ್ಮದು" ಅಂತ ಕೇಳಿದರು

"ಮಹಾಲಕ್ಷ್ಮಿ ಬಡಾವಣೆ. ಏನಿಲ್ಲ ಅಂದರೂ ಹದಿನೈದು ಕಿಲೋಮೀಟರು ಆಗುತ್ತೆ. ನಿಮ್ಮದು" ಅಂತ ಕೇಳಿದರು

"ನಮ್ಮದು ಕಾಳಿದಾಸ ನಗರ, ಅದೂ ಹದಿನೈದು ಕಿಲೋಮೀಟರು ಆಗುತ್ತೆ. ನಿಮ್ಮ ಹೆಸರು ಏನು."

"ನಾನು ಗಂಗಾಧರ, ಇವಳು ಲಕ್ಷ್ಮಿ ನನ್ನ ಕುಟುಂಬ, ಇವಳು ನನ್ನ ಮಗಳು ಕಾತ್ಯಾಯಿನಿ."

"ಸಂತೋಷ ನಾನು ಸುಬ್ಬಣ್ಣ, ಇವಳು ನನ್ನ ಅರ್ಧಾಂಗಿ ಪರಿಮಳ."

"ಮಕ್ಕಳು ಬರಲಿಲ್ವ" ಗಂಗಾಧರ ಪ್ರಶ್ನಿಸಿದರು

"ಮಗ ಒಬ್ಬನೇ ಶಶಿಕಾಂತ. ಅವನು ಸಾಫ್ಟ್‌ವೇರು. ಇವತ್ತು ರಜ ಇಲ್ಲ. ಮನೆಯಿಂದಲೇ ಕೆಲಸ. ನೀವು ಹೋಗಿ ಬನ್ನಿ ಅಂದ. ನಿಮ್ಮ ಮಗಳು ಏನು ಮಾಡ್ತಾಳೆ."

"ಅವಳೂ ಬಿ.ಇ. ಓದಿದಾಳೆ. ಆದರೆ ಕೆಲಸಕ್ಕೆ ಹೋಗೋಕೆ ಅವಳಿಗೂ ಇಷ್ಟ ಇಲ್ಲ ಕಳಿಸೋಕೆ ನಮಗೂ ಇಷ್ಟ ಇಲ್ಲ." ಕಾತ್ಯಾಯಿನಿ ಸುಬ್ಬಣ್ಣ ಅವರಿಗೆ ನಮಸ್ಕರಿಸಿದಳು

"ನೀವು ಯಾವ ಕಡೆಯವರು" ಕೇಳಿದರು ಸುಬ್ಬಣ್ಣ

"ನಮ್ಮ ತಂದೆ ಹಾಸನದ ಮೂಲದವರು. ಅವರೂ ಬೆಂಗಳೂರಿಗೆ ಬಂದು ಐವತ್ತು ವರ್ಷವಾಯಿತು. ನಾವೆಲ್ಲಾ ಇಲ್ಲೇ ಇದೀವಿ. ನಾನು ಎಜೀಸ್ ಆಫೀಸ್‌ನಲ್ಲಿ ಇದ್ದು ನಿವೃತ್ತನಾದೆ. ನನ್ನವಳು ಪೋಸ್ಟ್ ಆಫೀಸ್‌ನಲ್ಲಿದ್ದಳು. ಮಹಾಲಕ್ಷ್ಮಿ ಬಡಾವಣೇಲಿ ಮನೆ ಕಟ್ಕೊಂಡು ಹಾಯಾಗಿದೀವಿ. ನೀವು." ಕೇಳಿದರು ಗಂಗಾಧರ್

"ನಾವು ಅರಸೀಕೆರೆಯವರು. ನಮ್ಮ ತಂದೆಗೆ ಅಲ್ಲಿ ವ್ಯವಸಾಯದ ಭೂಮಿ ಇತ್ತು. ಈಗ ಎಲ್ಲಾ ಹೋಯ್ತು. ನಾವು ಮೊದಲು ಮೈಸೂರಲ್ಲಿದ್ದೆವು. ಬೆಂಗಳೂರಿಗೆ ಬಂದು ಹತ್ತು ವರ್ಷವಾಯಿತು. ನಾನು ಸರ್ಕಾರದ ಹಣಕಾಸು ಇಲಾಖೇಲಿ ಇದ್ದು ನಿವೃತ್ತನಾಗಿರುವೆ. ನನ್ನ ಹೆಂಡತಿ ಒಂದು ಕಾರ್ಖಾನೆನಲ್ಲಿ ಇದ್ದಳು. ಅವಳೂ ಈಗ ವಿ.ಆರ್.ಎಸ್ ತಗೊಂಡಿದಾಳೆ. ಕಾಳಿದಾಸ ನಗರದಲ್ಲಿ ಮನೆ ಕಟ್ಕೊಂಡು ಆರಾಮವಾಗಿದೀವಿ." ಅಂದರು ಸುಬ್ಬಣ್ಣ.

"ಮೊಮ್ಮಕ್ಕಳು ಇದಾರಾ."

"ಇನ್ನೂ ಇಲ್ಲ ಸರ್. ಮಗನಿಗೆ ಮದುವೆ ಆಗಬೇಕಲ್ಲ. ಆದ ಮೇಲೆ ತಾನೇ ಮೊಮ್ಮಕ್ಕಳು."

ಇವರಿಬ್ಬರೂ ಮಾತಾಡ್ತಾ ಇದ್ದದ್ದು ನೋಡಿ ಕೆಲವರು ಇವರಿಗೆ ಜಾಗ ಬಿಟ್ಟುಕೊಟ್ಟು ಇಬ್ಬರೂ ಅಕ್ಕ ಪಕ್ಕ ನಿಂತು ಮಾತಾಡುವ ಹಾಗೆ ಮಾಡಿದರು. ಜನರೇಟರ್ ಸರಿಯಾಗಿ ಸರತಿಯ ಸಾಲು ನಿಧಾನವಾಗಿ ಪ್ರಾರಂಭವಾಯಿತು. ಇಬ್ಬರಿಗೂ ನೆಮ್ಮದಿ.

"ಏನಿದ್ರೂ ಇನ್ನೊಂದು ಗಂಟೆಯಾದರೂ ಬೇಕು ನಮಗೆ ದೇವರ ದರ್ಶನ ಆಗಬೇಕಾದರೆ."

"ನೀವು ಅಡಿಗೆ ಮಾಡಿಟ್ಟು ಬಂದಿದೀರ" ಅಂತ ಲಕ್ಷ್ಮಿ ಪರಿಮಳನ ಕೇಳಿದರು

"ಹೌದೂರೀ, ಅಡಿಗೆ ಮನೆಗೆಲಸ ಎಲ್ಲಾ ಮಾಡಿಟ್ಟು ಬಂದೆ. ಮಗ ಮನೇಲೇ ಇರ್ತಾನಲ್ಲ. ಅವನಿಗೆ ಹಸಿವಾದರೆ ನಮ್ಮನ್ನು ಯಾಕೆ ಕಾಯೋದು. ಅವನ ಪಾಡಿಗೆ ಅವನು ಊಟ ಮಾಡಬಹುದು. ನಿಮ್ಮನ್ಲಿ ಅಡಿಗೆ ಆಯ್ತಾ."

"ಆಯ್ತುರೀ ಹಬ್ಬದ ದಿನ ಅಂದ್ರೆ ನಾನು ಬೆಳಗ್ಗೆ ನಾಲ್ಕು ಗಂಟೆಗೇ ಎದ್ದು ಎಲ್ಲಾ ಕೆಲಸ ಮಾಡಿಟ್ಟುಬಿಡ್ತೀನಿ. ಮನೇಗೆ ಬಂದು ಹೋಗೋರು ಇರ್ತಾರೆ" ಅಂದರು ಲಕ್ಷ್ಮಿ.

"ಮಗಳೂ ಅಡಿಗೆಗೆ ಸಹಾಯ ಮಾಡ್ತಾಳೇನೋ" ಪರಿಮಳ ಕೇಳಿದರು

"ಮಾಡ್ತಾಳೆ ಅವಳಿಗೆ ಸಮಯ ಸಿಕ್ಕಿದರೆ. ಅದೂ ಹೇಗೆ ಗೊತ್ತೇನೂ. ಅಮ್ಮಾ ನಾನು ಕಾಯಿ ತುರ್ಕೊಡ್ತಿನಿ ಅಂತ ಈಳಿಗೆ ಮಣೆ ಇಟ್ಟು ಎರಡು ಸಾರಿ ಚಿಪ್ಪು ಆಡಿಸಿರ್ತಾಳೆ. ಅಷ್ಟೊತ್ತಿಗೆ ಅವಳಿಗೆ ಯಾರೋ ಫ್ರೆಂಡು ಫೋನ್ ಮಾಡ್ತಾಳೆ. ಹೋದರೆ ವಾಪಸ್ ಬರೋದು ಯಾವಾಗಲೋ ಗೊತ್ತಿಲ್ಲ. ಅವಳ ಸಹಾಯ ಹೀಗೆ, ಏನು ಮಾಡೋದು" ಅಂದು ನಕ್ಕರು ಲಕ್ಷ್ಮಿ

"ಗಂಡನ ಮನೆಗೆ ಹೋಗುವಾಗ ಸ್ವಲ್ಪವಾದರೂ ಅಡಿಗೆ ಕಲಿತಿದ್ದರೆ ಒಳ್ಳೇದಲ್ವ" ಅಂದರು ಪರಿಮಳ

"ಒಳ್ಳೇದೇನೋ ಹೌದು. ಆದರೆ ಯಾರು ಕಲಿತಿರಬೇಕು. ಗಂಡೋ ಹೆಣ್ಣೊ ಅನ್ನೋದು ಈಗಿನ ಮಾತು. ಆದರೆ ಈಗಿನ ಕಾಲದ ಹುಡುಗರು ಹುಡುಗಿಯರ ಜೀವನಶೈಲಿಯೇ ಬೇರೆ ಅಲ್ವಾ. ನಮ್ಮ ತರಹ ಅಲ್ಲ. ಏನೋ ಒಂದು ತಿಂದ್ಕೊಂಡು ಹೋಗ್ತಾರೆ. ಇಲ್ಲಾ ತರಿಸಿಕೊಳ್ತಾರೆ. ನಾನು ಪಟ್ಟು ಬಿಡದೇ ಎಲ್ಲಾನೂ ಕಲಿಸಿದೀನಿ. ಆದರೆ ಸಮಯ ಸಂದರ್ಭ ಅಂದರೆ ಎಲ್ಲಾ ಕೆಲಸಗಳನ್ನೂ ಮಾಡ್ತಾಳೆ." ಅಂದರು.

"ನಮ್ಮ ಹುಡುಗ ಹಾಗಲ್ಲ. ನಾನು ಏನು ಅಡಿಗೆ ತಿಂಡಿ ಮಾಡಿದರೂ ತಿನ್ತಾನೆ. ಹೊರಗಡೆ ತರಿಸಿಕೊಳ್ಳೋದೂ ಇರುತ್ತೆ. ಜೊತೆಗೆ ನಮ್ಮೆಜಮಾನರು ಚನ್ನಾಗಿ ಅಡಿಗೆ ಮಾಡ್ತಾರೆ" ಅಂದು ಗಂಡನ ಕಡೆ ನೋಡಿ ನಕ್ಕರು ಪರಿಮಳ

"ಇಲ್ಲಿ ಅವೆಲ್ಲಾ ಯಾಕೆ" ಅಂತ ಸುಬ್ಬಣ್ಣ ಹೆಂಡ್ತಿ ಕಡೆ ನೋಡಿ ನಕ್ಕರು.

"ತಿಂಗಳಿಗೆ ಒಂದೆರಡು ದಿನವಾದರೂ ಹಾಯಾಗಿ ಕುಳಿತಿರು ನೀನು ರಾಣಿಯ ಹಾಗೆ ಮಹಾರಾಣಿಯ ಹಾಗೆ ಅಂತ ಅಡಿಗೆ ತಿಂಡಿ ಎಲ್ಲಾ ಮಾಡಿ ಪಾತ್ರೆನು ತೊಳೆದು ಇಟ್ಟುಬಿಡ್ತಾರೆ" ಅಂದು ಪರಿಮಳ ನಕ್ಕರು

"ಏನು ಮಾಡೋದು ಸರ್. ಒಂದೊಂದು ಸಾರಿ ಸೌಟು ಹಿಡಿಯಲೇಬೇಕಾಗುತ್ತಲ್ಲ. ಅದೇನು ತಪ್ಪಲ್ಲ ಬಿಡಿ" ಎಂದು ತಮ್ಮನ್ನು ಸಮರ್ಥಿಸಿಕೊಂಡ ಸುಬ್ಬಣ್ಣ "ನೀವು ಅಡಿಗೆ ಮನೆ ಕಡೆ ಹೋಗ್ತೀರ" ಅಂತ ಗಂಗಾಧರ್ ಅವರನ್ನು ಕೇಳಿದರು

"ಹೋಗದೇ ಇದ್ರೆ ಬಿಡಬೇಕಲ್ಲಪ್ಪ. ಪೇಪರ್ ಓದ್ತಾ ಕೂತಿದ್ರೆ ರೀ ಬನ್ನಿ ಇಲ್ಲಿ ಕಾಯಿ ತುರಿದುಕೊಡಿ ಅಂತಲೋ, ತರಕಾರಿ ಹೆಚ್ಚಿ ಅಂತಲೋ, ಬೆಲ್ಲ ಹೆರೆದುಕೊಡಿ ಅಂತಲೋ ಕೂಗ್ತನೇ ಇರ್ತಾಳೆ. ಅಂಥಾ ಕೆಲಸ ಮಾಡೋದರಲ್ಲಿ ನನಗೂ ಖುಷಿ." ಅಂದು ನಕ್ಕರು ಗಂಗಾಧರ್

ಸಾಲು ಮುಂದೆ ಸಾಗುತ್ತಿತ್ತು. ಪೊಲೀಸ್ ಇಲಾಖೆಯ ಸಿಬ್ಬಂದಿ ಬಂದರು ಅಂತ ಮತ್ತೆ ಸರತಿಯ ಸಾಲನ್ನು ನಿಲ್ಲಿಸಿದರು. ಇಪ್ಪತ್ತು ನಿಮಿಷಗಳು ಆದರೂ ಸಾಲು ಮುಂದೆ ಹೋಗದಿದ್ದಾಗ ಜನ ಗಲಾಟೆ ಮಾಡಲು ಶುರು ಮಾಡಿದರು. ಡ್ಯೂಟಿಯಲ್ಲಿದ್ದ ಪೊಲೀಸಿನವನೊಬ್ಬ ಬಂದು ಸಾಲಿನಲ್ಲಿ ನಿಂತಿರುವವರಿಗೆ "ಸಾಹೇಬರು ಬಂದಿದಾರೆ ದರ್ಶನ ಮಾಡಿಕೊಂಡು ಹೋಗ್ತಾರೆ. ಅಲ್ಲೀವರೆಗೂ ಸುಮ್ಮನಿರಿ" ಎಂದು ಗದರಿದ. "ಅವರಿಗೇನು ಕೋಡಿದೆಯೇನ್ರೀ ಕೊಂಬಿದೆಯೇನ್ರೀ, ಸಾಹೇಬರಾದರೆ ನಿಮಗೆ,

ನಮಗೇನ್ರೀ" ಅಂತ ಕಿರುಚಿದಾಗ ಪೊಲೀಸು, "ರೀ ಸ್ವಾಮಿ, ದರ್ಶನ ಮಾಡ್ಕೊಂಡು ಸುಮ್ಮನೆ ಮನೆಗೆ ಹೋಗ್ತೀರೋ ಇಲ್ಲಾ ಸ್ಟೇಷನ್ನಿಗೆ ಬರ್ತೀರೋ. ಸುಮ್ನೆ ನಿಂತ್ಕೊಳ್ರೀ" ಅಂತ ಗದರಿದ. ಅಕ್ಕಪಕ್ಕದಲ್ಲಿದ್ದೋರು ಹಬ್ಬದ ದಿನ ಯಾಕಪ್ಪಾ ಗಲಾಟೆ ಸುಮ್ಮನಿರಿ ಅಂದರು. ಸುಬ್ಬಣ್ಣ ಅವರ ಮೊಬೈಲ್ ರಿಂಗಾಯಿತು

ಮೊಬೈಲ್ ಕಿವಿಗಿಟ್ಕೊಂಡು ಏನಪ್ಪಾ ಅಂದು "ತಗೊ ನಿನ್ನ ಮಗ" ಅಂದು ಹೆಂಡ್ತಿಗೆ ಫೋನ್ ಕಟ್ಟರು

ಪರಿಮಳ ಮೊಬೈಲ್ ಕಿವಿಗಿಟ್ಕೊಂಡು "ಫ್ರಿಜ್ಜಲ್ಲಿ ನೀಲಿ ಬಾಕ್ಸ್ ಇದೆಯಲ್ಲ ಅದರಲ್ಲಿದೆ. ಕೆಂಪು ಬಾಕ್ಸ್‌ದು ಹಾಕ್ಕೊಬೇಡ ಅದು ಹುಳಿ ಇದೆ. ಬಿಸಿಬೇಳೆ ಬಾತ್ ತಿಂದ್ಯಾ. ಪಾಯಸಾ? ಕೋಸಂಬರಿನೂ ಹಾಕ್ಕೊ" ಅಂದರು ಪರಿಮಳ

ಮಾತು ಮುಗಿಸಿ ಪರಿಮಳ ಲಕ್ಷ್ಮಿ ಕಡೆ ತಿರುಗಿ "ನನ್ನ ಮಗನಿಗಂತೂ ಎಡಕ್ಕೆ ಬಲಕ್ಕೆ ಯಾರಾದರೂ ಇರಲೇಬೇಕು. ಕಣ್ಣೆದುರಿಗಿದ್ದರೂ ಕಾಣಲಿಲ್ಲ ಅನ್ನೋ ಹಾಗೆ ಆಡ್ತಾನೆ. ಸಾರಿನ ಪಾತ್ರೆ ಪಕ್ಕದಲ್ಲೇ ಪಾಯಸದ ಪಾತ್ರೆ ಇದ್ರೂನೂ ಅಮ್ಮಾ ನಾನು ನೋಡಲೇ ಇಲ್ಲ ಅಂತಾನೆ." ಅಂದರು.

"ಎಲ್ಲಾ ಹುಡುಗರೂ ಹಾಗೇ, ಮದುವೆ ಮಾಡಿಬಿಡಿ ಎಲ್ಲಾ ತಾನೇ ಸರಿಹೋಗುತ್ತೆ" ಅಂದರು ಲಕ್ಷ್ಮಿ.

"ಏನು ಸರಿಹೋಗುತ್ತೋ. ಮದುವೆ ಮಾಡೋಣ ಅಂತಿದೀವಿ ಇನ್ನೂ ಸರಿಯಾದ ಸಂಬಂಧ ಸಿಕ್ಕಿಲ್ಲ."

"ಎಷ್ಟು ವಯಸ್ಸು ಮಗನಿಗೆ" ಕೇಳಿದರು ಲಕ್ಷ್ಮಿ.

"ಮೊನ್ನೆ ಏಪ್ರಿಲ್‌ಗೆ ಇಪ್ಪತ್ತೆಂಟು ಆಯಿತು. ಈಗ ಗುರುಬಲ ಇದೆ ಅಂತ ಹೇಳಿದಾರೆ ನೋಡಬೇಕು."

ಗಂಗಾಧರ ಸುಬ್ಬಣ್ಣನ ಕಡೆ ತಿರುಗಿ, "ನಾವು ನಮ್ಮ ಮಗಳಿಗೆ ಏನೂ ಕರಾರು ಹಾಕಿಲ್ಲ. ಅವಳಿಗೆ ಬೇಕಾದವರನ್ನು ಅವಳು ಆರಿಸಿಕೊಳ್ಳಬಹುದು. ಮದುವೆ ಮಾಡೋತನಕ ನಮ್ಮ ಜವಾಬ್ದಾರಿ. ನಂತರ ಅವರ ಬದುಕು ಅವರಿಗೆ ಅಂದರು" ಅಂದರು

"ಎಷ್ಟು ವರ್ಷನೋ ಮಗಳಿಗೆ" ಕೇಳಿದರು ಪರಿಮಳ.

"ಮೊನ್ನೆ ಶ್ರಾವಣಕ್ಕೆ ಇಪ್ಪತ್ತೈದು ತುಂಬಿತು. ಬೇಗ ಮದುವೆ ಮಾಡೋಣ ಅಂತಿದೀವಿ. ಆದರೆ ಬಂದ ಸಂಬಂಧಗಳೆಲ್ಲಾ ಹುಡುಗಿ ಕೆಲಸದಲ್ಲಿರಬೇಕು ಅಂತಿದಾರೆ. ನಮಗೆ ಅದೇ ಯೋಚನೆಯಾಗಿದೆ. ಎಷ್ಟೋ ಜನ ಮಾತಿಗೆ ಮೊದಲೇ ಹುಡುಗಿ ಕೆಲಸದಲ್ಲಿದಾಳಾ ಅಂತ ಕೇಳ್ತಾರೆ. ಇಲ್ಲ ಅಂದ್ರೆ ಫೋನ್ ಕಟ್ ಮಾಡಿಬಿಡ್ತಾರೆ. ಅದಕ್ಕೆ ನಾನೂ ಇವರೂ ಕಾತ್ಯಾಯಿನಿ ಒಂದು ಕೆಲಸಕ್ಕೆ ಸೇರ್‍ಕೊಳ್ಳಿ ಅಂದ್ಕೊಂಡಿದೀವಿ. ಆದರೆ ಮಗಳಿಗೆ ಅದೇನೋ ಕೆಲಸಕ್ಕೆ ಹೋಗೋಕೆ ಇಷ್ಟನೇ ಇಲ್ಲ" ಅಂದರು.

"ಅದಕ್ಯಾಕ್ರೀ ಅಷ್ಟೊಂದು ಬೇಜಾರು ಮಾಡ್ಕೊತೀರ. ಒಂದು ಹೆಣ್ಣು ಸೃಷ್ಟಿಸಿದ ಭಗವಂತ ಅವಳಿಗೆ ಒಂದು ಗಂಡನ್ನೂ ಸೃಷ್ಟಿ ಮಾಡಿರ್‍ತಾನೆ. ನಾವು ಕಾಯಬೇಕು ಅಷ್ಟೆ. ನಿಮ್ಮ ಮಗಳಿಗೆ ಏನು ಕಡಿಮೆ ಆಗಿದೆ ಹೇಳಿ. ಲಕ್ಷಣವಾಗಿದಾಳೆ" ಅಂದು ಒಂದೆರಡು ಸಮಧಾನದ ಮಾತಾಡಿದರು ಪರಿಮಳ

ಸರತಿಯ ಸಾಲು ಬೇಗ ಬೇಗ ಸಾಗುತ್ತಿತ್ತು. ಜನ ಈಗ ನಿರಾಳವಾದರು.

ಲಕ್ಷ್ಮಿ ಪರಿಮಳ ಕಡೆ ಬಗ್ಗಿ "ನಾವಂತೂ ಅವಳ ಮದುವೆಗೆ ಎಲ್ಲಾ ಮಾಡಿಸಿಟ್ಟಿದೀವಿ. ಇವರೂ ದುಡ್ಡು ಇಟ್ಟಿದಾರೆ. ಮಗಳ ಹೆಸರಿಗೆ ಒಂದು ಸೈಟೂ ಇದೆ. ನಾವಿರೋದು ಸ್ವಂತ ಮನೆ. ನಮ್ಮ ನಂತರ ಮನೆ ಅವಳಿಗೇ. ಇನ್ನೇನು ಬೇಕು ಹೇಳಿ. ಆದರೂ ಬಂದೋರೆಲ್ಲ ಕೆಲಸದಲ್ಲಿರಗೋ ಹುಡುಗಿ ಬೇಕು ಅಂತಿರುವಾಗ ಇವಳನ್ನು ಕೆಲಸಕ್ಕೆ ಕಳಿಸಿದ್ದರೆ ಒಳ್ಳೇದಿತ್ತು ಅನಿಸ್ತಿದೆ. ಅಂದ ಹಾಗೆ ನೀವು ಯಾರ ಪೈಕಿ" ಅಂತ ಕೇಳಿದರು.

ಪರಿಮಳ "ನಾವು ಬಬ್ಬೂರು ಕಮ್ಮೆ ಇವರು ಹೊಯ್ಸಳ ಕರ್ನಾಟಕರು. ಆದರೆ ನಮಗೆ ಅದ್ಯಾವುದೂ ಮುಖ್ಯ ಅಲ್ಲ. ಮಗನಿಗೆ ಒಳ್ಳೆ ಸಂಬಂಧ

ಬಂದು ಅವನು ಚನ್ನಾಗಿರಬೇಕು ಅಷ್ಟೆ. ಮಗ ಯಾರನ್ನಾದರೂ ಲವ್ ಮಾಡಿ ಕರ್ಕೊಂಡು ಬರ್ತಾನೆನೋ ಅಂತ ನೋಡ್ತಿದೀವಿ. ಆದರೆ ಅವನು ಆ ತರಹ ಅಲ್ಲ ಅನ್ಸುತ್ತೆ" ಅಂದರು.

"ನಾವೂ ನಿಮ್ಮ ಹಾಗೇರೀ. ನಾನು ಹೊಯ್ಸಳ ಕರ್ನಾಟಕ ನಮ್ಮನೆಯವರು ಬಬ್ಬೂರು ಕಮ್ಮೆ". ಅಂದರು ಲಕ್ಷ್ಮಿ.

ಪರಿಮಳ ಲಕ್ಷ್ಮಿಗೆ "ಹೇಗೂ ನಾವು ಹತ್ತಿರ ಹತ್ತಿರ ಆಗ್ತಾ ಇದೀವಿ ಅನಿಸುತ್ತೆ. ವಾಟ್ಸಪ್ ನಂಬರು ಕೊಡ್ತೀನಿ ನಿಮ್ಮ ಮಗಳ ಜಾತಕ ಕಳಿಸ್ರೀ. ನೋಡೋಣ ದೈವಾನುಗ್ರಹ ಇದೆಯೋ ಹೇಗೆ" ಅಂತ ಅಂದು ಗಂಡನ ಕಡೆ ತಿರುಗಿ "ರೀ ಇವರ ಸಂಬಂಧ ನಮಗೆ ಸರಿಹೋಗಬಹುದೇನೋ ನೋಡೋಣ ಜಾತಕ ಇಸ್ಕೊಳ್ಳಿ" ಅಂದ್ರು.

ಲಕ್ಷ್ಮಿ "ನೀವು ಕೆಲಸದಲ್ಲಿರೋ ಹುಡುಗೀನ ನೋಡ್ತಿದೀರ ಅಂತ ಕಾಣುತ್ತೆ" ಅಂತ ಅನುಮಾನಿಸಿದರು.

ಪರಿಮಳ "ಇರಲೇಬೇಕು ಅಂತ ಏನಿಲ್ಲ. ನೋಡೋಣ. ಇದ್ದರೂ ಸರಿ ಇಲ್ಲದಿದ್ದರೂ ಸರಿ. ಒಟ್ನಲ್ಲಿ ಮಗ ಒಪ್ಪಬೇಕು ಅಷ್ಟೆ. ಪ್ರಯತ್ನ ನಮ್ಮದು, ಋಣಾನುಬಂಧ ಹೇಗಿರುತ್ತೋ ಹಾಗೆ ಆಗಲಿ ಬಿಡಿ" ಅಂದರು.

ಗಂಗಾಧರ್ ಅವರು "ಮಗಳ ಜಾತಕ ನನ್ನ ಮೊಬೈಲಲ್ಲೇ ಇದೆ ಕೊಡ್ತೀನಿ, ನಿಮ್ಮ ವಾಟ್ಸಪ್ ನಂಬರು ಕೊಡಿ" ಅಂದು ಸುಬ್ಬಣ್ಣ ಅವರ ವಾಟ್ಸಪ್ ನಂಬರು ತಗೊಂಡು ಮಗಳ ಜಾತಕ ವಾಟ್ಸಪ್ ಮಾಡಿದರು. ಸುಬ್ಬಣ್ಣ ಅವರು ಅದನ್ನು ತಮ್ಮ ಮೊಬೈಲಲ್ಲಿದ್ದ ಮಗನ ಜಾತಕದ ಜೊತೆ ಅವರ ಗುರುಗಳಿಗೆ ಕಳಿಸಿ ಇದು ಮ್ಯಾಚ್ ಆಗುತ್ತಾ ನೋಡಿ ತಿಳಿಸಿ ಅಂತ ಮೆಸೇಜ್ ಮಾಡಿದರು. ಸುಬ್ಬಣ್ಣ ಗಂಗಾಧರ್ ಅವರು ಅಕ್ಕಪಕ್ಕ, ಪರಿಮಳ ಲಕ್ಷ್ಮಿ ಅಕ್ಕಪಕ್ಕ. ಪೆದ್ದು ಪೆದ್ದಾಗಿ ನಿಂತವಳು ಕಾತ್ಯಾಯಿನಿ.

"ನಿಮ್ಮ ಮಗಳ ಫೋಟೋ ವಾಟ್ಸಪ್ ಮಾಡಿ" ಅಂತ ಕೇಳಿ ಸುಬ್ಬಣ್ಣ ಫೋಟೋ ತರಿಸಿಕೊಂಡು ಹಾಗೆ ಸರತಿಯ ಸಾಲಿನಲ್ಲಿ ನಿಂತಿದ್ದ ಕಾತ್ಯಾಯಿನಿಯ ಫೋಟೋನೂ ತೆಗೆದು ಎರಡನ್ನೂ ಮಗನಿಗೆ ವಾಟ್ಸಪ್ ಮಾಡಿ "ಹುಡುಗಿ ಕೆಲಸದಲ್ಲಿಲ್ಲ. ಆದರೆ ನೋಡೋಕೆ ಲಕ್ಷಣವಾಗಿದಾಳೆ. ಒಳ್ಳೆ ಕುಟುಂಬ. ಹುಡುಗಿ ಹೇಗಿದಾಳೆ ಹೇಳು ಮಿಕ್ಕಿದ್ದು ಆಮೇಲೆ ನೋಡೋಣ" ಅಂತ ಮೆಸೇಜ್ ಮಾಡಿದರು. ಐದೇ ನಿಮಿಷದಲ್ಲಿ ಮಗ "ನನಗೆ ಹುಡುಗಿ ಓಕೆ ಅನಿಸುತ್ತೆ ಮಾತಾಡಿ" ಅಂತ ಮೆಸೇಜ್ ಮಾಡಿದ್ದನ್ನು ಗಂಗಾಧರ್‌ಗೆ ತೋರಿಸಿ "ನೋಡಿ ಸರ್ ಈಗಿನ ಕಾಲದ ಹುಡುಗರು ಎಷ್ಟು ಫಾಸ್ಟ್ ಆಗಿದಾರೆ" ಅಂದು ನಕ್ಕರು. ಮಗನ ಫೋಟೋನ ಕಾತ್ಯಾಯಿನಿಗೆ ತೋರಿಸಿ "ಹೇಗಿದಾನಮ್ಮ ನನ್ನ ಮಗ. ನೀನು ಅವನಿಗೆ ಓಕೆ ಅಂತೆ. ನಿನಗೆ ಅವನು ಓಕೆನಾ" ಅಂತ ಕೇಳಿ "ನನ್ನ

ಮಗನ ಫೋಟೋ ವಾಟ್ಸಪ್ ಮಾಡಿರ್ತೀನಿ, ನಿಧಾನವಾಗಿ ನೋಡು" ಅಂದರು ಸುಬ್ಬಣ್ಣ. ಕಾತ್ಯಾಯಿನಿ "ಅಪ್ಪ ಅಮ್ಮ ಹೇಗೆ ಹೇಳ್ತಾರೋ ಹಾಗೆ" ಅಂದಳು. ಸುಬ್ಬಣ್ಣ ಭುಜ ಕುಣಿಸಿ "ಕಲಿಯುಗದಲ್ಲಿ 2021ನೇ ಇಸವಿಯಲ್ಲಿ ಇಂಥಾ ಮಗಳನ್ನು ಹೆತ್ತ ನೀವೇ ಧನ್ಯ ಗಂಗಾಧರ್ ಅವರೇ" ಅಂದರು.

ಸರತಿಯ ಸಾಲು ಈಗ ಗರ್ಭ ಗುಡಿಯ ಹತ್ತಿರಕ್ಕೆ ಬಂದಿತ್ತು. ಎಲ್ಲರಿಗೂ ಸಂತೃಪ್ತಿಯಾಗುವ ಹಾಗೆ ಸ್ವಾಮಿಯ ದರ್ಶನ ಆಗಿತ್ತು. ಲಕ್ಷ್ಮಿ ದೇವರಿಗೆ ಕೈ ಮುಗಿದು ಭಗವಂತಾ ನಿನ್ನ ಅನುಗ್ರಹ ಇರೋ ಹಾಗಿದೆ. ಸಂಬಂಧ ಕೂಡಿಸಪ್ಪಾ ಅಂತ ಬೇಡಿದರು. ಸುಬ್ಬಣ್ಣ, ಪರಿಮಳ ಭಕ್ತಿಯಿಂದ ದೇವರಿಗೆ ಪ್ರಾರ್ಥನೆ ಸಲ್ಲಿಸಿದರು. ನಿನ್ನ ಕರುಣೆಯನ್ನು ಯಾವಾಗ, ಹೇಗೆ, ಯಾವ ರೂಪದಲ್ಲಿ ಕೊಡ್ತೀಯಾ ಅಂತ ಯಾರಿಗೂ ತಿಳಿದಿಲ್ಲಪ್ಪ. ಒಟ್ಟಿನಲ್ಲಿ ಯಾರನ್ನು ಹೇಗೆ ಕಾಪಾಡಬೇಕು ಅಂತ ನಿನಗೆ ಮಾತ್ರ ಗೊತ್ತು. ನಮ್ಮನ್ನು ನಮ್ಮ ಕುಟುಂಬವನ್ನು ಕಾಪಾಡಪ್ಪ" ಅಂತ ಬೇಡಿದರು.

ಇನ್ನೂ ಸ್ವಲ್ಪ ಹೊತ್ತು ದೇವರ ಮುಂದೆ ನಿಲ್ಲಬೇಕು ಅನಿಸಿದರೂ ಸರತಿಯ ಸಾಲು ಜಾಸ್ತಿ ಇದ್ದಿದ್ದರಿಂದ ಮುಂದೆ ಮುಂದೆ ಹೋಗಲೇಬೇಕಾಯಿತು. ಗರ್ಭಗುಡಿಯಿಂದ ಹೊರಬಂದಾದ ಮೇಲೆ ಒಂದು ಸುತ್ತು ಪ್ರದಕ್ಷಿಣೆ ಬಂದು ಒಂದು ಮಂಟಪದಲ್ಲಿ ಕೂತರು. ಮನಸ್ಸಿಗೆ ತುಂಬಾ ನಿರಾಳ. ಪರಿಮಳ ಅಂತೂ ಕಾತ್ಯಾಯಿನಿಯನ್ನು ತುಂಬಾ ಸಂಭ್ರಮದಿಂದ ಗಮನಿಸುತ್ತಿದ್ದರು. ಇವಳು ನಮ್ಮ ಮನೆಯ ಸೊಸೆಯಾಗಿ ಬಂದರೆ ಹೇಗಿರುತ್ತೆ ಅನ್ನೋ ಕಲ್ಪನೆ ಆಗಲೇ ಅವರ ಮನಸ್ಸಿನಲ್ಲಿ ಗರಿಗೆದರುತ್ತಿತ್ತು. ಸುಬ್ಬಣ್ಣ ಅವರ ಮೊಬೈಲ್ ಫೋನ್ ಹೊಡ್ಕೊಂಡ್ತು.

ಹಲೋ ಅಂದ ಸುಬ್ಬಣ್ಣ "ಹೌದಾ, ಹೌದಾ, ಆಗಲೇ ನೋಡಿಬಿಟ್ರಾ, ಬಿಡುವಾಗಿದ್ರಾ, ಹೌದು ಈಗ ತಾನೇ ದೇವಸ್ಥಾನದಲ್ಲಿ ಭೇಟಿಯಾಗಿದ್ದು. ಹೊಸ ಸ್ನೇಹ. ನನಗೆ ಅವರ ಪರಿಚಯ ಇರಲಿಲ್ಲ, ಅವರಿಗೆ ನನ್ನ ಪರಿಚಯ ಇರಲಿಲ್ಲ. ಇಲ್ಲಿ ಸರತಿಯ ಸಾಲಿನಲ್ಲಿ ನಿಂತಾಗ ಪರಿಚಯ ಆಗಿದ್ದು. ಹೌದು. ಎಲ್ಲಾ ಕೂಡುತ್ತಾ, ಮುಂದುವರಿಯಬಹುದಾ. ಧನ್ಯವಾದ ಗುರುಗಳೇ. ನಿಮ್ಮ ಆಶೀರ್ವಾದ. ಎಲ್ಲಾ ನೀವೇ ಮುಂದೆ ನಿಂತು ನಡೆಸಿಕೊಡಬೇಕು. ಆಯ್ತು. ನಾನು ನಾಳೆ ಸಂಜೆ ಬಂದು ನಿಮ್ಮನ್ನು ಭೇಟಿ ಮಾಡ್ತೀವಿ" ಅಂದು ಗಂಗಾಧರ್ ಕಡೆ ತಿರುಗಿ,

"ನಮ್ಮ ಗುರುಗಳು ಬಿಡುವಾಗಿದ್ರಂತೆ. ತಕ್ಷಣ ಜಾತಕ ನೋಡಿದ್ದಾರೆ. ಜಾತಕ ಹೊಂದುತ್ತಂತೆ. ನನ್ನ ಮಗನೂ ಒಪ್ಪಿದ್ದಾನೆ. ನೀವೂ ಬೇಕಾದರೆ ಜಾತಕನ ನಿಮ್ಮ ಗುರುಗಳಿಗೆ ತೋರಿಸಿ. ಎಲ್ಲಾ ಋಣಾನುಬಂಧ ಅಂತಾರಲ್ಲ ಹಾಗೆ ಆಗೋಯ್ತು. ನೀವು ಇವತ್ತು ಸಂಜೆನೇ ಮಗಳನ್ನು ಕರ್ಕೊಂಡು ನಮ್ಮ ಮನೆಗೆ

ಬನ್ನಿ" ಅಂದರು ಸುಬ್ಬಣ್ಣ. ಗಂಗಾಧರ್ ಲಕ್ಷ್ಮಿ ಇಬ್ಬರಿಗೂ ಆನಂದವಾಯಿತು. ಮತ್ತೊಮ್ಮೆ ದೇವರಿಗೆ ನಿಂತಲ್ಲಿಂದಲೇ ಕೈ ಮುಗಿದರು.

"ನಿಮ್ಮ ಗುರುಗಳು ಜಾತಕ ಹೊಂದುತ್ತೆ ಅಂದ ಮೇಲೆ ಮತ್ತೆ ಇನ್ನೊಬ್ಬರಿಗೆ ತೋರಿಸೋ ಅವಶ್ಯಕತೆ ಇಲ್ಲ. ನಿಮ್ಮ ಮಗ ಚನ್ನಾಗಿದ್ದಾನೆ. ನನ್ನ ಮಗಳಿಗೆ ಸರಿಯಾದ ಜೋಡಿ ಅನಿಸುತ್ತೆ. ಎಲ್ಲಾ ಋಣಾನುಬಂಧ. ಎಷ್ಟೋ ದಿವಸಗಳಿಂದ ಇದ್ದ ಒಂದು ಆತಂಕ ಹೀಗೆ ಇಂಥಾ ಸುದಿನದಂದು ಬಗೆಹರಿಯುತ್ತೆ ಅಂದುಕೊಂಡಿರಲಿಲ್ಲ" ಅಂದರು.

ಲಕ್ಷ್ಮಿ, ಪರಿಮಳ ಇಬ್ಬರ ಮುಖದಲ್ಲೂ ಮಹದಾನಂದ ತಾಂಡವವಾಡುತ್ತಿತ್ತು. ಗಂಗಾಧರ್ ಓಡಿ ಹೋಗಿ ದೇವಾಲಯದಲ್ಲಿ ಮಾರಾಟಕ್ಕಿಟ್ಟಿದ್ದ ಪ್ರಸಾದದ ಲಾಡು ತಂದು ಎಲ್ಲರಿಗೂ ಕೊಟ್ಟರು. ಗಂಗಾಧರ್ ಸುಬ್ಬಣ್ಣನಿಗೆ, ಸುಬ್ಬಣ್ಣ ಗಂಗಾಧರ್‌ಗೆ ಲಕ್ಷ್ಮಿ ಪರಿಮಳಗೆ, ಪರಿಮಳ ಲಕ್ಷ್ಮಿಗೆ, ಸಿಹಿ ತಿನ್ನಿಸಿದರು. ಎಲ್ಲರೂ ಸೇರಿ ಕಾತ್ಯಾಯಿನಿಗೆ ಸಿಹಿ ತಿನ್ನಿಸಿದರು. ಸುಬ್ಬಣ್ಣ ಕಾತ್ಯಾಯಿನಿಯನ್ನು ಪಕ್ಕಕ್ಕೆ ಕರೆದುಕೊಂಡು ಹೋಗಿ ಮಗನ ಮೊಬೈಲ್ ನಂಬರು ಕೊಟ್ಟು "ಒಂದು ರಿಂಗ್ ಮಾಡಿ ಅವನಿಗೆ ಕಿಕ್ ಕೊಡು" ಅಂದಳು. ಅದಕ್ಕೆ ಕಾತ್ಯಾಯಿನಿ "ಈಗ ಬೇಡ ಅಂಕಲ್ ನಿಮ್ಮ ಮನೆಗೆ ಸಾಯಂಕಾಲ ಬರ್ತೀವಲ್ಲ ಆಮೇಲೆ ಮಾಡ್ತೀನಿ" ಅಂದಳು. ಆಯ್ತಮ್ಮ ಅಂದು ಕಾತ್ಯಾಯಿನಿಯ ತಲೆ ಮೇಲೆ ಕೈ ಇಟ್ಟರು ಸುಬ್ಬಣ್ಣ. ಎಲ್ಲರ ಹೃದಯವೂ ಹಗುರವಾಗಿತ್ತು.

ಆಗೋದೆಲ್ಲ ಒಳ್ಳೇದಕ್ಕೇ ಅಂತ ದಾಸರು ಹಾಡಿದ್ದು ಸುಳ್ಳಲ್ಲ. ಇವತ್ತು ದೇವಸ್ಥಾನದಲ್ಲಿ ತುಂಬಾ ಉದ್ದದ ಸರತಿ ಸಾಲು ಇದ್ದದ್ದು ಒಳ್ಳೇದೇ ಆಯಿತು. ಯಾರೋ ಮಂತ್ರಿಗಳ ಕಡೆಯವರು ಬಂದು ಸಾಲು ನಿಂತದ್ದು ಒಳ್ಳೇದೇ ಆಯಿತು. ಜನರೇಟರ್ ಕೆಟ್ಟು ಸಾಲು ಮುಂದೆ ಹೋಗದೇ ನಿಂತದ್ದು ಒಳ್ಳೇದಾಯಿತು, ಪೊಲೀಸ್ ಇಲಾಖೆಯವರು ಬಂದು ಸಾಲು ಮತ್ತೆ ನಿಂತದ್ದೂ ಒಳ್ಳೆಯದೇ ಆಯಿತು. ಎಲ್ಲಾ ಒಳ್ಳೇದಕ್ಕೇ. ಮತ್ತೊಮ್ಮೆ ಎಲ್ಲರೂ ದೇವರಿಗೆ ನಮಸ್ಕರಿಸಿ ಹೊರಟಾಗ ಗಂಗಾಧರ್ ಸುಬ್ಬಣ್ಣ ಅವರ ಕಾರು ಇದ್ದ ಕಡೆಗೇ ಬಂದು ಅವರು ಕಾರಿನಲ್ಲಿ ಕೂರುವವರೆಗೂ ಇದ್ದು ನಮಸ್ಕರಿಸಿದರು.

"ಅಯ್ಯೋ ನಮ್ಮ ಪಾಡಿಗೆ ನಾವು ಹೊರಡ್ತೀವಿ ನೀವೂ ಹೊರಡಿ" ಅಂದರು ಸುಬ್ಬಣ್ಣ. ಗಂಗಾಧರ್ ನಕ್ಕು "ಅದು ಹೇಗೆ ಆಗುತ್ತೆ, ನಾವೂ ನೀವು ಬೀಗರಾಗೋರು, ಅದರಲ್ಲೂ ನೀವು ಗಂಡಿನ ಅಪ್ಪ ಅಮ್ಮ. ಎಷ್ಟಾದರೂ ನಾವು ಹೆಣ್ಣಿನ ಕಡೆಯವರು ತಗ್ಗಿ ಬಗ್ಗಿ ನಡೆಯಬೇಕಲ್ಲ" ಅಂದಾಗ ಎಲ್ಲರೂ ನಕ್ಕರು. ಸುಬ್ಬಣ್ಣನ ಕಾರು ಹೊರಟ ಮೇಲೆ ಗಂಗಾಧರ್ ಲಕ್ಷ್ಮಿ, ಕಾತ್ಯಾಯಿನಿ ಕೂಡಾ ಕಾರು ಹತ್ತಿದರು. ಎಲ್ಲರ ಮನಸ್ಸೂ ಪ್ರಫುಲ್ಲಿತವಾಗಿತ್ತು.

(15.03.2021)

ಮೇಲ್ಪಂಕ್ತಿ

ಶಾಂತಸಾಗರದಂತಿದ್ದ ಸಂಸಾರದ ಸ್ಥಿತಿಗತಿಗಳು ಅಂದು ತಾರಕಕ್ಕೇರಿದ್ದು ನಳಿನಿ ಗಂಡನ ಕಡೆ ನೋಡಿ ಗಟ್ಟಿಯಾಗಿ "ನಾನು ಹೇಳಿದ್ದೇ ಅಂತಿಮ ತೀರ್ಮಾನ, ಮತ್ತೆ ಈ ವಿಚಾರ ಪದೇ ಪದೇ ನನ್ನನ್ನು ಕೆಣಕಬೇಡಿ" ಅಂದು ಬಾಗಿಲು ಹಾಕಿಕೊಂಡು ಹೊರಗೆ ಹೋದಳು. ಮನೆಯೊಳಗೇ ಇದ್ದ ಮಗ ಸುಬ್ಬು ಈಗ ನಾನು ಹೊರಬಂದರೆ ಅಪ್ಪ ನನ್ನನ್ನು ಏನಾದರೂ ಕೇಳಬಹುದು ಅಂತ ಹೊರಗೆ ಬರಲೇ ಇಲ್ಲ. ವರಾಂಡದಲ್ಲಿದ್ದ ಹಿರಿಯಣ್ಣನವರು ಪೇಪರ್ ಕಡೆ ದೃಷ್ಟಿ ನೆಟ್ಟರೂ ಏನೂ ಓದಲಾಗಲಿಲ್ಲ.

ಮಗ ಸೊಸೆಯ ನಡುವಿನ ಈ ತಿಕ್ಕಾಟ ಇಂದು ನೆನ್ನೆಯದಲ್ಲ. ವಾರಕ್ಕೊಮ್ಮೆ ನಡೆದೇ ಇದೆ. ಹಿರಿಯಣ್ಣನವರು ಮನೆಯಲ್ಲೇ ಇದ್ದರೂ ಮಗ ಸೊಸೆಯ ನಡುವಿನ ಗುದ್ದಾಟ ಯಾವ ವಿಚಾರಕ್ಕೆ ಎನ್ನುವುದು ತಿಳಿದಿಲ್ಲ. ಗಂಡ ಹೆಂಡಿರ ನಡುವೆ ನಮಗೇನು ಉಸಾಬರಿ ಅಂತ ಹಿರಿಯಣ್ಣನವರೂ ಸುಮ್ಮನಿದ್ದಾರೆ. ನಳಿನಿ ಮನೆಗೆ ಬಂದಾಗ ಸ್ವಲ್ಪ ಹೊತ್ತಾಗಿತ್ತು. ಹಿರಿಯಣ್ಣನವರ ಬಳಿ ಬಂದು ಮಾವ "ಸ್ವಲ್ಪ ಕಾಫಿ ಕೊಡ್ಲಾ, ಅಡಿಗೆ ಆಗೋದು ಒಂಚೂರು ತಡ ಆಗಬಹುದು" ಅಂದಳು. ಹಿರಿಯಣ್ಣನವರು "ಬೇಡಮ್ಮ ನೀನು ಅಡಿಗೆ ನಿಧಾನವಾಗಿ ಮಾಡು, ಪರವಾಗಿಲ್ಲ" ಅಂದರು.

ಊಟಕ್ಕೆ ಕೂತಾಗ ಸುಬ್ಬುನೂ ನಳಿನಿಯೂ ನಮ್ಮಿಬ್ಬರ ನಡುವೆ ಏನೂ ಗಲಾಟೆ ನಡೆದೇ ಇಲ್ಲ ಅನ್ನುವಂತೆ ಇದ್ದದ್ದು ಹಿರಿಯಣ್ಣನವರಿಗೆ ನಾಲ್ಕು ತುತ್ತು ಊಟ ಸೇರುವಂತಾಯಿತು. ಆದರೆ ಹಿರಿಯಣ್ಣನವರ ಮನಸ್ಸಿನಲ್ಲಿದ್ದ ವಿಚಾರ ಮಾತ್ರ ಅವರನ್ನು ಕೊರೆಯುತ್ತಲೇ ಇತ್ತು.

ಮರುದಿನ ವಾಕಿಂಗ್ ಹೋದಾಗ ಮಗ ಸೊಸೆಯ ನಡುವಿನ ಈ ಗುದ್ದಾಟವನ್ನು ಸ್ನೇಹಿತರೊಂದಿಗೆ ಹಂಚಿಕೊಂಡರು. ಆಗ ತಿಮ್ಮಪ್ಪಯ್ಯ "ಇನ್ನೇನಿರುತ್ತಯ್ಯ, ಈಗಿನ ಕಾಲದ ಹೆಣ್ಣುಮಕ್ಕಳಿಗೆ ತಾವು ಗಂಡನ ಜೊತೆ ಪ್ರತ್ಯೇಕವಾಗಿ ಇರಬೇಕು ಅಂತ ಆಸೆ. ಅದಕ್ಕೆ ಕೆಲವು ಗಂಡು ಮಕ್ಕಳು ಆಸ್ಪದ ಕೊಡೋಲ್ಲ. ನಿಮ್ಮನೇಲೂ ಅದೇ ಆಗಿರಬೇಕು. ನೀನೊಬ್ಬ ನಿನ್ನ ಸೊಸೆಗೆ ಭಾರವೇ. ಒಂದು ಕೆಲಸ ಮಾಡು ಅವರಿಬ್ಬರೂ ಬೇರೆ ಹೋಗಬೇಕು ಅಂದರೆ ಹೋಗಲಿ ಬಿಡು. ನಿನ್ನ ಕೈ ಕಾಲು ಇನ್ನೂ ಗಟ್ಟಿ ಇದೆ." ಅಂದರು. ಬಹುಪಾಲು ಸ್ನೇಹಿತರು ಇದೇ ಸಲಹೆ ಕೊಟ್ಟರು. ರಾಜಣ್ಣ ಹಿರಿಯಣ್ಣನವರ ಬೆನ್ನ ಮೇಲೆ ಕೈ

ಹಾಕಿ "ನನ್ನ ಮಗ ಸೊಸೆ ಬೇರೆ ಹೋಗಬೇಕು ಅಂದಾಗ ನಾನು ನನ್ನ ದೊಡ್ಡ ಮನೆಯನ್ನು ಅವರಿಗೆ ಬಿಟ್ಟುಕೊಟ್ಟು ನಾನೂ ನನ್ನ ಹೆಂಡ್ತಿ ಒಂದು ಚಿಕ್ಕ ಮನೆಗೆ ಬಂದು ಈಗ ಹತ್ತು ವರ್ಷ ಆಯ್ತು. ನಮಗೆ ಏನಾಗಿದೆ, ಆರಾಮವಾಗೇ ಇದೀವಲ್ಲ. ಆದರೆ ನೀನು ಒಂಟಿ. ನಿನ್ನ ವಿಚಾರದಲ್ಲಿ ನಿನ್ನ ಮಗ ಸೊಸೆ ಹೀಗೆ ಜಗಳ ಆಡಬಾರದು" ಅಂದರು.

ಒಂದಿಷ್ಟು ದಿವಸ ಇದೇ ವಿಚಾರ ಹಿರಿಯಣ್ಣನವರನ್ನು ಕಾಡುತ್ತಿತ್ತು. ಮಗ ಸೊಸೆ ತಮ್ಮ ವಿಚಾರದಲ್ಲಿ ಹೀಗೆ ಜಗಳ ಆಡುವುದು ಅವರಿಗೆ ವಿಚಿತ್ರ ಎನಿಸಲಿಲ್ಲ. ರೆಕ್ಕೆ ಬಲಿತ ಮೇಲೆ ಹಕ್ಕಿ ಹಾರಿಹೋಗುವುದು ಸ್ವಾಭಾವಿಕ. ಅವರಿಬ್ಬರಿಗೂ ನನ್ನ ಮುಂದೆ ಇದನ್ನು ಹೇಗೆ ಹೇಳೊದು ಅಂತ ಸಂಕೋಚವಿರಬೇಕು. ಅವರಿಬ್ಬರೂ ಬೇರೆ ಇರಬೇಕು ಅಂದರೆ ಇರಲಿ. ಅದಕ್ಕೆ ತಾವೇಕೆ ಅಡ್ಡಿಪಡಿಸಬೇಕು. ಇದೆಲ್ಲಾ ಈಗಿನ ಕಾಲದಲ್ಲಿ ಸ್ವಭಾವಿಕ. ತಾವು ಇಲ್ಲೇ ಹತ್ತಿರದಲ್ಲಿ ಒಂದು ಚಿಕ್ಕ ಮನೆ ಮಾಡಿಕೊಂಡು ಇದ್ದರಾಯಿತು. ಇಷ್ಟು ದೊಡ್ಡ ಮನೆ ನನಗೇಕೆ ಬೇಕು. ಇಲ್ಲಾ ಈ ಊರೇ ಬೇಡ ಅಂತ ತಮ್ಮ ಬಹಳಷ್ಟು ಸ್ನೇಹಿತರಿರುವ ಮೈಸೂರಿಗೆ ಹೊರಟುಹೋಗಬೇಕು ಅಂದುಕೊಂಡರು.

ಒಂದೆರಡು ದಿವಸಗಳಾದ ಮೇಲೆ ತಿಂಡಿ ತಿನ್ನುವಾಗ ಮನಸ್ಸು ತಡಿಯಲಾರದೇ "ಏನಂತಮ್ಮ ನಿನ್ನ ಗಂಡನ್ದು. ಅದ್ಯಾಕೆ ನೀವಿಬ್ರೂ ಜಗಳ ಆಡ್ತಿರ್ತೀರ. ಏನು ಸಮಸ್ಯೆ" ಅಂತ ಕೇಳಿದರು. ನಳಿನಿ "ಇನ್ನೇನು ಇಲ್ಲ ಮಾವ ಅವರದ್ದು ಒಂದೇ ಹಠ. ಅವರ ಮನಸ್ಸಿಗೆ ಬಂದಿದ್ದು ನಡೆಯಬೇಕು. ಸಂಸಾರ ಅಂದರೆ ಅಲ್ಲಿ ಗಂಡ ಹೆಂಡ್ತಿ ಇಬ್ಬರ ಮಾತೂ ಮುಖ್ಯ ಅಲ್ವಾ" ಅಂದಳು ಇನ್ನೊಂದು ಪೂರಿ ಬಡಿಸುತ್ತಾ. "ಇರಬಹುದಮ್ಮ, ಆದರೆ ಈಗ ಸುಬ್ಬು ಹೇಳಿದ ಹಾಗೆ ಕೇಳಿದರೆ ನಿನಗೇನು ಕಷ್ಟ" ಅಂತ ಕೇಳಿದರು. ನಳಿನಿ "ನಾನು ಹೇಳಿದಂತೆ ಕೇಳಿದರೆ ನಿಮ್ಮ ಮಗನಿಗೇನು ಕಷ್ಟ ಕೇಳಿ" ಅಂದಳು. ತಿಂಡಿ ತಿಂದ ತಟ್ಟೆಯನ್ನು ಹಿತ್ತಲಿಗೆ ತಗೊಂಡು ಹೋಗಿ ಇಟ್ಟು ಬಂದು "ನೋಡಮ್ಮ, ಹೆಂಗಸರಿಗೆ ಇಷ್ಟು ಹಠ ಒಳ್ಳೆಯದಲ್ಲ. ನನಗನಿಸುತ್ತೆ ನಾನೂ ಸುಬ್ಬು ಹತ್ತಿರ ಮಾತಾಡ್ತೀನಿ. ನೀನು ಅವನು ಹೇಳಿದಂತೆ ಕೇಳು. ಇಲ್ಲದಿದ್ದರೆ ನೀವಿಬ್ಬರೂ ನಿಮ್ಮ ಸಮಸ್ಯೆ ಏನು ಅಂತ ನನ್ನ ಹತ್ರ ಹೇಳಿ. ನಾನು ಅದಕ್ಕೆ ಪರಿಹಾರ ಸೂಚಿಸ್ತೇನೆ. ಏಕೆಂದರೆ ನನ್ನ ಬದುಕು ಮುಗಿಯುತ್ತಾ ಬಂದಿದೆ. ನಿಮ್ಮಿಬ್ಬರ ಬದುಕಿನ ಹಾದಿ ಇನ್ನೂ ಬಹಳ ಇದೆ. ನೀವು ಬದುಕಿ ಬಾಳಬೇಕಾದವರು. ತಂದೆಯೇ ಆದರೂ ಮಗನ ಬದುಕಿನ ಹಾದಿಯಲ್ಲಿ ಅಡ್ಡ ಬರಬಾರದು" ಅಂದರು. ನಳಿನಿ ಏನೂ ಮಾತಾಡಲಿಲ್ಲ.

ಮನೆ ಒಂದೆರಡು ದಿನ ಶಾಂತವಾಗಿತ್ತು. ಗಂಡ ಹೆಂಡಿರ ಜಗಳ ಉಂಡು ಮಲಗೋ ತನಕ ಅನ್ನೋ ಹಾಗೆ ಎಲ್ಲ ಸರಿಯಾಗಿದೆ ಅಂದುಕೊಂಡರು.

ಇಬ್ಬರು ಮೊಮ್ಮಕ್ಕಳು, ಶಾಲೆಗೆ ಹೋಗುತ್ತಾರೆ. ಅವರೊಂದಿಗೆ ಕಾಲ ಕಳೆಯೋದು ಹಿರಿಯಣ್ಣನವರಿಗೆ ಬಲು ಹಿತವಾದ ಅನುಭವ. ತಾವು ಬೇರೆ ಹೊರಟುಹೋದರೆ ಮೊಮ್ಮಕ್ಕಳೂ ತಮ್ಮಿಂದ ದೂರವಾದ ಹಾಗೇನೇ. ಆದರೇನು ಮಾಡೋದು. ಮಗ, ಸೊಸೆ, ಮೊಮ್ಮಕ್ಕಳ ಭವಿಷ್ಯದ ಹಿತದೃಷ್ಟಿಯಿಂದ ತಾವು ದೂರ ಇರೋದೇ ಮೇಲು ಅನಿಸಿತು.

ಅಂದು ರಾತ್ರಿ ಇನ್ನೇನು ಹಿರಿಯಣ್ಣನವರು ಮಲಗಬೇಕು ಅಂತ ಸಿದ್ಧ ಮಾಡಿಕೊಳ್ಳುತ್ತಿರುವಾಗ ನಳಿನಿಯ ಧ್ವನಿ ಜೋರಾಗಿ ಬಂತು. “ಇನ್ನೊಂದು ಸಾರಿ ಈ ವಿಚಾರದಲ್ಲಿ ನೀವು ನನ್ನನ್ನು ಬಲವಂತ ಮಾಡಿದರೆ ನಾನು ನಿಮಗೆ ವಿಚ್ಛೇದನ ಕೊಟ್ಟುಬಿಡ್ತೀನಿ ಎಷ್ಟು ಸಾರಿ ನಿಮಗೆ ಹೇಳೋದು. ಇಲ್ಲಿಗೆ ಇವತ್ತಿಗೆ ಈ ವಿಚಾರದಲ್ಲಿ ನನ್ನದೇ ಕಡೇ ಮಾತು. ನನ್ನ ಮಾತು ನಡೀಲಿಲ್ಲ ಅಂದರೆ ನಿಮಗೆ ಲಾಯರ್ ನೋಟೀಸ್ ಕೊಡಿಸ್ತೀನಿ, ವಿಚ್ಛೇದನ ಕೊಡ್ತೀನಿ. ಮುಂದೆ ನಾನೂ ನನ್ನ ಮಕ್ಕಳೂ ಹೇಗೆ ಇರಬೇಕು ಅಂತ ನನಗೆ ಗೊತ್ತು” ಅಂದಳು.

ಮಗನ ಧ್ವನಿ ಕೇಳಲಿಲ್ಲ. ಸುಬ್ಬು ಸ್ವಲ್ಪ ಮುಂಗೋಪಿ. ಹೆಂಡತಿಗೆ ದಬಾಯಿಸೋ ಎಲ್ಲ ಲಕ್ಷಣಗಳಿದ್ದರೂ ಅವನ ಧ್ವನಿ ಕೇಳಲೇ ಇಲ್ಲ. ಸ್ವಲ್ಪ ಹೊತ್ತಿಗೆ ಎಲ್ಲವೂ ಶಾಂತ. ಹಿರಿಯಣ್ಣನವರೂ ಮಲಗಲು ಯತ್ನಿಸಿದರೂ ನಿದ್ದೆ ಬಂದಾಗ ಬಹಳ ಹೊತ್ತಾಗಿತ್ತು. ಆದರೂ ಎಂದಿನಂತೆ ಐದು ಗಂಟೆಗೇ ಎಚ್ಚರವಾಯಿತು. ವಾಕಿಂಗ್ ಹೊರಟರು. ಯಾಕೋ ಏನೋ ಅವತ್ತು ಸ್ನೇಹಿತರೊಂದಿಗೆ ತಮ್ಮ ಮನೆಯ ವಿಚಾರ ಹಂಚಿಕೊಳ್ಳಬೇಕು ಅನಿಸಲಿಲ್ಲ.

ಸ್ನಾನ ದೇವರ ಪೂಜೆ ಆಗಿ ತಿಂಡಿ ತಿನ್ನಲು ಕೂತಾಗ ಮೊಮ್ಮಕ್ಕಳು ಗೀತ, ಮತ್ತು ರಾಜು ಅಮ್ಮಾ ನಾವೂ ತಾತನ ಜೊತೆ ತಿಂಡಿ ತಿನ್ತೀವಿ ಅಂದು ಹಿರಿಯಣ್ಣನವರ ಪಕ್ಕ ಬಂದು ಕೂತರು. ನಳಿನಿ ಎಲ್ಲರಿಗೂ ತಿಂಡಿ ತಂದುಕೊಟ್ಟಳು. ರೀ ನೀವೂ ಬನ್ನಿ ತಿಂಡಿಗೆ ಅಂದಾಗ ಸುಬ್ಬುನೂ ಬಂದ. ಅರೇ ಇವರಿಬ್ಬರೇನಾ ನೆನ್ನೆ ರಾತ್ರಿ ಜಗಳವಾಡಿದ್ದು ಅನಿಸುತ್ತಿತ್ತು ಅವರಿಬ್ಬರ ನಡವಳಿಕೆ. ಎಲ್ಲರೂ ಮಾತಾಡಿಕೊಂಡು ತಿಂಡಿ ತಿಂದರು. ಮಕ್ಕಳು ಆಟಕ್ಕೆಂದು ಹೊರಗೆ ಹೋದರು. ಸುಬ್ಬ ಬ್ಯಾಂಕಿಗೆ ಹೋಗಿ ಬರಬೇಕು ಅಂತ ಹೊರಟ.

ಸೊಸೆ ಕಾಫಿ ತಂದುಕೊಟ್ಟಾಗ ಹಿರಿಯಣ್ಣನವರು ಒಂದ್ನಿಮಿಷ ಕೂತ್ಕೋಮ್ಮ ಅಂದರು. ನಳಿನಿ ಮಾವನವರ ಮುಂದೆ ಕೂತಳು. “ನೋಡಮ್ಮ ಗಂಡ ಹೆಂಡತಿ ಅಂದ ಮೇಲೆ ನೂರು ಮಾತು ಬರುತ್ತೆ ನೂರು ಮಾತು ಹೋಗುತ್ತೆ. ಸಂಸಾರ ಚನ್ನಾಗಿರಬೇಕು ಅಂದರೆ ಅಲ್ಲಿ ಕೊಟ್ಟು ತೆಗೆದುಕೊಳ್ಳುವ ಮನಸ್ಥಿತಿ ಇರಬೇಕು. ನನ್ನದೇ ನಡೀಬೇಕು ಅನ್ನೋ ಹಠ ಹೆಣ್ಣಿಗೆ ಒಳ್ಳೆಯದಲ್ಲ.

ಸಂಸಾರಕ್ಕೆ ಯಾವುದು ಒಳ್ಳೆಯದೋ ಆ ವಿಚಾರದಲ್ಲಿ ಗಂಡನ ಮಾತಾದರೂ ಸರಿ, ಹೆಂಡತಿಯ ಮಾತಾದರೂ ಸರಿ ಅದೇ ನಡೆಯಬೇಕು. ಈಗ ನೀನು ಯಾವುದೋ ವಿಚಾರದಲ್ಲಿ ಹಠ ಮಾಡ್ತಿದೀಯ ಅನಿಸ್ತಿದೆ. ನಿನ್ನ ಗಂಡ ಹೇಳಿದ ಹಾಗೆ ಕೇಳಿಬಿಡು ಅದರಲ್ಲೇನು ತಪ್ಪು. ಅಥವಾ ಅದೇನು ನಿಮ್ಮಿಬ್ಬರ ನಡುವೆ ಸೇರಿಕೊಂಡು ತಿಕ್ಕಾಟ ಕೊಡುತ್ತಿರುವ ವಿಷಯ ಅನ್ನೋದನ್ನು ನನಗಾದರೂ ಹೇಳಿ" ಅಂದರು.

ನಳಿನಿ "ಮಾವಾ ಸಂಸಾರ ಮಾಡಿರುವ ಇಷ್ಟು ವರ್ಷಗಳಲ್ಲಿ ನಾನು ಸಾಮಾನ್ಯವಾಗಿ ಅವರು ಹೇಳಿದ ಹಾಗೇ ಕೇಳಿಕೊಂಡು ಬಂದಿದ್ದೀನಿ. ಆದರೆ ಇದೊಂದು ವಿಚಾರದಲ್ಲಿ ಅವರು ಹೇಳಿದಂತೆ ಕೇಳೋಕೆ ಸಾಧ್ಯವೇ ಇಲ್ಲ. ಈ ವಿಚಾರದಲ್ಲಿ ನಾನು ಹೇಳಿದ್ದೇ ನಡೀಬೇಕು. ಬೇರೆ ದಾರಿ ಇಲ್ಲ. ನಿನ್ನ ಹೆಂಡ್ತಿ ಹೇಳಿದ ಹಾಗೆ ಕೇಳು ಅಂತ ನಿಮ್ಮ ಮಗನಿಗೆ ಬುದ್ಧಿ ಹೇಳಿ" ಅಂದು ಹೊರಟುಹೋದಳು.

ಅಲ್ಲಿಗೆ ಒಂದು ವಿಚಾರ ಹಿರಿಯಣ್ಣನವರಿಗೆ ಅರ್ಥವಾಯಿತು. ನಳಿನಿ ಬೇರೆ ಮನೆ ಮಾಡು ಅಂತ ಗಂಡನಿಗೆ ಒತ್ತಾಯ ಮಾಡುತ್ತಿದ್ದಾಳೆ. ಆದರೆ ಮಗ ಅದಕ್ಕೆ ಒಪ್ಪುತ್ತಿಲ್ಲ. ಮಗನಿಗೆ ತಂದೆ ಅಂದರೆ ಮಮಕಾರ, ಆದರೆ ಸೊಸೆಗೆ ಅದೇ ಮಮಕಾರ ಇರಬೇಕೆಂದೇನೂ ಇಲ್ಲ. ಈಗ ಅವರಿಬ್ಬರೂ ಬೇರೆ ಮನೆ ಮಾಡೋದರಲ್ಲಿ ನನಗೆ ಯಾವ ತಪ್ಪೂ ಕಾಣುತ್ತಿಲ್ಲ. ನಾನೇ ಸುಬ್ಬುನ ಕರೆದು ಬೇರೆ ಮನೆ ಮಾಡೋದಾದರೆ ನನ್ನ ಅಭ್ಯಂತರವಿಲ್ಲ ಅಂತ ಹೇಳಿಬಿಡೋಣ ಅಂದುಕೊಂಡರು.

ಸಂಜೆ ಸುಬ್ಬು ಆಫೀಸಿನಿಂದ ಬಂದಾದ ನಂತರ ಹಿರಿಯಣ್ಣನವರು ಬರ್ತೀಯ ಸ್ವಲ್ಪ ಹೊರಗೆ ಹೋಗಿಬರೋಣ ಅಂದರು. ಸುಬ್ಬು ತಂದೆ ಕಡೆ ನೋಡಿದ. ಅವರಿಗೆ ಯಾವುದೋ ವಿಚಾರ ಮನೇಲಿ ಮಾತಾಡೋದು ಇಷ್ಟ ಇಲ್ಲ ಅನಿಸಿತು. ತಂದೆ ಮಗ ಇಬ್ಬರೂ ಹೊರಗೆ ಹೊರಟಿದ್ದನ್ನು ಕಂಡ ನಳಿನಿ ಅವರು ಇದೇ ವಿಚಾರ ಮಾತಾಡೋಕೆ ಹೊರಗೆ ಹೋಗ್ತಿದಾರೆ ಅಂದುಕೊಂಡಳು. ದಾರಿಯಲ್ಲಿ ಸುಬ್ಬುನೇ ಅಪ್ಪಾ ಕಾಫಿ ಕುಡಿತೀರ ಅಂತ ದರ್ಶಿನಿ ಕಡೆ ನಡೆದ. ಇಬ್ಬರೂ ನಿಂತೇ ಕಾಫಿ ಕುಡಿದರು. ನಂತರ ಹಿರಿಯಣ್ಣನವರು ಸ್ವಲ್ಪ ದೂರ ನಡೆದು ಶಿವನ ದೇವಾಲಯದ ಅಂಗಳಕ್ಕೆ ಬಂದರು. ಮಂಟಪದಲ್ಲಿ ಕೂತರು ಅತ್ತಿತ್ತ ನೋಡಿದರು. ಅಪ್ಪನೇ ಮಾತಾಡಲಿ ಅಂತ ಸುಬ್ಬು ಕಾದ.

ಕಡೆಗೂ ಹಿರಿಯಣ್ಣನವರು ಮಾತು ಪ್ರಾರಂಭಿಸಿದರು. "ಸುಬ್ಬು ಇತ್ತೀಚೆಗೆ ನಿನಗೂ ನಳಿನಿಗೂ ನಡೀತಾ ಇರೋ ಜಗಳ ಕೇಳಿದೀನಿ. ವಿಚಾರ ಯಾವುದು ಅಂತ ನನಗೆ ಗೊತ್ತಿಲ್ಲ. ಆದರೆ ನಾನೊಂದು ನಿರ್ಧಾರ ಮಾಡಿದೀನಿ. ಏನಂದ್ರೆ ನಾನು ಮೈಸೂರಿಗೆ ಹೋಗೋಣ ಅಂದ್ಕೊಂಡಿದೀನಿ. ಅಲ್ಲಿ ನನ್ನ

ಬಹಳ ಸ್ನೇಹಿತರು ಇದಾರೆ. ಅವರೆಲ್ಲ ಬಂದು ಇಲ್ಲೇ ಇರು ಅಂತ ಒತ್ತಾಯ ಮಾಡ್ತಿದಾರೆ. ಅದೂ ಅಲ್ಲದೇ ಎಷ್ಟು ದಿನಾಂತ ನಾನು ನಿಮ್ಮಿಬ್ಬರ ನಡುವೆ ಇರೋದು. ನಿನಗೂ ನಿನ್ನದೇ ಸಂಸಾರ, ನಿನ್ನ ಮಕ್ಕಳು ಅವರ ಯೋಗಕ್ಷೇಮ ಇವೆಲ್ಲಾ ಮುಖ್ಯ, ನಾನು ಉದುರುತ್ತಿರುವ ಎಲೆ, ಅವರು ಚಿಗುರುತ್ತಿರುವ ಎಲೆಗಳು. ನಳಿನಿಗೂ ತನ್ನ ಸಂಸಾರದಲ್ಲಿ ನಾನೂ ನನ್ನ ಗಂಡ ಮಕ್ಕಳು ಮಾತ್ರ ಇರಬೇಕು ಅನಿಸಿರಬೇಕು. ಅದರಲ್ಲಿ ತಪ್ಪೇನಿಲ್ಲ. ನೀವಿಬ್ಬರೂ ಪ್ರತ್ಯೇಕವಾಗಿದ್ದರೆ ನನಗೇನೂ ಬೇಜಾರಿಲ್ಲ. ನಾನು ಪ್ರತ್ಯೇಕವಾಗಿದ್ದರೆ ನೀವುಗಳೂ ಬೇಜಾರು ಮಾಡ್ಕೊಬೇಕಾಗಿಲ್ಲ. ಇವೆಲ್ಲಾ ಲೋಕಾರೂಢಿ. ಮನೆಗೆ ಹೋದ ಮೇಲೆ ನಳಿನಿ ಜೊತೆ ಮಾತಾಡಿ ಬೇಗ ನಿರ್ಧಾರ ಮಾಡು. ಯಾಕೇಂದ್ರೆ ಗಂಡ ಹೆಂಡ್ತಿ ನಡುವೆ ತಿಕ್ಕಾಟ ಸರಿಯಲ್ಲ. ಬೇರೆಯವರ ಮನೆ ಹೆಣ್ಣು ತಂದು ಮನೆ ತುಂಬಿಸಿಕೊಂಡು ನಾವು ಅವಳ ಮನಸ್ಸು ನೋಯಿಸಬಾರದು. ಯಾವುದೇ ಹೆಣ್ಣು ಬಯಸುವ ನಾನು ನನ್ನ ಸಂಸಾರ ಎನ್ನುವ ಅಭಿಪ್ರಾಯದಲ್ಲಿ ತಪ್ಪು ಇಲ್ಲವೇ ಇಲ್ಲ. ಈ ವಿಚಾರದಲ್ಲಿ ನೀನು ನಳಿನಿ ಹೇಳಿದ ಹಾಗೆ ಕೇಳು. ಅವತ್ತು ಅವಳು ನನ್ನ ಮಾತೇ ಕಡೇದು, ಇಲ್ಲದಿದ್ದರೆ ವಿಚ್ಛೇದನ ಅಂತೆಲ್ಲ ಮಾತಾಡ್ತಿದ್ದಳು. ನಮ್ಮ ಸಂಪ್ರದಾಯದಲ್ಲಿ, ಕುಟುಂಬದಲ್ಲಿ ಒಂದು ಸಂಸಾರ ಗಟ್ಟಿಯಾಗಿ ನಿಲ್ಲಲು ತ್ಯಾಗ ಮಾಡಿದ ಉದಾಹರಣೆಗಳಿವೆಯೇ ಹೊರತು ಸಂಸಾರ ಒಡೆಯುವುದರ ಕುರಿತು ಯಾರೂ ಬಲವಂತ ಮಾಡಿದ ಉದಾಹರಣೆಗಳಿಲ್ಲ. ವಿಚ್ಛೇದನ ಮುಂತಾದುವು ನಮ್ಮ ಕುಟುಂಬಕ್ಕಲ್ಲ. ಒಂದು ವೇಳೆ ಹಾಗೇನಾದರೂ ಆಗಿಬಿಟ್ಟರೆ ಸತ್ತು ಸ್ವರ್ಗದಲ್ಲಿರುವ ನಿಮ್ಮಮ್ಮನಿಗೆ ಸ್ವಲ್ಪವೂ ನೆಮ್ಮದಿ ಇರಲ್ಲ" ಅಂದರು.

ಸುಬ್ಬು ಕೆಲವು ಸಮಯ ಸುಮ್ಮನೇ ಕೂತ. ಒಂದೆರಡು ಸಾರಿ ಅಪ್ಪನ ಮುಖ ನೋಡಿದ. ಏನೋ ಮಾತಾಡಬೇಕೆಂದು ಪ್ರಾರಂಭಿಸಿ ನಿಲ್ಲಿಸಿದ. ತಲೆ ಕೊಡವಿದ. ನಂತರ ಅಲ್ಲಿಯೇ ಅಪ್ಪನ ಕಾಲಿಗೆ ಬಿದ್ದು "ಅಪ್ಪಾ ನನ್ನನು ಕ್ಷಮಿಸಿ" ಅಂದ. ಮಗನ ಬೆನ್ನ ಮೇಲೆ ಕೈ ಹಾಕಿ "ನೀನೇನಾದರೂ ತಪ್ಪು ಮಾಡಿದ್ದರಲ್ಲವೇನೋ ಕ್ಷಮಿಸೋದು. ಇವೆಲ್ಲಾ ಲೋಕಾರೂಢಿ ಕಣೋ. ಹಾಗೆಲ್ಲಾ ಏನೂ ಅಂದ್ಕೊಬೇಡ. ನಳಿನಿ ಹೇಳಿದ ಹಾಗೆ ಕೇಳು, ಸಂಸಾರ ನೆಮ್ಮದಿಯಾಗಿರು" ಅಂದರು. ಮತ್ತೆ ಸುಬ್ಬು ತಲೆ ಕೊಡವಿದ. ಸ್ವಲ್ಪ ಸಮಯ ಅಪ್ಪ ಮಗನ ನಡುವೆ ಮೌನ.

ಸುಬ್ಬು ತಲೆಯಡಿಸಿ ಅಪ್ಪನ ಕಡೆ ನೋಡಿ "ಅಪ್ಪಾ ಈ ಊರಿನ ಹೊರವಲಯದಲ್ಲಿ ಹೊಸ ಬಡಾವಣೆ ತಲೆ ಎತ್ತುತ್ತಿದೆ. ನಾನೂ ನನ್ನ ಸ್ನೇಹಿತರೂ ಅಲ್ಲಿ ಮನೆ ಕೊಂಡಿದ್ದೇವೆ. ಅದು ಇನ್ನೇನು ಮುಗಿತಾ ಬಂದಿದೆ" ಅಂದ. ಮಗನ ಮಾತು ತುಂಡರಿಸಿ ಹಿರಿಯಣ್ಣನವರು "ನನಗೆ ಗೊತ್ತು

ಅದು. ಕಾಲ ಕಾಲಕ್ಕೆ ಅದರ ವಿಚಾರ ನೀನು ನನಗೆ ಹೇಳ್ತನೇ ಇದೀಯಲ್ಲ" ಅಂದರು. ಸುಬ್ಬು "ನನ್ನ ನಾಲ್ಕು ಜನ ಸ್ನೇಹಿತರು ಅಲ್ಲಿಗೆ ಶಿಫ್ಟ್ ಆಗ್ತಿದಾರೆ. ಅವರೆಲ್ಲಾ ನೀನೂ ಶಿಫ್ಟ್ ಆಗಿಬಿಡು ಎಲ್ಲಾ ಒಟ್ಟಿಗೇ ಇರೋಣ ಚನ್ನಾಗಿರುತ್ತೆ ಅಂತ ಒತ್ತಾಯ ಮಾಡುತ್ತಿದ್ದಾರೆ. ಅದು ಇಷ್ಟು ದೊಡ್ಡ ಮನೆಯಲ್ಲ. ನಾನು ನಳಿನಿ ಹತ್ತಿರ ನಾವೂ ಮಕ್ಕಳು ಅಲ್ಲಿಗೆ ಶಿಫ್ಟ್ ಆಗೋಣ. ಅಪ್ಪ ಇಲ್ಲೇ ಇರಲಿ, ಅಲ್ಲಿ ಬಂದರೆ ಅವರಿಗೆ ಬೇಜಾರಾಗುತ್ತೆ ಅಂದೆ. ಆದರೆ ನಳಿನೀದು ಒಂದೇ ಹಠ ನಾವೆಲ್ಲಿರ್ತೀವೋ ಅಪ್ಪನೂ ಅಲ್ಲೇ ಇರಬೇಕು, ಅಪ್ಪ ಎಲ್ಲಿರ್ತಾರೋ ನಾವೂ ಅಲ್ಲೇ ಇರಬೇಕು. ಚಿಕ್ಕ ಮನೆಯಾದರೇನು ಮಾವ ಹೊಂದ್ಕೊತಾರೆ ಅವರನ್ನೂ ಅಲ್ಲಿಗೆ ಕರ್ಕೊಂಡು ಹೋಗೋಣ ಅಂತಿದಾಳೆ. ಅಪ್ಪ ಅಲ್ಲಿಗೆ ಬಂದರೆ ತಮಗೂ ತೊಂದರೆ ಅಪ್ಪನಿಗೂ ಅಲ್ಲಿ ಯಾರೂ ಸ್ನೇಹಿತರಿಲ್ಲ, ಹತ್ತಿರ ದೇವಸ್ಥಾನ, ಪಾರ್ಕು ಇನ್ನೂ ಯಾವುದೂ ಬಂದಿಲ್ಲ. ಅವರಿಗೇ ಕಷ್ಟವಾಗುತ್ತೆ ಅಂತಿದೀನಿ. ಅದಿಕ್ಕೆ ನಳಿನಿ ಒಪ್ತಾನೇ ಇಲ್ಲ. ಇದೇ ವಿಚಾರಕ್ಕೆ ನಮ್ಮಿಬ್ಬರ ನಡುವೆ ತಿಕ್ಕಾಟ ಆಗುತ್ತಿರುವುದು. ಹಾಗೆ ನೋಡಿದರೆ ಬೇರೆ ಮನೆ ಮಾಡ್ಕೊಂಡು ಹೋಗಬೇಕು ಅಂತ ಅಂದ್ಕೊಂಡಿರೋದು ನಾನೇ ಹೊರತು ನಿನ್ನ ಸೊಸೆಯಲ್ಲ" ಅಂದ. ಸುಬ್ಬು ಮಾತು ಕೇಳಿ ಒಂದು ಕ್ಷಣ ಹಿರಿಯಣ್ಣನವರು ಮೂಕರಾದರು. ಇದೇನು ಮಗ ಹೇಳ್ತಿರೋ ಮಾತು. ಇವಳೇನು ನನ್ನ ಸೊಸೆಯೋ ಮಗಳೋ ಅನಿಸಿತು. ಕಣ್ಣಂಚಿನಲ್ಲಿ ನೀರು ಹರಿಯಿತು. ಮಗನ ಮುಖ ನೋಡಿದರು. ಇನ್ನೇನೂ ಮಾತಾಡಲಾರೆ ಅಂತ ಸುಬ್ಬು ತಂದೆಯ ಕೈ ಹಿಡಿದ.

"ನಿಮ್ಮಿಬ್ಬರ ಮಾತುಕತೆ ಕೇಳಿ ನಾನೇ ಅವಳನ್ನು ತಪ್ಪು ತಿಳ್ಕೊಂಡಿದ್ನಲ್ಲೋ, ಅವಳಲ್ಲಿ ಇಂಥಾ ಒಂದು ಉದಾತ್ತವಾದ ಭಾವನೆ ಇದೆ ಅಂತ ನನಗನಿಸಿರಲೇ ಇಲ್ಲ. ನಾನೇ ಅವಳನ್ನು ಬೇರೆ ತರಹ ಅರ್ಥ ಮಾಡಿಕೊಂಡಿದ್ದೆ. ನಡಿ ಮನೆಗೆ ಹೋಗೋಣ" ಅಂದು ಎದ್ದರು. ದಾರಿಯಲ್ಲಿ ನಾಳೆಯ ಪೂಜೆಗೆಂದು ಹೂವು ಕೊಂಡರು. ಎಷ್ಟೊತ್ತಿಗೆ ಮನೆಗೆ ಹೋದೇನೋ, ಎಷ್ಟೊತ್ತಿಗೆ ನಳಿನಿ ಜೊತೆ ಮಾತಾಡಿಯೇನೋ ಅನ್ನುವ ಆತುರ ಹಿರಿಯಣ್ಣನವರನ್ನು ಕಾಡುತ್ತಿತ್ತು. ದಾರಿಯುದ್ದಕ್ಕೂ ಸುಬ್ಬು ಕೂಡಾ ಮೌನವಾಗೇ ನಡೆದ.

ಕಾಲಿಂಗ್ ಬೆಲ್ ಒತ್ತಿದಾಗ ಮೊಮ್ಮಕ್ಕಳು ಬಂದು ಬಾಗಿಲು ತೆಗೆದರು. ಹಿಂದೆಯೇ ನಳಿನಿಯೂ ಬಂದಳು. ಹಿರಿಯಣ್ಣನವರು ಮನೆಯೊಳಕ್ಕೆ ಹೆಜ್ಜೆ ಇಡುವಾಗ ಅಡ್ಡ ಬಂದ ಮೊಮ್ಮಗನಿಂದಾಗಿ ತುಸು ಎಡವಿದರು. ಕೈಯಲ್ಲಿದ್ದ ಹೂವು ಎಗರಿ ಬಿತ್ತು. ಅದು ಬಿದ್ದದ್ದು ನಳಿನಿಯ ಕಾಲಿನ ಮೇಲೆ. ನಳಿನಿ ಗಾಬರಿಯಿಂದ ಹೂವು ಕೈಗೆ ತೆಗೆದುಕೊಂಡು ಕಣ್ಣಿಗೆ ಒತ್ತಿಕೊಂಡಳು. "ಮಾವಾ ಪೂಜೆಗೆಂದು ನೀವು ಹೂವು ತಂದಿದ್ರಿ ಆದರೆ ಅದು ನನ್ನ ಕಾಲು ಸೋಕಿದೆ. ಅದು ಪೂಜೆಗೆ ಯೋಗ್ಯವಲ್ಲ. ನಾನು ನಿಮಗೆ ಬೇರೆ ಹೂವು ತಂದುಕೊಡ್ತೀನಿ'

ಅಂದಳು. "ಬಿಡಮ್ಮ ಪರವಾಗಿಲ್ಲ. ಹೂವು ಎಲ್ಲಿಗೆ ಸೇರಬೇಕೋ ಅಲ್ಲಿಗೆ ಸೇರಿದೆ. ಅರಳೋ ಒಂದೊಂದು ಹೂವೂ ಎಲ್ಲಿ ಸೇರಬೇಕೆಂದು ಭಗವಂತ ನಿರ್ಣಯಿಸಿರ್ತಾನೆ. ಅದು ಅಲ್ಲಿಗೇ ಸೇರೋದು" ಅಂದರು. ಹಿರಿಯಣ್ಣನವರ ಮಾರ್ಮಿಕ ಮಾತು ನಳಿನಿಗೆ ಅರ್ಥ ಆಗಲಿಲ್ಲ.

ಹಿರಿಯಣ್ಣನವರು ಮೌನವಾಗಿ ಡೈನಿಂಗ್ ಕುರ್ಚಿಯಲ್ಲಿ ಕೂತರು. ಸುಬ್ಬುನೂ ಕೂತ. ನಳಿನಿ ತುಸು ದೂರದಲ್ಲಿ ನಿಂತಳು. ನೀರು ತುಂಬಿಕೊಂಡ ಕಣ್ಣಿನಿಂದ ಸೊಸೆಯನ್ನು ನೋಡಿ "ನನಗೆ ಮಗಳು ಇಲ್ಲ ಅನ್ನೋ ಕೊರತೆಯನ್ನು ನೀಗಿಸಿಬಿಟ್ಟೆಮ್ಮ. ಒಬ್ಬ ಸೊಸೆ ಹೀಗೂ ಕೂಡಾ ಚಿಂತಿಸಬಹುದು, ಮತ್ತು ಚಿಂತಿಸಬೇಕು ಅನ್ನೋದನ್ನು ಸಮಾಜಕ್ಕೆ ತೋರಿಸಿಕೊಟ್ಟೆ. ಮಗನೇ ಬೇರೆ ಮನೆ ಮಾಡೋಣ ಅಂದಾಗ ಅದನ್ನು ವಿರೋಧಿಸಿದ ಸೊಸೆ ಬಹುಶಃ ನೀನೊಬ್ಬಳೇ ಇರಬೇಕು. ನೀನು ಸಾಮಾನ್ಯಳಲ್ಲಮ್ಮ ದೇವತೆ, ದೇವತೆ" ಅಂದರು. ನಳಿನಿ ಮಾವನವರ ಹತ್ತಿರ ಬಂದು "ಮಾವಾ ನನ್ನನ್ನು ಸುಮ್ಮಸುಮ್ಮನೆ ಹೊಗಳಬೇಡಿ. ಇಲ್ಲಿ ನನ್ನದೇನೂ ಹೆಚ್ಚುಗಾರಿಕೆ ಇಲ್ಲ. ನಡೆಯೋಕೆ ಬರದಂತಹ ಮಕ್ಕಳನ್ನು ಸಮಾಜದಲ್ಲಿ ತಲೆಎತ್ತಿ ಗಟ್ಟಿಯಾಗಿ ನಿಲ್ಲುವಂತೆ ಮಾಡಿದ ತಂದೆತಾಯಿಯರನ್ನು ಅವರು ನಡೆಯಲಾರದಂಥ ಸ್ಥಿತಿಯಲ್ಲಿರುವ ಕಡೆಗಾಲದಲ್ಲಿ ಕೈ ಹಿಡಿದು ನಡೆಸುವ ಕರ್ತವ್ಯ ಪ್ರತಿಯೊಬ್ಬ ಮಕ್ಕಳದೂ. ಅಂಥಾ ಮಕ್ಕಳ ಕರ್ತವ್ಯಕ್ಕೆ ಬೆಂಬಲಿಸುವುದು ಎಲ್ಲರ ಕರ್ತವ್ಯ. ಅಂದು ಹೆಜ್ಜೆ ಹೆಜ್ಜೆಗೂ ನಮ್ಮನ್ನು ಕಣ್ಣು ರೆಪ್ಪೆಯಂತೆ ನೋಡಿಕೊಳ್ಳದೇ ಹೋಗಿದ್ದರೆ ನಾವು ಇಂದು ಹೀಗೆ ಇರೋದು ಸಾಧ್ಯವಿತ್ತೇ? ನನಗೆ ನನ್ನ ತಂದೆ ತಾಯಿ ಬೇರೆಯಲ್ಲ ನೀವು ಬೇರೆಯಲ್ಲ. ಕಡೆಯತನಕ ನಿಮ್ಮನ್ನು ಆದಷ್ಟೂ ಚನ್ನಾಗಿ ನೋಡಿಕೋಳ್ಳೋದು ನಮ್ಮ ಕರ್ತವ್ಯ. ಇದರಲ್ಲಿ ಲೋಪವಾದರೆ ಭಗವಂತ ನಮ್ಮನ್ನು ಮೆಚ್ಚೋಲ್ಲ ಮತ್ತು ನಮ್ಮ ಮಕ್ಕಳಿಗೆ ಒಳ್ಳೆಯದಾಗೋಲ್ಲ. ಸೊಸೆ ಸೊಸೆಯಾಗೇ ಚಿಂತಿಸಬೇಕು ಅವಳು ಮಗಳಾಗಬಾರದು ಅಂತಿಲ್ಲವಲ್ಲ. ನೀವು ಇರೋತನಕ ನಮ್ಮ ಜೊತೆಯೇ ಇರ್ತೀರ. ನಾವಿರೋತನಕ ನಿಮ್ಮನ್ನು ನಮ್ಮ ಜೊತೆಯೇ ಇಟ್ಕೊತೀವಿ. ಇದರಲ್ಲಿ ಎರಡು ಮಾತಿಲ್ಲ. ಹೊರವಲಯದ ಹೊಸ ಮನೆಗೆ ಹೋಗೋಣ ಅಂತ ನೀವು ಅಂದರೆ ಹೋಗೋಣ. ಇಲ್ಲಾ ಈ ಮನೇಲೇ ಇರೋಣ ಅಂದರೆ ಇಲ್ಲೇ ಇರೋಣ. ವಯಸ್ಸಾಗಿ ನಿಮ್ಮ ಕೈಲೇನೂ ಆಗಲ್ಲ ಅಂದಾಕ್ಷಣ ನಿಮ್ಮ ಮಾತಿಗೂ ಬೆಲೆಯಿಲ್ಲ ಅಂತಲ್ಲ. ನಿಮ್ಮ ಮಾತಿಗೆ ಎಂದೆಂದಿಗೂ ಬೆಲೆ ಇದ್ದೇ ಇದೆ, ನಾವು ನಿಮ್ಮ ಮಾತನ್ನು ಗೌರವಿಸಿಯೇ ಗೌರವಿಸುತ್ತೇವೆ" ಅಂದಳು.

ಬೇಡ ಬೇಡ ಅಂದರೂ ಬಹಳ ಹೊತ್ತು ಹಿರಿಯಣ್ಣನವರ ಕಣ್ಣು ತೇವವಾಗೇ ಇತ್ತು. ಗೋಡೆ ಸೇರಿಕೊಂಡಿರುವ ಹೆಂಡತಿಯ ಫೋಟೋ

ನೋಡಿ ಏಯ್, ಪಲ್ಲವಿ, ನೋಡಿದ್ಯೇನೇ ನಿನ್ನ ಸೊಸೆಯ ನಡವಳಿಕೆಯನ್ನ. ಅವಳು ಸೊಸೆ ಮಾತ್ರ ಅಲ್ಲ ಮಗಳೂ ಕಣೇ. ಇಂಥಾ ಮಗಳಂಥ ಸೊಸೆಯ ಆರೈಕೆ ಪಡೆಯಲು ನೀನು ಪುಣ್ಯ ಮಾಡಿರಲಿಲ್ವಲ್ಲೇ ಅಂದರು. ಗಂಡನ ಮನೆ ಬೆಳಗಲು ಬಂದ ಹೆಣ್ಣು ಮನೆಯವರೆಲ್ಲರ ಅದರಲ್ಲೂ ಹಿರಿಯರ ಮನ ಬೆಳಗಿದರೆ ಆ ಮನೆಯೇ ಸ್ವರ್ಗ ಅಂದುಕೊಂಡ ಹಿರಿಯಣ್ಣನವರು ನೀನು ನೂರು ವರ್ಷ ಚನ್ನಾಗಿ ಬಾಳಮ್ಮ ಅಂದು ಸೊಸೆಯನ್ನು ಮನಸಾರ ಹರಸಿದರು.

(ತರಂಗ, 05.08.2021)

ಬೆಂಕಿ ಬಿದ್ದ ಮನೆ ಮತ್ತು ಗಳ

ಅದೊಂದು ದೊಡ್ಡ ಬ್ಯಾಂಕಿನ ಕಛೇರಿ. ಕಟ್ಟಡದ ಮುಂದೆ ಸಾವಿರಾರು ಸಂಖ್ಯೆಯಲ್ಲಿ ಜನ ಸೇರಿದ್ದರು. ಕಾರಣ ಬ್ಯಾಂಕು ನಷ್ಟದಲ್ಲಿ ನಡೆಯುತ್ತಿದ್ದು ಗ್ರಾಹಕರು ಬ್ಯಾಂಕಿನಲ್ಲಿಟ್ಟ ಠೇವಣಿಗೆ ದೋಖಾ ಬೀಳುವುದರಲ್ಲಿತ್ತು. ಈಗ ಕೆಲವು ದಿವಸಗಳ ಹಿಂದೆ ಬ್ಯಾಂಕಿನ ವಿಚಾರವಾಗಿ ಪತ್ರಿಕೆಗಳಲ್ಲಿ ಆಗಾಗ ಸುದ್ದಿ ಬರುತ್ತಿತ್ತು. ಗ್ರಾಹಕರು ಬ್ಯಾಂಕಿಗೆ ಬಂದಾಗ ಈ ಕುರಿತು ವಿಚಾರಿಸಿದರೆ ಬ್ಯಾಂಕಿನವರು ಅದೆಲ್ಲಾ ಮಾಮೂಲೀ ನೀವೇನೂ ಹೆದರಿಕೊಳ್ಳಬೇಡಿ ಎನ್ನುವ ಸಮಜಾಯಿಷಿ ಸಿಕ್ಕಿತ್ತು. ಹೀಗಾದ ಮೇಲೂ ಅನೇಕ ಹಿರಿಯ ನಾಗರೀಕರು ಠೇವಣಿ ಇಟ್ಟಿದ್ದರು. ಆದರೆ ಈಗ ಅವರ ಅನುಮಾನಗಳೆಲ್ಲ ನಿಜವಾಗಿ ಗ್ರಾಹಕರು ಬ್ಯಾಂಕಿನಲ್ಲಿ ಇಟ್ಟಿದ್ದ ಠೇವಣಿ ಹಿಂದಕ್ಕೆ ಬರೋದು ಅನುಮಾನವಾಗಿತ್ತು. ಹೀಗಾಗಿಯೇ ಬ್ಯಾಂಕಿನ ಮುಂದೆ ಗ್ರಾಹಕರು ನೆರೆದಿದ್ದರು. ಅಯ್ಯೋ ರಾಮ ಈ ಠೇವಣಿಯಿಂದ ಬರೋ ಬಡ್ಡಿಯಿಂದಲೇ ನನ್ನ ಔಷಧ ಖರ್ಚು ಮನೆ ಖರ್ಚು ಎಲ್ಲ ನಡೀತಿತ್ತು ಇನ್ನು ಮುಂದೆ ಹೇಗಪ್ಪಾ ಅಂತ ಒಬ್ಬರೆಂದರೆ ಮತ್ತೊಬ್ಬರು ನನ್ನ ಮಗಳ ಮದುವೆಗೆ ಅಂತ ಇಟ್ಟಿದ್ದ ಹಣ ಈಗ ನನ್ನಿಂದ ದೂರವಾಗೋದರಲ್ಲಿದೆ. ನೆನ್ನೆ ಹೋಗಿ ನಾನು ಬೇಡಿಕೊಂಡರೂ ಅವರು ಈಗ ನಮ್ಮ ಕೈಲೇನೂ ಇಲ್ಲ. ಸಮಿತಿ ತೀರ್ಮಾನ ಮಾಡಬೇಕು ಅಂದುಬಿಟ್ಟರು. ಠೇವಣಿ ತಗೊಂಡೋರು ಈಗ ಹೀಗೆ ಬೇಜವಾಬ್ದಾರಿಯಿಂದ ನಡೆದುಕೊಂಡರೆ ಹೇಗೆ ಅಂದು ಪರಿತಪಿಸಿದರು. ಹೀಗೆ ಒಬ್ಬೊಬ್ಬರೂ ತಮ್ಮ ತಮ್ಮ ತಾಪತ್ರಯಗಳನ್ನು ತೋಡಿಕೊಳ್ಳುತ್ತಿದ್ದರು. ಇನ್ನೂ ಕೆಲವರು ಸಿಟ್ಟಿನಿಂದ ಬ್ಯಾಂಕಿನ ಸಿಬ್ಬಂದಿಗೆ ವಾಚಾಮಗೋಚರವಾಗಿ ಬೈಯುತ್ತಿದ್ದರು. ಕೇಸ್ ಹಾಕಿಬಿಡ್ತೀವಿ, ಪೊಲೀಸ್ ದೂರು ಕೊಡ್ತೀವಿ ಅಂತೆಲ್ಲ ಕೂಗಾಡುತ್ತಿದ್ದರು. ಆದರೆ ಅವರುಗಳ ಮೊರೆ ಗಾಳಿಯಲ್ಲಿ ತೇಲಿಹೋಗುತ್ತಿತ್ತು ಅಷ್ಟೆ. ಕೆಲವು ಹಿರಿಯ ನಾಗರೀಕರು ಪರಸ್ಪರ ಕಷ್ಟ ಸುಖ ಮಾತಾಡಿಕೊಳ್ಳುವಂತೆ ನೀವು ಎಲ್ಲಿ ಕೆಲಸ ಮಾಡ್ತಿದ್ರಿ, ಎಷ್ಟು ಇಟ್ಟಿದ್ರಿ, ಅಂತ ವಿಚಾರಿಸಿಕೊಳ್ಳುತ್ತಿದ್ದರು. ನನಗೆ ಬ್ಯಾಂಕಿನ ಅಧ್ಯಕ್ಷರೇ ಗೊತ್ತು ಆದರೆ ಅವರು ಮೊದಲು ಬನ್ನಿ ಸಾರ್ ಅಂತ ಪ್ರೀತಿಯಿಂದ ಕರೆದು ಮಾತಾಡಿಸಿ ಛೇಂಬರಿಗೆ ಕರೆದು ಕಾಫಿ ಕೊಡಿಸಿ ಕ್ಯಾಲೆಂಡರ್, ಡೈರಿ ಕೊಟ್ಟು ಕಳಿಸುತ್ತಿದ್ದರು. ಕಷ್ಟ ಸುಖ ಮಾತಾಡುತ್ತಿದ್ದರು.

ಮನೆ ಕಟ್ಟೋ ಸಾಲ ಬೇಕಾದರೆ ಬನ್ನಿ ನಿಮಗೆ ಕಡಿಮೆ ಬಡ್ಡಿ ದರದಲ್ಲಿ ಬೇಗ ಸಾಲ ಕೊಡಿಸ್ತೀನಿ ಅಂತಿದ್ರು. ನಿಮ್ಮ ನೆಂಟರಿಷ್ಟರಿಗೆ ಹೇಳಿ ನಮ್ಮ ಬ್ಯಾಂಕಿನಲ್ಲೇ ಠೇವಣಿ ಇಡಲಿ ಅಂತಿದ್ರು. ಆದರೆ ಈಗ ಅವರು ಮಾತಿಗೆ ಸಿಗೋದು ಹೋಗಲಿ ಕೈಗೇ ಸಿಗ್ತಿಲ್ಲ. ಯಾವಾಗ ಕೇಳಿದರೂ ಬಂದಿಲ್ಲ ಮೀಟಿಂಗಿಗೆ ಹೋಗಿದಾರೆ ಅಂತ. ನಾನು ಒಂದು ದಿನ ಅವರ ಮನೆಗೂ ಹೋದೆ. ಆದರೆ ಅವರ ಮನೆಯ ವಾಚ್ಮೆನ್ ನನ್ನನ್ನು ಗೇಟಿನ ಒಳಗೂ ಬಿಡಲಿಲ್ಲ. ಮನೆಯೊಳಗಿಂದ ಯಾರೋ ಹೊರಬಂದು ಅವರು ಊರಲ್ಲಿಲ್ಲ ಅಂತ ಹೇಳಿ ಬಾಗಿಲು ಹಾಕಿಕೊಂಡರು. ಅಲ್ಲಾ ಸ್ವಾಮಿ ನನ್ನ ಸ್ವಂತ ಸಂಪಾದನೆಯ ಹಣವನ್ನು ಇವರ ಬ್ಯಾಂಕಿನಲ್ಲಿ ಠೇವಣಿ ಇಟ್ಟಿದ್ದು ಈ ತರಹದ ಮರ್ಯಾದೆ ಪಡೆಯೋಕಾ ಅಂತ ಬೇಜಾರು ಮಾಡಿಕೊಂಡರು.

ಕೇವಲ ಅದೇ ಊರಿನವರೇ ಅಲ್ಲದೆ ಬೇರೆ ಬೇರೆ ಊರುಗಳಿಂದಲೂ ಜನ ಬರಲಾರಂಭಿಸಿದರು. ಬ್ಯಾಂಕಿನ ಮುಂದೆ ನಿಂತು ಗಲಾಟೆ ಮಾಡೋದು ನಿತ್ಯದ ಕೆಲಸವಾಗಿಹೋಯ್ತು. ವಿಷಯ ಪತ್ರಿಕೆಗಳಲ್ಲಿ ಬಂದಿದ್ದರಿಂದ ರಾಜ್ಯದ ಯಾವ್ಯಾವ ಭಾಗಗಳಿಂದ ಜನ ಠೇವಣಿ ಇಟ್ಟಿದ್ದರೋ ಅವರೆಲ್ಲಾ ಬರಲಾರಂಭಿಸಿದರು. ಒಟ್ಟಿನಲ್ಲಿ ಜನರಿಗೆ ಅನಿಶ್ಚಿತತೆ ಶುರುವಾಯ್ತು. ಕೆಲವರು ಎದೆ ನೋವು ಎಂದು ಆಸ್ಪತ್ರೆ ಸೇರಿದರು. ಕೆಲವರು ಖಿನ್ನತೆಗೆ ಜಾರಿ ಮನೆಲೇ ಕೂತರು.

ಒಂದು ವಾರವಾದರೂ ಬ್ಯಾಂಕಿನ ಸ್ಥಿತಿಗತಿ ಬಗೆಗೆ ಏನೂ ತಿಳಿಯಲಿಲ್ಲ. ಬ್ಯಾಂಕಿನವರು ಮಾತ್ರ ತುಟಿ ಬಿಚ್ಚುತ್ತಿರಲಿಲ್ಲ. ಈ ನಡುವೆ ಬ್ಯಾಂಕಿನ ಹೊರಗೆ ನಿಂತು ಮಾತಾಡಿಕೊಳ್ಳುತ್ತಿದ್ದೋರು ಇವರಿಗೆಲ್ಲ ಹೀಗೆ ಕೇಳಿದರೆ ಪ್ರಯೋಜನವಿಲ್ಲರೀ, ಲಾಯರ್ ನೋಟೀಸ್ ಕೊಡಿಸ್ತೀನಿ, ಬಡ್ಡಿಮಕ್ಕಳು ಆಗ ಉತ್ತರ ಕೊಡಲೇಬೇಕಾಗುತ್ತೆ ಅಂದರು. ಇನ್ನೊಬ್ಬರು ಒಬ್ಬರು ಮಾತ್ರ ಲಾಯರ್ ನೋಟೀಸ್ ಕೊಟ್ಟರೆ ಏನು ಪ್ರಯೋಜನ. ಎಲ್ಲರೂ ಒಟ್ಟಾಗಿ ಕೊಡಬೇಕು. ಅದಕ್ಕೆ ಒಂದು ಅಸೋಸಿಯೇಷನ್ ಪ್ರಾರಂಭಿಸಬೇಕು. ಇವೆಲ್ಲ ಆದರೂ ಹಣ ಬರೋದು ಮಾತ್ರ ಖಾತರಿ ಇಲ್ಲ ಅಂದರು.

ನಡುವಯಸ್ಸಿನ ಇಬ್ಬರು ಅಲ್ಲಿದ್ದ ಹಿರಿಯ ನಾಗರೀಕರಿಗೆ ನೋಡಿ ಸ್ವಾಮಿ ನಿಮ್ಮಲ್ಲಿ ಯಾರಾದರೂ ಸಂಜೆ ಗೋಪಿ ಸರ್ಕಲ್ ಹತ್ತಿರ ಬನ್ನಿ ಅಲ್ಲಿ ನಮ್ಮ ಆಫೀಸಿದೆ. ನಾವು ಲಾಯರನ್ನು ಸಂಪರ್ಕಿಸಿದ್ದೀವಿ. ಅವರು ಬಹಳ ದೊಡ್ಡ ಕ್ರಿಮಿನಲ್ ಲಾಯರು. ಕೇವಲ ಆರೇ ತಿಂಗಳಲ್ಲಿ ನಿಮ್ಮ ಸಮಸ್ಯೆ ಬಗೆಹರಿಸಿ ನಿಮಗೆಲ್ಲಾ ದುಡ್ಡು ಹಿಂದಿರುಗಿಸುವಂತೆ ಮಾಡುತ್ತೇನೆ ಅಂದಿದ್ದಾರೆ. ನೀವು ಬನ್ನಿ ಎಲ್ಲಾ ವಿಚಾರಿಸೋಣ ಅಂದರು. ಕೆಲವು ಹಿರಿಯ ನಾಗರೀಕರಿಗೆ ಎಲ್ಲೋ ಒಂದು ಬೆಳಕು ಕಂಡಂತಾಯಿತು.

ಸಂಜೆ ಆರರ ಸುಮಾರಿಗೆ ಒಂದು ಆರು ಜನ ಹಿರಿಯ ನಾಗರೀಕರು ಗೋಪಿ ಸರ್ಕಲ್ ಬಳಿ ಬಂದರು. ಅಲ್ಲಿದ್ದವರು ಇವರನ್ನು ಗುರುತಿಸಿ ಬನ್ನಿ ಬನ್ನಿ ಅಂದು ಒಂದು ಸಣ್ಣ ಆಫೀಸಿನಂತಹ ಜಾಗಕ್ಕೆ ಕರೆದುಕೊಂಡು ಹೋಗಿ ಕೂರಿಸಿ ಕಾಫಿ ಕೊಡಿಸಿದ ನಂತರ ಹೇಳಿದರು. ಈಗ ತಾನೇ ಲಾಯರು ಯಾರೋ ಕಕ್ಷಿದಾರರು ಕರೆದರು ಅಂತ ಹೋಗಿದಾರೆ. ನಾವು ಅವರ ಹತ್ತಿರ ಎಲ್ಲ ಮಾತಾಡಿದ್ದೀವಿ. ಒಂದು ಅಸೋಸಿಯೇಷನ್ ಈಗಾಗಲೇ ಪ್ರಾರಂಭ ಮಾಡಿದಾರೆ. ಅದರ ಪ್ರಕಾರ ಠೇವಣಿ ಇಟ್ಟಿರುವ ಎಲ್ಲರೂ ಒಂದು ಅರ್ಜಿ, ಠೇವಣಿ ರಸೀದಿಯ ನಕಲು ಪ್ರತಿ, ಜೊತೆಗೆ ಆಫೀಸ್ ಖರ್ಚು, ಕೋರ್ಟಿನ ಖರ್ಚು, ಲಾಯರ ಖರ್ಚು ಇತ್ಯಾದಿಗಳನ್ನು ನೋಡಿಕೊಳ್ಳುವುದಕ್ಕೆ ಒಬ್ಬೊಬ್ಬರೂ ಹತ್ತು ಸಾವಿರ ರೂಪಾಯಿ ಕೊಡಬೇಕು. ಎಲ್ಲರಿಗೂ ಈ ಹಣವನ್ನು ನಾವು ಕೇಸ್ ಗೆದ್ದ ನಂತರ ಹಿಂದಿರುಗಿಸಲಾಗುವುದು. ನಾವು ಕೋರ್ಟಿನಲ್ಲಿ ಕೇಸ್ ಗೆದ್ದ ಮೇಲೆ ಕೋರ್ಟಿನ ಆದೇಶದ ಮೇರೆಗೆ ಅವರು ನಮ್ಮ ಕೋರ್ಟಿನ ಖರ್ಚನ್ನೆಲ್ಲ ಹಿಂದಿರುಗಿಸಬೇಕು. ಅವರು ಹಾಗೆ ಹಿಂದಿರುಗಿಸಿದ ಹಣವನ್ನು ನಿಮಗೆಲ್ಲಾ ಹಿಂದಿರುಗಿಸುತ್ತೇವೆ. ಅಲ್ಲಿಗೆ ನಿಮ್ಮ ಕೈಯಿಂದ ಒಂದು ನಯಾಪೈಸೆಯೂ ಖರ್ಚು ಇಲ್ಲದೇ ನಿಮ್ಮ ಹಣ ಹಿಂದಿರುಗಿ ಬರುತ್ತದೆ. ಇದು ನಮ್ಮ ಪ್ರಪೋಸಲ್. ಇದಕ್ಕೆ ಯಾರ ಬಲವಂತವೂ ಇಲ್ಲ. ಯಾರು ಬೇಕಾದರೂ ಸಮ್ಮತಿಸಬಹುದು. ಇಲ್ಲ ನಮ್ಮ ವಿಚಾರ ನಾವೇ ನೋಡಿಕೊಳ್ಳುತ್ತೇವೆ ಎಂದರೆ ನಮ್ಮದೇನೂ ಅಭ್ಯಂತರವಿಲ್ಲ. ಎಷ್ಟು ಜನ ಬರುತ್ತಾರೋ ಅವರ ಪರವಾಗಿಯೇ ಹೋರಾಟ ಮಾಡುತ್ತೇವೆ ಎಂದರು.

ಇದ್ದ ಆರೂ ಜನ ಹಿರಿಯ ನಾಗರೀಕರು ಪರಸ್ಪರ ಮುಖ ನೋಡಿಕೊಂಡು ನಾವು ನಾಳೆ ಬಂದು ತಿಳಿಸ್ತೀವಿ ಅಂದರು. ಹಾಗೇ ಆಗಲಿ ಅಂತ ಅವರು ಅಂದ ಮೇಲೆ ಎಲ್ಲರೂ ಹಿಂದಿರುಗಿದರು. ಹೋಟೆಲಿನಲ್ಲಿ ಕಾಫಿ ಕುಡಿತಾ ಇದೊಂದು ತರಹ ಒಳ್ಳೆ ವಿಚಾರ ಅನಿಸುತ್ತೆ ಅಂದರು. ಇನ್ನೊಬ್ಬರು ಅಲ್ಲಾ ಈಗ ನಾವು ಲಕ್ಷಗಟ್ಟಲೆ ಕಳೆದುಕೊಂಡಂತಾಗಿದೆ ಅದರ ಮೇಲೆ ಮತ್ತೆ ಹತ್ತು ಸಾವಿರಾನಾ ಅಂತ ರಾಗ ಎಳೆದರು. ಮತ್ತೊಬ್ಬರು ಈಗೇನು ಕೋರ್ಟು, ಲಾಯರು ಖರ್ಚು ಕಡಿಮೆ ಅಂದ್ಕೊಂಡಿದೀರ. ಅಷ್ಟಕ್ಕೂ ಈಗಿನ ಕಾಲದಲ್ಲಿ ಹತ್ತು ಸಾವಿರಕ್ಕೆ ಏನು ಬರುತ್ತೆ ಹೇಳಿ. ಒಂದು ಕುಟುಂಬ ಭಾನುವಾರ ದೊಡ್ಡ ಹೋಟೆಲಿಗೆ ಹೋದರೆ ಅಷ್ಟು ದುಡ್ಡು ಒಂದೇ ಸಾರಿ ಖರ್ಚಾಗುತ್ತೆ. ಅದೂ ಅಲ್ಲದೇ ಈಗ ಹತ್ತು ಸಾವಿರ ಕೊಟ್ಟರೆ ಅದು ನಮಗೆ ಹಿಂದಿರುಗಿ ಬಂದೇ ಬರುತ್ತೆ. ಏಕೆಂದರೆ ನಮ್ಮ ಕೇಸ್ ನಾವೇ ಗೆಲ್ಲೋದು ಖಚಿತ. ಬ್ಯಾಂಕಿನವರು ಮೋಸ ಮಾಡಿದಾರೆ ಅನ್ನೋದು ಕನ್ನಡಿಯಷ್ಟೇ ಸ್ಪಷ್ಟವಾಗಿದೆ. ನಾನು ಮನೇಲಿ ಒಂದು ಮಾತು ಕೇಳಿ ನಂತರ ಇವರಿಗೆ ಅರ್ಜಿ ಕೊಡ್ತೀನಿ ಅಂದರು.

ಮರುದಿನ ಬ್ಯಾಂಕಿನ ಮುಂದೆ ಈ ಅಸೋಸಿಯೇಷನ್ ವಿಚಾರವೇ. ಅಸೋಸಿಯೇಷನ್ ವಿಚಾರ ಪ್ರಸ್ತಾಪ ಮಾಡಿದ ಇಬ್ಬರೂ ಅಲ್ಲಿದ್ದರು. ಎಲ್ಲರೂ ಅವರನ್ನು ಮುತ್ತಿಕೊಂಡು ವಿಚಾರಿಸುವವರೇ. ಆಗ ಅವರು ನಾವೇನೂ ಹೊರಗಿನವರಲ್ಲ ನಾವೂ ಇಲ್ಲಿ ಠೇವಣಿ ಇಟ್ಟಿರೋರೇ. ನಮ್ಮದೂ ಲಕ್ಷ ಲಕ್ಷ ತಗುಲಿಹಾಕಿಕೊಂಡಿದೆ. ಬರೀ ನಾವೇ ಯಾಕೆ ಹೋರಾಡಬೇಕು ಎಲ್ಲರೊಟ್ಟಿಗೂ ಹೋರಾಡೋಣ ಅಂತ ಹೇಳಿದೀವಿ ಅಷ್ಟೆ. ಯಾರಿಗೂ ಬಲವಂತವಿಲ್ಲ ಎಂದರು. ಅಸೋಸಿಯೇಷನ್ ವಿಚಾರವಾಗಿ ಗುಸುಗುಸು ಪ್ರಾರಂಭವಾಯಿತು. ಒಂದೆರಡು ದಿನ ಯಾರೂ ಅಸೋಸಿಯೇಷನ್ ಕಡೆ ಬರಲಿಲ್ಲ.

ಒಂದು ವಾರ ಕಳೆದ ಮೇಲೆ ಒಂದಿಬ್ಬರು ಬಂದು ಸರ್ ತಗೊಳ್ಳಿ ನಮ್ಮ ಅರ್ಜಿ, ಠೇವಣಿ ರಸೀದಿ, ಹತ್ತು ಸಾವಿರ ರೂಪಾಯಿ ಅಂದು ಕೊಟ್ಟರು. ಅದಕ್ಕೆ ರಸೀದಿಯನ್ನು ಪಡೆದುಕೊಂಡರು. ಹೀಗೆ ಒಬ್ಬೊಬ್ಬರೇ ಬರಲಾರಂಭಿಸಿದರು. ಒಂದೆರಡು ದಿನ ಆದ ಮೇಲೆ ಒಬ್ಬರು ಕರಿಕೋಟಿನವರು ಬ್ಯಾಂಕಿನ ಮುಂದೆ ಬಂದು ಅಲ್ಲಿ ನೆರೆದಿದ್ದ ಠೇವಣಿದಾರರಿಗೆ ಧೈರ್ಯ ಹೇಳುತ್ತಾ ನಾನು ಮೈಸೂರಿನಲ್ಲಿ ಇದೇ ತರಹದ ಒಂದು ಕೇಸ್ ನಡೆಸಿದ್ದೆ. ತುಮಕೂರಿನಲ್ಲೂ ಒಂದು ಕೇಸ್ ಆಗಿತ್ತು. ಇವೆರಡೂ ಕೇಸ್ ಗೆದ್ದಾದ ಮೇಲೆ ನನ್ನನ್ನು ಕೆಲವರು ಚೆನ್ನೈಗೂ ಕರೆದುಕೊಂಡು ಹೋದರು. ಅಲ್ಲಿಯೂ ಒಂದು ಕೇಸ್ ಹೀಗೇ ಆಗಿತ್ತು. ನಾನು ಹೀಗೆ ಹೇಳಿದರೆ ನೀವು ನಂಬಲಿಕ್ಕಿಲ್ಲ ಈ ಮೂರೂ ಕೇಸುಗಳನ್ನು ನಾನು ಗೆದ್ದುಕೊಟ್ಟಿದ್ದೀನಿ. ಈ ಬ್ಯಾಂಕಿನ ವಿಚಾರದಲ್ಲೂ ಅಷ್ಟೆ. ಏಕೆಂದರೆ ಮೋಸ ಆಗಿರೋದು ನಿಮಗೆ, ಇದರಲಿ ನಿಮ್ಮ ವಿರುದ್ಧವಾದದ್ದು ಏನೂ ಇಲ್ಲ. ಮೋಸ ಮಾಡಿರೋರು ಎದುರಿಗೇ ಇದಾರೆ. ಇದು ನ್ಯಾಯಾಲಯದ ಕಣ್ಣಿಗೆ ಕಾಣುತ್ತೆ. ಹೀಗಾಗಿ ನಿಮ್ಮ ದುಡ್ಡು ನಿಮಗೆ ವಾಪಸ್ ಬರೋದರಲ್ಲಿ ಅನುಮಾನವೇ ಇಲ್ಲ ಅಂದರು. ಎಲ್ಲರಿಗೂ ಅದೇನೋ ಭರವಸೆಯ ಧ್ವನಿಯಂತೆ ಕಂಡಿತು.

ಅಸೋಸಿಯೇಷನ್ ಮಾಡುತ್ತಿರುವ ವಿಚಾರ ತಿಳಿದ ಬ್ಯಾಂಕಿನವರು ಯಾರದು ಬರಹೇಳಿ ಅಂದು ಬರಹೇಳಿದರು. ಅಸೋಸಿಯೇಷನ್ ಪ್ರಾರಂಭ ಮಾಡುವುದರ ವಿರುದ್ಧ ಎಚ್ಚರಿಸಿದರು. ಏನೋ ಬ್ಯಾಂಕು ಈಗ ತೊಂದರೇಲಿ ಇದೆ. ಇದು ಹೀಗೇ ಇರುತ್ತೆ ಅನ್ನೋಕಾಗಲ್ಲ. ನಾವೂ ಪ್ರಯತ್ನ ಮಾಡ್ತಿದೀವಿ. ಎಲ್ಲ ಠೇವಣಿದಾರರಿಗೂ ಅವರವರ ಹಣ ಹಿಂದಿರುಗಿಸುವ

ಜವಾಬ್ದಾರಿ ನಮ್ಮದು. ಏನೋ ಸ್ವಲ್ಪ ತಡ ಆಗಬಹುದು. ಯಾರೂ ಹೆದರಬೇಕಾಗಿಲ್ಲ. ಯಾರೂ ಆತ್ಮಹತ್ಯೆ ಮಾಡಿಕೊಳ್ಳಬೇಕಾಗಿಲ್ಲ ಅಂದರು. ಅದಕ್ಕೆ ನೀವು ಏನಾದರೂ ಮಾಡಿ ಸ್ವಾಮಿ ಅಸೋಸಿಯೇಷನ್ ಮಾಡಿ ಹೊರಾಡೋದು

ನಮ್ಮ ಹಕ್ಕು ನಾವು ಹೋರಾಡ್ತೀವಿ. ಈಗ ನಮಗೆ ಹೇಳಿದ್ದನ್ನು ಕೇಸ್ ಬಂದಾಗ ಕೋರ್ಟಿಗೆ ಬಂದು ನೀವು ಯಾವತ್ತು ಎಲ್ಲರ ಹಣ ಹಿಂದಿರುಗಿಸುತ್ತೀರ ಅನ್ನೋದನ್ನು ಮುಚ್ಚಳಿಕೆ ಬರೆದುಕೊಡಿ ಅಂದು ಹೊರಟುಹೋದರು.

ಇದೆಲ್ಲಾ ಆದ ಮೇಲೆ ಕ್ರಮೇಣ ಜನ ಬ್ಯಾಂಕಿನ ಮುಂದೆ ಬಂದು ಜಮಾಯಿಸೋದು ಕಡಿಮೆ ಆಯಿತು. ಸುಮಾರು ಜನ ಅಸೋಸಿಯೇಷನ್ ಬಳಿ ಬಂದು ಅವರವರ ಅರ್ಜಿ, ಠೇವಣಿ ರಸೀತಿ ನಕಲು, ಹತ್ತು ಸಾವಿರ ರೂಪಾಯಿ ಕೊಟ್ಟು ಹೋಗುತ್ತಿದ್ದರು. ಒಬ್ಬರು ತುಂಬಾ ವಯಸ್ಸಾದವರು ಬಂದು ನೋಡಿ ಸ್ವಾಮಿ ನಾನು ಹೀಗೆ ಕೇಳ್ತಿದೀನಿ ಅಂತ ತಪ್ಪು ತಿಳ್ಕೊಬೇಡಿ. ನಮ್ಮ ಹಣ ನಮಗೆ ವಾಪಸ್ ಬರುತ್ತೆ ತಾನೇ ಅಥವಾ ಹೋದ ಹಣದ ಜೊತೆ ಈ ಹತ್ತು ಸಾವಿರ ರೂಪಾಯಿಯೂ ಹೋಗುತ್ತಾ ಅಂತ ಕೇಳಿದರು. ಅನುಮಾನನೇ ಬೇಡ ಯಜಮಾನರೇ ನಿಮ್ಮ ಠೇವಣಿ ಬಡ್ಡಿ ಸಮೇತ ಹಿಂದಿರುಗುತ್ತೆ, ಜೊತೆಗೆ ಈ ಹತ್ತು ಸಾವಿರ ರೂಪಾಯಿಯೂ. ಆದರೆ ಈ ಹತ್ತು ಸಾವಿರ ರೂಪಾಯಿಗೆ ಬಡ್ಡಿ ಬರಲ್ಲ ಅಷ್ಟೆ. ಏಕೆಂದರೆ ಇದನ್ನು ತೀರ್ಮಾನ ಮಾಡೋದು ಕೋರ್ಟು. ಕೋರ್ಟಿನ ತೀರ್ಮಾನಕ್ಕೆ ನಮ್ಮ ಬಳಿ ದುಡ್ಡಿಲ್ಲ ಅಂದರೆ ಕೋರ್ಟೇ ಬ್ಯಾಂಕಿನ ಆಸ್ತಿಯನ್ನು ಹರಾಜು ಹಾಕಿ ನಿಮಗೆಲ್ಲ ದುಡ್ಡು ಕೊಡಿಸುತ್ತೆ. ಅಷ್ಟು ತಾಕತ್ತು ಕೋರ್ಟಿಗಿದೆ. ನಾವು ಕೋರ್ಟಿಗೆ ಹೋದರೆ ಬ್ಯಾಂಕಿನವರು ಬಗ್ಗಲೇ ಬೇಕು ಅಂದ್ರು. ಹಿರಿಯರಿಗೆ ಧೈರ್ಯ ಬಂತು.

ಸುಮಾರು ಜನ ಬಂದು ಅವರವರ ಅರ್ಜಿ ಕೊಟ್ಟು ಹೋದ ನಂತರ ಒಂದು ದಿನ ಅಲ್ಲಿದ್ದ ಇಬ್ಬರು ಸರಿಯಾಗಿ ನೋಡಪ್ಪ ಎಷ್ಟು ಅರ್ಜಿ ಬಂದಿದೆ, ಹಣ ಎಷ್ಟು ಬಂದಿದೆ ಅಂತ ಪರಸ್ಪರ ವಿಚಾರಿಸಿಕೊಂಡರು. ಒಬ್ಬ ಹೇಳಿದ ಒಟ್ಟು ಇಪ್ಪತ್ತೆರಡು ಲಕ್ಷ ಬಂದಿದೆ. ಐನೂರಕ್ಕೂ ಹೆಚ್ಚು ಅರ್ಜಿಗಳು ಬಂದಿವೆ. ಅದರಲ್ಲಿ ಅನೇಕರು ದುಡ್ಡು ಕೊಟ್ಟಿಲ್ಲ ಅಂದ. ಅದಕ್ಕೆ ಇನ್ನೊಬ್ಬ ಸಾಕು ಬಿಡು. ಈ ಬ್ಯಾಂಕಿನಲ್ಲಿ ನಾನು ಹನ್ನೆರಡು ಲಕ್ಷ ಡಿಪಾಸಿಟ್ ಇಟ್ಟಿದ್ದೆ. ನೀನು ಹತ್ತು ಲಕ್ಷ ಇಟ್ಟಿದ್ದೆ. ಅಲ್ಲಿಗೆ ನಮ್ಮಿಬ್ಬರ ಹಣ ಹಿಂದಕ್ಕೆ ಬಂದ ಹಾಗಾಯಿತು. ಇನ್ನು ಯಾವ ಠೇವಣಿದಾರರ ದುಡ್ಡೂ ನಮಗೆ ಬೇಡ. ನಡಿ ಇವತ್ತೇ ಇಲ್ಲಿಂದ ಹೊರಡೋಣ. ನಾಳೆ ನಮ್ಮೂರಿಗೆ ಹೊರಟು ಹೋಗೋಣ ಇನ್ನು ಈ ಕಡೆ ತಲೆ ಹಾಕೋದು ಬೇಡ. ಅಲ್ಲಿಂದಲೇ ವಿಚಾರಿಸುತ್ತಿರೋಣ. ಒಂದು ವೇಳೆ ಎಲ್ಲವೂ ಸರಿಯಾಗಿ ಮುಂದೊಂದು ದಿನ ನಮ್ಮ ಠೇವಣಿ ವಾಪಸ್ ಬಂದರೆ ಬರಲಿ ಬರದೇ ಇದ್ದರೆ ಬೇಡ. ನಮ್ಮ ಹಣವನ್ನು ಹಿಂದಕ್ಕೆ ಪಡೆಯುವ ಒಂದು ಉಪಾಯ ನಮಗೆ ಹೊಳೆದಿದ್ದು. ಅದನ್ನು ಅಚ್ಚುಕಟ್ಟಾಗಿ ನಾವು ನಿಭಾಯಿಸಿದ್ದು ಸಾರ್ಥಕ ಆಯಿತು. ಅಂದು ಒಂದೇ ಅಂಕಣದ ಆಫೀಸಿನಂತಹ ಜಾಗಕ್ಕೆ ಬೀಗವನ್ನೂ ಹಾಕದೇ ಹೊರಟುಹೋದರು.

ಅರ್ಜಿ ಕೊಟ್ಟ ತಕ್ಷಣ ವಿಚಾರಿಸುವುದೇನು ಅಂದು ಅನೇಕರು ಅಸೋಸಿಯೇಷನ್ ಇದ್ದ ಜಾಗಕ್ಕೂ ಬರಲಿಲ್ಲ. ಬ್ಯಾಂಕಿನ ಬಳಿಯೂ ಹೋಗಲಿಲ್ಲ. ಸುಮಾರು ಒಂದು ತಿಂಗಳಾದ ಮೇಲೆ ಒಂದಿಬ್ಬರು ಹಿರಿಯ ನಾಗರೀಕರು ಅಸೋಸಿಯೇಷನ್ ಬಳಿ ಬಂದಾಗ ಅಲ್ಲಿ ಬೇರೆಯೇ ಆಫೀಸು ಇತ್ತು. ಏನು ಸ್ವಾಮಿ ಇಲ್ಲಿ ಅಸೋಸಿಯೇಷನ್ ಇತ್ತಲ್ಲ ಎಲ್ಲಿ ಅಂತ ಕೇಳಿದರೆ ಅವರು ಯಾವ ಅಸೋಸಿಯೇಷನ್ ಅಂದು ಕೇಳಿದರು. ಬ್ಯಾಂಕಿನ ಠೇವಣಿದಾರರ ಅಸೋಸಿಯೇಷನ್ ಇತ್ತಲ್ಲ ಅಂತ ಕೇಳಿದರೆ ಅದು ನಮಗೆ ಗೊತ್ತಿಲ್ಲ ನಾವು ಇಲ್ಲಿ ಬಾಡಿಗೆಗೆ ಬಂದು ಹತ್ತು ದಿನಗಳಾದವು ಅಂದರು. ಅಯ್ಯೋ ದೇವರೇ ಈಗ ಯಾರನ್ನು ಕೇಳೋದು ಅಂತ ಚಿಂತಿಸಿದರು. ಇನ್ನು ಇಲ್ಲಿ ನಿಂತು ಪ್ರಯೋಜನವಿಲ್ಲ ಅಂತ ಮನೆಗೆ ಬಂದು ಅಸೋಸಿಯೇಷನ್‌ನವರು ಕೊಟ್ಟ ರಸೀತಿಯಲ್ಲಿದ್ದ ಫೋನ್ ನಂಬರ್‌ಗೆ ಫೋನ್ ಮಾಡೋಣ ಅಂದರೆ ಅದರಲ್ಲಿ ಫೋನ್ ನಂಬರೇ ಇಲ್ಲ. ಅಯ್ಯೋ ಎಂಥಾ ಕೆಲಸ ಆಯ್ತು ನಾವು ನೋಡ್ಕೊಳ್ಳೇ ಇಲ್ವಲ್ಲ ಅಂತ ಪೇಚಾಡಿಕೊಂಡರು.

ಮರುದಿನ ಬ್ಯಾಂಕಿನ ಬಳಿ ಬಂದಾಗ ಅಲ್ಲಿದ್ದ ಸುಮಾರು ಹಿರಿಯ ನಾಗರೀಕರು ನಾವು ಮತ್ತೊಂದು ಸಾರಿ ಮೋಸ ಹೋದೆವು ಕಣ್ರೀ. ಅವರ ಮಾತು ಕೇಳಿ ಹತ್ತು ಸಾವಿರ ಕೊಡಬಾರದಾಗಿತ್ತು. ಅವರು ಯಾರೋ ಏನೊ, ರಸೀತಿಯಲ್ಲೂ ಫೋನ್ ನಂಬರ್ ಇಲ್ಲ. ಅಸೋಸಿಯೇಷನ್ನೂ ಇಲ್ಲ. ಅವರು ನಮಗೆ ಒಂದು ಕಾರ್ಡ್ ಕೊಟ್ಟಿದ್ದರು. ಅದರಲ್ಲಿ ಫೋನ್ ನಂಬರ್ ಇದೆ ಆದರೆ ಯಾರೋ ಫೋನ್ ರಿಸೀವ್ ಮಾಡೋದೇ ಇಲ್ಲ ಅಂದರು. ಈ ವಿಚಾರವಾಗಿ ಪೊಲೀಸ್ ಸ್ಟೇಷನ್ನಿಗೆ ಹೋಗಿ ದೂರು ಕೊಡೋಣ ಅಂತ ಹೋದರೆ ಇದು ನಮ್ಮ ಏರಿಯಾಕ್ಕೆ ಬರಲ್ಲ ಅಂತ ನಾಲ್ಕೈದು ಪೊಲೀಸ್ ಸ್ಟೇಷನ್ ಅಲೆಸಿದರು. ಕಡೆಗೂ ಒಂದು ಪೊಲೀಸ್ ಸ್ಟೇಷನ್ನಿಗೆ ಹೋದಾಗ ಅಲ್ಲಿದ್ದ ಅಧಿಕಾರಿ ರೀ ಯಜಮಾನರೇ ನಿಮಗೆ ಸುಮ್ಮನೇ ಮನೇಲಿ ಇರೋಕೆ ಆಗಲ್ವೇನ್ರೀ ಸುಮ್ ಸುಮ್ನೆ ಎಲ್ಲೆಲ್ಲೋ ಹೋಗಿ ತಗುಲಿ ಹಾಕ್ಕೊಳೋದು ಆಮೇಲೆ ಇಲ್ಲಿ ಬಂದು ಗೋಳಾಡೋದು. ನಮಗೇನು ಮಾಡಕ್ಕೆ ಬೇರೆ ಕೆಲಸ ಇಲ್ಲ ಅಂದ್ಕೊಂಡ್ರಾ ಅಂತ ಗದರಿದರು. ನಂತರ ಬೇಜಾರಿನಿಂದ ನಿಮ್ಮ ದೂರು ತಗೊಂಡಿದೀನಿ. ಏನಾದರೂ ವಿಚಾರ ತಿಳಿದರೆ ನಾನೇ ನಿಮಗೆ ಫೋನ್ ಮಾಡ್ತೀನಿ ನೀವು ಮತ್ತೆ ಈ ಕಡೆ ಬರಬೇಡಿ ಅಂದರು.

ಅಲ್ಲಿಗೆ ಎಲ್ಲ ಹಿರಿಯರಿಗೂ ನಾವು ಎರಡನೇ ಸಾರಿ ತಲೆಬೋಳಿಸಿಕೊಂಡೆವು ಅಂತ ಖಾತರಿಯಾಯಿತು. ಮುಂದೇನಪ್ಪಾ ಭಗವಂತ ಅಂತ ತಲೆಮೇಲೆ ಕೈ ಹೊತ್ತು ಕೂತರು. ಅಲ್ಲಾ ಕಷ್ಟಪಟ್ಟು ದುಡಿದ ದುಡ್ಡನ್ನು ಉಳಿತಾಯ ಮಾಡಿದ್ದೇ ತಪ್ಪೇ, ಉಳಿತಾಯ ಮಾಡಿದ್ದನ್ನು ಕಷ್ಟ ಕಾಲದಲ್ಲಿ ಆಗಲಿ

ಅಂತ ಇಲ್ಲಿ ಠೇವಣಿ ಇಟ್ಟಿದ್ದೇ ತಪ್ಪೇ, ಠೇವಣಿ ನಷ್ಟ ಆಗುತ್ತೆ ಅಂದಾಗ ಯಾರೋ ನಿಮ್ಮ ಪರವಾಗಿ ಹೋರಾಟ ಮಾಡುತ್ತೇವೆ ಅಂದಾಗ ಅವರನ್ನು ನಂಬಿದ್ದು ತಪ್ಪೇ. ಯಾವುದು ತಪ್ಪು ಅಥವಾ ಎಲ್ಲವೂ ತಪ್ಪೇ. ಅವರೆಲ್ಲರಿಗೂ ಮುಂದಿನ ದಾರಿ ಶೂನ್ಯವಾಯಿತು. ಇನ್ನು ನಮಗೆ ಉಳಿದಿರೋದು ಅದೃಷ್ಟವನ್ನು ನಾವು ನೆಚ್ಚಿದ ಭಗವಂತನನ್ನು ನಂಬಿ ಸುಮ್ಮನೇ ಕೂರೋದು ಅಷ್ಟೆ ಉಳಿದಿರೋದು ಅನಿಸಿತು.

(ತರಂಗ, 28.01.2021)

ಸತ್ಯ ಇನ್ನೂ ಸತ್ತಿಲ್ಲ

ಹೊಟ್ಟೆಯೊಂದರ ರಗಳೆ ಸಾಲದೆಂದೇನೋ ವಿಧಿ
ಹೊಟ್ಟೆ ಕಿಚ್ಚಿನ ಕಿಡಿಯ ನೆಟ್ಟಿಹುದು ನರನೊಳ್
ಹೊಟ್ಟೆ ತುಂಬಿದ ತೋಳ ಮಲಗೀತು; ನೀಂ ಪೆರರ
ದಿಟ್ಟಿಸುತ ಕರುಬುವೆಯೋ – ಮಂಕುತಿಮ್ಮ

ಎದ್ದ ತಕ್ಷಣ ಕಲ್ಪನಾಗೆ ಬೆಳಗ್ಗೆ ಯಾಕಾಯ್ತೋ ಅಂತ ಚಿಂತೆಯಾಯ್ತು. ನೆನ್ನೆ ರಾತ್ರಿ ಹೊಟ್ಟೆಗೇನೂ ಇರ್ಲಿಲ್ಲ, ಇವತ್ತು ಏನೋ ಗೊತ್ತಿಲ್ಲ. ಗಂಡ, ಮಕ್ಕಳ ಹೊಟ್ಟೆಯೇ ಕಣ್ಣೆದುರಿಗೆ ಭೂತಾಕಾರವಾಗಿತ್ತು. ಎದುರಿಗೆ ಕಂಡ ಗಂಡ ಸುಬ್ಬಣ್ಣ "ಇವತ್ತು ನೀನು ಏಳೋ ಮುಂಚೆಯೇ ನಾನು ನರಸಿಂಹನ ಮನೆಗೆ ಹೋಗಿ ಇಪ್ಪತ್ತು ರೂಪಾಯಿ ಇಸ್ಕೊಂಡು ಮಕ್ಕಳಿಗೆ ಬನ್ನು, ಕಾಫಿಪುಡಿ, ಹಾಲು ತಂದಿದೀನಿ. ಮಕ್ಕಳು ಏಳೋ ಮೊದಲು ಕಾಫಿ ಮಾಡು" ಅಂದ. ಇದ್ದಕ್ಕಿದ್ದಂತೆ ಲಾಟರೀಲಿ ಇಪ್ಪತ್ತು ಲಕ್ಷ ರೂಪಾಯಿ ಬಹುಮಾನ ಗೆದ್ದಂತಾಯಿತು

ಮುಖ ತೊಳೆದು ಬಂದ ಮಕ್ಕಳೆದುರಿಗೆ ಕಾಫಿ ಬನ್ನು ಇಟ್ಟಾಗ ಮಕ್ಕಳು ಅದನ್ನೇ ಪರಮಾನ್ನ ಅಂತ ಖುಷಿಯಿಂದ ಹೊಟ್ಟೆ ತುಂಬಿಕೊಂಡವು. ಬನ್ನು ತಿಂದು ಕಾಫಿ ಕುಡಿದರೂ ಕಲ್ಪನಾ ಮುಖ ಅರಳಲಿಲ್ಲ. ಸುಬ್ಬಣ್ಣ "ಇವತ್ತು ನಾನೂ ನರಸಿಂಹ ಕೆಲಸ ಹುಡುಕೋಕ್ಕೆ ಹೋಗ್ತಿದೀವಿ. ಯಾವುದಾದರೊಂದು ಕೆಲಸ ಗಿಟ್ಟಿಸಿಕೊಂಡೇ ಬರ್ತೀವಿ" ಅಂದ. "ನಾನೂ ಮನೆಗೆಲಸ ಹುಡುಕ್ತೀನಿ" ಅಂದಳು ಕಲ್ಪನ.

ಸುಬ್ಬಣ್ಣ ಹೊರಟಾಗ ಕಲ್ಪನ "ಬೇಗ ಬನ್ನಿ, ಬರ್ತಾ ತಿನ್ನೋಕೆ ಏನಾದರೂ ತನ್ನಿ, ಮಕ್ಕಳು ಕಾಯ್ತಿರುತ್ವೆ" ಅಂದಳು. ಅರಳೀಮರದ ಕೆಳಗೆ ನಿಂತಿರು ನಾನು ಅಲ್ಲಿಗೇ ಬರ್ತೀನಿ ಅಂದಿದ್ದ ನರಸಿಂಹ. ಸುಬ್ಬಣ್ಣ ಅರಳೀಮರದ ಕೆಳಗೆ ನಿಂತು ಬಹಳ ಹೊತ್ತಾದರೂ ನರಸಿಂಹನ ಪತ್ತೆ ಇರಲಿಲ್ಲ.

ಸುಮಾರು ಹೊತ್ತಾಯಿತು. ಇಷ್ಟು ಹೊತ್ತಾದರೂ ನರಸಿಂಹ ಬರಲಿಲ್ಲ. ಇನ್ನು ಅವನನ್ನು ಕಾಯೋದೇಕೆ ಅಂತ ಸುಬ್ಬಣ್ಣ ಹೊರಟಾಗ ವೇಗವಾಗಿ ಹೋದ ಸ್ಕೂಟರಿಂದ ಒಂದು ಬ್ಯಾಗು ಕೆಳಗೆ ಬಿದ್ದಿದ್ದು ಗೊತ್ತಾಗದೇ ಸ್ಕೂಟರು ಹೊರಟು ಹೋಯಿತು. ಸುಬ್ಬಣ್ಣ ಹೋಗಿ ಬ್ಯಾಗು ಎತ್ತಿಕೊಂಡ. ಸ್ವಲ್ಪ ಭಾರವಿತ್ತು. ಏನಿರಬಹುದು ಅನ್ನುವ ಕುತೂಹಲ. ಆದರೆ ಇನ್ನೊಬ್ಬರ ವಸ್ತು ನಮಗೇಕೆ

ಅನಿಸಿತು. ಬ್ಯಾಗು ಬೀಳಿಸಿಕೊಂಡೋರು ಹಿಂದಿರುಗಿ ಬರ್ತಾರೆ ಅಂದ್ಕೊಂಡು ಕಾದ.

ಸುಬ್ಬಣ್ಣನಿಗೆ ಹಸಿವು ಮರೆಯಾದರೂ ಮನೇಲಿ ಮೂರು ಹಸಿದ ಹೊಟ್ಟೆಗಳ ನೆನಪಾಗುತ್ತಿತ್ತು. ಕಾಫಿ ಕುಡಿಯುವಷ್ಟು ದುಡ್ಡು ಜೋಬಿನಲ್ಲಿ ಇದ್ದಿದ್ದರಿಂದ ಸ್ವಲ್ಪ ದೂರದಲ್ಲಿ ಕಂಡ ಸಣ್ಣ ಹೋಟೆಲಿಗೆ ಹೋದ. ಸುಮಾರು ಎರಡು ಗಂಟೆ ಕಾದರೂ ಬ್ಯಾಗಿನ ವಾರಸುದಾರರು ಬರಲಿಲ್ಲ. ಬ್ಯಾಗನ್ನು ಅದರ ಮಾಲೀಕರಿಗೆ ತಲುಪಿಸೋಣವೆನಿಸಿತು. ಬ್ಯಾಗಿನ ಹೊರಭಾಗದಲ್ಲಿ ವಿಳಾಸ ಇತ್ತು. ಆ ವಿಳಾಸಕ್ಕೆ ಹೊರಟ.

ವಿಳಾಸ ಇದ್ದ ಮನೆ ಕಾಣಿಸಿದಾಗ ಮುಖದಲ್ಲಿ ನಗೆಯ ಗೆರೆ ಅರಳಿತು. ಮನೆ ಮುಂದೆ ಗುರುಸ್ವಾಮಿ ಎನ್ನುವ ಹೆಸರಿತ್ತು. ಕರೆಗಂಟೆ ಒತ್ತಿದ. ಬಾಗಿಲು ತೆಗೆದವರು "ಏನಯ್ಯಾ ನಿನ್ದು ಗೋಳು, ನಾವಿಲ್ಲಿ ಆಕಾಶ ಮೇಲೆ ಕೆಡವಿಕೊಂಡು ಪರದಾಡ್ತಿದೀವಿ ಬಂದ್ಬಿಟ್ಟಾ ಬೆಲ್ ಮಾಡ್ಕೊಂಡು" ಅಂತ ಕಿರುಚಿದವರು ಸುಬ್ಬಣ್ಣನ ಕೈಲಿದ್ದ ಬ್ಯಾಗು ನೋಡಿ "ಅರರೇ ಇದೆಲ್ಲಿ ಸಿಕ್ತು ನಿನಗೆ" ಅಂದರು. ಸುಬ್ಬಣ್ಣ "ನೀವು ನಿಮ್ಮ ಸ್ನೇಹಿತರ ಜೊತೆ ಸ್ಕೂಟರಿನಲ್ಲಿ ಹೋಗುವಾಗ ಅರಳೀ ಮರದ ಹತ್ತಿರ ಬ್ಯಾಗು ಬೀಳಿಸಿಕೊಂಡ್ರಿ. ನಾನು ಕೂಗಿದ್ದು ನಿಮಗೆ ಕೇಳಿಸಲಿಲ್ಲ. ಅದಕ್ಕೇ ಬ್ಯಾಗಿನಲ್ಲಿದ್ದ ವಿಳಾಸ ಹುಡುಕಿಕೊಂಡು ನಾನೇ ಬಂದೆ" ಅಂದ.

ಗುರುಸ್ವಾಮಿ ಸುಬ್ಬಣ್ಣನನ್ನು ತಬ್ಬಿ "ನೀನು ನನ್ನ ಮರ್ಯಾದೆ ಕಾಪಾಡಿದೆ, ಬಾ ಒಳಗೆ" ಅಂದು ಒಳಗೆ ಕರ್ಕೊಂಡು ಹೋಗಿ "ಗಿರಿಜಾ, ಮೊದಲು ಇವನಿಗೆ ಇಡ್ಲಿ ಕಾಫಿ ಕೊಡು ಆಮೇಲೆ ಮುಂದಿನ ಮಾತು" ಅಂದರು. ಮಕ್ಕಳು ಹೆಂಡತಿ ಮನೇಲಿ ಹಸಿದಿರುವಾಗ ಇಲ್ಲಿ ನಾನು ಇಡ್ಲಿ ತಿಂದು ಕಾಫಿ ಕುಡೀಲೇ ಅಂತ ಸುಬ್ಬಣ್ಣ ಯೋಚಿಸಿದ. "ಯಾಕೆ ಹಾಗೆ ಕೂತಿದೀಯ ತಿನ್ನು" ಅಂದಾಗ ಸುಬ್ಬಣ್ಣ ಇರೋ ವಿಷಯ ತಿಳಿಸಿದ. ಅದಕ್ಕೆ ಗಿರಿಜ "ಅದಕ್ಕೇನಂತೆ ಅವರಿಗೂ ಕಟ್ಟಿ ಕೊಡ್ತೀನಿ ಮೊದಲು ನೀನು ತಿನ್ನು" ಅಂದರು. ಅದಕ್ಕೆ "ಸುಬ್ಬಣ್ಣ ಬೇಡ ಎಲ್ಲಾ ಸೇರಿಸಿ ಕಟ್ಟಿಕೊಡಿ ಮನೇಗೆ ತಗೊಂಡು ಹೋಗಿ ಎಲ್ಲರೂ ಒಟ್ಟಿಗೇ ತಿನ್ತೀವಿ" ಅಂದ. ಗಿರಿಜ ಒಳಗೆ ಹೋದ ನಂತರ ಗುರುಸ್ವಾಮಿ ಬ್ಯಾಗು ನೋಡಿಕೊಂಡು "ಎಲ್ಲಾ ಸರಿಯಾಗಿದೆ, ನನ್ನ ಮಗಳ ಮದುವೆಗೆ ಒಡವೆಗಳನ್ನು ಬ್ಯಾಂಕಿನ ಲಾಕರಿನಿಂದ ತಂದಿರುವುದು ಸರಿಯಾಗಿದೆ. ಆದರೆ ಡ್ರಾ ಮಾಡಿದ ಒಂದು ಲಕ್ಷ ರೂಪಾಯಿ ಕಾಣ್ತಿಲ್ಲ" ಅಂದು ಸುಬ್ಬಣ್ಣನ ಮುಖ ನೋಡಿದರು. ಸುಬ್ಬಣ್ಣ ಗಾಬರಿಯಿಂದ "ನಾನು ನಿಮ್ಮ ಬ್ಯಾಗು ತೆಗೆದು ನೋಡೇ ಇಲ್ಲ ಹೇಗಿತ್ತೋ ಹಾಗೆ ತಂದಿದೀನಿ" ಅಂದ.

ಗುರುಸ್ವಾಮಿ ಹೆಂಡತಿಯನ್ನು ಕರೆದು ಮಾತಾಡು ಎಂದರು. ಗಿರಿಜ "ನೋಡಪ್ಪಾ ಬಹುಮಾನ ಅಂತ ನಮ್ಮೆಜಮಾನರು ನಿನಗೆ ಹಣ ಕೊಡ್ತಾರೆ,

ನೀನು ತಗೊಂಡಿರೋ ಒಂದು ಲಕ್ಷ ರೂಪಾಯಿ ಕೊಟ್ಟುಬಿಡು" ಅಂದರು. ಸುಬ್ಬಣ್ಣ ಬೆವರಿದ. "ಅಮ್ಮಾ ನಾವು ಪುಣ್ಯಕೋಟಿಯ ವಂಶದವರು, ಇನ್ನೊಬ್ಬರ ವಸ್ತು ಅಂದ್ರೆ ನಮಗೆ ವಿಷಕ್ಕೆ ಸಮಾನ. ದೇವರ ಮೇಲೆ ಆಣೆ ಮಾಡ್ತೀನಿ, ನಾನು ಹಣ ತಗೊಂಡಿಲ್ಲ. ಅಸಲಿಗೆ ಈ ಬ್ಯಾಗಿನಲ್ಲಿ ಏನಿದೆ ಅನ್ನೋದೇ ನನಗೆ ಗೊತ್ತಿರಲಿಲ್ಲ." ಅಂದ.

ಗುರುಸ್ವಾಮಿ "ನೋಡು ಹಸಿವು ಮತ್ತು ಬಡತನ ಎರಡೂ ಕೆಟ್ಟದು. ಅದು ಮನುಷ್ಯರಿಂದ ಸುಳ್ಳು ಹೇಳಿಸುತ್ತೆ, ಸುಳ್ಳನ್ನೇ ಸತ್ಯ ಎನ್ನುವಂತೆ ಮಾತಾಡಿಸುತ್ತೆ. ಇನ್ನೊಬ್ಬರ ವಸ್ತು ಮೇಲೆ ಹುಚ್ಚು ಆಸೆ ಬೆಳೆಸುತ್ತೆ. ಬೇರೆ ಸಮಯ ಆಗಿದ್ರೆ ಒಂದು ಲಕ್ಷ ಹೋದರೆ ಹೋಗ್ಲಿ ಅಂತ ಸುಮ್ಮನಾಗ್ತಿದ್ದೆ. ಮುಂದಿನ ವಾರವೇ ನನ್ನ ಮಗಳ ಮದುವೆ. ಮದುವೆಗೆ ಅಂತ ಬ್ಯಾಂಕಿನಿಂದ ತೆಗೆದ ಹಣ ಅದು. ಈಗ ಹಣ ಇಲ್ಲದೇ ಮದುವೆ ಹೇಗೆ ಮಾಡೋದು. ನೀನು ಒಡವೆಗಳನ್ನು ತಂದುಕೊಟ್ಟು ಒಳ್ಳೆ ಕೆಲಸ ಮಾಡಿದೀಯ. ಹಾಗೆ ಹಣಾನೂ ಹಿಂದಕ್ಕೆ ಕೊಟ್ಟುಬಿಡು" ಅಂದರು.

ಸುಬ್ಬಣ್ಣ ತಲೆ ಚಚ್ಕೊಂಡು "ಅಯ್ಯೋ ನಾನು ಅಂಥೋನಲ್ಲ. ನಾನು ನನ್ನ ಹೆಂಡತಿ, ಇಬ್ಬರು ಮಕ್ಕಳು ಬಡತನದಲ್ಲಿ ಬೇಯುತ್ತಾ, ದಿನಾ ಅರ್ಧ ಹೊಟ್ಟೆ ಊಟ ಮಾಡ್ಕೊಂಡಿದೀವಿ. ಆದರೆ ಯಾವತ್ತೂ ಯಾರೂ ಸುಳ್ಳು ಕೇಳಿಲ್ಲ, ಕದ್ದಿಲ್ಲ. ನಿಮ್ಮನ್ನು ನಾನು ಹೇಗೆ ನಂಬಿಸಲಿ" ಅಂದ. ಗುರುಸ್ವಾಮಿ "ಸುಬ್ಬಣ್ಣ ನಿನಗೆ ಅರ್ಧ ಗಂಟೆ ಸಮಯ ಕೊಡ್ತೀನಿ, ಅಷ್ಟರಲ್ಲಿ ನೀನು ನಿಜ ಒಪ್ಕೊಂಡು ಹಣ ಹಿಂದಕ್ಕೆ ಕೊಟ್ಟರೆ ಸರಿ ಇಲ್ಲದಿದ್ದರೆ ಪೊಲೀಸಿನವರನ್ನು ಕರೀಬೇಕಾಗುತ್ತೆ" ಅಂದರು.

ಸುಬ್ಬಣ್ಣ ಗಟ್ಟಿಯಾಗಿ "ಇದಕ್ಕೇ ಸ್ವಾಮಿ ಹೇಳೋದು ಸತ್ಯವಂತರಿಗಿದು ಕಾಲವಲ್ಲ ಅಂತ. ನಾನು ನಿಮಗೆ ಬ್ಯಾಗು ತಂದುಕೊಡದೇ ಇದ್ದರೆ ಏನಾಗಿರೋದು. ಅದರಲ್ಲಿರೋ ಒಡವೆಗಳನ್ನು ನಾನೇ ಇಟ್ಕೊಂಡು ತಿಂಗಳಿಗೋ ಆರು ತಿಂಗಳಿಗೋ ಒಂದೊಂದನ್ನು ಮಾರಿಕೊಂಡು ಮಜವಾಗಿರಬಹುದಿತ್ತು. ನಿಮ್ಮ ಮಗಳ ಮದುವೆ ರದ್ದಾಗಿರೋದು. ಆದರೆ ನಾನು ಬ್ಯಾಗಿನಲ್ಲಿ ಏನಿದೆ ಅನ್ನೋದನ್ನೂ ನೋಡದೇ ನಿಮಗೆ ತಂದುಕೊಟ್ನಲ್ಲ ಅದಕ್ಕೆ ಇದು ನೀವು ಕೊಡ್ತಿರೋ ಬಳುವಳೀನಾ" ಅಂದ. ಗುರುಸ್ವಾಮಿಗೆ ಇನ್ನು ಮಾತು ಬೇಕಿರಲಿಲ್ಲ.

ಅಷ್ಟರೊಳಗೆ ಮನೆಯೊಳಗೆ ಬಂದ ನರಸಿಂಹ ಸುಬ್ಬಣ್ಣನನ್ನು ನೋಡಿ "ನಾನು ನಿನಗೆ ಅಲ್ಲೆಲ್ಲಾ ಹುಡುಕ್ತಿದ್ದೆ. ನಿನ್ನ ಧ್ವನಿ ಕೇಳಿ ಒಳಗೆ ಬಂದೆ. ನಿನ್ನ ಹೆಂಡ್ತಿಗೆ ಒಂದು ಮನೇಲಿ ಕೆಲಸ ಸಿಕ್ಕಿದೆಯಂತೆ, ತಿಂಗಳಿಗೆ ಮೂರು ಸಾವಿರ ಸಂಬಳ ಊಟ ತಿಂಡಿ ಕೊಡ್ತಾರಂತೆ. ಆದರೆ ಅವಳು ಒಂದು ಮಗೂನ ಅವರಿಗೆ ಕೊಟ್ಟುಬಿಡಬೇಕಂತೆ. ನಮಗೆ ಮಕ್ಕಳ ಹಸಿವು, ನಿನಗೆ ಹೊಟ್ಟೆ ಹಸಿವು.

ಒಂದು ಹಸಿವಿನಿಂದ ಇನ್ನೊಂದು ಹಸಿವನ್ನು ಹೊಡೆಯೋಣ ಅಂತಿದ್ದಾರಂತೆ. ಪಾಪ ಅವಳಿಗೆ ಏನು ಮಾಡಬೇಕೋ ತಿಳೀತಿಲ್ಲ. ಒಂದು ಮಗುವಾದರೂ ಸುಖವಾಗಿ ಬದುಕಲಿ ಅನಿಸ್ತಿದೆಯಂತೆ. ನಿನಗೋಸ್ಕರ ಕಾಯ್ತಿದ್ದಾಳೆ" ಅಂದ.

ಸುಬ್ಬಣ್ಣ ನಡೆದ ವಿಷಯ ತಿಳಿಸಿ "ತಕ್ಷಣಕ್ಕೆ ಬರೋ ಹಾಗಿಲ್ಲ" ಅಂದ. ನರಸಿಂಹ ಗುರುಸ್ವಾಮಿನ ನೋಡಿ "ಆಹಾಹಾ ದೊಡ್ಡ ಮನುಷ್ಯರ ಬುದ್ಧಿ ತೋರಿಸಿಬಿಟ್ರಲ್ಲ. ಅಲ್ಲಾ ಸ್ವಾಮಿ ಒಂದು ಲಕ್ಷ ಇಟ್ಕೊಂಡೋನು ಹತ್ತಾರು ಲಕ್ಷ ಬೆಲೆ ಬಾಳೋ ಒಡವೇನೂ ಇಟ್ಕೊತಿರ್ಲಿಲ್ವಾ. ಗುರುತಿಲ್ಲ ಪರಿಚಯವಿಲ್ಲ ಆದರೂ ಪಾಪ ಯಾರೋ ಏನೋ ಕಳ್ಕೊಂಡಿದಾರೆ ಅಂತ ಉರಿಬಿಸಿಲಿದ್ದರೂ ನಡ್ಕೊಂಡೇ ನಿಮ್ಮನೆಗೆ ಬಂದು ಬ್ಯಾಗು ತಂದುಕೊಟ್ಟರೆ ಇಂಥಾ ಅಪವಾದನಾ ನೀವು ಹೊರಿಸೋದು. ಸುಬ್ಬಣ್ಣ ಕಳ್ಳ ಸುಳ್ಳ ಅಂದ್ರೆ ಸಾಕ್ಷಾತ್ ದೇವರೇ ನಂಬೋದಿಲ್ಲ ಗೊತ್ತಾ" ಅಂದ.

ಗುರುಸ್ವಾಮಿ "ನೋಡಯ್ಯಾ, ನಿನಗೆ ನಿನ್ನ ಸ್ನೇಹಿತ ಹೆಚ್ಚು. ಆದರೆ ನನಗೆ ನನ್ನ ಹಣ ಹೆಚ್ಚು. ಹಣ ಬ್ಯಾಂಕಿಂದ ಡ್ರಾ ಮಾಡಿ ಇದರಲ್ಲೇ ಹಾಕಿದೆ. ಲಾಕರಿನಿಂದ ತೆಗೆದ ಒಡವೇನೂ ಈ ಬ್ಯಾಗಿನಲ್ಲೇ ಹಾಕಿದೆ. ಒಡವೆ ಇದೆ ಹಣ ಇಲ್ಲಾಂದ್ರೆ ಏನರ್ಥ" ಅಂದರು.

ಸುಬ್ಬಣ್ಣ ನರಸಿಂಹನಿಗೆ "ನೀನು ಹೋಗಿ ಕಲ್ಪನಾಗೆ ಮಕ್ಕಳನ್ನು ಬೇರೆ ಮಾಡಬೇಡ ಅನ್ನು. ನಮ್ಮ ಹಸಿವಿಗೆ ಮಗೂ ಬಲಿಪಶು ಆಗಬೇಕಾ. ನಾವು ಬದುಕಿದ್ದರೂ ಒಟ್ಟಿಗೇ ಸತ್ತರೂ ಒಟ್ಟಿಗೇ. ನೀನು ಒಂದಿಷ್ಟು ಅಕ್ಕಿ ತಗೊಂಡು ಹೋಗಿ ಮನೆಗೆ ಕೊಡು. ನಾನು ಬರ್ತೀನಿ ಅಂತ ಹೇಳು. ಇಲ್ಲಿನ ಸಮಾಚಾರ ಅವಳಿಗೆ ಹೇಳಬೇಡ" ಅಂದು ಗುರುಸ್ವಾಮಿ ನೋಡ್ತಾ "ನಾನು ನಿಯತ್ತಿಂದ ನಿಮ್ಮ ಬ್ಯಾಗು ನಿಮಗೆ ತಲುಪಿಸಿದೀನಿ ಅಲ್ಲಿಗೆ ನನ್ನ ಕರ್ತವ್ಯ ಮುಗಿಯಿತು. ಇನ್ನು ನೀವು ಏನು ಬೇಕಾದರೂ ಮಾಡ್ಕೊಳಿ" ಅಂದ.

ಗುರುಸ್ವಾಮಿ ಪೊಲೀಸರಿಗೆ ಫೋನ್ ಮಾಡೋಣಾಂತ ಟೆಲಿಫೋನ್ ಬಳಿ ಹೋದರು. ಅದಕ್ಕೆ ಮೊದಲು ಸುಬ್ಬಣ್ಣನ ಕಡೆ ತಿರುಗಿ "ನೋಡು ನಾನು ಈಗ ಪೊಲೀಸ್ ಸ್ಟೇಷನ್ನಿಗೆ ಫೋನ್ ಮಾಡ್ತೀನಿ. ಅವರು ಬಂದು ನಿನ್ನನ್ನು ವಿಚಾರಿಸ್ತಾರೆ ಇನ್ನು ನೀನುಂಟು ಅವರುಂಟು. ನನ್ನನ್ನು ಬೈಕೋಬೇಡ" ಅಂದು ರಿಸೀವರ್ ಎತ್ತಬೇಕೆನ್ನುವಾಗ ಟೆಲಿಫೋನ್ ರಿಂಗಾಯಿತು. ರಿಸೀವರ್ ಎತ್ತಿ ಕಿವಿಗಿಟ್ಕೊಂಡು "ಹಲೋ ಗುರುಸ್ವಾಮಿ ಹಿಯರ್" ಅಂದವರು ಕಿವಿಗೆ ತುಂಬಿಕೊಳ್ಳುತ್ತಿದ್ದ ಮಾತುಗಳನ್ನು ಕೇಳಿಸಿಕೊಂಡು "ಹೌದಾ ಹೌದಾ, ಅಲ್ಲೇ ಇತ್ತಾ, ನೀವು ನನ್ನನ್ನು ಕೂಗಿದಿರಾ, ನನಗೆ ಕೇಳಿಸ್ಲೇ ಇಲ್ಲ. ಸರಿ ಇನ್ನು ಹತ್ತು ನಿಮಿಷದಲ್ಲಿ ಅಲ್ಲಿರ್ತೀನಿ" ಅಂದು ತಕ್ಷಣ ಸುಬ್ಬಣ್ಣನ ಕಾಲಿಗೆ ಬಿದ್ದೇಬಿಟ್ಟರು. "ನನ್ನಿಂದ ತಪ್ಪಾಯ್ತು. ನಾನು ಡ್ರಾ ಮಾಡಿದ ದುಡ್ಡು ಬ್ಯಾಂಕಿನ ಕೌಂಟರಿನಲ್ಲೇ

ಮರೆತು ಬಂದಿದೀನಂತೆ. ಬ್ಯಾಂಕಿನವರು ತೆಗೆದಿಟ್ಟು ಈಗ ಫೋನ್ ಮಾಡಿದ್ರು. ನನ್ನನ್ನು ಕ್ಷಮಿಸಿಬಿಡು. ಉಪಕಾರಕ್ಕೆ ಪ್ರತ್ಯುಪಕಾರ ಮಾಡೋ ಬದಲು ನಿನ್ನನ್ನೇ ಅನುಮಾನಿಸಿದೆ" ಅಂದರು.

ಸದ್ಯ ನಾನು ಕಳ್ಳನಲ್ಲ ಅಂತ ಖಾತ್ರಿಯಾಯ್ತಲ್ಲ ಅಂತ ಸುಬ್ಬಣ್ಣನಿಗೆ ನೆಮ್ಮದಿಯಾಯಿತು. ಅಲ್ಲೇ ಇದ್ದ ನರಸಿಂಹನಿಗೂ ನಿರಾಳವಾಯಿತು. ಗಿರಿಜ "ಈಗಲಾದರೂ ತಿಂಡಿ ತಿನ್ನು" ಅಂದರು. ಸುಬ್ಬಣ್ಣ "ಬೇಡಮ್ಮ ಮನೇಲಿ ಇನ್ನೂ ಮೂರು ಹಸಿದ ಹೊಟ್ಟೆಗಳಿವೆ ಎಲ್ಲಾ ಒಟ್ಟಿಗೇ ತಿನ್ತೀವಿ" ಅಂದ. ಗುರುಸ್ವಾಮಿ ಒಂದಿಷ್ಟು ದುಡ್ಡು ಸುಬ್ಬಣ್ಣನ ಕೈಗೆ ತುರುಕಿ "ನನ್ನ ಮಗಳ ಮದುವೆ ಆದ ಮೇಲೆ ಮನೆಗೆ ಬಾ. ನೀನು ಕೆಲಸ ಮಾಡ್ತೀನೀಂದ್ರೆ ಕೆಲಸ ಕೊಡಿಸ್ತೀನಿ, ವ್ಯಾಪಾರ ಮಾಡ್ತೀನೀಂದ್ರೆ ಬಂಡವಾಳ ಹಾಕ್ಕೊಡ್ತೀನಿ. ನಿನ್ನ ಹೆಂಡ್ತಿ ನನ್ನ ಮನೇಲೇ ಕೆಲಸ ಮಾಡ್ಲಿ. ನಿನ್ನ ಮಕ್ಕಳನ್ನು ಓದಿಸೋ ಜವಾಬ್ದಾರಿ ನನಗಿರ್ಲಿ. ನನ್ನ ಮಗಳ ಮದುವೆಗೆ ನೀನು ಬರಲೇಬೇಕು" ಅಂದರು. ಸುಬ್ಬಣ್ಣನಿಗೆ ಕಣ್ಣು ತೇವವಾಯಿತು.

ಇಬ್ಬರಿಗೂ ಕೃತಜ್ಞತೆಯಿಂದ ನಮಸ್ಕರಿಸಿ ಅವರು ಕೊಟ್ಟ ಇಡ್ಲಿ ಪೊಟ್ಟಣ ಹಿಡಿದು ಹೊರಟ. ಜೋಬಲ್ಲಿದ್ದ ದುಡ್ಡು ಆತ್ಮವಿಶ್ವಾಸ ಹೆಚ್ಚಿಸಿ ಸತ್ಯ ಇನ್ನೂ ಸತ್ತಿಲ್ಲ ಅನಿಸಿತು.

(ಲಹರಿ, ಮಾರ್ಚ್–ಏಪ್ರಿಲ್ 2021)

ಉಪಕಾರ ಸ್ಮರಣೆ

ಸ್ಕಂದ ಸಾಫ್ಟ್‌ವೇರ್ ಸಿಸ್ಟಮ್ಸ್ ಕಛೇರಿಯ ಎಂಟು ಅಂತಸ್ತಿನ ಕಟ್ಟಡದ ಮುಂದೆ ನಿಂತ ಒಂದು ಆಟೋದಿಂದ ಇಳಿದ ಯುವತಿಯೊಬ್ಬಳು ಆಟೋದವನಿಗೆ ದುಡ್ಡು ಕೊಡದೇ ಓಡುತ್ತಿದ್ದಾಗ ಆಟೋದವನು ಮೇಡಂ ದುಡ್ಡು ಅಂತ ಕೂಗಿದಾಗ ಹಿಂದಕ್ಕೆ ಓಡಿ ಬಂದು ಓ ಸಾರಿ ತಗೊಳ್ಳೀ ಅಂದು ನೂರು ರೂಪಾಯಿ ನೋಟು ಆಟೋ ಡ್ರೈವರ್ ಕೈಗೆ ತುರುಕಿ ಮತ್ತೆ ಓಡಿದಳು. ಆಟೋದವನು ಮೇಡಂ ಛೇಂಜು ಅಂತ ಕೂಗೋ ಹೊತ್ತಿಗೆ ಆ ಯುವತಿ ಲಿಫ್ಟ್ ಒಳಗೆ ತೂರಿಕೊಂಡು ಆರನೇ ಅಂತಸ್ತಿನ ಗುಂಡಿ ಒತ್ತಿಯಾಗಿತ್ತು.

ಹಾಲ್‌ನಲ್ಲಿ ಸುಮಾರು ಇಪ್ಪತ್ತು ಜನ ಕೂತಿದ್ದರು. ಯುವತಿ ಒಳನುಗ್ಗಿ ರಿಸೆಪ್ಷನ್ ಬಳಿ ಬಂದು "ಮೇಡಂ ನನ್ನ ಹೆಸರು ನಿರ್ಮಲ ನಾನು ಇಂಟರ್‌ವ್ಯೂಗೆ ಬಂದಿದೀನಿ" ಅಂದಳು. "ಸರಿ ಕೂತ್ಕೊಳಿ ಬಾಸ್ ಇನ್ನೂ ಬಂದಿಲ್ಲ" ಅಂದಳು ರಿಸೆಪ್ಷನಿಸ್ಟ್. ಏದುಸಿರು ಕಡಿಮೆ ಮಾಡಿಕೊಳ್ಳೋಕೆ ನಿರ್ಮಲ ಕಿಟಕಿಯ ಬಳಿ ಬಂದು ನಿಂತಳು. ಸುಮಾರು ಹತ್ತು ನಿಮಿಷ ಕಳೆದಿರಬಹುದು. ಗಾಜಿನ ಬಾಗಿಲು ತೆಗೆದುಕೊಂಡು ಆಫೀಸರ್ ಒಳ ಬರುವಾಗ ಕಿಟಕಿಯ ಪಕ್ಕ ನಿಂತಿದ್ದ ನಿರ್ಮಲ ಅವರಿಗೆ ಕಾಣಿಸಿದಳು. ಒಂದೆರಡು ಕ್ಷಣ ಅವರು ನಿರ್ಮಲಳನ್ನೇ ನೋಡುತ್ತಿದ್ದು "ವೈ ಆರ್ ಯು ಸ್ಟಾಂಡಿಂಗ್ ಹಿಯರ್" ಅಂತ ಕೇಳಿದರು. ನಿರ್ಮಲ ತುಸು ಭಯದಿಂದಲೇ "ಇಂಟರ್‌ವ್ಯೂ ಇಂಟರ್‌ವ್ಯೂ" ಅಂದಳು. "ಗೋ ಅಂಡ್ ಸಿಟ್" ಅಂದು ಮತ್ತೊಮ್ಮೆ ನಿರ್ಮಲಳ ಕಡೆನೇ ನೋಡಿಕೊಂಡು ತಮ್ಮ ಛೇಂಬರ್ ಕಡೆ ಹೊರಟರು.

ಇಂಟರ್‌ವ್ಯೂಗೆ ಬಂದಿದ್ದ ಎಲ್ಲರೂ ಚುರುಕಾದರು. ಇನ್ನೇನು ಒಬ್ಬೊಬ್ಬರನ್ನಾಗಿ ಕರೆಯಬಹುದು ಅಂತ ಕುತೂಹಲದಿಂದ ರಿಸೆಪ್ಷನಿಸ್ಟ್ ಕಡೆ ನೋಡ್ತಾ ಕೂತರು. ಸುಮಾರು ಅರ್ಧ ಗಂಟೆ ಆದರೂ ಯಾರನ್ನೂ ಒಳಗೆ ಕರೆಯಲೂ ಇಲ್ಲ ಇಂಟರ್‌ವ್ಯೂ ಶುರುವಾಗಲೂ ಇಲ್ಲ. ಇನ್ನೂ ಅರ್ಧ ಗಂಟೆ ಕಳೆದ ಮೇಲೆ ರಿಸೆಪ್ಷನಿಸ್ಟ್ ಕೂತಲ್ಲಿಂದಲೇ "ಯುವರ್ ಅಟೆನ್ಷನ್ ಪ್ಲೀಸ್, ಇವತ್ತು ಇಂಟರ್‌ವ್ಯೂ ಇಲ್ಲ. ನಮ್ಮ ಅಮೆರಿಕ ಕಸ್ಟಮರ್ ಕಡೆಯಿಂದ ಅರ್ಜಂಟ್ ಕೆಲಸ ಬಂದಿರೋದರಿಂದ ಎಲ್ಲರೂ ಬೇರೆ ಕೆಲಸದಲ್ಲಿ ನಿರತರಾಗಿದ್ದಾರೆ. ನಿಮಗೆ ಆದ ಅನಾನುಕೂಲಕ್ಕಾಗಿ ಕ್ಷಮೆ ಇರಲಿ. ಬದಲಾದ ಇಂಟರ್‌ವ್ಯೂ ದಿನಾಂಕವನ್ನು

ನಿಮಗೆ ಮತ್ತೆ ತಿಳಿಸುತ್ತೇವೆ. ಈಗ ನೀವು ಹೋಗಬಹುದು" ಅಂದಳು. ಬಂದಿದ್ದವರೆಲ್ಲಾ ತಲೆ ಚಚ್ಚಿಕೊಂಡು ಒಬ್ಬೊಬ್ಬರಾಗಿ ಹೊರಟರು. ಆದರೆ ಕೊನೆಗೆ ಉಳಿದುಕೊಂಡವಳು ನಿರ್ಮಲ ಒಬ್ಬಳೇ. ಅನೇಕ ಇಂಟರ್‌ವ್ಯೂಗಳಲ್ಲಿ ಹೀಗಾಗಿದೆ. ಇದೇನು ಹೊಸದಲ್ಲ. ಆದರೆ ಇವತ್ತು ಅವಳು ತನಗೆ ಕೆಲಸ ಸಿಕ್ಕುತ್ತೆ ಅನ್ನೋ ನಿರೀಕ್ಷೆಯಲ್ಲೇ ಧಾವಂತಪಟ್ಟುಕೊಂಡು ಬಂದಿದ್ದಳು. ಹೀಗಾಗಿ ಅಸಮಾಧಾನ ತುಸು ಹೆಚ್ಚೇ ಆಗಿತ್ತು.

ಅವಳಿಗೆ ಆಫೀಸರ್ ಬಳಿ ಹೋಗಿ ಯಾಕೆ ಹೀಗೆ ಮಾಡಿದಿರಿ ಅಂತ ಕೇಳಬೇಕು ಅನಿಸಿತು. ಆದರೆ ಹಾಗೆ ಒಳಗೆ ಹೋಗಲು ರಿಸೆಪ್ಷನಿಸ್ಟ್ ಒಪ್ಪೋಲ್ಲ ಅಂತ ಗೊತ್ತು. ಹೀಗಾಗಿ ಅವಳು ಸಂಚುಕಾದು ರಿಸೆಪ್ಷನಿಸ್ಟ್ ಒಳಗೆ ಎದ್ದು ಹೋದ ತಕ್ಷಣ ತಾನೂ

ಒಳಗೆ ಹೋಗಿ ಅಲ್ಲಿದ್ದ ಛೇಂಬರ್ ಒಳಗೆ ನೇರ ನುಗ್ಗಿದಳು. "ಎಕ್ಸ್‌ಕ್ಯೂಸ್ ಮಿ ಸರ್" ಅಂದಳು. ಆಫೀಸರು ತಲೆ ಎತ್ತಿ ನೋಡಿದರು. ಅವರು ಏನು ಅಂತ ಕೇಳೋ ಮುಂಚೆಯೇ ನಿರ್ಮಲ "ಇದೇನ್ಸಾರ್ ಅನ್ಯಾಯ. ನಾವು ಕಷ್ಟಪಟ್ಕೊಂಡು ಎಷ್ಟೋ ದೂರದಿಂದ ಬಂದಿರ್ತೀವಿ. ನೀವು ಇದ್ದಕ್ಕಿದ್ದ ಹಾಗೆ ಇಂಟರ್‌ವ್ಯೂ ಕ್ಯಾನ್ಸಲ್ ಮಾಡಿದರೆ ಹೇಗೆ" ಅಂತ ಕೇಳಿದಳು ಟೇಬಲ್ ಮೇಲೆ ಸುಧಾಕರ್, ಹೆಡ್, ಹೆಚ್.ಆರ್.ಡಿ. ಅನ್ನೋ ಫಲಕ ಇತ್ತು. ಅವರು ನಿರ್ಮಲನೇ ನೋಡಿ "ಕೂತ್ಕೊಳಿ" ಅಂದರು. ನಿರ್ಮಲ ಕೂತ್ಕೊಂಡಳು. "ಮೊದಲು ಹೇಳಿ ಸರ್, ಯಾಕೆ ಎಲ್ಲರಿಗೂ ನಿರಾಸೆ ಮಾಡಿದಿರಿ ನಮ್ಮ ಕಷ್ಟ ನಿಮಗೆ ಅರ್ಥವಾಗೋದಾದರೂ ಹೇಗೆ ಹೇಳಿ. ನಮ್ಮ ಜೊತೆ ನೀವು ಆಟ ಆಡ್ತೀರ". ಅಂದಳು. ಸುಧಾಕರ್ ನಿಧಾನವಾಗಿ "ನಿಮ್ಮ ನಿರಾಸೆ ನಮಗೆ ಅರ್ಥ ಆಗುತ್ತೆ. ಆದರೆ ಇದು ಅನಿವಾರ್ಯ ಏನು ಮಾಡೋದು. ಒಂದು ಕೆಲಸ ಮಾಡೋಣ ಈಗ ನಾನು ನಿಮ್ಮನ್ನು ಮನೆಗೆ ಡ್ರಾಪ್ ಮಾಡಿಸ್ತೀನಿ". ಅಂದರು. "ನಿಮ್ಮ ಡ್ರಾಪ್ ಯಾರಿಗೆ ಬೇಕಾಗಿದೆ ಸರ್, ನನ್ನತ್ರ ದುಡ್ಡಿದೆ ನಾನೇ ಕ್ಯಾಬ್ ಮಾಡ್ಕೊಂಡು ಹೋಗ್ತೀನಿ. ಇಷ್ಟು ದೊಡ್ಡ ಕಂಪನೀಲಿ ಸ್ವಲ್ಪನೂ ವೃತ್ತಿಪರತೆ ಇಲ್ಲ ಅಂದರೆ ಹೇಗೆ. ಒಂದು ವಿಚಾರಕ್ಕೆ ಕಮಿಟ್ ಆದರೆ ಕಮ್ ವಾಟ್ ಮೇ ನೀವು ಅದಕ್ಕೆ ಸ್ಟಿಕ್ ಆಗಿರಬೇಕು. ಯಾರನ್ನೂ ನಿಕೃಷ್ಟವಾಗಿ ಕಾಣಬಾರದು." ಅಂದಳು ನಿರ್ಮಲ ತುಂಬಾ ಅಪ್‌ಸೆಟ್ ಆಗಿದಾಳೆ ಅಂತ ಗೊತ್ತು. ಈಗ ಏನು ಮಾತಾಡಿದರೂ ಅವಳು ಉಲ್ಟಾ ಹೊಡೆಯುತ್ತಾಳೆ. ಅದಕ್ಕೆ ಅವಳನ್ನು ಉಪಾಯವಾಗಿ ಆಚೆ ಸಾಗಹಾಕೋದು ಉತ್ತಮ ಅಂದುಕೊಂಡರು. ಅದಕ್ಕೆ ಅವರು ಮುಂದೆ ಮಾತಾಡಲಿಲ್ಲ. ಅಟೆಂಡರು ಎರಡು ಕಪ್ ಕಾಫಿ ತಂದಿಟ್ಟ. "ನಿರ್ಮಲ ನನಗೆ ಬೇಡ ತಗೊಂಡು ಹೋಗಿ" ಅಂದಳು. ಸುಧಾಕರ "ನಿಧಾನವಾಗಿ ಆಗಿದ್ದು ಆಗಿಹೋಯಿತು. ಅದಕ್ಕೆ ಕಾಫಿ ಮೇಲೆ ಯಾಕೆ ಸಿಟ್ಟು. ಕುಡೀರಿ ಕಾಫಿ ಕುಡೀರಿ"

ಅಂದ. ನಿರ್ಮಲ ಸುಮ್ಮನೆ ಕೂತಿದ್ದಳು. ಯಾಕೋ ಇದ್ದಕ್ಕಿದ್ದ ಹಾಗೆ ಎದ್ದು "ಇನ್ನೊಂದ್ಸಾರಿ ನೀವು ಇಂಟರ್‌ವ್ಯೂಗೆ ನೀವು ಕರೆದರೂ ನಾನು ಬರೋಲ್ಲ. ಐ ಆಮ್ ಫೆಡ್ ಅಪ್ ವಿತ್ ಯುವರ್ ಕಂಪನಿ" ಅಂದು ಎರಡು ಹೆಜ್ಜೆ ಇಟ್ಟಾಗ ಸುಧಾಕರ "ನಿಮಗೆ ಯಾಕೆ ಇಷ್ಟೊಂದು ಸಿಟ್ಟು ವಾಸುದೇವರಾವ್ ಅವರು ಇದನ್ನೇನ ನಿಮಗೆ ಕಲಿಸಿರೋದು" ಅಂತ ಕೇಳಿದ. ಅವರು ತನ್ನ ತಂದೆಯ ಹೆಸರು ಹೇಳಿದ್ದರಿಂದ ನಿರ್ಮಲಳಿಗೆ ಅಚ್ಚರಿಯಾಯಿತು. "ನನ್ನ ತಂದೆ ಹೆಸರು ನಿಮಗೆ ಹೇಗೆ ಗೊತ್ತು ಸರ್" ಅಂತ ಕೇಳಿದಳು. "ನಿಮ್ಮ ಬಯೋಡೇಟಾದಿಂದ. ಇಲ್ಲೇ ಇದೆ ನೋಡಿ ನಿಮ್ಮ ಫೈಲು" ಅಂದು ತೋರಿಸಿದರು. ಒಮ್ಮೆ ನೆಲವನ್ನು ಜೋರಾಗಿ ಕುಟ್ಟಿ ನಿರ್ಮಲ ಹೊರಟುಹೋದಳು. ಸುಧಾಕರ್ ಕಾಫಿ ಕುಡಿಯುತ್ತಾ ನಿರ್ಮಲಳ ಫೈಲ್ ಕಡೆ ನೋಡಿದರು.

** ** **

ಇಂಟರ್‌ವ್ಯೂಗೆ ಹೋದ ಮಗಳು ಇನ್ನೇನು ಬರಬಹುದು ಅಂತ ವಾಸುದೇವರಾಯರು ಮನೆ ಮುಂದೆಯೇ ಇದ್ದರು. ಆಗ ಆಟೋದಿಂದ ಇಳಿದ ನಿರ್ಮಲ ತಂದೆಯ ಕಡೆಯೂ ನೋಡದೇ ಬಿರುಗಾಳಿಯಂತೆ ಮನೆಯೊಳಗೆ ಹೋದಳು. ತಾಯಿ ಮಗಳು ಬಂದದ್ದನ್ನು ಕಂಡು "ಏನೇ ಹೀಗೆ ದುಡುಗೊಟ್ಕೊಂಡು ಬಂದೆ. ಇಂಟರ್‌ವ್ಯೂ ಆಯ್ತಾ. ಕೆಲಸ ಸಿಕ್ಕುತ್ತಾ" ಅಂತ ಕೇಳಿದರು. ಮುಚ್ಚಿದ ಕೋಣೆಯ ಬಾಗಿಲನ್ನು ದಢಾರನೆ ತೆಗೆದುಕೊಂಡು ಹೊರಬಂದ ನಿರ್ಮಲ "ನನ್ನ ಹಣೆಬರಹ ಸರಿಯಾಗಿಲ್ಲ. ಇವತ್ತು ಇಂಟರ್‌ವ್ಯೂದಲ್ಲಿ ಸೆಲೆಕ್ಟ್ ಆಗೋದು ಹೋಗಲಿ ಇಂಟರ್‌ವ್ಯೂ ನಡೆಯಲೇ ಇಲ್ಲ. ಇವರಿಗೆ ನಮ್ಮಂಥೋರನ್ನು ಕಂಡರೆ ಆಟ, ಹುಡುಗಾಟ. ನಮ್ಮ ಟೈಮು, ದುಡ್ಡು ಎರಡನ್ನೂ ವೇಸ್ಟ್ ಮಾಡ್ತಾರೆ. ಇವರ ಕರೆಗೆ ಓಗೊಟ್ಟು ಹೋಗ್ತೀವಲ್ಲ ನಾವು ಚಪ್ಪಲಿ ತಗೊಂಡು ಹೊಡ್ಕೊಬೇಕು" ಅಂದು ಮತ್ತೆ ಕೋಣೆಗೆ ಹೋದಳು. ಸರಿ ಉರುಉರ ಅಂತಿರೋ ಮಗಳತ್ರ ಈಗೇನು ಮಾತು ಅಂತ ಸಾವಿತ್ರಮ್ಮ ಸುಮ್ಮನಾದರು. ಮಧ್ಯಾನ್ಹ ಊಟಕ್ಕೆ ಕೂತಾಗ ವಾಸುದೇವರಾಯರು ನಿಧಾನವಾಗಿ "ಏನಾಯ್ತು ಹೇಳಮ್ಮ" ಅಂದರು. "ಇನ್ನೇನಾಗುತ್ತಪ್ಪ, ನಾನು ಅಲ್ಲಿಗೆ ಹೋಗೋ ಮೊದಲೇ ಇಪ್ಪತ್ತು ಜನ ಕಾಯ್ತಿದ್ರು. ಒಂದು ಗಂಟೆಗೂ ಹೆಚ್ಚು ಕಾಲ ಕಾಯಿಸಿ ಇವತ್ತು ಇಂಟರ್‌ವ್ಯೂ ಇಲ್ಲ ಅಂತ ಅಂದು ಎಲ್ಲರನ್ನೂ ಕಳಿಸಿದರು. ಎಲ್ಲರೂ ಬಾಯಿ ಮುಚ್ಕೊಂಡು ವಾಪಸ್ ಹೋದರು. ಆದರೆ ನಾನು ಒಳಗೆ ಹೋಗಿ ಆಫೀಸರ್‌ಗೆ ಚನ್ನಾಗಿ ದಬಾಯಿಸಿ ಬಂದೆ. ನನ್ನನ್ನು ಸಮಾಧಾನ ಮಾಡೋಕೆ ಕಾಫಿ ಕುಡಿರಿ ಅಂತಾನೆ. ಹೋಗಯ್ಯ ನಿನ್ನ ಕಾಫಿ ಯಾರಿಗೆ ಬೇಕು ಅಂತ ಚನ್ನಾಗಿ ದಬಾಯಿಸಿ ಬಂದೆ" ಅಂದು ನಿರ್ಮಲ ಊಟ

ಮಾಡಿ ಎದ್ದಳು. ಸುಮಿತ್ರಮ್ಮ "ಹೋಗ್ಲಿ ಬಿಡೆ ಈ ಆಫೀಸಲ್ದಿದ್ರೆ ಇನ್ನೊಂದು ಅದಿಕ್ಯಾಕೆ ಈ ಪಾಟಿ ಉರೀತೀಯ" ಅಂದರು.

ವಾಸುದೇವರಾಯರು ಅಂಥಾ ಸ್ಥಿತಿವಂತರೇನೂ ಅಲ್ಲ. ಇಬ್ಬರು ಗಂಡು ಮಕ್ಕಳು ಒಬ್ಬಳು ಮಗಳ ಸಂಸಾರ. ಎಲ್ಲರನ್ನೂ ಓದಿಸಿ ಬೆಳೆಸೋದೇ ಬಹಳ ಕಷ್ಟ ಅನ್ನೋ ಹಾಗಾಯಿತು. ಗಂಡು ಮಕ್ಕಳು ಹೇಗೋ ಕೆಲಸ ಸಂಪಾದಿಸಿಕೊಂಡಿದ್ದಾರೆ. ವಯೋಧರ್ಮದಿಂದ ಆಗಾಗ ಬರುತ್ತಿದ್ದ ಕಾಯಿಲೆಗಳು ಇರೋ ಉಳಿತಾಯದ ಹಣವನ್ನೆಲ್ಲಾ ತಿಂದು ಹಾಕುತ್ತಿದ್ದವು. ಮಗಳು ಎಂ.ಬಿ.ಎ. ಮಾಡಿದ ಮೇಲೆ ಅವಳಿಗೆ ಒಳ್ಳೆ ಕಂಪನಿಯಲ್ಲಿ ಕೆಲಸ ಸಿಕ್ಕಿದರೆ ನಮ್ಮ ಬದುಕು ಸುಧಾರಿಸಿದ ಹಾಗೆ ಅಂದುಕೊಂಡಿದ್ದರು. ನಿರ್ಮಲ ಅಟೆಂಡ್ ಮಾಡಿದ ಎರಡನೇ ಇಂಟರ್‌ವ್ಯೂ ಇದು. ಮೊದಲು ಕೆಲಸ ಸಿಗಲಿ ನಂತರ ಮದುವೆ ಅಂದುಕೊಂಡಿದ್ದಾರೆ.

ಒಂದು ವಾರ ಕಳೆದು ಮತ್ತೆ ಅದೇ ಕಂಪನಿಯಿಂದ ನಿರ್ಮಲಳಿಗೆ ಒಂದು ಲಕೋಟೆ ಬಂತು. ಲಕೋಟೆಯಲ್ಲಿ ಸ್ಕಂದ ಸಾಫ್ಟ್‌ವೇರ್ ಸಿಸ್ಟಮ್ ಹೆಸರು ನೋಡಿಯೇ ನಿರ್ಮಲ ಸಿಟ್ಟಾದಳು. ದರಿದ್ರದವರು ಮತ್ತೆ ಇಂಟರ್‌ವ್ಯೂಗೆ ಕರೆ ಕಳಿಸಿದಾರೆ ಅಂದು ಲಕೋಟೆಯನ್ನು ಮುದುರಿ ಎಸೆಯೋದರಲ್ಲಿ ಇದ್ದಳು. ವಾಸುದೇವರಾಯರು "ಮೊದಲು ಅದೇನು ಅಂತ ನೋಡು. ಬೇಡದಿದ್ದರೆ ಬಿಸಾಕಿದರೆ ಆಯ್ತು" ಅಂದರು. "ಇನ್ನೇನಿರುತ್ತಪ್ಪ. ಅವತ್ತು ಇಂಟರ್‌ವ್ಯೂ ಕ್ಯಾನ್ಸಲ್ ಆಯ್ತು. ಈಗ ಇನ್ನೊಂದು ದಿನ ಇಂಟರ್‌ವ್ಯೂ ಇದೆ ಬನ್ನಿ ಅಂತ ಕರೆದಿರೋ ಕಾಗದ ಈ ಲಕೋಟೆಯಲ್ಲಿರುತ್ತೆ. ನನಗೆ ಆ ಉಸಾಬರಿನೇ ಬೇಡ. ನಾನು ಬೇರೆ ಕಂಪನೀಲಿ ಕೆಲಸ ಹುಡುಕ್ಕೊತೀನಿ" ಅಂದಳು. "ಅಷ್ಟೊಂದು ಸಿಟ್ಟಾಗಬೇಡ ಅಂತ ನಿನಗೆ ನಾನು ಹೇಳಿದ್ನಲ್ಲ. ಬದುಕಲ್ಲಿ ನಾವು ಬಯಸೋಂಥ ಯಶಸ್ಸೇ ಸದಾ ಸಿಗಲಿ ಅಂತ ಬಯಸೋದು ತಪ್ಪು. ಯಶಸ್ಸು ಮತ್ತು ಸೋಲು ಇವುಳಿಂದ ಮಿಳಿತವಾಗಿರುವುದೇ ಬದುಕು ಅಂದರು. ನಿರ್ಮಲ ತಂದೆಯ ಮುಖ ನೋಡಿ "ಅಪ್ಪಾ ನಿಮಗೆ ನನ್ನ ಮಾನಸಿಕ ಹಿಂಸೆ ಅರ್ಥ ಆಗೋಲ್ಲ. ಸುಮ್ನಿರಿ ಈ ಕಂಪನಿ ಸಹವಾಸವೇ ನನಗೆ ಬೇಡ" ಅಂದು ಲಕೋಟೆಯನ್ನು ಮುದುರಿ ಮೂಲೆಗೆ ಬಿಸಾಕಿ ಒಳಗೆ ಹೋದಳು. ವಾಸುದೇವರಾಯರು ಹೆಣ್ಣು ಮಕ್ಕಳಿಗೆ ಈ ಪಾಟಿ ಸಿಟ್ಟು ಒಳ್ಳೆಯದಲ್ಲ ಅಂದುಕೊಂಡು ಮಗಳು ಮುದುರಿ ಮೂಲೆ ಸೇರಿಸಿದ್ದ ಲಕೋಟೆಯನ್ನು ಕೈಗೆ ತೆಗೆದುಕೊಂಡು ಅದನ್ನು ಬಿಡಿಸಿ ನೋಡಿದರು. ಕೆಲ ಕ್ಷಣಗಳಲ್ಲೇ ಅವರಿಗೆ ಮನಸ್ಸಿನಲ್ಲಿ ಏನೇನೋ ಬದಲಾವಣೆಗಳು ಆಯಿತು. "ನಿರ್ಮಲಾ ನಿಮ್ಮೊ" ಅಂತ ಜೋರಾಗಿ ಕೂಗಿದರು. ನಿರ್ಮಲ ಒಂದು ಕಡೆಯಿಂದ ಬಂದರೆ ಸಾವಿತ್ರಮ್ಮ ಇದ್ಯಾಕೆ ಹೀಗೆ ಕೂಗ್ಕೊಂಡ್ರಿ ಅಂದಕೊಂಡು ಅಡುಗೆ ಮನೆಯಿಂದ ಬಂದರು. ತಂದೆಯ ಕೈಲಿ ಅದೇ ಲಕೋಟೆ ಇತ್ತು.

ಮುಖದಲ್ಲಿ ನಗುವೂ ಇತ್ತು. ಮಗಳ ಬಳಿ ಬಂದು "ನೀನು ಅಂದುಕೊಂಡಂತೆ ಸ್ಕಂದ ಕಂಪನಿಯಿಂದ ಬಂದಿರೋದು ಇಂಟರ್‌ವ್ಯೂ ಕರೆ ಅಲ್ಲ. ನಿನ್ನ ಅಪಾಯಿಂಟ್‌ಮೆಂಟ್ ಆರ್ಡರು ನೋಡಿಲ್ಲಿ" ಅಂದು ಲಕೋಟೆಯೊಳಗಿದ್ದ ಕಾಗದವನ್ನು ಹೊರತೆಗೆದು ತೋರಿಸಿದರು. ನಿರ್ಮಲಳಿಗೆ ತನ್ನ ಕಿವಿ, ಕಣ್ಣು ಯಾವುದನ್ನೂ ನಂಬಲಾಗಲಿಲ್ಲ. ನಾನು ಇಂಟರ್‌ವ್ಯೂ ಅಟೆಂಡ್ ಮಾಡಲೇ ಇಲ್ಲ. ಜೊತೆಗೆ ಅವರಿಗೆ ಚನ್ನಾಗಿ ದಬಾಯಿಸಿ ಬಂದಿದ್ದೆ. ಆದರೆ ಅದೇ ಕಂಪನಿ ನನಗೆ ಇಂಟರ್‌ವ್ಯೂ ಇಲ್ಲದೇ ಅಪಾಯಿಂಟ್‌ಮೆಂಟ್ ಆರ್ಡರು ಕೊಟ್ಟಿದಾರೆ ಅಂದ್ರೆ ಏನರ್ಥ ಅಂತ ಚಿಂತಿಸಿದಳು. ತಂದೆಯ ಕೈನಿಂದ ಲಕೋಟೆ ತೆಗೆದುಕೊಂಡು ಕಾಗದ ಬಿಡಿಸಿ ಓದತೊಡಗಿದಳು. ಹೌದು ಅನುಮಾನವೇ ಇಲ್ಲ. ಸ್ಕಂದ ಕಂಪನಿಯಲ್ಲಿ ಅವಳಿಗೆ ಹೆಚ್.ಆರ್. ಎಕ್ಸಿಕ್ಯೂಟೀವ್ ಕೆಲಸ ಸಿಕ್ಕಿದೆ. ಸಂಬಳ ತಿಂಗಳಿಗೆ ಮೂವತ್ತ ಮೂರು ಸಾವಿರ. ಕೆಲಸಕ್ಕೆ ಸೇರಿಕೊಳ್ಳಲು ಒಂದು ವಾರ ಸಮಯ ಕೊಟ್ಟಿದಾರೆ.

"ಅಲ್ಲ ಕಣೆ ಇಂಟರ್‌ವ್ಯೂ ನಡೆಯಲೇ ಇಲ್ಲ ನಾನು ಅವರಿಗೆ ದಬಾಯಿಸಿ ಬಂದೆ" ಅಂತ ಹೇಳಿದ್ಯಲ್ಲೆ ಅಂತ ಕೇಳಿದರು.

"ಹೌದಮ್ಮ ಇಂಟರ್‌ವ್ಯೂ ನಡೆಯಲಿಲ್ಲ. ನಾನೇ ಅವರ ಛೇಂಬರಿಗೆ ನುಗ್ಗಿ ಅವರಿಗೆ ದಬಾಯಿಸಿ ಬಂದಿದ್ದೆ. ಆದರೆ ಈಗ ನನಗೆ ಕೆಲಸದ ಆರ್ಡರ್ ಹೇಗೆ ಕಳಿಸಿದಾರೆ ಅನ್ನೋದೇ ಅರ್ಥ ಆಗ್ತಿಲ್ಲ" ಅಂದಳು. ಸಾವಿತ್ರಮ್ಮ "ಅದನ್ನೆಲ್ಲ ಯೋಚನೆ ಮಾಡೋಕೆ ಹೋಗಬೇಡ. ಸುಮ್ಮನೆ ಹೋಗಿ ಕೆಲಸಕ್ಕೆ ಸೇರ್ಕೊ. ಚನ್ನಾಗಿ ಕೆಲಸ ಮಾಡು ಅಷ್ಟೆ". ಅಂದರು. ವಾಸುದೇವರಾಯರು "ಹೌದಮ್ಮ, ಹೋಗಿ ಈ ಕೆಲಸದ ಆರ್ಡರ್ ಇರೋ ಲಕೋಟೆನ ದೇವರ ಮುಂದೆ ಇಟ್ಟು ನಮಸ್ಕಾರ ಮಾಡು" ಅಂದರು. ಏನೇ ಆದರೂ ಇದನ್ನು ನಿರ್ಮಲ ನಂಬೋದೇ ಕಷ್ಟವಾಯಿತು. ಅವತ್ತು ನಾನು ಆಫೀಸರ್ ಛೇಂಬರ್ ಒಳಗೆ ಹೋಗಿ ಗಲಾಟೆ ಮಾಡಿದ್ದು ಇಷ್ಟು ಕೆಲಸ ಮಾಡಿಸಿದೆಯಾ ಅನ್ನೋ ವಿಚಾರವೂ ತಲೇಲಿ ಹೊಳೆಯಿತು. ಆದರೆ ಕುತೂಹಲವಂತೂ ಇತ್ತು.

ಕೆಲಸಕ್ಕೆ ಸೇರಿಕೊಳ್ಳಲು ಒಂದು ವಾರ ಸಮಯಾವಕಾಶ ಕೊಟ್ಟಿದ್ದರು. ಮರುದಿನ ಸಾವಿತ್ರಮ್ಮ "ಅವರು ಕೊಟ್ಟಿದಾರೆ ಅಂತ ನೀನು ಒಂದು ವಾರ ಯಾಕೆ ಕಾಯ್ತೀಯ. ನಾಳೆ ಶುಕ್ರವಾರ ಒಳ್ಳೆ ದಿನ ಹೋಗಿ ಕೆಲಸಕ್ಕೆ ಸೇರಿಕೋ" ಅಂದರು. ಅಲ್ಲೇ ಇದ್ದ ವಾಸುದೇವರಾಯರು "ಶುಕ್ರವಾರ ಬೇಡ ಯಾಕೇಂದ್ರೆ ಶನಿವಾರ ರಜ. ದ್ವಿತೀಯ ವಿಘ್ನ ಆಗುತ್ತೆ. ಅವಳು ಸೋಮವಾರ ಸೇರ್ಕೊಳ್ಳಿ ಸೋಮವಾರವೂ ಒಳ್ಳೆ ದಿನ" ಅಂದರು. ಮುಂದಿನ ತಿಂಗಳಿನಿಂದ ಮೂವತ್ತಮೂರು ಸಾವಿರ ರೂಪಾಯಿ ಸಂಬಳ. ಆಫೀಸಿಗೆ ಹೋಗಿ ಬರೋದಕ್ಕೆ ಕ್ಯಾಬ್ ಮನೆ ಮುಂದೆನೇ ಬರುತ್ತೆ. ವಾರಕ್ಕೆ ಐದು ದಿನ ಕೆಲಸ. ಎರಡು

ದಿನ ವಿಶ್ರಾಂತಿ. ಚನ್ನಾಗಿದೆ. ಕಂಪನಿ ಚನ್ನಾಗಿದ್ರೆ, ಕೆಲಸ ಹಿಡಿಸಿದರೆ ಇಲ್ಲೇ ಇದ್ದುಬಿಟ್ಟರೆ ಆಯಿತು ಅಂದುಕೊಂಡಳು.

ತನಗೆ ಇಂಟರ್‌ವ್ಯೂ ಇಲ್ಲದೇನೇ ಕೆಲಸ ಸಿಕ್ಕಿದ ವಿಷಯವನ್ನು ತನ್ನ ಸ್ನೇಹಿತೆಯರಿಗೆಲ್ಲ ಹೇಳಿದಳು. ಎಲ್ಲರೂ ಅಭಿನಂದನೆ ಸಲ್ಲಿಸಿದರೂ ಒಬ್ಬಳು ಮಾತ್ರ "ಲೇ ನಿರ್ಮಲ, ನನಗ್ಯಾಕೋ ಆ ಆಫಿಸರ್ ಮೇಲೇ ಅನುಮಾನ ಕಣೆ. ನೀನು ಅವನ ಛೇಂಬರ್‌ಗೆ ಹೋಗಿ ಚನ್ನಾಗಿ ದಬಾಯಿಸಿದೆ ಅಂದ್ಯಲ್ಲ ಆಗ ಅವನಿಗೆ ಲವ್ ಅಟ್ ಫಸ್ಟ್ ಸೈಟ್ ಆಗಿರಬೇಕು. ಅದಿಕ್ಕೆ ನಿನಗೆ ಕೆಲಸ ಕೊಟ್ಟಿದಾನೆ. ಅವನು ನೋಡೋಕೆ ಹೇಗಿದ್ನೇ, ಓಕೆನಾ" ಅಂತ ಕೇಳಿದಾಗ ನಿರ್ಮಲ "ಹೋಗೆ ಹೋಗೇ ಅಂಥಾದ್ದೇನೂ ಇಲ್ಲ. ಅವನ ಮುಸುಡೀನೇ ನಾನು ಸರಿಯಾಗಿ ನೋಡಿಲ್ಲ. ಇನ್ನು ನಾನು ಅವನನ್ನು ದಬಾಯಿಸುವಾಗ ಚಾಮುಂಡೇಶ್ವರಿ ಅವತಾರ ತಾಳಿದ್ದೆ. ಅಂಥಾ ಹೆಣ್ಣಿನ ಮೇಲೆ ಲವ್ ಅಟ್ ಫಸ್ಟ್ ಸೈಟ್ ಆಗುತ್ತಾ ನಿನಗೆಲ್ಲೋ ಭ್ರಮೆ" ಅಂದಳು. ನಿರ್ಮಲ ಹಾಗಂದಿದ್ದೇನೋ ಸರಿ. ಆದರೆ ಇಂಟರ್‌ವ್ಯೂ ಇಲ್ಲದೇ ಕೆಲಸ ಅಂದರೆ ಇಂಥಾ ಅನುಮಾನ ಬರೋದೂ ಸಹಜವೇ. ಮುಂದೆ ಅವನು ಸರಿಯಾದ ರೀತೀಲಿ ಪ್ರಪೋಸ್ ಮಾಡಿದರೆ, ಎಲ್ಲಾನೂ ಪರಿಶೀಲಿಸಿ ಒಪ್ಕೊಳ್ಳೋದ್ರಲ್ಲಿ ತಪ್ಪೇನೂ ಇಲ್ಲ. ಆದರೆ ಅವನು ಅಡ್ಡದಾರೀಲೀ ಚಿಂತನೆ ನಡೆಸಿದ್ರೆ ಇನ್ನೊಂದ್ಸಾರಿ ಅವನಿಗೆ ಚಾಮುಂಡೇಶ್ವರಿ ಅವತಾರ ತೋರಿಸಬೇಕಾಗುತ್ತೆ ಅಂದುಕೊಂಡಳು.

ಸೋಮವಾರ ಬಹಳ ಬೇಗನೇ ರೆಡಿಯಾದಳು. ಅಮ್ಮ ಹೇಳಿದಂತೆ ಹಸಿರು ಸೀರೆ ಉಟ್ಕೊಂಡಳು. ಮೊದಲು ದೇವರಿಗೆ ನಮಸ್ಕಾರ ಮಾಡಿ, ತಿಂಡಿ ತಿಂದು ಮಧ್ಯಾಹ್ನಕ್ಕೆ ಡಬ್ಬಿ ರೆಡಿ ಮಾಡ್ಕೊಳೋ ಹೊತ್ತಿಗೆ ಕ್ಯಾಬ್ ಬಂದೇ ಬಿಟ್ಟಿತು. ತಂದೆ ತಾಯಿಯರಿಗೆ ನಮಸ್ಕರಿಸಿ ಕ್ಯಾಬ್ ಹತ್ತಿದಳು. ಅರ್ಧ ಗಂಟೆಯಲ್ಲಿ ಕ್ಯಾಬ್ ಆಫೀಸಿನ ಮುಂದೆ ನಿಂತಿತು.

ರಿಸೆಪ್ಷನ್‌ಗೆ ಹೋಗಿ ತನಗೆ ಬಂದಿದ್ದ ಕೆಲಸದ ಆರ್ಡರ್ ತೋರಿಸಿದಳು. ಕೂತ್ಕೊಳಿ ಮೇಡಂ ಅಂದು ಕೆಲ ಸಮಯದ ನಂತರ ಹೆಚ್. ಆರ್. ವಿಭಾಗಕ್ಕೆ ನಿರ್ಮಲಳನ್ನು ಕಳಿಸಿದರು. ಅದೇ ಸುಮಾರು ಎರಡು ಗಂಟೆಗಳ ಕಾಲ ಆಯಿತು. ನಂತರ ನಿರ್ಮಲಳನ್ನು ಆಫೀಸರ್ ಬಳಿಗೆ ಕಳಿಸಿದರು. ಆಗ ನಿರ್ಮಲ "ಮೇಡಂ ನನಗೊಂದು ಕುತೂಹಲ ಇದೆ. ನಾನು ಇಂಟರ್‌ವ್ಯೂಗೆ ಬಂದ ದಿನ ಇಂಟರ್‌ವ್ಯೂ ಕ್ಯಾನ್ಸಲ್ ಆಯಿತು. ಮತ್ತೆ ಇಂಟರ್‌ವ್ಯೂಗೆ ಕರೆಯಲಿಲ್ಲ. ಆದರೆ ನೇರಾನೇರ ಆರ್ಡರ್ ಕಳಿಸಿದೀರಲ್ಲ ಹೇಗೆ ಅಂತ ಕೇಳಿದಳು. "ಗೊತ್ತಿಲ್ಲ ಅದನ್ನು ಆಫಿಸರ್ ಹೇಳಬಹುದು" ಅಂದು ನಿರ್ಮಲಳನ್ನು ಆಫೀಸರ್ ಬಳಿ ಕಳಿಸಿಕೊಟ್ಟರು.

ಸುಧಾಕರ್ ಕೆಲವು ಫೈಲ್ ನೋಡುತ್ತಾ ಮೊಬೈಲ್‌ನಲ್ಲೂ ಮಾತಾಡ್ತಿದ್ದರು. ಬಾಗಿಲು ತೆಗೆದು ನಿರ್ಮಲ ಇಣುಕಿದಾಗ ಬನ್ನಿ ಎನ್ನುವಂತೆ ಸೂಚಿಸಿದರು.

ನಿರ್ಮಲ ಒಳಗೆ ಹೋಗಿ ಕೂತ್ಕೊಂಡಳು. ಐದು ನಿಮಿಷದಲ್ಲಿ ಸುಧಾಕರ್ ಅವರ ಮೊಬೈಲ್ ಮಾತು ಮುಕ್ತಾಯವಾಯಿತು.

ತಕ್ಷಣ ನಿರ್ಮಲ "ಐ ಆಮ್ ಸಾರಿ ಸರ್, ಅವತ್ತು ನಿಮ್ಮನ್ನು ಚನ್ನಾಗಿ ದಬಾಯಿಸಿಬಿಟ್ಟಿದ್ದೆ." ಅಂದಳು. ಸುಧಾಕರ್ ಸುಮ್ಮನೇ ನಕ್ಕರು. ಅವಳ ವಿವರಗಳಿದ್ದ ಫೈಲ್ ನೋಡಿದರು. ನೋಡುತ್ತಲೇ "ವಾಸುದೇವರಾವ್ ಹೇಗಿದಾರೆ" ಅಂತ ಕೇಳಿದರು. ನಿರ್ಮಲ ಅಚ್ಚರಿಯಿಂದ "ಸರ್ ನೀವು ಅವತ್ತೂ ವಾಸುದೇವರಾವ್ ಹೆಸರು ಹೇಳಿದ್ರಿ, ವಾಸುದೇವರಾವ್ ನಮ್ಮ ತಂದೆ, ಅವರು ನಿಮಗೆ ಗೊತ್ತಾ ಸರ್." ಅಂತ ಕೇಳಿದಳು. "ಇವತ್ತು ಮನೆಗೆ ಹೋದ ಮೇಲೆ ನರಹರಿರಾಯರ ಮಗ ಸುಧಾಕರ್ ಸಿಕ್ಕಿದ್ದರು ಅಂತ ಹೇಳಿ ಅವರೇನು ಹೇಳ್ತಾರೆ ನೋಡಿ" ಅಂದ. ನಿರ್ಮಲಳ ಫೈಲ್ ನೋಡಿ ಮುಗಿಸಿ ಅದನ್ನು ಅವಳಿಗೆ ವಾಪಸ್ ಕೊಟ್ಟು "ಓಕೆ, ಹೋಗಿ ನಿಮ್ಮ ಸೆಕ್ಷನ್‌ನಲ್ಲಿ ಕೆಲಸ ಶುರು ಮಾಡಿ ಆಲ್ ದಿ ಬೆಸ್ಟ್, ಚನ್ನಾಗಿ ಕೆಲಸ ಮಾಡಿ, ನೀವೂ ಹೆಸರು ತಗೊಳಿ, ನಿಮ್ಮ ತಂದೆತಾಯಿಯರಿಗೂ ಹೆಸರು ತನ್ನಿ, ಕಛೇರಿಗೂ ಒಳ್ಳೇದು ಮಾಡಿ" ಅಂದ. ನಿರ್ಮಲ ಸುಧಾಕರ್ ಕಡೆ ನೋಡುತ್ತಾ ಎಷ್ಟು ಒಳ್ಳೆಯವನಪ್ಪಾ ಈ ಮನುಷ್ಯ. ಇವನ ರೀತಿನೀತಿಗಳಲ್ಲಿ ಎರಡು ಬಗೆಯುವಂತಿಲ್ಲ. ಇವನು ನನ್ನ ಮೇಲೆ ಕಣ್ಣು ಹಾಕಿಲ್ಲ. ಇವನ ನಡವಳಿಕೆಯಲ್ಲಿ ಸ್ವಾರ್ಥವಿಲ್ಲ. ಆದರೆ ನನಗೆ ಕೆಲಸ ಕೊಟ್ಟಿದ್ದೇಕೆ ಅನ್ನೋ ಕುತೂಹಲವಂತೂ ಇದ್ದೇ ಇತ್ತು. ನಿರ್ಮಲ ಮೆದು ಧ್ವನಿಯಿಂದ "ಸರ್, ನನ್ನನ್ನು ಇಂಟರ್‌ವ್ಯೂ ಮಾಡದೇ ಕೆಲಸ ಕೊಟ್ಟಿರಿ ಹೇಗೆ ಸರ್, ಏನು ಕಾರಣ ಅಂತ ಕೇಳಬಹುದಾ" ಅಂತ ಕೇಳಿದಳು.

ಸುಧಾಕರ "ಅದಕ್ಕೆ ಎರಡು ಕಾರಣ ಇದೆ. ಒಂದು ನಿಮಗೆ ಸರಿಯಾದ ವಿದ್ಯಾರ್ಹತೆ ಇದೆ, ಜೊತೆಗೆ ಎರಡು ವರ್ಷ ಅನುಭವವೂ ಇದೆ. ನಾವು ಬಯಸುವಂಥಾ ವಿದ್ಯಾರ್ಹತೆ ಮತ್ತು ಅನುಭವ ನಿಮಗೆ ಇದೆ ಅಂತಾಯ್ತು. ಹೀಗಾಗಿ ನಿಮ್ಮನ್ನು ಕೆಲಸಕ್ಕೆ ನಾನೇ ಆಯ್ಕೆ ಮಾಡಿದೆ. ಇನ್ನೊಂದು ಕಾರಣ ಎಂದರೆ ಕೃತಜ್ಞತೆ ತೋರಿಸುವುದು" ಅಂದ. "ಕೃತಜ್ಞತೆ ಯಾರಿಗೆ ಸರ್." ಅಂತ ಕೇಳಿದಾಗ "ನಿಮ್ಮ ತಂದೆಗೆ" ಅಂದ. ನಿರ್ಮಲ ಇನ್ನಷ್ಟು ಅಚ್ಚರಿ ಹೊಂದಿದಳು. "ಸರ್ ನಮ್ಮ ತಂದೆ ನಿಮಗೆ ಗೊತ್ತಾ? ಹೇಗೆ ಸರ್, ಮತ್ತೆ ನಮ್ಮ ತಂದೆ ನಿಮ್ಮ ಬಗ್ಗೆ ಏನೂ ಹೇಳೇ ಇಲ್ಲ" ಅಂದಳು.

ಸುಧಾಕರ "ಇಲ್ಲ ಅವರಿಗೆ ಗೊತ್ತಿರೋಲ್ಲ. ಒಂದೆರಡು ಘಟನೆಗಳನ್ನು ನೆನಪು ಮಾಡಿದರೆ ಎಲ್ಲಾ ತಿಳಿಯುತ್ತೆ. ನಾನು ನಿಮ್ಮ ತಂದೆಯನ್ನು ನೋಡಿ ಸುಮಾರು ವರ್ಷಗಳಾಗಿವೆ. ನಿಮ್ಮ ಫೈಲ್ ನೋಡುವಾಗ ನಿಮ್ಮ ತಂದೆಯ ಹೆಸರು, ಊರು ಇವನ್ನೆಲ್ಲ ನೋಡಿದಾಗ ನನಗೆ ಅನುಮಾನ ಬಂತು. ನಿಮ್ಮನ್ನು ನೋಡಿದಾಗ ನೀವು ಥೇಟ್ ನಿಮ್ಮ ತಂದೆಯನ್ನೇ ಹೋಲುತ್ತಿದ್ದೀರ ಅಂತ

ಗೊತ್ತಾಯಿತು. ನಿಮ್ಮ ತಂದೆ ಹೈಸ್ಕೂಲ್ ಅಧ್ಯಾಪಕರು ಅಲ್ವೇ? ಅವರು ಮಲೆನಾಡಿನ ಸುರಪುರದಲ್ಲಿ ಅಧ್ಯಾಪಕರಾಗಿದ್ರಲ್ವ" ಅಂತ ಕೇಳಿದ. ನಿರ್ಮಲ ಕಣ್ಣು ಅರಳಿಸಿ "ಹೌದು ಸರ್, ಆದರೆ ಅಲ್ಲಿ ಅವರು ಒಬ್ಬರೇ ಇದ್ದರು. ನಾನು ನಮ್ಮ ತಾಯಿ, ತಮ್ಮ, ಅಣ್ಣ ಎಲ್ಲ ಹತ್ತಿರದ ಚನ್ನಪುರದಲ್ಲಿ ಇದ್ದೆವು. ನಮ್ಮ ತಂದೆ ದಿನಾ ಸೈಕಲ್‌ನಲ್ಲಿ ಓಡಾಡೋರು. ಸರ್ ನೀವು ಅಲ್ಲೇ ಓದಿದ್ದಾ" ಅಂತ ಕೇಳಿದಳು. "ಹೌದು ನಾನು ಸುರಪುರದಲ್ಲೇ ಓದಿದ್ದು. ನಮ್ಮ ತಂದೆ ಅಲ್ಲೇ ಶ್ಯಾನುಭೋಗರಾಗಿದ್ದರು. ನಾವೆಲ್ಲಾ ಚಿಕ್ಕವರಾಗಿರುವಾಗಲೇ ಅವರು ತೀರಿಕೊಂಡರು. ನಾನು ನಿಮ್ಮ ತಂದೆಯ ಬಳಿ ಮೂರು ವರ್ಷ ಅಭ್ಯಾಸ ಮಾಡಿದ್ದೇನೆ. ಅವರ ಬಳಿ ಪಾಠ ಕಲಿತಿದ್ದೇನೆ" ಅಂದ. ನಿರ್ಮಲ ಕಣ್ಣರಳಿಸಿ ಉಸಿರು ಬಿಟ್ಟು, "ಓ ನೀವು ನನಗೆ ಕೆಲಸ ಕೊಟ್ಟ ಕಾರಣ ಈಗ ಗೊತ್ತಾಯ್ತು. ಇದು ಒಂದು ಕಾರಣ ಆಯ್ತು" ಅಂತ ಅಂದಳು. ಸುಧಾಕರ ನಿರ್ಮಲಳನ್ನೇ ನೋಡುತ್ತಿದ್ದ. ಆಗ ಅಟೆಂಡರು ಎರಡು ಕಪ್ ಕಾಫಿ ತಗೊಂಡು ಬಂದ. ಸುಧಾಕರ ನಿರ್ಮಲ ಕಡೆ ನೋಡಿ "ಇವತ್ತು ಕಾಫಿ ಕುಡೀಬಹುದಲ್ವ" ಅಂದ. ನಿರ್ಮಲ ನಕ್ಕು "ಖಂಡಿತ ಸರ್" ಅಂದು ಕಪ್‌ಗೆ ಕೈ ಹಾಕಿದಳು. "ಇನ್ನೊಂದು ಕಾರಣ ಎಂದರೆ ನಿಮ್ಮ ತಂದೆಯ ಒಂದು ನಿರ್ಧಾರದಿಂದ ನನ್ನ ಬದುಕು ತುಂಡಾಗುವುದರ ಬದಲು ಮುಂದುವರಿಯಿತು." ಅಂದು ತುಸು ನಿಲ್ಲಿಸಿ "ನಿಮ್ಮತ್ರ ಮುಚ್ಚು ಮರೆ ಏನು ಎಲ್ಲಾ ಹೇಳ್ತೀನಿ ಕೇಳಿ. ಆಗ ನಾನು ಎಸ್. ಎಸ್.ಎಲ್.ಸಿ. ಪರೀಕ್ಷೆಗೆ ಕೂತ್ಕೊಬೇಕಾಗಿತ್ತು. ಫೀಸ್ ಎಷ್ಟು ಗೊತ್ತಾ ಹನ್ನೆರಡು ರೂಪಾಯಿ. ಅವತ್ತು ನಮ್ಮ ಪರಿಸ್ಥಿತಿ ಹೇಗಿತ್ತು ಅಂದರೆ ಹನ್ನೆರಡು ರೂಪಾಯಿ ಹೋಗಲಿ ಹನ್ನೆರಡು ಆಣೆ ಕೂಡಾ ಇರ್ಲಿಲ್ಲ. ನಮ್ಮ ನೆಂಟರಿಷ್ಟರನ್ನೆಲ್ಲ ಕೇಳಿದೆವು. ಯಾರೂ ಕೊಡಲಿಲ್ಲ. ಕೆಲವರು ಒಂದು ಎರಡು ರೂಪಾಯಿ ಕೊಟ್ಟರು ಅದು ಸಾಕಾಗಲಿಲ್ಲ. ಕಡೆಗೆ ನನ್ನ ಓದು ಇಷ್ಟಕ್ಕೆ ಸಾಕು. ಏನಾದರೂ ಕೆಲಸ ಮಾಡ್ಕೊಂಡು ಇರೋಣ ಅಂತ ನಿರ್ಧರಿಸಿದ್ದೆ. ಪರೀಕ್ಷೆಗೆ ಫೀಸ್ ಕಟ್ಟೋಕೆ ಕಡೇ ದಿನಾಂಕ ಸಮೀಪಿಸುತ್ತಿದ್ದಾಗ ನಿಮ್ಮ ತಂದೆ ನನ್ನನ್ನು ಕರೆದು ಯಾಕೆ ಇನ್ನೂ ಫೀಸ್ ಕಟ್ಟಿಲ್ಲ ಅಂತ ಕೇಳಿದರು. ನಾನು ಇರೋ ವಿಚಾರ ತಿಳಿಸಿ ನನಗೆ ಓದು ಸಾಕು ಸರ್. ನನ್ನ ಹಣೆ ಬರಹ ಇಷ್ಟೇ ಅಂದೆ. ಬಹಳ ನಿರಾಶನಾಗಿದ್ದೆ. ತುಂಬಾ ಅಳುತ್ತಿದ್ದೆ. ಅವರು ನನ್ನ ತಲೆ ಸವರಿ ಯೋಚನೆ ಮಾಡಬೇಡ. ನಾನು ನಿನ್ನ ಪರೀಕ್ಷೆಗೆ ಹಣ ಕೊಡ್ತೀನಿ ಹೋಗಿ ಫೀಸ್ ಕಟ್ಟು. ಆದರೆ ಒಂದು ಕಂಡೀಷನ್ನು ನೀನು ಎಸ್.ಎಸ್.ಎಲ್.ಸಿ ನ ಫಸ್ಟ್ ಕ್ಲಾಸಲ್ಲಿ ಪಾಸು ಮಾಡಬೇಕು ಅಂದರು. ನನಗೆ ಮುಳುಗುತ್ತಿದ್ದವನಿಗೆ ಒಂದು ದೋಣಿ ಸಿಕ್ಕ ಹಾಗಾಯಿತು. ನನಗೆ ಆಗ ಏನನಸಿತೋ ಗೊತ್ತಿಲ್ಲ ನಾನು ಫಸ್ಟ್ ಕ್ಲಾಸಲ್ಲಿ ಪಾಸಾದರೆ ಏನು ಕೊಡ್ತೀರ ಅಂತ ಕೇಳಿದೆ. ಅದಕ್ಕೆ ಅವರು ಪಿ.ಯು.ಸಿ.ನೂ ನಾನೇ ಓದಿಸ್ತೀನಿ

ಅಂದರು. ಇದಕ್ಕಿಂತ ಇನ್ನೊಂದು ಪ್ರೋತ್ಸಾಹ ಇದೆಯಾ. ಆ ವರ್ಷ ನಾನು ಎಸ್.ಎಸ್.ಎಲ್.ಸಿ. ಫಸ್ಟ್ ಕ್ಲಾಸಲ್ಲಿ ಪಾಸು ಮಾಡಿದೆ. ನಂತರ ಅವರು ಆಡಿದ ಮಾತಿನಂತೆ ಎರಡು ವರ್ಷ ಪಿ.ಯು.ಸಿ.ನ ಓದಿಸಿದರು. ಪಿ.ಯು.ಸಿ.ನಲ್ಲೂ ಫಸ್ಟ್ ಕ್ಲಾಸ್. ಆಗ ನಿಮ್ಮ ತಂದೆಗೆ ಮೈಸೂರಿಗೆ ವರ್ಗ ಆಯಿತು. ನಮ್ಮ ತಾಯಿ ಹಾಸಿಗೆ ಹಿಡಿದಳು. ಅವಳ ಆರೈಕೆ ಮಾಡುವಷ್ಟರಲ್ಲಿ ಆರು ತಿಂಗಳು ಕಳೆದಿತ್ತು. ಆದರೂ ಅವಳನ್ನು ನಾವು ಉಳಿಸಿಕೊಳ್ಳಲಾಗಲಿಲ್ಲ. ನಂತರ ನಾನು ಬಿ.ಕಾಂ. ಗೆ ಸೇರಿಕೊಂಡೆ. ನಿಮ್ಮ ತಂದೆನ ನೋಡೋಣ ಅಂತ ಮೈಸೂರಿಗೆ ಬಂದೆ. ಅವರು ಅಲ್ಲಿಂದ ಚಿತ್ರದುರ್ಗಕ್ಕೆ ವರ್ಗವಾಗಿದಾರೆ ಅಂತ ತಿಳೀತು. ನಾನು ತಕ್ಷಣ ಚಿತ್ರದುರ್ಗಕ್ಕೆ ಹೋಗೋಕೆ ಆಗಲಿಲ್ಲ. ಮತ್ತೆ ನಿಮ್ಮ ತಂದೇನ ಭೇಟಿ ಮಾಡಬೇಕು ಅಂತ ಎಷ್ಟು ಪ್ರಯತ್ನ ಪಟ್ಟರೂ ಏನೇನೋ ವಿಘ್ನಗಳು ಬರುತ್ತಿದ್ದವು. ನಾನು ಬಿ.ಕಾಂ. ಆದ ಮೇಲೆ ಬಿ.ಬಿ.ಎಂ. ಮಾಡಿದೆ. ಎಂ.ಬಿ.ಎ. ಮಾಡಿದೆ. ಕೆಲ ಕಾಲ ಹೈದರಾಬಾದಿನಲ್ಲಿ ಯಾವುದೋ ಕಂಪನಿಯಲ್ಲಿದ್ದೆ. ಮದುವೆಯಾಯಿತು. ಮಕ್ಕಳೂ ಆದರು. ಈ ಕಂಪನಿ ಸೇರಿಕೊಂಡು ಒಂದು ವರ್ಷ ಆಯಿತು. ನಿಮ್ಮ ಫೈಲ್ ನೋಡಿ ಅದರಲ್ಲಿ ವಾಸುದೇವರಾವ್ ಅವರ ಹೆಸರು ನೋಡಿ ಇವರೇ ಇರಬೇಕು ಅಂದುಕೊಂಡೆ. ನಿಮ್ಮನ್ನು ನೋಡಿದ ಮೇಲಂತೂ ನನಗೆ ಖಾತರಿಯಾಯಿತು." ಅಂದ.

ಸುಧಾಕರನ ಸುದೀರ್ಘ ಮತು ಕೇಳಿ ನಿರ್ಮಲಳ ಕಣ್ಣಲ್ಲಿ ನೀರು ಬಂದಿತು. "ಸರ್. ಬನ್ನಿ ನಮ್ಮನೆಗೆ ಹೋಗೋಣ ನಮ್ಮ ತಂದೆ ನಿಮ್ಮನ್ನು ನೋಡಿ ತುಂಬಾ ಸಂತೋಷ ಪಡ್ತಾರೆ" ಅಂದಳು. ಸುಧಾಕರ ತಲೆ ಆಡಿಸಿ, ಇಲ್ಲ ಇನ್ನೊಂದು ದಿನ ಬರ್ತೀನಿ, ನಿಮ್ಮ ತಂದೇನ ನೋಡೋಕೆ ಹಾಗೆಲ್ಲ ಬರಬಾರದು. ಅದಕ್ಕೊಂದು ರೀತಿ ನೀತಿ ಇದೆ. ನನ್ನ ಕುಟುಂಬವನ್ನೂ ಕರ್ಕೊಂಡು ಬರ್ತೀನಿ. ಇವತ್ತು ನನ್ನ ಬಗ್ಗೆ ನಿಮ್ಮ ತಂದೆಗೆ ಹೇಳಿ. ನಾನು ನಾಳೆ ನಾಡಿದ್ರಲ್ಲಿ ಬರ್ತೀನಿ ಈಗ ಹೋಗಿ ನಿಮ್ಮ ಕೆಲಸ ಪ್ರಾರಂಭಿಸಿ" ಅಂದ.

ನಿರ್ಮಲ ಹೋದ ಮೇಲೆ ಬಹಳ ಹೊತ್ತು ಸುಧಾಕರ ಸುಮ್ಮನೇ ಟೇಬಲ್ ಕಡೆ ನೋಡುತ್ತಾ ಕೂತಿದ್ದ. ಉಪಕಾರ ಸ್ಮರಣೆ, ಪ್ರತ್ಯುಪಕಾರದ ಧ್ಯಾನ ಇವೆರಡೂ ಮನುಷ್ಯನ ಮೂಲಭೂತ ಗುಣಗಳಾಗಿರಬೇಕು ಅಂತ ಎಂದೋ ವಾಸುದೇವರಾಯರು ಹೇಳಿದ ಮಾತು ಸುಧಾಕರನ ಕಿವಿಯಲ್ಲಿ ಅನುರಣಿಸಿತು. ಮೇಷ್ಟ್ರ ಮಗಳಿಗೆ ಕೆಲಸ ಕೊಟ್ಟು ನಾನು ಅವರು ಹೇಳಿದ ಮಾತಿನಂತೆ ನಡೆದುಕೊಂಡಿದ್ದೀನೇನೋ ಅನಿಸಿತು. ಯಾವಾಗ ಮೇಷ್ಟ್ರನ್ನ ನೋಡ್ತೀನೋ ಅನ್ನೋ ಕುತೂಹಲ ಅವನಲ್ಲಿ ಹೆಚ್ಚಾಯಿತು.

(ತರಂಗ, 19.12.2019)

ತಂತ್ರ–ಪ್ರತಿತಂತ್ರ

ಪತ್ತೇದಾರಿ ಕಥೆ

ಮೊಬೈಲ್ ಸಂಗೀತ ಶುರುವಾಯಿತು.

ಮೊನ್ನೆ ತಾನೇ ಒಂದು ಕೇಸ್ ಮುಗಿಸಿ ಒಂದೆರಡು ವಾರಗಳಾದರೂ ವಿಶ್ರಾಂತಿ ಪಡೆಯೋಣ ಎಂದು ಚಿಂತನೆಯಲ್ಲಿದ್ದ ಪತ್ತೇದಾರ ಡೇವಿಡ್‌ಗೆ ಇದೇನಪ್ಪಾ ಹೊಸ ಗೋಳು ಅನಿಸಿತು.

"ಹಲೋ ಡೇವಿಡ್ ಹಿಯರ್" ಧ್ವನಿಯಲ್ಲಿ ತುಂಬಾ ಬೇಸರವಿತ್ತು

"ಹಲೋ ಡೇವಿಡ್ ನಾನು ಇನ್ಸ್‌ಪೆಕ್ಟರ್ ರಾಜೀವ್ ಮಹಾಲಕ್ಷ್ಮಿ ಟವರ್‌ನಿಂದ ಮಾತಾಡ್ತಿದೀನಿ. ಇಲ್ಲೊಂದು ವಿಚಿತ್ರ ಸಂಗತಿ ನಡೆದಿದೆ. ನೀವು ಕೂಡಲೇ ಬರಬೇಕು."

"ಏನೂಂತ ಸ್ವಲ್ಪನಾದರೂ ಹೇಳಿ ಸರ್."

"ವರಲಕ್ಷ್ಮಿ ಬಡಾವಣೆಯ ಹನ್ನೊಂದನೇ ಬ್ಲಾಕಿನಲ್ಲಿ ಮಹಾಲಕ್ಷ್ಮಿ ಟವರ್ ಮೂರನೇ ಮಹಡಿಯ ಒಂದು ಅಪಾರ್ಟ್‌ಮೆಂಟಲ್ಲಿ ಕೊಲೆ ನಡೆದಿದೆ. ಕೊಲೆಯಾದ ಶರೀರವನ್ನು ನೋಡಿದವರು ಇದ್ದಾರೆ. ಕೆಲವರು ಮೊಬೈಲಲ್ಲಿ ಚಿತ್ರ ತೆಗೆದಿದ್ದಾರೆ. ಆದರೆ ನಾವು ಬರುವಷ್ಟರಲ್ಲಿ ಅಲ್ಲಿ ಹೆಣವೇ ಇಲ್ಲ."

ರಾಜೀವ್ ವಿವರ ಜಾಳು ಜಾಳಾಗಿತ್ತು. ಮತ್ತೆ ಏನೂ ಕೇಳೋದು ಬೇಡ. ಅಲ್ಲಿಗೆ ಹೋಗೋದೇ ಸರಿ ಅನಿಸಿ ಡೇವಿಡ್ ರೆಡಿಯಾದರು. ಬಿಳೀ ಡ್ರೆಸ್ಸಲ್ಲಿ ಸುನೀತ ಸಿದ್ಧವಾಗಿದ್ದಳು.

"ನಾನೂ ಬರ್‍ಲಾ ಅಂತ ಕೇಳಬೇಡ. ನೀನು ಬರಲೇಬೇಕು ನಡಿ" ಅಂದರು ಡೇವಿಡ್.

ಸುನೀತ ಹತ್ತಿರ ಬಂದು ಒಂದು ಸಾರಿ ಡೇವಿಡ್ ಅವರನ್ನು ತಬ್ಬಿದಳು.

"ಅಮ್ಮ ಹೇಳಿದ್ರು ಇವತ್ತು ನನ್ನನ್ನು ನೋಡಲು ಒಂದು ಗಂಡು ಬರುತ್ತೆ. ಬೇಗ ಬಂದುಬಿಡು. ಹಾಗೇ ಹೊಸ ಕೇಸ್‌ಗಳನ್ನು ಸ್ವಲ್ಪ ಮುಂದಕ್ಕೆ ಹಾಕು ಅಂತ. ಆದರೆ ನಿಮ್ಮ ಮುಖದ ಆತಂಕ ನೋಡಿ ನನಗೆ ನಿಮ್ಮನ್ನು ಬಿಟ್ಟು ಹೋಗಲಾಗಲಿಲ್ಲ" ಅಂದಳು.

"ಎಲ್ಲದಕ್ಕೂ ಒಂದು ವ್ಯವಸ್ಥೆ ಮಾಡೋಣ ನಡಿ."

ಇಬ್ಬರೂ ಜೀಪ್ ಹತ್ತಿದರು.

"ಯಾರಂತೆ ನಿನ್ನನ್ನು ನೋಡಲು ಬರೋ ಹುಡುಗ" ದಾರಿಯಲ್ಲಿ ಮಾತು ಶುರುವಾಯಿತು.

"ಸುಧರ್ಮ ಅಂತೆ. ಬಿಇ. ಎಂಬಿಎ ಮಾಡಿದಾನಂತೆ. ಲಕ್ಷಗಟ್ಟಲೆ ಸಂಪಾದಿಸುತ್ತಾನಂತೆ. ನಮ್ಮ ತಾಯಿಗೆ ದೂರದ ಸಂಬಂಧಿ. ನನ್ನ ಫೋಟೋ ನೋಡಿದಾನಂತೆ. ನನಗೆ ಹುಡುಗಿ ಒಕೆ ಅಂತ ನನ್ನನ್ನು ನೋಡೋ ಮುಂಚೆಯೇ ಹೇಳಿದಾನಂತೆ."

"ಒಳ್ಳೆಯದು. ಒಂದು ಮಾತು ತಿಳ್ಕೊ. ನೀನೂ ಅಷ್ಟೆ ನಿನ್ನ ಹುಡುಗನೂ ಅಷ್ಟೆ ಮದುವೆಗೆ ಮುಂಚೆ, ಮದುವೆಯಾದ ಮೊದಲ ದಿನಗಳಲ್ಲಿ ಪರಸ್ಪರ ಯಾವ ಭಾವನೆ ಇಟ್ಟುಕೊಂಡಿರ್ತೀರೋ ಅದೇ ಭಾವನೆ ಇಬ್ಬರಲ್ಲೊಬ್ಬರು ಸಾಯುವವರೆಗೂ ಇರಬೇಕು. ಹಾಗಿದ್ದರೇ ಸಂಬಂಧ, ಸಂಸಾರ ಗಟ್ಟಿಯಾಗಿರುತ್ತೆ. ಇನ್ನೂ ಕೆಲವು ಟಿಪ್ಸ್ ಕೊಡ್ತೀನಿ ಈಗ ಬೇಡ" ಅಂದರು ಡೇವಿಡ್.

ಕೆಲವೇ ಕ್ಷಣಗಳಲ್ಲಿ ಮಹಾಲಕ್ಷ್ಮಿ ಟವರ್ ಬಂತು. ಕೆಳಗೆ ಸುಮಾರು ಜನಗಳು ನಿಂತಿದ್ದರು. ಅವರೆಲ್ಲಾ ಸುನೀತಳನ್ನು ಕುತೂಹಲದಿಂದ ನೋಡಿದರು.

ಮೂರನೇ ಮಹಡಿಯಲ್ಲಿ ರಾಜೀವ್ ಮತ್ತವರ ಗುಂಪು ಕಾಯುತ್ತಿತ್ತು. ಡೇವಿಡ್ ಅವರನ್ನು ಕಂಡೊಡನೆ ರಾಜೀವ್.

"ನೋಡಿ ಸರ್ ಇದೇ ಫ್ಲಾಟ್‌ನಲ್ಲಿ ಕೊಲೆಯಾಗಿದ್ದು. ಹೆಣ ಇಲ್ಲೇ ಬಿದ್ದಿತ್ತಂತೆ" ಅಂದರು. ಡೇವಿಡ್ ಫ್ಲಾಟ್ ಒಳಗೆ ಓಡಾಡಿಕೊಂಡು ಬಂದರು. ಸುನೀತ ಹದ್ದಿನ ಕಣ್ಣುಗಳಿಂದ ಸುಳಿವಿಗಾಗಿ ಗಮನಿಸಿದಳು.

"ಕೊಲೆಯಾದ ಹೆಂಗಸಿನ ಹೆಸರು ಸುಮಿತ್ರಮ್ಮ. ಒಬ್ಬರೇ ಇರೋದಂತೆ. ಮಗ, ಅಮೆರಿಕಾದಲ್ಲಿ ಮಗಳು ಆಸ್ಟ್ರೇಲಿಯಾದಲ್ಲಿ ಇದಾರೆ. ಈಗ ಒಂದು ವಾರದ ಹಿಂದೆ ಈಕೆ ಆಸ್ಟ್ರೇಲಿಯಾದಿಂದ ಬಂದಿದ್ದರಂತೆ. ಇವತ್ತು ಬೆಳಗ್ಗೆ ಒಂಬತ್ತರ ಸುಮಾರಿಗೆ ಮುಂದಿನ ಬಾಗಿಲು ತೆಗೆದೇ ಇದೆಯಲ್ಲ ಅಂತ ಪಕ್ಕದ ಫ್ಲಾಟ್‌ನವರು ನೋಡಿದರಂತೆ. ಸುಮಿತ್ರಮ್ಮ ಬಾಗಿಲ ಬಳಿಯೇ ಕೊಲೆಯಾಗಿ ಬಿದ್ದಿದ್ದರಂತೆ. ಅವರು ಗಾಬರಿಯಿಂದ ನನಗೆ ಫೋನ್ ಮಾಡಿದರು. ನಾನು ಬಂದು ನೋಡುವಷ್ಟರಲ್ಲಿ ಇಲ್ಲಿ ಹೆಣವೇ ಇಲ್ಲ. ಇಲ್ಲಿ ಕೆಲವರು ನಾವು ಹೆಣ ನೋಡಿದೀವಿ ಅಂತಿದಾರೆ. ಒಬ್ಬರು ತಮ್ಮ ಮೊಬೈಲಲ್ಲಿ ಹೆಣದ ಫೋಟೋ ತೆಗೆದಿದಾರೆ."

ವಿವರ ನೀಡಿದರು ರಾಜೀವ್.

"ಮನೆಯೆಲ್ಲಾ ಚೆಲ್ಲಾಪಿಲ್ಲಿ ಮಾಡಿದಾರೆ. ಹಣ, ಒಡವೆ ದೋಚಿರೋ ಹಾಗಿದೆ" ಅಂದಳು ಸುನೀತ

"ನೋಡಿ ಸರ್. ಹೆಣದ ಫೋಟೋ" ಅಂದು ಪಕ್ಕದ ಫ್ಲಾಟ್‌ನ ಗೌತಮ್ ತಮ್ಮ ಮೊಬೈಲ್ ತೋರಿಸಿದರು. ಬಾಗಿಲ ಮುಂದೆ ಒಂದು ಹೆಣ ಬಿದ್ದಿದೆ.

ರಕ್ತದ ಕಲೆಗಳಿಲ್ಲ. ಗಾಯದ ಗುರುತುಗಳಿಲ್ಲ. ಉಸಿರು ಕಟ್ಟಿಸಿ ಸಾಯಿಸಿರುವ ಹಾಗಿದೆ. ಗೋಡೆಗೆ ತಗುಲಿ ಹಾಕಿರುವ ಫೋಟೋ ಈ ಹೆಂಗಸಿನದೇ ಅಂತ ಗೊತ್ತಾಯಿತು.

"ಸರ್. ಮೊದಲು ಹೆಣ ನೋಡಿದ್ದು ನಾನು. ಮೊದಲು ಪೋಲೀಸಿನವರಿಗೆ ತಿಳಿಸೋಣ. ಅಲ್ಲೀವರೆಗೂ ಇದು ಯಾರಿಗೂ ತಿಳಿಯದೇ ಇರಲಿ. ಏಕೆಂದರೆ ಇಲ್ಲಿ ಬರೋರನ್ನು ನಿಯಂತ್ರಿಸಲು ಆಗೋದಿಲ್ಲ ಅಂದುಕೊಂಡು ಬಾಗಿಲು ಮುಂದೆ ಮಾಡಿಕೊಂಡು ನಮ್ಮ ಮನೆಗೆ ಹೋದೆ. ಸಾಮಾನ್ಯವಾಗಿ ಬೆಳಗಿನ ಸಮಯದಲ್ಲಿ ನನ್ನ ಮಗ ಅಮೆರಿಕಾದಿಂದ ಫೋನ್ ಮಾಡ್ತಾನೆ. ಮನೆಯಲ್ಲಿ ಎಲ್ಲರೂ ಮಾತಾಡುತ್ತೇವೆ. ಇವತ್ತೂ ಹಾಗೇ ಆಯಿತು. ನಾನು ಪೋಲೀಸಿಗೆ ಫೋನ್ ಮಾಡುವಷ್ಟರಲ್ಲಿ ಅವನ ಫೋನ್ ಬಂತು. ಸರಿ ಅವನ ಬಳಿ ಮಾತಾಡಿ ನಿಮಗೆ ಫೋನ್ ಮಾಡೋಣ ಅಂದುಕೊಂಡೆ. ಆದರೆ ಸುಮಾರು 40 ನಿಮಿಷ ನಾನು ಫೊನ್‌ನಲ್ಲಿ ಎಂಗೇಜ್ ಆಗಿದ್ದೆ. ಆಮೇಲೆ ನಾನು ಪೋಲೀಸಿಗೆ ಫೋನ್ ಮಾಡಿದೆ" ಅಂದರು ಗೌತಮ್

"ಎಲ್ಲಾ ಆಸ್ಪತ್ರೆಗಳಿಗೂ, ಕ್ರಿಮೆಟೋರಿಯಂಗಳಿಗೂ ಕೂಡಲೇ ಸುದ್ದಿ ತಿಳಿಸಿ. ಪೋಲೀಸರಿಗೆ ತಿಳಿಸದೇ ಯಾವ ಹೆಣವನ್ನೂ ಸಂಸ್ಕಾರ ಮಾಡುವಂತಿಲ್ಲ ಅಂತ. ಈ ಟವರ್‌ನ ಮ್ಯಾನೇಜರ್ ಕರೀರಿ, ಸೆಕ್ಯೂರಿಟಿ ಗಾರ್ಡ್‌ಗಳನ್ನು ಕರೀರಿ" ಅಂದರು.

ಕೆಲವೇ ನಿಮಿಷಗಳಲ್ಲಿ ಅವರಿಬ್ಬರು ಬಂದು ನಿಂತರು.

"ಸರ್ ನಾನು ಅರವಿಂದನ್ ಈ ಕಟ್ಟಡದ ಮ್ಯಾನೇಜರ್" ಅಂದು ಕೈ ಮುಗಿದ.

"ನನಗೆ ಕೂಡಲೇ ನಿಮ್ಮ ಕಟ್ಟಡದ ಸಿಸಿ ಟಿವಿ ಕ್ಯಾಮರಾದ ಫುಟ್ಟಿಂಗ್ಸ್ ತೋರಿಸಿ" ಅಂದರು ಡೇವಿಡ್.

"ಸಾರಿ ಸರ್. ಸಿಸಿ ಟಿವಿ ಕ್ಯಾಮರಾ ಕೆಲಸ ಮಾಡುತ್ತಿಲ್ಲ. ನಾನು ಈಗ ಆರು ತಿಂಗಳಿಂದ ಈ ಕಟ್ಟಡದ ಎಲ್ಲರಿಗೂ ಮನವಿ ಕಳಿಸಿದ್ದೇನೆ. ಹೊಸ ಸಿಸಿ ಟಿವಿ ಕ್ಯಾಮರಾ ಸೆಟ್‌ಅಪ್ ಹಾಕಿಸಬೇಕು. ಇಷ್ಟು ಖರ್ಚು ಆಗುತ್ತೆ, ಎಲ್ಲರೂ ಅವರವರ ಪಾಲಿನ ಹಣ ಕೊಡಿ ಅಂತ ಆದರೆ ಯಾರೂ ಕೊಟ್ಟಿಲ್ಲ. ಹೀಗಾಗಿ ಸಿಸಿ ಟಿವಿ ಕ್ಯಾಮರಾ ಇಲ್ಲಿಲ್ಲ" ಅಂದ.

ಸೆಕ್ಯೂರಿಟಿ ಗಾರ್ಡ್ ಕಡೆ ನೋಡಿ.

"ಇಲ್ಲಿ ಇವತ್ತು ಬೆಳಗ್ಗೆ ಯಾರಾದರೂ ಅನುಮಾನಾಸ್ಪದವಾಗಿ ಬಂದಿದ್ರಾ, ಓಡಾಡುತ್ತಿದ್ದರಾ" ಅಂತ ಕೇಳಿದರು ಡೇವಿಡ್

"ಇಲ್ಲ ಸರ್ ಅಂಥಾದ್ದೇನೂ ಇಲ್ಲ. ನಾನು ಒಂದು ಹತ್ತು ನಿಮಿಷ ಕಾಫಿಗೆ ಹೋಗಿ ಬಂದಿದ್ದೆ. ಸಾಮಾನ್ಯವಾಗಿ ನಮ್ಮ ಕಟ್ಟಡಕ್ಕೆ ಹೊಸಬರು ಯಾರೂ

ಬರೋದಿಲ್ಲ. ಬಂದರೂ ಇಲ್ಲಿನವರ ನೆಂಟರು, ಸ್ನೇಹಿತರು ಆಗಿರುತ್ತಾರೆ. ಹೀಗಾಗಿ ನಾವು ಬಂದು ಹೋಗಿ ಮಾಡುವವರನ್ನು ವಿಶೇಷವಾಗಿ ವಿಚಾರಿಸುವುದಿಲ್ಲ. ಯಾವುದೋ ಫ್ಲಾಟ್‌ನವರಿಗೆ ಹುಷಾರಿಲ್ಲ ಅಂತ ಅವರನ್ನು ರಗ್ಗಿನಲ್ಲಿ ಕವರ್ ಮಾಡಿಕೊಂಡು ಕರ್‍ಕೊಂಡು ಹೋಗಿ ಕಾರಲ್ಲಿ ಕೂರಿಸಿಕೊಂಡು ಹೋದರು" ಅಂದ.

ಪೊಲೀಸ್ ತಂಡಗಳು ಬಂದವು. ನಾಯಿಗಳು ಬಂದವು. ಏನಾದರೂ ಸುಳಿವು ತಿಳಿಯಲಿಲ್ಲ. ಮತ್ತೆ ಗೌತಮ್ ಬಂದು "ಸರ್ ಸುಮಿತ್ರಮ್ಮ ಅವರ ಮಗಳು ನಂದಿನಿ ನಿಮ್ಮತ್ರ ಮಾತಾಡಬೇಕಂತೆ" ಅಂತ ರಾಜೀವ್ ಕೈಗೆ ಮೊಬೈಲ್ ಕೊಟ್ಟರು.

"ಸರ್ ನಾನು ನಂದಿನಿ, ಸುಮಿತ್ರಮ್ಮ ಅವರ ಮಗಳು. ಸರ್. ನಾನು ಈ ಕೂಡಲೇ ಹೊರಟು ಬರ್‍ತಿದೀನಿ. ನಮ್ಮ ಅಣ್ಣನೂ ಅಮೆರಿಕಾದಿಂದ ಬರ್‍ತಿದಾನೆ. ದಯವಿಟ್ಟು ನಮ್ಮ ತಾಯಿಯವರ ಕಳೇಬರವನ್ನು ಇಟ್ಟಿರಿ. ಖರ್ಚು ಎಷ್ಟಾದರೂ ಆಗಲಿ ನಾವು ನಮ್ಮ ತಾಯಿಯವರ ಮುಖ ನೋಡಬೇಕು ಸರ್" ಅಂದು ಬೇಡಿಕೊಂಡಳು.

"ಆಗ಼್ಿ ಮೇಡಂ. ಗಾಬರಿ ಮಾಡ್ಕೊಬೇಡಿ. ಯಾಕೆ ಹೀಗಾಯ್ತು, ಯಾರಿಂದ ಆಯ್ತು ಅಂತ ನಾವು ಪತ್ತೆ ಮಾಡೋಕೆ ಪ್ರಯತ್ನ ಪಡ್ತಿದೀವಿ" ಅಂದರು ರಾಜೀವ್.

ಡೇವಿಡ್ ಹೊರಟಾಗ ಸುನೀತ ಹಿಂದೆ ನಡೆದಳು.

ಜೀಪಿನಲ್ಲಿ ಕೂತಾಗ ಡೇವಿಡ್, "ನಿನಗೆ ಏನನಿಸುತ್ತೆ" ಅಂತ ಕೇಳಿದರು.

"ಸರ್. ಇದು ಮರ್ಡರ್ ಫಾರ್ ಗೈನ್ ಅನಿಸ್ತಿದೆ. ಆದರೆ ಹೆಣಾನೂ ಯಾಕೆ ಎತ್ಕೊಂಡು ಹೋಗಿದಾರೆ ಅಂತ ಯೋಚಿಸಬೇಕು. ಸುಮಿತ್ರಮ್ಮ ಏನಾದರೂ ಚಿನ್ನದ ಹಲ್ಲು ಕಟ್ಟಿಸಿಕೊಂಡಿದ್ದರೋ ಅಂತ ವಿಚಾರಿಸಬೇಕು. ಕೊಲೆಗಡುಕ ಅವರ ಹಲ್ಲುಗಳನ್ನೂ ಕಿತ್ತು ನಂತರ ಹೆಣ ಬಿಸಾಡಿ ಹೋಗಬಹುದು" ಅಂದಳು. ಡೇವಿಡ್ ನಕ್ಕರು.

"ಯಾಕೆ ಸರ್ ನಗ್ತೀರ."

"ಕೊಲೆ ಪತ್ತೆಗೆ ಹೊಸ ಹೊಸ ಆಯಾಮಗಳು ನಿನ್ನ ತಲೆಯಿಂದ ಹೊರಗೆ ಬರ್‍ತಿವೆ ಅದಿಕ್ಕೆ. ಇರ್ಲಿ ಸ್ವಲ್ಪ ಗಂಭೀರವಾಗಿ ಯೋಚಿಸೋಣ. ಹೆಣ ತಗೊಂಡು ಹೋಗಿ ಅವನು ಏನು ಮಾಡಬಹುದು. ಕೊಲೆಗಾರನ ಉದ್ದೇಶ ಕೊಲೆ, ದರೋಡೆ ಇವಿಷ್ಟೇ."

"ಹೆಣ ಬಿಟ್ಟು ಹೋದರೆ ಸುಳಿವು ಸಿಗಬಹುದು ಅಂತ ಅದನ್ನೂ ಎತ್ಕೊಂಡು ಹೋಗಿರಬಹುದಾ" ಅಂದಳು ಸುನೀತ.

"ಯೂ ಹ್ಯಾವ್ ಎ ಪಾಯಿಂಟ್" ಅಂದರು ಡೇವಿಡ್.

ಆಫೀಸಿಗೆ ಹೋದ ಮೇಲೆ ಡೇವಿಡ್.

"ಎರಡು ಬಿಸಿ ಕಾಫಿ ತರಿಸು, ಹಾಗೆ ಈ ಕೊಲೆ ವಿಚಾರ ಮರೆತು ಬೇರೆ ಕೆಲಸದ ಕಡೆ ಗಮನ ಹರಿಸು. ಆಗ ಈ ಕೊಲೆ ಬಗೆಗೆ ಏನಾದರೂ ಸುಳಿವು ಸಿಗಬಹುದು" ಅಂದು ಛೇಂಬರಿಗೆ ಹೋಗಿ ಕೆಲವು ಪೆಂಡಿಂಗ್ ಫೈಲ್‌ಗಳ ಕಡೆ ಗಮನ ಹರಿಸಿದರು.

ಮೊಬೈಲ್ ರಿಂಗಾಯಿತು ಹೆಂಡತಿ ಮಾರ್ಗರೆಟ್ ಲೈನ್‌ನಲ್ಲಿದ್ದಳು.

"ನಮ್ಮ ಪ್ರವಾಸವನ್ನು ಮುಂದಕ್ಕೆ ಹಾಕೋಕೆ ಹೇಳಿದೀನಿ" ಅಂದಳು.

"ಯಾಕೆ."

"ಯಾಕೇಂದ್ರೆ ಇನ್ನು ನೀವು ಸುಮಿತ್ರಮ್ಮ ಅವರ ಕೊಲೆ ಬಗೆಗೆ ತಲೆ ಕೆಡಿಸಿಕೊಳ್ತೀರ. ಕೊಲೆಗಾರ ಸಿಗೋವರೆಗೂ ನಾವು ಯಾವ ಪ್ರವಾಸಕ್ಕೂ ಹೋಗೋಕೆ ಆಗಲ್ಲ. ನೀವು ಹೇಳೊ ಮೊದಲೇ ನಾನೇ ಪ್ರವಾಸ ಮುಂದಕ್ಕೆ ಹಾಕೋಣ ಅಂದ್ಕೊಂಡಿದೀನಿ."

"ತುಂಬಾ ಜಾಣೆ. ನೀನೂ ಮಕ್ಕಳೂ ಬೇಕಾದರೆ ನಿಮ್ಮಮ್ಮನ ಮನೆಗೆ ಹೋಗಿ ಬನ್ನಿ."

"ಅದೊಂದೇ ನಮಗೆ ಉಳಿದಿರೋ ದಾರಿ."

ಮಾರ್ಗರೆಟ್ ಲೈನ್ ಕಟ್ ಮಾಡಿದಳು.

ಡೇವಿಡ್ ಮನಸ್ಸಿನಲ್ಲೇ ನಗುತ್ತಾ ಫೈಲ್ ಕಡೆ ಗಮನ ಹರಿಸಿದರು.

ಟಿವಿನಲ್ಲಿ ಬ್ರೇಕಿಂಗ್ ನ್ಯೂಸ್ ಬರ್‍ತಿತ್ತು. ಸುನೀತ ಕೆಲಸ ಮಾಡುತ್ತಲೇ ಟಿವಿ ಕಡೆ ಗಮನ ಹರಿಸಿದ್ದಳು. ಎಲ್ಲಾ ವಾರ್ತಾ ವಾಹಿನಿಯವರೂ ತಮಗೆ ತೋಚಿದಂತೆ ವಿಶ್ಲೇಷಣೆ ಮಾಡುತ್ತಿದ್ದರು. ಪೋಲೀಸ್ ವೈಫಲ್ಯ ಎಂದು ಪದೇ ಪದೇ ಸಾರುತ್ತಿದ್ದರು. ಎಲ್ಲ ಕ್ರಿಮೆಟೋರಿಯಂಗಳಿಗೂ ಭೇಟಿ ಕೊಟ್ಟು ಈ ಕೊಲೆಯಿಂದಾಗಿ ಸಂಸ್ಕಾರಕ್ಕಾಗಿ ಹೆಣಗಳು ಕಾಯುವಂತಾಗಿದೆ ಎಂದು ವರದಿ ಮಾಡಿ ಸತ್ತವರ ಪೈಕಿಯವರನ್ನು ಸಂದರ್ಶನ ಮಾಡುತ್ತಿದ್ದರು. ಅಲ್ಲಿಗೆ ಬಂದ ಪೋಲೀಸಿನವರನ್ನೂ ಮಾತಾಡಿಸಿದರು. "ಸರ್. ಕೊಲೆಯಾಗಿರುವುದು ಸುಮಿತ್ರಮ್ಮ ಅನ್ನೋ ಹೆಂಗಸು, ಅವರ ಫೋಟೋ ಇದೆ. ಹಾಗಿರುವಾಗ ಬೇರೆ ಹೆಣಗಳನ್ನು ಯಾಕೆ ಸರ್ ನೀವು ಕಾಯೋ ಹಾಗೆ ಮಾಡಿರೋದು" ಅಂತ ಎಲ್ಲರೂ ದೂರಿದರು.

ಕೆಲವೇ ನಿಮಿಷಗಳಲ್ಲಿ ಈ ಸಮಸ್ಯೆ ಬಗೆಹರಿಯಲಿದೆ ಎಂದು ಪೋಲೀಸ್ ತಿಳಿಸಿದರು.

ಸುನೀತ ಮೊಬೈಲ್ ರಿಂಗಾಯಿತು. ಅಮ್ಮ ಮಾತಾಡುತ್ತಿದ್ದರು.

"ಲೇ ಸುನೀತ, ಸುಧರ್ಮ ಫೋನ್ ಮಾಡಿದ್ದ ಕಣೆ. ನಾನು ನಿಮ್ಮ ಮಗಳ ಹತ್ತಿರ ಪ್ರತ್ಯೇಕವಾಗಿ ಮಾತಾಡಬೇಕು. ನಾಳೆ ಭಾನುವಾರ. ಬೆಳಗ್ಗೆ ಬಂದು

ಅವಳನ್ನು ಹೊರಗಡೆ ಕರೆದುಕೊಂಡು ಹೋಗಲಾ ಅಂತ ಕೇಳಿದ. ನಾನು ಧಾರಾಳವಾಗಿ ಕರ್ಕೊಂಡು ಹೋಗಪ್ಪಾ ಅಂದೆ. ಅವನು ಆಮೇಲೆ ನಿನಗೂ ಫೋನ್ ಮಾಡ್ತಾನಂತೆ."

ಕೆಲವೇ ನಿಮಿಷಗಳಲ್ಲಿ ಸುಧರ್ಮನ ಮೊಬೈಲ್ ಕರೆಯೂ ಬಂತು.

"ನೀವು ಅಮ್ಮನ ಬಳಿ ಮಾತಾಡಿದ ವಿಚಾರ ಅಮ್ಮ ಹೇಳಿದರು. ಈಗ ನೀವೂ ಟಿವಿಯಲ್ಲಿ ನೋಡ್ತಿರಬಹುದು ಒಂದು ಕೊಲೆಯಾಗಿದೆ. ಅದರ ಪತ್ತೆಗೆ ನಮ್ಮ ಬಾಸ್‌ಗೆ ಜವಾಬ್ದಾರಿ ಹೊರಿಸಿದಾರೆ. ಅವರ ಜೊತೆ ನಾನು ಇರಲೇಬೇಕು. ಹೀಗಾಗಿ ನಾಳೆ ಆಗಲಾರದು. ಮುಂದಿನ ವಾರ ಆಗಬಹುದಾ" ಅಂತ ಕೇಳಿದಳು.

"ಮೇಡಮ್ಸ್ ಛಾಯ್ಸ್" ಅಂದ ಸುಧರ್ಮ.

ಅವನು ಇನ್ನೇನು ಮಾತಾಡುತ್ತಿದ್ದನೋ ಅಷ್ಟರಲ್ಲಿ ಇನ್ನೊಂದು ಬ್ರೇಕಿಂಗ್ ನ್ಯೂಸ್ ಬಂದಾಗ ಸುನೀತ "ನಾನು ಆಮೇಲೆ ಫೋನ್ ಮಾಡ್ತೀನಿ" ಅಂದಳು.

ಒಬ್ಬ ವರದಿಗಾರ ಗಟ್ಟಿಯಾದ ಧ್ವನಿಯಲ್ಲಿ ಹೊಡ್ಕೊತಿದ್ದ.

"ನೋಡಿ ನಮ್ಮ ಊರಿನ ಪರಿಸ್ಥಿತಿ ಹೇಗಾಗಿದೆ ಅಂತ. ಎತ್ತಿಗೆ ಜ್ವರ ಬಂದರೆ ಎಮ್ಮೆಗೆ ಬರೆ ಎಳೆದರು ಅನ್ನೋ ಹಾಗೆ ಆಗಿದೆ. ಪಾಪ ಈ ಹುಡುಗನ ತಾಯಿ ಸತ್ತು ಹೋಗಿದ್ದಾರೆ. ಅವರ ಸಂಸ್ಕಾರ ಮಾಡೋದಕ್ಕೆ ಯಾವ ಸ್ಮಶಾನಗಳೂ ತಯಾರಾಗಿಲ್ಲ. ಶವ ಸಾಗಿಸಲು ವಾಹನಗಳೂ ಮುಂದೆ ಬಂದಿಲ್ಲ. ಏಕೆಂದರೆ ಆ ಈ ಹುಡುಗನ ಬಳಿ ದುಡ್ಡಿಲ್ಲ. ಹೀಗಾಗಿ ಹುಡುಗ ತನ್ನ ತಾಯಿಯ ಕಳೇಬರವನ್ನು ಹೆಗಲ ಮೇಲೆ ಹೊತ್ತುಕೊಂಡು ತನ್ನ ಹಳ್ಳಿಯತ್ತ ಹೊರಟಿದ್ದಾನೆ."

ಒಬ್ಬ ನಡುವಯಸ್ಸಿನ ಹುಡುಗ ಒಂದು ಕಳೇಬರವನ್ನು ಹೊತ್ತು ನಡೆಯುತ್ತಿದ್ದ. ಮುಖದಲ್ಲಿ ಆತಂಕ ಮನೆ ಮಾಡಿತ್ತು.

ವರದಿಗಾರ ಪ್ರಶ್ನಿಸಿದ "ಏನಪ್ಪಾ ನಿಮ್ಮ ಊರಿಗೆ ಇಲ್ಲಿಂದ ಎಷ್ಟು ದೂರ."

"ಸುಮಾರು ಹತ್ತು ಕಿಲೋಮೀಟರು ಇದೆ ಸರ್. ಈ ಕಳೇಬರವನ್ನು ನಮ್ಮ ಊರಿಗೆ ತರಲು ತುಂಬಾ ದುಡ್ಡು ಕೇಳ್ತಾರೆ. ನನ್ನತ್ರ ಅಷ್ಟೊಂದು ದುಡ್ಡಿಲ್ಲ. ಇಲ್ಲಿ ಸಂಸ್ಕಾರ ಆಗೋ ಹಾಗಿಲ್ಲ. ಹೀಗಿರುವಾಗ ನಾನು ಇನ್ನೇನು ಮಾಡಲಿ ಸರ್. ನನ್ನ ತಾಯಿ ನನ್ನನ್ನು ಹೆಗಲ ಮೇಲೆ ಹೊತ್ತು ಸಾಕಿದಳು. ಈಗ ನಾನು ಅವಳನ್ನು ನನ್ನ ಹೆಗಲ ಮೇಲೆ ಹೊತ್ತು ಸಾಗಿಸುತ್ತಿದ್ದೇನೆ ಊರಿಗೆ ಹೋದ ಮೇಲೆ ಅಲ್ಲಿನವರ ಸಹಕಾರದಿಂದ ಸಂಸ್ಕಾರ ಮಾಡ್ತೀನಿ" ಅಂದ.

ಬೇರೆ ಬೇರೆ ವಾಹಿನಿಗಳೂ ಇದೇ ವಾರ್ತೆಯನ್ನೇ ಪ್ರಸಾರ ಮಾಡುತ್ತಿದ್ದವು.

ಡೇವಿಡ್ ಛೇಂಬರಿಗೆ ಓಡಿ ಬಂದ ಸುನೀತ.

"ಸರ್ ಬ್ರೇಕಿಂಗ್ ನ್ಯೂಸ್ ನೋಡಿದ್ರಾ" ಅಂತ ಕೇಳಿದಳು.

"ನೋಡ್ತಾ ಇದೀನಿ. ಈ ತರಹದ ಘಟನೆಗಳು ಆಗಾಗ ನಡೀತಲೇ ಇದೆ" ಅಂದರು.

"ಸರ್. ನನಗೆ ಮೂವರು ಸಹಾಯಕರನ್ನು ಕೊಡಿ ಒಂದು ವಾಹನ ಕೊಡಿ ನನಗೆ ಇದರಲ್ಲಿ ಏನೋ ಸುಳಿವು ಸಿಗ್ತಿದೆ" ಅಂದಳು.

ಡೇವಿಡ್ ತಲೆಎತ್ತಿ ಸುನೀತಳ ಮುಖ ನೋಡಿದರು. ಅವರಿಗೆ ನಗು ಬಂತು. ಆದರೂ ಇವಳಲ್ಲಿ ಏನೂ ಆತ್ಮವಿಶ್ವಾಸ ಕಾಣುತ್ತಿದೆ ಅನಿಸಿ "ಆಯ್ತು ತಗೊಂಡು ಹೋಗು" ಅಂದರು.

ಏನೋ ಕೇಳಬೇಕೆಂದುಕೊಂಡರೂ ಕೇಳಲಿಲ್ಲ.

ಸಹಾಯಕರೊಂದಿಗೆ ಜೀಪ್ ಹತ್ತಿದ ಸುನೀತ ಡ್ರೈವರಿಗೆ "ನೋಡು ಆ ಹುಡುಗ ತನ್ನ ತಾಯಿಯ ಹೆಣ ಹೆಗಲ ಮೇಲೆ ಎತ್ಕೊಂಡು ಹೋಗ್ತಿದಾನಲ್ಲ ಆ ಏರಿಯಾಕೆ ಹೋಗು" ಅಂದಳು.

ಸುಮಾರು ಮುಕ್ಕಾಲು ಗಂಟೆ ಸಮಯಕ್ಕೆ ಜೀಪ್ ಆ ಏರಿಯಾಕೆ ಬಂತು. ದೂರದಲ್ಲಿ ಹುಡುಗ ಹೆಣ ಹೊತ್ತು ನಡೆಯುತ್ತಿದ್ದ.

ಕೆಲ ನಿಮಿಷಗಳಲ್ಲಿ ಜೀಪ್ ಆ ಹುಡುಗನ ಬಳಿಯೇ ಬಂದು ನಿಂತಿತು ಜೀಪ್‌ನಿಂದ ಇಳಿದ ಸುನೀತ.

"ಟಿವಿನಲ್ಲಿ ನೋಡಿದೆ. ಕರುಳು ಚುರ್ ಅಂತು. ಬಾ. ನಿನ್ನ ತಾಯಿಯ ಕಳೇಬರವನ್ನು ಜೀಪ್‌ನಲ್ಲಿ ಹಾಕ್ಕೊಂಡು ನಾವು ನಿಮ್ಮ ಊರಿಗೆ ತಲುಪಿಸುತ್ತೇವೆ" ಅಂದಳು.

ಹುಡುಗ ಕಣ್ಣು ಒರೆಸಿಕೊಳ್ಳುತ್ತಾ "ಬೇಡ ಮೇಡಂ ನನ್ನ ಪಾಡಿಗೆ ನನ್ನನ್ನು ಬಿಟ್ಟುಬಿಡಿ. ಈ ಕೆಲಸವನ್ನು ನಾನೊಬ್ಬನೇ ಮಾಡಬೇಕು" ಅಂದ.

"ನೀನೇ ಮಾಡುವಂತೆ ಆದರೆ ನಾವು ನಿನಗೆ ಸಹಾಯ ಮಾಡುತ್ತೇವೆ. ಮನುಷ್ಯರಲ್ಲಿ ಏನೇ ಬೇಧ ಭಾವ ಇದ್ದರೂ ಅವರುಗಳು ಸಾವಿನಲ್ಲಿ ಕೈ ಜೋಡಿಸಬೇಕು ಅದೇ ಧರ್ಮ. ಬಾ ಜೀಪ್ ಹತ್ತು" ಅಂದಳು.

ಎಷ್ಟು ಕೇಳಿಕೊಂಡರೂ ಹುಡುಗ ಒಪ್ಪಲಿಲ್ಲ.

ಹುಡುಗನ ಎದುರಿಗೆ ನಿಂತ ಸುನೀತ.

"ನೋಡು ನೀನು ಬೇಡ ಅಂದರೂ ನಾವು ಬಿಡೋದಿಲ್ಲ. ನೀನು ನಮ್ಮ ಸಹಾಯವನ್ನು ಪಡೆಯಲೇಬೇಕು. ನಡಿ ಜೀಪ್ ಹತ್ತು. ನಾವು ಹೆಣವನ್ನು ಜೀಪೊಳಗೆ ಸಾಗಿಸುತ್ತೇವೆ". ಎಂದು ಸಹಾಯಕರಿಗೆ ಸೂಚನೆ ಕೊಡುತ್ತಿದ್ದಾಗ ಹುಡುಗ ಕಳೇಬರವನ್ನು ನೆಲದ ಮೇಲೆ ಮಲಗಿಸಿ ಅಲ್ಲಿಂದ ಒಂದೇ ಉಸಿರಿಗೆ ಓಡಿದ.

ಸುನೀತ ಸಹಾಯಕರಿಗೆ ಹಿಡಿಯಿರಿ ಅವನನ್ನು ಅಂದಳು.

ಬಹಳ ಆಟಾಡಿಸಿದ ಹುಡುಗ. ಸಿಕ್ಕಸಿಕ್ಕಲ್ಲಿ ಓಡಿದ. ತಪ್ಪಿಸಿಕೊಳ್ಳಲು ಬಹಳ ಪ್ರಯತ್ನ ಪಟ್ಟ. ಆದರೆ ಸುನೀತ ಸಹಾಯಕರು ಅವನನ್ನು ಹಿಡಿದರು.

"ಯಾಕಪ್ಪಾ ಓಡ್ತಾ ಇದೀಯ. ನಾವು ನಿಮ್ಮ ತಾಯಿಯ ಸಂಸ್ಕಾರಕ್ಕೆ ಸಹಾಯ ಮಾಡ್ತೀವಿ. ಬಾ" ಅಂದರು.

ಹುಡುಗನನ್ನು ಇಬ್ಬರು ಬಿಗಿಯಾಗಿ ಹಿಡಿದುಕೊಂಡಿದ್ದರು.

ಸುನೀತ ನೆಲದ ಮೇಲೆ ಮಲಗಿದ್ದ ಹೆಣದ ಹತ್ತಿರ ಹೋಗಿ ಮುಸುಕು ತೆಗೆಯಲು ಯತ್ನಿಸಿದಳು. ಆದರೆ ಮುಖಕ್ಕೆ ಬಟ್ಟೆಯನ್ನು ಬಿಗಿಯಾಗಿ ಸುತ್ತಿದ್ದರು. ಅಷ್ಟೊತ್ತಿಗೆ ಕೆಲವು ಟಿವಿ ಮಾಧ್ಯಮದವರು ಓಡಿ ಬಂದು ದೃಶ್ಯಗಳನ್ನು ಸೆರೆ ಹಿಡಿಯುತ್ತಿದ್ದರು.

ಒಬ್ಬ ಸಹಾಯಕನಿಗೆ ಮುಖಕ್ಕೆ ಸುತ್ತಿದ್ದ ಬಟ್ಟೆಯನ್ನು ಹರಿಯುವಂತೆ ಸೂಚಿಸಿದಳು. ಹಾಗೆ ಬಟ್ಟೆ ಹರಿದು ಮುಖ ಅನಾವರಣಗೊಂಡಾಗ ಸ್ವತಃ ಸುನೀತ ಮೂರ್ಛೆ ಹೋಗುವಂತಾದಳು. ಏಕೆಂದರೆ ಆ ಹೆಣ ಅಂದು ಬೆಳಗ್ಗೆ ಕೊಲೆಯಾಗಿದ್ದ ಸುಮಿತ್ರ ಅವರದ್ದು. ಹೆಣದ ಕಡೆ ಒಮ್ಮೆ ಹುಡುಗನ ಕಡೆ ಒಮ್ಮೆ ನೋಡಿದಳು.

ಮೊಬೈಲ್ ತೆಗೆದು ಡೇವಿಡ್‌ಗೆ ಫೋನ್ ಮಾಡಿ "ಸರ್ ಬೇಗ ಬನ್ನಿ" ಅಂದಳು.

ಹುಡುಗನ ಬಳಿ ಹೋಗಿ "ಹೇಳಪ್ಪ ಹೆಣ ಯಾರದ್ದು ನಿಮ್ಮ ತಾಯಿಯವರದಾ. ಅವರು ಸತ್ತಿದ್ದು ಎಲ್ಲಿ, ಅವರಿಗೆ ಏನು ಕಾಯಿಲೆ ಆಗಿತ್ತು" ಅಂತ ಕೇಳಿದಳು.

ಹುಡುಗ ಬಾಯಿ ಬಿಡಲಿಲ್ಲ. ಏನು ಕೇಳಿದರೂ ಒಂದು ಮಾತೂ ಆಡಲಿಲ್ಲ.

ಅಷ್ಟೊತ್ತಿಗೆ ಡೇವಿಡ್ ಬಂದರು. ಜೊತೆಯಲ್ಲಿ ಇನ್ಸ್‌ಪೆಕ್ಟರ್ ರಾಜೀವ್ ಕೂಡಾ ಬಂದರು. ಹುಡುಗನ ಮೊಬೈಲ್ ರಿಂಗಾಯಿತು. ಅವನು ತಗೊಳ್ಳಿಲ್ಲ.

ಸುನೀತ ಹುಡುಗನ ಪ್ಯಾಂಟ್ ಜೋಬಿಗೆ ಕೈ ಹಾಕಿ ಮೊಬೈಲ್ ತೆಗೆದಳು. ಅದರಲ್ಲಿದ್ದ ನಂಬರ್ ನೋಡಿ.

ಕಛೇರಿಗೆ ಫೋನ್ ಮಾಡಿ ಈ ನಂಬರ್ ಲೊಕೇಷನ್ ಪತ್ತೆ ಮಾಡಿ ಸಿಕ್ಕಿದವರನ್ನು ಬಂಧಿಸಿ ಅಂದಳು.

ಡೇವಿಡ್ ಸುನೀತ ಹತ್ತಿರ ಬಂದು "ಏನು ನಡೀತಾ ಇದೆ."

"ಸರ್ ಸುಮಿತ್ರಮ್ಮನನ್ನು ಕೊಲೆ ಮಾಡಿದವರು ಈ ಹುಡುಗನನ್ನು ಬಳಸಿಕೊಂಡು ಹೆಣವನ್ನು ಊರಿಂದಾಚೆಗೆ ಸಾಗಿಸಿ ಯಾರಿಗೂ ತಿಳಿಯದಂತೆ ಸಂಸ್ಕಾರ ಮಾಡುವ ಅಂದಾಜು ಹಾಕಿದ್ದಾರೆ. ಅದಕ್ಕೆ ಸರಿಯಾಗಿ ಈ

ಹುಡುಗ ಈ ಊರಲ್ಲಿ ಸಂಸ್ಕಾರ ಮಾಡೋ ಹಾಗಿಲ್ಲ ಅದಕ್ಕೆ ನನ್ನ ತಾಯಿಯ ಹೆಣವನ್ನು ನಮ್ಮ ಊರಿಗೆ ಸಾಗಿಸುತ್ತಿದ್ದೀನಿ ಅಂತ ಜನರ ಅನುಕಂಪ ಗಳಿಸಿಕೊಳ್ಳೊ ಕೆಲಸ ಮಾಡ್ತಿದಾನೆ. ಕೊಲೆಯ ಹಿಂದೆ ಈ ಹುಡುಗನೂ ಇರೋ ಹಾಗಿದೆ" ಅಂದಳು.

ಡೇವಿಡ್ ಹುಡುಗನ ಹತ್ತಿರ ಬಂದು.

"ನಿಜ ಹೇಳಿಬಿಡು" ಅಂದರು. ಹುಡುಗ ಹೆದರಿದ.

ರಾಜೀವ್ ಹುಡುಗನ ಬೆನ್ನು ತಟ್ಟಿ "ನೋಡೋಕೆ ಅಮಾಯಕನ ಹಾಗೆ ಕಾಣಿಸ್ತಾ ಇದೀಯ. ನೀನು ನಿಜ ಹೇಳಿದರೆ ನಾವು ನಿನಗೆ ಸಹಾಯ ಮಾಡ್ತೀವಿ. ಇಲ್ಲದಿದ್ದರೆ ಪೊಲೀಸರ ಸಹವಾಸ ಗೊತ್ತಲ್ಲ. ನಿಜ ಹೇಳಿಬಿಡು" ಎಂದು ಬಹಳ ಒತ್ತಾಯ ಮಾಡಿದ ಮೇಲೆ ಹುಡುಗ ಹೇಳಿದ.

"ಸರ್ ನನಗೆ ಕೆಲಸ ಇಲ್ಲ. ದಿನಾ ಹೊಟ್ಟೆ ಹೊರೆಯೋದೇ ದೊಡ್ಡ ಕಷ್ಟ ಆಗಿದೆ. ಇವತ್ತು ಬೆಳಗ್ಗೆ ಕೂಡಾ ನಾನು ಅಲ್ಲಲ್ಲಿ ಜನರನ್ನು ಬೇಡುತ್ತಿದ್ದೆ. ಒಂದು ಕಡೆ ಬೇಡುತ್ತಿದ್ದಾಗ ಯಾರೋ ನಾಲ್ಕು ಜನ ಅನಾಮತ್ತಾಗಿ ನನ್ನನ್ನು ಕಾರಿನೊಳಗೆ ಎಳೆದುಕೊಂಡು ನಾವು ಹೇಳಿದ ಕೆಲಸ ಮಾಡಿದರೆ ನಿನ್ನ ಕೈ ತುಂಬಾ ದುಡ್ಡು ಕೊಡ್ತೀವಿ ಅಂದರು. ಏನು ಅಂದೆ. ಆಗ ಡಿಕ್ಕಿಯಲ್ಲಿದ್ದ ಹೆಣ ತೋರಿಸಿ ಇದನ್ನು ನಿನ್ನ ಬೆನ್ನ ಮೇಲೆ ಇಟ್ಕೊಂಡು ಈ ಊರು ದಾಟಿ ಬರಬೇಕು. ನೀನು ಇದು ನಿನ್ನ ತಾಯಿಯ ಹೆಣ. ಈ ಊರಲ್ಲಿ ಸಂಸ್ಕಾರ ಮಾಡೋಕೆ ಅವಕಾಶವಿಲ್ಲ, ಅದಕ್ಕೆ ನಮ್ಮ ಊರಿಗೆ ಸಾಗಿಸುತ್ತಿದ್ದೀನಿ ಎನ್ನು ಯಾರಿಗೂ ಅನುಮಾನ ಬರೋದಿಲ್ಲ. ಈ ಊರಿಂದ ಆಚೆ ಬಂದ ನಂತರ ಮತ್ತೆ ನಾವೇ ಬಂದು ಹೆಣ ತಗೊಂಡು ಹೋಗ್ತೀವಿ ಅಂದು ನನ್ನ ಕೈಗೆ ಐದು ಸಾವಿರ ರೂಪಾಯಿ ಇಟ್ಟರು. ಅಷ್ಟೊಂದು ಹಣ ನೋಡಿದ ನಾನು ಈ ಕೆಲಸಕ್ಕೆ ಒಪ್ಪಿಕೊಂಡೆ. ನಿಜವಾಗಲೂ ನನಗೆ ಇನ್ನೇನೂ ಗೊತ್ತಿಲ್ಲ ಸರ್" ಅಂದ ಹುಡುಗ ಅಳಲಾರಂಭಿಸಿದ.

ಸುನೀತ ಮೊಬೈಲ್ ರಿಂಗಾಯಿತು "ಮೇಡಂ ನೀವು ಹೇಳಿದ ಮೊಬೈಲ್ ನಂಬರ್ ಲೊಕೇಷನ್ ಪತ್ತೆ ಮಾಡಿದೀವಿ. ಅದು ಸಂಗಮ್ ಬ್ರಿಡ್ಜ್ ಬಳಿ ಇದೆ. ನೀವು ಹೇಳಿದರೆ ನಮ್ಮ ಕಡೆಯವರನ್ನು ಅಲ್ಲಿಗೆ ಕಳಿಸಿ ಅನುಮಾನ ಬಂದವರನ್ನು ಅರೆಸ್ಟ್ ಮಾಡಿ ಕರ್ಕೊಂಡು ಬರ್ತೀವಿ" ಅಂದರು.

ಡೇವಿಡ್ ಮೊಬೈಲ್ ತಗೊಂಡು "ಮೊದಲು ಆ ಕೆಲಸ ಮಾಡು. ಅನುಮಾನ ಬರದೇ ಇರಲಿ" ಅಂದರು.

ಹುಡುಗ ನಡುಗುತ್ತಾ ನಿಂತಿದ್ದ. ರಾಜೀವ್.

"ನಿನಗೆ ಈ ಕೆಲಸ ಮಾಡೋಕೆ ಹೇಳಿದ್ರಲ್ಲ ಅವರು ಹೇಗಿದ್ದರು ಅಂತ ಗುರುತು ಹಿಡಿತೀಯಾ ಅಂತ" ಕೇಳಿದರು.

"ಹಿಡೀತೀನಿ ಸರ್. ನಾಲ್ಕು ಜನ ಇದ್ದರು. ಇಬ್ಬರು ದಪ್ಪಕ್ಕೆ ಇದ್ದರು ಒಬ್ಬ ಬೆಳ್ಳಗೆ ಇದ್ದ. ಮತ್ತೊಬ್ಬ ಕುಳ್ಳಗೆ ಇದ್ದ. ಎಲ್ಲರೂ ಗಡ್ಡ ಮೀಸೆ ಬಿಟ್ಟಿದಾರೆ. ಮತ್ತೆ ಕಂಡರೆ ಖಂಡಿತಾ ಗುರುತು ಹಿಡೀತೀನಿ" ಅಂದ.

"ನಿನ್ನ ಮೊಬೈಲಿನಿಂದ ಅವರಿಗೆ ರಿಂಗ್ ಮಾಡು. ಯಾರಿಗೂ ಅನುಮಾನ ಬಾರದ ಹಾಗೆ ಹಣವನ್ನು ಹೊತ್ತುಕೊಂಡು ಬಂದು ಬೆಟ್ಟದ ಆಚೆ ಬುಡದಲ್ಲಿ ಇದೀನಿ. ನೀವು ಅಲ್ಲಿಗೆ ಬನ್ನಿ ಅಂತ ಹೇಳು" ಅಂದರು.

ಹುಡುಗ ಹಾಗೇ ಹೇಳಿದ. "ಶಹಭಾಸ್ ನಾವು ಇನ್ನೊಂದು ಅರ್ಧ ಗಂಟೇಲಿ ಅಲ್ಲಿಗೆ ಬರ್ತೀವಿ" ಅನ್ನೋ ಉತ್ತರ ಬಂತು.

ಡೇವಿಡ್ ಜೀಪಿನಲ್ಲಿ ಆ ಹುಡುಗನನ್ನೂ ಹಣವನ್ನೂ ಹಾಕಿಕೊಂಡು ಹೊರಟು ಇನ್ನೊಂದು ವಾಹನದಲ್ಲಿ ಸುನೀತ ಮತ್ತು ಸಹಾಯಕರನ್ನು ಫಾಲೋ ಮಾಡಲು ಹೇಳಿದರು.

ಜೀಪ್ ಬೆಟ್ಟ ದಾಟಿ ಇನ್ನೊಂದು ಬದಿಯಲ್ಲಿ ನಿಂತಿತು. ಕೆಳಗೆ ಇಳಿದು ಹಣವನ್ನು ಸಾಗಿಸಿ ರಸ್ತೆನಲ್ಲಿ ಮಲಗಿಸಿ ಹುಡುಗನನ್ನು ಅಲ್ಲಿ ನಿಲ್ಲಿಸಿದರು. ಡೇವಿಡ್ ಮತ್ತು ಸಹಾಯಕರು ಒಂದು ಕಡೆ ಮರೆಯಾಗಿ ನಿಂತರು. ರಾಜೀವ್ ಮತ್ತು ಅವರ ಸಹಾಯಕರನ್ನು ಮರೆಯಾಗಿರಿ ಎಂದರು. ಏಕೆಂದರೆ ಪೋಲೀಸ್ ಯೂನಿಫಾರಂನಲ್ಲಿ ಇರೋರನ್ನ ಕಂಡು ಅವರು ಹಿಮ್ಮೆಟ್ಟಬಹುದು ಅಂತ.

ಕೆಲವೇ ಕ್ಷಣಗಳಲ್ಲಿ ಸುನೀತ ಮತ್ತು ತಂಡ ಬಂದು ಇನ್ನೊಂದು ಕಡೆ ಮರೆಯಾಗಿ ನಿಂತರು.

ಹುಡುಗ ಅತ್ತಿತ್ತ ನೋಡುತ್ತಾ ನಿಂತಿದ್ದ.

ಸುಮಾರು ಅರ್ಧ ಗಂಟೆ ಕಳೆದಿರಬಹುದು. ಒಂದು ದೊಡ್ಡ ಕಾರು ಬಂದು ಹುಡುಗನ ಬಳಿ ನಿಂತಿತು. ಅದರಿಂದ ನಾಲ್ಕು ಜನ ಕೆಳಗಿಳಿದರು. ಹುಡುಗನ ಬೆನ್ನು ತಟ್ಟಿದರು.

ನಾಲ್ಕು ಜನರೂ ಹಣವನ್ನು ಎತ್ತಿ ಅವರ ವಾಹನಕ್ಕೆ ಸಾಗಿಸುವುದರಲ್ಲಿ ಮಗ್ನರಾಗಿದ್ದಾಗ ಒಂದು ಕಡೆಯಿಂದ ಡೇವಿಡ್ ಮತ್ತು ರಾಜೀವ್ ತಂಡದವರೂ ಇನ್ನೊಂದು ಕಡೆಯಿಂದ ಸುನೀತ ತಂಡದವರೂ ಬಂದು ಅವರನ್ನು ಸುತ್ತುಗಟ್ಟಿದರು. ರಾಜೀವ್ ಪಿಸ್ತೂಲ್ ತೋರಿಸಿ "ಎಲ್ಲರೂ ಸರಂಡರ್ ಆಗಿ" ಅಂದರು.

ನಾಲ್ಕು ಜನರಿಗೂ ಇದು ಬಹಳ ಅನಿರೀಕ್ಷಿತ. ಗಾಬರಿಯಾದರು. ತಮ್ಮ ಜೋಬಲ್ಲಿ ಪಿಸ್ತೂಲ್ ಇದ್ದರೂ ಅದನ್ನು ತೆಗೆಯೋ ಹಾಗಿರಲಿಲ್ಲ. ಡೇವಿಡ್ ಸಹಾಯಕ ಬಂದು ಅವರಿಂದ ಪಿಸ್ತೂಲ್‌ಗಳನ್ನು ಕಿತ್ತುಕೊಂಡ

** ** **

ಇನ್ಸ್‌ಪೆಕ್ಟರ್ ಕಛೇರಿ. ನಾಲ್ಕು ಜನರೂ ಕುತ್ತಿಗೆ ಕೆಳಗೆ ಮಾಡಿ ನಿಂತಿದ್ದರು.

"ಹೇಳಿ ಯಾಕೆ ಇಂಥಾ ಕೆಲಸ ಮಾಡಿದ್ರಿ" ಇನ್ಸ್‌ಪೆಕ್ಟರ್ ಪ್ರಶ್ನಿಸಿದರು.

"ಸರ್, ನಾವು ಅಲ್ಲಲ್ಲಿ ದರೋಡೆ, ಸುಲಿಗೆ ಮಾಡಿಕೊಂಡೇ ಬದುಕುತ್ತಿದ್ದೀವಿ. ಒಂದು ಸಾರಿಯೂ ಪೋಲೀಸರಿಗೆ ಸಿಕ್ಕಿಕೊಂಡಿಲ್ಲ. ಬಹಳ ದಿವಸಗಳಿಂದ ಮಹಾಲಕ್ಷ್ಮಿ ಟವರ್ ಬಳಿ ಸುತ್ತಾಡುತ್ತಿದ್ದೆವು. ಅಲ್ಲಿ ಸೆಕ್ಯೂರಿಟಿ ಅಂಥಾ ಬಿಗಿಯಿಲ್ಲ ಅಂತ ಗೊತ್ತಾಯಿತು. ಯಾರು ಬೇಕಾದರೂ ಒಳಗೆ ಹೋಗಿ ಬರಬಹುದು ಅಂತ ಪತ್ತೆ ಮಾಡಿದೆವು. ಸರಿ ಯಾರ ಮನೆ ದೋಚೋದು ಅಂತ ಇಡೀ ಕಟ್ಟಡವನ್ನು ಸರ್ವೆ ಮಾಡಿದೆವು. ಯಾವ ಮನೆಯವರು ಯಾವಾಗ ಹೊರಗೆ ಹೋಗ್ತಾರೆ, ಯಾವಾಗ ವಾಪಸ್ ಬರ್ತಾರೆ, ಮನಗೆ ಬೀಗ ಹಾಕಿರ್ತಾರಾ, ಮನೇಲಿ ಯಾರಾದರೂ ಇರ್ತಾರಾ ಇವುಗಳನ್ನೆಲ್ಲಾ ಸ್ಟಡಿ ಮಾಡಿದೆವು. ಕಡೆಗೆ ನಮಗೆ ಕಂಡಿದ್ದು ಒಂಟಿ ಹೆಂಗಸಿನ ಮನೆ. ಆಕೆ ಬೆಳಗಿಂದ ರಾತ್ರಿಯವರೆಗೂ ಒಬ್ಬಳೇ ಇರ್ತಾಳೆ ಅಂತ ಗೊತ್ತಿತ್ತು. ಸರಿ ಅವಳನ್ನು ಮುಗಿಸಿ ಮನೆ ದೋಚೋ ಪ್ಲಾನ್ ಮಾಡಿದೆವು. ನಾವು ಕಾಲಿಂಗ್ ಬೆಲ್ ಒತ್ತಿದರೆ ಪಾಪ ಆ ಹೆಂಗಸು ಬಾಗಿಲು ತೆಗೆದೇಬಿಟ್ಟಳು. ಮೂರು ಜನ ಮನೆ ದೋಚಿದರೆ ಇನ್ನೊಬ್ಬ ಆ ಹೆಂಗಸನ್ನು ಕುತ್ತಿಗೆ ಹಿಸುಕಿ ಸಾಯಿಸಿದ. ನಾವು ಕೆಲಸ ಮುಗಿಸಿ ಅಲ್ಲಿಂದ ಕೆಳಗಿಳಿದು ಬಂದೆವು. ಇನ್ನೇನು ಕಟ್ಟಡದಿಂದ ಹೊರಗೆ ಹೋಗಬೇಕು ಅನ್ನುವಾಗ ನನಗೆ ಯೋಚನೆಗೆ ಬಂದಿದ್ದೇನೆಂದರೆ ಪೋಲೀಸ್ ಬಂದು ಹೆಣದ ಮೇಲಿನ ಬೆರಳಚ್ಚು ಪಡೆಯುತ್ತಾರೆ. ನಾಯಿಗಳು ಬರುತ್ತವೆ. ನಮ್ಮ ಜಾಡು ಖಂಡಿತಾ ಹಿಡಿಯುತ್ತಾರೆ. ಆದ್ದರಿಂದ ಹೆಣವನ್ನೂ ಇಲ್ಲಿಂದ ಸಾಗಿಸಿಬಿಟ್ಟರೆ ಸರಿಯಾಗಿರುತ್ತೆ ಅನಿಸಿ ಮತ್ತೆ ಅಲ್ಲಿಗೆ ಹೋದೆವು. ಯಾರೋ ಬಾಗಿಲು ಮುಂದೆ ಮಾಡಿದ್ದರು. ಅನುಮಾನ ಬರದ ಹಾಗೆ ಆ ಹೆಂಗಸನ್ನು ಎತ್ತಿ ನಿಲ್ಲಿಸಿ ಮುಖಕ್ಕೆ ಬಟ್ಟೆ ಕವರ್ ಮಾಡಿ ಹೆಣವಾದರೂ ಅದನ್ನು ನಡೆಸಿಕೊಂಡು ಬರೋ ಹಾಗೆ ಲಿಫ್ಟಿನಿಂದ ಕೆಳಗೆ ತಂದೆವು. ಅದನ್ನು ನಮ್ಮ ಕಾರಿಗೆ ಸಾಗಿಸೋವಾಗ ಯಾರೋ ಎದುರಿಗೆ ಬಂದರು. ಹುಷಾರಿಲ್ಲ ಡಾಕ್ಟರ ಹತ್ರ ಕರ್ಕೊಂಡು ಹೋಗ್ತಿದೀವಿ ಅಂದು ಹೆಣವನ್ನು ಕಾರಿಗೆ ಸಾಗಿಸಿದೆವು.

ನಂತರ ಹೆಣವನ್ನು ಏನು ಮಾಡೋದು ಅನ್ನೋದು ತಿಳಿಯಲಿಲ್ಲ. ಈ ಊರಲ್ಲಿ ಎಲ್ಲಿ ಬಿಸಾಕಿದರೂ ನಾವು ಸಿಕ್ಕಿಕೊಳ್ಳೋದು ಗ್ಯಾರಂಟಿ. ಸಂಸ್ಕಾರ ಮಾಡೋಕೆ ಸಾಧ್ಯವಿಲ್ಲ. ಹೀಗೆ ಯೋಚನೆ ಮಾಡುತ್ತಿದ್ದಾಗ ಈ ಹುಡುಗ ನಮ್ಮ ಬಳಿ ಬಂದು ಭಿಕ್ಷೆ ಬೇಡಿದ. ನಮ್ಮ ಚಿಂತೆ ನಮಗೆ ಅವನು ಬೇಡುತ್ತಲೇ ಇದ್ದ. ಆಗ ನನಗೆ ಹೊಳೆದದ್ದು ಈ ಐಡಿಯಾ. ತಾಯಿಯ ಶವವನ್ನು ಮಗ ಹೊತ್ತು ಸಾಗಿಸುತ್ತಿದ್ದಾನೆ ಎಂದರೆ ಯಾರಿಗೂ ಅನುಮಾನ ಬರೋದಿಲ್ಲ ಅನಿಸಿ ಈ ಹುಡುಗನಿಗೆ ಕೆಲಸ ಒಪ್ಪಿಸಿ ನಾವು ನೆಮ್ಮದಿಯಿಂದ ಹೊರಟೆವು. ಹುಡುಗ

ಈ ಊರಿನಿಂದಾಚೆಗೆ ಹೆಣ ಸಾಗಿಸಿದ ಮೇಲೆ ನಾವು ನಮ್ಮ ವಾಹನದಲ್ಲಿ ಅದನ್ನು ತಗೊಂಡು ಹೋಗಿ ಅಜ್ಞಾತ ಸ್ಥಳದಲ್ಲಿ ಅದನ್ನು ಸುಟ್ಟುಬಿಡುವ ಪ್ಲಾನ್ ಹಾಕಿಕೊಂಡಿದ್ದೆವು. ಇಷ್ಟೇ ಸಾರ್ ನಡೆದಿದ್ದು."

ಅವರುಗಳ ಹೇಳಿಕೆ ಎಲ್ಲಾ ರೆಕಾರ್ಡ್ ಆಯಿತು. ನಾಲ್ಕು ಜನರನ್ನೂ ಮತ್ತು ಹುಡುಗನನ್ನೂ ಪೋಲೀಸರಿಗೆ ಒಪ್ಪಿಸಿ ಶವವನ್ನು ವಾರಸುದಾರರು ಬರೋವರೆಗೂ ಆಸ್ಪತ್ರೆಯಲ್ಲಿ ಇಡುವ ವ್ಯವಸ್ಥೆ ಮಾಡಿದರು.

ಜೀಪ್‌ನಲ್ಲಿ ಆಫೀಸಿನತ್ತ ಹೊರಟಾಗ ಡೇವಿಡ್ ಸುನೀತ ಕಡೆ ತಿರುಗಿ ಅವಳ ಕೈ ಅದುಮಿ, "ನಿನ್ನ ಅನುಮಾನ ಫಲ ಕೊಟ್ಟಿತು ನೋಡು. ಪರವಾಗಿಲ್ಲ. ಅನುಮಾನ ಸರಿಯಾದ ದಿಕ್ಕಿನಲ್ಲೇ ಶುರುವಾಗಿದೆ" ಅಂದರು. ಸುನೀತ ನಕ್ಕು "ನನ್ನ ಅನುಮಾನವನ್ನು ನೀವು ಹಗುರವಾಗಿ ಪರಿಗಣಿಸದೇ ಬೆಂಬಲ ಕೊಟ್ರಲ್ಲ ಅದೇ ನನಗೆ ಸಂತೋಷ" ಅಂದಳು. "ನೋಡು ಬರೀ ಪೋಲೀಸಿನವರಲ್ಲ ಕಳ್ಳರೂ ಕೊಲೆಗಾರರೂ ಕೂಡಾ ಅವರವರ ಕಾರ್ಯಕ್ಷೇತ್ರದಲ್ಲಿ ಅಪ್‌ಡೇಟ್ ಆಗುತ್ತಿದ್ದಾರೆ. ಅಂದ ಮೇಲೆ ಅಪರಾಧಗಳ ಪತ್ತೆಗೆ ನಾವೂ ಹೊಸ ಹೊಸ ಚಿಂತನೆಗಳನ್ನು ಮಾಡಲೇಬೇಕು" ಅಂದರು.

ಜೀಪ್ ಆಫೀಸ್ ಬಳಿ ಬಂತು. ಸುನೀತಳ ಮೊಬೈಲ್ ರಿಂಗಾಯಿತು. ಡೇವಿಡ್ ನಕ್ಕು "ನಿನ್ನ ಹುಡುಗ ಇರಬೇಕು ನೋಡು. ನೀನಿನ್ನು ಫ್ರೀ, ಇನ್ಯಾವ ಕೇಸ್ ಬಂದರೂ ನಿನಗೆ ಕೊಡೋದಿಲ್ಲ." ಅಂದರು. ಸುನೀತ ನಕ್ಕು ಮೊಬೈಲ್ ತೆಗೆದು ನೋಡಿದರೆ ಸಮರ್ಥ್ ಲೈನಿನಲ್ಲಿದ್ದ. ಸುನೀತಳಿಗೆ ನಗು ಬಂತು.

"ಭಾನುವಾರ ಬೆಳಗ್ಗೆ ಫ್ರೀ ಆಗಿದೀನಿ. ನೀವು ನಮ್ಮ ಮನೆಗೆ ಬರಬಹುದು. ನಮ್ಮ ಮನೆಯಲ್ಲೇ ತಿಂಡಿ ತಿಂದುಕೊಂಡು ಹೋಗೋಣ" ಅಂದಳು.

ಸಮರ್ಥ್ ನಗುವಿನ ಧ್ವನಿಯಿಂದ "ದೇವಿ ಪ್ರಸಾದ ಇಷ್ಟು ಬೇಗ ಸಿಗುತ್ತೆ ಅಂದುಕೊಂಡಿರಲಿಲ್ಲ. ನಾಳೆ ಬೆಳಗ್ಗೆ ಒಂಬತ್ತಕ್ಕೆ ನಿಮ್ಮ ಮನೆಯಲ್ಲಿ ಹಾಜರು" ಅಂದ.

ಆಫೀಸೊಳಗೆ ಬರುತ್ತಿದ್ದ ಹಾಗೆ ಲ್ಯಾಂಡ್ ಲೈನ್ ರಿಂಗಾಯಿತು. ಸುನೀತ ರಿಸೀವ್ ಮಾಡಲು ಹೋದಾಗ ಅವಳನ್ನು ತಡೆದು "ಬಿಡು ನಾನೇ ನೋಡ್ತೀನಿ" ಅಂದರು. ಸುಮಾರು ಹತ್ತು ನಿಮಿಷ ಮಾತಾಡಿ ಕಡೆಗೆ "ನೀವು ನಾಳೆ ಹನ್ನೊಂದು ಗಂಟೆಗೆ ನಮ್ಮ ಆಫೀಸಿಗೆ ಬನ್ನಿ" ಅಂದರು.

ಸುನೀತ ಆತಂಕದ ಮುಖ ಹೊತ್ತು "ಯಾರು ಸರ್, ಏನಂತೆ" ಅಂತ ಕೇಳಿದಳು.

"ಈಗ ಅದೆಲ್ಲಾ ನಿನಗೆ ಬೇಡ. ನಾಳೆ ನಿನ್ನ ಹುಡುಗನನ್ನು ರಿಸೀವ್ ಮಾಡಲು ಹೇಗೆ ತಯಾರಿ ಮಾಡ್ಕೊಬೇಕು ನೋಡು ಆಲ್ ದಿ ಬೆಸ್ಟ್. ಈಗ ನೀನು ಮನೆಗೆ ಹೋಗು" ಅಂದು ಬೆನ್ನು ತಟ್ಟಿದರು.

ಸುನೀತ ನಾಚಿಕೆಯಿಂದ ಥ್ಯಾಂಕ್ಯು ಸರ್ ಅಂದಳು.

ಆಫೀಸಿನ ಟಿವಿಯಲ್ಲಿ ಮತ್ತೆ ಬ್ರೇಕಿಂಗ್ ನ್ಯೂಸ್ ಬರ್ತಿತ್ತು. ಬೆಳಗ್ಗೆ ನಡೆದ ಕೊಲೆಯನ್ನು ಮಧ್ಯಾಹ್ನದ ಒಳಗೇ ಪತ್ತೆ ಮಾಡಿದ ನಮ್ಮ ಪೊಲೀಸ್ ಇಲಾಖೆ ಅಂತ ಕೊಲೆಯ ಎಲ್ಲಾ ವಿವರಗಳನ್ನೂ ಕೊಡುತ್ತಿದ್ದರು.

ಡೇವಿಡ್ ಒಂದು ದೀರ್ಘ ಉಸಿರು ಬಿಟ್ಟು, ಜೋಬಿನಿಂದ ಸಿಗರೇಟ್ ತೆಗೆದು ಬಾಯಲ್ಲಿಟ್ಟು ಬೆಂಕಿ ತಾಕಿಸಿಕೊಂಡು ಹೊಗೆ ಬಿಡುತ್ತ ಕಣ್ಣು ಮುಚ್ಚಿ ಕುಳಿತರು.

(ತರಂಗ, 31.05.2018)

ಲ್ಯಾಂಡ್ ಲೈನ್‌ಗಳು

ಬೆಳಗ್ಗೆ ಹನ್ನೊಂದು ಗಂಟೆಗೆ ಸುನಂದ ಫೋನ್ ಮಾಡಿದಾಗ ಗಿರಿಜ ಅದೇ ತಾನೇ ತಿಂಡಿ ತಿಂದು ಪೇಪರ್ ಕಡೆ ಗಮನ ಹರಿಸಿದ್ದಳು.

"ಏನೇ ಸಮಾಚಾರ, ಹೇಗಿದೀಯ" ಗೆಳತಿ ಸುನಂದಳ ಕರೆ.

"ಲೇ, ಯುಎಸ್‌ಗೆ ಹೋಗಿ ಬಂದೋಳು ನೀನು, ಸಮಾಚಾರ ನೀನು ಹೇಳಬೇಕು. ಅದು ಬಿಟ್ಟು ನನ್ನನ್ನೇ ಸಮಾಚಾರ ಕೇಳ್ತಿದೀಯ, ಹೇಳು ಹೇಗಿತ್ತು ಯು ಎಸ್ ಟ್ರಿಪ್ಪು, ಯಾವಾಗ ಬಂದೆ."

ಮೊನ್ನೆ ಬಂದೆ ಕಣೆ, ಟ್ರಿಪ್ಪು ಬೊಂಬಾಟ್ ಆಗಿತ್ತು. ಸಖತ್ ಸುತ್ತಾಡಿದೆವು, ಎಂಜಾಯ್ ಮಾಡಿದೆವು. ಅದ್ಸರಿ ಈಚೆಗೆ ನೀನು ನಮ್ಮ ಮಹಿಳಾ ಮೀಟಿಂಗಿಗೇ ಬರ್ತಿಲ್ವಂತೆ, ಗೌರೀದು ಒಂದೇ ಕಂಪ್ಲೇಂಟು, ಯಾಕೆ."

"ಏನು ಮಾಡ್ಲೇ ನಮ್ಮ ಮನೇಲಿ ಎರಡು ಲ್ಯಾಂಡ್ ಲೈನಿದೆ. ಅವು ಯಾವತ್ತೂ ಸರಿ ಇರಲ್ಲ. ಒಂದು ಸರಿ ಇದ್ರೆ ಇನ್ನೊಂದು ಸರಿ ಇರಲ್ಲ. ಬೆಳಗಿಂದ ರಾತ್ರಿ ತನಕ ಹೊಡ್ಕೊತಾ ಇರುತ್ವೆ."

"ಅಲ್ವೇ ಈಗಿನ ಕಾಲದಲ್ಲೂ ಯಾರಾದರೂ ಲ್ಯಾಂಡ್ ಲೈನ್ ಇಟ್ಕೊತಾರ ಹೇಳು. ನಿನ್ನ ಗಂಡನಿಗೆ ಹೇಳಿ ತೆಗಿಸಿಬಿಡು."

"ಅಯ್ಯೋ ಅವರಿಗೆ ಸಾವಿರ ಸಾರಿ ಹೇಳಿದೀನಿ. ನನ್ನ ಮಾತು ಎಲ್ಲಿ ಕೇಳ್ತಾರೆ ಹೇಳು. ಇರ್ಲಿ ಬಿಡು ಅದರಿಂದ ನಿನಗೇನು ತೊಂದರೆ ಅಂತಾರೆ. ತೊಂದರೆ ಅನುಭವಿಸ್ತಿರೋಳು ನಾನು."

"ಅವರಿಗೆ ಹೇಳದ ಹಾಗೆ ನೀನೇ ತೆಗಿಸಿಬಿಡು."

"ಅಯ್ಯೋ ಅದು ಅಷ್ಟೊಂದು ಸುಲಭ ಅಲ್ಲಪ್ಪ. ಎಷ್ಟೋ ವರ್ಷಗಳಿಂದ ಅವರು ಆ ಎರಡು ಲ್ಯಾಂಡ್ ಲೈನಿಗೇ ತಗುಲಿಕೊಂಡಿದಾರೆ. ಈಗ ನಾನು ತೆಗಿಸಿದರೆ ಸುಮ್ನಿರ್ತಾರಾ ಹೇಳು."

"ಸರಿ ಲ್ಯಾಂಡ್ ಲೈನ್ ಇರೋರ ಮನೇಲೆಲ್ಲಾ ಅದು ಒಂದೊಂದು ಸಾರಿ ಕೆಟ್ಟು ಹೋಗೋದು ಇದ್ದೇ ಇರುತ್ತೆ. ಇನ್ನು ಲ್ಯಾಂಡ್ ಲೈನಿದೆ ಅಂದ ಮೇಲೆ ಅದು ಹೊಡ್ಕೊಳೋದು ಸಾಮಾನ್ಯ, ಅದಕ್ಕೆಲ್ಲಾ ಯಾರಾದರೂ ಬೇಜಾರು ಮಾಡ್ಕೊತಾರೇನೇ. ಒಂದ್ಕೆಲ್ಸ ಮಾಡು ಅದರ ಪಾಡಿಗೆ ಅದು ಹೊಡ್ಕೊಳ್ಳಿ, ನೀನು ಬಿಡುವಾಗಿದ್ರೆ ಮಾತ್ರ ತಗೋ ಇಲ್ಲದಿದ್ದರೆ ಸುಮ್ಮನಿದ್ದುಬಿಡು."

"ಅಯ್ಯೋ ಹಾಗೆಲ್ಲಾ ಆಗಲ್ಲಪ್ಪ. ನಮ್ಮ ಯಜಮಾನರಿಗಂತೂ ಲ್ಯಾಂಡ್ ಲೈನ್ ಹೊಡ್ಕೊಂಡ ಕೂಡಲೇ ಅಟೆಂಡ್ ಮಾಡಿಬಿಡಬೇಕು. ಇಲ್ಲದಿದ್ದರೆ ಅದನ್ನೇ ದೊಡ್ಡ ರಂಪ ರಾದ್ಧಾಂತ ಮಾಡ್ತಾರೆ. ಲ್ಯಾಂಡ್ ಲೈನ್ ಹೊಡ್ಕೊತಾ ಇದ್ರೂ ನಾನು ಅಟೆಂಡ್ ಮಾಡ್ಲಿಲ್ಲ ಅಂತ ಅವರಿಗೇನಾದರೂ ಗೊತ್ತಾದರೆ ಅಷ್ಟೇ."

"ಹೋಗ್ಲಿ, ನೀವು ಮನೇಲಿ ಇರೋದು ಮೂರು ಜನ, ಅದಕ್ಕೆ ಎರಡು ಲ್ಯಾಂಡ್ ಲೈನ್ ಯಾಕೆ. ಎರಡನ್ನೂ ಆಗದಿದ್ದರೆ ಒಂದನ್ನಾದರೂ ತೆಗಿಸಿಬಿಡು. ಆಗ ಸ್ವಲ್ಪನಾದರೂ ರಿಲೀಫ್ ಇರುತ್ತೆ."

"ನಮ್ಮನೆಯವರು ಅದಕ್ಕೂ ಬಿಡ್ತಿಲ್ಲ. ಅವರ ತಮ್ಮನ ಮನೆ ಇಲ್ಲೇ ರಾಜಾಜಿನಗರದಲ್ಲಿದೆ. ಅಲ್ಲಿಗೆ ಎರಡೂ ಲ್ಯಾಂಡ್ ಲೈನ್‌ಗಳನ್ನು ಶಿಫ್ಟ್ ಮಾಡಿಬಿಡಿ ಅಂತ ಎಷ್ಟೋ ಸಾರಿ ಬಡ್ಕೊಂಡಿದೀನಿ. ತಮ್ಮನ ಮನೇಲಿ ಲ್ಯಾಂಡ್ ಲೈನ್ ಇಲ್ಲ. ಹೋಗ್ಲಿ ಒಂದನ್ನಾದರೂ ಶಿಫ್ಟ್ ಮಾಡಿ ಅಂದ್ರೆ ಅದಕ್ಕೂ ಕೇಳ್ತಿಲ್ಲ."

"ಒಂದ್ಕೆಲ್ಸ ಮಾಡು ಲ್ಯಾಂಡ್ ಲೈನ್ ಹೊಡ್ಕೊಂಡಾಗ ನಿನ್ನ ಮಗನನ್ನು ಅಟೆಂಡ್ ಮಾಡು ಅಂತ ಹೇಳು. ನೀನು ಲ್ಯಾಂಡ್ ಲೈನ್ ತಂಟೆಗೇ ಹೋಗಬೇಡ."

"ಅದೂ ಟ್ರೈ ಮಾಡ್ದೆ ಕಣೆ. ಆದರೆ ಮಗ ಕಾಲೇಜಿಗೆ ಹೋಗಬೇಕಲ್ಲ. ಅವಾಗ ನಾನೇ ಅಟೆಂಡ್ ಮಾಡಬೇಕು. ನಮ್ಮೆಜಮಾನರಂತೂ ನೋಡು ಲ್ಯಾಂಡ್ ಲೈನ್ ಹೊಡ್ಕೊಂಡ್ರೆ ನೀನೇ ಅಟೆಂಡ್ ಮಾಡಬೇಕು ಅಂದಿದಾರೆ."

"ಏನೇ ನೀನು ಒಂದು ಹೇಳಿದ್ರೆ ಹನ್ನೊಂದು ಹೇಳ್ತೀಯ, ಹೋಗ್ಲಿ ಲ್ಯಾಂಡ್ ಲೈನ್ ಸರಿ ಇರೋ ಹಾಗೆ ನೋಡ್ಕೊ. ಆಗ ಹೆಚ್ಚು ಸಮಸ್ಯೆ ಇರೋಲ್ಲ."

"ಅಯ್ಯೋ ಮುಂಡೇದು ಇವತ್ತು ಇದ್ದ ಹಾಗೆ ನಾಳೆ ಇರಲ್ಲ. ಒಂದೊಂದು ದಿನ ಬೆಳಗಿಂದ ಸಾಯಂಕಾಲದ ತನಕ ಹೊಡ್ಕೊಳ್ದೆ ಸುಮ್ನೆ ಬಿದ್ದಿರುತ್ತೆ. ಓ ಪರವಾಗಿಲ್ಲ ಅಂದ್ಕೊಂಡ್ರೆ ಇನ್ನೊಂದು ದಿನ ಒಂದು ಕ್ಷಣ ಪುರುಸೊತ್ತು ಕೊಡದೇ ಹೊಡ್ಕೊಳುತ್ತೆ, ಅವರೆಡೂ ಮುಂಡೇವು ಸರಿಯಾದ ಜೋಡಿ. ಒಂದು ಹೊಡ್ಕೊಳೋಕೆ ಶುರು ಮಾಡಿದ್ರೆ ನಾನೇನು ಕಮ್ಮಿ ಅಂತ ಇನ್ನೋಂದೂ ಹೊಡ್ಕೊಳೋಕೆ ಶುರು ಮಾಡುತ್ತೆ. ಒಂದನ್ನ ಅಟೆಂಡ್ ಮಾಡೋದೇ ಕಷ್ಟ. ಇನ್ನು ಎರಡೆರೂ ಒಟ್ಟೊಟ್ಟಿಗೇ ಹೊಡ್ಕೊಳೋಕೆ ಶುರು ಮಾಡಿದ್ರೆ ಬೇಡ ನನ್ನ ಪಾಡು. ಹೋಗ್ಲಿ, ಲ್ಯಾಂಡ್ ಲೈನುಗಳನ್ನು ಹೊಡ್ಕೊಳ್ದೆ ಇರೋ ಹಾಗೆ ಸರಿ ಮಾಡಿಸೋಣ ಅಂತ ಅದಕ್ಕೆ ಸಂಬಂಧಪಟ್ಟವರನ್ನು ಕರೆಸಿ ಸರಿ ಮಾಡಿಸಿದರೆ, ಕೇವಲ ಒಂದೆರಡು ಗಂಟೆ ಅಷ್ಟೆ. ಮತ್ತೆ ಯಥಾಪ್ರಕಾರ. ಅವರು ಮೇಡಂ ಇವು ತುಂಬಾ ಹಳೇದಾಗಿವೆ. ಇನ್ನು ಏನೂ ರಿಪೇರಿ ಮಾಡೋಕೆ ಆಗಲ್ಲ.

ಇರೋಷ್ಟು ದಿನ ಅವು ಹೇಗೆ ಇರುತ್ವೋ ಹಾಗೆ ಇರಲಿ ಬಿಡಿ ಅಂತ ಹೇಳ್ತಾರೆ. ನನಗಂತೂ ತಲೆ ಚಿಟ್ ಹಿಡಿದು ಹೋಗಿದೆ. ಏನು ಮಾಡಬೇಕೂಂತನೇ ಗೊತ್ತಾಗ್ತಿಲ್ಲ."

"ಈಗಿನ ಕಾಲದಲ್ಲಿ ಯಾರ ಮನೇಲಿ ತಾನೇ ಲ್ಯಾಂಡ್ ಲೈನ್ ಇಟ್ಕೊಂಡಿರ್ತಾರೆ ಹೇಳು. ಅದಕ್ಕೇಂತನೇ ಎಷ್ಟೋ ಗುಜರಿಗಳು ಬೆಂಗಳೂರಲ್ಲಿ ತಲೆ ಎತ್ತಿವೆ. ಅಲ್ಲಿಗೆ ಬಿಸಾಕೋದು ತಾನೇ."

"ನೋಡೇ ನಿಜ ಹೇಳಬೇಕೂಂದ್ರೆ ನನಗಂತೂ ಲ್ಯಾಂಡ್ ಲೈನ್ ಅಂದ್ರೆ ಒಂಚೂರೂ ಇಷ್ಟ ಇರ್ಲಿಲ್ಲ. ನಾನು ಮದುವೆಯಾಗಿ ಬಂದಾಗಲೇ ನನ್ನ ಗಂಡನಿಗೆ ಹೇಳಿದೆ. ನೋಡಿ, ನೀವು ಆಫೀಸಿಗೆ ಹೊರಟು ಹೋಗ್ತೀರ. ನಾನು ಈ ಲ್ಯಾಂಡ್ ಲೈನ್‌ಗಳ ಜೊತೆ ಏಗಕ್ಕೆ ಆಗಲ್ಲ. ತೆಗಿಸಿಬಿಡಿ ಅಂತ. ಅವರು ಅಯ್ಯೋ ಎರಡು ಲೈನ್ ತಮ್ಮ ಪಾಡಿಗೆ ಇರುತ್ವೆ ಬಿಡು ಅಂದುಬಿಟ್ಟರು."

"ನಿನ್ನ ಗೆಳತಿಯಾಗಿ ನಾನು ನಿನಗೆ ಹೇಗೆ ಸಹಾಯ ಮಾಡಬೇಕು ಅನ್ನೋದೇ ನನಗೆ ಗೊತ್ತಾಗ್ತಾ ಇಲ್ಲ. ಹೇಳು ನಾನು ಹೇಗೆ ನಿನಗೆ ಸಹಾಯ ಮಾಡಬಹುದು. ಒಟ್ನಲ್ಲಿ ನೀನು ಮೊದಲಿನ ಹಾಗೆ, ನಮ್ಮ ಎಲ್ಲಾ ಮೀಟಿಂಗೂ, ಟೂರು, ಎಲ್ಲಾನೂ ಅಟೆಂಡ್ ಮಾಡ್ಕೊಂಡು ಇರಬೇಕು ಅಂತ ನನ್ನಾಸೆ." ಅಂದಳು ಸುನಂದ.

"ಅಯ್ಯೋ ಅದೂ ನನ್ನಾಸೆನೂ ಕಣೇ, ಆದರೆ ಏನು ಮಾಡ್ಲಿ ನನಗೆ ಈ ಲ್ಯಾಂಡ್ ಲೈನ್‌ಗಳಿಂದ ಈ ಜನ್ಮದಲ್ಲಿ ಮುಕ್ತಿ ಇಲ್ಲ ಅಂತ ಅನಿಸ್ತಿದೆ."

"ಒಂದ್ಕೆಲ್ಸ ಮಾಡು – ನಿನ್ನ ಸ್ನೇಹಿತೆಯಾಗಿ ನಾನು ನಿನಗೆ ಈ ರೀತಿ ಸಲಹೆ ಕೊಡಬಾರದು. ಆದರೂ ನನ್ನ ಸ್ನೇಹಿತೆ ನನ್ನ ಹಾಗೆ ಸುಖ ಸಂತೋಷ ನೆಮ್ಮದಿಗಳಿಂದ ಇರಬೇಕು ಅಂತ ಹೇಳ್ತಿದೀನಿ. ನೋಡಿ ಈ ಲ್ಯಾಂಡ್ ಲೈನ್‌ಗಳನ್ನು ತೆಗಿಸಿ ಇಲ್ಲದಿದ್ದರೆ ನನಗೆ ವಿಚ್ಛೇದನ ಕೊಟ್ಟುಬಿಡಿ ಅಂತಾನೋ, ಇಲ್ಲಾ ನೀವು ಈ ಲ್ಯಾಂಡ್‌ಲೈನ್‌ಗಳನ್ನು ತೆಗಿಸೋ ತನಕ ನಾನು ಈ ಮನೇಗೆ ಬರಲ್ಲ ಅಂತ ನಿನ್ನ ಗಂಡನಿಗೆ ಕಟ್ಟುನಿಟ್ಟಾಗಿ ಹೇಳಿ ತವರು ಮನೆಗೆ ಹೊರಟು ಹೋಗಿಬಿಡು. ಅಲ್ಲಿಂದನೇ ನೀನು ನಮ್ಮ ಮೀಟಿಂಗ್ ಅಟೆಂಡ್ ಮಾಡಬಹುದು."

"ಅದೂ ಟ್ರೈ ಮಾಡಿದೆ ಕಣೆ. ಅವರು ಏನು ಮಾಡಿದ್ರು ಗೊತ್ತಾ. ನಾನು ಒಂದು ಬೆಳಗ್ಗೆ ಹಾಗಂದ ತಕ್ಷಣ ಸಂಜೆ ಅವರು ಬರುವಾಗ ಒಬ್ಬ ಲಾಯರನ್ನು ಕರ್ಕೊಂಡು ಬಂದು, ಬೆಳಗ್ಗೆ ಅದೇನೋ ಹೇಳಿದ್ಯಲ್ಲ. ಇವರತ್ರ ಎಲ್ಲ ಹೇಳು. ಇವರು ಪೇಪರ್ ತಯಾರು ಮಾಡಿಕೊಡ್ತಾರೆ, ಅದಕ್ಕೆ ಸಹಿ ಮಾಡು ಮುಂದೆ ಏನು ಮಾಡಬೇಕು ಅಂತ ಅವರೇ ಹೇಳ್ತಾರೆ ಅಂದುಬಿಡೋದಾ. ನನಗಂತೂ ಜಂಗಾಬಲವೇ ಉಡುಗಿಹೋಯಿತು. ಹಾಳಾಗ್ಲಿ ಅಂತ ಸುಮ್ಮನಾದೆ."

ಸುನಂದ ತಲೆ ಚಚ್ಚಿಕೊಂಡಳು.

"ಲೇ ನಿನ್ನ ಸಮಸ್ಯೆಗೆ ಒಂದು ಪರಿಹಾರ ಕಾಣಬೇಕಾದರೆ ನಾವು ಒಂದು ಮೀಟಿಂಗ್ ಕರೀಬೇಕು ಅಂತ ಕಾಣುತ್ತೆ. ಅಲ್ವೇ ನಿನ್ನ ಸಮಸ್ಯೆಗೆ ಪರಿಹಾರ ಹುಡುಕೋಣ ಅಂದ್ರೆ ನಿನ್ನ ಸಮಸ್ಯೆ ಹನುಮಂತನ ಬಾಲದ ಹಾಗೆ ಬೆಳ್ಕೊಂಡು ಹೋಗ್ತಾ ಇದೆಯಲ್ಲೇ. ಒಂದ್ಕೆಲ್ಸ ಮಾಡು ನಿನ್ನ ಆ ಎರಡೂ ಲ್ಯಾಂಡ್‌ಲೈನ್‌ಗಳ ನಂಬರ್ ಕೊಡು. ನನ್ನ ಕಸಿನ್ನು ಬಿಎಸ್.ಎನ್.ಎಲ್ ನಲ್ಲಿದಾರೆ ಅವರಿಗೆ ಹೇಳಿ ಕನಕ್ಷನ್ ಕಟ್ ಮಾಡಿಸಿ ಬಿಡ್ತೀನಿ. ಆಗ ಅವು ಹೊಡ್ಕೊಳೋದೇ ಇಲ್ಲ. ಇದ್ದರೂ ಇಲ್ಲದ ಹಾಗೆ ಬಿದ್ಕೊಂಡಿರುತ್ವೆ. ಅದರಿಂದ ನಿನಗೆ ಯಾವುದೇ ತೊಂದರೆ ಇರೋಲ್ಲ. ಅಂದ ಹಾಗೆ ನಿನ್ನ ಲ್ಯಾಂಡ್ ಲೈನ್‌ಗಳ ನಂಬರ್ ಹೇಳು" ಅಂದಳು.

ಗಿರಿಜ ಬಿಟ್ಟ ಕಣ್ಣು ರೆಪ್ಪೆ ಆಡಿಸದ ಹಾಗೆ ನಿಂತುಬಿಟ್ಟಳು. ಸುನಂದ ಹೇಳೇ ನಂಬರು ಅಂದರೂ ಅಲ್ಲಾಡಲಿಲ್ಲ.

ನಂತರ ಗೆಳತಿಯ ಭುಜದ ಮೇಲೆ ಕೈ ಹಾಕಿ ಗಿರಿಜ

"ಲೇ ನನ್ನನ್ನು ನೀನು ಇಷ್ಟೇನೇನೇ ಅರ್ಥ ಮಾಡ್ಕೊಂಡಿರೋದು." ಅಂದಳು

"ಅರ್ಥ ಮಾಡ್ಕೊಂಡಿದೀನಿ ಕಣೆ ಅದಕ್ಕೆ ನಿನಗೆ ಹೇಗಾದರೂ ಮಾಡಿ ಸಹಾಯ ಮಾಡಬೇಕು ಅಂತ ಇರೋದು. ಮೊದಲು ನಂಬರು ಹೇಳು ಮುಂದಿನ ಕೆಲಸ ನನಗೆ ಬಿಡು."

"ನಮ್ಮನೆ ಲ್ಯಾಂಡ್ ಲೈನುಗಳಿಗೆ ನಂಬರು ಇಲ್ಲ ಕಣೆ. ಒಂದು ವೇಳೆ ಇದ್ದರೆ ಒಂದಿಕ್ಕೆ ಎಂಬತ್ತೊಂಬತ್ತು ಇನ್ನೊಂದಕ್ಕೆ ಎಪ್ಪತ್ತಾರು ಇರಬೇಕು."

"ಇದೇನೇ ಎರಡೇ ಡಿಜಿಟ್ ಲ್ಯಾಂಡ್ ಲೈನ್ ಎಲ್ಲೇ ಇರುತ್ತೆ. ಏನು ತಮಾಷೆ ಮಾಡ್ತಾ ಇದೀಯ. ಸರಿಯಾದ ನಂಬರು ಹೇಳು."

"ಅದಿಕೇ ಹೇಳಿದ್ದು ನೀನು ನನ್ನನ್ನೂ ಇನ್ನೂ, ಈ ಕ್ಷಣದವರೆವಿಗೂ ಅರ್ಥ ಮಾಡಕೊಂಡೇ ಇಲ್ಲ ಅಂತ."

"ಸರಿ ಸುಮ್ಮನೆ ಮಾತಾಡ್ತಾ ಇರ್ತೀಯೋ ಇಲ್ಲಾ ನಂಬರು ಹೇಳ್ತೀಯೋ."

ಅಷ್ಟರಲ್ಲಿ ಯಾರೋ ಜೋರಾಗಿ ಕೆಮ್ಮಿದ ಸದ್ದು ಕೇಳಿಸಿತು. ಹಿಂದೆಯೇ ಗಿರಿಜಾ ಒಂದ್ಲೋಟ ಬಿಸಿನೀರು ತಗೊಂಡು ಬಾಮ್ಮ ಅನ್ನೋ ಧ್ವನಿಯೂ ಬಂತು. ಸುನಂದ ಹುಬ್ಬೇರಿಸಿದಳು.

ಗಿರಿಜ ಸುನಂದಳನ್ನು ಕರೆದುಕೊಂಡು ಕೋಣೆಗೆ ಹೋದಳು. ಅಲ್ಲಿ ವಯಸ್ಸಾದ ಮಾವ ಅತ್ತೆ ಇದ್ದರು. ಮಾವ ಮಲಗಿದ್ದರೆ ಅತ್ತೆ ಪುಸ್ತಕ ಓದ್ತಾ ಕೂತಿದ್ದರು. ಸುನಂದ ಹುಬ್ಬೇರಿಸಿದಳು.

"ನೋಡು ಇವೇ ಆ ಎರಡು ಲ್ಯಾಂಡ್ ಲೈನುಗಳು. ಇವನ್ನ ಹೇಗೆ ಸರಿಮಾಡಿಸೋದು, ಹೇಗೆ ಮಾರಿಬಿಡೋದು, ಹೇಗೆ ಡಿಸ್ ಕನೆಕ್ಟ್ ಮಾಡಿಸೋದು, ಹೇಗೆ ಎಲ್ಲಿಗಾದರೂ ಸಾಗಿಸೋದು" ಅಂತ ಗಿರಿಜ ಸುನಂದಳನ್ನು ಕೇಳುತ್ತಿದ್ದಾಗ

ಸುನಂದ ತನ್ನ ಮೊಬೈಲ್ ಹಿಡಿದು ಕಿವಿಗಿಟ್ಟುಕೊಂಡು "ಹಲೋ ಯಾರು, ಹೌದಾ ಈಗ ಬಂದೆ, ನನ್ನ ಸ್ನೇಹಿತೆ ಮನೆಗೆ ಬಂದಿದ್ದೆ, ಈಗ ಬಂದುಬಿಡ್ತೀನಿ" ಅಂದು ಗಿರಿಜ ಕಡೆ ನೋಡಿ "ನಮ್ಮನೆಗೆ ನಮ್ಮತ್ತೆ ಕಡೆ ನೆಂಟರು ಬಂದಿದಾರೆ ಕಣೆ ಅರ್ಜಂಟಾಗಿ ಹೋಗಬೇಕು, ಬರ್ಲಾ ಸಿಕ್ತೀನಿ ಕಣೆ" ಅಂದು ಲ್ಯಾಂಡ್ ಲೈನ್ ಬಗ್ಗೆ ಏನೂ ಹೇಳದೇ ಹೊರಟೇ ಹೋದಳು.

ಗಿರಿಜ ಪೆದ್ದು ಪೆದ್ದಾಗಿ ನಿಂತಿದ್ದಳು.

ಅತ್ತೆ ಮತ್ತೆ "ಏನಮ್ಮಾ ಬಿಸಿನೀರು ತಂದ್ಯಾ" ಅಂತ ಕೇಳಿದಾಗ ಗಿರಿಜ

ನನಗೆ ಈ ಜನ್ಮದಲ್ಲಿ ಈ ಲ್ಯಾಂಡ್‌ಲೈನ್‌ಗಳಿಂದ ಉಳಿಗಾಲವಿಲ್ಲ ಅಂತ ತಲೆ ಚಚ್ಚಿಕೊಂಡು ಒಳಗೆ ಹೋದಳು.

(ಮಂಗಳ, 08.08.2018)

ವರ್ಣಮಾತ್ರಂ ಕಲಿಸಿದಾತಂ ಗುರು

ಅಂದು ಸಂಜೆ ಶ್ರೀಕಾಂತನಿಗೆ ನಿಜಕ್ಕೂ ಸಂಭ್ರಮದ, ಸಡಗರದ ಸಂದರ್ಭ.

ಐದು ಗಂಟೆಗೆ ಸರಿಯಾಗಿ ಅಕೌಂಟ್ಸ್ ವಿಭಾಗದಿಂದ ಕರೆ ಬಂತು. ಅಲ್ಲಿಗೆ ಹೋದಾಗ ಒಂದು ಲೆಡ್ಜರ್‌ನಲ್ಲಿ ಸಹಿ ಹಾಕುವಂತೆ ಹೇಳಿದರು. "ನಿಮ್ಮ ಸಂಬಳ ನೀವು ತಿಳಿಸಿದ ಬ್ಯಾಂಕ್ ಅಕೌಂಟ್ ಸಂಖ್ಯೆಗೆ ವರ್ಗಾವಣೆ ಮಾಡಿದೆ. ನೀವು ನಾಳೆ ಡ್ರಾ ಮಾಡ್ಕೊಬಹುದು" ಎಂದರು

ಅಕೌಂಟ್ಸ್ ವಿಭಾಗದಲ್ಲಿ ಕೊಟ್ಟ ಚೀಟಿಯಲ್ಲಿ ತನಗೆ ಬಂದ ಮೊದಲ ತಿಂಗಳ ಸಂಬಳದ ವಿವರ ನೋಡಿಕೊಂಡ. ಅಬ್ಬಾ ಸಂಬಳದ ಹಣ ಇಷ್ಟೊಂದೇ ಅಂತ ಅವನಿಗೇ ಅನಿಸಿತು.

ಹಿಂದಿರುಗಿ ಬಂದು ತನ್ನ ಸೀಟಿನಲ್ಲಿ ಕೂತಾಗ ಎಲ್ಲರೂ ಶ್ರೀಕಾಂತನ ಕಡೆ ನೋಡಿದರು.

"ಮೊದಲ ಸಂಬಳ ಬಂದಿದೆ ನಮಗೆಲ್ಲಾ ಟ್ರೀಟ್ ಕೊಡಿಸ್ತೀಯ ತಾನೇ" ಅಂತ ಕೇಳಿದ ರಘು

"ಟ್ರೀಟ್ ಏನೂ ಬೇಡ ಸರ್ ನಾಳೆ ಬರುವಾಗ ಸ್ವೀಟ್ಸ್ ತಗೊಂಡು ಬನ್ನಿ ಸಾಕು" ಅಂದ ಸುಜಾತ ಅವನ ಕಡೆ ವಾಲಿ "ಸರ್ ಅವರು ಪಾರ್ಟಿ ಅಂತ ನಿಮ್ಮನ್ನು ಡ್ರಿಂಕ್ಸ್ ಕೊಡಿಸು ಅಂತ ಬಲವಂತ ಮಾಡ್ತಾರೆ. ಪ್ಲೀಸ್ ಹೋಗಬೇಡಿ" ಅಂದಳು.

ಸಿದ್ಧಾರ್ಥ ಬಂದು "ಇದು ನಿಮ್ಮ ಮೊದಲ ಸಂಪಾದನೇನಾ" ಅಂತ ಕೇಳಿದ. ಹೌದು ಅಂತ ತಲೆಯಾಡಿಸಿದ ಮೇಲೆ ಅವನು "ಮೊದಲ ಸಂಪಾದನೆ ಹೇಗೆ ನೆನಪಿನಲ್ಲಿ ಇರುತ್ತೋ ಹಾಗೆ ಮೊದಲ ಖರ್ಚೂ ಕೂಡಾ ನೆನಪಿನಲ್ಲಿ ಇರಬೇಕು. ನಾನು ಮೊದಲ ಸಂಬಳದಲ್ಲಿ ನನ್ನ ತಾಯಿಗೆ ಒಂದು ಸೀರೆ ನಮ್ಮ ತಂದೆಗೆ ಪ್ಯಾಂಟು ಷರ್ಟು ತೆಗೆದುಕೊಟ್ಟಿದ್ದೆ" ಅಂದ. ಸುಧಾಕರ ಬಂದು "ನಾನು ನನ್ನ ತಂಗಿಗೆ ಒಂದು ಒಳ್ಳೆ ಡ್ರೆಸ್ ಕೊಡಿಸಿದ್ದೆ." ಅಂದ. ರಾಮನಾಥ. "ನಾನು ನಮ್ಮನೆ ದೇವರಿಗೆ ಅಭಿಷೇಕ ಮಾಡಿಸಿದ್ದೆ" ಅಂದ. "ನನ್ನ ಮೊದಲ ಸಂಬಳ ಬರೋ ಹೊತ್ತಿಗೆ ಮೊದಲ ಲವ್ವೂ ಶುರುವಾಗಿತ್ತು, ಹೀಗಾಗಿ ನನ್ನ ಹುಡುಗೀನ ಸಿನಿಮಾಕ್ಕೆ, ಹೋಟೆಲಿಗೆ ಕರ್ಕೊಂಡು ಹೋಗಿದ್ದೆ" ಅಂದ ಚಂದ್ರ. ಹೀಗೆ ಒಬ್ಬೊಬ್ಬರದೂ ಒಂದೊಂದು ಅನುಭವ. ಹಾಗೆ ನೋಡಿದರೆ ಶ್ರೀಕಾಂತ ಮೊದಲ ಸಂಬಳ ಬಂದಾಗ ಏನು ಮಾಡಬೇಕು ಅಂತ ಯೋಚನೇನೇ

ಮಾಡಿರಲಿಲ್ಲ. ಆದರೆ ನಾನು ಓದಿದ ಓದಿಗೆ, ಪಟ್ಟ ಕಷ್ಟಕ್ಕೆ ಬಂದಿರುವ ಸಂಬಳ ಪೂರಾ ಸಂತಸ ತಂದಿತ್ತು. ಇನ್ನು ಬದುಕನ್ನು ಸರಿಯಾದ ದಾರಿಯಲ್ಲಿ ತೆಗೆದುಕೊಂಡು ಹೋಗಬಹುದು ಅಂದುಕೊಂಡಿದ್ದ.

ಮರುದಿನ ಬ್ಯಾಂಕಿಗೆ ಹೋಗಿ ಸಂಬಳದ ಅಷ್ಟೂ ದುಡ್ಡನ್ನು ಡ್ರಾ ಮಾಡಿ ಒಂದು ಕವರ್‌ನಲ್ಲಿ ಹಾಕಿಕೊಂಡು ದೇವಸ್ಥಾನಕ್ಕೆ ಹೋದ. ಕವರನ್ನು ದೇವರ ಪಾದದ ಮೇಲಿಟ್ಟು ಪೂಜೆ ಮಾಡಿ ಕೊಡಿ ಅಂತ ಕೇಳಿದ. ನಂತರ ಸಿಹಿ ಪ್ಯಾಕೆಟ್ ತಗೊಂಡು ಆಫೀಸಿಗೆ ಹೋಗಿ ಎಲ್ಲರಿಗೂ ಕೊಟ್ಟ. ತಂದೆಗೆ ಫೋನ್ ಮಾಡಿ ಮೊದಲ ತಿಂಗಳ ಸಂಬಳ ಬಂದಿದೆ ಅಂದು ಸಂತಸ ಹಂಚಿಕೊಂಡ. ತಾಯಿ ಖುಷಿಪಟ್ಟಳು. "ಮೊದಲ ಸಂಬಳದಲ್ಲಿ ನನಗೇನು ಕೊಡಿಸ್ತೀಯೋ" ಅಂತ ಕೇಳಿದಳು. "ನಾನು ಮುಂದಿನ ವಾರ ಊರಿಗೆ ಬರ್ತೀನಮ್ಮಾ" ಅಂದ. ಹಾಗೆ ನೋಡಿದರೆ ತಂದೆ ತಾಯಿಯರು ಅವನ ಸಂಪಾದನೆಗೆ ಅವಲಂಬಿತವಾಗಿರಲಿಲ್ಲ. ತಂದೆ ಸಾಕಷ್ಟು ಸಂಪಾದನೆ ಮಾಡಿ ಮನೆಯನ್ನು ಸಮೃದ್ಧಿಯಾಗಿ ಇಟ್ಟಿದ್ದರು.

ಶ್ರೀಕಾಂತ ತನ್ನ ಸಂಬಳದ ಹಣವನ್ನೇ ನೋಡುತ್ತಿದ್ದಾಗ ಅವನಿಗೆ ನೆನಪಿಗೆ ಬಂದ ಮಾತುಗಳು ಇವು. ಜೀವನ ನಿರ್ವಹಣೆಗೆ ಹಣ ಬೇಕು, ಆದರೆ ಹಣವೇ ಎಲ್ಲಾ ಅಲ್ಲ. ಹಣಕ್ಕಾಗಿ ಜೀವನದ ಮೌಲ್ಯಗಳನ್ನು ಮಾರಿಕೊಳ್ಳಬಾರದು. ಸಮಯ ಮತ್ತು ಹಣ ಎರಡೂ ಒಂದೇ. ಅವೆರಡೂ ಖರ್ಚಾಗಿಬಿಟ್ಟರೆ ಮತ್ತೆ ಬರೋದಿಲ್ಲ. ಹಣ ಸಂಪಾದನೆಯೇ ಜೀವನದ ಗುರಿ ಆಗಬಾರದು. ನಾವು ಒಳ್ಳೆ ಒಳ್ಳೆ ಕೆಲಸಗಳನ್ನು ಮಾಡುತ್ತಾ ಹೋದರೆ ಅದರಿಂದ ನಮ್ಮ ಜೀವನ ಅಭಿವೃದ್ಧಿ ಹೊಂದುತ್ತದೆ. ಅದಕ್ಕೆ ತಕ್ಕಂತೆ ಹಣ ನಮ್ಮ ಕೈ ಸೇರುತ್ತೆ. ಒಂದು ವಿಚಾರ ನೆನಪಿರಲಿ. ನಾವು ಸಂಪಾದನೆ ಮಾಡಿದ ಎಲ್ಲಾ ಹಣವೂ ನಮ್ಮದಲ್ಲ. ನಾವು ಈ ಭೂಮಿಗೆ ಬಂದಿದ್ದಕ್ಕೆ, ಈ ಸಮಾಜದಲ್ಲಿ ಇರುವುದಕ್ಕೆ ನಾವು ಸದಾ ಋಣಿಯಾಗಿರಬೇಕು. ಅದಕ್ಕೇ ನಮ್ಮ ಸಂಪಾದನೆಯಲ್ಲಿ ಅಷ್ಟಿಷ್ಟು ಹಣವನ್ನು ಬಡ ಬಗ್ಗರಿಗೆ, ಸಮಾಜಕ್ಕೆ ಮೀಸಲಿಡಬೇಕು. ನೆನಪಿಡು. ಕೊಟ್ಟಿದ್ದು ತನಗೆ ಬಚ್ಚಿಟ್ಟಿದ್ದು ಪರರಿಗೆ ಎನ್ನುವ ನುಡಿಮುತ್ತನ್ನು.

ಇವೆಲ್ಲಾ ಯಾವ ಶಾಲೆಯ ಪಾಠದಲ್ಲೂ ಇರಲಿಲ್ಲ. ಎಲ್ಲವೂ ಶಾಲೆಯ ಪಾಠದ ಹೊರತಾಗಿ ಕಲಿತದ್ದು. ಆ ಮಾತುಗಳೆಲ್ಲಾ ಸದಾ ಮನದಲ್ಲಿ ಅನುರಣಿಸುತ್ತಿರುತ್ತವೆ. ಇಂಥಾ ಅನೇಕಾನೇಕ ನುಡಿಮುತ್ತುಗಳನ್ನು ಶ್ರೀಕಾಂತನ ಚಿಕ್ಕ ವಯಸ್ಸಿನಲ್ಲೇ ಆಗಾಗ ತುಂಬುತ್ತಿದ್ದವರು ಅವನ ಪ್ರೈಮರಿ ಶಾಲೆಯ ಮೇಷ್ಟ್ರು.

ಶ್ರೀಕಾಂತ ಆಫೀಸಿನಿಂದ ಹೊರಗೆ ಬಂದು ಮೊಬೈಲ್ ತೆಗೆದು ನಂಬರು ಒತ್ತಿದ. ಅತ್ತ ಕಡೆಯಿಂದ ಹಲೋ ಅನ್ನುವ ಸ್ವರ ಕೇಳಿಬಂದ ಮೇಲೆ "ಮೇಷ್ಟ್ರ

ನಾಗರಾಜಯ್ಯನವರು ಇದ್ದಾರಾ" ಅಂತ ಕೇಳಿದ. "ಅವರಿಗೆ ಮೈ ಸರಿ ಇಲ್ಲ ಮಲಗಿದಾರೆ ನೀವು ಯಾರು ಮಾತಾಡೋದು" ಅಂತ ಕೇಳಿದರು. "ನಾನು ಅವರ ಶಿಷ್ಯರಲ್ಲೊಬ್ಬ ಶ್ರೀಕಾಂತ, ಮೋಹನರಾಯರ ಮಗ ಶ್ರೀಕಾಂತ ಕರೆ ಮಾಡಿದಾನೆ ಅಂತ ಹೇಳಿ" ಅಂದ. ಅವರು "ಮೇಷ್ಟ್ರು ಹಾಸಿಗೆ ಹಿಡಿದಿದ್ದಾರೆ. ತುಂಬಾ ಸುಸ್ತು. ಸದಾ ನಿದ್ದೆಯಲ್ಲಿರುತ್ತಾರೆ. ಅವರು ಎದ್ದ ಮೇಲೆ ಹೇಳ್ತೀನಿ ನೀವು ಒಂದು ಗಂಟೆ ಕಳೆದು ಮತ್ತೆ ಕರೆ ಮಾಡ್ತೀರಾ" ಅಂತ ಕೇಳಿದರು. ಶ್ರೀಕಾಂತ ಆಗಲಿ ಅಂದ. ಆದರೆ ಅರ್ಧ ಗಂಟೆಯಲ್ಲೇ ಶ್ರೀಕಾಂತನಿಗೆ ಕರೆ ಬಂದು. ಮೇಷ್ಟ್ರು ನಾಗರಾಜಯ್ಯನವರು "ಏನಪ್ಪಾ ಶ್ರೀಕಾಂತ ಹೇಗಿದೀಯ. ಈಚೆಗೆ ನೀನು ಊರಿಗೂ ಬಂದ ಹಾಗಿಲ್ಲ ಇದ್ದಕ್ಕಿದ್ದಂತೆ ನನಗೆ ಕರೆ ಮಾಡಿದೆಯಲ್ಲಾ ಏನಪ್ಪಾ ಸಮಾಚಾರ" ಅಂತ ಕೇಳಿದರು. "ಮೇಷ್ಟ್ರೆ, ಹುಷಾರಿಲ್ವಂತೆ, ಏನಾಗಿದೆ", ಅಂತ ಕೇಳಿದ. ಮೇಷ್ಟ್ರು ನಗುತ್ತಾ "ವಯಸ್ಸಾದ ದೇಹ ಎಂದರೆ ಕಾಯಿಲೆಗಳ ತವರು ಮನೆ. ಒಂದು ಹೋದರೆ ಇನ್ನೊಂದು ಬಂದು ಸೇರಿಕೊಳ್ಳುತ್ತೆ. ಇರಲಿ ಬಿಡು. ಏನು ಸಮಾಚಾರ. ನಿಮ್ಮ ತಂದೆ ಮೊನ್ನೆ ಸಿಕ್ಕಿದಾಗ ಶ್ರೀಕಾಂತನಿಗೆ ಕೆಲಸ ಸಿಗೋಹಾಗಿದೆ ಅಂತ ಹೇಳಿದ್ದರು. ಕೆಲಸ ಸಿಕ್ಕಿತೇ" ಅಂತ ಕೇಳಿದರು. "ಸಿಕ್ಕಿದೆ ಮೇಷ್ಟ್ರೆ ನಾನು ಮುಂದಿನ ವಾರ ಊರಿಗೆ ಬರುತ್ತೀನಿ. ನೀವು ಊರಲ್ಲಿ ಇರ್ತೀರಲ್ಲ" ಅಂತ ಕೇಳಿದ. "ನಾನು ಯಾವ ಊರಿಗೆ ಹೋಗಲಪ್ಪಾ ಹೋಗಬೇಕಾದದ್ದು ಒಂದೇ ಊರು ಅದು ಯಮಪುರಿ ಅಲ್ಲಿಗೆ ಇನ್ನೂ ನನಗೆ ಟಿಕೆಟ್ ಕೊಟ್ಟಿಲ್ಲ. ಬಾ ಇರ್ತೀನಿ" ಅಂದು ಅವರ ಮಾತಿಗೆ ಅವರೇ ನಕ್ಕರು. ಶ್ರೀಕಾಂತ "ಆರೋಗ್ಯ ನೋಡ್ಕೊಳಿ ಮೇಷ್ಟ್ರೆ ನಾನು ಬಂದು ನಿಮ್ಮನ್ನು ನೋಡ್ತೀನಿ" ಅಂದ

ಶ್ರೀಕಾಂತನ ನೆನಪಿನ ಗಾಡಿ ಹಿಂದುಹಿಂದಕ್ಕೆ ಚಲಿಸಿತು. ಪ್ರೈಮರಿ ಶಾಲೆಗೆ ಸೇರಿದಾಗ ಅಲ್ಲಿ ಇದ್ದ ಮೇಷ್ಟ್ರು ನಾಗರಾಜಯ್ಯನವರು. ಅವರನ್ನು ಕಂಡರೇ ಭಯವಾಗೋದು. ಅವರು ಬಹಳ ಕಟ್ಟುನಿಟ್ಟು. ಸಮಯಕ್ಕೆ ಸರಿಯಾಗಿ ಬರಬೇಕು. ಮನೆಪಾಠ ಮಾಡಿಕೊಂಡು ಬಂದಿರಬೇಕು. ತುಂಬಾ ಶಿಸ್ತಿನಿಂದ ಇರಬೇಕು ಇತ್ಯಾದಿಗಳು ಅವರ ಕಟ್ಟುನಿಟ್ಟಿನ ಅಪ್ಪಣೆ. ಅವರು ವಾರಕ್ಕೊಂದು ಸಾರಿ ಎಲ್ಲ ಹುಡುಗರನ್ನೂ ಎದ್ದು ನಿಲ್ಲುವಂತೆ ಹೇಳಿ ಅವರಿಂದ ಪ್ರತಿಜ್ಞೆ ಮಾಡಿಸುತ್ತಿದ್ದರು. ಎಲ್ಲರೂ ನಾನು ಹೇಳಿದಂತೆ ಹೇಳಿ ಅಂದು ನಾವು ಎಂದೂ ಸುಳ್ಳು ಹೇಳುವುದಿಲ್ಲ, ಯಾರಿಗೂ ಅನ್ಯಾಯ ಮಾಡುವುದಿಲ್ಲ. ಇರುವುದನ್ನು ಹಂಚಿಕೊಂಡು ತಿನ್ನುತ್ತೇವೆ. ಇನ್ನೊಬ್ಬರ ಅನ್ನವನ್ನು ಕಿತ್ತುಕೊಳ್ಳುವುದಿಲ್ಲ. ಇನ್ನೊಬ್ಬರ ಹಣವನ್ನು ಕಣ್ಣೆತ್ತಿಯೂ ನೋಡುವುದಿಲ್ಲ. ತಂದೆ ತಾಯಿಯರಿಗಾಗಲೀ, ಅಧ್ಯಾಪಕರಿಗಾಗಲೀ ಸುಳ್ಳು ಹೇಳುವುದಿಲ್ಲ. ಸಮಾಜದಲ್ಲಿ ಜವಾಬ್ದಾರಿಯಿಂದ ನಡೆದುಕೊಳ್ಳುತ್ತೇವೆ. ಹೀಗೆ ವಾರ ವಾರಕ್ಕೆ ಹೊಸ ಹೊಸ ನುಡಿಮುತ್ತುಗಳನ್ನು ಹೇಳಿಸುತ್ತಿದ್ದರು. ಹಾಗೆ ನೋಡಿದರೆ ಆ ವಯಸ್ಸಿನಲ್ಲಿ ಅವರು

ಹೇಳಿಕೊಡುತ್ತಿದ್ದ ಮಾತುಗಳು ಸಂಪೂರ್ಣವಾಗಿ ಅರ್ಥವಾಗುತ್ತಿರಲಿಲ್ಲ. ಆದರೆ ಅವರು ಹೇಳಿಕೊಟ್ಟಿದ್ದನ್ನು ಚಾಚೂ ತಪ್ಪದೇ ನಡೆಸುತ್ತಿದ್ದುದರಿಂದ ಮನೆಯಲ್ಲಿ ಹೆಚ್ಚು ಪ್ರೀತಿ ದೊರೆಯುತ್ತಿತ್ತು. ಇದ್ದಿದ್ದನ್ನು ಇದ್ದಂತೆಯೇ ಹೇಳುತ್ತಿದ್ದುದರಿಂದ ನಮ್ಮ ಹುಡುಗ ಸುಳ್ಳು ಹೇಳೋದೇ ಇಲ್ಲ ಎನ್ನುವ ಭರವಸೆ ಮನೆಯವರಿಗೆ ದೊರೆಯಿತು. ಕ್ರಮೇಣ ಈ ಹುಡುಗ ಸುಳ್ಳು ಹೇಳುವುದಿಲ್ಲ ಇವನು ಹೇಳುವ ಮಾತುಗಳನ್ನು ನಂಬಬಹುದು ಎಂದು ಜನ ನಂಬಿದರು.

ಇನ್ನೊಂದು ದಿನ ಪುಣ್ಯಕೋಟಿಯ ಕಥೆ ಹೇಳಿದರು. ಅದರ ಸಾರಾಂಶ ಏನೆಂದರೆ ನಾವು ಎಂದಿಗೂ ಕೊಟ್ಟ ಮಾತಿಗೆ ತಪ್ಪಬಾರದು. ನಮಗೆ ತೊಂದರೆ ಆಗುವುದಾದರೂ ಸರಿಯೇ, ಕೊಟ್ಟ ಮಾತನ್ನು ನಡೆಸಿಕೊಡಬೇಕು. ಇದಕ್ಕೆ ಪುಣ್ಯಕೋಟಿ ನಡೆದುಕೊಂಡ ರೀತಿಯೇ ಉದಾಹರಣೆ. ನಾವು ಯಾರಿಗೂ ಹೆದರದಂತೆ ತಲೆ ಎತ್ತಿ ಬದುಕಬೇಕು. ನಾವು ಯಾರಿಗಾದರೂ ಹೆದರುತ್ತೀವಿ ಎಂದರೆ ಅದು ನಮ್ಮ ಅಂತರಾತ್ಮಕ್ಕೆ ಮಾತ್ರ. ಅಕಸ್ಮಾತ್ ಸುಳ್ಳು ಹೇಳಿದರೆ, ತಪ್ಪು ಮಾಡಿದರೆ ಅಳುಕಬೇಕು, ಅಂಜಬೇಕು. ಕೂಡಲೇ ಅಂಥಾ ತಪ್ಪುಗಳನ್ನು ಸರಿಪಡಿಸಿಕೊಳ್ಳೋದರ ಜೊತೆಗೆ ಮತ್ತೆ ಜೀವನದಲ್ಲಿ ಅಂಥಾ ತಪ್ಪುಗಳು ಮರುಕಳಿಸದಂತೆ ನೋಡಿಕೊಳ್ಳಬೇಕು.

ಪ್ರೈಮರಿ ಶಾಲೆಯಿಂದ ಮಾಧ್ಯಮಿಕ ಶಾಲೆಗೆ ಹೋದ ಮೇಲೂ ಮೇಷ್ಟ್ರು ಶ್ರೀಕಾಂತನ ವಯಸ್ಸಿನ ಅನೇಕ ಮಕ್ಕಳನ್ನು ಸಂಜೆಯ ಹೊತ್ತು ದಿಬ್ಬದ ಮೇಲಿನ ಕಲ್ಲು ಮಂಟಪದಲ್ಲಿ ಕೂರಿಸಿಕೊಂಡು ಜೀವನ ಪಾಠವನ್ನು ಕಲಿಸಿಕೊಡುತ್ತಿದ್ದರು. ಹೀಗೆ ದಿನಕ್ಕೊಂದೊಂದರಂತೆ ನುಡಿಮುತ್ತುಗಳನ್ನು ಅರೆದು ಕುಡಿಸುತ್ತಿದ್ದರು. ಪ್ರತಿಯೊಬ್ಬ ಹುಡುಗನನ್ನೂ ಗಮನಿಸಿ ಅವನ ಬಲಹೀನತೆಯನ್ನು ಗಮನಿಸಿ ಅವನಿಗೆ ಇಂಥಾ ನುಡಿಮುತ್ತುಗಳನ್ನು ಹೇಳಿಕೊಡುತ್ತಿದ್ದರು. ನೀವುಗಳೆಲ್ಲಾ ನಿಮ್ಮ ನಿಮ್ಮ ವಯಸ್ಸಿಗೆ ತಕ್ಕಂಥ ಜವಾಬ್ದಾರಿಯನ್ನು ಆಯಾ ವಯಸ್ಸಿನಲ್ಲಿ ಅರಿತು ನಡೆಯಬೇಕು. ನಿಮಗೆ ಕೊಟ್ಟ ಕೆಲಸವನ್ನು ಸರಿಯಾಗಿ ಮಾಡಬೇಕು. ಸಮಯ ಹಾಳು ಮಾಡಬಾರದು. ಯಾವುದೇ ಕೆಲಸಕ್ಕೂ ಒಂದು ಸಮಯ ಅಂತಿರುತ್ತೆ. ಅಷ್ಟು ಸಮಯದಲ್ಲೇ ಅಂಥಾ ಕೆಲಸವನ್ನು ಮಾಡಿ ಮುಗಿಸಬೇಕು. ನೀವುಗಳು ಏನೇ ಮಾಡಿದರೂ ನಿಮ್ಮ ಆತ್ಮಸಂತೃಪ್ತಿಗಾಗಿ ಮಾಡಬೇಕು. ನೀವು ಮಾಡಿದ ಕೆಲಸದಿಂದ ನಿಮಗೆ ಸಮಾಧಾನ ದೊರೆಯಬೇಕು. ಸಂತಸ ಮೂಡಬೇಕು. ನೀವು ಬೆಳೆದು ದೊಡ್ಡೋರಾಗುತ್ತಾ ಹೋದಂತೆ ದುಡ್ಡಿನ ಬಗೆಗೆ ಹುಷಾರಾಗಿರಿ. ದುಡ್ಡಿನ ಹಿಂದೆ ಹೋಗಬೇಡಿ, ದುಡ್ಡು ನಿಮ್ಮ ಹಿಂದೆ ಬರುವಂತೆ ಮಾಡಿ. ಏಕೆಂದರೆ ದುಡ್ಡು ಹೆಚ್ಚಾಗಿ ನಿಮ್ಮಲ್ಲಿ ಸೇರಿಕೊಂಡರೆ ಅದು ಬೇರೆ ಎಲ್ಲಾ ವಿಚಾರಗಳನ್ನು ಮರೆಸುತ್ತದೆ. ಸ್ನೇಹದ ನಡುವೆ, ನೆಂಟರ ನಡುವೆ ಕಂದಕವನ್ನು ಏರ್ಪಡಿಸುತ್ತೆ ಅಂದವರು ತಕ್ಷಣ ಮಾತು

ನಿಲ್ಲಿಸಿ ನಗುತ್ತಾ, "ಇವೆಲ್ಲಾ ಈಗ ನಿಮ್ಮ ಮೆದುಳಿಗೆ ಭಾರದ ಸಂಗತಿಗಳು. ಮುಂದೆ ದಿನಗಳೆದಂತೆ ನಾನೇ ಒಂದೊಂದಾಗಿ ನಿಮಗೆ ವಿಚಾರಗಳನ್ನು ತಿಳಿಸುತ್ತೇನೆ" ಎಂದಿದ್ದರು.

ಹೈಸ್ಕೂಲ್ ವಿದ್ಯಾಭ್ಯಾಸ ಮುಗಿದು ಮುಂದೆ ಏನು ಮಾಡಬೇಕು ಅಂತ ಯೋಚಿಸುವಾಗ ಮೇಷ್ಟ್ರೇ ದಾರಿ ತೋರಿದ್ದರು. ಜೀವನದ ಪ್ರತಿಯೊಂದು ಕ್ಷಣದಲ್ಲಿಯೂ ಅವರು ಹೇಳುತ್ತಿದ್ದ ನುಡಿಮುತ್ತುಗಳು ನೆನಪಾಗುತ್ತಿದ್ದವು. ಅಂಥಾ ನುಡಿಮುತ್ತುಗಳಲ್ಲಿ ಮುಖ್ಯವಾದುದು ಎಂದರೆ ದೊಡ್ಡವರಿಗೆ ಧ್ವನಿ ಏರಿಸಿ ಮಾತಾಡಬಾರದು ಎನ್ನುವುದು ಮುಖ್ಯವಾದುದು. ದೊಡ್ಡವರು ಮಾತಾಡುತ್ತಿರುವಾಗ ತಾಳ್ಮೆಯಿಂದ ಕೇಳಿಸಿಕೊಳ್ಳಬೇಕು. ನಂತರ ನಿನ್ನ ಅಭಿಪ್ರಾಯ ತಿಳಿಸಬೇಕು. ಪ್ರತಿಯೊಂದು ಕೆಲಸವನ್ನೂ ಕೂಡಾ ಬಹಳ ಜವಾಬ್ದಾರಿಯಿಂದ ಮಾಡಬೇಕು. ನೀವುಗಳು ಮಾಡಿದ ಯಾವ ಕೆಲಸವೂ ಕೆಟ್ಟು ಹೋಗಬಾರದು. ನಿಮ್ಮನ್ನು ಸಮಾಜ ಅನುಕರಿಸುವಂತಿರಬೇಕು.

ಮಾಸ್ಟರ್ಸ್ ಡಿಗ್ರಿ ಇನ್ನೊಂದೆರಡು ಡಿಪ್ಲೊಮೋ ಅಂತ ಓದು ಮುಗಿಸಿ ದೊಟ್ಟ ಆಫೀಸಿನಲ್ಲಿ ಕೆಲಸಕ್ಕೆ ಸೇರಿದಾಗ ಒಂದೆರಡು ದಿವಸಗಳಲ್ಲೇ ಸಾಹೇಬರು ಕರೆದು "ಅದು ಹೇಗ್ರೀ ಇಷ್ಟು ಸಿಸ್ಟಮ್ಯಾಟಿಕ್ ಆಗಿ ಕೆಲಸ ಮಾಡ್ತೀರ. ಇದು ನಿಮ್ಮ ಮೊದಲ ಕೆಲಸ ಅಂತ ಹೇಳ್ತಿದೀರ" ಅಂತ ಕೇಳಿದ್ದರು. "ಹೌದು ಸರ್, ಕೆಲಸ ಪ್ರಾರಂಭ ಮಾಡುವಾಗಲೇ ಇದನ್ನು ಹೇಗೆ ಮಾಡಬೇಕು, ಎಷ್ಟು ವೇಗದಲ್ಲಿ ಮಾಡಬೇಕು, ಇದನ್ನು ಮಾಡಿದರೆ ಯಾವ ಫಲಿತಾಂಶ ಬರಬೇಕು ಮುಂತಾದ ಪೂರ್ವಭಾವಿ ಚಿಂತನೆಗಳನ್ನು ಮಾಡಿಕೊಂಡಿರುತ್ತೇನೆ. ಹೀಗಾಗಿ ತಪ್ಪಾಗುವುದು ಸಾಧ್ಯವಿಲ್ಲ. ಇದೆಲ್ಲ ನಮ್ಮ ಮೇಷ್ಟ್ರು ನನಗೆ ಚಿಕ್ಕಂದಿನಲ್ಲಿ ಕಲಿಸಿದ ಪಾಠ" ಎಂದಿದ್ದ.

ಶ್ರೀಕಾಂತ ಯಾವುದೇ ಸಂದರ್ಭದಲ್ಲೂ ಮಾನಸಿಕ ಸಮತೋಲನವನ್ನು ಕಳೆದುಕೊಳ್ಳುತ್ತಿರಲಿಲ್ಲ. ಇನ್ನೊಬ್ಬರ ಮಾತಿಗೆ ತಕ್ಷಣ ಪ್ರತಿಕ್ರಿಯೆ ಕೊಡುತ್ತಿರಲಿಲ್ಲ. ಅವನದು ತಪ್ಪು ಇಲ್ಲದಿದ್ದರೂ ಎದುರು ಉತ್ತರ ಕೊಡುತ್ತಿರಲಿಲ್ಲ. ಕೆಲವೇ ದಿವಸಗಳಲ್ಲಿ ಶ್ರೀಕಾಂತ ಏನು ಕೆಲಸ ಮಾಡಿದರೂ ಕರಾರುವಾಕ್ಕಾಗಿ ಮಾಡುತ್ತಾನೆ. ಅವನು ಯಾವ ವಿಷಯ ಮಾತಾಡಿದರೂ ತಿಳಿದುಕೊಂಡು ಮಾತಾಡುತ್ತಾನೆ ಎನ್ನುವ ಅಭಿಪ್ರಾಯ ಕಛೇರಿಯಲ್ಲಿ ಮೂಡಿತ್ತು.

ಶನಿವಾರ ಭಾನುವಾರ ಕಛೇರಿಗೆ ರಜ. ಹೀಗಾಗಿ ಶ್ರೀಕಾಂತ ಶುಕ್ರವಾರ ಸಂಜೆಯೇ ಊರಿಗೆ ಹೊರಟ. ತಂದೆ ತಾಯಿಯರು ಅವನನ್ನು ಸಂಭ್ರಮದಿಂದ ಬರಮಾಡಿಕೊಂಡರು. "ನನಗೇನು ತಂದಿದಿಯೋ" ಅಂತ ತಾಯಿ ಸಲುಗೆಯಿಂದ ಕೇಳಿದರು. ಅದಕ್ಕೆ ಶ್ರೀಕಾಂತ "ಏನೂ ಇಲ್ಲಮ್ಮ, ನನಗೆ ಏನೂ ತೋಚಲಿಲ್ಲ" ಅಂದ. "ಹೋಗಲಿ ಬಿಡು. ನೀನು ಚನ್ನಾಗಿದೀಯಲ್ಲಿ ಅದೇ ಸಾಕು" ಅಂದರು

ತಾಯಿ. "ನೀನು ನಮಗೆ ಏನೂ ತಂದುಕೊಡುವುದು ಬೇಡ. ಆದರೆ ನಿನ್ನ ಸಂಪಾದನೆಯನ್ನು ಪೋಲು ಮಾಡದಂತೆ ಖರ್ಚು ಮಾಡು. ದುಡ್ಡು ಬಂತು ಅಂತ ಬೇರೆ ಎಲ್ಲಾ ಮುಖ್ಯವಾದ ವಿಚಾರಗಳನ್ನೂ ಮರೆಯಬೇಡ" ಅಂದರು ತಂದೆ.

ಸಂಜೆ ಶ್ರೀಕಾಂತ ಮೇಷ್ಟ್ರ ಮನೆಗೆ ಹೋದ. ಅವರು ಕಾಯಿಲೆಯಿಂದ ಸುಧಾರಿಸಿಕೊಂಡು ಕುರ್ಚಿಯಲ್ಲಿ ಕೂತಿದ್ದರು. ಹೋಗಿ ಅವರ ಕಾಲಿಗೆ ನಮಸ್ಕರಿಸಿದ ಶ್ರೀಕಾಂತನನ್ನು ಭುಜ ಹಿಡಿದು "ಹೇಗಿದೀಯೋ, ನಿಮ್ಮ ತಂದೆ ಹೇಳಿದರು ನಿನಗೆ ಕೆಲಸ ಸಿಕ್ಕಿತಂತೆ ಬಹಳ ದೊಡ್ಡ ಸಂಬಳವಂತೆ" ಅಂದು ನಕ್ಕರು. ಶ್ರೀಕಾಂತ ಅಡಿಗೆ ಮನೆಗೆ ಹೋಗಿ "ಅಮ್ಮಾ ಅರಶಿನ ಕುಂಕುಮದ ಭರಣಿ ಕೊಡಿ" ಎಂದು ತೆಗೆದುಕೊಂಡು ಬಂದು ಮೇಷ್ಟ್ರ ಕಾಲಿಗೆ ಅರಶಿನ ಕುಂಕುಮ ಪೂಜೆ ಮಾಡಿ ತಾನು ತಂದಿದ್ದ ಬಟ್ಟೆಗಳನ್ನು ಅವರ ಪಾದದ ಮೇಲಿಟ್ಟು ಅವರ ಕಾಲಿಗೆ ತನ್ನ ತಲೆ ಸೋಕಿಸಿ ನಮಸ್ಕರಿಸಿದ. ಮೇಷ್ಟ್ರು "ಏನೋ ಇದೆಲ್ಲಾ" ಅಂದರು. "ಮೇಷ್ಟ್ರೆ ನನಗೆ ಮೊದಲ ತಿಂಗಳ ಸಂಬಳ ಬಂದಿದೆ. ನನ್ನ ಬದುಕನ್ನು ಚಿಕ್ಕಂದಿನಿಂದಲೇ ತಿದ್ದಿ ತೀಡಿ ರೂಪಿಸಿದ ನಿಮಗೆ ನನ್ನ ಮೊದಲ ಸಂಬಳದ ಗೌರವ. ಇದು ನಿಮಗೇ ಸೇರಬೇಕು" ಅಂದ. ಮೇಷ್ಟ್ರು "ನೋಡು ಶ್ರೀಕಾಂತ ಗುರು ಮತ್ತು ಶಿಷ್ಯ ಇವರಿಬ್ಬರಲ್ಲಿ ಯಾರು ಹೆಚ್ಚು ಅಂತ ಯೋಚಿಸಿದಾಗ ನನಗೆ ಹೊಳೆದದ್ದು ಶಿಷ್ಯನೇ ಹೆಚ್ಚು ಅಂತ. ಯಾಕೆ ಗೊತ್ತೇನು ಗುರು ಆದವನು ಎಷ್ಟೆಷ್ಟೋ ತಿಳುವಳಿಕೆಯ ಮಾತುಗಳನ್ನು ಶಿಷ್ಯನಿಗೆ ಹೇಳಿಕೊಡುತ್ತಾನೆ. ಆದರೆ ಶಿಷ್ಯ ಅವುಗಳನ್ನು ಕಲಿತರೆ ಕಲಿಯಬಹುದು. ಇಲ್ಲವೇ ಬಿಟ್ಟುಬಿಡಬಹುದು. ಶಿಷ್ಯ ಕಲಿಯದೇ ಹೋದರೆ ಗುರು ಹೆಚ್ಚು ಅನಿಸಿಕೊಳ್ಳೋದೇ ಇಲ್ಲ,. ಶಿಷ್ಯ ಅಂಥಾ ತಿಳುವಳಿಕೆಯ ಮಾತುಗಳನ್ನು ಕಲಿತು ಜೀವನದಲ್ಲಿ ಅಳವಡಿಸಿಕೊಂಡರೆ ಶಿಷ್ಯನೇ ಹೆಚ್ಚು ಅನಿಸುತ್ತಾನೆ. ಇರಲಿ ಬಿಡು. ನಮ್ಮಿಬ್ಬರಲ್ಲಿ ಹೆಚ್ಚು ಕಡಿಮೆ ಮಾತೇಕೆ". ಅಂದು ಅವನ ಕೆಲಸದ ವಿವರಗಳನ್ನು ಕೇಳಿ ತಿಳಿದುಕೊಂಡರು.

"ಮೇಷ್ಟ್ರೆ ನೀವು ನನಗೆ ಮೇಷ್ಟ್ರಾದ ಮೇಲೆ ಇನ್ನೂ ಅನೇಕರು ನನಗೆ ಮೇಷ್ಟ್ರಾದರು. ಅವರೆಲ್ಲರೂ ಕೇವಲ ಪುಸ್ತಕದ ಪಾಠಗಳನ್ನು ಮಾತ್ರ ಕಲಿಸಿಕೊಟ್ಟರು. ಆದರೆ ಪ್ರೈಮರಿ ಶಾಲೆಯಲ್ಲಿಯೇ ನೀವು ನಮಗೆಲ್ಲಾ ಭದ್ರವಾದ ಬುನಾದಿ ಹಾಕಿಕೊಟ್ಟು ಜೀವನದ ಅಮೂಲ್ಯವಾದ ಪಾಠಗಳನ್ನು ಕಲಿಸಿಕೊಟ್ಟಿರಿ. ನೀವು ಆಡಿದ ಒಂದೊಂದು ಮಾತುಗಳೂ ಆಣಿಮುತ್ತುಗಳಾದ್ದರಿಂದ ಅವುಗಳನ್ನು ನಾವು ಮರೆಯುವಂತೆಯೇ ಇಲ್ಲ. ಎಷ್ಟೋ ಸಾರಿ ಅಂಥಾ ಮಾತುಗಳೇ ನಮ್ಮ ಬದುಕನ್ನು ತಿದ್ದಿವೆ. ಸಂಬಳ ಬಂದ ತಕ್ಷಣ ನನಗೆ ಅನಿಸಿದ್ದು ನನ್ನ ಇವತ್ತಿನ ಸ್ಥಿತಿಗೆ ಕಾರಣರಾದ ನಿಮಗೆ ನನ್ನ ಮೊದಲ ಗೌರವ ಅರ್ಪಿಸಬೇಕು ಅಂತ"

ಅಂದ. ಮೇಷ್ಟ್ರು ಅಭಿಮಾನದಿಂದ ಶ್ರೀಕಾಂತನ ತಲೆ ಸವರಿದರು. "ನಿಮ್ಮ ಅಪ್ಪ ಅಮ್ಮನಿಗೆ ಏನಾದರೂ ತಂದಿದೀಯ ತಾನೆ" ಅಂತ ಕೇಳಿದರು. ಶ್ರೀಕಾಂತ "ನಮ್ಮಮ್ಮ ಕೇಳಿದಾಗ ಏನೂ ಇಲ್ಲ ಅಂತ ಹೇಳಿದೆ. ಏಕೆಂದರೆ ನನ್ನ ಮೊದಲ ಗೌರವ ನಿಮಗೆ ಸಲ್ಲಬೇಕು ನಂತರ ತಾಯಿತಂದೆಯರಿಗೆ" ಅಂದ. ಮೇಷ್ಟ್ರು ನಕ್ಕರು. "ಗೌರವ ಸಪರ್ಮಣೆ ವಿಚಾರದಲ್ಲಿ ತಪ್ಪು ಸರಿ ಅಂತ ಹುಡುಕಬಾರದು ಆದರೂ ಹೇಳುತ್ತೇನೆ. ಕಂದ ಕಾಣುವ ಮೊದಲ ಗುರುವೇ ಅಮ್ಮ. ನಂತರವೇ ಮಿಕ್ಕಿದ್ದೆಲ್ಲಾ. ಮನೆಯೇ ಮೊದಲ ಪಾಠಶಾಲೆ ಜನನಿಯೇ ಮೊದಲ ಗುರು ಎನ್ನುವ ಮಾತು ನೀನು ಕೇಳಿರಬೇಕಲ್ಲ. ಅವಳು ನಿನ್ನನ್ನು ಈ ಭೂಮಿಗೆ ತರದಿದ್ದರೆ ನಾನು ಹೇಗೆ ನಿನಗೆ ಮೇಷ್ಟ್ರಾಗ್ತಿದ್ದೆ. ಹೀಗಾಗಿ ತಾಯಿ ಯಾವತ್ತೂ ಮೊದಲು". ಅಂದರು "ಹೌದು ಮೇಷ್ಟ್ರೆ ಆದರೆ ನಮ್ಮಮ್ಮ ಹೇಳಿಕೊಟ್ಟಿದ್ದಕ್ಕಿಂತ ನೀವು ಹೇಳಿಕೊಟ್ಟಿದ್ದೇ ಹೆಚ್ಚು. ಅಮ್ಮನ ಮಾತುಗಳೂ ನನಗೆ ನೆನಪಿಗೆ ಬರುತ್ತವಾದರೂ ನೀವು ಹೇಳಿದ ಮಾತುಗಳು ಅವಳ ಮಾತುಗಳಿಗಿಂತ ಹೆಚ್ಚಾಗಿ ನನ್ನನ್ನು ಎಚ್ಚರಿಸುತ್ತಿರುತ್ತವೆ" ಅಂದ.

ಮೇಷ್ಟ್ರಿಂದ ಬೀಳ್ಕೊಂಡು ಹೊರಡುವಾಗ ಶ್ರೀಕಾಂತನ ಕಣ್ಣಲ್ಲಿ ನೀರು ಬಂದಿತ್ತು. ಅವರ ಕಾಲು ಮುಟ್ಟಿ ನಮಸ್ಕರಿಸಿ "ಇದು ಉದ್ಧಟತನದ ಮಾತು ಅಂದುಕೊಳ್ಳಬೇಡಿ ಮೇಷ್ಟ್ರೆ, ನಿಮಗೆ ಏನೇ ಸಹಾಯ ಬೇಕಾದರೂ ಮೊದಲು ನನ್ನನ್ನು ಸಂಪರ್ಕಿಸಿ. ಇನ್ನು ಮುಂದೆ ಪ್ರತಿ ತಿಂಗಳೂ ಒಂದಿಷ್ಟು ಹಣವನ್ನು ನಿಮ್ಮ ಅಕೌಂಟಿಗೆ ಹಾಕುವ ಮನಸ್ಸಿದೆ ನನಗೆ ಅದಕ್ಕೆ ಇಲ್ಲ ಅನ್ನಬೇಡಿ" ಅಂದ. ಮೇಷ್ಟ್ರು ತಲೆಯಾಡಿಸಿ, "ಬೇಡ. ಸಮಯ ಸಂದರ್ಭ ಬಂದರೆ ಸಹಾಯ ಮಾಡು. ಆದರೆ ಪ್ರತಿತಿಂಗಳು ಈ ಹಣಸಂದಾಯ ಬೇಡ. ನಮಗೆ ಅವಶ್ಯಕತೆ ಇದ್ದರೆ ನಿನ್ನನ್ನು ಸಂಪರ್ಕಿಸು ಎಂದು ಇವಳಿಗೆ ಹೇಳಿರುತ್ತೇನೆ." ಎಂದರು. ಶ್ರೀಕಾಂತ ಹೊರಟಾಗ "ಮೇಷ್ಟ್ರು ದುಡ್ಡು ಹೆಚ್ಚಾದರೆ ಅದು ನಿನ್ನನ್ನು ಆಳಲು ಶುರು ಮಾಡುತ್ತದೆ ಹುಷಾರಾಗಿರು" ಎಂದರು.

ಮನೆಗೆ ಬಂದಾಗ ಶ್ರೀಕಾಂತನ ಮನಸ್ಸು ಹಗುರಾಗಿತ್ತು. ತಂದೆ ತಾಯಿ ಇಬ್ಬರನ್ನೂ ಕೂರಿಸಿ ಅವರಿಗೆ ತಂದಿದ್ದ ಉಡುಗೊರೆಯನ್ನು ಕೊಟ್ಟ. ಅಮ್ಮ ನಕ್ಕಳು. "ನನಗೆ ಗೊತ್ತಿತ್ತು ನಮಗೆ ನೀನು ಏನಾದರೂ ತಂದೇ ತಂದಿರ್ತೀಯ ಅಂತ. ಆದರೆ ನಿನಗೆ ಮೇಷ್ಟ್ರು ಎಷ್ಟು ಅಚ್ಚುಮೆಚ್ಚು ಮತ್ತು ಅವರಿಗೆ ನಿನ್ನಲ್ಲಿ ಎಷ್ಟು ನಂಬಿಕೆ ಇದೆ ಅನ್ನೋದು ನನಗೆ ಗೊತ್ತು. ಅವರು ನಿಮ್ಮ ಶ್ರೀಕಾಂತ ಒಂದು ಒಳ್ಳೆ ಕೆಲಸಕ್ಕೆ ಸೇರಿಕೊಳ್ತಾನೆ. ಇನ್ನು ನಿಮ್ಮ ಸಂಸಾರದ ಹೊರೆಯನ್ನು ಕಡಿಮೆ ಮಾಡುತ್ತಾನೆ ಅಂತ ಆಗಾಗ ಹೇಳುತ್ತಲೇ ಇದ್ದರು" ಅಂದು ನಕ್ಕಳು. ತಂದೆ "ನಿನ್ನ ಬದುಕು ರೂಪಿಸಿಕೊಳ್ಳಲು ನಿನಗೆ ಮೇಷ್ಟ್ರೇ ಸಾಕಷ್ಟು ವಿಚಾರಗಳನ್ನು ತಿಳಿಸಿರೋದರಿಂದ ನಾನು ಮತ್ತೇನೂ ಹೇಳೊದಿಲ್ಲ. ಯಾವುದೇ ಕೆಲಸ

ಮಾಡಬೇಕಾದರೂ, ಯಾವುದೇ ನಿರ್ಧಾರ ತೆಗೆದುಕೊಳ್ಳಬೇಕಾದರೂ ಮೊದಲೇ ಅವುಗಳ ಸಾಧಕ ಬಾಧಕಗಳನ್ನು ಚಿಂತಿಸು ಎಂದಷ್ಟೇ ಹೇಳುತ್ತೇನೆ" ಎಂದರು

ಮರುದಿನ ಶ್ರೀಕಾಂತ ಹೊರಟಾಗ ಅವನ ಮನದಲ್ಲಿ ಎಲ್ಲಿಲ್ಲದ ಭರವಸೆ ತುಂಬಿತ್ತು. ಒಂದು ಕಡೆ ತಂದೆ ತಾಯಿಯರ ಹರಕೆ, ಆಶೀರ್ವಾದ ಮತ್ತು ಮಗನ ಮೇಲೆ ಅವರಿಗೆ ಇರುವ ನಂಬಿಕೆ ಇನ್ನೊಂದು ಕಡೆ ಮೇಷ್ಟ್ರು ಇಡೀ ಜೀವನದುದ್ದಕ್ಕೂ ಸಾಕಾಗುವಷ್ಟು ತಿಳಿಸಿಕೊಟ್ಟಿರುವ ನುಡಿಮುತ್ತುಗಳು. ಇವೇ ನನ್ನ ಬದುಕನ್ನು ಸರಿಯಾದ ದಾರಿಯಲ್ಲಿ ಕರೆದುಕೊಂಡು ಹೋಗುವ ಸಾಧನಗಳು ಎನಿಸಿತು.

(ತರಂಗ, 03.09.2017)

ಧೈರ್ಯವಂತರಿಗಿದು ಕಾಲವಯ್ಯ

ಹಿಂದಿನ ದಿನವೇ ಎಲ್ಲ ತಯಾರಿ ಮಾಡಿಕೊಂಡಿದ್ದರೂ ಬೆಳಗಿನ ಹೊತ್ತು ಮನೆಯಲ್ಲಿ ತರಾತುರಿ. ಒಂಬತ್ತು ಗಂಟೆಗೆ ಸುಮತಿ ವಿನೋದ ಇಬ್ಬರೂ ಆಫೀಸಿಗೆ ಹೊರಡಬೇಕು. ಎಂಟು ಗಂಟೆಗೆ ಮಕ್ಕಳಿಬ್ಬರೂ ಸ್ಕೂಲಿಗೆ ಹೋಗಬೇಕು. ಮಕ್ಕಳಿಗೆ ಡಬ್ಬಿಗಳು, ವಿನೋದನಿಗೆ ಡಬ್ಬಿ, ಇಲ್ಲಿ ತಿನ್ನೋಕೆ ತಿಂಡಿ ಎಲ್ಲ ರೆಡಿಯಾಗಬೇಕು. ಸುಮತಿ ವಿನೋದ ಇಬ್ಬರೂ ಬೆಳಗಿನ ಕೆಲಸ ಹಂಚಿಕೊಳ್ಳುತ್ತಾರೆ. ತಿಂಡಿ ಊಟದ ಕೆಲಸ ಸುಮತಿದಾದರೆ ವಿನೋದನದು ಹೊರಗಿನ ಕೆಲಸ. ವಿನೋದನಿಗೆ ಮೂರು ದಿನದಿಂದ ಇದ್ದ ಸುಸ್ತು ಬೆಳಗ್ಗೆ ಜಾಸ್ತಿಯಾಗಿ ಮೈ ಬಿಸಿಯಾಗಿತ್ತು. ಹೇಳಿದರೆ ಮನೇಲಿ ಗಾಬರಿ ಮಾಡಿಕೊಳ್ತಾರೇಂತ ಸುಮ್ಮನಿದ್ದ. ಆಫೀಸಿಗೆ ರೆಡಿಯಾಗಿ ಡೈನಿಂಗ್ ಟೇಬಲ್ ಮುಂದೆ ಕೂತು ತಟ್ಟೆಗೆ ಬಡಿಸಿಕೊಂಡ ಉಪ್ಪಿಟ್ಟು ವಾಸನೇನೇ ಇಲ್ವಲ್ಲ ಅನಿಸಿತು. ಒಂದು ತುತ್ತು ಬಾಯಿಗಿಟ್ಟು ಅಸಹ್ಯಿಸಿಕೊಂಡ. ಸೀರೆ ಉಟ್ಟುಕೊಳ್ಳುತ್ತಿದ್ದ ಸುಮತಿ ಏನಾಯ್ತುರೀ ಅಂದಳು. ಇದೇನೇ ಉಪ್ಪಿಟ್ಟಿನಲ್ಲಿ ಉಪ್ಪೂ, ಹಿಟ್ಟೂ, ಖಾರ ಏನೂ ಇಲ್ಲ ಅಂದ. ಮಕ್ಕಳು ಚನ್ನಾಗಿದೇಂದ್ರು, ಮಾವನವರು ಉಪ್ಪಿಟ್ಟು ಇವತ್ತು ತುಂಬಾ ಚನ್ನಾಗಿದೇಂದ್ರು ಅಂದಳು. ನೀನು ತಿಂದು ನೋಡು ಅಂದ ವಿನೋದ. ಸುಮತಿ ತಿಂದು ಚನ್ನಾಗೇ ಇದೆಯಲ್ರೀ ಅಂದಳು. ನಿನ್ ತಲೆ, ಹೋಗ್ಲಿ ಒಂಚೂರು ಚಟ್ನಿಪುಡಿ ಹಾಕು ಅಂದ. ಚಟ್ನಿಪುಡಿಯೂ, ಉಪ್ಪಿನಕಾಯಿಯೂ ರುಚಿಸಲಿಲ್ಲ. ವಿನೋದ "ಸುಮತಿ ನನಗೆ ರುಚಿ ವಾಸನೆ ಒಂದೂ ಗೊತ್ತಾಗ್ತಾ ಇಲ್ವಲ್ಲೇ "ಅಂದ. ವಿನೋದನ ಮೈ ಮುಟ್ಟಿದ ಸುಮತಿ "ಇದೇನ್ರೀ ಈಪಾಟಿ ಸುಡ್ತಿದೆ" ಅಂದಳು. ಥರ್ಮಾಮೀಟರು ಬಾಯಲ್ಲಿ ಇಟ್ಟುಕೊಂಡಾಗ ಜ್ವರ 103 ಡಿಗ್ರಿ ತೋರಿಸುತ್ತಿತ್ತು.

ಸುಮತಿ ಹೆದರಿದಳು "ಏನ್ರೀ ವಾಸನೆ ಇಲ್ಲ, ರುಚಿ ಇಲ್ಲ, ಜ್ವರ ಇದೆ ಅಂತೀರ" ಅಂದಳು. ವಿನೋದ "ಇದು ಕೊರೋನ ಲಕ್ಷಣ ಇರಬಹುದು. ನೀನು ದೂರ ಹೋಗು, ಮೊದಲು ಮಾಸ್ಕ್ ಹಾಕ್ಕೊ" ಅಂದು ತಾನೂ ಮಾಸ್ಕ್ ಹಾಕ್ಕೊಂಡ. ಮನೆ ವೈದ್ಯರಿಗೆ ಫೋನ್‌ನಲ್ಲೇ ತಿಳಿಸಿದಾಗ ಅವರು "ಕೊರೋನ ಲಕ್ಷಣ ಇರಬಹುದು ಬೇಗ ಆಸ್ಪತ್ರೆಗೆ ಹೋಗಿ" ಅಂದರು.

ಮಹಡಿಯಿಂದ ತಂದೆ ಸುಬ್ಬರಾಯರು ಏನಾಯ್ತೋ ಅಂದರು. ವಿನೋದ "ಅಣ್ಣಾ ಅಲ್ಲೇ ಇರಿ ಕೆಳಗೆ ಬರಬೇಡಿ" ಅಂದು ಅರಚಿದ. ಸುಬ್ಬರಾಯರಿಗೆ

ಗಾಬರಿಯಾಯಿತು. "ಮಾವ ಇವರಿಗೆ ಜ್ವರ, ವಾಸನೆ ರುಚಿ ಏನೂ ಗೊತ್ತಾಗ್ತಾ ಇಲ್ಲ. ಕೊರೋನ ಲಕ್ಷಣ ಇರಬಹುದು" ಅಂದು ಅತ್ತಳು. ಮೆಟ್ಟಿಲಿನ ಮೇಲೇ ನಿಂತ ಸುಬ್ಬರಾಯರು "ಆಸ್ಪತ್ರೆಗೆ ಹೊಗೋಣ ನಡಿ ನಾನೂ ಬರ್ತೀನಿ" ಅಂದರು. ವಿನೋದ "ಅಣ್ಣಾ ಇದು ಒಬ್ಬರು ಇನ್ನೊಬ್ಬರನ್ನು ಆಸ್ಪತ್ರೆಗೆ ಕರ್ಕೊಂಡ್ ಹೋಗುವಂಥದಲ್ಲ. ನಾನು ಹೋಗಿಬರ್ತೀನಿ. ಅಷ್ಟರಲ್ಲಿ ನೀವು ಕೆಳಗಿನ ಕೋಣೆಗೆ ಶಿಫ್ಟ್ ಆಗಿರಿ, ನಾನು ಆಸ್ಪತ್ರೆಯಿಂದ ಬಂದು ಸ್ವಲ್ಪ ದಿನ ಮೇಲಿನ ಕೋಣೇಲಿ ಇರ್ತೀನಿ. ಸುಮತಿ ನಾನು ಹೊರಗೆ ಹೋದ ಮೇಲೆ ಮನೆಗೆಲ್ಲಾ ಸಾನಿಟೈಸರ್ ಸಿಂಪಡಿಸು" ಅಂದ.

ವಿನೋದ ಆಸ್ಪತ್ರೆಗೆ ಹೊರಟಾಗ ತಂದೆ, ಹೆಂಡತಿ ಇಬ್ಬರೂ ಅಳುತ್ತಿದ್ದರು. "ಗಾಬರಿಯಾಗಬೇಡಿ, ಕೊರೋನ ಬಂದೋರೆಲ್ಲ ಹೊರಟೇ ಹೋಗ್ತಾರೆ ಅಂತಲ್ಲ. ನಾವು ಧೈರ್ಯವಾಗಿ ಎದುರಿಸಿ ಗೆದ್ದು ತೋರಿಸೋಣ" ಅಂದ. ಸುಮತಿ ಆಫೀಸಿಗೆ ಫೋನ್ ಮಾಡಿ ವಿಚಾರ ತಿಳಿಸಿ ರಜೆ ಪಡೆದಳು. ಸುಬ್ಬರಾಯರು ತಮ್ಮ ವಸ್ತುಗಳನ್ನು ಕೆಳಗಿನ ಕೋಣೆಗೆ ಶಿಫ್ಟ್ ಮಾಡಿಕೊಂಡರು. ಸುಮತಿ ಅಳುತ್ತಾ ಅಪ್ಪ ಅಮ್ಮನಿಗೆ ತಿಳಿಸಿದಳು. ಕರೋನ ಪೀಡಿತ ರೋಗಿಗಳ ಸ್ಥಿತಿಯನ್ನು ಆಗಾಗ ಟಿವಿಯಲ್ಲಿ ನೋಡಿದ್ದ ಸುಮತಿಗೆ ಎದೆ ಒಡೆದುಹೋಗೋದೊಂದು ಬಾಕಿ. ವಿಷಯ ಹರಡಿ ಸುಮತಿಗೆ ಕರೆಗಳು ಬರಲಾರಂಭಿಸಿದವು. ಸ್ನೇಹಿತರು, ಸಂಬಂಧಿಕರು ತಾವು ಕೇಳಿದ ನೋಡಿದ ಕೊರೋನ ರೋಗಿಗಳು ಅನುಭವಿಸಿದ ಯಾತನೆಯನ್ನು ಮತ್ತು ದಾರುಣ ಸಾವಿನ ಪ್ರಸಂಗಗಳನ್ನು ವೈಭವೀಕರಿಸಿ ಸುಮತಿಯನ್ನು ಮತ್ತಷ್ಟು ಘಾಸಿಗೊಳಿಸಿದರು. ಸುಬ್ಬರಾಯರು ಅಳುತ್ತಾ "ಆ ಮೊಬೈಲು ಅತ್ಲಾಗೆ ಬಿಸಾಕಮ್ಮ" ಅಂದರು. "ಮಾವಾ ಅವರ ಕಾಲ್‌ಗೆ ಕಾಯ್ತಿದೀನಿ. ಆದರೆ ಬರ್ತಾ ಇರೋ ಕಾಲ್‌ಗಳೆಲ್ಲ ಇಂಥವೇ" ಅಂದಳು.

ವಿನೋದ ಆಸ್ಪತ್ರೆಗೆ ಹೋಗಿ ಬಹಳ ಹೊತ್ತಾಯ್ತು. ಅಡ್ಮಿಟ್ ಅದರೆ ನಾವು ಅವರನ್ನು ನೋಡೋ ಹಾಗಿಲ್ಲ. ಅವರನ್ನು ಇನ್ನು ನೋಡುತ್ತೇವೋ ಇಲ್ಲವೋ ಅನ್ನುವ ಕೆಟ್ಟ ಯೋಚನೆಯೂ ಬಂದು ನೆಲದ ಮೇಲೆ ಬಿದ್ದು ಅತ್ತಳು. ಬಾಮೈದ ಫೋನ್ ಮಾಡಿ "ಅತ್ತಿಗೆ ಅಣ್ಣನಿಗೆ ಕೊರೋನ ಅಂತೆ. ಕೂಡಲೇ ಅಪ್ಪನ್ನ ನಮ್ಮನೆಗೆ ಕಳಿಸಿ. ವಯಸ್ಸಾದೋರು ಅಲ್ಲಿರೋದು ಸರಿಯಲ್ಲ" ಅಂದಾಗ ಸುಬ್ಬರಾಯರು "ನಾನು ಇಲ್ಲೇ ಇರ್ತೀನೋ. ಸುಮತಿನ ಮಕ್ಕಳನ್ನ ಬಿಟ್ ಬರೋಕಾಗುತ್ತೇನೋ" ಅಂದರು. ಅಕ್ಕ ಫೋನ್ ಮಾಡಿ "ಲೇ ಸುಮಿ ನಿಮ್ಮನ್ಲಿ ಸೋಂಕು ಇರುವಾಗ ನಾನು ಹೇಗೇ ಬರ್ಲಿ. ಅದಕ್ಕೇ ಫೋನಲ್ಲೇ ಹೇಳ್ತಿದೀನಿ ಸಮಾಧಾನ ಮಾಡ್ಕೊಳೇ" ಅಂದಳು. ಆಫೀಸಿನ ಇಂದ್ರಾಣಿ ಫೋನ್‌ನಲ್ಲಿ "ಸುಮತಿ ಬಾಸ್ ಹೇಳಿದಾರೆ ನಿನ್ನ ಗಂಡಂದೂ ನಿಂದೂ ನೆಗೆಟೀವ್ ರಿಪೋರ್ಟ್ ತಗೊಂಡೇ ಆಫೀಸಿಗೆ ಬರಬೇಕಂತೆ"

ಅಂದಾಗಲಂತೂ ಸುಮತಿಗೆ ಇನ್ನು ನಂಗ್ಯಾರೂ ಇಲ್ಲ ಅನಿಸಿಬಿಟ್ಟಿತು. ಇನ್ನೊಮ್ಮೆ ದೀಪ ಹಚ್ಚಿ ದೇವರೇ ಅವರಿಗೆ ಕೊರೋನ ತಗುಲದಿರಲಿ ಅಂತ ಬೇಡಿದಳು. ಕಡೆಗೂ ಸುಮತಿ ನಿರೀಕ್ಷಿಸುತ್ತಿದ್ದ ವಿನೋದನ ಕಾಲ್ ಬಂತು. "ಸುಮಿ ಈಗ ಜ್ವರ 104ಕ್ಕೆ ಏರಿದೆ. ಜ್ವರಕ್ಕೆ ಮಾತ್ರೆ ಕೊಟ್ಟಿದಾರೆ. ಬಹಳ ಸುಸ್ತಾಗ್ತಿದೆ. ಈಗ ಟೆಸ್ಟ್ ಆಯಿತು. ಇದು ಕೊರೋನ ಲಕ್ಷಣವಂತೆ. ರಿಪೋರ್ಟ್ ನಾಳೆ ಬರುತ್ತಂತೆ. ನಾನು ಮನೆಗೆ ಬರ್ತೀನಿ. ಎಲ್ಲರೂ ಒಳಕೋಣೇಲಿ ಇರಿ. ನಾನು ಮೇಲಿನ ಕೋಣೆಗೆ ಹೋಗೋ ತನಕ ಯಾರೂ ಹೊರಗೆ ಬರಬೇಡಿ. ಆಮೇಲೆ ಮತ್ತೆ ಸಾನಿಟೈಸ್ ಮಾಡು. ಫ್ಲಾಸ್ಕ್‌ನಲ್ಲಿ ಕಾಫಿ ಇಟ್ಟಿಡು. ಸದ್ಯದ ನಮ್ಮ ಸಂಪರ್ಕ ಮೊಬೈಲ್ ಮುಖಾಂತರ, ಮಕ್ಕಳಿಗೆ ಧೈರ್ಯ ಹೇಳು. ನಾಳೆ ರಿಪೋರ್ಟ್ ನೆಗೆಟೀವ್ ಬಂದರೆ ಓಕೆ. ಪಾಸಿಟೀವ್ ಬಂದ್ರೆ ಹುಷಾರಾಗಿರಬೇಕು ಅಂದ. ಸುಮತಿಗೆ ನಿಂತ ನೆಲ ಕುಸಿಯುತ್ತಿದೆ ಅನಿಸಿತು.

ಗಂಡನಿಗೆ ಕೊರೋನ. ಅವರು ಬಹುಶಃ ಹೊರಟೇ ಹೋಗುತ್ತಾರೆ. ನನ್ನ, ಮಕ್ಕಳ ಗತಿ? ಅವರ ಶರೀರವನ್ನೂ ನೋಡೋಕೆ ಆಗಲ್ಲ. ಸಂಸ್ಕಾರವನ್ನೂ ಮಾಡೋಕೆ ಆಗಲ್ಲ. ಅವರನ್ನು ಕಡೆಯ ಬಾರಿಗೆ ನೋಡೋಕೆ ನಮ್ಮ ನೆಂಟರು, ಅವರ ನೆಂಟರು, ಸ್ನೇಹಿತರು ಯಾರೂ ಬರೋಲ್ಲ. ಯಾರೋ ಅವರ ಶರೀರ ತಗೊಂಡು ಹೋಗಿ ಗುಂಡಿಗೆ ಹಾಕ್ತಾರೆ, ಇಲ್ಲ ಬೆಂಕಿಗೆ ನೂಕ್ತಾರೇಂತ ಒತ್ತರಿಸಿಕೊಂಡು ಬರುತ್ತಿದ್ದ ಭಾವನೆಗಳನ್ನು ಕಿತ್ತು ಹಾಕಿ ಕಣ್ಣೊರೆಸಿಕೊಂಡು ಎದ್ದಳು. ಈ ಹಿಂದೆ ಟಿವಿಯಲ್ಲಿ ನೋಡಿದ್ದ ಕೊರೋನ ರೋಗಿಗಳ ಸಾವಿನ ಚಿತ್ರಣ ಕಣ್ಮುಂದೆ ಬಂತು. ಸುಬ್ಬರಾಯರು ನೋವಿನಿಂದ ಚಡಪಡಿಸುತ್ತಿದ್ದರು. ಧೈರ್ಯದಿಂದ ಸುಮತಿ "ಮಾವಾ ಅವರಿಗೆ ಬಂದಿರೋದು ಜ್ವರ ಮಾತ್ರ. ಅದು ಒಂದೆರಡು ದಿನದಲ್ಲಿ ಗುಣವಾಗುತ್ತೆ. ಅವರಿಗೂ ಧೆರ್ಯ ಹೇಳಿ ನಾವೂ ಧೈರ್ಯವಾಗಿರೋಣ. ಚಿಂತೆ ಬೇಡ. ನೀವು ಒಳಗೆ ನಡೀರಿ, ಅವರು ಬರೋ ಹೊತ್ತು. ಇನ್ನು ಮುಂದೆ ಮನೇಲಿ ನಾವೆಲ್ಲಾ ತುಂಬಾ ಹುಷಾರಾಗಿದ್ದು, ಅವರನ್ನು ಕಣ್ಣಲ್ಲಿ ಕಣ್ಣಿಟ್ಟು ನೋಡ್ಕೊಂಡು ಉಳಿಸಿಕೊಳ್ಳೋಣ, ಧೈರ್ಯಂ ಸರ್ವತ್ರ ಸಾಧನಂ ಅನ್ನುವಂತೆ" ಅಂದಳು. ಸುಬ್ಬರಾಯರು ಒಳಕೋಣೆಗೆ, ಸುಮತಿ ಅಡಿಗೆ ಮನೆಗೆ ಹೋದರು. ಕಾರು ಸದ್ದು. ಗೇಟ್ ತೆಗೆದು, ಕಾರು ಪೋರ್ಟಿಕೋದಲ್ಲಿ ನಿಂತ ಸದ್ದು. ಬಾಗಿಲು ತೆಗೆದಿತ್ತು. ವಿನೋದ ಅತ್ತ ಇತ್ತ ನೋಡಿಕೊಂಡು ಯಾರೂ ಇಲ್ಲಾಂತ ಖಚಿತಪಡಿಸಿಕೊಂಡು ಮೇಲಿನ ಕೋಣೆಗೆ ಹೋಗಿ ಕಾಫಿ ಫ್ಲಾಸ್ಕ್ ತಗೊಂಡು ಬಾಗಿಲು ಹಾಕ್ಕೊಂಡ. ದುಃಖ ಒತ್ತರಿಸಿ ಇನ್ನು ನಾನು ಮನೆಯವರನ್ನು ನೋಡ್ತೀನೋ ಇಲ್ಲವೋ ಅನಿಸಿತು. ಆಫೀಸಿಗೆ ಫೋನ್ ಮಾಡಿದಾಗ ವಿನೋದನ ಸಹೋದ್ಯೋಗಿ "104 ಡಿಗ್ರಿ ಜ್ವರ ಇದೆ, ಸುಸ್ತಿದೆ ಅಂದ್ರೆ ಅದು ಕೊರೋನಾನೇ. ಅಪ್ಪಾ ಮಹರಾಯ ಪೂರ್ತಿ

ಹುಷಾರಾಗೋ ತನಕ ಈ ಕಡೆ ಮುಖ ತೋರಿಸೋದು ಹೋಗಲಿ ತಲೆ ಇಟ್ಟೊ ಮಲಗಬೇಡ. ನೆನ್ನೆ ನಿಮ್ ಏರಿಯಾದಲ್ಲೇ ಮೂರು ಸಾವಾಗಿದೆ" ಅಂದ. ಕೆಲವು ಸ್ನೇಹಿತರು ನಕಾರಾತ್ಮಕವಾಗಿ ನಿನ್ನ ಕಥೆ ಅಷ್ಟೇ ಅನ್ನುವಂತೆ ಮಾತಾಡಿದರು. ವಿನೋದನಿಗೆ ಓಹೋ ಇವರೆಲ್ಲಾ ಈಗಲೇ ನನಗೆ ಶ್ರದ್ಧಾಂಜಲಿ ಸಲ್ಲಿಸ್ತಿದಾರೆ ಅನಿಸಿತು. ಅಪವಾದ ಎನ್ನುವಂತೆ ಬಹಳಷ್ಟು ಗೆಳೆಯರು ಹುರಿದುಂಬಿಸಿ "ಏನೂ ಆಗೋಲ್ಲ ಗುರು. ಕೊರೋನ ಬಂದವರು ಬಹಳ ಜನ ಗುಣಮುಖರಾಗಿದ್ದಾರೆ. ನಿನಗೂ ಏನೂ ಆಗಲ್ಲ, ಧೈರ್ಯವಾಗಿರು. ಹೆಲ್ಪ್ ಬೇಕಾದರೆ ಕೇಳು, ದುಡ್ಡು ಬೇಕಾದ್ರೂ ಕೇಳು ಟ್ರಾನ್ಸ್‌ಫರ್ ಮಾಡ್ತೀವಿ" ಅಂದರು. ಕಾಫಿ ಬಾಯಿಗೆ ಬಸ್ಕೊಂಡ. ಬಿಸಿನೀರು ಕುಡಿದಂತಾಯಿತು. ಸುಮತಿಗೆ ಎರಡು ಗಂಟೆಗೆ ತಿಳಿ ಅನ್ನ ಸಾರು ಕೊಡು ಸಾಕು, ಮಜ್ಜಿಗೆ ಅನ್ನ ಬೇಡ ಅಂತ ಮೆಸೇಜ್ ಮಾಡಿದ. ಸುಮತಿ ವಿಡಿಯೋ ಕಾಲ್ ಮಾಡಿ ಗಂಡನನ್ನು ನೋಡುತ್ತಾ "ರೀ ಈಗ ಹೇಗಿದೀರ, ತುಂಬಾ ಸುಸ್ತಾ, ಹಣೆಗೆ ಒದ್ದೆ ಬಟ್ಟೆ ಹಾಕ್ಕೊಳ್ರೀ" ಅಂದವಳಿಗೇ ಧೈರ್ಯ ಉಡುಗಿತ್ತು. ವಿನೋದ ಕಣ್ಣು ಮುಚ್ಚಿಕೊಂಡೇ ಮಾತಾಡ್ತಿದ್ದ. ಮಧ್ಯಾಹ್ನ ಊಟವನ್ನು ಕೋಣೆಯ ಬಾಗಿಲಲ್ಲಿ ಇಟ್ಟು ಬಾಗಿಲು ಬಡಿದು ಬಂದಳು. ವಿನೋದ ಬಾಗಿಲು ತೆಗೆದು ತಟ್ಟೆ ತಗೊಂಡು ರುಚಿಯಿಲ್ಲದ. ವಾಸನೆಯಿಲ್ಲದ ಊಟ ಮಾಡಿ ಮಲಗಿದ. ಮಕ್ಕಳು ಸ್ಕೂಲಿಂದ ಬಂದು ಅಪ್ಪ ಎಲ್ಲಿ ಅಂತ ಕೇಳಿ ಅಮ್ಮನಿಂದ ವಿಷಯ ತಿಳಿದುಕೊಂಡರೂ ಚಿಕ್ಕವರಾದ್ದರಿಂದ ಅದು ಅವರ ಮನಸ್ಸಿನ ಮೇಲೆ ಹೆಚ್ಚು ಪರಿಣಾಮ ಬೀರಲಿಲ್ಲ.

ಮರುದಿನ ಹನ್ನೊಂದು ಗಂಟೆಯಾಗುವುದನ್ನೇ ಕಾಯುತ್ತಿದ್ದ ವಿನೋದನಿಗೆ ಅವನ ಮೊಬೈಲ್‌ಗೇ ನಿಮಗೆ ಕೊರೋನ ಪಾಸಿಟೀವ್ ಅಂತ ರಿಪೋರ್ಟ್ ಬಂತು., ಡಾಕ್ಟರಿಗೆ ಕರೆ ಮಾಡಿದಾಗ ನೆನ್ನೆ ಕೊಟ್ಟಿರೋ ಮಾತ್ರೆನೇ ಮುಂದುವರಿಸಿ, ದಿನದಲ್ಲಿ ಒಂದೆರಡು ಸಾರಿಯಾದರೂ ಜ್ವರ ಮತ್ತು ಆಕ್ಸಿಜನ್ ಲೆವೆಲ್ ಪರೀಕ್ಷಿಸಿಕೊಳ್ಳಿ. ಕೋಣೆಯಿಂದ ಹೊರಗೆ ಬರಬೇಡಿ. ಯಾರ ಸಂಪರ್ಕಕ್ಕೂ ಬರಬೇಡಿ. ನಾನು ಹೇಳಿದ ಎಲ್ಲ ಮುನ್ನೆಚ್ಚರಿಕೆ ಕ್ರಮಗಳನ್ನೂ ತಗೊಳಿ. ಜ್ವರ ಜಾಸ್ತಿ ಆಗಿ, ಆಕ್ಸಿಜನ್ ಲೆವೆಲ್ ಕಡಿಮೆಯಾದರೆ ಬಂದು ಅಡ್ಮಿಟ್ ಆಗಿ. ಅಂದರು. ವಿನೋದನಿಗೆ ಗಂಟಲು ಕಟ್ಟಿತು. ಸುಮತಿ ಕರೆ ಮಾಡಿ "ರೀ ರಿಪೋರ್ಟ್ ಏನಂತೆ ನೆಗೆಟೀವ್ ತಾನೇ" ಅಂತ ಕೇಳಿದಳು. ವಿನೋದ "ಇಲ್ಲ ಸುಮಿ ಪಾಸಿಟೀವ್. ನೆನ್ನೆ ಕೊಟ್ಟಿರೋ ಮಾತ್ರೆನೇ ತಗೋಬೇಕಂತೆ, ಗಂಟೆಗೊಮ್ಮೆ ಜ್ವರ, ದಿನಕ್ಕೆ ಒಂದೆರಡು ಬಾರಿ ಆಕ್ಸಿಜನ್ ಲೆವೆಲ್ ಪರೀಕ್ಷೆ ಮಾಡ್ಕೊಬೇಕಂತೆ, ಜ್ವರ ಹೆಚ್ಚಾಗಿ ಆಕ್ಸಿಜನ್ ಲೆವೆಲ್ ಕಮ್ಮಿಯಾದರೆ ಕೂಡಲೇ ಅಡ್ಮಿಟ್ ಆಗಬೇಕಂತೆ"ಅಂದ. ಸುಮತಿಗೆ ಎದೆ ಒಡೆದುಹೋಗೋದೊಂದು ಬಾಕಿ. ಏನಂತಮ್ಮ ಅಂತ ಸುಬ್ಬರಾಯರು ಕೇಳಿ ತಲೆ ಚಚ್ಚಿಕೊಂಡು "ಊರಲ್ಲಿ ಓಡಾಡೋ ಮಾರಿ ನಮ್ಮ ಮನೆಗೇಕೆ ಬಂತಪ್ಪಾ" ಅಂತ ಅತ್ತರು.

ವಿನೋದನಿಗೆ ಕೊರೋನ ಅಂತ ತಿಳಿದಾಗಿನಿಂದ ನೆಂಟರು, ಸ್ನೇಹಿತರ ಕರೆಗಳು ಕಡಿಮೆಯಾದವು. ನೆರೆಹೊರೆಯವರು ಕೊರೋನ ಸೋಂಕಿತರು ಪಕ್ಕದಲ್ಲಿರೋದು ಸರಿಯಲ್ಲ. ಅವರನ್ನು ಆಸ್ಪತ್ರೆಗೆ ಸೇರಿಸಿಬಿಡಿ ಅಂತ ಮೆಸೇಜ್ ಮಾಡಿದಾಗ ಸುಮತಿಗೆ ಇಂಥಾ ನೆರೆ ಹೊರೆ ಬೇಕೇ ಅನಿಸಿತು. ಸಂಜೆಗೆ ಅನಾಮಧೇಯರು ಕರೆ ಮಾಡಿ "ಸರ್ ಒಂದು ಆಕ್ಸಿಜನ್ ಬೆಡ್ ಖಾಲಿ ಇದೆ. ಕೊರೋನ ಹೆಚ್ಚಾಗ್ತಾ ಇರೋದರಿಂದ ಆಕ್ಸಿಜನ್ ಬೆಡ್ ಸಿಗೋದು ಕಷ್ಟ. ನಿಮಗೋಸ್ಕರ ನಾನು ಒಂದು ಬೆಡ್ ರಿಸರ್ವ್ ಮಾಡಿದೀನಿ. ದುಡ್ಡು ಕಟ್ಟಿದರೆ ಅಲಾಟ್ ಮಾಡ್ತೀನಿ" ಅಂದ. ಅವನಿಂದ ವಿಚಾರ ತಿಳಿದುಕೊಂಡ ಸುಮಾರು ಅಪರಿಚಿತರು ಫೋನ್ ಮಾಡಿ ಬೇರೆ ಬೇರೆ ಕಡೆ ಆಸ್ಪತ್ರೆಗಳಲ್ಲಿನ ಆಕ್ಸಿಜನ್ ಬೆಡ್ ಆಸೆ ಹುಟ್ಟಿಸುತ್ತಿದ್ದರು. ಆದರೆ ಆಕ್ಸಿಜನ್ ಲೆವೆಲ್ ಸಮರ್ಪಕವಾಗಿದ್ದುದು ಒಂದು ಸಮಾಧಾನ.

ಮಲಗಿ ಮೈ ನೋಯುತ್ತಿದ್ದುದರಿಂದ ವಿನೋದ ಗಾಳಿ ಬೀಸುತ್ತಿದ್ದ ಕಿಟಕಿಯ ಬಳಿ ನಿಂತ. ಮೈ ಕೈ ಝಾಡಿಸಬೇಕು ಅನಿಸಿತು. ಝಾಡಿಸಿದ. ಸುಸ್ತಾಗಿ ಅಲ್ಲೇ ಕುಸಿದ. ಬಾಗಿಲು ಸದ್ದಾಯಿತು. ಐದು ನಿಮಿಷ ಬಿಟ್ಟು ಸ್ವಲ್ಪವೇ ಬಾಗಿಲು ತೆಗೆದು ಕಾಫಿ ಬ್ರೆಡ್ಡು ತಗೊಂಡ. ಸುಮತಿಗೆ ಮೊಬೈಲ್ ಮಾಡಿ ಮಕ್ಕಳಿಗೆ ನೀನೇ ಧೈರ್ಯ ಹೇಳು ಅಂದಾಗ ವಿನೋದನ ಧೈರ್ಯವೇ ಉಡುಗಿತು. ಒಂದು ಗಂಟೆ ನಂತರ ಪರೀಕ್ಷೆ ಮಾಡಿಕೊಂಡಾಗ ಜ್ವರ ಏರಿತ್ತು, ಆಕ್ಸಿಜನ್ ಹತೋಟಿಯಲ್ಲಿತ್ತು.

ಮರುದಿನ ಬೇಗ ಎಚ್ಚರವಾಯಿತು. ಸದ್ದಾದ ಬಾಗಿಲು ತೆಗೆದು ಬೆಡ್ ಕಾಫಿ ತಗೊಂಡ. ಅರ್ಧ ಗಂಟೆ ಪ್ರಾಣಾಯಾಮ ಮಾಡಿದ. ಮೊದಲು ಸುಸ್ತಾಯಿತು. ನಂತರ ಪರವಾಗಿಲ್ಲ ಅನಿಸಿತು. ನಂತರ ಎದ್ದು ಸ್ವಲ್ಪ ವ್ಯಾಯಾಮ ಮಾಡಿದ. ಕೋಣೆಯಲ್ಲೇ ಜಾಗಿಂಗ್ ಮಾಡಿದ. ಸಮಾಧಾನವಾಯಿತು. ಅದನ್ನೇ ಮುಂದಿನ ನಾಲ್ಕು ದಿನಗಳೂ ಮುಂದುವರಿಸಿದ. ಮನೆಯವರೆಲ್ಲಾ ನಾಲ್ಕು ದಿನವನ್ನು ನಾಲ್ಕು ಯುಗದಂತೆ ಕಳೆದರು. ಪ್ರತಿ ಕ್ಷಣ ಅನಿಶ್ಚಿತತೆ. ಈ ನಾಲ್ಕು ದಿನದಲ್ಲಿ ಸುಮತಿಗೆ ತನ್ನವರು ಅಂದುಕೊಂಡವರಿಂದ ಒಂದೇ ಒಂದು ಸಮಾಧಾನದ ಕರೆ ಬರಲಿಲ್ಲ. ಲೋಕವೇ ಹೀಗೆ ಅಂದುಕೊಂಡಳು.

ವಿನೋದನಿಗೆ ನಾಲ್ಕನೇ ದಿನ ಜ್ವರ ಬಿಟ್ಟು ಲವಲವಿಕೆ ಮೂಡಿತ್ತು. ಸುಮತಿಗೆ ಮೊಬೈಲ್ ಮಾಡಿ ಜ್ವರ ಪೂರಾ ಬಿಟ್ಟಿದೆ ಕಣೆ ಅಂದ. ಸುಮತಿ ಕುಣಿದಾಡಿದಳು "ನಾನು ಆಸ್ಪತ್ರೆಗೆ ಹೋಗಿ ಇನ್ನೊಮ್ಮೆ ಪರೀಕ್ಷೆ ಮಾಡಿಸಿ ಕೊರೋನ ನೆಗೆಟೀವ್ ಅಂತ ರಿಪೋರ್ಟ್ ಬರೋತನಕ ಖುಷಿ ಪಡೋಹಾಗಿಲ್ಲ" ಅಂದ. ಬಾಗಿಲು ಹಾಕಿಕೊಂಡು ಸುಮತಿ ತಂದಿಟ್ಟಿದ್ದ ದೋಸೆ ಚಟ್ನಿ ತಿನ್ನುತ್ತಾ ಸುಮತಿಗೆ ಮೊಬೈಲ್ ಮಾಡಿ "ಈಗ ರುಚಿ ವಾಸನೆ ಎಲ್ಲ ಗೊತ್ತಾಗ್ತಾ ಇದೆ, ಚಟ್ನಿ ಖಾರಖಾರವಾಗಿದೆ" ಅಂದ. ಸುಮತಿಗೆ ನೆಮ್ಮದಿಯಾಯಿತು.

ಹತ್ತು ಗಂಟೆಗೆ ನಾನು ಹೊರಗೆ ಬರ್ತೀನಿ ನೀವೆಲ್ಲ ಒಳಗೆ ಇರಿ ಅಂದು ಮೆಸೇಜ್ ಮಾಡಿದ್ದ. ವಿನೋದ ಗೇಟು ದಾಟಿ ಹೊರಗೆ ಹೋಗುತ್ತಿದ್ದುದನ್ನು ಸುಮತಿಯೂ ಮಕ್ಕಳೂ ಅಡಿಗೆ ಮನೆ ಕಿಟಕಿಯಿಂದ ನೋಡಿದರು. ಸುಬ್ಬರಾಯರು ತಮ್ಮ ಕೋಣೆಯ ಕಿಟಕಿಯಿಂದ ಮಗನನ್ನು ನೋಡಿ ಆಶೀರ್ವದಿಸಿದರು.

ಮತ್ತೆ ಆಸ್ಪತ್ರೆಗೆ ಹೋಗಿ ಪರೀಕ್ಷೆ ಮಾಡಿಸಿಕೊಂಡ. ಅವರು ವಿನೋದನನ್ನು ಸುಮಾರು ಹೊತ್ತು ಪರೀಕ್ಷಿಸಿ ಜ್ವರ ಇಲ್ಲ, ನಾರ್ಮಲ್ ಆಗಿದೀರ. ಮತ್ತೊಮ್ಮೆ ನಿಮಗೆ ಕೊರೋನ ಟೆಸ್ಟ್ ಆಗಿ ನಾಳೆ ರಿಸಲ್ಟ್ ನೆಗೆಟೀವ್ ಬರೋತನಕ ಹುಷಾರಾಗಿರಬೇಕು ಅಂದರು. ನಿರಾಳವಾಗಿ ಮನೆಗೆ ಬಂದ. ಎಲ್ಲರೂ ಒಳಗೇ ಇದ್ದರು. ಕಾರನ್ನು ಪೋರ್ಟಿಕೋದಲ್ಲಿ ನಿಲ್ಲಿಸಿ ಮನೆಯೊಳಗೆ ಬಂದಾಗ ಒಬ್ಬೊಬ್ಬರು ಒಂದೊಂದು ಕಡೆಯಿಂದ ನನ್ನನ್ನು ನೋಡುತ್ತಿದ್ದಾರೆ ಅನಿಸಿ ಅಳು ಬಂತು. ಮಕ್ಕಳು ಮೇಘನಾ, ಚೇತನಾ ಅಪ್ಪಾ ಅಂತ ಕೂಗಿದಾಗ ಕರುಳು ಕಿವುಚಿತು. ತಂದೆಯೊಂದಿಗೂ ಮಕ್ಕಳು, ಸುಮತಿಯೊಂದಿಗೂ ಮೊಬೈಲಲ್ಲೇ ಮಾತಾಡಿ ಸಮಾಧಾನ ಮಾಡಿದ.

ಮರುದಿನ ಬೆಳಗ್ಗೆ ಹನ್ನೊಂದು ಗಂಟೆಗೆ ಡಾಕ್ಟರೇ ಫೋನ್ ಮಾಡಿ ನಿಮಗೆ ಕೊರೋನ ನೆಗೆಟೀವ್ ಅಭಿನಂದನೆಗಳು. ಆದರೆ ಸೋಷಿಯಲ್ ಡಿಸ್ಟೆನ್ಸಿಂಗ್, ಮಾಸ್ಕ್, ಮುಂತಾದ ಎಲ್ಲ ಮುನ್ನೆಚ್ಚರಿಕೆಗಳನ್ನೂ ತಗೋಬೇಕು ಅಂದರು.

ಕೊರೋನ ನೆಗೆಟೀವ್ ಅಂತ ಬಂದರೂ ನಾಲ್ಕಾರು ದಿನ ಏಕಾಂತದಲ್ಲೇ ಹುಷಾರಾಗಿದ್ದು ನಂತರ ಕೋಣೆಯಿಂದ ಹೊರಬಂದ ವಿನೋದನಿಗೆ ಹೊಸ ಪ್ರಪಂಚಕ್ಕೆ ಬಂದಂತೆನಿಸಿತು. ತಂದೆಗೆ ನಮಸ್ಕಾರ ಮಾಡಿ ಹೆಂಡತಿ ಮಕ್ಕಳನ್ನು ತಬ್ಬಿ ಸಂತಸಪಟ್ಟ. ಸುಮತಿಗೆ ನಮ್ಮವರು ಮನೆಯಲ್ಲೇ ಇದ್ದರೂ ಅವರನ್ನು ನೋಡೋ ಹಾಗಿಲ್ಲ, ಅವರೊಂದಿಗೆ ಮಾತಾಡೋ ಹಾಗಿಲ್ಲ ಅವರಿಗೆ ಊಟ ಬಡಿಸೋ ಹಾಗಿಲ್ಲ ಎನ್ನುವ ಸ್ಥಿತಿ ನಮ್ಮ ಶತ್ರುವಿಗೂ ಬರದಿರಲಿ. ಕೊರೋನ ಎಂಬ ಕಾಯಿಲೆ ಬಾರದಂತೆ ಎಲ್ಲರೂ ಮುನ್ನೆಚ್ಚರಿಕೆ ವಹಿಸಲೇಬೇಕು ಅನಿಸಿತು.

ಕೊರೋನ ಅಮರಿಕೊಳ್ಳೋದು ಹೆಚ್ಚಲ್ಲ ಆದರೆ ಅದರಿಂದ ನಾವು ಹೇಗೆ ಬಚಾವಾಗ್ತೀವಿ ಅನ್ನೋದು ಮುಖ್ಯ. ಎಲ್ಲಕ್ಕಿಂತ ಪ್ರಮುಖವಾದುದು ಕೊರೋನ ಬಂತು ಅಂತ ಧೈರ್ಯಗೆಡದೇ ಅದನ್ನು ಎದುರಿಸಿ ಗೆದ್ದು ನಿಲಬೇಕು. ಆದರೆ ಇದೆಲ್ಲ ಮನುಷ್ಯ ಪ್ರಯತ್ನ, ಅಂತಿಮ ತೀರ್ಪು ಅವನದೇ ಅಂದುಕೊಂಡ ವಿನೋದನಿಗೆ ಅವನ ಅಂತಿಮ ತೀರ್ಪು ನನ್ನ ಪರವಾಗಿತ್ತು ಅನಿಸಿ ಮನದಲ್ಲಿಯೇ ಭಗವಂತನಿಗೆ ವಂದಿಸಿದ.

(ತರಂಗ, 01.07.2021)

ಅಮ್ಮನ ಸೀರೆ

ಅದು ಹಳದೀ ಬಣ್ಣದ ಪಟ್ಟೆ ಪಟ್ಟೆ ಸೀರೆ. ಅದು ಸದಾ ಗೀತಳ ಬೀರುನಲ್ಲಿ ಭದ್ರವಾಗಿರುತ್ತಿತ್ತು. ಆರು ತಿಂಗಳಿಗೊಮ್ಮೆ ಅದು ಡ್ರೈ ಕ್ಲೀನಿಗೆ ಹೋಗುತ್ತಿತ್ತು. ವಾಪಸ್ ಬರುತ್ತಿತ್ತು. ಮತ್ತೆ ಅದರ ಜಾಗ ಸೇರುತ್ತಿತ್ತು. ಆ ಸೀರೆಯನ್ನು ಗೀತ ತುಂಬಾ ಜೋಪಾನವಾಗಿ ಇಟ್ಟುಕೊಂಡಿದ್ದಾಳೆ. ಆ ಸೀರೆ ಅಂದ್ರೆ ಅವಳಿಗೆ ಪಂಚ ಪ್ರಾಣ. ಏನಾದರೂ ಮಾಡಿ ದಿನಕ್ಕೊಂದು ಸಾರಿ ಆ ಸೀರೆಯನ್ನು ಅವಳು ಸವರಬೇಕು. ಮನೆಯಲ್ಲಿ ಯಾರೂ ಇಲ್ಲದಿರುವಾಗ ಆ ಸೀರೆಯನ್ನು ಎದೆಯ ಮೇಲೆ ಹಾಕಿಕೊಂಡು ಕುಣಿದಾಡುತ್ತಾಳೆ. ಗೀತ ಆ ಸೀರೆಯನ್ನು ಒಂದು ಸಾರಿಯೂ ಉಟ್ಟಕೊಂಡಿಲ್ಲ. ಮನೆಯಲ್ಲಿ ಯಾರಾದರೂ ಆ ಸೀರೇನ ಉಟ್ಕೊ ಅಂದ್ರೆ ಇಲ್ಲಪ್ಪ ಅದು ಉಡೋಕ್ಕಲ್ಲ ಅಂತಾಳೆ. ಅವಳ ಬೀರೂನಲ್ಲಿ ಸುಮಾರು ಇನ್ನೂರಕ್ಕೂ ಹೆಚ್ಚಿನ ಸೀರೆಗಳಿವೆ. ಪ್ರತಿ ಆರು ತಿಂಗಳಿಗೊಮ್ಮೆ ಇವು ಹಳೆಯದಾಯಿತು ಅಂತ ಅವುಗಳಲ್ಲಿ ಅನೇಕ ಸೀರೆಗಳನ್ನು ಕೆಲಸದವಳಿಗೆ ಕೊಟ್ಟುಬಿಡುತ್ತಾಳೆ. ಆದರೆ ಈ ಹಳದೀ ಪಟ್ಟೆ ಸೀರೇನ ಮಾತ್ರ ಅವಳು ಯಾರಿಗೂ ಕೊಡೋದಿಲ್ಲ.

ಅದು ಅವಳ ಅಮ್ಮನ ಸೀರೆ. ಗೀತಳ ಅಮ್ಮ ಈ ಲೋಕ ಬಿಟ್ಟು ಹೋಗಿ ಸುಮಾರು ಇಪ್ಪತ್ತು ವರ್ಷಗಳಾಗಿವೆ. ಇಪ್ಪತ್ತು ವರ್ಷಗಳ ಹಿಂದಿನ ದಿನಗಳು. ಒಂದು ದಿನ ಗೀತ ಷಾಪಿಂಗ್ ಅಂತ ಹೋಗಿದ್ದಾಗ ಇದು ಅಮ್ಮನಿಗೆ ಒಪ್ಪುತ್ತೆ ಅಂತ ಆ ಸೀರೆ ತಂದು ಅಮ್ಮನಿಗೆ ಕೊಟ್ಟಿದ್ದಳು. ಅಮ್ಮ ಖುಷಿಯಾಗಿ ಆ ಸೀರೇನ ಉಟ್ಕೊಂಡು "ಈ ಸೀರೆ ನನಗೇ ಹೇಳಿ ಮಾಡಿಸಿದ ಹಾಗಿದೆ ಕಣೆ" ಅಂದು ಸಂಭ್ರಮಿಸಿದ್ದರು. ಅವತ್ತು ಹೊಸ ಸೀರೆ ಉಟ್ಕೊಂಡು ಅಮ್ಮ ತುಂಬಾ ಖುಷಿ ಪಟ್ಟಿದ್ದರು. ನನ್ನ ಮಗಳು ತಂದುಕೊಟ್ಟಿದ್ದು ಅಂತ ಎಷ್ಟೋ ಜನರ ಹತ್ತಿರ ಹೇಳಿ ಸಂತಸಪಟ್ಟಿದ್ದರು. ಸಂಜೆ ಅದೇ ಹೊಸ ಸೀರೆ ಉಟ್ಕೊಂಡು ದೇವಸ್ಥಾನಕ್ಕೆ ಹೋಗಿ ಬಂದು ರಾತ್ರಿ ಊಟ ಮಾಡಿ ಮಲಗಿದವರು ಮತ್ತೆ ಬೆಳಗ್ಗೆ ಏಳಲಿಲ್ಲ. ಗೀತಳಿಗೆ ಅಮ್ಮನ ಸಾವು ನನ್ನಿಂದಲೇ ಆಯಿತು ಅನಿಸಿಬಿಟ್ಟಿತು. ಅಮ್ಮ ಮಾಮೂಲಿಯಾಗಿ ಇದ್ದರು. ಹೆಚ್ಚು ಖುಷಿ ಇಲ್ಲ ಹೆಚ್ಚು ದುಃಖವಿಲ್ಲ ಅನ್ನೋ ಹಾಗಿದ್ದರು. ಅವರ ವಯಸ್ಸಿಗೆ ತಕ್ಕ ಹಾಗೆ ಆರೋಗ್ಯವಾಗಿದ್ದರು. ಆದರೆ ನಾನು ಅವರಿಗೆ ಈ ಹೊಸ ಸೀರೆ ತಂದುಕೊಟ್ಟು ಅವರ ಸಂತೋಷ ಹೆಚ್ಚು ಹೆಚ್ಚು ಮಾಡಿಬಿಟ್ಟೆ. ಆ ಸಂತೋಷವೇ ಅವರಿಗೆ ಸಾವು ತಂದುಕೊಟ್ಟುಬಿಟ್ಟೀತೋ

ಏನೋ ಅನಿಸಿ ಗೀತ ತುಂಬಾ ಬೇಜಾರು ಮಾಡಿಕೊಂಡಳು. ಅಮ್ಮನ ಕಳೇಬರದ ಮೇಲೆ ಆ ಸೀರೆಯನ್ನು ಹೊದಿಸಿದ್ದು ನಂತರ ಅವಳು ಅದನ್ನು ತೆಗೆದಿಟ್ಟುಕೊಂಡುಬಿಟ್ಟಳು.

ಅಮ್ಮನ ಕೆಲಸಗಳೆಲ್ಲಾ ಮುಗಿದ ಮೇಲೆ ಇಬ್ಬರು ಅಣ್ಣಂದಿರು, ಒಬ್ಬಳು ಅಕ್ಕ ಅಮ್ಮನ ಒಡವೆಗಳನ್ನು ಒಂದು ತಟ್ಟೆಯಲ್ಲಿ ತಂದು ಹಾಕಿ "ಇದರಲ್ಲಿ ಯಾರಿಗೆ ಯಾವುದು ಬೇಕೋ ಅದನ್ನು ತಗೋಬಹುದು" ಅಂದಾಗ ಗೀತ "ನನಗೆ ಅಮ್ಮನ ನೆನಪಿಗೆ ಈ ಒಂದು ಸೀರೆ ಸಾಕು ಮಿಕ್ಕದ್ದು ಯಾರು ಏನು ಬೇಕಾದರೂ ತಗೊಳ್ಳಿ" ಅಂದಳು. ಅಂದಿನಿಂದ ಆ ಸೀರೆ ಅವಳ ಬಳಿ ಇದೆ. ಆ ಸೀರೇನ ನೋಡಿದರೆ ಅಮ್ಮನನ್ನು ನೋಡಿದ ಹಾಗೇ ಆಗುತ್ತೆ. ಅಮ್ಮನ ಸಾವು ಸಂಭವಿಸಿದ ಕೆಲವು ದಿನಗಳಲ್ಲಿ ಅವಳು ಆ ಸೀರೇನ ನೋಡ್ತಾ ಅದನ್ನು ಮೃದುವಾಗಿ ಸವರುತ್ತಾ "ಅಮ್ಮಾ ಯಾಕಮ್ಮಾ ಈ ಸೀರೆ ಒಂದೇ ಸಾರಿ ಉಟ್ಕೊಂಡಿದ್ದು ಸಾಕಾಗಿ ಹೋಯ್ತಾ. ನಾನು ಈ ಹಿಂದೆ ಕೂಡಾ ನಿನಗೆ ಎಷ್ಟೋ ಸೀರೆಗಳನ್ನು ತಂದುಕೊಟ್ಟಿದ್ದೆ. ನೀನೂ ಅವುಗಳನ್ನು ಉಟ್ಟು ಸಂಭ್ರಮಿಸಿದ್ದೆ. ಆದರೆ ಈ ಸೀರೆ ನಿನ್ನ ಜೀವಕ್ಕೆ ಕೊನೆರಾಗ ಹಾಡಿಬಿಡ್ತಲ್ಲಮ್ಮ" ಅಂದು ಅಳುತ್ತಿದ್ದಳು. ಅಂದಿನಿಂದ ಆ ಸೀರೆ ಅವಳ ದಿಂಬಿನ ಬಳಿಯೇ ಇರುತ್ತಿತ್ತು. ದಿನಾ ಮಲಗೋ ಮೊದಲು, ಎದ್ದ ನಂತರ ಅವಳು ಆ ಸೀರೆಯನ್ನೊಮ್ಮೆ ಸವರುತ್ತಿದ್ದಳು. ಹಾಗೆ ಅದು ಹೆಚ್ಚು ಹೆಚ್ಚು ಮಲಿನವಾಗುತ್ತಾ ಬಂದಾಗ ಅದನ್ನು ಡ್ರೈ ಕ್ಲೀನ್ ಮಾಡಿಸಿ ಬೀರುನಲ್ಲಿ ಜೋಪಾನ ಮಾಡುತ್ತಿದ್ದಳು.

ಮನೆಯಲ್ಲಿ ಪ್ರತೀ ಹಬ್ಬದಲ್ಲೂ ಆ ಸೀರೆ ಬೀರುನಿಂದ ಬಂದು ದೇವರ ಮನೆ ಸೇರುತ್ತಿತ್ತು. ಅವತ್ತೆಲ್ಲಾ ಸೀರೇನ ದೇವರ ಮನೇಲೇ ಒಂದು ತಟ್ಟೆಯಲ್ಲಿ ಇಟ್ಟುಬಿಡೋಳು. ಈ ಸೀರೇಲಿ ನಾನು ಅಮ್ಮನನ್ನೇ ಕಾಣುತ್ತಿದ್ದೇನೆ ಅಂದುಕೊಳ್ಳುತ್ತಿದ್ದಳು ಮತ್ತು ಕಾಣುತ್ತಿದ್ದಳು ಸಹ. ಮನೆಗೆ ಬಂದೋರು ಇದೇನು ಹೊಸ ಸೀರೆ ದೇವರ ಮುಂದೆ ಇಟ್ಟು ಪೂಜೆ ಮಾಡಿ ಆಮೇಲೆ ಉಟ್ಕೊತೀರ ಅಂತ ಕೇಳಿದರೆ ಇಲ್ಲ ಇದು ನನ್ನಮ್ಮ ಅನ್ನುತ್ತಿದ್ದಳು. ಒಂದೊಂದು ಸಾರಿಯಂತೂ ಆ ಸೀರೆ ತಗೊಂಬಾ ಅನ್ನೋಕೆ ಬದಲಾಗಿ ಅಮ್ಮನನ್ನು ಕರ್ಕೊಂಡು ಬಾ ಅನ್ನುತ್ತಿದ್ದಳು.

ಮಗನ ಮುಂಜಿ ಆಗುವಾಗ, ಮಗಳು ದೊಡ್ಡವಳಾಗಿ ಮನೆಯಲ್ಲಿ ಆರತಿ ಮಾಡಿದಾಗ, ಯಜಮಾನರು ಪ್ರಮೋಷನ್ ಬಂತು ಅನ್ನೋ ಖುಷಿಯಾದ ಸುದ್ದಿ ತಂದಾಗ, ಮಗನಿಗೆ ಕೆಲಸ ಸಿಕ್ಕಾಗಿ, ಮದುವೆ ಆದಾಗ, ಈ ಎಲ್ಲಾ ಸಂಭ್ರಮಗಳಲ್ಲೂ ಗೀತಳ ಜೊತೆ ಅಮ್ಮನ ಸೀರೆಯೂ ಇರಬೇಕಿತ್ತು. ಹಸೆ ಮಣೆ ಮೇಲೆ ಅವಳು ಕೂತಾಗ ಜೊತೆಯಲ್ಲಿ ಆ ಸೀರೆಯೂ ಇರಬೇಕಿತ್ತು. ಎಂದಿನಂತೆ ಆ ಬಾರಿಯೂ ಅಮ್ಮನ ಸೀರೆ ಕೊಳೆಯಾಗಿದೆ ಅನಿಸಿ ಡ್ರೈ ಕ್ಲೀನ್‌ಗೆ

ಕೊಟ್ಟಳು. ಅವನು ಕೊಟ್ಟ ರಸೀದಿಯನ್ನು ಜೋಪಾನ ಮಾಡಿಟ್ಟುಕೊಂಡಿದ್ದಳು. ಆದರೆ ಅದು ಹೇಗೋ ಅವಳ ಕೈ ತಪ್ಪಿತು. ಒಂದೆರಡು ದಿನ ಬಿಟ್ಟು ಡ್ರೈ ಕ್ಲೀನ್ ಅಂಗಡಿಗೆ ಹೋಗಿ ಕೇಳಿದಾಗ ಅವನು ಚೀಟಿ ಕೊಡೀಮ್ಮ ಅಂದ. ಗೀತ ಚೀಟಿ ಕಳೆದುಹೋಗಿದೆ ಅಂದು ಅಲ್ಲಿ ನೇತು ಹಾಕಿದ್ದ ಸೀರೆ ತೋರಿಸಿ ನೋಡಿ ಅದೇ ಸೀರೆ ಅಂದರೂ ಅಂಗಡಿಯವನು ಚೀಟಿ ಇಲ್ಲದೇ ಸೀರೆ ಕೊಡಲ್ಲ ಅಂದುಬಿಟ್ಟ. ಇನ್ನೇನು ಅವಳಿಗೆ ಹೃದಯಾಘಾತವಾಗೋದೊಂದು ಬಾಕಿ. ಇನ್ನಿಲ್ಲದ ಹಾಗೆ ಬೇಡಿಕೊಂಡರೂ ಅಂಗಡಿಯವನದು ಒಂದೇ ಮಾತು. ಏನಪ್ಪಾ ಮಾಡ್ತೋದು ಈಗ ಅಂದು ಮನೆಗೆ ಬಂದು ಗಂಡ ಸದಾನಂದನನ್ನೂ ಕರೆದುಕೊಂಡು ಹೋಗಿ ಅಂಗಡಿಯವನನ್ನು ಬೇಡಿಕೊಂಡಳು. ಅದು ನನ್ನ ಅಮ್ಮನ ಸೀರೆ, ಅಮ್ಮನ ನೆನಪಿನದ್ದು ಅಂತ ಏನೆಲ್ಲಾ ಹೇಳಿದರೂ ಅಂಗಡಿಯವನು ಕರಗಲಿಲ್ಲ. ಅವಳ ಅದೃಷ್ಟ ಚನ್ನಾಗಿತ್ತೋ ಏನೋ ಅವತ್ತು ಅವಳು ಅಂಗಡಿಯವನ ಬಳಿ ಹಾಗೆ ಬೇಡಿಕೊಳ್ತಾ ಇದ್ದಾಗ ಅಲ್ಲಿಗೆ ಬಂದ ವಯಸ್ಸಾದವರೊಬ್ಬರು “ಹೌದಪ್ಪಾ ಇದು ಅವರದ್ದೇ ಸೀರೆ ಕೊಟ್ಟುಬಿಡು. ನಾನೂ ಎಷ್ಟೋ ಸಾರಿ ಈ ಸೀರೆನ ಡ್ರೈ ಕ್ಲೀನ್ ಮಾಡಿ ಕೊಟ್ಟಿದೀನಿ. ಅದೇನು ಸೆಂಟಿಮೆಂಟೋ ಏನೋ” ಅಂದ ಮೇಲೆ ಅಂಗಡಿಯವನು “ಏನೋ ನಮ್ಮ ತಂದೆ ಹೇಳ್ತಿದಾರೆ ಅಂತ ಕೊಡ್ತ ಇದೀನಿ, ನಿಮ್ಮ ಅಡ್ರೆಸ್ ಕೊಡಿ. ಏನಾದರೂ ಕಂಪ್ಲೇಂಟ್ ಬಂದರೆ ನಿಮ್ಮನ್ನು ಸಂಪರ್ಕಿಸ್ತೀನಿ” ಅಂದ. ಸದ್ಯ ಸೀರೆ ಕೈಗೆ ಬಂತಲ್ಲ ಅಂತ ಅವಳಿಗೆ ಹೋದ ಜೀವ ಬಂದಂತಾಯಿತು.

ಮನೆಯಲ್ಲಿ ಗಂಡ, ಮಕ್ಕಳಿಗೆ ಮತ್ತು ಗೀತಳ ನೆಂಟರಿಗೆಲ್ಲಾ ಗೊತ್ತು ಅವಳ ಈ ಸೀರೆಯ ಸಂಭ್ರಮ. ಒಂದು ಸಾರಿ ಅವಳ ಗೆಳತಿ “ನೀನು ಅಷ್ಟು ಇಷ್ಟ ಪಡೋ ಸೀರೇನ ನೀನೂ ಒಂದ್ಸಾರಿ ಉಟ್ಕೊಳೇ” ಅಂದಳು. ಅವಳಿಗೆ ಪಿಚ್ಚೆನಿಸಿತು. ಯಾಕೋ ಈ ಸೀರೇನ ನಾನು ಉಟ್ರೆ ಅವತ್ತೇ ನನ್ನ ಜೀವನದ ಕೊನೆ ದಿನ ಆಗಬಹುದು ಎನ್ನೋ ಭಯ ಕಾಡಿತು. ಏಕೆಂದರೆ ಅಮ್ಮ ಈ ಸೀರೆ ಉಟ್ಟು ಸಂಭ್ರಮಿಸಿದ ಮರುದಿನವೇ ಈ ಲೋಕ ಬಿಟ್ಟು ಹೋಗಿದ್ದು. ಆದರೆ ಅವಳಿಗೆ ಇದು ಅಮ್ಮನ ಸೀರೆ. ಇದನ್ನು ನಾನು ಉಟ್ಕೊಂಬಿಟ್ರೆ ಅಮ್ಮನಾಗಿಬಿಡ್ತೀನಿ. ಅದಕ್ಕೇ ಬೇಡ. ಇದನ್ನು ಹೀಗೆ ನೋಡಿ ಸಂಭ್ರಮಿಸೋದೇ ಚೆನ್ನ ಅನಿಸಿತು.

ಮತ್ತೊಂದು ಸಾರಿ ಮತ್ತೊಂದು ಅವಘಡ ಸಂಭವಿಸಿತು. ಮನೆಯಲ್ಲಿ ಎಂದಿನಂತೆ ತನ್ನ ಹಳೇ ಸೀರೆಗಳನ್ನು ಕೆಲಸದವಳು ಬಂದಾಗ ಕೊಟ್ಟುಬಿಡೋಣ ಅಂತ ಪ್ರತ್ಯೇಕವಾಗಿ ತೆಗೆದಿಟ್ಟಿದ್ದಳು. ಕೆಲಸದವಳಿಗೆ “ಇವತ್ತು ಕೆಲಸ ಮುಗಿಸಿ ಮನೆಗೆ ಹೋಗುವಾಗ ಸೀರೆ ತಗೊಂಡು ಹೋಗು” ಅಂತ ಹೇಳಿದ್ರೆ ಅವಳು “ಇಲ್ಲ ಕಣ್ರವ್ವ ಮುಂದಿನ ವಾರ ನನ್ನ ತಮ್ಮನ ಮಗಳ ಮದುವೆ,. ಆಗ ತಗೊಂಡು

ಹೋಗ್ತೀನಿ" ಅಂದಿದ್ಲು. ಅವತ್ತು ಗೀತಳ ಸ್ನೇಹಿತೆ ಮನೇಲಿ ಸತ್ಯನಾರಾಯಣ ಪೂಜೆ, ಮಗಳಿಗೆ ಆರತಿ ಅಂತ ಯಲಹಂಕಕ್ಕೆ ಬಂದಿದ್ದಳು. ಸ್ವಲ್ಪ ಹೊತ್ತಿಗೆ ಗಂಡ ಸದಾನಂದನ ಫೋನು. "ಕೆಲಸದವಳು ಬಂದಿದಾಳೆ, ನೀನು ಅವಳಿಗೆ ಸೀರೆ ಕೊಡ್ತೀನಿ ಅಂತ ಹೇಳಿದ್ಯಂತಲ್ಲ ಈಗ ಅವಳು ಊರಿಗೆ ಹೊರಟಿದಾಳಂತೆ" ಅಂದಾಗ "ರೀ ನನ್ನ ಬೀರು ಮೇಲ್ಗಡೆ ಭಾಗದಲ್ಲಿ ಮೂಲೇಲಿ ನಾಲ್ಕು ಸೀರೆ ಇಟ್ಟಿದೀನಿ ಅದನ್ನು ಅವಳಿಗೆ ಕೊಟ್ಟುಬಿಡಿ" ಅಂದಳು.

ಸಮಾರಂಭ ಮುಗಿಸಿ ಗೀತ ಮನೆಗೆ ಬಂದಾಗ ಸಂಜೆಯಾಗಿತ್ತು. ತನ್ನ ಸೀರೆ ಬದಲಿಸಿ ಬೀರುನಲ್ಲಿ ಇಡುತ್ತಿರುವಾಗ ಏನೋ ಭಣಗುಟ್ಟಿದ ಹಾಗಾಯಿತು. ಕೈ ಆಡಿಸಿದಳು. ಚನ್ನಾಗಿ ಗಮನಿಸಿದಳು. ಇಲ್ಲ ಅದು ಕಾಣಲಿಲ್ಲ. ಪ್ರತೀದಿನ ಅವಳು ದರ್ಶನ ಮಾಡುತ್ತಿದ್ದ ಅಮ್ಮನ ಸೀರೆ ಕಾಣುತ್ತಿಲ್ಲ. ನಿಂತಲ್ಲಿಂದಲೇ ಜೋರಾಗಿ ಕಿರುಚಿದಳು "ರೀ ಅಮ್ಮನ ಸೀರೆ ನೋಡಿದ್ರಾ" ಅಂತ. ಸದಾನಂದ ಕೋಣೆಗೆ ಬಂದ. "ಇಲ್ಲ ಕಣೆ ನಾನು ನೋಡಿಲ್ಲ. ನೀನು ಎಲ್ಲಿ ಇಟ್ಟಿರ್ತೀಯೋ ಅಲ್ಲೇ ಇರಬೇಕು ಸರಿಯಾಗಿ ನೋಡು" ಅಂದ." ನೀವು ಕೆಲಸದವಳಿಗೆ ಕೊಟ್ಟಿದ್ದು ಇಲ್ಲೇ ಇಟ್ಟಿದ್ದ ನಾಲ್ಕು ಸೀರೆ ತಾನೇ" ಅಂತ ಕೇಳಿದಳು. "ಹೌದು ಆ ನಾಲ್ಕು ಸೀರೇನೇ. ಹಾಗಾದರೆ ಆ ನಾಲ್ಕು ಸೀರೆ ಜೊತೆ ನಿಮ್ಮ ಅಮ್ಮನ ಸೀರೆನೂ ಹೋಗಿರಬಹುದಾ. ನನಗೆ ಫೋನ್ ಬಂತು. ಮೊಬೈಲಲ್ಲಿ ಮಾತಾಡ್ತ ಒಂದೇ ಕೈನಿಂದ ಆ ಸೀರೆಗಳನ್ನು ತೆಗೆದುಕೊಟ್ಟೆ. ಅದರ ಜೊತೆ ನಿಮ್ಮಮ್ಮನ ಸೀರೆನೂ ಸೇರ್ಕೊಂಡ್ತೋ ಏನೋ ಗೊತ್ತಾಗಲಿಲ್ವಲ್ಲ" ಅಂದ. ಗೀತ ಮೂರ್ಛೆ ಹೋಗೋದೊಂದು ಬಾಕಿ. ಹೇಗಾದರಾಗಲಿ ಅಂತ ಇನ್ನೊಮ್ಮೆ ಬೀರುನಲ್ಲೆಲ್ಲಾ ಹುಡುಕಿದಳು. ಇಲ್ಲ ಆ ಸೀರೆ ಇಲ್ಲಿ ಇಲ್ಲವೇ ಇಲ್ಲ. ನಾನು ಉಡದೇ ಜೋಪಾನ ಮಾಡಿಕೊಂಡಿದ್ದ ಆ ಸೀರೆನ ಕೆಲಸದವಳು ತಾನೇ ಉಟ್ಟುಬಿಡ್ತಾಳೋ ಇಲ್ಲಾ ಇನ್ಯಾರಿಗಾದರೂ ಕೊಟ್ಟುಬಿಡ್ತಾಳೋ ಅಂತ ಗಾಬರಿಯಾಯಿತು. ಮೊಬೈಲ್ ತೆಗೆದು ನಂಬರ್ ತಿರುಗಿಸಿದಳು. ಇಲ್ಲ ಕೆಲಸದವಳ ಮೊಬೈಲ್ ರಿಂಗ್ ಆಗ್ತಾ ಇಲ್ಲ. "ರೀ ಬನ್ನಿ ಒಂದು ನಿಮಿಷ ನನ್ನನ್ನು ಕೆಲಸದವಳ ಮನೆಗೆ ಕರ್ಕೊಂಡು ಹೋಗಿ" ಅಂದು ತಾನೇ ಮುಂದೆ ಹೋಗಿ ಮೋಟರ್ ಬೈಕ್ ಬಳಿ ನಿಂತಳು.

ಕೆಲಸದವಳ ಮನೆಗೆ ಬಂದಾಗ ಅದು ಬೀಗ ಹಾಕಿತ್ತು. ಪಕ್ಕದ ಮನೆಯವರು ಅವಳು ಆಗಲೇ ಊರಿಗೆ ಹೊರಟ್ಳಲ್ಲ ತಮ್ಮನ ಮಗಳ ಮದುವೆ ಅಂತೆ ಅಂದರು. ಅವಳು ತಲೆ ಮೇಲೆ ಕೈ ಹೊತ್ತು ಕೂತಳು. ಅಷ್ಟೊತ್ತಿಗೆ ರಾತ್ರಿ ಎಂಟು ಗಂಟೆಯಾಗಿತ್ತು. ಮನೆಗೆ ಬಂದವಳಿಗೆ ಯಾವುದಕ್ಕೂ ಮನಸ್ಸೇ ಇಲ್ಲ. ಅಮ್ಮನ ಸೀರೆ ಇಟ್ಟ ಜಾಗದಲ್ಲಿ ಕೈ ಆಡಿಸುತ್ತಾ ಅತ್ತಳು. ಸದಾನಂದ ಎಷ್ಟು ಸಮಾಧಾನ ಮಾಡಿದರೂ ಅವಳಿಗೆ ಸರಿಹೋಗಲಿಲ್ಲ. ಅವತ್ತು ಅಡಿಗೆ ಕೆಲಸವನ್ನು ಸದಾನಂದನೇ ನೋಡಿಕೊಂಡ. ಯಾರು ಎಷ್ಟು ಬಲವಂತ

ಮಾಡಿದರೂ ಒಂದು ತುತ್ತು ಅನ್ನವನ್ನೂ ಮುಟ್ಟಲಿಲ್ಲ. ಕೆಲಸದವಳ ಮೊಬೈಲ್ ಮಾತ್ರ ಉಪಯೋಗಕ್ಕೆ ಬರಲಿಲ್ಲ.

ರಾತ್ರಿ ಹೇಗೆ ಕಳೆದಳೋ ಗೊತ್ತಿಲ್ಲ. ಬೆಳಗ್ಗೆ ಆದೊಡನೇ ಬೇಗ ಬೇಗ ಸ್ನಾನ ಮಾಡಿ "ರೀ ನನಗೊಂದು ಟ್ಯಾಕ್ಸಿ ಮಾಡಿಕೊಡಿ ನಾನು ತುಮಕೂರಿಗೆ ಹೋಗಿಬರ್ತೀನಿ." ಅಂದಳು. ಸದಾನಂದ ಅಚ್ಚರಿಯಿಂದ "ತುಮಕೂರಿಗೆ ಯಾಕೇ" ಅಂತ ಕೇಳಿದರೆ "ಕೆಲಸದವಳ ತಮ್ಮನ ಮಗಳ ಮದುವೆ ತುಮಕೂರಿನಲ್ಲೇ, ಇನ್ವಿಟೇಷನ್ ಕೊಟ್ಟಿದಾಳಲ್ಲ. ಅದರಲ್ಲಿ ವಿಳಾಸ ಇದೆ. ನಾನು ಹೋಗಿ ಅಮ್ಮನ ಸೀರೇನ ಅವಳಿಂದ ಕಿತ್ಕೊಂಡು ಬರ್ತೀನಿ" ಅಂದಳು. ಅವಳನ್ನು ಯಾರೂ ತಡೆಯೋ ಹಾಗಿಲ್ಲ ಅಂತ ಸದಾನಂದ ಟ್ಯಾಕ್ಸಿ ತರಿಸಿಕೊಟ್ಟ. ಮಗಳು ನಾನೂ ಜೊತೆಗೆ ಬರ್ತೀನಿ ಅಂದ್ರೆ ಬೇಡ ನೀನು ಕಾಲೇಜಿಗೆ ಹೋಗು ಅಂದು ಟ್ಯಾಕ್ಸಿ ಏರಿದಳು.

ಅವಳಿಗೆ ಒಂದೇ ಧಾವಂತ ಎಷ್ಟು ಹೊತ್ತಿಗೆ ತುಮಕೂರು ತಲುಪಿಯೇನೋ, ಕೆಲಸದವಳನ್ನು ಕಂಡೇನೋ, ಅವಳಿಂದ ಅಮ್ಮನ ಸೀರೆಯನ್ನು ಹಿಂದಕ್ಕೆ ಪಡೆದೇನೋ ಅಂತ. ಕಣ್ಣು ಮುಚ್ಚಿ ಕೂತವಳ ಎದೆ ಡವ ಡವ ಎಂದು ಹೊಡೆದುಕೊಳ್ಳುತ್ತಿತ್ತು. ಟ್ಯಾಕ್ಸಿ ತುಮಕೂರು ತಲುಪಿ ಅವಳು ಹೇಳಿದ ಕಲ್ಯಾಣ ಮಂಟಪದ ಬಳಿ ನಿಂತಿತು. ಅಲ್ಲಿ ಗೀತಳಿಗೆ ಯಾರೂ ಪರಿಚಯದವರು ಇರಲಿಲ್ಲ. ಕೆಲಸವಳಿಗಾಗಿ ಹುಡುಕಿದಳು. ಅವಳು ಕಾಣದಾದಾಗ ಎದುರಿಗೆ ಬಂದ ಹೆಂಗಸನ್ನು "ಏನಮ್ಮಾ ಇಲ್ಲಿ ಗಂಗಮ್ಮಾ ಅಂತ ಒಬ್ಬರು ಬೆಂಗಳೂರಿನಿಂದ ಬಂದಿದಾರೆ ಅವರನ್ನು ನಾನು ಸ್ವಲ್ಪ ಅರ್ಜಂಟಾಗಿ ನೋಡಬೇಕಲ್ಲ" ಅನ್ನುತ್ತಿದ್ದ ಹಾಗೆ ಎದುರಿನಿಂದ ಗಂಗಮ್ಮ ಬಂದು "ಏನವ್ವಾ ಮದುವೆಗೆ ನೀವು ಬಂದೇಬಿಟ್ಟಿದೀರಾ, ಒಬ್ರೇ ಬಂದ್ರಾ, ಬನ್ನಿ ಮೊದಲು ಟಿಫನ್ ಮಾಡಿ" ಅಂದು ಮುಖ ಅರಳಿಸಿದಳು. ಗೀತ ಕೊಂಚ ಅಸಮಾಧಾನದಿಂದ "ಟಿಫನ್ ಮನೆ ಹಾಳಾಯ್ತು. ನೀನು ಮದುವೆಗೆ ಬರೋ ಮುಂಚೆ ನಮ್ಮನೆಗೆ ಬಂದು ನಮ್ಮೆಜಮಾನರ ಹತ್ರ ಸೀರೆ ಇಸ್ಕೊಂಡು ಬಂದ್ಯಾ" ಅಂತ ಕೇಳಿದಳು. ಗಂಗಮ್ಮ "ಹೌದ್ರಮ್ಮಾ, ಅಯ್ಯಾವರೇ ತೆಗೆದುಕೊಟ್ರು ನಾನು ತಗೊಂಡ್ ಬಂದೆ, ಯಾಕ್ರವ್ವ" ಅಂತ ಕೇಳಿದಳು. "ಅವಳು ನಡುಗುವ ಧ್ವನಿಯಿಂದ" ಎಲ್ಲಿ ಆ ಸೀರೆಗಳನ್ನು ತಗೊಂಡು ಬಾ" ಅಂದಳು. ಗಂಗಮ್ಮನಿಗೆ ಏನೂ ಅರ್ಥ ಆಗಲಿಲ್ಲ. ಒಳಗೆ ಹೋಗಿ ಸೀರೆಗಳನ್ನು ತಂದು "ಇದು ನೋಡ್ರವ್ವ ಒಂದು ಸೀರೆ ನಾನು ಉಟ್ಕೊಂಡಿದೀನಿ, ಇನ್ನೊಂದು ಸೀರೆ ನನ್ನ ತಂಗಿ ಉಟ್ಕೊಂಡಿದಾಳೆ, ಇನ್ನೆರಡು ನೋಡಿ ಇಲ್ಲಿದೆ, ಯಾಕ್ರವ್ವಾ" ಅಂದಳು. ಗೀತ "ನೋಡು ನಿನಗೆ ಕೊಟ್ಟ ಸೀರೇಲಿ ಒಂದು ಹಳದೀ ಸೀರೆ ಇದೆ ಪಟ್ಟಾ ಪಟ್ಟಿದು. ಅದನ್ನು ಮೊದಲು ತಗೊಂಡು ಬಾ ಹೋಗು" ಅಂದಳು. ಗಂಗಮ್ಮ ಕೊಂಚ ನಿರಾಳದಿಂದ "ಓ

ನೀವು ಆ ಸೀರೆ ಹುಡುಕ್ಕೊಂಡು ಬಂದ್ರಾ. ಹಳದೀ ಸೀರೆ. ಅದನ್ನು ನೋಡಿದ್ರೆ ನಿಮ್ಮ ಅಮ್ಮನ ನೆನಪು ಬರುತ್ತೆ ಅಂತಿದ್ರಲ್ಲ ಅದಾ" ಅಂತ ಕೇಳಿದಳು. ಗೀತ ಆತುರವಾಗಿ" ಹೌದು ಕಣೆ ಅದೇ ಸೀರೇನೇ, ಮೊದಲು ತಗೊಂಡು ಬಾ ಹೋಗು" ಅಂದಳು. ಆಗ ಗಂಗಮ್ಮ "ಅಮ್ಮಾ ಆ ಸೀರೇನ ನಾನು ಇಲ್ಲಿಗೆ ತರಲೇ ಇಲ್ಲ. ಅಯ್ಯಾವರು ಸೀರೆ ಕೊಟ್ಟಿದ್ದನ್ನು ನಾನು ಹಾಗೇ ತಗೊಂಡು ಬಂದೆ. ಮನೆಗೆ ಬಂದು ನೋಡಿದಾಗ ಹಳದೀ ಸೀರೇನೂ ಇತ್ತು. ಅಯ್ಯೋ ಇದು ನಿಮ್ಮ ಪಂಚ ಪ್ರಾಣದ ಸೀರೆ ಅಲ್ವಾ ಇದನ್ಯಾಕೆ ನನಗೆ ಕೊಟ್ರು, ಎಲ್ಲೋ ಮಿಸ್ ಆಗಿರಬೇಕು ಅಂತ ಅನಿಸಿತು. ವಾಪಸ್ ನಿಮಗೇ ತಂದು ಕೊಡೋಣ ಅಂದ್ರೆ ವ್ಯಾನ್ ಬಂದಿತ್ತು, ಎಲ್ಲಾ ಹೊರಟಿದ್ರು. ಸರಿ ಮದುವೆ ಮುಗಿಸಿಕೊಂಡು ಬಂದು ನಿಮಗೆ ವಾಪಸ್ ತಂದುಕೊಡೋಣ ಅಂದ್ಕೊಂಡು ಆ ಸೀರೇನ ಮನೇಲೇ ಬಿಟ್ಟು ಬಂದಿದೀನಿ. ನಾನು ಊರಿಗೆ ಬಂದ ತಕ್ಷಣ ನಿಮಗೆ ಹಿಂದಕ್ಕೆ ತಂದು ಕೊಡ್ತೀನಿ" ಅಂದಾಗ ಗೀತಳಿಗೆ ಉಸಿರು ಬಂತು. ನೆಮ್ಮದಿ ಮೂಡಿತು.

ಗಂಗಮ್ಮ "ಈಗಲಾದರೂ ಸ್ವಲ್ಪ ನೆಮ್ಮದಿಯಾಗಿ ಒಳಗೆ ಬನ್ನಿ ಟಿಫನ್ ಮಾಡಿ" ಅಂದಳು. ಅವಳು ಗಂಗಮ್ಮನಿಗೆ "ನೀನು ಊರಿಗೆ ಬರೋದು ಯಾವಾಗ" ಅಂತ ಕೇಳಿದಳು. "ಎರಡು ದಿನ ಆಗುತ್ತೆ. ನೀವೇನೂ ಯೋಚನೆ ಮಾಡಬೇಡಿ. ನಾನು ಊರಿಗೆ ಬಂದ ತಕ್ಷಣ ಮಾಡೋ ಕೆಲಸ ಅಂದ್ರೆ ಮೊದಲು ನಿಮಗೆ ಆ ಸೀರೆ ತಂದುಕೊಡೋದು" ಅಂದಳು. ಮತ್ತೆ ಗೀತಳಿಗೆ ಏದುಸಿರು ಬಂತು. "ನೋಡು ನಾನು ಅಷ್ಟು ದಿನ ಕಾಯೋಕ್ಕಾಗಲ್ಲ, ಎಲ್ಲಿ ನನಗೆ ನಿಮ್ಮನೆ ಬೀಗದ ಕೀ ಕೊಡು. ಸೀರೆ ಎಲ್ಲಿಟ್ಟಿದೀಯ ಹೇಳು. ನಾನು ಹೋಗಿ ತಗೋತೀನಿ" ಅಂದಳು. ಗಂಗಮ್ಮ ಏನು ಹೇಳಿದರೂ ಅವಳು ಕೇಳೋ ಸ್ಥಿತೀಲಿರಲಿಲ್ಲ. ಕಡೆಗೆ ಗಂಗಮ್ಮ ಕೀ ತಂದುಕೊಟ್ಟಿದ್ದೇ ತಡ ಕಾರಿನಲ್ಲಿ ಕೂತು "ಸ್ವಲ್ಪ ಬೇಗ ಬೆಂಗಳೂರಿಗೆ ಹೋಗಪ್ಪ" ಅಂದಳು. ಗಂಗಮ್ಮ "ಅಮ್ಮಾ ತಾಂಬೂಲನಾದರೂ ತಗೊಂಡು ಹೋಗಿ" ಅಂದರೂ ಕೇಳಿಸಿಕೊಳ್ಳದೇ ಬಂದಳು.

ಊರಿಗೆ ಬಂದು ಗಂಗಮ್ಮನ ಮನೆ ಹತ್ತಿರ ಕಾರು ನಿಲ್ಲಿಸಿ ಬೀಗ ತೆಗೆದು ಒಳಗೆ ಹೋಗಿ ಗಂಗಮ್ಮ ಹೇಳಿದ ಜಾಗದಲ್ಲಿ ಕೈ ಹಾಕಿದಾಗ ಸೀರೆ ಸಿಕ್ಕಿತು. ಅವಳಿಗೆ ಅಮ್ಮನೇ ಸಿಕ್ಕಿದಷ್ಟು ಸಂತೋಷವಾಯಿತು. ಸೀರೇನ ತಬ್ಬಿ ಮುತ್ತಿಟ್ಟು ಎದೆಗವುಚಿಕೊಂಡು ಮತ್ತೆ ಮನೆ ಬಾಗಿಲು ಬೀಗ ಹಾಕಿ ತನ್ನ ಮನೆಗೆ ಹೊರಟಳು. ಹೆಂಡತಿ ಸೀರೆಯೊಂದಿಗೆ ಬಂದಿದ್ದು, ಅವಳ ಸಾಹಸಗಾಥೆ ಕೇಳಿ ಮನೆಯವರೆಲ್ಲಾ ಅಚ್ಚರಿಪಟ್ಟರು. ಅಂದು ಮೊದಲುಗೊಂಡು ಗೀತ ಸೀರೆಯ ವಿಚಾರದಲ್ಲಿ ಇನ್ನಷ್ಟು ಹುಷಾರಾದಳು

ಹೀಗೆ ಅಮ್ಮನನ್ನು ಕಳೆದುಕೊಂಡರೂ ಅಮ್ಮನ ಸೀರೆಯೊಂದಿಗೆ ಅವಳು ಅವಿನಾಭಾವ ಸಂಬಂಧ ಇಟ್ಟುಕೊಂಡು ನೆಮ್ಮದಿ ಕಂಡುಕೊಂಡಿದ್ದಾಳೆ. ನಮ್ಮ

ಮನೆಯಲ್ಲಿ ನಡೆಯುವ ಎಲ್ಲಾ ಕೆಲಸಗಳಿಗೂ ಅಮ್ಮ ಸಾಕ್ಷಿಯಾಗಿದ್ದಾಳೆ ಅನ್ನೋದೇ ಅವಳಿಗೆ ನೆಮ್ಮದಿ.

ಮುಂದೆ ಆ ಮನೆಯಲ್ಲಿ ಮಗಳ ನಿಶ್ಚಿತಾರ್ಥ ಆಗಿದೆ, ಮದುವೆ ಆಗಿದೆ, ಮಗನ ಮದುವೆ ಆಗಿದೆ, ಮೊಮ್ಮಕ್ಕಳು ಬಂದಿದಾರೆ. ಅವರ ವಿವಾಹದ ಮೂವತ್ತನೇ ವಾರ್ಷಿಕೋತ್ಸವ ಆಗಿದೆ, ಯಜಮಾನರ ಷಷ್ಠ್ಯಿಪೂರ್ತಿ ಸಮಾರಂಭ ನಡೆದಿದೆ. ಹೊಸ ಮನೆ ಕಟ್ಟಿದ್ದಾರೆ. ಆಗೆಲ್ಲಾ ಅವಳ ಜೊತೆ ಆ ಸೀರೆಯೂ ಇರುತ್ತಿತ್ತು. ಮೊಮ್ಮಕ್ಕಳ ಕೈಯಲ್ಲಿ ಸೀರೆ ಮುಟ್ಟಿಸಿ ನೋಡು ನಿನ್ನ ಮುತ್ತಜ್ಜಿ ಅಂದಿದಾಳೆ. ನೋಡಮ್ಮಾ ನಿನ್ನ ಮರಿ ಮಕ್ಕಳನ್ನು ಅಂದಿದಾಳೆ. ಸಂಭ್ರಮಿಸಿದ್ದಾಳೆ.

ಜೀವನದಲ್ಲಿ ಹತ್ತು ಹಲವು ಅನುಭವಗಳು ಆಗುತ್ತಾ ಬಂದ ಹಾಗೆ ವಯಸ್ಸು ಕಳೆಯುತ್ತಾ ಹೋಗುತ್ತದೆ. ನಮಗೇ ತಿಳಿಯದಂತೆ ನಾವು ಮುದುಕರಾಗುತ್ತೇವೆ. ಶರೀರ ಸುಕ್ಕುಗಟ್ಟುತ್ತದೆ. ಏನೋನೋ ಕಾಯಿಲೆಗಳು, ಸೊಂಟ ನೋವು, ಮಂಡಿ ನೋವು, ಎಲ್ಲಾ ಬರುತ್ತೆ. ಯಾಕೋ ಮೊದಲಷ್ಟು ಶಕ್ತಿ ಇಲ್ಲ ಅನಿಸುತ್ತೆ. ಆದರೂ ಜೀವನೋತ್ಸಾಹ ಎಲ್ಲಾ ಕೆಲಸಗಳನ್ನೂ ಮಾಡಿಸುತ್ತೆ. ನಂತರ ಸುಸ್ತು ಅಂತ ಮಲಗಿಸುತ್ತೆ. ಡಾಕ್ಟರು, ಔಷಧಿ, ನರ್ಸಿಂಗ್ ಹೋಂ ಇವೆಲ್ಲಾ ಮಾಮೂಲು ಆಗಿಬಿಡುತ್ತೆ. ಅವಳಿಗೆ ಆಗಿದ್ದೂ ಇದೇ. ಗಂಡ, ಮಕ್ಕಳು, ಸೊಸೆ, ಅಳಿಯ ಎಲ್ಲಾ ಚನ್ನಾಗಿ ನೋಡಿಕೊಳ್ತಾರೆ ಅಂದರೂ ಬಂದ ಕಾಯಿಲೆಯನ್ನು ಅವಳೊಬ್ಬಳೇ ಅನುಭವಿಸಬೇಕು ತಾನೇ.

ಗೀತ ದಿನೇ ದಿನೇ ಕೃಶವಾದಳು. ಇಂಥಾ ದಿನಗಳಲ್ಲೂ ಗೀತ ದಿನಕ್ಕೊಂದು ಸಾರಿ ಅಮ್ಮನ ಸೀರೆಯನ್ನು ನೋಡೋದು, ಸವರೋದು, ಏನೋ ನೆನಪು ಮಾಡಿಕೊಂಡು ಕಣ್ಣೀರು ಹಾಕೋದು ನಡೆದೇ ಇತ್ತು. ಆಗ ಅಮ್ಮನ ಸೀರೆ ಅವಳ ಪಕ್ಕದಲ್ಲೇ ಇರೋದು. ದಿನೇ ದಿನೇ ಅವಳ ಕಾಯಿಲೆ ಉಲ್ಬಣಿಸಿತು. ಡಾಕ್ಟರು "ಇನ್ನು ಏನು ಔಷಧಿಯೂ ಪ್ರಯೋಜನವಿಲ್ಲ. ಎಷ್ಟು ದಿನ ಇರ್ತಾರೋ ಅಷ್ಟು ದಿನ ಚನ್ನಾಗಿ ನೋಡಿಕೊಳ್ಳಿ" ಅಂದರು. ಅಮ್ಮನ ಸೀರೆ ಡ್ರೈ ಕ್ಲೀನ್ ಮಾಡಿಸಿಡು. ಜೋಪಾನ, ಅಂಗಡಿಯವನು ಸೀರೇನ ಮಿಸ್ ಮಾಡಿಬಿಡಬಹುದು ಅಂತ ಮಗನಿಗೆ ಎಚ್ಚರಿಸುತ್ತಿದ್ದಳು. ದಿನಾಗಲೂ ಎಲ್ಲಿ ಅಮ್ಮನ ಸೀರೆ ತಂದು ಕೊಡು ಅಂದು ಅದನ್ನು ಎದೆ ಮೇಲೆ ಹಾಕಿಕೊಂಡು ಮಲಗಿರೋಳು ಕ್ರಮೇಣ ಬಾಯಿಂದ ಮಾತೇ ಹೊರಡದೇ ಸುಮ್ಮನೇ ಬೀರು ಕಡೆ ಕೈ ತೋರಿಸೋಳು. ಮಗ ಅರ್ಥ ಮಾಡಿಕೊಂಡು ಅಜ್ಜಿ ಸೀರೆನ ತಂದು ಅಮ್ಮನ ಕೈಲಿ ಕೊಡ್ತಿದ್ದ. ಅಮ್ಮ ನಿದ್ದೆಗೆ ಜಾರಿದ ಮೇಲೆ ಮತ್ತೆ ಸೀರೇನ ಬೀರುನಲ್ಲಿ ಇಡ್ತಿದ್ದ.

ತೀರ ಹಾಸಿಗೆ ಹಿಡಿದ ಗೀತ ಈಗೀಗ ಪ್ರಪಂಚ ಜ್ಞಾನವೇ ಇಲ್ಲದಂತೆ ಮಲಗಿರುತ್ತಾಳೆ. ಅವಳಿಗೆ ಈಗ ಅಮ್ಮನ ಸೀರೆಯ ಬಗೆಗೂ ಗಮನವಿಲ್ಲ. ಎಷ್ಟು

ಕೂಗಿದರೂ ಗೀತ ಮಾತಾಡದೇ ಇರುವಾಗ ಸೀರೆ ತಂದು ಅವಳಿಂದ ಮುಟ್ಟಿಸಿ ಕಿವಿಯಲ್ಲಿ ಅಮ್ಮನ ಸೀರೆ ತಂದಿದೀನಿ ಅಂದು ಅವಳನ್ನು ಎಚ್ಚರಗೊಳಿಸಲು ಯತ್ನಿಸುತ್ತಿದ್ದರು. ಯಾವಾಗಲೋ ಒಂದು ಸಾರಿ ಕಣ್ಣುಬಿಡೋಳು ಅಷ್ಟೆ. ಡಾಕ್ಟರು ಬಂದು ಹೋಗಿ ಮಾಡುತ್ತಿದ್ದರು. ಅವರಿಗೂ ಅವಳ ಸ್ಥಿತಿ ಅರ್ಥವಾಗದಂತಿತ್ತು. ಮತ್ತೊಂದು ದಿನ ಬಂದ ಡಾಕ್ಟರು "ನೋಡಿ ಅವರು ಯಾರನ್ನೋ ನೆನಪು ಮಾಡ್ಕೊತಾ ಇದಾರೆ, ಅವರು ಬಂದು ಕಣ್ಣ ಮುಂದೆ ನಿಲ್ಲದ ಹೊರತು ಪ್ರಾಣ ಹೋಗಲ್ಲ. ಅವರು ಯಾರು ಅಂತ ಯೋಚನೆ ಮಾಡಿ ಅವರನ್ನು ಆದಷ್ಟು ಬೇಗ ಕರೆಸಿ" ಅಂದರು. ಯಾರಿರಬಹುದು ಅಂತ ಸದಾನಂದ ಮತ್ತು ಮಕ್ಕಳು ತಲೆ ಕೆಡಿಸಿಕೊಂಡು ಯೋಚಿಸಿದರು. ಅವರ ಹತ್ತಿರದ ನೆಂಟರನ್ನೂ, ಅಕ್ಕಪಕ್ಕದ ಹೆಂಗಸರ ಪೈಕಿ ತುಂಬಾ ಆತ್ಮೀಯರಾದವರನ್ನೂ ಕರೆಸಿದರೂ ಪ್ರಯೋಜನವಾಗಲಿಲ್ಲ. ಹೆಂಡತಿಯ ಸಂಕಟ ನೋಡಲಾರದೇ ಸದಾನಂದನೂ ಸಂಕಟ ಪಡುತ್ತ ಕೂತಿದ್ದ ಒಂದು ದಿನ ಅವನಿಗೆ ತಕ್ಷಣ ಸೀರೆಯ ನೆನಪಾಯಿತು. ಈಚೆಗೆ ಸೀರೆ ತಂದು ತೋರಿಸಿದರೂ ಗೀತಳಿಗೆ ಗೊತ್ತಾಗುತ್ತಿರಲಿಲ್ಲ. ನೋಡು ಇದು ಅಜ್ಜಿ ಸೀರೆ ಅಂದು ಮಗ ತೋರಿಸಿದರೂ ಅವಳ ಕಣ್ಣು ಅರಳುತ್ತಿರಲಿಲ್ಲ. ಹೀಗಾಗಿ ಈಚೆಗೆ ಅವರು ಗೀತಳಿಗೆ ಸೀರೆ ತೋರಿಸೋದನ್ನು ಬಿಟ್ಟಿದ್ದರು. ಸೀರೆ ಬೀರುನಲ್ಲಿ ಭದ್ರವಾಗಿತ್ತು. ಈಗ ಹೆಂಡತಿಯ ಸ್ಥಿತಿ ನೋಡಿ ಸದಾನಂದನಿಗೆ ಹೀಗೆ ಇದ್ದರೂ ಇರಬಹುದು ಅನಿಸಿ ಕೂಡಲೇ ಎದ್ದು ಬೀರು ಬಳಿ ಹೋಗಿ ಅವಳ ಅಮ್ಮನ ಸೀರೆಯನ್ನು ತಂದು ಹೆಂಡತಿಗೆ ಹೊದಿಸಿದ. ತಲೆಗೂದಲು ಸವರಿ ಮೃದುವಾಗಿ ಮಾತಾಡಿಸುತ್ತಾ ಅವಳು ಕಣ್ಣು ಬಿಡುವಂತೆ ಮಾಡಿ ಅವಳ ಅಮ್ಮನ ಸೀರೆಯನ್ನು ತೋರಿಸಿ ಅವಳ ಕೈಯಿಂದ ಸೀರೆಯನ್ನು ಸವರಿಸಿ "ನೋಡು, ಕಣ್ಣುಬಿಡು, ಅಮ್ಮನ ಸೀರೆ ನೋಡು. ಅದನ್ನು ನಿನಗೆ ಹೊದಿಸಿದೀನಿ. ಅಮ್ಮ ನಿನ್ನನ್ನು ತಬ್ಬಿದ್ದಾಳೆ ಅಲ್ವಾ" ಅಂದ. ಗೀತ ಕಡೇ ಬಾರಿಗೆ ಎನ್ನುವಂತೆ ಕಣ್ಣುಬಿಟ್ಟಳು. ತನ್ನ ಮೈ ಮೇಲಿದ್ದ ಸೀರೆಯನ್ನು ನೋಡಿದಳು. ಅದನ್ನು ಬಲಹೀನವಾದ ಕೈಗಳಿಂದ ಬಿಗಿದಪ್ಪಿಗಳು. ಕಣ್ಣಲ್ಲಿ ಬಳ ಬಳ ನೀರು ಸುರಿಯಿತು. ಕಡೆಯ ಬಾರಿ ಎನ್ನುವಂತೆ ಸೀರೆಯನ್ನೂ ಮಕ್ಕಳನ್ನೂ ಗಂಡನನ್ನೂ ಮೊಮ್ಮಕ್ಕಳನ್ನೂ ನೋಡಿದಳು. ಕ್ರಮೇಣ ಕಣ್ಣುಗಳು ಮುಚ್ಚಿಕೊಂಡವು. ಹೃದಯದ ಬಡಿತವೂ ನಿಂತಿತು.

(ಲಹರಿ, ಏಪ್ರಿಲ್ 2022)

ಹೊಸಾ ಮನೆ

ಸುಮಾರು ಹನ್ನೊಂದು ಗಂಟೆ. ಬೆಳಗಿನ ಉಪಾಹಾರ ಮುಗಿಸಿ ರಾಜಾರಾಯರು ಪೇಪರ್ ಓದುತ್ತಿದ್ದಾಗ ಮನೆಯ ದೂರವಾಣಿ ಶಬ್ದ ಮಾಡಿತು. ರಿಸೀವರ್ ಕಿವಿಗಿಟ್ಟು "ಹಲೋ ರಾಜಾರಾವ್ ಹಿಯರ್" ಅಂದರು

"ಸರ್ ನಮಸ್ಕಾರ ನಾನು ಪಾಂಡುರಂಗ ಅಂತ. ನಿಮ್ಮ ಊರಿನವನು. ನಿಮ್ಮ ಬಳಿ ಸ್ವಲ್ಪ ಮಾತಾಡಬಹುದಾ."

"ಮಾತಾಡಿ."

"ಸರ್, ಇತ್ತೀಚೆಗೆ ನಿಮ್ಮನೆ ಕಡೆ ಅನೇಕ ಜನ ನೋಡ್ಕೊಂಡು ಹೋಗ್ತಿರ್ತಾರೆ. ಇವತ್ತು ಬೆಳಗ್ಗೆ ತಿಳಿದ ವಿಷಯ ಏನೂಂದ್ರೆ ನಿಮ್ಮನೆ ಅಗೆದರೆ ನಿಧಿ ಸಿಕ್ಕುತ್ತೇಂತ ಜ್ಯೋತಿಷಿಗಳು ಖಚಿತಪಡಿಸಿದಾರಂತೆ. ನಿಮಗೆ ತಿಳಿಸೋಣ ಅಂತ ಫೋನ್ ಮಾಡ್ದೆ."

"ನನಗೆ ಇದರಲ್ಲೆಲ್ಲಾ ನಂಬಿಕೆ ಇಲ್ಲ."

"ನಿಧಿ ಇರೋ ವಿಚಾರ ಇನ್ನೂ ಜಗಜ್ಜಾಹೀರಾಗಿಲ್ಲ. ನಿಮ್ಮ ಮನೆ ಜಾಗ ಅಂದ್ಮೇಲೆ ಅಲ್ಲಿ ಸಿಗೋ ನಿಧಿನೂ ನಿಮ್ದೇ ಅಲ್ವೇ."

"ಒಂದು ವೇಳೆ ನಿಧಿ ಸಿಗದೇ ಇದ್ದರೆ."

"ಅಂಥಾ ಸಾಧ್ಯತೆ ತುಂಬಾ ಕಡಿಮೆ. ಯಾಕೇಂದ್ರೆ ಒಬ್ಬರಲ್ಲ ಇಬ್ಬಿಬ್ಬರು ಜ್ಯೋತಿಷಿಗಳೂ ಖಡಾಖಂಡಿತವಾಗಿ ಹೇಳಿದ್ದಾರೆ."

"ಯಾರೋ ಹೇಳೋ ಮಾತು ನಂಬೋದು ಹೇಗ್ರೀ."

"ನಂಬಬೇಕು ಸರ್. ಅದೃಷ್ಟ ಹುಡುಕಿಕೊಂಡು ಬಂದಾಗ ನಂಬಿಕೆ ಬರೋದು ಕಷ್ಟ. ನೀವು ಬಂದು ಅವರನ್ನು ಭೇಟಿ ಮಾಡಿ ಮುಖಾಮುಖಿ ಚರ್ಚಿಸಿ."

"ನನಗೆ ನಿಧಿಯಲ್ಲಿ ಆಸಕ್ತಿಯಿಲ್ಲ ಕಣ್ರೀ."

"ನಿಧಿ ವಿಚಾರದಲ್ಲಿ ನಾನೊಂದು ಮಾತು ಹೇಳ್ತೀನಿ. ನಿಧಿ ಯಾರನ್ನು ಸೇರಬೇಕೋ ಅವರನ್ನು ಬೇಡಾಂದ್ರೂ ಸೇರಿಯೇ ಸೇರುತ್ತೆ. ಬೇಕೂಂದ್ರೆ ನಿಮ್ಮ ಜಾತಕ ನನಗೆ ಮೈಲ್ ಮಾಡಿ ನಾನು ನೋಡಿ ಹೇಳ್ತೀನಿ."

"ಎರಡು ದಿನ ಬಿಟ್ಟು ಫೋನ್ ಮಾಡ್ತೀನಿ" ಅಂದ್ರು ರಾಜಾರಾಯರು.

ಮಗ ಸೊಸೆ ಇಬ್ಬರೂ ಆಫೀಸಿನಿಂದ ಬಂದಾಗ ರಾಜಾರಾಯರು ವಿಚಾರ ತಿಳಿಸಿದರು

ಸೊಸೆ ರಮ್ಯ "ಹೌದಾ ಮಾವ, ಹಳೇ ಕಾಲದ ಒಡವೆಗಳೊಂದ್ರೆ ಗಟ್ಟಿಯಾಗಿರುತ್ವೆ, ತೂಕವಾಗಿರುತ್ವೆ, ಒಪ್ಕೊಳಿ ಮಾವ" ಅಂದಳು

ರಾಘು, "ರಮ್ಯ ಇದು ದಿಢೀರಂತ ನಿರ್ಧರಿಸೋಕಾಗಲ್ಲ. ಅಪ್ಪ ಬಾಳಿ ಬದುಕಿದ ಮನೆ. ಅವರ ಆಸೆಗೆ ವಿರುದ್ಧವಾಗಿ ಮನೆ ಕೆಡವೋಕೆ ಆಗುತ್ತಾ" ಅಂದ.

"ರೀ, ಹಿಂದಿನ ಕಾಲದ ನಿಧೀಂದ್ರೆ ಅದು ಏನಿಲ್ಲಾಂದ್ರೂ ಇವತ್ತಿನ ರೇಟಿಗೆ ಹತ್ತಿಪ್ಪತ್ತು ಕೋಟಿ ಆಗುತ್ತೆ."

"ನಿಧಿ ಸಿಕ್ಕೋದು ಮುಖ್ಯವಲ್ಲ. ಅದನ್ನು ದಕ್ಕಿಸಿಕೊಳ್ಳೋದು ಮುಖ್ಯ. ಈ ವಿಚಾರದಲ್ಲಿ ಅಪ್ಪನ ನಿರ್ಧಾರವೇ ಅಂತಿಮ" ಅಂದ. ರಘು. ರಾಜಾರಾಯರು "ರಾಘು ಈಗ ನೆಮ್ಮದಿಯಾಗಿದೀವಿ. ಈ ನಿಧಿ ಪಧಿ ಎಲ್ಲ ನಮಗೆ ಬೇಕಾ" ಅಂದರು.

"ನಮ್ಮನೇ ನೆಲದಲ್ಲಿ ನಿಧಿ ಇದೇನ್ನೋ ವಿಚಾರ ಜನರಿಗೆ ಗೊತ್ತಾದರೆ ಮನೆ ಕೊಳ್ಳೋಕೆ ಜನರಲ್ಲಿ ಪೈಪೋಟಿ ಶುರುವಾಗುತ್ತೆ. ಮನೆ ಮಾರೀಂತ ನಮ್ಮನ್ನು ಬಲವಂತ ಮಾಡ್ತಾರೆ. ನಿಧಿ ಇರೋದೇ ಆದರೆ ಅದು ಇನ್ಯಾರಿಗೋ ಸೇರೋ ಬದಲು ನಮಗೇ ಸೇರಲಿ" ಅಂದ

ರಾತ್ರಿ ಮಲಗಿದಾಗ ರಾಜಾರಾಯರಿಗೆ ಇದೇ ಚಿಂತೆ.

ಒಂದು ವಾರದ ನಂತರ ರಾಜಾರಾಯರು ಮಗನಿಗೆ "ನಾನು ಊರಿಗೆ ಹೋಗಿ ವಿಚಾರ ತಿಳ್ಕೊಂಡು ಬರ್ತೀನಿ" ಅಂದು ಹೊರಟರು. ರಾಜಾರಾಯರು ಬಂದಿರುವ ವಿಚಾರ ತಿಳಿದು ಪಾಂಡುರಂಗ ಬಂದರು. "ನಾನೇ ನಿಮಗೆ ಫೋನ್ ಮಾಡಿದ್ದು. ನಿಮ್ಮ ಮನೆಯ ಈಶಾನ್ಯ ಮೂಲೆಯಲ್ಲಿ ನಿಧಿ ಇರೋದು ಖಚಿತವಂತೆ." ಅಂದರು

ರಾಜಾರಾಯರು "ಪಾಂಡುರಂಗ ಅವರೇ ನಿಧಿ ಸಿಕ್ಕರೆ ಅದನ್ನು ಸರ್ಕಾರಕ್ಕೆ ಒಪ್ಪಿಸಬೇಕು ಅನ್ನೋ ಕಾನೂನಿರೋದು ಗೊತ್ತಿಲ್ವಾ. ಮತ್ತೆ ನಿಧಿ ಒಂದು ಬಲಿ ತಗೊಳುತ್ತಂತೆ ನಿಜವಾ "ಅಂತ ಕೇಳಿದರು

"ಅದನ್ನೆಲ್ಲಾ ನಂಬಬೇಡಿ."

"ಆಯ್ತು ದೇವರ ಅನುಗ್ರಹ."

"ಬೆಳಗ್ಗೆ ಒಬ್ಬ ನಿಯತ್ತಿನ ಕಂಟ್ರಾಕ್ಟರ್‌ನ ಕರ್ಕೊಂಡು ಬರ್ತೀನಿ. ಕೆಲಸ ಅವನಿಗೇ ಕೊಡೋಣ" ಅಂದರು ಪಾಂಡುರಂಗ

ಒಂದು ತಿಂಗಳಿನಲ್ಲಿ ರಾಜಾರಾಯರು ಎಲ್ಲ ಮಾಹಿತಿಗಳನ್ನೂ ಪಡೆದುಕೊಂಡ ನಂತರ ಬಾಡಿಗೆಯವರನ್ನು ಖಾಲಿ ಮಾಡಿಸಿದರು.

ರಾತ್ರಿ ರಾಜಾರಾಜರು ಮಗನನ್ನು ಕೇಳಿದರು. "ನಾಳೆನೇ ಮನೆ ಅಗೆಯೋ ಕೆಲಸ ಶುರುವಾಗುತ್ತೆ. ನೀನೂ ಬರ್ತೀಯೇನು" "ನಾನು ಎರಡು ದಿನ ಬಿಟ್ಟು ಬರ್ತೀನಿ. ನೀವು ಹುಷಾರು." ಅಂದ ರಾಘು

ಮರುದಿನ ಶುಕ್ರವಾರ ಬೆಳಗ್ಗೆ ಕೆಲಸ ಶುರುವಾಗಿ ಕೇವಲ ಒಂದೇ ವಾರದಲ್ಲಿ ತಲತಲಾಂತರದಿಂದ ಬಂದಿದ್ದ ಮನೆ ನೆಲಸಮವಾದಾಗ ರಾಜಾರಾಯರು ಕಣ್ಣೊರೆಸಿಕೊಂಡರು.

"ನಾನು ಹೇಳಿದ್ನಲ್ಲ ಜೋತಿಷಿಯನ್ನು ನಾಳೆ ಬರಹೇಳಿದೀನಿ. ಅವರು ನಿಧಿ ಇರೋ ಜಾಗದ ಗುರುತು ಮಾಡುತ್ತಾರೆ. ಅಲ್ಲಿ ಅಗೀಲಿ ಅಂದರು. ಮರುದಿನ ಜ್ಯೋತಿಷಿ ಬಂದರು. ನೆಲಸಮವಾದ ಮನೆಯ ಜಾಗಗಳಲ್ಲಿ ಸುತ್ತಾಡಿ, ಕಣ್ಣುಮುಚ್ಚಿ, ತಿರುಗಿ, ಧ್ಯಾನ ಮಾಡಿ, ಹೂಂಕರಿಸಿ, ನಿಂಬೆ ಹಣ್ಣು ಮಂತ್ರಿಸಿ ಹತ್ತಾರು ಕಡೆ ಒಗೆದು ಹತ್ತು ನಿಮಿಷ ಮೌನದಲ್ಲಿದ್ದರು. ನಂತರ ಹತ್ತು ಕಡೆ ಗುರುತು ಮಾಡಿ ಇಲ್ಲಿ ಅಗೀರಿ ಅಂದರು. ಒಂದು ಕಡೆ ಹತ್ತು ಅಡಿ ಆಳ ಮೂರಡಿ ಅಗಲದ ಗುಂಡಿ ಅಗೆದದ್ದು ಆಯಿತು. ನಿಧಿ ಕಾಣಲಿಲ್ಲ. ನಿರಾಶರಾಗಬೇಡಿ ಅಗೀರಿ ಅಂದರು. ಒಂದು ವಾರದಲ್ಲಿ ಹತ್ತೂ ಕಡೆ ಗುಂಡಿಗಳು ಆದವೇ ಹೊರತು ನಿಧಿ ಸುಳಿವಿಲ್ಲ. ರಾಘು ಕೂಡಾ ಎಲ್ಲವನ್ನೂ ನೋಡುತ್ತಿದ್ದ. ಎಷ್ಟು ಅಗೆದರೂ ಮಣ್ಣು ಬಂತೇ ಹೊರತು ನಿಧಿ ಬರಲಿಲ್ಲ. ರಾಜಾರಾಯರು ಖಿನ್ನರಾದರು. ಮರುದಿನ ಬಂದ ಜ್ಯೋತಿಷಿಗಳು "ನಿಧಿ ಈಗ ಸುಮಾರು ಒಂದು ವರ್ಷದಿಂದ ಇದೇ ಜಾಗದಲ್ಲಿ ಕಾಲು ಮುರ್ಕೊಂಡು ಬಿದ್ದಿತ್ತು. ಯಾವಾಗ ನಾವು ಅಗೆಯೋಕೆ ಶುರು ಮಾಡಿದೆವೋ ಆಗ ಅದು ಮುಂದಕ್ಕೆ ಹೋಗಿದೆ. ನನ್ನನ್ನು ಕ್ಷಮಿಸಿ, ನೋಡ್ರಪ್ಪ ಈ ಎಲ್ಲಾ ಗುಂಡಿಗಳನ್ನೂ ಮುಚ್ಚಿಬಿಡಿ" ಅಂದರು.

ಜ್ಯೋತಿಷಿ ಹೋದ್ಮೇಲೆ ರಾಜಾರಾಯರು ಮಗನಿಗೆ "ನಾವು ಮಣ್ಣು ತಿನ್ನೋ ಕೆಲಸ ಮಾಡ್ಕೊಂಡ್ವು" ಅಂದರು.

ಪಾಂಡುರಂಗ "ನಾನೊಂದು ಸಲಹೆ ಕೊಡಲೇ" ಅಂತ ಕೇಳಿದರು.

ಅಪ್ಪ ಮಗ ಇಬ್ಬರೂ ತಲೆದೂಗಿದ ಮೇಲೆ "ಹೇಗೂ ಗುಂಡಿ ತೋಡಿಯಾಗಿದೆ. ಬೇರೆ ಮನೆ ಕಟ್ಟಿಸಿಬಿಡಿ" ಅಂದರು. ರಾಜಾರಾಯರು "ನೀವು ಹೇಳೋದೇನೋ ಸರಿ, ಆದರೆ ಮನೆ ಕಟ್ಟೋಕೆ ಪ್ಲಾನ್ ಮಾಡಬೇಕು. ದುಡ್ಡು ಬೇಕು. ಎಲ್ಲಿಂದ ತರಲಿ ದುಡ್ನ ನಾನು" ಅಂದರು.

ರಾಘು "ಅಪ್ಪಾ ನಮಗೆ ನಿಧಿ ಯೋಗ ಇದೇಂತ ನೀವು ಒಪ್ಪಿದ್ರಿ. ಇದರಲ್ಲಿ ನಿಮ್ಮ ತಪ್ಪೇನಿಲ್ಲ. ತಪ್ಪನ್ನು ಸರಿಪಡಿಸಿಕೊಳ್ಳೋದು ಜಾಣತನ. ನೀವು ಒಪ್ಪಿದರೆ ನಾನು ದುಡ್ಡಿಗೆ ವ್ಯವಸ್ಥೆ ಮಾಡ್ತೀನಿ. ಹೊಸ ಮನೆ ಕಟ್ಟಿಸೋಣ." ಅಂದ. ರಾಜಾರಾಯರು "ಸರಿ" ಅಂದರು.

ಮರುದಿನ ರಾಘು "ಅಪ್ಪಾ ನನ್ನದೊಂದು ಸಲಹೆ ಇದೆ. ಅದು ನಿಮಗೆ ಸಮ್ಮತವಾದರೆ ಮಾತ್ರ ಮುಂದುವರಿಯೋಣ" ಅಂದ. ರಾಜಾರಾಯರು "ಏನದು" ಅಂದರು. "ನಮ್ಮ ಇಷ್ಟು ದೊಡ್ಡ ಜಾಗದಲ್ಲಿ ಒಂದು ಮನೆ ಅಂದ್ರೆ

ದೊಡ್ಡ ಮನೆ ಕಟ್ಟಬೇಕಾಗುತ್ತೆ. ದೊಡ್ಮನೆ ಅಂದ್ರೆ ಬಾಡಿಗೆ ಬರೋರು ಕಷ್ಟ. ಅದಕ್ಕೆ ಎಲ್ಲಾ ಜಾಗನೂ ಉಪಯೋಗಿಸಿಕೊಂಡು ಒಟ್ಟು ನಾಲ್ಕು ಮಹಡಿಯ ಹತ್ತು ಮನೆ ಕಟ್ಟೋಣ. ಒಂದು ಮನೆ ನಾವು ಇಲ್ಲಿಗೆ ಬಂದಾಗ ಇರೋಕೆ. ಮಿಕ್ಕಿದ್ದನ್ನು ಬಾಡಿಗೆಗೆ ಕೊಡೋಣ. ಅವಶ್ಯಕತೆ ಬಂತೂಂದ್ರೆ ಒಂದೊಂದೇ ಮನೇನ ಮಾರೋಣ" ಅಂದ. ರಾಜಾರಾಯರು ಮಗನ ಮುಖ ನೋಡಿ "ಅಲ್ಲ ಕಣೋ ನೀನು ಹೇಳೋದು ನೋಡಿದ್ರೆ ಬಹಳ ದೊಡ್ಡ ಪ್ರಾಜೆಕ್ಟ್ ಆಗುತ್ತೆ. ದುಡ್ಡು ತುಂಬಾ ಬೇಕಾಗುತ್ತೆ ಹೇಗೆ ಹೊಂದಿಸ್ತೀಯ. ಯಾಕೋ ಈ ಮನೆ ಕೆಡವಿ ಮಣ್ಣು ತಿನ್ನೋ ಕೆಲಸ ಮಾಡ್ಕೊಂಡೆ ಅನಿಸ್ತಿದೆ. ಈ ವಯಸ್ನಲಿ ನಿನಗೆ ನಾನು ಹೊರೆಯಾಗೋದೇ" ಅಂದರು. "ಹಾಗೇನೂ ಇಲ್ಲ" ಅಂತ ರಾಘು ತಂದೇನ ಸಮಾಧಾನ ಮಾಡಿದ.

ಮುಂದಿನ ವಾರದಿಂದಲೇ ಮನೆಯವರೆಲ್ಲರ ಸಮ್ಮುಖದಲ್ಲಿ ಕೆಲಸ ಪ್ರಾರಂಭವಾಗೋ ಮೊದಲು ನಕ್ಷೆ ತೋರಿಸಿ ರಾಘು "ಅಪ್ಪ ಇದು ಕಾಂಪ್ಲೆಕ್ಸ್‌ನ ನಕ್ಷೆ. ಇದು ನಾಲ್ಕನೇ ಅಂತಸ್ತಿನ ಪೆಂಟ್ ಹೌಸ್. ಇದು ನಿಮ್ಮ ಕೋಣೆ, ಇದು ನನ್ನ ಮತ್ತು ರಮ್ಯಳ ಕೋಣೆ, ಇದು ಮಕ್ಕಳ ಕೋಣೆ. ಇಲ್ಲಿ ದೇವರ ಮನೆ. ಈ ಮನೆಗೆ ಅಮ್ಮನ ಹೆಸರು ಮತ್ತು ಇಡೀ ಕಟ್ಟಡಕ್ಕೆ ರಾಜಾರಾವ್ ಕಾಂಪ್ಲೆಕ್ಸ್ ಅಂತ ಹೆಸರಿಡೋಣ" ಅಂದ. ಕೇವಲ ಎರಡೇ ವರ್ಷಗಳಲ್ಲಿ ನಾಲ್ಕು ಅಂತಸ್ತಿನ ಹತ್ತು ಮನೆಗಳು ಸಿದ್ಧವಾದವು. ರಾಜಾರಾಯರು ಬಂದಾಗಲೆಲ್ಲಾ ಬಹಳ ಸಂತೋಷಪಡುತ್ತಿದ್ದರು. ಏನೋ ಮಾಡೋಕೆ ಹೋಗಿ ಏನೋ ಆಯ್ತು ಅನ್ನೋ ಹಾಗಾಗಿದೆ ನಮ್ಮ ಸ್ಥಿತಿ ಅಂದುಕೊಂಡರು. ಒಂದು ದಿನ ರಾಜಾರಾಯರು ತಮ್ಮ ಹಳೇ ಮನೆ ಫೋಟೋನೂ ಈಗ ಎದ್ದಿರುವ ಕಟ್ಟಡದ ಫೋಟೋನೂ ಅಕ್ಕ ಪಕ್ಕ ಇಟ್ಟುಕೊಂಡು ನೋಡುತ್ತಿದ್ದರು. ನಾನು ಇರೋತನಕ ಈ ಮನೆಯನ್ನು ಕೆಡವೋದು ಬೇಡಾಂದ್ಕೊಂಡಿದ್ದೆ. ಕಾಲ ಬದಲಾಯಿತು, ನಾನೂ ಬದಲಾದೆ. ಅದರಿಂದ ಹೊಸ ಮನೆ ಆಯಿತು ಅನಿಸಿತು. ಗೃಹಪ್ರವೇಶದ ದಿನ ಎಲ್ಲರಿಗಿಂತ ಹೆಚ್ಚು ಸಂತಸಪಟ್ಟವರೆಂದರೆ ರಾಜಾರಾಯರು.

** ** **

ಗೃಹಪ್ರವೇಶ ಆದ ಮೇಲೆ ರಾಘು ಪತ್ನೀ ಸಮೇತ ಪಾಂಡುರಂಗ ಅವರ ಮನೆಗೆ ಹೋಗಿ ಅವರಿಗೆ ರೇಷ್ಮೆ ಪಂಚೆ, ಅವರ ಹೆಂಡತಿಗೆ ರೇಷ್ಮೆ ಸೀರೆ ಕೊಟ್ಟು ಕೈ ಮುಗಿದ. "ಅಯ್ಯೋ ಇವೆಲ್ಲಾ ಯಾಕೆ" ಅಂತ ಪಾಂಡುರಂಗ ಅವರು ಅಂದಾಗ "ಏನ್ಸಾರ್ ಹೀಗಂತೀರ. ನಿಮ್ಮ ಉಪಕಾರನ ನಾನು ಮರೆಯೋಕೆ ಆಗುತ್ತಾ. ನಾನು ಸುಮಾರು ಮೂರು ವರ್ಷದಿಂದ ಮನೆ ಹಳೇದಾಗಿದೆ, ಕೆಡವಿ ಬೇರೆ ಕಟ್ಟಿಸೋಣ ಅಂತ ಎಷ್ಟು ಹೇಳಿದ್ರೂ ಅಪ್ಪ ಕೇಳ್ತಿರಲಿಲ್ಲ. ನಿನಗೇನು

ಗೊತ್ತೋ ನನಗೆ ಆ ಮನೆ ಮೇಲಿರೋ ಸೆಂಟಿಮೆಂಟು ಅಂತಿದ್ರು. ನನ್ನ ಉಸಿರು ಇರೋತನಕ ಮನೆಯನ್ನು ಕೆಡವೋಕಾಗಲೀ, ರಿಪೇರಿ ಮಾಡಿಸೋಕಾಗಲೀ, ಕಾಂಪ್ಲೆಕ್ಸ್ ಕಟ್ಟಿಸೋದಕ್ಕಾಗಲೀ ನಾನು ಬಿಡೋಲ್ಲ ಅಂತ ಪಟ್ಟು ಹಿಡಿದಿದ್ದ ನಮ್ಮ ತಂದೇನ ನಿಧಿ ಆಸೆ ತೋರಿಸಿ ಒಪ್ಪಿಸಿದ್ದು ನಿಮ್ಮ ಸಾಧನೆ ಅಲ್ವೇ. ನೀವು ಈ ಉಪಾಯ ಮಾಡದಿದ್ರೆ ನಮ್ಮ ತಂದೆ ಮನೆ ಕೆಡವೋಕೆ ಖಂಡಿತಾ ಒಪ್ಪುತ್ತಿರಲಿಲ್ಲ.

ರಾಘು ಅಲ್ಲಿಂದ ಹೊರಟಾಗ "ರಾಘು ನೀನು ನಿನ್ನ ತಂದೆಗೆ ಮೋಸ ಮಾಡಿದೆ ಅಂತ ಅನಿಸ್ತಿದೆಯಾ" ಅಂತ ಕೇಳಿದರು. ರಾಘು ತಲೆ ಕೊಡವಿ "ಇಲ್ಲ, ಸಾವಿರ ಸುಳ್ಳು ಹೇಳಿ ಒಂದು ಮದುವೆ ಮಾಡು ಅಂತಾರಲ್ಲ ಹಾಗೆ ಇದೂ. ಹಳೆ ಮನೆ ಕೆಡವಿ ಹೊಸ ಮನೆ ಕಟ್ಟುವಾಗ ಒಂದಾದರೂ ಸುಳ್ಳು ಹೇಳಬೇಕಾಗಿ ಬರುತ್ತೆ ಅನ್ನೋದು ಇದರಿಂದ ಸಾಬೀತಾಯಿತು. ಆದರೆ ನಮ್ಮ ತಂದೆ ಈಗ ಎಷ್ಟು ಖುಷಿಯಾಗಿದಾರೆ ಅಂದರೆ ನನಗೆ ಅಪ್ಪನಿಗೆ ಸುಳ್ಳು ಹೇಳಿದ ಬೇಜಾರೇ ಇಲ್ಲ" ಅಂದ.

ರಾಘು ಲಿಫ್ಟ್ ಒಳಗೆ ಬಂದು ಗುಂಡಿ ಒತ್ತಿ ನಾಲ್ಕನೇ ಮಹಡಿಯ ತನ್ನ ಮನೆಗೆ ಬಂದಾಗ ರಾಜಾರಾಯರು ಆರಾಮ ಕುರ್ಚಿಯಲ್ಲಿ ಕೂತು ಪತ್ರಿಕೆ ಓದುತ್ತಿದ್ದವರು ರಾಘುನ ನೋಡಿ, "ರಾಘು ಈ ಮನೇಲಿ ಗಾಳಿ ಬೆಳಕು ಯಥೇಚ್ಛವಾಗಿ ಬರುತ್ತೆ ಕಣೋ. ನನಗೆ ಈ ಮನೆ ಮೇಲೆ ವ್ಯಾಮೋಹ ಬರೋಕೆ ಶುರುವಾಗಿದೆ. ನಾನು ಇನ್ನು ತಿಂಗಳಲ್ಲಿ ಒಂದು ವಾರ ಬಂದು ಇಲ್ಲಿರ್ತೀನಿ, ಆದರೆ ನೀನು ಆದಷ್ಟು ಬೇಗ ಸಾಲ ತೀರಿಸ್ಕೋ" ಅಂದು ಸಲಹೆ ನೀಡಿದರು. ರಾಘು ಆಗ್ಲೀಪ್ಪ ಅಂದ.

ರಮ್ಯ ಪಾಯಸದ ಅಡಿಗೆ ಮಾಡಿದ್ದಳು. ಮಗ ಸೊಸೆ ಮೊಮ್ಮಕ್ಕಳೊಂದಿಗೆ ಊಟ ಮಾಡುತ್ತಿದ್ದ ರಾಜಾರಾಯರು ಗೋಡೆಯಲ್ಲಿದ್ದ ಪತ್ನಿಯ ಫೋಟೋ ನೋಡಿ "ಈ ಸುಖ ಕಾಣಲು ಅವಳಿರಬೇಕಿತ್ತು" ಅಂದರು. ಗಂಟಲು ಕಟ್ಟಿತು. ರಾಘು ತಂದೆ ಬೆನ್ನು ತಟ್ಟಿ "ಅಪ್ಪಾ ಅಮ್ಮ ಎಲ್ಲೂ ಹೋಗಿಲ್ಲ ಇಲ್ಲೇ ಇದಾಳೆ. ಅವಳು ನಮ್ಮನ್ನೆಲ್ಲಾ ನೋಡ್ತಿದಾಳೆ ಆದರೆ ನಾವು ಅವಳನ್ನು ನೋಡೋಕಾಗ್ತಿಲ್ಲ ಅಷ್ಟೆ" ಅಂದ. ಮಗ ಹೇಳಿದ್ದು ಸರೀಂತ ಭುಜ ಕುಣಿಸಿದ ರಾಜಾರಾಯರು ಊಟ ಮುಂದುವರಿಸಿದರು.

ಮೌನ ಭೇದಿಸಿದ ಸತ್ಯ

ಯಾರೋ ಮಹಾತ್ಮರು ಊರಿಗೆ ಬಂದು ಛತ್ರದಲ್ಲಿ ಠಿಕಾಣಿ ಹಾಕಿದ್ದಾರೆ ಅನ್ನೋ ಸುದ್ದಿ ಕೇಳಿ ಕುತೂಹಲದಿಂದ ಮಹಾತ್ಮರು ಅಂದರೆ ಹೇಗಿರ್ತಾರೆ, ಅವರನ್ನು ನೋಡ್ಬೇಕೂಂತ ಒಂದಿಷ್ಟು ಜನ ಛತ್ರಕ್ಕೆ ಓಡೋಡಿ ಬಂದರು. ಇನ್ನೂ ಚಿಕ್ಕ ವಯಸ್ಸು, ನೀಳಕಾಯ. ಸುಂದರ ವದನದಲ್ಲಿ ಕರೀ ಗಡ್ಡ ಮೀಸೆ, ಜಟಾಧಾರಿಯಾಗಿ ಕಣ್ಣುಮುಚ್ಚಿ ಧ್ಯಾನಾಸಕ್ತರಾಗಿ ಕೂತಿದ್ದರು. ಅವರನ್ನು ನೋಡಿದ ತಕ್ಷಣ ಎಲ್ಲರ ಮನದಲ್ಲೂ ಇವರು ಮಹಾತ್ಮರೇ ಅನಿಸಿತು. ಮಹಾತ್ಮರನ್ನು ನೋಡೋಕೆಂದು ಊರಿನ ಅನೇಕರು ಹಿಂಡುಹಿಂಡಾಗಿ ಬಂದರು. ಮಹಾತ್ಮರಿಗೆ ಒಬ್ಬ ಸಹಾಯಕ. ಅವನು ಮಹಾತ್ಮರ ಕೋಣೆಯ ಬಾಗಿಲಿನಲ್ಲಿ ನಿಂತಿದ್ದ. ಅವನನ್ನು “ಇವರು ಯಾರು, ಹೆಸರೇನು, ಎಲ್ಲಿಂದ ಬಂದಿದ್ದಾರೆ” ಅಂತ ವಿಚಾರಿಸಿದರು. ಸಹಾಯಕ ಗುರುಗಳ ಹೆಸರು ಶ್ರೀಪಾದಾನಂದ ಸ್ವಾಮಿಗಳು, ಹಿಮಾಲಯದಿಂದ ನೇರ ನಿಮ್ಮೂರಿಗೆ ಬಂದಿದಾರೆ” ಅಂದ. ನಾವು ಒಳಗೆ ಹೋಗಿ ಅವರ ಆಶೀರ್ವಾದ ಪಡೀಬಹುದಾ” ಅಂತ ಕೇಳಿ ಒಳಗೆ ಹೋಗಿ ಮಹಾತ್ಮರ ಮುಂದೆ ಕೂತರು. ಕೆಲವರು “ನಮಗೆ ಆಶೀರ್ವಾದ ಮಾಡಿ” ಅಂದು ನಮಸ್ಕರಿಸಿದರು.” ಒಬ್ಬಾಕೆ ನನಗೆ ಮದುವೆಯಾಗಿ ಹತ್ತು ವರ್ಷವಾಯ್ತು, ಇನ್ನೂ ಮಕ್ಕಳಾಗಿಲ್ಲ” ಅನ್ನುತ್ತಿದಂತೆ ಮಹಾತ್ಮರು ಕಣ್ಬಿಟ್ಟು ಮುಂದಿದ್ದವರನ್ನು ನೋಡಿ ಎರಡೂ ಕೈ ಎತ್ತಿ ಆಶೀರ್ವಾದ ಮಾಡಿ ನೀವಿನ್ನು ಹೊರಡಿ ಎನ್ನುವಂತೆ ಸೂಚಿಸಿದರು. ಸಹಾಯಕ ಎಲ್ಲರನ್ನೂ ಆಚೆ ಕಳಿಸಿದ.

ಶಿವಶಂಕರಯ್ಯ ತಮ್ಮ ಬೆಳಗಿನ ಕೆಲಸಗಳನ್ನು ಮುಗಿಸಿ ವರಾಂಡಕ್ಕೆ ಬಂದು ಪೇಪರ್ ಹಿಡಿದು ಕೂತಾಗ ಅವರ ಅನುಯಾಯಿಗಳು ಬಂದು ಮಹಾತ್ಮರ ವಿಷಯ ತಿಳಿಸಿದರು. ಅದಕ್ಕೆ ಶಿವಶಂಕರಯ್ಯ “ನೋಡ್ರಯ್ಯ ಇದು ಕಲಿಯುಗ, ಇಲ್ಲಿ ಸನ್ಯಾಸಿಗಳಿಗೆ, ಸನ್ಯಾಸಿಗಳಂತೆ ವೇಷ ತೊಟ್ಟೋರಿಗೆ, ಭವಿಷ್ಯ ಹೇಳ್ತೀನಿ ಅನ್ನೋರಿಗೂ ಬರವಿಲ್ಲ, ಅಂಥೋರನ್ನು ಗುರುಗಳೂಂತ ಅನುಸರಿಸೋರಿಗೂ ಬರವಿಲ್ಲ. ನೀವ್ಯಾಕೆ ತಲೆ ಕೆಡಿಸಿಕೊಳ್ತೀರ” ಅಂದರು. “ಹಾಗಲ್ಲ, ಇನ್ನಾರು ತಿಂಗಳಿಗೆ ಚುನಾವಣೆ. ನಿಮ್ಮ ಭವಿಷ್ಯ ಹೇಗಿದೆ ಅಂತನಾದರೂ ತಿಳ್ಕೊಬಹುದಲ್ಲ” ಅಂದ ಒಬ್ಬ. ಶಿವಶಂಕರಯ್ಯ “ಅಲ್ರಯ್ಯ ನನ್ನ ಭವಿಷ್ಯ ನನಗೆ ಗೊತ್ತು. ಅವನನ್ನೇನಯ್ಯ ಕೇಳೋದು” ಅಂದರು. ಅವರೆಲ್ಲಾ ಹೋದ್ಮೇಲೆ ಶಿವಶಂಕರಯ್ಯನವರ ಹೆಂಡತಿ ನಳಿನಿ “ನಮ್ಮನೆ ಸಮಸ್ಯೆಗೆ ಅವರತ್ರ ಏನಾದರೂ ಪರಿಹಾರ ಸಿಗುತ್ತಾಂತನಾದ್ರೂ

ಕೇಳ್ಕೊಂಡು ಬರಬಹುದಲ್ವ "ಅಂದರು. ಅದಕ್ಕೆ ಶಿವಶಂಕರಯ್ಯ "ನಮ್ಮನೇಲಿ ಏನಿದ್ಯೇ ಸಮಸ್ಯೆ. ಇರೋರು ನಾವಿಬ್ಬರು. ನೀನು ನಂಗೂ ಸಮಸ್ಯೆಯಲ್ಲ ನಾನು ನಿಂಗೂ ಸಮಸ್ಯೆಯಲ್ಲ. ಹೀಗಿರುವಾಗ ಇನ್ನು ಅವರನ್ನು ಕೇಳೋದೇನು" ಅಂದರು. "ಅಲ್ಲಾರೀ ನನ್ನ ತಮ್ಮ ಶೇಖರ ಕಾಣೆಯಾಗಿ ಆಗಲೇ ಆರು ತಿಂಗಳಾಗ್ತಾ ಬಂತು. ಎಲ್ಲಿದಾನೋ, ಹೇಗಿದಾನೋ. ಪೋಲೀಸ್ ಕಂಪ್ಲೇಂಟ್ ಕೊಟ್ಟು ಮೂರು ತಿಂಗಳಾಯ್ತು. ಆದರೂ ಅವನ ವಿಚಾರ ಏನೂ ತಿಳಿದಿಲ್ಲ" ಅಂದರು. ಶಿವಶಂಕರಯ್ಯ ಎತ್ತರದ ದನಿಯಿಂದ "ಪೋಲೀಸಿನವರಿಗೆ ನಿನ್ನ ತಮ್ಮನನ್ನು ಹುಡುಕೋದೊಂದೇ ಕೆಲಸವಾ. ನಿನ್ನ ತಮ್ಮನಿಗೆ ನಾನು ಬಡ್ಕೊಂಡೆ ನಿನ್ನ ಮಿತೀಲಿ ನೀನಿರೂಂತ. ನನ್ದು ಬಿಸಿರಕ್ತ ಅಂತ ಸಿಕ್ಕ ಸಿಕ್ಕ ಕಡೆ ಕಾನೂನು ಕೈಗೆ ತಗೊಂಡು, ರೋಫ್ ಹಾಕ್ಕೊಂಡು ಮೆರಿತಾ ಓಡಾಡಿದ್ರೆ ಜನ ಸುಮ್ನಿರ್ತಾರಾ, ಯಾರು ಏನು ಮಾಡಿದರೋ ಯಾರಿಗೆ ಗೊತ್ತು" ಅಂದರು. ನಳಿನಿ ಕಿವಿ ಮುಚ್ಕೊಂಡು "ಅಪ್ಪಿ ತಪ್ಪಿ ಕೂಡಾ ಅಂಥಾ ಮಾತಾಡ್ಬೇಡಿ. ಶೇಖರ ಕೆಟ್ಟವನಲ್ಲ, ಕೆಟ್ಟ ಸಹವಾಸನೂ ಮಾಡಿದವನಲ್ಲ. ಯಾರ ಆಸ್ತಿನೂ ಹೊಡೆದೋನಲ್ಲ. ಯಾರ ಗಂಟಿಗೂ ಆಸೆ ಪಟ್ಟೋನಲ್ಲ. ಯಾವಾಗಲೂ ನ್ಯಾಯದ ಪರ, ಬಡವರ ಪರ ಹೋರಾಡ್ತಿದ್ದ ಅಷ್ಟೆ." ಅಂದರು. ಶಿವಶಂಕರಯ್ಯ ಹೆಂಡ್ತಿನ ಅಣಕಿಸಿ "ಹೌದು ಅವನೊಬ್ಬನೇ ನ್ಯಾಯದ ಪರ ಮಿಕ್ಕವರೆಲ್ಲ ಅನ್ಯಾಯದ ಪರ ಅಲ್ವಾ. ಹೋಗಿ ಕೆಲಸ ನೋಡು" ಅಂದು ಆಚೆ ಹೊರಟರು.

ಬಹಳ ದಿವಸಗಳಾದ ಮೇಲೆ ಹೆಂಡತಿ ಅವಳ ತಮ್ಮನ ವಿಚಾರ ತೆಗೆದದ್ದು ಶಿವಶಂಕರಯ್ಯನವರಿಗೆ ಹಿಡಿಸಲಿಲ್ಲ. ಶೇಖರ ಕಾಣೆಯಾದ ಮೇಲೆ ಹೆಂಡತಿ ಒತ್ತಾಯಕ್ಕೆ ಮಣಿದು ಪೋಲೀಸ್ ಸ್ಟೇಷನ್ನಿನಲ್ಲಿ ಹೆಂಡತಿಯಿಂದಲೇ ಕಂಪ್ಲೇಂಟ್ ಕೊಡಿಸಿದ್ದರು. ಆದರೆ ಮತ್ತೆ ಅವರು ವಿಚಾರಿಸೋಕೆ ಹೋಗಿರಲಿಲ್ಲ. ಯಾಕೋ ಅವರಿಗೆ ಶೇಖರನ ವಿಚಾರ ತೆಗೆದರೆ ಮೈಯೆಲ್ಲಾ ಉರಿಯುತ್ತೆ.

ಊರಿನ ಜನರಿಗೆ ಬಂದಿರುವ ಮಹಾತ್ಮರ ಬಗೆಗೆ ಚಿತ್ರವಿಚಿತ್ರ ಕುತೂಹಲ. ಅಲ್ಲಾ ಆ ಮನುಷ್ಯ ಯಾವಾಗ ನೋಡಿದರೂ ಕಣ್ಣು ಮುಚ್ಕೊಂಡು ಧ್ಯಾನ ಮಾಡ್ತಿರ್ತಾನಲ್ಲ. ಇನ್ನು ಒಂದಕ್ಕೆ ಎರಡಕ್ಕೆ ಯಾವಾಗ ಹೋಗ್ತಾನೆ, ಊಟ ತಿಂಡಿ ಯಾವಾಗ ಮಾಡ್ತಾನೆ. ಅದೆಲ್ಲ ಹೋಗ್ಲಿ ಅಂದ್ರೆ ಈ ಥರ ಧ್ಯಾನ ಮಾಡಿ ಯಾರನ್ನ ಉದ್ಧಾರ ಮಾಡ್ತಾನೆ ಅಂದ್ಕೊಂಡರು. ಒಂದಿಷ್ಟು ಜನ ಪ್ರತೀದಿನ ಛತ್ರದ ಬಳಿ ಬಂದು ಮಹಾತ್ಮರು ಉಳಿದುಕೊಂಡಿರುವ ಕೋಣೆ ಕಡೆ ಇಣುಕಿ ನೋಡೋರು. ಒಂದು ವೇಳೆ ಅವರೇನಾದರೂ ಕಣ್ಣು ಬಿಟ್ಟಿದ್ದರೆ ಮಾತಾಡಿಸೋಣ ಎನ್ನೋ ಕುತೂಹಲವಿತ್ತು. ಅವತ್ತು ಸಿದ್ದಪ್ಪ, ಚೆನ್ನಯ್ಯ, ಗೌರಿ, ಸೀತಕ್ಕ ಛತ್ರಕ್ಕೆ ಬಂದರು. ಕೋಣೆಯೊಳಗೆ ಇಣುಕಿ ಮಹಾತ್ಮರು ಧ್ಯಾನದಲ್ಲಿದ್ದುದನ್ನು ಕಂಡರು. ಒಬ್ಬರಿಗೊಬ್ಬರು ಸಂಜ್ಞೆ ಮಾಡ್ಕೊಂಡು ನಿಧಾನವಾಗಿ ಹೋಗಿ ಕೈ ಮುಗಿದು

ಅವರ ಮುಂದೆ ಕೂತ್ಕೊಂಡ್ರು. ಎಷ್ಟೊತ್ತಾದರೂ ಮಹಾತ್ಮರು ಕಣ್ಣು ಬಿಡಲಿಲ್ಲ. ಸಿದ್ದಪ್ಪ ಧೈರ್ಯವಾಗಿ "ನನ್ ಹೆಂಡ್ತಿ ತವರಿಗೆ ಹೋಗಿ ಆರು ತಿಂಗಳಾಯ್ತು, ಅವಳು ಹಿಂದಕ್ಕೆ ಬರಲ್ಲ ಅಂತ ಹೇಳಿಬಿಡಿ. ಖುಷಿಯಿಂದ ನಿಮಗೆ ಕಾಣಿಕೆ ಕೊಡ್ತೀನಿ" ಅಂದ. ಮಹಾತ್ಮರ ಪ್ರತಿಕ್ರಿಯೆ ಬರಲಿಲ್ಲ. "ನಡೀರೋ ಹೋಗೋಣ ಇವನ ಮುಂದೆ ಕೂತ್ಕೊಂಡು ಏನು" ಅಂದ್ಕೊಂಡು ಎಲ್ಲರೂ ಎದ್ದಾಗ ಸೀತಕ್ಕ "ಬುದ್ಧಿಯೋರಾ, ನೀವು ಕಣ್ಣು ಬಿಡಲೇಬೇಡಿ, ನೋಡೋಕೆ ಮಹಾತ್ಮರ ತರ ಕಾಣಿಸ್ತಿದೀರ. ನಮ್ಮ ಊರಿನ ಶೇಖರ ಈಗೊಂದು ಆರು ತಿಂಗಳಿಂದ ಪತ್ತೆಯಿಲ್ಲ. ಅವನು ಎಲ್ಲಿದಾನೆ ಏನ್ಮಾಡ್ತಿದಾನೆ ತಿಳಿಸಿ" ಅಂದಳು. ಕೆಲವು ಕ್ಷಣಗಳ ನಂತರ ಮಹಾತ್ಮರ ಬಾಯಿಂದ ಕೊಲೆ ಎನ್ನುವ ಶಬ್ದ ಬಂತು. ಈ ನಾಲ್ಕು ಜನರೂ ಗಾಬರಿಯಾದರು. ಏನೂ ಶೇಖರನದು ಕೊಲೆಯಾ? ಯಾರು ಮಾಡಿದ್ದು? ಎಲ್ಲಿ ಮಾಡಿದ್ದು? ಯಾವಾಗ ಮಾಡಿದ್ದು? ಕೊಲೆ ಆದರೆ ಹೆಣ ಎಲ್ಲಿ? ಅಂತ ಅವರವರೇ ಪ್ರಶ್ನಿಸಿಕೊಂಡರು. ಸೀತಕ್ಕ "ಬರೀ ಕೊಲೆ ಅಂದ್ಬಿಟ್ರೆ ಹೆಂಗೆ ಗೊತ್ತಾಗ್ತದೆ. ವಸಿ ವಿವರವಾಗಿ ಹೇಳಿ" ಅಂದಳು. ಮಹಾತ್ಮರು ಮತ್ತೆ ಮಾತಾಡಲಿಲ್ಲ. ಸಹಾಯಕ "ನೀವಿನ್ನು ಹೋಗಿ" ಅಂದ.

ಸೀತಕ್ಕ ನಳಿನಿ ಮನೆಗೆ ಹೋಗಿ ನಡೆದಿದ್ದನ್ನು ವದರಿದಳು. ನಳಿನಿಗೆ ಬಹಳ ಆತಂಕವಾಯಿತು. ತಮ್ಮ ಕಾಣುತ್ತಿಲ್ಲ. ಆದರೂ ಇಂದೋ ನಾಳೆಯೋ ಬಂದೇ ಬರ್ತಾನೇಂತ ಕಾಯ್ತಿದ್ದ ಮನಸ್ಸಿಗೆ ಇನ್ನು ಅವನು ಬರೋದಿಲ್ಲ ಎನ್ನೋ ವಿಚಾರ ಕತ್ತಿಯಿಂದ ತಿವಿದಂತಾಯ್ತು. ಸೀತಕ್ಕ, "ನಳಿನವ್ವ ನೀವು ಬನ್ನಿ, ಶೇಖರ ನನ್ನ ತಮ್ಮ ಅನ್ನಿ ಆಗಲಾದರೂ ಆ ಮಹಾತ್ಮರು ಇನ್ನೊಂದಿಷ್ಟು ವಿಚಾರ ತಿಳಿಸಬಹುದು" ಅಂದಳು. ನಳಿನಿ ಮಾಡ್ತಿದ್ದ ಅಡುಗೆಯನ್ನೂ ನಿಲ್ಲಿಸಿ ಸೀತಕ್ಕನ ಜೊತೆ ಹೋದಳು. ಮಹಾತ್ಮರ ಸಹಾಯಕ "ಈಗ ಅವರಿಗೆ ಊಟ, ವಿಶ್ರಾಂತಿ. ಸಂಜೆಗೆ ಬನ್ನಿ" ಅಂದು ಕಳಿಸಿದ. ಮಹಾತ್ಮರು ಹೇಳಿದ ಒಂದೇ ಪದವನ್ನು ಗಂಡನಿಗೆ ತಿಳಿಸೋಣ ಅಂದರೆ ಶಿವಶಂಕರಯ್ಯ ಫೋನ್ ಸ್ವೀಕರಿಸುತ್ತಿರಲಿಲ್ಲ. ಆಗ ಸೀತಕ್ಕ "ನಳಿನವ್ವ ನಾವು ಪೊಲೀಸ್ ಸ್ಟೇಷನ್ನಿಗೆ ಹೋಗಿ ವಿಚಾರ ತಿಳಿಸೋಣ" ಅಂದಳು. ನಳಿನಿಗೆ ಹೇಗೂ ನಾನೇ ಕಂಪ್ಲೇಂಟ್ ಕೊಟ್ಟಿರೋದು. ನಾನೇ ವಿಚಾರ ತಿಳಿಸೋದು ಸರಿ ಅನಿಸಿತು.

ಇನ್ಸ್‌ಪೆಕ್ಟರು ಸ್ಟೇಷನ್ನಿನಲ್ಲಿ ಯಾರನ್ನೋ ವಿಚಾರಿಸುತ್ತಾ ಲಾಠಿ ಎತ್ತುತ್ತಿದ್ದರು. ನಳಿನಿ ಕಡೆ ನೋಡಿ ಅವಳು ಬಾಯಿ ಬಿಡುವ ಮೊದಲೇ "ನಿಮ್ಮ ತಮ್ಮನ ಬಗೆಗೆ ಏನೂ ಗೊತ್ತಾಗಿಲ್ಲ. ಗೊತ್ತಾದರೆ ನಾನೇ ತಿಳಿಸ್ತೀನಿ ನೀವು ಹೋಗಿ" ಅಂದರು. ಆಗ ನಳಿನಿ "ನಾನು ನಿಮ್ಮತ್ರ ಒಂದೇ ನಿಮಿಷ ಮಾತಾಡಬೇಕು" ಅಂದರು. ಇನ್ಸ್‌ಪೆಕ್ಟರು "ಏನು" ಅಂದ ಮೇಲೆ, ಮಹಾತ್ಮರ ವಿಚಾರ ತಿಳಿಸಿದರು. ಇನ್ಸ್‌ಪೆಕ್ಟರು ನಕ್ಕು "ಏನಮ್ಮಾ ಮೀನಿಗೆ ಈಜು ಕಲಿಸುವಂತಿದೆ ನಿಮ್ಮ ಮಾತು.

ಅಲ್ಲ ನಾವು ಎಷ್ಟು ಕೊಲೆ ಕೇಸ್ ಪತ್ತೆ ಮಾಡಿಲ್ಲ, ಎಷ್ಟು ದರೋಡೆ ಕೇಸ್ ಪತ್ತೆ ಮಾಡಿಲ್ಲ, ಎಷ್ಟು ರೇಪ್ ಕೇಸ್ ಪತ್ತೆ ಮಾಡಿಲ್ಲ. ಅಂಥಾದ್ರಲ್ಲಿ ಅದ್ಯಾವೋನೋ ಸನ್ಯಾಸಿ ಕೊಲೆ ಅಂದಾಕ್ಷಣ ನಾನು ಹೋಗಿ ಅವನನ್ನು ಕೇಳಲಾ. ಅಷ್ಟಕ್ಕೂ ಅವರು ಯಾರು, ಎಲ್ಲಿಂದ ಬಂದಿದಾರೆ, ಯಾಕೆ ಬಂದಿದಾರೆ, ಅವರ ಉದ್ದೇಶ ಏನು, ಅವರ ಗುರಿ ಏನು, ಇವೆಲ್ಲಾ ನಮಗೆ ಗೊತ್ತು. ಅವರ ಕೆಲಸ ಅವರು ಮಾಡ್ಲಿ ನಮ್ಮ ಕೆಲಸ ನಾವು ಮಾಡ್ತೀವಿ" ಅಂದರು. ಅದಕ್ಕೆ ನಳಿನಿ "ಹಾಗಿದ್ರೆ ನೀವು ಹೋಗಿ ವಿಚಾರಿಸಿದರೆ ಅವರ ಒಳಗಣ್ಣಿಂದ ಏನೇನು ಕಂಡಿದಾರೋ ಅದನ್ನು ಹೇಳ್ತಾರೆ" ಅಂದಳು. ಇನ್ಸ್‌ಪೆಕ್ಟರು ಅಸಹನೆಯಿಂದ "ನೀವಿನ್ನು ಹೋಗಿ" ಅಂದರು. ಸೀತಕ್ಕ ನಳಿನಿ ಇಬ್ಬರೂ ಪೆಚ್ಚಾಗಿ ಹಿಂದಿರುಗಿದರು.

ಸಂಜೆಯಾದರೂ ಗಂಡ ಮನೆಗೆ ಬರಲಿಲ್ಲ. ಫೋನೂ ತಗೋತಾ ಇಲ್ಲ. ಸಂಜೆಗೆ ಸೀತಕ್ಕ ಬಂದು "ಈಗ ಹೋಗಿಬರೋಣ" ಬನ್ನಿ ಅಂದು ನಳಿನಿಯನ್ನು ಮತ್ತೆ ಛತ್ರಕ್ಕೆ ಕರೆದುಕೊಂಡು ಬಂದಳು. ಮಹಾತ್ಮರ ಮುಂದೆ ನಾಲ್ಕೈದು ಜನ ಇದ್ದರು. ಮಹಾತ್ಮರು ಕಣ್ಣು ಮುಚ್ಚಿಯೇ ಕೂತಿದ್ದರು. ಒಂದು ಸಾರಿ ಕಣ್ಣು ಬಿಟ್ಟು ಕೂತಿದ್ದವರನ್ನು ನೋಡಿ ನೀವಿನ್ನು ಹೊರಡಿ ಎನ್ನುವಂತೆ ಸಂಜ್ಞೆ ಮಾಡಿದರು. ಅವರೆಲ್ಲ ಎದ್ದು ಹೊರಟ ಮೇಲೆ ನಳಿನಿಯೂ ಸೀತಕ್ಕನೂ ಹೋಗಿ ಮಹಾತ್ಮರ ಮುಂದೆ ಕೂತರು. ನಳಿನಿ ಮೈ ತುಂಬಾ ಸೆರಗು ಹೊದ್ದು ಅವರಿಗೆ ನಮಸ್ಕರಿಸಿ "ಗುರುಗಳೇ, ಬೆಳಗ್ಗೆ ಸೀತಕ್ಕ ನನ್ನ ತಮ್ಮ ಶೇಖರನ

ವಿಚಾರ ಕೇಳಿದಾಗ ನೀವು ಕೊಲೆ ಅಂದ್ರಂತೆ. ಶೇಖರ ನನ್ನ ಒಬ್ಬನೇ ತಮ್ಮ. ಜೀವನದಲ್ಲಿ ಬಹಳ ಆಸೆ ಇಟ್ಕೊಂಡಿದ್ದ. ಏನೇನೋ ಮಾಡ್ತೀನಿ ಅಂತ ದೊಡ್ಡ ದೊಡ್ಡ ಕನಸುಗಳನ್ನೇ ಕಂಡಿದ್ದ. ಅವನು ಯಾರಿಗೂ ಕೇಡು ಬಗೆದವನಲ್ಲ. ಎಲ್ಲರೂ ಶೇಖರಪ್ಪನನ್ನ ಅವರ ಮನೆ ಮಗ ಅಂದ್ಕೊಂಡಿದ್ರು. ಊರಿನಲ್ಲಿ ಯಾರ ಮನೇಲಿ ಏನೇ ತಾಪತ್ರಯ ಆದರೂ ಶೇಖರ ಅಲ್ಲಿಗೆ ಮೊದಲು ಹೋಗ್ತಿದ್ದ. ಅವನು ಕಾಣೆಯಾಗಿರೋದೇ ನನಗೆ ಆತಂಕವಾಗಿರುವಾಗ ನೀವು ಕೊಲೆ ಅಂದರೆ ಇನ್ನೂ ಆತಂಕವಾಗುತ್ತೆ. ಅದೇನು ವಿಚಾರ ಸ್ವಲ್ಪ ಬಿಡಿಸಿ ಹೇಳಿ" ಅಂದಳು.

ಮಹಾತ್ಮರು ಬೇಗ ಪ್ರತಿಕ್ರಿಯೆ ನೀಡಲಿಲ್ಲ. ದೇವರ ಮುಂದೆ ವರ ಬೇಡಿ ಪ್ರಸಾದ ಬಲಗಡೆಯಿಂದ ಬೀಳಲಿ ಅಂತ ಕಾಯುವ ಸ್ಥಿತಿ ಅವರದಾಗಿತ್ತು. ಕೆಲವು ನಿಮಿಷಗಳ ನಂತರ ಮಹಾತ್ಮರು ಮತ್ತೆ ಕೊಲೆ ಅಂದರು. ನಳಿನಿ ತುರ್ತಾಗಿ "ಹಾಗಾದರೆ ಎಲ್ಲಿ, ಯಾವಾಗ, ಯಾರು,,ಅನ್ನೋದನ್ನೂ ಹೇಳಿ" ಅಂದಳು. ಮತ್ತೆ ಮಹಾತ್ಮರು ಕೊಲೆ ಅಂದು ಸುಮ್ಮನೆ ಕೂತರು. ಮಹಾತ್ಮರ ಸಹಾಯಕ ಬಂದು "ಅವರು ಒಂದೇ ಪದ ಹೇಳೋದು ನೀವು ಬನ್ನಿ" ಅಂದು ಹೊರಗೆ ಕರೆದುಕೊಂಡು ಬಂದ.

ಶಿವಶಂಕರಯ್ಯ ಮನೆಗೆ ಬಂದಾಗ ತಡರಾತ್ರಿಯಾಗಿತ್ತು. ಮೂಲೇಲಿ ಮುದುರಿ ಕೂತಿದ್ದ ಹೆಂಡತೀನ ನೋಡಿ "ಇದೇನೇ ಏನಾಯ್ತು" ಅಂದರು. ಕಣ್ಣಲ್ಲಿ ನೀರು ತುಂಬ್ಕೊಂಡಿದ್ದ ನಳಿನಿ ಗಂಡನಿಗೆ ವಿಚಾರ ತಿಳಿಸಿ "ನೀವು ಹೋಗಿ ಸರಿಯಾಗಿ ವಿಚಾರಿಸಿ" ಅಂದಳು. ಶಿವಶಂಕರಯ್ಯನವರಿಗೆ ಸಿಟ್ಟು ಬಂತು. "ಏನೇ ಹುಡುಗಾಟದ ಮಾತಾಡ್ತಾ ಇದೀಯ. ಕೊಲೆ ಅಂದೋನು ಮುಂದಕ್ಕೂ ಹೇಳಬೇಕಾಗಿತ್ತಲ್ಲ. ಯಾರು ಏನು ಎತ್ತ ಅಂತ ತಿಳಿಯದವನ ಮುಂದೆ ಕೂತು ನಾನು ಅಂಗಲಾಚಬೇಕಾ. ಮುಂದೆ ಬರೋ ಚುನಾವಣೇಲಿ ನಾನು ಗೆದ್ದು ಮಂತ್ರಿಯಾಗೋನು. ಆಗ ನನ್ನ ಕಾಲಿಗೇ ಇಂಥೋರು ಬಂದು ಬೀಳ್ತಾರೆ. ಅಂಥಾದ್ರಲ್ಲಿ, ಹೋಗು ಹೋಗು ತಟ್ಟೆ ಹಾಕು" ಅಂದರು.

ಊಟ ಬಡಿಸುವಾಗ ನಳಿನಿ "ನಿಮ್ಮ ದಮ್ಮಯ್ಯ ಅಂತೀನಿ ನನ್ನ ತಮ್ಮನ ವಿಚಾರ ತಿಳ್ಕೊಂಡು ಬನ್ನಿ" ಅಂದು ಜೋರಾಗಿ ಅಳುತ್ತಾ ಗಂಡನ ಕಾಲು ಹಿಡಿದಳು. ಶಿವಶಂಕರಯ್ಯನವರಿಗೆ ಅಯ್ಯೋ ಅನಿಸಿತು. ಹೆಂಡತಿಯನ್ನು ತಬ್ಬಿ "ಸಮಾಧಾನ ಮಾಡ್ಕೊ, ನಾಳೆ ಬೆಳಗ್ಗೆ ಹೋಗಿ ನಿನ್ನ ತಮ್ಮನ ವಿಚಾರ ತಿಳ್ಕೊಂಡು ಬರ್ತೀನಿ" ಅಂದರು. ಹಾಸಿಗೆಯಲ್ಲಿ ಮಲಗಿದ ಹೆಂಡತಿ ಏದುಸಿರು ಬಿಡುತ್ತಿದ್ದುದನ್ನು ಗಮನಿಸಿದರು.

ಸ್ವಲ್ಪ ಹೊತ್ತಿಗೆ ನಳಿನಿಗೆ ನಿದ್ದೆ ಬಂತು. ಆದರೆ ಶಿವಶಂಕರಯ್ಯನವರಿಗೆ ನಿದ್ದೆ ಬರಲಿಲ್ಲ. ಅದ್ಯಾರು ಆ ಮನುಷ್ಯ ನನ್ನ ಹೆಂಡ್ತಿ ಮನಸ್ಸನ್ನು ಹೀಗೆ ಕೆಡಿಸಿರೋನೂಂತ ಯೋಚಿಸಿದರು. ಅವರಿಗೆ ಭಾವಮೈದುನ ಶೇಖರನ ವಿಚಾರಗಳೆಲ್ಲ ನೆನಪಾದವು. ಮೊದಮೊದಲು ಭಾವ ಅಂತ ತುಂಬಾ ಮರ್ಯಾದೆ ಕೊಡ್ತಿದ್ದ. ನಂತರ ನನ್ನ ಎಲ್ಲಾ ಕೆಲಸಗಳಲ್ಲೂ ತಪ್ಪು ಹುಡುಕೋಕೆ ಪ್ರಾರಂಭಿಸಿದ. ಅವನು ಗಂಡಸಾದರೂ ಹೆಂಗರುಳು. ರಾಜಕೀಯ ಮಾಡೋರು ಹೆಂಗರುಳು ಇಟ್ಕೊಂಡ್ರೆ ಆಗುತ್ತಾ ಅಂತ ಕೇಳಿದ್ದರು. ಇತ್ತೀಚೆಗೆ ಶೇಖರ ತಮ್ಮ ಕೆಲಸಕ್ಕೆ ತೊಡರುಗಾಲು ಹಾಕುತ್ತಿದ್ದಾನೆ ಅನಿಸಿತ್ತು. ಅದನ್ನು ಹೆಂಡತಿಯ ಬಳಿಯೂ ಹೇಳಿದ್ದರು. ಮಾಲಿನಿ ವಿಚಾರದಲ್ಲಿ ಅವನು ಅಡ್ಡ ಬರಬಾರದಿತ್ತು. ಆದರೆ ಅದನ್ನು ಅವನು ಯಾರಿಗೂ ಹೇಳದಿದ್ದುದು ಒಳ್ಳೇದೇ ಆಯ್ತು. ಶೇಖರ ನಾಪತ್ತೆಯಾಗೋತನಕ ಅವನ ಚಲನವಲನಗಳನ್ನು ಗಮನಿಸೋಕೆ ಶಿವಶಂಕರಯ್ಯ ಜನ ಬಿಟ್ಟಿದ್ದರು.

ಬೆಳಗ್ಗೆ ಗಂಡನಿಗೆ ತಿಂಡಿ ಕೊಟ್ಟ ನಳಿನಿ "ನೀವು ಮೊದಲು ಮಹಾತ್ಮರ ಬಳಿ ಹೋಗಿ ವಿಚಾರಿಸಿಕೊಂಡು ಬನ್ನಿ" ಅಂದಳು. ಶಿವಶಂಕರಯ್ಯ ನಗುತ್ತಾ "ನನಗಿವತ್ತು ಬೇರೇನೂ ಕೆಲಸವಿಲ್ಲ, ನಿನ್ನ ಕೆಲಸವೇ. ಇಡೀ ದಿನ ನೀನೇನು ಹೇಳ್ತೀಯೋ ಅದನ್ನೆಲ್ಲ ಮಾಡ್ತಿರ್ತೀನಿ, ಆಯ್ತಾ" ಅಂದು ಹೆಂಡತಿ ಕೆನ್ನೆ ಸವರಿ ಹೊರಗೆ ಕಾಲಿಟ್ಟು ಮೊಬೈಲ್ ತೆಗೆದು ನಂಬರ್ ಒತ್ತಿ "ಛತ್ರಕ್ಕೆ

ಬನ್ರೋ. ಅದ್ಯಾರೋ ಮಹಾತ್ಮರು ಬಂದಿದಾರಂತೆ ನೋಡ್ಕೊಂಡು ಬರೋಣ" ಅಂದರು. ಶಿವಶಂಕರಯ್ಯ ಛತ್ರಕ್ಕೆ ಹೋಗೋ ಹೊತ್ತಿಗೆ ಅವರ ನಾಲ್ಕು ಜನ ಅನುಯಾಯಿಗಳು ಅಲ್ಲಿ ಬಂದಿದ್ದರು. ಎಲ್ಲರೂ ಮಹಾತ್ಮರು ಇದ್ದ ಕೋಣೆಯೊಳಗೆ ಇಣುಕಿದರು. ಮಹಾತ್ಮರು ಕಣ್ಣು ಮುಚ್ಚಿ ಧ್ಯಾನದಲ್ಲಿದ್ದರು. ಪಕ್ಕದಲ್ಲಿದ್ದ ಗುಂಜಪ್ಪ "ನಾನು ಕೇಳಿದೀನಿ ಈಯಪ್ಪ ಊರಿಗೆ ಬಂದಾಗಿನಿಂದ ಹೀಗೆ ಕಣ್ಣು ಮುಚ್ಚಿಯೇ ಕೂತಿರ್ತಾನಂತಲ್ಲ" ಅಂದ. ಎಲ್ಲರೂ ಹೋಗಿ ಮಹಾತ್ಮರ ಮುಂದೆ ಕೂತರು. ಶಿವಶಂಕರಯ್ಯ ತಂದಿದ್ದ ಹಣ್ಣಿನ ತಟ್ಟೆಯನ್ನು ಅವರ ಮುಂದೆ ಇಟ್ಟು "ಮಹಾತ್ಮರೇ ನನ್ನ ಭಾವಮೈದುನ ಶೇಖರ ಅಂತ ಈ ಊರಿನಲ್ಲಿ ತುಂಬಾ ಕ್ರಿಯಾಶೀಲನಾಗಿದ್ದ. ಈಗೊಂದಾರು ತಿಂಗಳಿನಿಂದ ಅವನು ನಾಪತ್ತೆಯಾಗಿದ್ದಾನೆ. ಪೊಲೀಸ್ ದೂರೂ ಕೊಟ್ಟಿದೆ.

ಯಾಕೆ ಹೀಗೆ ಅವನು ನಾಪತ್ತೆಯಾದ ಅಂತ ಎಲ್ಲರಿಗೂ ಆತಂಕ. ನನ್ನ ಹೆಂಡತಿ ನೆನ್ನೆ ಬಂದಿದ್ದಾಗ ನೀವು ಕೊಲೆ ಅನ್ನೋ ಒಂದೇ ಪದ ಹೇಳಿದ್ರಂತೆ. ಕೊಲೆ ಅಂದ್ರೆ ಶೇಖರನ ಕೊಲೆಯಾಗಿದೆಯಾ? ಯಾರು ಮಾಡಿದ್ದು? ಯಾಕೆ ಮಾಡಿದ್ದು? ಅದು ನಿಜವಾ? ನಮ್ಮ ಕಣ್ಣು ತೆರೆಸಿ ಕೃಪೆ ಮಾಡಿ ಗುರುಗಳೇ" ಅಂದು ಅಡ್ಡ ಬಿದ್ದರು. ಬಂದವರೆಲ್ಲರೂ ಹಾಗೇ ಮಾಡಿದರು.

ಕೆಲವು ನಿಮಿಷ ಮೌನ. ಮಹಾತ್ಮರ ಬಾಯಿಂದ ಮತ್ತೆ ಕೊಲೆ ಅನ್ನೋ ಮಾತು ಬಂತು. ಎಲ್ಲರೂ ಕಿವಿ ಚುರುಕಾಗಿಸಿಕೊಂಡರು. ಮುಂದೆ ಇನ್ನೇನಾದರೂ ಹೇಳಬಹುದೇನೋಂತ ಕಾದರು. ಶಿವಶಂಕರಯ್ಯ ಮತ್ತೆ ಕೈ ಮುಗಿದು "ಮಹಾತ್ಮರೇ, ನೀವು ಹೇಳುತ್ತಿರುವಂತೆ ಅದು ಕೊಲೆಯೇ ಆಗಿದ್ದರೆ ಇನ್ನೂ ಸ್ವಲ್ಪ ಮಾಹಿತಿ ಕೊಡಿ" ಅಂದರು.

ಶಿವಶಂಕರಯ್ಯನವರ ಜೊತೆ ಬಂದಿದ್ದ ಒಬ್ಬ ಚೇಲಾ "ನೀವು ಬರೀ ಕೊಲೆ ಕೊಲೆ ಅಂತ ಹೇಳ್ತಾ ಇದ್ರೆ ಪೊಲೀಸಿನವರು ಬಂದು ನಿಮ್ಮನ್ನು ಸ್ಟೇಷನ್ನಿಗೆ ಎಳ್ಕೊಂಡು ಹೋಗಿ ಬಾಯಿ ಬಿಡಿಸ್ತಾರೆ ಅದಕ್ಕೆ ಇಲ್ಲೇ ಹೇಳ್ಬಿಡಿ" ಅಂದ. ಮಹಾತ್ಮರು ಅಲ್ಲಾಡಲಿಲ್ಲ. ಶಿವಶಂಕರಯ್ಯ "ಸುಮ್ನಿರು ಮಹಾತ್ಮರಿಗೆ ಹಾಗೆಲ್ಲ ಮಾತಾಡಬಾರದು" ಅಂದರು. ಇನ್ನೊಬ್ಬ ಚೇಲಾ "ಇಂಥಾ ಮಹಾತ್ಮರಿಗೆ ಇಲ್ಲಿನ ಅರಿವು ಯಾವುದೂ ಇರೋದಿಲ್ಲ. ಅವರ ಒಳಗಣ್ಣಿಗೆ ಕಂಡ ಸತ್ಯವನ್ನು ಹೇಳ್ತಾರೆ ಅಷ್ಟೆ"ಅಂದ.

ಮಹಾತ್ಮರು ಅಲ್ಲಾಡಿದರು. ಅವರು ಇನ್ನೇನೋ ಹೇಳಬಹುದು ಅಂದು ಎಲ್ಲರೂ ಕಾದರು. ಶಿವಶಂಕರಯ್ಯ ಪದೇ ಪದೇ ವಾಚು ನೋಡ್ಕೊತಾ ಇದ್ದರು. ಬಂದ ಒಂದೆರಡು ಕರೆಗಳನ್ನು ಸ್ವೀಕರಿಸಲಿಲ್ಲ. ಮಹಾತ್ಮರು ಒಂದು ದೀರ್ಘ ಶ್ವಾಸ ತೆಗೆದುಕೊಂಡರು. ರೆಪ್ಪೆಗಳು ಅಲ್ಲಾಡಿದವು. ಓಹೋ ಇವರು ಕಣ್ಣು ಬಿಡಬಹುದು, ನಮ್ಮನ್ನು ನೋಡಬಹುದು ಅಂದು ಕಾದರು. ಕೆಲ ನಿಮಿಷಗಳ

ನಂತರ ಮಹಾತ್ಮರು ಕಣ್ಣು ಬಿಟ್ಟು ಎದುರಿಗೆ ಕೂತಿದ್ದವರ ಕಡೆ ನೋಡಿ ಎಲ್ಲರ ಕಡೆಗೂ ಬೆಟ್ಟು ಮಾಡಿ ತೋರಿಸಿ ಮತ್ತೆ ಕೊಲೆ ಅಂದರು. ಶಿವಶಂಕರಯ್ಯ ಸ್ವಲ್ಪ ತಾಳ್ಮೆ ಕಳೆದುಕೊಂಡವರಂತೆ "ಆಗಲಿ ಅದು ಕೊಲೆನೇ ಆಗಲಿ ಅದೇನು ಅಂತ ವಿವರವಾಗಿ ಹೇಳಿ ಗುರುಗಳೇ. ಮನೇಲಿ ನನ್ನ ಹೆಂಡ್ತಿ ಅವಳ ತಮ್ಮನನ್ನು ಕಳೆದುಕೊಂಡು ಗೋಳಾಡ್ತಿದಾಳೆ" ಅಂದರು.

ಮತ್ತೆ ಕೆಲ ನಿಮಿಷ ಮೌನ. ಸರಿ ನಡೀರಿ ಎದ್ದು ಹೋಗೋಣ ಅಂತ ಗುಂಜಪ್ಪ ಸಂಜ್ಞೆ ಮಾಡಿದ. ಸ್ವಲ್ಪ ಇರು ಅಂತ ಇತರರು ಸಂಜ್ಞೆ ಮಾಡಿದರು. ಮಹಾತ್ಮರು ಮತ್ತೆ ಕಣ್ಣು ತೆಗೆದು "ಕೊಲೆ, ಬಾಳೆ ತೋಟ, ಪಕ್ಕದ ಕೆರೆ, ಎತ್ತರದ ದಿಬ್ಬ" ಅಂದರು. ಇದನ್ನು ಯಾರಿಗೂ ಅರ್ಥ ಮಾಡಿಕೊಳ್ಳಲಾಗಲಿಲ್ಲ. ಶಿವಶಂಕರಯ್ಯ "ಅಂದರೆ ನೀವು ಹೇಳ್ತಿರೋದು ಬಾಳೆ ತೋಟದ ಹತ್ತಿರ ಕೊಲೆ ಆಗಿದೆ ಅಂತಾನಾ. ಅದು ನನ್ನ ಭಾವಮೈದುನ ಶೇಖರನದೇ ಅಂತ ಹೇಗೆ ಹೇಳ್ತೀರ" ಅಂತ ಕೇಳಿದರು. ಮತ್ತೆ ಕೆಲ ಕಾಲ ಮೌನ. ಆಮೇಲೆ ಸಹಾಯಕ ಬಂದು "ನೀವು ನಡೀರಿ ಅವರು ಇನ್ನು ಏನೂ ಮಾತಾಡಲ್ಲ ಇವತ್ತಿಗೆ ಅಷ್ಟೆ" ಅಂದರು. ಗುಂಜಪ್ಪ "ನಮ್ಮ ಸಮಸ್ಯೆಗೆ ಪರಿಹಾರ ಸಿಗಲಿಲ್ವಲ್ಲಾ" ಅಂದ. ಅದಕ್ಕೆ ಸಹಾಯಕ "ಒಂದೇ ಸಾರಿಗೆ ಪರಿಹಾರ ಎಲ್ಲಿ ಸಿಗುತ್ತೆ. ನೀವು ಕಾಯಿಲೆ ಅಂತ ಡಾಕ್ಟರ ಬಳಿ ಹೋದರೆ ಅವರು ಒಂದೇ ಸಾರಿಗೆ ಕಾಯಿಲೆ ವಾಸಿ ಮಾಡಿಬಿಡ್ತಾರಾ. ಇದೂ ಹಾಗೇನೇ. ಮಹಾತ್ಮರು ಅಂದರೆ ಏನಂದ್ಕೊಂಡಿದೀರಿ. ನಾಳೆ ಬನ್ನಿ ಹೋಗಿ" ಅಂದ. ಎಲ್ಲರೂ ಎದ್ದರು. ಪ್ರದಕ್ಷಿಣೆ ನಮಸ್ಕಾರ ಮಾಡುವಾಗ ಗುಂಜಪ್ಪ ಪಕ್ಕದಲ್ಲಿದ್ದವನಿಗೆ "ಈ ಯಪ್ಪ ಕೊಲೆ ಅಂತ ಹೇಳಿದ್ದೇನೋ ಸರಿ ಆದರೆ ಬಾಳೆ ತೋಟ, ಪಕ್ಕದ ಕೆರೆ, ಎತ್ತರದ ದಿಬ್ಬ ಎಲ್ಲ ಸುಳ್ಳು." ಅಂದ. ಪಕ್ಕದಲ್ಲಿದ್ದವನು ಗುಂಜಪ್ಪನಿಗೆ ಮಾತಾಡಬೇಡ ಅಂತ ಸಂಜ್ಞೆ ಮಾಡಿದ. ಆದರೂ ಗುಂಜಪ್ಪ ಮೆತ್ತಗೆ ಒಬ್ಬರಿಗೆ ಮಾತ್ರ ಕೇಳೋ ಹಾಗೆ "ಅಲ್ಲಾ ಇವರು ಮಹಾತ್ಮರೇ ಆಗಿದ್ದರೆ ಶೇಖರನ ಕೊಲೆ ಆಗಿ ಹೆಣಾನ ಮಾವಿನ ತೋಪಿನ ಬಳಿ ಇರೋ ಗುಂಡೀಲಿ ದಫನ್ ಮಾಡಿದಾರೆ ಅಂತ ಹೇಳಬೇಕಾಗಿತ್ತಲ್ವ" ಅಂದ. ಶಿವಶಂಕರಯ್ಯ ಮುಂದೆ ಮುಂದೆ ಹೋದ ಮೇಲೆ ಎಲ್ಲರೂ ಅವಸರವಸರವಾಗಿ ಅವರ ಹಿಂದೆ ಹೊರಟರು. ನಮ್ಮನ್ನು ಯಾರೋ ಹಿಂಬಾಲಿಸುತ್ತಿದ್ದಾರೆ ಎನ್ನುವುದು ಅವರಿಗೆ ತಿಳಿಯಲೇ ಇಲ್ಲ.

ಮರುದಿನ ಶಿವಶಂಕರಯ್ಯ ಹೊರಗೆ ಹೊರಟಾಗ ನಳಿನಿ ಮತ್ತೆ "ರೀ ಇವತ್ತೊಂದ್ಸಾರಿ ಮಹಾತ್ಮರ ಬಳಿ ಹೋಗಿ ಬನ್ರೀ" ಅಂದು ಬೇಡಿದರು. ಅದಕ್ಕೆ ಶಿವಶಂಕರಯ್ಯ ರೇಗಿ "ನನಗೆ ಬೇರೆ ಕೆಲಸವಿಲ್ಲ ಅಂದ್ಕೊಂಡಿದೀಯ. ಆಯಪ್ಪ ಒಂದೊಂದೇ ಪದ ಬಿಡ್ತಾನೆ. ಯಾವ್ನೋನಿಗೆ ಅರ್ಥ ಆಗುತ್ತೆ. ಬೇಕಾದರೆ ನೀನು ಹೋಗು. ನಾನು ಇನ್ಮೇಲೆ ಅವನತ್ರ ಹೋಗಲ್ಲ" ಅಂದು ಹೊರಗೆ ಹೊರಟರು.

ದಾರಿಯಲ್ಲಿ ಗುಂಜಪ್ಪನ ಮನೆ ಬಳಿ ನಿಂತು ಗುಂಜಪ್ಪಾ ಗುಂಜಪ್ಪಾ ಅಂತ ಕೂಗಿದರು. ಗುಂಜಪ್ಪನ ಹೆಂಡ್ತಿ ಒಳಗಿಂದ ಬಂದು "ಒತ್ತಾರೆಕೆ ಅದ್ಯಾರೋ ಬಂದು ಅರ್ಜಂಟ್ ಕೆಲಸ ಇದೆ ಬಾ ಅಂತ ಕರ್ಕೊಂಡು ಹೋದರು" ಅಂದಳು. ಅದ್ಯಾವೋನಿಗೆ ಗುಂಜಪ್ಪನ ಹತ್ತಿರ ಅರ್ಜಂಟ್ ಕೆಲಸ ಅಂತ ಅಂದ್ಕೊಂಡು ತಾಲ್ಲೂಕು ಆಫೀಸ್ ಕಡೆ ಹೊರಟರು.

ನಮಸ್ಕಾರ ಶಿವಶಂಕರಯ್ಯನವರಿಗೆ ಅನ್ನೋ ಕೂಗು ಕೇಳಿಸಿತು. ಅಪರಿಚಿತ ವ್ಯಕ್ತಿ "ಸರ್, ಇನ್ಸ್‌ಪೆಕ್ಟರ್ ಹೇಳಿಕಳಿಸಿದಾರೆ ಬರಬೇಕಂತೆ" ಅಂದ. ಶೇಖರನ ವಿಚಾರ ಏನಾದರೂ ಗೊತ್ತಾಗಿರಬೇಕು ಅಂದ್ಕೊಂಡು ಶಿವಶಂಕರಯ್ಯ ಸ್ಟೇಷನ್ನಿಗೆ ಹೊರಟರು. ಇನ್ಸ್‌ಪೆಕ್ಟರು ಬನ್ನಿ ಬನ್ನಿ ಅಂದು ಕುರ್ಚಿ ತೋರಿಸಿದರು. ಶಿವಶಂಕರಯ್ಯ "ಏನ್ ಇನ್ಸ್‌ಪೆಕ್ಟರೇ ನನ್ನ ಭಾವಮೈದುನನ ವಿಚಾರ ಏನಾದರೂ ತಿಳಿತಾ" ಅಂತ ಕೇಳಿದರು. ಇನ್ಸ್‌ಪೆಕ್ಟರು "ನೋಡಿ ಕೆಲವು ಮೀನುಗಳು ತಾವೇ ಹೋಗಿ ಬಲೇಲಿ ಬೀಳುತ್ವೆ ಮತ್ತೆ ಕೆಲವಕ್ಕೆ ನಾವೇ ಬಲೆ ಬೀಸಿ ಕೆಡವಿಕೊಳ್ಳಬೇಕಾಗುತ್ತೆ" ಅಂದರು. ಶಿವಶಂಕರಯ್ಯ "ಹಾಗಾದರೆ ಕೊಲೆಗಾರ ಸಿಕ್ಕಿದನಾ, ತಾನೇ ಕೊಲೆ ಮಾಡಿದೆ ಅಂತ ಒಪ್ಕೊಂಡ್ನಾ, ನೀವು ಬಿಡೀಪ್ಪ ಚಾಣಾಕ್ಷರು. ಹೇಗೋ ಪತ್ತೆ ಮಾಡಿ ಒದ್ದು ಬಾಯಿ ಬಿಡಿಸ್ತೀರ" ಅಂದರು. ಇನ್ಸ್‌ಪೆಕ್ಟರು "ಅಪರಾಧಿ ಒಂದು ಕಣ್ಣಿಟ್ಟು ಅಪರಾಧ ಮಾಡಿದರೆ ನಾವು ಪೊಲೀಸಿನವರು ಹತ್ತು ಕಣ್ಣಿಟ್ಟು ಪತ್ತೆ ಮಾಡ್ತೀವಿ" ಅಂದರು. ಹಾಗಾದರೆ ಕೊಲೆಗಾರ ಯಾರು? ಯಾಕೆ ಕೊಲೆ ಮಾಡಿದನಂತೆ. ಈ ವಿಚಾರ ನನ್ನ ಹೆಂಡ್ತಿಗೆ ತಿಳಿದರೆ ಎದೆ ಒಡ್ಕೊತಾಳೋ ಏನೋ" ಅಂದರು. ಇನ್ಸ್‌ಪೆಕ್ಟರು "ನಿಮ್ಮಾಕೆಯ ತಮ್ಮ ಕೊಲೆಯಾದ ಅನ್ನೋ ಸುದ್ದಿಗಿಂತ ಕೊಲೆಗಾರ ಯಾರೂಂತ ಗೊತ್ತಾದರೆ ಆಕೆಗೆ ಹೆಚ್ಚು ಆಘಾತವಾಗುತ್ತೆ" ಅಂದರು. "ಹಾಗಾದರೆ ಕೊಲೆಗಾರ ಯಾರು ಸರ್" ಅಂತ ಶಿವಶಂಕರಯ್ಯ ಕೇಳಿದಾಗ ಇನ್ಸ್‌ಪೆಕ್ಟರು "ಇನ್ಯಾರು ಅಲ್ಲ ಅದು ನೀವೇ" ಅಂದರು. ಶಿವಶಂಕರಯ್ಯ "ಮದುವೆಯಾಗೋ ಗುಂಡ ಅಂದ್ರೆ ನೀನೇ ನನ್ನ ಹೆಂಡ್ತಿ ಅಂದ್ನಂತೆ, ಹಾಗೆ ಶೇಖರನ್ನ ಹುಡುಕಿಕೊಡಿ ಅಂದರೆ ನೀವೇ ಅವನ ಕೊಲೆಗಾರಾಂತ ನನ್ನನ್ನೇ ತೋರಿಸ್ತೀರಲ್ಲ" ಅಂದರು. ಇನ್ಸ್‌ಪೆಕ್ಟರು ಲಾಠಿಯಿಂದ ಮೆತ್ತಗೆ ಶಿವಶಂಕರಯ್ಯನವರ ಕೈ ಮೇಲೆ ತಟ್ಟಿ "ನೀವೂ ನಿಮ್ಮ ನಾಲ್ಕು ಜನ ಸಹಚರರೂ ಈಗ ಸರಿಯಾಗಿ ಐದು ತಿಂಗಳ ಹಿಂದೆ ಅಂದರೆ ಮೇ ತಿಂಗಳು ಆರನೇ ತಾರೀಖು ಶೇಖರ ತನ್ನ ಕೆಲಸ ಮುಗಿಸಿ ಮನೆಗೆ ವಾಪಸಾಗುತ್ತಿದ್ದಾಗ ಅವನ ಮುಖದ ಮೇಲೆ ಕಂಬಳಿ ಹಾಕಿ ಉಸಿರುಗಟ್ಟಿಸಿ ಕೊಲೆ ಮಾಡಿ ಅವನನ್ನು ಮಾವಿನ ತೋಪಿನ ಬಳಿ ಇರೋ ಗುಂಡಿಲಿ ದಫನ್ ಮಾಡಿದೀರ" ಅಂದರು. ಶಿವಶಂಕರಯ್ಯನವರಿಗೆ ಗಂಟಲಿನಲ್ಲಿ ಉಗುಳು ಸಿಕ್ಕಿಹಾಕಿಕೊಂಡಿತು. "ಏನು ತಮಾಷೆ ಮಾಡ್ತಿದೀರ ನೀವು" ಅಂತ ಕೇಳುತ್ತಿದ್ದ ಹಾಗೆ ಖಾಕಿ ಡ್ರೆಸ್ ಹಾಕಿದ್ದವರು

ಗುಂಜಪ್ಪನ ಕೈಗೆ ಕೋಳ ಹಾಕಿ ಎಳೆದುಕೊಂಡು ಬಂದು ಶಿವಶಂಕರಯ್ಯನವರ ಮುಂದೆ ನಿಲ್ಲಿಸಿದರು. ಕೈಗೆ ಕೋಳ ಹಾಕಿಸಿಕೊಂಡ ಗುಂಜಪ್ಪನನ್ನು ಕಂಡು ಶಿವಶಂಕರಯ್ಯ ಅಚ್ಚರಿಪಟ್ಟರು. ಗುಂಜಪ್ಪನನ್ನು ಎಳ್ಕೊಂಡು ಬಂದ ವ್ಯಕ್ತಿಯನ್ನು ಎಲ್ಲೋ ನೋಡಿದಂತಿದೆಯಲ್ಲಾ ಅನಿಸಿತು. ಗುಂಜಪ್ಪ ಶಿವಶಂಕರಯ್ಯನವರಿಗೆ "ಛತ್ರದಲ್ಲಿದ್ದುದು ಯಾವ ಮಹಾತ್ಮರೂ ಅಲ್ಲ. ಈ ಕೊಲೆ ಪತ್ತೆ ಮಾಡೋಕೆ ವೇಷ ಹಾಕಿ ಬಂದ ಪತ್ತೇದಾರರು. ಈಗೊಂದು ವಾರದಿಂದ ನಮ್ಮೆಲ್ಲರ ಚಲನವಲನ ಗಮನಿಸಿದಾರೆ. ಊರಿನಲ್ಲಿ ಅಲ್ಲಲ್ಲಿ ವಿಷಯ ಕಲೆ ಹಾಕಿದಾರೆ. ಅವರಿಗೆ ಹೇಗೋ ಗುಮಾನಿ ಬಂದಿದೆ. ಇವತ್ತು ನನ್ನ ಎಳ್ಕೊಂಡು ಹೋಗಿ ಬಾಸುಂಡೆ ಬರೋ ಹಾಗೆ ಬಾರಿಸಿದರು. ನಾನು ನಿಜ ಹೇಳಲೇಬೇಕಾಯ್ತು" ಅಂದ. ಪತ್ತೇದಾರರು ನಕ್ಕು "ಇವೆಲ್ಲದರ ಜೊತೆಗೆ ನಮಗೆ ಸಹಾಯವಾಗಿದ್ದು ಅಂದರೆ ಈ ಗುಂಜಪ್ಪ ನೆನ್ನೆ ಛತ್ರಕ್ಕೆ ಬಂದಾಗ ಕೊಲೆ ಮಾಡಿದ ವಿಷಯವನ್ನು ಪಕ್ಕದವನ ಕಿವಿಯಲ್ಲಿ ಊದುತ್ತಿದ್ದುದು." ಎಂದರು ಇನ್ಸ್‌ಪೆಕ್ಟರು "ಜೊತೆಗೆ ನಿಮ್ಮ ಜನ ಪದೇ ಪದೇ ಮಾವಿನ ತೋಪಿನ ಗುಂಡಿ ಬಳಿ ಓಡಾಡ್ತಿದ್ದುದು ನಮ್ಮ ಅನುಮಾನಕ್ಕೆ ಹೆಚ್ಚಿನ ಬಲ ಕೊಡ್ತು." ಅಂದರು. ಶಿವಶಂಕರಯ್ಯನವರಿಗೆ ಇನ್ನು ಹೇಳೋದು ಏನೂ ಇರಲಿಲ್ಲ. ತನ್ನ ರಾಜಕೀಯದ ಜೀವನಕ್ಕೆ ಒಂದು ದೊಡ್ಡ ಮುಳ್ಳಾಗುತ್ತಿದ್ದ ಭಾವಮೈದುನನನ್ನು ಅವರು ಮುಗಿಸಲೇಬೇಕಾಗಿತ್ತು, ಮುಗಿಸಿದ್ದರು.

ಕ್ಷಣಮಾತ್ರದಲ್ಲಿ ಶಿವಶಂಕರಯ್ಯನವರೇ ಅವರ ಭಾವಮೈದುನನನ್ನು ಕೊಲೆ ಮಾಡಿದ್ದಂತೆ. ಅವರನ್ನು ಪೋಲೀಸರು ಬಂಧಿಸಿದರಂತೆ ಅನ್ನೋ ವಿಚಾರ ಊರಲ್ಲಿ ಹರಡಿತು. ವಿಚಾರ ತಿಳಿದ ನಳಿಸಿ ಜ್ಞಾನ ತಪ್ಪಿ ಬಿದ್ದಳು. ತಮ್ಮ ಮುಂದಿನ ಬದುಕನ್ನು ಯೋಚಿಸಿಕೊಂಡು ಕಂಬಿ ಹಿಂದೆ ಹೋದರು ಶಿವಶಂಕರಯ್ಯ.

ನಾನು ಬರ್ಬರಿ

ಕಥೆ ಓದುವ ಮುನ್ನ:
ಬರ್ಬರಿ ಅಥವಾ ಬರ್ಬರೀಕ ಎಂದು ಕರೆಸಿಕೊಳ್ಳುವ ಘಟೋದ್ಗಜನ ಮಗ, ಭೀಮನ ಮೊಮ್ಮಗ ಮಹಾಭಾರತದ ಕುರುಕ್ಷೇತ್ರ ಯುದ್ಧದಲ್ಲಿ ಒಂದು ಪ್ರಮುಖ ಪಾತ್ರ. ಯುದ್ಧ ನಡೆಯುವುದು ಅವನ ತ್ಯಾಗದಿಂದಾಗಿಯೇ ಎನ್ನುವುದು ಒಂದು ಪ್ರತೀತಿ. ತುಂಬಾ ಬಲಶಾಲಿಯಾದ ಬರ್ಬರಿಗೆ ಅವನು ತಪಸ್ಸು ಮಾಡಿ ಶಿವನಿಂದ ಪಡೆದ ಒಂದು ವರವೇ ಶಾಪವಾಗಿ ಪರಿಣಮಿಸಿ ಅವನ ಜೀವನವನ್ನೇ ಮೊಟಕುಗೊಳಿಸುತ್ತದೆ. ಆದರೆ ತನ್ನ ತಂದೆ, ತಾತಂದಿರ ಕ್ಷೇಮಕ್ಕಾಗಿ ತಾನು ಪ್ರಾಣತ್ಯಾಗ ಮಾಡುವುದನ್ನು ಸಂತೋಷದಿಂದ ಸ್ವೀಕರಿಸಿದ ಬರ್ಬರಿ ಮಹಾಭಾರತದಲ್ಲಿ ಒಂದು ಅಚ್ಚೊತ್ತಿದ ಪಾತ್ರ. ಅದರ ವಿವರವನ್ನೂ ಈಗ ಓದಿ.

ಮಹಾಭಾರತ ಗ್ರಂಥವನ್ನು ಎಷ್ಟೋ ಜನ ಓದಿದ್ದಾರೆ, ಓದುತ್ತಿದ್ದಾರೆ, ಅಲ್ಲಲ್ಲಿ ಪ್ರವಚನ ಕೊಡುತ್ತಿರುತ್ತಾರೆ, ಜನರು ಕೇಳುತ್ತಿರುತ್ತಾರೆ. ಆದರೆ ಮಹಾಭಾರತದ ಪ್ರಮುಖ ಪಾತ್ರ ಎಂದು ಸ್ವತಃ ಶ್ರೀಕೃಷ್ಣನಿಂದ ಬಣ್ಣಿಸಿಕೊಂಡ ನನ್ನನ್ನು ಅದೆಷ್ಟು ಜನ ನೆನಪಿಸಿಕೊಳ್ಳುತ್ತಾರೋ ತಿಳಿದಿಲ್ಲ. ನನ್ನನ್ನು ನಾನು ಏನೆಂದುಕೊಳ್ಳಲಿ? ಅದೃಷ್ಟಶಾಲಿ, ನತದೃಷ್ಟ, ಶಕ್ತಿ ಇದ್ದರೂ ಉಪಯೋಗಿಸಲಾಗದ ಅಸಹಾಯಕ, ಹೀಗೆ ನನ್ನನ್ನು ನಾನು ಏನು ಬೇಕಾದರೂ ಅಂದುಕೊಳ್ಳಬಹುದು.

ನನ್ನ ತಾತ ಭೀಮ, ಬಲಬೀಮ ಎಂದೇ ಹೆಸರು ಪಡೆದವನು. ಮಹಾಭಾರತದಲ್ಲಿ ಬಹಳ ಮುಖ್ಯ ಪಾತ್ರ. ಸಿಟ್ಟಿಗೆ, ಪರಾಕ್ರಮಕ್ಕೆ, ಶೌರ್ಯಕ್ಕೆ ಮತ್ತೊಂದು ಹೆಸರೇ ನನ್ನ ತಾತ. ಇನ್ನು ಅವರ ಮಗ ಹೇಗಿರಬೇಡ. ಘಟೋತ್ಗಜ. ಅಪ್ಪನನ್ನೂ ಮೀರಿಸಿದಂಥಾ ಶಕ್ತಿಶಾಲಿ. ನಾನು ಅವರ ಮಗ. ಘಟೋದ್ಗಜನ ಮಗ, ಹೆಸರು ಬರ್ಬರಿ, ನನ್ನ ತಾಯಿ ಊರ್ವಿ.

ನನಗೆ ಮೊದಲಿನಿಂದಲೂ ದೈವಭಕ್ತಿ ಹೆಚ್ಚು. ಎಷ್ಟು ಕಾಲವಾದರೂ ಧ್ಯಾನ ಮಾಡುತ್ತಾ ಕೂತುಬಿಡುತ್ತಿದ್ದೆ. ಆಗೆಲ್ಲಾ ನನ್ನಮ್ಮನೇ ನನ್ನನ್ನು ಎಚ್ಚರಿಸಿ ವಿದ್ಯೆ ಕಲಿಯಲು ಕಳಿಸುತ್ತಿದ್ದಳು. ನಾನು ಗುರುಕುಲದಿಂದ ಬಂದ ಮೇಲೆ ನಾನು ಕಲಿತ ವಿದ್ಯೆಯನ್ನು ಅವಳ ಮುಂದೆ ಪ್ರದರ್ಶಿಸಬೇಕಿತ್ತು. ಆಗ ಅವಳು ನನ್ನನ್ನು ತಿದ್ದುತ್ತಿದ್ದಳು. ನಾನು ನನ್ನ ತಂದೆ, ತಾಯಿಯರ ಜೊತೆ ಇರುತ್ತಿದ್ದುದರಿಂದ ನನ್ನ

ತಾತನನ್ನು ಕಾಣುವುದು ಬಹಳ ಅಪರೂಪವೇ ಆಗಿತ್ತು. ಅದರಲ್ಲೂ ಅವರು ನನ್ನ ಚಿಕ್ಕ ಮತ್ತು ದೊಡ್ಡ ತಾತಂದಿರೊಂದಿಗೆ ವನವಾಸ ಮತ್ತು ಅಜ್ಞಾತವಾಸ ಅಂತ ಕಾಡಿಗೆ ಹೋದ ಮೇಲೆ ಅವರನ್ನು ನೋಡುವುದೇ ಅಪರೂಪವಾಗಿತ್ತು. ನಾನು ನನ್ನ ತಾತನನ್ನು ನೋಡಲು ಅವರ ವನವಾಸ ಮತ್ತು ಅಜ್ಞಾತವಾಸ ಪರಿಸಮಾಪ್ತಿಯಗುವುದನ್ನೇ ಕಾಯುತ್ತಿದ್ದೆ.

ಪಾಂಡವರ ವನವಾಸ, ಅಜ್ಞಾತವಾಸ ಎಲ್ಲ ಮುಗಿದ ಮೇಲೆ ಎಲ್ಲರಂತೆ ನಾನೂ ಇನ್ನು ಮುಂದೆ ಪಾಂಡವರು ಇಂದ್ರಪ್ರಸ್ಥದಲ್ಲಿ ಕೌರವರು ಹಸ್ತಿನಾವತಿಯಲ್ಲಿ ರಾಜ್ಯಭಾರ ಮಾಡಿಕೊಂಡು ಇರುತ್ತಾರೆ ಎಂದುಕೊಂಡಿದ್ದೆ. ನನಗೆ ಆಗಾಗ ಧೃತರಾಷ್ಟ್ರ, ಶಕುನಿ, ದುರ್ಯೋಧನ, ಕರ್ಣ ಇವರುಗಳ ಬಗೆಗೆ ತಿಳಿಯುತ್ತಿತ್ತು. ಎಲ್ಲರೂ ಒಂದಲ್ಲ ಒಂದು ರೀತಿ ಮಹಾರಥಿಗಳು. ಏನೇ ಆಗಲಿ ನನಗೆ ನನ್ನ ತಾತ ಭೀಮ ಮತ್ತು ತಂದೆ ಘಟೋದ್ಗಜ ಇವರುಗಳ ಬಗೆಗೆ ಹೆಮ್ಮೆ ಅನಿಸುತ್ತಿತ್ತು. ನನ್ನ ತಾತನಾದಿಯಾಗಿ ಎಲ್ಲ ಪಾಂಡವರೂ ನನಗೆ ಅಚ್ಚುಮೆಚ್ಚು. ಜೊತೆಗೆ ನಾನು ಯುದ್ಧ ವಿದ್ಯೆಯಲ್ಲಿ ಪ್ರವೀಣತೆ ಸಾಧಿಸುತ್ತಿದ್ದುದರಿಂದ ಅವರಿಬ್ಬರನ್ನೂ ಮೀರಿಸಿದ ಶಕ್ತಿಶಾಲಿಯಾಗಬೇಕು ಅನಿಸುತ್ತಿತ್ತು. ಅದಕ್ಕೆ ತಕ್ಕಂತೆ ನನ್ನ ತಯಾರಿಯೂ ಇತ್ತು.

ಕೌರವರು ಮತ್ತು ಪಾಂಡವರ ನಡುವೆ ಯಾವುದೂ ಸರಿಯಿಲ್ಲ. ಅಂದರೆ ಅವರುಗಳ ನಡುವೆ ಯಾವಾಗ ಬೇಕಾದರೂ ಯುದ್ಧ ನಡೆಯಬಹುದು ಎನ್ನುವ ಮಾತುಗಳೂ ಕೇಳಿಬರುತ್ತಿತ್ತು.

ಅಂಥಾ ದಿನಗಳಲ್ಲಿ ಒಂದು ದಿನ ನಾನು ನನ್ನ ತಾತನನ್ನು ನೋಡಲು ಅವರಿಗೆ ಆಶ್ರಯ ಕೊಟ್ಟಿದ್ದ ವಿರಾಟ ರಾಜನ ಅರಮನೆಗೆ ಹೋದೆ. ಅಲ್ಲಿ ಅವರುಗಳು ಯಾರೂ ನನ್ನನ್ನು ನಿರೀಕ್ಷಿಸಿರಲಿಲ್ಲ. ಆದರೆ ನನ್ನ ತಾತನಿಗೆ ನನ್ನನ್ನು ಕಂಡು ಅತೀವ ಸಂತಸವಾಯಿತು. ಎರಡೂ ತೋಳುಗಳನ್ನು ನನ್ನತ್ತ ಚಾಚಿ ನನ್ನನ್ನು ಬಿಗಿದಪ್ಪಿದರು. ನಾನು ಅವರ ಪಾದಗಳಿಗೆ ನಮಸ್ಕರಿಸಿದೆ. ಜೊತೆಗೆ ಅಲ್ಲಿದ್ದ ನನ್ನ ಎಲ್ಲಾ ಚಿಕ್ಕ ತಾತಂದಿರಿಗೂ ನಮಸ್ಕರಿಸಿದೆ.

ನಾನು ಚಿಕ್ಕವನಾದರೂ ನನ್ನನ್ನು ಅವರುಗಳ ಜೊತೆ ಕೂರಿಸಿಕೊಂಡರು. ಅವರುಗಳು ಆಡುತ್ತಿದ್ದ ಮಾತಿನಿಂದ ಪಾಂಡವರು ಮತ್ತು ಕೌರವರ ನಡುವೆ ಯುದ್ಧ ಅನಿವಾರ್ಯ ಎನಿಸುತ್ತಿತ್ತು. ಹಾಗೇನಾದರೂ ಆದರೆ ನಾನೂ ನನ್ನ ತಂದೆ ಮತ್ತು ತಾತನ ಜೊತೆ ಸೇರಿಕೊಂಡು ಯುದ್ಧ ಮಾಡಿ ಆದಷ್ಟೂ ಕೌರವರ ನಾಶಕ್ಕೆ ಕಾರಣನಾಗಬೇಕು ಎನ್ನುವ ಆಸೆ ಒಳಗೊಳಗೇ ನುಗ್ಗುತ್ತಿತ್ತು. ಹರೆಯದ ವಯಸ್ಸಲ್ಲವೇ. ಜೊತೆಗೆ ಕಲಿತ ವಿದ್ಯೆಯನ್ನು ನಾನು ಹೇಗೆ ಸಾರ್ಥಕಗೊಳಿಸಿಕೊಳ್ಳುತ್ತೇನೆ ಎನ್ನುವುದನ್ನು ನಾನೇ ಮನಗಾಣಬೇಕಲ್ಲ. ಅದಕ್ಕೆ ಇದೊಂದು ಸುಸಂದರ್ಭ ಎನಿಸುತ್ತಿತ್ತು. ಆದರೆ ನನಗೆ ಚನ್ನಾಗಿ ಗೊತ್ತು ನಾನು

ನನ್ನ ತಾತಂದಿರ ಮತ್ತು ನನ್ನ ತಂದೆ ತಾಯಿಯ ಆಜ್ಞೆಯನ್ನು ಮೀರುವಂತಿಲ್ಲ ಎಂದು.

ನಾನು ಶ್ರೀಕೃಷ್ಣನ ಬಗೆಗೆ ನನ್ನ ತಂದೆ ತಾಯಿಯರಿಂದ ಮತ್ತು ಎಲ್ಲೋ ಒಂದೆರಡು ಸಾರಿ ನನ್ನ ಅಜ್ಜಿ ತಾತಂದಿರಿಂದ ಕೇಳಿದ್ದೆ. ಶ್ರೀಕೃಷ್ಣನನ್ನು ನೋಡಬೇಕು ಅನಿಸಿದ ಸಂದರ್ಭದಲ್ಲಿ ಸಾಕ್ಷಾತ್ ಶ್ರೀಕೃಷ್ಣನೇ ಎದುರಿಗೆ ಬಂದಿದ್ದ. ಆನಂತರ ಮತ್ತೆ ಶ್ರೀಕೃಷ್ಣನನ್ನು ನೋಡಿರಲಿಲ್ಲ. ಅವಕಾಶವೂ ಬಂದಿರಲಿಲ್ಲ. ಆದರೆ ಶ್ರೀ ಕೃಷ್ಣನನ್ನು ಮತ್ತೆ ಮತ್ತೆ ನೋಡಬೇಕು ಅನ್ನುವ ಆಸೆ ಮಾತ್ರ ಇತ್ತು. ನಾನು ನನ್ನ ತಾತಂದಿರು ಏನು ಮಾತಾಡುತ್ತಿದ್ದಾರೆ ಎನ್ನುವುದನ್ನು ಆಲಿಸಿಕೊಂಡು ಚಿಕ್ಕ ಬಾಲಕನಾಗಿಯೇ ಕೂತಿದ್ದೆ. ನಮ್ಮ ವಂಶದಲ್ಲಿ ಏನಿಲ್ಲದಿದ್ದರೂ ಹಿರಿಯರಿಗೆ ಗೌರವ ಕೊಡುವುದನ್ನು ಕಲಿಸಿದ್ದಾರೆ. ಹೀಗಾಗಿ ಹಿರಿಯರ ನಡುವೆ ಇರುವಾಗ ಅವರ ಎದುರಿಗೆ ಕಾಲು ಮೇಲೆ ಕಾಲು ಹಾಕಿ ಕೂತುಕೊಳ್ಳುವುದಾಗಲೀ, ಅವರ ಮಾತಿಗೆ ಮಾತು ಬೆರೆಸುವುದಾಗಲೀ, ಗಟ್ಟಿ ಸ್ವರದಿಂದ ಮಾತಾಡುವುದಾಗಲೀ ಮಾಡುತ್ತಿರಲಿಲ್ಲ. ಅವರುಗಳು ಕೇಳಿದ ಯಾವುದೇ ಪ್ರಶ್ನೆಗಳಿಗೆ ಅತಿ ವಿನಿಯದಿಂದ ಉತ್ತರ ನೀಡುವುದು ಮಾತ್ರ ಗೊತ್ತಿತ್ತು.

ಅವರುಗಳ ಮಾತಿನಲ್ಲಿ ಅವರೆಲ್ಲರೂ ಆಗ ಶ್ರೀ ಕೃಷ್ಣನನ್ನು ನೋಡಲು ಹೋಗುವ ವಿಚಾರವಿತ್ತು. ಈಗ ನಾನು ನನ್ನ ತಾತನ ಬಳಿ ಹೋಗಿ ಅವರಲ್ಲಿ ನಾನೂ ಬರುವೆನೆಂದು ಕೋರಿಕೊಳ್ಳಬೇಕು. ಆಗ ಶ್ರೀ ಕೃಷ್ಣನ ದರ್ಶನ ನನಗೆ ಸುಲಭವಾಗುತ್ತದೆ ಅಂತ ಆಸೆಯಾಯಿತು. ಆದರೆ ಕೇಳುವುದು ಹೇಗೆ. ಮೊದಲು ಅವರೆಲ್ಲರೂ ಶ್ರೀ ಕೃಷ್ಣನನ್ನು ನೋಡಲು ಹೊರಡಲಿ ಅಲ್ಲೀವರೆಗೂ ಸುಮ್ಮನಿರೋಣ ಅಂತ ಕೂತಿದ್ದೆ.

ಏನಾಶ್ಚರ್ಯ? ನಾನು ಏನು ಬಯಸುತ್ತಿದ್ದೆನೋ ಅದೇ ಆಗಿಬಿಡೋದೇ? ನಾನು ನನ್ನ ತಾತನೊಂದಿಗೆ ಶ್ರೀ ಕೃಷ್ಣನನ್ನು ನೋಡಲು ಹೋಗೋಣ ಅಂದುಕೊಳ್ಳುತ್ತಿದ್ದರೆ ಸ್ವತಃ ಶ್ರೀ ಕೃಷ್ಣನೇ ಅಲ್ಲಿಗೆ ಬರೋದೇ. ಎಂಥಾ ಸೌಭಾಗ್ಯ.

ಅಂಥಾ ಹಸನ್ಮುಖಿಯನ್ನು, ಆಕರ್ಷಿತನನ್ನು, ಶಕ್ತಿವಂತನನ್ನು, ವಿದ್ಯಾವಂತನನ್ನು, ವಿನಯವಂತನನ್ನು, ಸ್ನೇಹಿತನನ್ನು, ಇನ್ನೂ ಏನೇನು ಹೇಳಲಿ, ಅಂಥವನನ್ನು ನಾನು ಹಿಂದೆಂದೂ ಕಂಡಿರಲಿಲ್ಲ ಮತ್ತು ನನ್ನ ಮನಸ್ಸು ಹೇಳುತ್ತಿತ್ತು ಮುಂದೆಂದೂ ನೀನು ಇಂಥಾ ವ್ಯಕ್ತಿತ್ವದವನನ್ನು ಕಾಣಲಾರೆ ಎಂತ. ಇದ್ದರೆ ಇಂಥವನು ಇವನೊಬ್ಬನೇ ಅನಿಸಿತು.

ಶ್ರೀಕೃಷ್ಣನನ್ನು ನೋಡಿದೊಡನೇ ಸಂತಸದ ಜೊತೆಗೆ ಭಯವೂ, ಕುತೂಹಲವೂ ಉಂಟಾಗಿ ಮೈ ನಡುಗುತ್ತಿತ್ತು. ನನ್ನ ಎಲ್ಲಾ ತಾತಂದಿರೂ ಎದ್ದು ನಿಂತು ಶ್ರೀಕೃಷ್ಣನನ್ನು ಬರಮಾಡಿಕೊಂಡರು. ನಾನೂ ಮೊದಲು ನಡುಬಗ್ಗಿಸಿ ಕೈ ಮುಗಿದು ನಂತರ ಅವನ ಕಾಲಿಗೆ ನಮಸ್ಕರಿಸಿದೆ.

ಶ್ರೀ ಕೃಷ್ಣ ಎಷ್ಟಾದರೂ ಶ್ರೀ ಕೃಷ್ಣನೇ ಅಲ್ಲವೇ. ನನ್ನನ್ನು ಕಂಡು ಅಭಿಮಾನದಿಂದ ಹೆಗಲ ಮೇಲೆ ಕೈ ಹಾಕಿ, "ಯಾರೀತ, ಸ್ಫುರದ್ರೂಪಿ ಯುವಕ" ಅಂತ ಕೇಳಿದ. ನಾನು ಯಾರೆಂದು ಅವನಿಗೆ ಗೊತ್ತಿರಲಿಲ್ಲವೇ. ಇಡೀ ಬ್ರಹ್ಮಾಂಡವೇ ಅವನಿಗೆ ಗೊತ್ತಿರುವಾಗ ನಾನೊಬ್ಬ ಗೊತ್ತಿಲ್ಲದೇ ಇರಲು ಹೇಗೆ ಸಾಧ್ಯ. ಇದನ್ನೇ ಕಪಟನಾಟಕ ಸೂತ್ರಧಾರಿಯ ನಡೆ ಎನ್ನುವುದು.

ನನ್ನ ತಾತನೂ ಅಷ್ಟೆ. ಶ್ರೀ ಕೃಷ್ಣ ಎಷ್ಟು ಸೌಜನ್ಯದಿಂದ ಪ್ರಶ್ನೆ ಮಾಡಿದನೋ ಅಷ್ಟೇ ಸೌಜನ್ಯದಿಂದ "ಇವನು ನನ್ನ ಮೊಮ್ಮಗ, ಬರ್ಬರಿ, ಘಟೋದ್ಗಜನ ಮಗ" ಎಂದ. ಅದಕ್ಕೆ ಕೃಷ್ಣ ಹುಬ್ಬೇರಿಸಿದ. ನೋಡಿ ಎಲ್ಲಾ ತಿಳಿದಿರುವವನೂ ಇತರರಿಂದ ತಿಳಿದುಕೊಳ್ಳುವ ರೀತಿ ಹೇಗಿದೆ ಅಂತ. ಮತ್ತೆ ನನ್ನತ್ತ ಮುಗುಳುನಗೆಯಿಂದ ನೋಡಿದಾಗ ನಾನು ಮತ್ತೊಮ್ಮೆ ನಮಸ್ಕರಿಸಿದೆ. ಕೂಡಲೇ ಶ್ರೀಕೃಷ್ಣ "ಇನ್ನು ಮುಂದಿನ ಜೀವನ ನಾಟಕದಲ್ಲಿ ಇವನದು ಬಹಳ ಪ್ರಮುಖ ಪಾತ್ರ" ಅಂದ. ನನಗೆ ಅದೇಕೋ ಆನೆ ಬಲ ಬಂದ ಹಾಗಾಯಿತು. ಏಕೆಂದರೆ ನನಗೆ ನನ್ನ ಮೇಲೇ ಇದ್ದ ಆತ್ಮವಿಶ್ವಾಸ. ಇದಕ್ಕೆ ಕಾರಣ ನನ್ನ ತಪಸ್ಸು.

ನನಗೆ ಇದ್ದಕ್ಕಿದ್ದಂತೆ ಖುಷಿಯಾಯಿತು. ಎಷ್ಟಾದರೂ ನನ್ನ ಶಕ್ತಿ ಎಷ್ಟೆಂದು ಶ್ರೀಕೃಷ್ಣನಿಗೆ ತಿಳಿದಿದೆ. ಅಂದ ಮೇಲೆ ನನ್ನನ್ನು ಮುಂದೆ ಸಂಭವಿಸಬಹುದಾದ ಯುದ್ಧದಲ್ಲಿ ಬಳಸಿಕೊಳ್ಳುವ ಬಯಕೆ ಶ್ರೀಕೃಷ್ಣನಿಗೆ ಇದೆ ಅಂದ ಹಾಗಾಯಿತು. ನನಗೆ ಇದರಿಂದ ತುಂಬಾ ಹುಮ್ಮಸ್ಸು ಬಂದಿತು. ಆದರೆ ಹಿರಿಯರಿರುವ ಸಭೆ ಅಲ್ಲಿ ನಾನು ಕಿರಿಯನಾಗಿದ್ದರೆ ಕ್ಷೇಮ ಅನಿಸಿ ಸುಮ್ಮನಿದ್ದೆ.

ಇಲ್ಲಿ ನಿಮಗೆ ನನ್ನ ತಪಸ್ಸು ಮತ್ತು ಅದರ ಸಿದ್ಧಿಯ ಬಗೆಗೆ ತಿಳಿಸುತ್ತೇನೆ. ಆಗ ನಿಮಗೆ ನಾನು ಶ್ರೀಕೃಷ್ಣನನ್ನು ಭೇಟಿ ಮಾಡಿದ ಮೊದಲ ಸಂದರ್ಭ ತಿಳಿಯುತ್ತದೆ.

ನಾನು ಚಿಕ್ಕವನಿದ್ದಾಗಿನಿಂದಲೂ ನನಗೆ ಅದೇನೋ ಶಿವಮೋಹ. ಶಿವನನ್ನು ಕಂಡರೆ ಅತಿಯಾದ ಭಕ್ತಿ. ಅವನ ಮಹಿಮೆ ಬಗೆಗೆ ನನಗೆ ಅಪಾರ ಮೋಹ. ನಾನು ತುಸು ದೊಡ್ಡವನಾದಾಗ ತಪಸ್ಸು ಮಾಡಿ ಸಿದ್ಧಿ ಸಾಧಿಸಬೇಕು ಎನಿಸಿದಾಗ ನನಗೆ ಹೊಳೆದದ್ದು ಶಿವನೇ.

ಎಲ್ಲರೂ ಹೇಳುತ್ತಾರೆ ಶಿವನನ್ನು ಒಲಿಸಿಕೊಳ್ಳೋದು ಕಷ್ಟ ಅಂತ. ಆದರೆ ನಾನು ಅದೆಷ್ಟೇ ಕಷ್ಟವಾಗಲಿ, ಅದೆಷ್ಟೇ ವರ್ಷಗಳು ಕಳೆದುಹೋಗಲಿ, ಶಿವನನ್ನು ಕುರಿತೇ ತಪಸ್ಸು ಮಾಡುತ್ತೇನೆ. ಶಿವ ನನಗೆ ದರ್ಶನ ನೀಡಲೇಬೇಕು ಎಂದು ತಪಸ್ಸಿಗೆ ನಿರ್ಧರಿಸಿದೆ. ನನ್ನ ತಂದೆ ಇದಕ್ಕೆ ವಿರೋಧಿಸಲಿಲ್ಲ. ಆದರೆ ನನ್ನ ತಾಯಿ ಮಾತ್ರ ಅಷ್ಟೊಂದು ಕಠಿಣ ತಪಸ್ಸು ನಿನಗೆ ಬೇಕೇ ಮಗು ಎಂದು ಕೇಳಿದಳು. ಎಷ್ಟೇ ಆದರೂ ತಾಯಿ. ಮಗ ನೋಯುವುದನ್ನು ನೋಡಿ ಅವಳಿಗೆ

ಸಹಿಸೋದು ಕಷ್ಟ. ನಾನು ಅವಳಿಗೆ ತಿಳಿಸಿ ಹೇಳಿದ ಮೇಲೆ ಅವಳ ಸಮ್ಮತಿ ಸಿಕ್ಕಿತು.

ನಾನು ಶಿವನ ಕುರಿತು ಕಠಿಣ ತಪಸ್ಸಿಗೆ ಕೂತೆ. ನನ್ನ ಮನೋಭಾವನೆಯೋ ಅಥವಾ ವಾಸ್ತವವೋ ಗೊತ್ತಿಲ್ಲ. ಆದರೆ ನನಗೆ ಶಿವದರ್ಶನವಾದದ್ದಂತೂ ಸತ್ಯ. ಎಷ್ಟು ಸಮಯ ನಾನು ಶಿವನನ್ನು ಕುರಿತು ತಪಸ್ಸು ಮಾಡಿದೆ ಎಂದು ಗೊತ್ತಿಲ್ಲ. ಶಿವನನ್ನು ಒಲಿಸಿಕೊಳ್ಳೋದು ಇಷ್ಟು ಸುಲಭವೇ ಎನ್ನುವಷ್ಟರ ಮಟ್ಟಿಗೆ ಶಿವ ನನ್ನ ಮುಂದೆ ನಿಂತಿದ್ದ. ಅದಕ್ಕೇ ಹೇಳೋದು ಪ್ರಯತ್ನಕ್ಕೆ ತಕ್ಕ ಫಲ ಸಿಕ್ಕಿದರೆ ಪ್ರಯತ್ನದ ಹಿಂದಿನ ನೋವುಗಳೆಲ್ಲ ಮಾಯ ಅಂತ. ನನಗಾಗಿದ್ದೂ ಅದೇ. ಶಿವನಿಗೆ ನನ್ನ ಸಂಕಲ್ಪ ಇಷ್ಟವಾಗಿತ್ತು. ಪರಮಾತ್ಮನ ದರ್ಶನವಾದರೆ ಭಕ್ತ ಏನು ಕೇಳುತ್ತಾನೆ. ವರ ಕೇಳುತ್ತಾನೆ ಅಷ್ಟೇ ತಾನೇ. ಆದರೆ ಏನು ವರ ಕೇಳುತ್ತಾನೆ ಎನ್ನೋದು ಮುಖ್ಯ.

ಒಬ್ಬ ಯೋಧನಿಗೆ ಏನು ಬೇಕು. ತಾನು ಬಲಶಾಲಿಯಾಗಬೇಕು. ತನ್ನ ತಂಟೆಗೆ ಯಾರೂ ಬರಬಾರದು. ಬಂದರೆ ಅವರು ಉಳಿಯಬಾರದು. ಮತ್ತೆ ಅವನು ಯಾರನ್ನು ಸೋಲಿಸುವ ಸಂಕಲ್ಪ ಮಾಡಿದರೂ ಆದು ಸಿದ್ಧಿಯಾಗಬೇಕು. ನಾನು ಶಿವನನ್ನು ವರ ಬೇಡಿದ್ದಂತೂ ಸತ್ಯ. ಶಿವ ವರ ನೀಡಿದ್ದೂ ಸತ್ಯ.

ನೋಡಿ, ದೇವರು ಕೊಡುವಾಗ ಸುಮ್ಮನೇ ಕೊಡುವುದಿಲ್ಲ. ಭಕ್ತನನ್ನು ಪರೀಕ್ಷಿಸಿ ಅಥವಾ ಅವನನ್ನು ಸಿಕ್ಕಿಸಿ, ಅವನ ಸಂಯಮ ಪರೀಕ್ಷೆ ಮಾಡಿ ನಂತರ ಕೊಡುತ್ತಾನೆ. ಹಾಗೂ ತಾನು ಕೊಟ್ಟ ವರದಲ್ಲಿ ಭಕ್ತನನ್ನು ಬಂಧಿಯಾಗಿರಿಸಿರುತ್ತಾನೆ. ಏಕೆಂದರೆ ಯಾವುದೇ ಭಕ್ತ ಯಾವುದೇ ದೇವತೆಯಿಂದ ಯಾವುದೇ ವರ ಬೇಡಿದರೂ ಅದು ಸದ್ಬಳಕೆಯಾಗಬೇಕೇ ಹೊರತು ಅನ್ಯಥಾ ಅಲ್ಲ. ಇದಕ್ಕೆ ಮೋಹಿನಿ ಭಸ್ಮಾಸುರರ ಕಥೆಯನ್ನು ದೃಷ್ಟಾಂತವಾಗಿ ತೆಗೆದುಕೊಳ್ಳಬಹುದು.

ಶಿವನೂ ಅಷ್ಟೆ. ಅವನು ನನಗೆ ಅನುಗ್ರಹಿಸಿದ್ದು ಮೂರೇ ಮೂರು ಬಾಣಗಳನ್ನು. ಆದರೆ ಅವುಗಳ ಮಹತ್ವ ಅಪಾರ. ನಾನು ಶತ್ರುವಿನ ಮೇಲೆ ಒಂದು ಬಾಣ ಬಿಟ್ಟರೆ ಅದು ಅಲ್ಲಿಗೆ ಹೋಗಿ ನಾಶ ಮಾಡುವಷ್ಟು ಪ್ರದೇಶವನ್ನು ಬಾಣದಿಂದ ಗುರುತು ಮಾಡುತ್ತದೆ. ಇನ್ನೊಂದು ಬಾಣ ಯಾವ ಯಾವ ಪ್ರದೇಶಗಳು ನಾಶವಾಗಬಾರದೋ ಅಂಥಾ ಪ್ರದೇಶಗಳನ್ನು ಗುರುತು ಮಾಡುತ್ತದೆ. ಅಲ್ಲಿಗೆ ನಾಶವಾಗಬೇಕಾದ್ದು ನಾಶವಾಗಬಾರದ್ದು ಅಂತ ಪ್ರತ್ಯೇಕ ಮಾಡಿದ್ದಾಯಿತು. ಇದು ಎರಡು ಬಾಣಗಳ ಕೆಲಸ. ಇನ್ನು ಮೂರನೇ ಬಾಣ ಬಿಟ್ಟರೆ ಅದು ನಾಶವಾಗಬೇಕಾದ್ದನ್ನು ಕ್ಷಣಾರ್ಧದಲ್ಲಿ ನಾಶಮಾಡಿಬಿಡುತ್ತದೆ. ಶತ್ರುಗೆ ಸ್ವಲ್ಪವೂ ಸಮಯ ಕೊಡೋದಿಲ್ಲ. ಅವನು ಕಣ್ಣು

ಮುಚ್ಚಿ ಬಿಡೋಷ್ಟರಲ್ಲಿ ಅವನು ನಾಶವಾಗಿರುತ್ತಾನೆ. ಈ ಮೂರು ಬಾಣಗಳೂ ಅಷ್ಟು ಪ್ರಖರವಾದುವು.

ಆದರೆ ಇಲ್ಲಿ ಒಂದು ಕೊಕ್ಕೆ ಸಿಕ್ಕಿಸಿದ್ದ ಶಿವ. ಆ ಕೊಕ್ಕೆ ಏನೆಂದರೆ ನಾನು ಈ ಬಾಣಗಳನ್ನು ವೈಯಕ್ತಿಕ ದ್ವೇಷ ಸಾಧನೆಗೆ ಉಪಯೋಗಿಸುವುದಿಲ್ಲ ಮತ್ತು ಬಲಹೀನ ಗುಂಪಿನ ವಿರುದ್ಧ ಉಪಯೋಗಿಸುವುದಿಲ್ಲ ಎಂದು ಶಿವನಿಗೆ ವಾಗ್ದಾನ ಮಾಡಬೇಕಾಗಿತ್ತು. ನಾನು ಹಾಗೇ ಮಾಡಿದೆ.

ಆದರೆ ಶಿವನಿಂದ ದೊರೆತ ನನ್ನ ಶಕ್ತಿಯನ್ನು ಪರೀಕ್ಷಿಸಲು ನನಗೆ ಆಗಿರಲಿಲ್ಲ. ನಾನಾಗಿ ಸಂದರ್ಭವನ್ನು ಸೃಷ್ಟಿ ಮಾಡಿಕೊಳ್ಳುವುದು ಕಷ್ಟವಾಗುತ್ತಿತ್ತು. ಆದರೆ ನನ್ನ ಶಕ್ತಿಯನ್ನು ಪರೀಕ್ಷಿಸಲು ನನಗಿಂತ ಹೆಚ್ಚಾಗಿ ಇತರರಿಗೆ ಆಸಕ್ತಿ, ಕುತೂಹಲ ಎಲ್ಲ ಇದೆ ಅಂತ ಅರಿವಾದದ್ದು ನನ್ನ ಬಳಿಗೆ ಶ್ರೀಕೃಷ್ಣ ಬಂದಿದ್ದಾಗ. ಅದು ನನ್ನ ಶ್ರೀಕೃಷ್ಣನ ಮೊದಲ ಭೇಟಿ.

ಶ್ರೀಕೃಷ್ಣನ ಮುಂದೆ ನಾನೆಷ್ಟರವನು? ಅಂಥವನು ನನ್ನನ್ನು ನೋಡಲು ಬಂದಿದ್ದಾನೆ ಎಂದರೆ ಅಚ್ಚರಿಯಲ್ಲವೇ. ಮುರಾರಿಯು ಸುಮ್ಮಸುಮ್ಮನೇ ಎಲ್ಲಿಗೂ ಹೋಗುವುದಿಲ್ಲ. ಅಂದ ಮೇಲೆ ನನ್ನಲ್ಲಿಗೆ ಬಂದಿದ್ದಾನೆ ಎಂದರೆ ಏನೋ ಮಹತ್ವವಾದ ಕೆಲಸ ಇದೆ ಅಂತ ತಾನೇ ಅರ್ಥ.

ನನ್ನ ಶಕ್ತಿಮೀರಿ ಅವನನ್ನು ಸತ್ಕರಿಸಿದೆ. ನನ್ನ ಸತ್ಕಾರವನ್ನೆಲ್ಲಾ ಅವನು ಮುಗುಳುನಗೆಯಿಂದಲೇ ಸ್ವೀಕರಿಸಿದ. ಹಾಗೇ ಕೂತು ಇಬ್ಬರೂ ಉಭಯಕುಶಲೋಪರಿ ಮಾತಾಡಿದೆವು. ನಾನು ಶಿವನನ್ನು ಕುರಿತು ತಪಸ್ಸು ಮಾಡಿದ್ದು, ಅವನಿಂದ ವರ ಬೇಡಿದ್ದು. ಅವನು ಮೂರು ಬಾಣಗಳನ್ನು ಕೊಟ್ಟಿದ್ದು ಎಲ್ಲವನ್ನೂ ಅವನಿಗೆ ಹೇಳಿದೆ. ಅವನಿಗೆ ಇದೆಲ್ಲಾ ತಿಳಿದಿರುವುದಿಲ್ಲ ಎನ್ನುವ ಭ್ರಮೆಯಿಂದ.

ಶ್ರೀಕೃಷ್ಣ ನಾನೊಮ್ಮೆ ಈ ಬಾಣಗಳ ಶಕ್ತಿಯನ್ನು ಪರೀಕ್ಷಿಸಬೇಕು ಅಂತ ಅಂದಾಗ ನಾನು ಇಲ್ಲವೆನ್ನಲಾಗಲಿಲ್ಲ. ಎದುರಿಗೆ ಕಾಣುವ ಒಂದು ಮರವನ್ನೇ ಗುರಿಯಾಗಿರಿಸಿಕೊಂಡು ಒಂದೊಂದು ಎಲೆಯನ್ನೂ ಒಬ್ಬೊಬ್ಬ ಶತ್ರುವೆಂಬಂತೆ ಪರಿಗಣಿಸಿ ಎಲೆಯಲ್ಲಿ ತೂತು ಬೀಳುವಂತೆ ಮಾಡಬೇಕು ಎಂದು ಶೀಕೃಷ್ಣ ಹೇಳುತ್ತಾನೆ.

ಶ್ರೀಕೃಷ್ಣನ ಮಾತಿಗೆ ಸಮ್ಮತಿಸಿ ನಾನು ಮೊದಲು ಕಣ್ಣು ಮುಚ್ಚಿ ಧ್ಯಾನಾಸಕ್ತನಾದೆ. ಧ್ಯಾನ ಮುಗಿಸಿ ನಾನು ಎದುರಿಗೆ ಕಾಣುವ ಮರವನ್ನೇ ಗುರಿಯಾಗಿರಿಸಿಕೊಂಡು ಮೊದಲನೇ ಬಾಣ ಪ್ರಯೋಗ ಮಾಡಿದೆ. ಅದು ಎಲ್ಲ ಎಲೆಗಳ ಮೇಲೂ ಗುರುತು ಮಾಡುತ್ತದೆ. ಎರಡನೇ ಬಾಣವನ್ನು ಬಿಟ್ಟಾಗ ಅದು ಮರದ ರೆಂಬೆ ಕೊಂಬೆಗಳನ್ನು ಗುರುತು ಮಾಡುತ್ತದೆ. ನಾನು ಮೂರನೇ ಬಾಣವನ್ನು ಬಿಟ್ಟಾಗ ಅದು ಎಲ್ಲಾ ಎಲೆಗಳನ್ನೂ ಕೊರೆಯುತ್ತದೆ.

ನಂತರ ನಡೆದದ್ದೇ ಅಚ್ಚರಿಯ ಸಂಗತಿ. ಮರದ ಎಲ್ಲಾ ಎಲೆಗಳನ್ನೂ ತೂತು ಮಾಡಿದ ಬಾಣ ಅಲ್ಲೇ ನಿಂತಿದ್ದ ಶ್ರೀಕೃಷ್ಣನ ಹೆಜ್ಜೆಯನ್ನೂ ತೂತು ಕೊರೆಯುತ್ತದೆ. ನನಗೆ ಅತೀವ ಭಯವಾಯಿತು. ಇದು ಶ್ರೀಕೃಷ್ಣನ ಹೆಜ್ಜೆಯನ್ನು ತೂತು ಮಾಡಿದ್ದು ಏಕೆ ಅಂತ. ನೋಡಿದರೆ ಶ್ರೀಕೃಷ್ಣನ ಹೆಜ್ಜೆಯ ಕೆಳಗೆ ಮರದ ಒಂದು ಎಲೆ ಇದೆ. ನಡೆದದ್ದು ಇಷ್ಟು. ನಾನು ಧ್ಯಾನಾಸಕ್ತನಾಗಿದ್ದಾಗ ಶ್ರೀಕೃಷ್ಣನು ಮರದ ಒಂದು ಎಲೆಯನ್ನು ಕಿತ್ತು ತನ್ನ ಕಾಲ ಕೆಳಗೆ ಹಾಕಿಕೊಂಡಿರುತ್ತಾನೆ. ನನ್ನ ಬಾಣವು ಎಲ್ಲಾ ಎಲೆಗಳನ್ನು ಗುರುತು ಮಾಡಬೇಕು ತಾನೇ. ಶ್ರೀಕೃಷ್ಣನ ಕಾಲಿನ ಕೆಳಗೆ ಇರುವ ಎಲೆ ಹಾಗೆ ಉಳಿದುಕೊಂಡರೆ ನನ್ನ ಬಾಣದ ಶಕ್ತಿ ಪೂರ್ಣವಾದಂತಲ್ಲ. ಆದರೆ ಶಿವ ನನಗೆ ಅನುಗ್ರಹಿಸಿದ್ದ ವರ ಅಷ್ಟು ಶಕ್ತಿಶಾಲಿಯಾಗಿತ್ತು. ಮರದ ಒಂದೇ ಎಲೆ ಎಲ್ಲೇ ಇದ್ದರೂ ಹೋಗಿ ತೂತು ಮಾಡುವಷ್ಟು ಶಕ್ತಿ ಆ ಬಾಣಕ್ಕಿತ್ತು. ಹಾಗಾಗಿ ಅದು ಶ್ರೀಕೃಷ್ಣನ ಪಾದವನ್ನೂ ಕೊರೆದು ಅವನ ಹೆಜ್ಜೆಯ ಕೆಳಗೆ ಇದ್ದ ಎಲೆಯನ್ನು ತೂತು ಮಾಡಿತ್ತು. ಶ್ರೀ ಕೃಷ್ಣನಿಗೆ ನೋವುಂಟಾದರೂ ನನ್ನ ಶಕ್ತಿಯನ್ನು ಮೆಚ್ಚಿಕೊಂಡಿದ್ದ.

ಅದರಿಂದಾಗಿಯೇ ಶ್ರೀಕೃಷ್ಣನು ನನ್ನ ತಾತಂದಿರಿಗೆ ನನ್ನ ಶಕ್ತಿಯನ್ನು ಕುರಿತು ವಿವರಿಸಿ ನನ್ನನ್ನು ಯುದ್ಧಕ್ಕೆ ಸೇರಿಸಿಕೊಳ್ಳಲು ಪ್ರೇರೇಪಿಸುತ್ತಾನೆ ಎನ್ನುವ ನಂಬಿಕೆ ನನಗಿತ್ತು.

ಅಲ್ಲಿಂದ ಮುಂದೆ ಸುಮಾರು ಹೊತ್ತು ಅವರೆಲ್ಲರೂ ಅದುವರೆವಿಗೂ ನಡೆದ ವಿದ್ಯಮಾನಗಳ ಕುರಿತು ಮಾತಾಡಿದರು. ವನವಾಸ ಮತ್ತು ಅಜ್ಞಾತವಾಸದ ನಂತರ ಇಂದ್ರಪ್ರಸ್ಥವನ್ನು ಪಾಂಡವರಿಗೆ ಹಿಂದಿರುಗಿಸುವ ಪ್ರಸ್ತಾಪ ಹೊತ್ತು ಶ್ರೀಕೃಷ್ಣ ಸ್ವತಃ ಧೃತರಾಷ್ಟ್ರನ ಬಳಿಗೆ ಹೋದಾಗ ಏನೇನಾಯಿತು. ಧೃತರಾಷ್ಟ್ರ ತನ್ನ ಪುತ್ರ ವ್ಯಾಮೋಹದಿಂದ ಏನನ್ನೂ ನಿರ್ಧರಿಸಲಾಗದ ಪರಿಸ್ಥಿತಿಯಲ್ಲಿದ್ದದ್ದು, ದುರ್ಯೋಧನನ ದುರಹಂಕಾರದ ಮಾತುಗಳು, ಭೀಷ್ಮ, ದ್ರೋಣಾಚಾರ್ಯರು, ಕೃಪಾಚಾರ್ಯರು ಇವರ ಅಸಹಾಯಕ ಸ್ಥಿತಿ, ವಿದುರನ ಒಳೊಳಗಿನ ನೋವು ಇವುಗಳಿಂದಾಗಿ ಯುದ್ಧವೇ ಅಂತಿಮ ಅನ್ನುವುದು ಎಲ್ಲರಿಗೂ ಅರಿವಾಗಿತ್ತು. ನಂತರ ಶ್ರೀಕೃಷ್ಣ ನಂತರ ಅಲ್ಲಿದ್ದ ಒಬ್ಬೊಬ್ಬರನ್ನೇ ಕುರಿತು "ಯುದ್ಧ ಅನಿವಾರ್ಯ ಎನ್ನುವ ಘಟ್ಟಕ್ಕೆ ನಾವೆಲ್ಲರೂ ಬಂದು ನಿಂತಿದ್ದೇವೆ. ಯುದ್ಧ ಆಗೋದು ನಿಶ್ಚಯ ಅನಿಸಿದರೂ ಅದು ಎಷ್ಟು ಕಾಲ ನಡೆಯಬಹುದು ಎನ್ನುವುದು ಇನ್ನೂ ಗೋಚರಿಸಿಲ್ಲ. ನೀವು ಒಬ್ಬೊಬ್ಬರೇ ಯುದ್ಧವನ್ನು ಎದುರಿಸಿದರೆ ಯುದ್ಧ ಪರಿಸಮಾಪ್ತಿಯಾಗಲು ಎಷ್ಟು ದಿವಸ ಬೇಕು" ಎಂದು ಕೇಳಿದನಂತೆ. ಆಗ ಶ್ರೀಕೃಷ್ಣನಿಗೆ ಬಂದ ಉತ್ತರ ಅಚ್ಚರಿ ಹುಟ್ಟಿಸುವಂತಿತ್ತು. ಭೀಷ್ಮರು ತಮಗೆ 20 ದಿವಸ ಬೇಕಾಗುತ್ತದೆ ಎನ್ನುತ್ತಾರೆ. ದ್ರೋಣರು 25 ದಿನ ಎಂತಲೂ,

ಕರ್ಣ 24 ದಿವಸ ಎಂತಲೂ ಹೇಳುತ್ತಾನೆ. ಆಗ ಶ್ರೀಕೃಷ್ಣ ಅರ್ಜುನನ ಕಡೆಗೆ ತಿರುಗಿ ಹೇ ಪಾರ್ಥ, ನೀನು ಎಷ್ಟು ದಿವಸಗಳಲ್ಲಿ ಮಹಾಭಾರತ ಯುದ್ಧವನ್ನು ಪರಿಸಮಾಪ್ತಿಗೊಳಿಸುತ್ತೀಯ ಅಂತ ಕೇಳಿದರೆ ಅರ್ಜುನ ನನಗೆ ಕೇವಲ 28 ದಿವಸ ಸಾಕು ಎನ್ನುತ್ತಾನೆ."

ಈ ವಿಚಾರವನ್ನು ಎಲ್ಲಿ ಎಲ್ಲರ ಮುಂದೆಯೂ ಹೇಳಿದ ಮುರಾರಿಗೆ ನನ್ನನ್ನೂ ಪ್ರಶ್ನೆ ಮಾಡಿಬಿಡೋಣ ಅನಿಸಿರಬೇಕು ಅದಕ್ಕೇ ನನಗೂ ಅದೇ ಪ್ರಶ್ನೆ ಹಾಕಿದ. ಅದಕ್ಕೆ ನಾನು ವಿನಮ್ರನಾಗಿ "ಎಲೇ ಮಧುಸೂಧನ ನನಗೆ ಯುದ್ಧ ಪರಿಸಮಾಪ್ತಿಗೊಳಿಸಲು ಕೇವಲ ಒಂದೇ ನಿಮಿಷ ಸಾಕು" ಎಂದೆ. ನನ್ನ ಮಾತು ಕೇಳಿ ಸ್ವತಃ ನನ್ನ ತಾತನ ಜೊತೆ ಇತರ ತಾತಂದಿರೂ ಹುಬ್ಬೇರಿಸುತ್ತಾರೆ. ನನ್ನ ಮಾತಿಂದ ಶ್ರೀಕೃಷ್ಣನಿಗೆ ಅಚ್ಚರಿಯಾಗಲಿಲ್ಲ. ಏಕೆಂದರೆ ಈ ಹಿಂದೆ ಅವನು ನನ್ನ ಶಕ್ತಿಯನ್ನು ಕಂಡಿದ್ದ.

ನಂತರ ಶ್ರೀಕೃಷ್ಣ ನನ್ನನ್ನು ನೋಡಿ "ಒಂದು ವೇಳೆ ಕುರುಕ್ಷೇತ್ರ ಯುದ್ಧ ನಡೆದರೆ ನೀನು ಯಾವ ಗುಂಪಿನೊಂದಿಗೆ ಸೇರಿಕೊಳ್ಳುತ್ತೀಯ" ಅಂತ ಕೇಳಿದಾಗ ವಾಸ್ತವವಾಗಿ ಪಾಂಡವರು ತನ್ನ ತಂದೆಯ ಕಡೆ ಸಂಬಂಧಿಗಳು ಜೊತೆಗೆ ಕೌರವರಿಗೆ ಹೋಲಿಸಿದರೆ ಅಷ್ಟೇನೂ ಬಲಶಾಲಿಯಲ್ಲದವರು. ಹೀಗಾಗಿ ನಾನು "ಪಾಂಡವರ ಕಡೆ ಇರುತ್ತೇನೆ" ಎಂದೆ.

ನನ್ನ ಮಾತಿಗೆ ನನ್ನ ತಾತಂದಿರು ಸಂತಸ ವ್ಯಕ್ತಪಡಿಸಿದರೂ ಶ್ರೀಕೃಷ್ಣ "ಬರ್ಬರಿ, ನಿನ್ನ ನಿರ್ಧಾರವೇನೋ ಚನ್ನಾಗಿದೆ. ಆದರೆ ಅದು ಅಷ್ಟು ಸುಲಭವಲ್ಲ. ಯಾವ ಸೈನ್ಯ ಬಲಶಾಲಿಯಲ್ಲವೋ ಆ ಸೈನ್ಯದ ಜೊತೆ ಇದ್ದು ನೀನು ಯುದ್ಧ ಮಾಡಬೇಕಾಗುತ್ತದೆ. ಅಂದರೆ ನೀನು ಯಾವ ಸೈನ್ಯದ ಕಡೆ ಇರುತ್ತೀಯೋ ಆ ಸೈನ್ಯ ಬಲಶಾಲಿಯಾಗಿರುತ್ತದೆ. ಆಗ ನೀನು ಬಲಶಾಲಿಯಲ್ಲದ ಇನ್ನೊಂದು ಸೈನ್ಯ ಸೇರಿಕೊಳ್ಳಬೇಕಾಗುತ್ತದೆ. ಮತ್ತೆ ನೀನು ಸೇರಿದ ಸೈನ್ಯ ಬಲಶಾಲಿಯಾಗುತ್ತದೆ ಎದುರು ಸೈನ್ಯ ಬಲಹೀನವಾಗುತ್ತದೆ. ಹೀಗೆ ನೀನು ಪದೇ ಪದೇ ಸೈನ್ಯವನ್ನು ಬದಲಾಯಿಸುತ್ತಲೇ ಇರಬೇಕು. ಹೀಗೆ ಬದಲಾಯಿಸುತ್ತಿರುವಾಗ ಎದುರು ಸೈನ್ಯದವರು ಸಾಯುತ್ತಾರೆ. ಹೀಗೆ ನಿನ್ನಿಂದಾಗಿ ಎರಡೂ ಕಡೆಯ ಸೈನಿಕರು ಸತ್ತರೆ ಕಡೆಗೆ ಉಳಿಯುವುದು ನೀನೊಬ್ಬನೇ? ಹೀಗಾದರೆ ಯುದ್ಧ ನಡೆಯುವುದಾದರೂ ಹೇಗೆ? ಪಾಂಡವರಿಗೆ ಅವರ ರಾಜ್ಯ ಸಿಗುವುದಾದರೂ ಹೇಗೆ? ಇದೇ ನಿನ್ನ ಸ್ಥಿತಿ. ಹೀಗಿರುವಾಗ ನೀನು ಯಾವ ಸೈನ್ಯದೊಂದಿಗೆ ಇದ್ದು ಯುದ್ಧ ಮಾಡಲಾದೀತು ಮತ್ತು ನೀನಿದ್ದ ಕಡೆ ಯುದ್ಧ ನಡೆಯುವುದಾದರೂ ಹೇಗೆ" ಎಂದು ಪ್ರಶ್ನಿಸುತ್ತಾನೆ.

ಹೌದು ಇದೊಂದು ಕ್ಲಿಷ್ಟಕರವಾದ ಸ್ಥಿತಿ. ಯಾವುದೇ ಸೈನ್ಯವನ್ನೂ ಒಂದೇ ಕ್ಷಣದಲ್ಲಿ ಸಂಹಾರ ಮಾಡಿಬಿಡುವ ಶಕ್ತಿ ಇರುವ ನನಗೆ ಬಲಶಾಲಿಯಲ್ಲದ ಸೈನ್ಯ

ಕೂಡಿಕೊಳ್ಳುವುದು ಅನಿವಾರ್ಯ. ಆದರೆ ಮತ್ತೆ ಅದೇ ಪರಿಸ್ಥಿತಿ. ನಾನು ಇರುವ ಸೈನ್ಯ ಬಲಶಾಲಿಯಾಗಿರುತ್ತದೆ, ಇನ್ನೊಂದು ಸೈನ್ಯ ಬಲಹೀನವಾಗಿರುತ್ತದೆ. ಹಾಗಾದರೆ ಈ ಸಮಸ್ಯೆಗೆ ಪರಿಹಾರ. ಅದಕ್ಕೂ ಶ್ರೀಕೃಷ್ಣನೇ ಉತ್ತರ ಕೊಟ್ಟ, ಅಂದ್ರೆ ನಾನು ಯುದ್ಧ ಮಾಡುವಂತಿಲ್ಲ. ಕ್ಷತ್ರಿಯನಾದರೂ ಎಲ್ಲ ಯುದ್ಧ ಕಲೆಗಳನ್ನು ಕಲಿತಿದ್ದರೂ ನಮ್ಮ ಹಿರಿಯರಿಗೆ ಸಹಾಯ ಮಾಡಲಾಗದ ಪರಿಸ್ಥಿತಿ. ಆದರೆ ಕ್ಷತ್ರಿಯನಾದವನು ಈ ರೀತಿ ಕೈ ಕಟ್ಟಿ ಕುಳಿತುಕೊಳ್ಳಬಾರದು. ಹಾಗಾದರೆ ಮುಂದಿನ ದಾರಿ.

ಸಭೆಯಲ್ಲಿ ಮೌನ. ಸ್ವತಃ ನನ್ನ ತಾತನಿಗೂ ಏನೂ ಹೇಳಲಾಗದ ಸ್ಥಿತಿ. ಸ್ವತಃ ಶ್ರೀಕೃಷ್ಣನೇ ಅಲ್ಲಿರುವಾಗ ಯಾರಿಗೆ ತಾನೇ ಏನು ಹೊಳೆಯುತ್ತದೆ. ಅದಕ್ಕೆ ಎಲ್ಲರೂ ಮೌನವಾಗಿ ಶ್ರೀ ಕೃಷ್ಣನನ್ನೇ ನೋಡುತ್ತಿದ್ದರು. ಎಲ್ಲರ ಮೌನವನ್ನೂ ಅರ್ಥ ಮಾಡಿಕೊಂಡ ಮುರಾರಿ, ತನ್ನ ನಿರ್ಧಾರ ಕೇಳಿದರೆ ಇವರುಗಳೆಲ್ಲಾ ಏನು ಅಂದುಕೊಳ್ಳುತ್ತಾರೆ ಅಂತ ಯೋಚಿಸಿ ಅನಿವಾರ್ಯವಾದದ್ದನ್ನು ಹೇಳಿದ.

"ಬರ್ಬರಿ, ನನ್ನ ಮಾತಿನಿಂದ ನೀನು ಹತಾಶನಾಗಬೇಡ. ಕುರುಕ್ಷೇತ್ರ ಯುದ್ಧದಲ್ಲಿ, ಮತ್ತು ಯುದ್ಧಾನಂತರ, ಮತ್ತೂ ಬಹಳಷ್ಟು ಕಾಲ ಚರಿತ್ರೆಯಲ್ಲಿ ನಿನ್ನ ಹೆಸರು ಅಜರಾಮರವಾಗಿ ಉಳಿದಿರುತ್ತದೆ. ನಿನಗೆ ಉಳಿದಿರುವ ದಾರಿ ಒಂದೇ. ಅದು ನೀನು ಈಗಲೇ ನಿನ್ನ ದೇಹ ತ್ಯಾಗ ಮಾಡಬೇಕು. ಇಲ್ಲವಾದಲ್ಲಿ ಯುದ್ಧ ಆಗಬೇಕಾದರೂ ಆಗುವುದಿಲ್ಲ. ಆದರೂ ನಿನ್ನ ಹಿರಿಯರು ಗೆಲ್ಲುವರು ಎಂದು ಹೇಳಲಾಗದು. ಒಂದಲ್ಲ ಒಂದು ಸಂದರ್ಭದಲ್ಲಿ ನೀನು ಯುದ್ಧ ರಂಗಕ್ಕೆ ಪ್ರವೇಶ ಮಾಡಲೇಬೇಕಾಗುತ್ತದೆ. ಹಾಗೇನಾದರೂ ಆದರೆ ಸಮಸ್ಯೆಗಳು ಮತ್ತಷ್ಟು ಕ್ಲಿಷ್ಟವಾಗುತ್ತದೆ. ನಿನ್ನ ಹಿರಿಯರಿಗಾಗಿ ನೀನು ಇದನ್ನು ಒಪ್ಪಿಕೊಳ್ಳಲೇಬೇಕು, ಬೇರೆ ದಾರಿ ಇಲ್ಲ" ಎಂದ.

ಮುರಾರಿಯ ಮಾತು ಕೇಳಿ ನನ್ನ ತಾತನಿಗೆ ದುಃಖ ತಡೆದುಕೊಳ್ಳಲೇ ಆಗಲಿಲ್ಲ. ನನ್ನ ಎಲ್ಲಾ ತಾತಂದಿರೂ ಕಣ್ಣೀರು ಹಾಕಿದರು. ದೊಡ್ಡವರು ತ್ಯಾಗ ಮಾಡಿ ಚಿಕ್ಕವರ ಏಳಿಗೆ ಬಯಸುತ್ತಾರೆ. ಆದರೆ ಇಲ್ಲಿ ಚಿಕ್ಕವನೊಬ್ಬ ತ್ಯಾಗ ಮಾಡಿ ತನ್ನ ಹಿರಿಯರಿಗೆ ಯುದ್ಧದಲ್ಲಿ ಗೆಲುವು, ಮತ್ತೆ ರಾಜ್ಯ ಪಡೆಯುವುದರಲ್ಲಿ ನೆರವಾಗಬೇಕಾದ ಪರಿಸ್ಥಿತಿ ಬಂದಿದೆ. ಭೀಮ ತಾತ ನನ್ನನ್ನು ಅಪ್ಪಿ ಮುದ್ದಾಡಿ ಸಾಕಷ್ಟು ಅತ್ತರು. ಎಲ್ಲರೂ ನನ್ನನ್ನು ಸಮಾಧಾನ ಮಾಡಿದರು. ಆದರೆ ನನಗೆ ಸಾಯಲು ಭಯವಿರಲಿಲ್ಲ. ನನ್ನ ಸಾವಿನಿಂದ ಯುದ್ಧಕ್ಕೆ ಇರುವ ತಡೆಗೋಡೆ ನಿರ್ನಾಮವಾಗಿ ಯುದ್ಧ ನಡೆದು ಅದರಿಂದ ಪಾಂಡವರಿಗೆ ಜಯ ದೊರೆತು ಮತ್ತೆ ಅವರು ರಾಜ್ಯಭಾರ ಮಾಡುವುದಕ್ಕೆ ಕಾಲ ಕೂಡಿಬರುತ್ತದೆ. ಅಂದ ಮೇಲೆ ನನ್ನ ತ್ಯಾಗ ಏನು ಸಾಮಾನ್ಯವಲ್ಲ. ಅದಕ್ಕೇ ಶ್ರೀಕೃಷ್ಣ ಹೇಳಿದ್ದು ನನ್ನ ಹೆಸರು ಅಜರಾಮರವಾಗಿರುತ್ತದೆ ಎಂದು.

ಯುದ್ಧದಲ್ಲಿ ವೀರಗತಿ ಪ್ರಾಪ್ತವಾದರೆ ಸ್ವರ್ಗವಂತೆ. ಹಾಗೆಯೇ ಯುದ್ಧಕ್ಕೆ ಮೊದಲೇ ವೀರಗತಿ ಪ್ರಾಪ್ತಿಮಾಡಿಕೊಳ್ಳುವುದೂ ಒಂದು ರೀತಿ ಸ್ವರ್ಗವೇ. ಆದರೆ ನನಗೊಂದು ಆಸೆ ಇತ್ತು. ನಾನು ಕುರುಕ್ಷೇತ್ರ ಯುದ್ಧದಲ್ಲಿ ಭಾಗವಹಿಸುವುದರ ಜೊತೆಗೆ ಎಂತೆಂಥಾ ಅತಿರಥ ಮಹಾರಥಿಗಳು ಹೇಗೆ ಯುದ್ಧ ಮಾಡುತ್ತಾರೆ ಎನ್ನುವುದನ್ನು ಕಣ್ಣಾರೆ ನೋಡುವ ಬಯಕೆಯೂ ಇತ್ತು. ಆದರೆ ಈಗ ಅಂಥಾ ಅವಕಾಶವಿಲ್ಲ. ನನ್ನ ಹಿರಿಯರ ಒಳಿತಿಗಾಗಿ ನಾನು ಪ್ರಾಣತ್ಯಾಗ ಮಾಡಲೇಬೇಕಾಗಿ ಬಂದಿದೆ. ಇದು ಹೊರತು ಬೇರೆ ದಾರಿ ಇದ್ದರೆ ಶ್ರೀಕೃಷ್ಣನು ಅದನ್ನೇ ಹೇಳುತ್ತಿದ್ದ.

ನಾನು ಧೈರ್ಯಶಾಲಿ ಯೋಧನಾಗಿದ್ದರೂ ಪರಿಸ್ಥಿತಿಯನ್ನು ಅರಿತುಕೊಂಡು ನನ್ನ ಹಿರಿಯರು, ನನ್ನ ತಂದೆ ತಾಯಿ, ಅಜ್ಜಿ ತಾತ ಇವರೆಲ್ಲರಿಗೂ ಸಮಾಧಾನ ಹೇಳಿ ನಾನು ನನ್ನ ಪ್ರಾಣತ್ಯಾಗಕ್ಕೆ ಸಮ್ಮತಿಸಿದೆ. ಆದರೆ ನಾನು ಯುದ್ಧದಲ್ಲಿ ಭಾಗವಹಿಸುವುದರ ಜೊತೆಗೆ ಯುದ್ಧವನ್ನು ಕಣ್ಣಾರೆ ಕಂಡು, ಪಾಂಡವರು ಜಯಗಳಿಸುವುದನ್ನೂ ನೋಡಿ ಸಂತಸಪಡಬೇಕೆನ್ನುವ ಹಂಬಲ ಹಾಗೇ ಇತ್ತು. ಅದಕ್ಕೆ ನಾನು ಶ್ರೀ ಕೃಷ್ಣನನ್ನು ಕೇಳಿದೆ. "ಹೇ ಮುಕುಂದ, ನಿನ್ನ ನಿರ್ಧಾರ ನನಗೆ ಸಮ್ಮತಿ. ಆದರೆ ನೀನು ನನ್ನ ಒಂದು ಮಾತನ್ನೂ ನಡೆಸಿಕೊಡಬೇಕು. ನಾನು ಪ್ರಾಣತ್ಯಾಗ ಮಾಡಿರಬಹುದು ಆದರೆ ಕುರುಕ್ಷೇತ್ರ ಯುದ್ಧವನ್ನು ನೋಡಬೇಕು ಎನ್ನುವ ನನ್ನ ಬಯಕೆಯನ್ನು ನೀನು ಈಡೇರಿಸಬೇಕು" ಎಂದೆ.

ಶ್ರೀಕೃಷ್ಣನಿಗೆ ಏನಾಗಬೇಕು ಎಂದು ಗೊತ್ತು, ಏನಾಗುತ್ತದೆ ಎಂದು ಗೊತ್ತು, ಏನು ಮಾಡಬೇಕು ಎನ್ನುವುದೂ ಗೊತ್ತು, ಇದು ಹೀಗೇ ಆಗುವುದೂ ಎನ್ನುವುದೂ ಗೊತ್ತು. ಎಲ್ಲ ಗೊತ್ತಿದ್ದೂ ನಾಟಕ ಆಡಬೇಕಾದ ಅನಿವಾರ್ಯ ಪರಿಸ್ಥಿತಿ ಶ್ರೀಕೃಷ್ಣನದು. ಶ್ರೀಕೃಷ್ಣನು ನನ್ನ ಮಾತಿಗೆ ಸಮ್ಮತಿಸಿದ ಮೇಲೆ ನನ್ನ ಕತ್ತರಿಸಿದ ಶಿರವನ್ನು ಸ್ವತಃ ನನ್ನ ತಾತನೇ ಒಂದು ಮರದ ತೊಗಟೆಗೆ ಸಿಗಿಸುತ್ತಾನೆ. ರುಂಡದಿಂದ ಮುಂಡ ಬೇರೆಯಾದರೂ ದೇಹ ಒಂದು ಕಡೆ ಬಿದ್ದು ತಲೆ ಇನ್ನೊಂದು ಕಡೆ ಇದ್ದರೂ ನನಗೆ ಅದೇಕೋ ಸಾವೇ ಬಂದಂತಿರಲಿಲ್ಲ. ನಾನು ಎಂದಿನಂತೆ ಎಲ್ಲವನ್ನೂ ನೋಡುತ್ತಿದ್ದೇನೆ. ನನಗೆ ಕಣ್ಣು ಕಾಣಿಸುತ್ತಿದೆ. ಕಿವಿ ಕೇಳಿಸುತ್ತಿದೆ. ಎಲ್ಲ ಅನುಭವಗಳೂ ಆಗುತ್ತಿದೆ. ಆದರೆ ಹಸಿವು ನಿದ್ರೆ ಬಾಯಾರಿಕೆಗಳಿಲ್ಲ. ನಾನು ಅಲ್ಲಿಂದಲೇ ಕುರುಕ್ಷೇತ್ರ ಯುದ್ಧವನ್ನು ನೋಡುತ್ತೇನೆ. ನನ್ನವರೆಲ್ಲರೂ ಬಂದು ನನ್ನನ್ನು ಮಾತಾಡಿಸಿಕೊಂಡು ಹೋಗುತ್ತಾರೆ. ನನ್ನ ತಾಯಿಯ ರೋಧನವಂತೂ ಹೇಳತೀರದು.

ಮಗನಿಗೆ ಮತ್ತು ಮೊಮ್ಮಗನಿಗೆ ಬಂದೊದಗಿದ ಪರಿಸ್ಥಿತಿಯನ್ನು ಅರಿತು ಕಣ್ಣೀರು ಸುರಿಸುತ್ತಾ ಬಂದ ನನ್ನ ಅಮ್ಮ ಮತ್ತು ಅಜ್ಜಿಯನ್ನು ಶ್ರೀಕೃಷ್ಣನೇ ಸಮಾಧಾನ ಮಾಡುತ್ತಾನೆ. ರುಂಡದಿಂದ ಬೇರ್ಪಟ್ಟ ಮುಂಡವನ್ನು ನೋಡಿ

ಅವರಿಬ್ಬರೂ ಕಣ್ಣೀರು ಸುರಿಸುತ್ತಾರೆ. ನಾನು ಅವರನ್ನು ಸಮಾಧಾನಿಸುವ ಮಾತಾಡುತ್ತೇನೆ. ಕಣ್ಣೀರು ಒರೆಸಲು ಕೈಗಳು ಇರಲಿಲ್ಲ. ತಬ್ಬಿಕೊಳ್ಳಲು ತೋಳುಗಳು ಇರಲಿಲ್ಲ. ಕುರುಕ್ಷೇತ್ರ ಯುದ್ಧ ಮುಗಿಯುವವರೆಗೂ ನನ್ನದು ಇದೇ ಸ್ಥಿತಿ. ನನಗೆ ಹಸಿವು, ನಿದ್ದೆ, ಬಾಯರಿಕೆಗಳಿಲ್ಲ, ಬಯಕೆಗಳಿಲ್ಲ, ನಾನು ಎಲ್ಲರನ್ನೂ ನೋಡಬಹುದು, ಮಾತಾಡಬಹುದು ಅಷ್ಟೆ.

ಕುರುಕ್ಷೇತ್ರ ಯುದ್ಧ ನಡೆಯುತ್ತದೆ. ಎರಡೂ ಕಡೆ ಸಾವು ನೋವುಗಳು ಅಪಾರ. ಸ್ವತಃ ಭೀಷ್ಮರ ಶರಶಯ್ಯೆ. ಕಡೆಗೂ ಒಂದು ದಿನ ಯುದ್ಧ ಪರಿಸಮಾಪ್ತಿಯಾಯಿತು ಎನ್ನುವ ಘೋಷಣೆ ಮೊಳಗುತ್ತದೆ. ಅಷ್ಟರಲ್ಲಿ ಬಹಳಷ್ಟು ಜನ ಕೌರವರೂ, ಪಾಂಡವರ ಕಡೆ ಅನೇಕ ಸೈನಿಕರೂ ಮೃತರಾಗಿರುತ್ತಾರೆ. ಆದರೆ ಎಲ್ಲ ಪಾಂಡವರೂ ಕ್ಷೇಮವಾಗಿದ್ದಾರೆ. ಪಾಂಡವರು, ಅವರ ಮಕ್ಕಳೂ, ಜೊತೆಗೆ ಶ್ರೀಕೃಷ್ಣನೂ ನಾನಿರುವಲ್ಲಿಗೆ ಬಂದು ನಿಲ್ಲುತ್ತಾರೆ. ಎಲ್ಲರ ಮುಖದಲ್ಲೂ ಧನ್ಯತಾ ಭಾವ. ನನ್ನ ತಂದೆ ಘಟೋದ್ಗಜ ನನ್ನ ಪಕ್ಕದಲ್ಲೇ ಬಂದು ನಿಂತಿರುತ್ತಾನೆ. ಹೇಗೂ ಯುದ್ಧ ಮುಗಿಯಿತಲ್ಲ. ಈಗ ನನ್ನನ್ನು ಎಂದಿನ ಸ್ಥಿತಿಯಲ್ಲಿ ನೋಡಬಹುದು ಅನ್ನೋ ಆಸೆ. ಅದನ್ನು ಪರಮಾತ್ಮನಲ್ಲಿ ತೋಡಿಕೊಂಡಾಗ. ಪರಮಾತ್ಮ ನಗುತ್ತಲೇ ತನ್ನ ಅಸಮ್ಮತಿ ಸೂಚಿಸುತ್ತನೆ. ಇನ್ನು ಕೆಲವೇ ಕಾಲ ಅವನು ನಿಮ್ಮ ಜೊತೆ ಇರುವುದು, ನೋಡಿಬಿಡಿ ಮಾತಾಡಿಬಿಡಿ, ಅತ್ತುಬಿಡಿ, ನೋವು ತೋಡಿಕೊಂಡುಬಿಡಿ ಎನ್ನುತ್ತಾನೆ. ಆಗ ಒಬ್ಬೊಬ್ಬರಾಗಿ ಬಂದು ನನ್ನ ತಲೆ ಮುಖ ಸವರಿ ಕಣ್ಣೀರು ಹಾಕುತ್ತಾರೆ.

ಕಡೆಯಲ್ಲೂ ಶ್ರೀಕೃಷ್ಣ ತನ್ನ ತುಂಟತನ ಬಿಡಲಿಲ್ಲ. ಅವನು ನನ್ನ ಬಳಿ ಬಂದು ಇಷ್ಟೂ ದಿವಸ ಇಲ್ಲಿದ್ದುಕೊಂಡು ನೀನು ಯುದ್ಧ ನೋಡಿದೀಯ. ಹಾಗೆ ನೋಡಿದರೆ ಕುರುಕ್ಷೇತ್ರ ಯುದ್ಧಕ್ಕೆ ನೀನೇ ಪ್ರಬಲವಾದ ಸಾಕ್ಷಿ. ಈಗ ನೀನು ನಿನ್ನ ತೀರ್ಮಾನ ಹೇಳು ಯುದ್ಧವನ್ನು ಗೆದ್ದೋರು ಯಾರು ಅಂತ ಕೇಳುತ್ತಾನೆ. ಎಂಥಾ ವಿಪರ್ಯಾಸ. ಯುದ್ಧದಲ್ಲಿ ಸೋತವರು ಯಾರು ಗೆದ್ದವರು ಯಾರು ಎಂದು ಲೋಕಕ್ಕೇ ತಿಳಿದಿದೆ. ಆದರೆ ಮುರಾರಿ ನನ್ನನ್ನು ಅದೇ ಪ್ರಶ್ನೆ ಕೇಳುತ್ತಿದ್ದಾನೆ. ನಾನು ಎಲ್ಲರತ್ತಲೂ ನೋಡಿ "ನಿಸ್ಸಂಶಯವಾಗಿ ಯುದ್ಧ ಗೆದ್ದವರು ಪಾಂಡವರು ಮತ್ತು ಅದಕ್ಕೆ ಕಾರಣಕರ್ತನು ಶ್ರೀಕೃಷ್ಣ" ಎನ್ನುತ್ತೀನಿ ಅದೇ ನನ್ನ ಕಡೇ ಮಾತು. ಮುಂದೇನಾಯಿತು ನನಗೆ ತಿಳಿಯದು.

ಮುಂದಿನದು:

ರಾಜಾಸ್ಥಾನದಲ್ಲಿ ಬರ್ಬರಿಯನ್ನು ಕಟುಶ್ಯಾಮಿ ಎಂದು ಪೂಜಿಸುತ್ತಾರೆ. ಏಕೆಂದರೆ ಅವನ ತ್ಯಾಗ ಮನೋಭಾವದಿಂದಲೇ ಕುರುಕ್ಷೇತ್ರ ಯುದ್ಧವನ್ನು ಪಾಂಡವರು ಗೆಲ್ಲಲು ಸಾಧ್ಯವಾಯಿತು.

ಬರ್ಬರಿ ಶಿವನಿಂದ ಮೂರು ಬಾಣಗಳನ್ನು ವರವಾಗಿ ಪಡೆದವನಾದ್ದರಿಂದ ಅವನನ್ನು ತೀನ್ ಭಂಡಾರಿ ಎಂದೂ ಕರೆಯುತ್ತಾರೆ.

ಬರ್ಬರಿ ಶಿವನಿಂದ ವರವಾಗಿ ಪಡೆದ ಮೂರು ಬಾಣಗಳನ್ನು ಮೂರು ತಾಪಗಳಿಗೆ ಹೋಲಿಸುತ್ತಾರೆ. ಮಾನವರು ಆಗಾಗ ಅನುಭವಕ್ಕೆ ತಂದುಕೊಳ್ಳುವ ತಾಪತ್ರಯಗಳೇ ಈ ಮೂರು ತಾಪಗಳು. ಅವು ಯಾವುವೆಂದರೆ,. ನಾವು ಇಡೀ ಜೀವನದಲ್ಲಿ ಆಗಾಗ ಅನುಭವಿಸುವ ದೈಹಿಕ, ಮಾನಸಿಕ ಮತ್ತು ಭಾವನಾತ್ಮಕ ತಾಪಗಳು. ಬರ್ಬರಿ ಶ್ರೀಕೃಷ್ಣನ ಮಾತಿನಂತೆ ತನ್ನ ಜೀವನವನ್ನು ಕೊನೆಗಾಣಿಸಿಕೊಂಡಿದ್ದರಿಂದ ಈ ತಾಪಗಳಿಂದಲೂ ಮುಕ್ತನಾಗಿರುತ್ತಾನೆ.

ಕೋಟಿ ಕೋಟಿಗಳ ಸುಳಿಯಲಿ

ತಿರುಕನೋರ್ವನೂರ ಮುಂದೆ
ಮುರುಕು ಧರ್ಮಶಾಲೆಯಲ್ಲಿ
ಒರಗಿರುತ್ತಲೊಂದ ಕನಸ
ಕಂಡನೆಂತನೆ

ಮನೆ ಪಾಠದ ಹುಡುಗ ಮೂಲೆಯಲ್ಲಿ ಕುಳಿತು ಓದಿಕೊಳ್ಳುತ್ತಿದ್ದ. ಸಮಯವೂ ಕಳೆಯುತ್ತೆ, ಅಷ್ಟಿಷ್ಟು ಸಂಪಾದನೆಯೂ ಆಗುತ್ತೆ ಅಂತ ರಶ್ಮಿ ಒಂದಿಷ್ಟು ಹುಡುಗರಿಗೆ ಮನೆ ಪಾಠ ಹೇಳಿಕೊಡುತ್ತಿದ್ದಳು. ಅಡಿಗೆ ಮನೆಯಿಂದ ಹುಡುಗನ ಪಾಠ ಕೇಳಿದ ರಶ್ಮಿ ತನ್ನ ಬದುಕೂ ಹೀಗೇ ಅಂದುಕೊಂಡಳು. ಬೆಳಗ್ಗೆ ಏಳೋದು, ಮನೆಗೆಲಸ ಮಾಡೋದು, ಟಿವಿ ನೋಡೋದು, ಅದರಲ್ಲಿ ಯುದ್ಧದ ವಾರ್ತೆ ಏನಾದರೂ ಬರುತ್ತಾ ಅಂತ ಕುತೂಹಲದಿಂದ ಕಾಯೋದು. ಆಯಾಸ ಆದಾಗ ಮೂಲೆಗೆ ಒರಗಿ ಕಣ್ಣು ಮುಚ್ಚಿ ಕನಸು ಕಾಣೋದು ಇದೇ ಆಗಿದೆ. ಕನಸಿನಲ್ಲಿ, ಕಲ್ಪನೆಯಲ್ಲಿ ಎಲ್ಲವೂ ಸುಂದರ. ಇತ್ತೀಚೆಗೆ ಗಂಡ ಅನೂಪ ಫೋನ್ ಮಾಡಿದ್ದಾಗ "ನಾನು ಸ್ವಯಂ ನಿವೃತ್ತಿಗೆ ಕೇಳಿಕೊಂಡಿದ್ದೀನಿ, ಐದಾರು ತಿಂಗಳಿನಲ್ಲಿ ನಿರ್ಧಾರ ಆಗಬಹುದು. ಆಗ ಒಟ್ಟಿಗೇ ಒಂದಿಷ್ಟು ಹಣ ಬರುತ್ತೆ. ಪೆನ್‌ಷನ್ ಇದ್ದೇ ಇರುತ್ತೆ. ನಮ್ಮ ಊರಿನ ಸಮೀಪ ಒಂದಿಷ್ಟು ಜಮೀನು ಕೊಡ್ತಾರೆ. ಎಲ್ಲಕ್ಕಿಂತ ಹೆಚ್ಚಾಗಿ ಮಾಜೀ ಯೋಧ ಅಂತ ಗೌರವದ ಜೊತೆಗೆ ನನಗೆ ಯಾವುದಾದರೂ ಸಂಸ್ಥೆಲಿ ಕೆಲಸ ಸಿಗಬಹುದು. ನಮ್ಮ ಮೂವರು ಮಕ್ಕಳಿಗೆ ಒಳ್ಳೆ ಭವಿಷ್ಯ ರೂಪಿಸೋಣ. ಒಟ್ಟಿನಲ್ಲಿ ಲೈಫ್ ಬೊಂಬಾಟಾಗಿ ಸೆಟ್ಲ್ ಆದ ಹಾಗೆ" ಅಂದಿದ್ದ. ಈ ವಿಚಾರ ಯಾಕೋ ಅವಳಿಗೆ ಅಷ್ಟು ಸಂತಸ ತಂದಿರಲಿಲ್ಲ.

ಆಲೋಚನಾ ಲಹರಿ ಸುಮಾರು ಹದಿನೈದು ವರ್ಷದ ಹಿಂದಡಿಯಿಟ್ಟಿತು. ಅನೂಪ ಕಾರ್ಖಾನೆಯ ನೌಕರ, ಒಳ್ಳೆ ಸಂಬಳ ಒಳ್ಳೆ ಕುಟುಂಬ ಅಂತ ಅಪ್ಪ ಅಮ್ಮ ಮದುವೆ ಮಾಡಿಕೊಟ್ಟರು. ಅನೂಪ ಲಕ್ಷಣವಾಗಿದ್ದ. ರಶ್ಮಿಯೂ ಮನಸು ಕೊಟ್ಟಿದ್ದಳು. ಅವರ ದಾಂಪತ್ಯ ಸುಖ ಸವಿದದ್ದು ಬರೇ ಆರೇ ತಿಂಗಳು. ಅನೂಪ

ಒಂದು ದಿನ "ರಶ್ಮಿ, ನಾನು ಹೇಳೋ ಮಾತು ಕೇಳಿ ಗಾಬರಿಯಾಗಬೇಡ. ನಾನು ಕೆಲಸಕ್ಕೆ ರಾಜೀನಾಮೆ ಕೊಟ್ಟಿದ್ದೀನಿ. ನಿನಗೆ ನನ್ನ ನೌಕರಿ ಕೊಡುತ್ತಾರೆ." ಅಂದಿದ್ದ. ರಶ್ಮಿ ನಕ್ಕು "ಅಲ್ಲಾರೀ ನನ್ನನ್ನು ಆಫೀಸಿಗೆ ಕಳಿಸಿ ನೀವು ಆರಾಮವಾಗಿ ಮನೇಲಿರಬೇಕು ಅಂದ್ಕೊಂಡಿದೀರ" ಅಂತ ಕೇಳಿದ್ದಳು. ಅನೂಪ "ಹಾಗಲ್ಲ, ನಾನು ಸೈನ್ಯಕ್ಕೆ ಸೇರ್ತಾ ಇದೀನಿ" ಅಂದಿದ್ದಕ್ಕೆ ಗಂಡನ ಭುಜ ಹಿಡಿದು "ಏನು ಮಾತಾಡ್ತಾ ಇದೀರ. ಯಾಕಿಂಥಾ ನಿರ್ಧಾರ," ಅಂತ ಕೇಳಿದ್ದಳು. ಅನೂಪ "ನೋಡು ನನಗೆ ಚಿಕ್ಕಂದಿನಿಂದಲೂ ಸೈನ್ಯಕ್ಕೆ ಸೇರಬೇಕು, ದೇಶಸೇವೆ ಮಾಡಬೇಕು ಅನ್ನೋ ಆಸೆ, ಹಂಬಲ ಇತ್ತು. ಆದರೆ ಅಪ್ಪ ಅಮ್ಮ ಒಪ್ಪಿರಲಿಲ್ಲ. ನಾನು ಮದುವೆ ಮಾಡ್ಕೊಂಡು ಸಂಸಾರ ಮಾಡೋದನ್ನು ನೋಡಬೇಕು ಅಂತ ಆಸೆ ಪಟ್ಟಿದ್ದರು. ಅವರಿಗೆ ತಿಳಿಯದ ಹಾಗೆ ಸೈನ್ಯಕ್ಕೆ ಅರ್ಜಿ ಹಾಕಿದ್ದೆ. ಸಂದರ್ಶನದಲ್ಲಿ ಆಯ್ಕೆಯಾಗಿದ್ದೆ. ಆದರೆ ಸೈನ್ಯಕ್ಕೆ ಭರ್ತಿ ಆಗಲು ಸಮಯ ಕೇಳಿಕೊಂಡಿದ್ದೆ. ಈಗ ಅಪ್ಪ ಅಮ್ಮನ ಆಸೆಯಂತೆ ನಾನು ಮದುವೆಯಾಗಿ ಸಂಸಾರ ಮಾಡಿದ್ದೀನಿ. ಅದನ್ನು ಅವರು ನೋಡಿ ಆನಂದಿಸಿದ್ದಾರೆ. ಈಗ ನನ್ನ ಆಸೆಯನ್ನು ಈಡೇರಿಸಿಕೊಳ್ಳುವ ಸಮಯ." ಅಂದಿದ್ದ. "ಅಲ್ಲಾ ನೀವು ಹೀಗೆ ಏಕಾಏಕಿ ಸೈನ್ಯಕ್ಕೆ ಹೋಗಿಬಿಟ್ಟರೆ ನನ್ನ ಗತಿ" ಅಂದು ಕಣ್ಣೀರು ಹಾಕಿದ್ದಾಗ ಅನೂಪ "ಎಲ್ಲ ಯೋಧರ ಮನೆಯವರೂ ಹೀಗೆ ಯೋಚಿಸಿದರೆ ದೇಶ ಸೇವೆಗೆ ಹೋಗೋರು ಯಾರು. ಮೊದಲು ದೇಶ, ನಂತರ ನಾನು, ಗೊತ್ತಾಯ್ತಾ. ನಾನು ಸೈನ್ಯಕ್ಕೆ ಭರ್ತಿಯಾಗೋವರೆಗೂ ಈ ವಿಚಾರ ಗುಟ್ಟಾಗಿರಲಿ." ಅಂದಿದ್ದ. ಗಂಡನಿಗೆ ಯಾವ್ಯಾವ ರೀತಿ ಕೇಳಿಕೊಂಡರೂ ಅವನ ನಿರ್ಧಾರ ಒಂದೇ. ಒಂದು ದಿನ ರಶ್ಮಿ "ನೋಡಿ, ನೀವು ಹೀಗೆ ಹಠ ಮಾಡಿ ಸೈನ್ಯಕ್ಕೆ ಹೋಗ್ತೀನೀಂದ್ರೆ ನಾನು ಪ್ರಾಣ ಬಿಡ್ತೀನಿ. ನನ್ನ ದೇಹಕ್ಕೊಂದು ಗತಿ ಕಾಣಿಸಿ ನೀವು ಹೊರಡಿ" ಅಂದಿದ್ದಳು. ಅನೂಪ "ಎಂಥಾ ಮಾತಾಡ್ತೀಯ. ನಮ್ಮ ಕುಟುಂಬದಿಂದ ಒಬ್ಬರು ದೇಶ ಸೇವೆಗೆ ಹೋಗ್ತಿದಾರೇಂತ ಹೆಮ್ಮೆ ಪಡೋದು ಬಿಟ್ಟು ಹೀಗೆ ಹೇಡಿಯಂತೆ ಮಾತಾಡ್ತೀಯಲ್ಲ. ದೇಶ ಸೇವೆಗೆ ಅಂತ ಹೋದೋರೆಲ್ಲಾ ಸತ್ತೇ ಹೋಗ್ತಾರೆ ಅನ್ನೋ ಭಯ ಬೇಡ. ದೇಶಸೇವೆ ಮಾಡಿ, ನಿವೃತ್ತಿಯಾಗಿ ಬಂದು ನಂತರದ ಜೀವನವನ್ನು ಹಾಯಾಗಿ ಕಳೆದೋರು ಇದಾರೆ. ಸೈನ್ಯಕ್ಕೆ ಸೇರಿದರೂ ವರ್ಷಕ್ಕೆ ಒಂದೆರಡು ಬಾರಿ ಊರಿಗೆ ಬರ್ತಿರ್ತೀನಿ" ಅಂದಿದ್ದ. ದಿನಗಳೆಯುತ್ತಿದ್ದಂತೆ ರಶ್ಮಿದು ಒಂದೇ ಹಠ, ನೀವು ಸೈನ್ಯಕ್ಕೆ ಹೋಗಬಾರದು. ಇಲ್ಲೇ ಇರಬೇಕು. ಇಲ್ದಿದ್ರೆ ನಾನು ಆತ್ಮಹತ್ಯೆ ಮಾಡಿಕೊಳ್ತೀನಿ ಅಂತ. ಮುಂದಿನ ನಾಲ್ಕಾರು ದಿನಗಳಲ್ಲಿ ಎಲ್ಲ ಸಿದ್ಧತೆ ಮಾಡಿಕೊಂಡ ಅನೂಪ ಒಂದು ದಿನ ರಾತ್ರಿ ರಶ್ಮಿ ಗಾಢ ನಿದ್ದೆಯಲ್ಲಿರುವಾಗ ಥೇಟ್ ಸಿದ್ದಾರ್ಥನಂತೆ ರಾತ್ರೋರಾತ್ರಿ ಎದ್ದು ಹೋದ. ಮರುದಿನ ಬೆಳಗ್ಗೆ

ಎದ್ದು ಅನೂಪ ಮನೆಯಲ್ಲಿಲ್ಲದ್ದನ್ನು ಗಮನಿಸಿ ರಶ್ಮಿ ಗಾಬರಿಗೊಂಡಿದ್ದಳು. ಅತ್ತೆ ಮಾವನಿಗೂ ತಂದೆ ತಾಯಿಯರಿಗೂ ಫೋನ್ ಮಾಡಿದ ಮರುದಿನವೇ ಬಂದರು. ದಂಪತಿಗಳು ಜಗಳವಾಡಿಕೊಂಡಿದ್ದಾರೆ ಅಂದುಕೊಂಡಿದ್ದವರಿಗೆ ಇಲ್ಲಿ ನಡೆದಿರುವುದೇ ಬೇರೆ ಅಂತ ಊರಿಗೆ ಬಂದ್ಮೇಲೇ ಗೊತ್ತಾಗಿದ್ದು. ರಶ್ಮಿಯ ಮಾವ "ಅಂತೂ ಅವನು ಏನು ಅಂದ್ಕೊಂಡಿದ್ನೋ ಹಾಗೇ ನಡ್ಕೊಂಬಿಟ್ಟ. ಆದರೆ ಈ ಹುಡುಗಿನ ನಡುನೀರಿನಲ್ಲಿ ಕೈ ಬಿಟ್ಟು ಹೋಗಿದ್ದು ಮಾತ್ರ ಸರಿಯಲ್ಲ" ಅಂದಿದ್ದರು. ಅವತ್ತೇ ರಾತ್ರಿ ಅನೂಪ ಫೋನ್ ಮಾಡಿದ್ದ. ಮೊದಲು ರಶ್ಮಿಯೊಂದಿಗೆ ಮಾತಾಡಿದ್ದ. ಅವಳು ಅತ್ತೂ ಕರೆದು ಮಾಡಿ "ಮಾವ ಬಂದಿದಾರೆ ಮಾತಾಡಿ" ಅಂದಳು. ಅನೂಪ ಎಲ್ಲರೊಂದಿಗೂ ಮಾತಾಡಿದ್ದ. "ನನ್ನ ಆದರ್ಶ ಪಾಲನೆಗೆ ಸಹಕರಿಸಿ. ಹದಿನೈದು ವರ್ಷ ಆಟಾಡ್ತಾ ಬಂದುಬಿಡುತ್ತೆ, ಗಾಬರಿಯಾಗಬೇಡಿ. ರಶ್ಮಿನ ಚನ್ನಾಗಿ ನೋಡ್ಕೊಳಿ" ಅಂದಿದ್ದ. ಬಾಳ ಪಯಣದಲ್ಲಿ ಬಹುದೂರ ಸಾಗ್ತೀವಿ ಅಂತ ದಂಪತಿಗಳು ದೋಣಿ ಏರಿರುವಾಗ ಆ ದೋಣಿಯೇ ಅರ್ಧಕ್ಕೆ ತುಂಡಾದ ಹಾಗಾಗಿ ನಾನೊಂದು ತೀರ ನೀನೊಂದು ತೀರ ಎನ್ನುವ ಹಾಗಾಗಿತ್ತು. ಅವಳ ಚಿಂತೆಗೆ ಚಿನ್ನದ ಮೆರುಗು ಹೊದಿಸುವಂತೆ ಅನೂಪ ಸೈನ್ಯಕ್ಕೆ ಭರ್ತಿಯಾದ ವಿಷಯ ತಿಳಿದ ಊರಿನ ಅನೇಕ ಹಿರಿಯರು, ರಾಜಕಾರಣಿಗಳು ರಶ್ಮಿಯನ್ನು ಅಭಿನಂದಿಸಿದ್ದರು. ಆ ಊರಿನ ಮೊಟ್ಟ ಮೊದಲ ಸೈನಿಕ ಎಂದರೆ ಅದು ಅನೂಪನೇ. ಆದರೆ ಸುತ್ತ ಮುತ್ತ ಹಳ್ಳಿಗಳಲ್ಲಿ ಅನೇಕರು ಸೈನ್ಯದಲ್ಲಿದ್ದರು. ಆ ಊರಿನ ಶಾಸಕರು ಹೂವು, ಹಣ್ಣು, ಸಿಹಿ ಸಮೇತ ಬಂದು "ಭಲೇ, ಒಂದೊಂದು ಮನೆಯಲ್ಲೂ ನಿಮ್ಮ ಅನೂಪನಂಥ ಒಬ್ಬೊಬ್ಬರು ಇದ್ದರೆ ನಮ್ಮ ಸೈನ್ಯದ ಶಕ್ತಿ ಹೆಚ್ಚುತ್ತೆ, ಅನೂಪ ಎಂದರೆ ನಮಗೆ ಹೆಮ್ಮೆ" ಅಂದಿದ್ದರು. ಏನು ಹೆಮ್ಮೆಯೋ ಏನು ಸುಡುಗಾಡೋ ಅಂತ ರಶ್ಮಿ ಚಿಂತೆಯಲ್ಲಿರುವಾಗ ಅವರು "ನನಗೊಂದು ಕಥೆ ನೆನಪಾಗ್ತಿದೆ, ನಿಮಗೆ ಹೇಳ್ತೀನಿ ಕೇಳಿ. ಒಂದು ಮನೆಯಲ್ಲಿ ತಾಯಿ ಮತ್ತು ಮೂರು ಮಕ್ಕಳು ಇದ್ದರಂತೆ. ದೊಡ್ಡವನಿಗೆ ನಿಮ್ಮ ಅನೂಪನ ಹಾಗೇ ಸೈನ್ಯಕ್ಕೆ ಸೇರಿ ದೇಶ ಸೇವೆ ಮಾಡೋ ಆಸೆ. ತಾಯಿ ಉತ್ತೇಜನ ಕೊಟ್ಟಳು. ಅವನು ಸೈನ್ಯಕ್ಕೆ ಸೇರಿದ. ಅಲ್ಲಿಂದ ಮುಂದೆ ಕೆಲವೇ ದಿನಗಳಲ್ಲಿ ನಡೆದ ಗಡಿ ಯುದ್ಧದಲ್ಲಿ ಮಗ ಮೃತನಾದ. ಆಗ ತಾಯಿ ಅಳಲಿಲ್ಲ. ಯುದ್ಧ ಪ್ರಾರಂಭವಾಗಿತ್ತಲ್ಲ. ಅವಳು ಎರಡನೇ ಮಗನನ್ನು ಕರೆದು ನೀನು ಹೋಗಿ ಸೈನ್ಯಕ್ಕೆ ಭರ್ತಿಯಾಗು ಅಂದಳು. ಎರಡನೇ ಮಗನೂ ಸೈನ್ಯಕ್ಕೆ ಭರ್ತಿಯಾದ. ಕೆಲವೇ ದಿನಗಳಲ್ಲಿ ಅವನೂ ಯುದ್ಧದಲ್ಲಿ ಸತ್ತ. ನಂತರ ಅವಳು ತನ್ನ ಮೂರನೇ ಮಗನನ್ನೂ ಸೈನ್ಯಕ್ಕೆ ಕಳಿಸಿದಳು. ದುರಾದೃಷ್ಟ ಮೂರನೇ ಮಗನೂ ಯುದ್ಧದಲ್ಲಿ ಸತ್ತ. ಆಗ ಆ ಮುದುಕಿ ಬಾಯಿ ಬಾಯಿ ಬಡ್ಕೊಂಡು ಅಳೋಕೆ ಶುರು

ಮಾಡಿದಳಂತೆ. ಯಾರು ಎಷ್ಟು ಸಮಾಧಾನ ಮಾಡಿದರೂ ಕೇಳುತ್ತಿರಲಿಲ್ಲ. ಅಕ್ಕ ಪಕ್ಕದ ಮನೆಯವರು "ಅಲ್ಲಮ್ಮಾ, ನಿನ್ನ ಮೊದಲನೇ ಮಗ ಯುದ್ಧದಲ್ಲಿ ಸತ್ತಾಗ ನೀನು ಅಳಲಿಲ್ಲ. ಎರಡನೇ ಮಗನೂ ಸತ್ತಾಗ ಅಳಲಿಲ್ಲ. ಆದರೆ ಈಗ ಮೂರನೇ ಮಗ ಸತ್ತ ಅಂದ ತಕ್ಷಣ ಅದ್ಯಾಕೆ ಹೀಗೆ ಅಳ್ತಿದೀಯ" ಅಂತ ಕೇಳಿದರು. ಅದಕ್ಕೆ ಆ ಹೆಂಗಸು, "ಮೊದಲನೇ ಮಗ ಯುದ್ಧದಲ್ಲಿ ಸತ್ತಾಗ ಕಳಿಸೋಕೆ ನನಗೆ ಎರಡನೇ ಮಗನಿದ್ದ. ಎರಡನೇ ಮಗನೂ ಯುದ್ಧದಲ್ಲಿ ಸತ್ತಾಗ ಕಳಿಸಲು ಮೂರನೇ ಮಗನಿದ್ದ. ಆದರೆ ಈಗ ಮೂರನೇ ಮಗನೂ ಯುದ್ಧದಲ್ಲಿ ಸತ್ತಿರುವಾಗ ನಾನು ಇನ್ನು ಯಾರನ್ನು ಯುದ್ಧಕ್ಕೆ ಕಳಿಸಲಿ ಅಂತ ನೋವಿನಿಂದ ಅಳ್ತಿದೀನಿ" ಅಂದಳು. ನಿನ್ನ ಮನೋಭಾವವೂ ಹಾಗೇ ಇರಬೇಕು. ದೇಶಸೇವೆಗಿಂತ ಮಹತ್ತರವಾದ ಕಾರ್ಯ ಇನ್ನೊಂದಿಲ್ಲ. ಎಲ್ಲರಿಗೂ ಈ ಪುಣ್ಯ ಸಿಗೋಲ್ಲ" ಅಂದು ಸಮಾಧಾನಿಸಿ ಹೋದರು. ನೋವಿನಲ್ಲೂ ರಶ್ಮಿಗೆ ಗಂಡನ ಬಗೆಗೆ ಹೆಮ್ಮೆ ಅನಿಸಿತು.

ಅನೂಪ ಸೈನ್ಯಕ್ಕೆ ಭರ್ತಿಯಾದಂದಿನಿಂದ ಆ ಊರಿನಲ್ಲಿ ರಶ್ಮಿಗೆ ಬಹುದೊಡ್ಡ ಗೌರವ ಪ್ರಾಪ್ತಿಯಾಯಿತು. ಅವಳನ್ನು ಕಂಡವರು ಇವರ ಯಜಮಾನರೇ ಸೈನ್ಯಕ್ಕೆ ಸೇರಿರೋದು ಅನ್ನುತ್ತಿದ್ದರು. ಅಪರಿಚಿತರೂ ಮಾತಾಡಿಸಿ ಅಭಿನಂದನೆ ಸಲ್ಲಿಸುತ್ತಿದ್ದರು. ಎಲ್ಲಿ ಹೋದರೂ ಅವಳಿಗೆ ಮೊದಲ ಮನ್ನಣೆ. ಗುರುತು ಪರಿಚಯ ಇರೋರು ಅನೂಪನ ಬಗೆಗೆ ಆಗಾಗ ಕೇಳುತ್ತಿರೋರು. ಕೆಲವರು ಭಯದ ಮಾತುಗಳನ್ನೂ ಆಡುತ್ತಿದ್ದರು. ಸೈನ್ಯದ ಜೀವನ ಎಂದರೆ ಅದು ನೀರ ಮೇಲಿನ ಗುಳ್ಳೆ ಮೇಡಂ, ಎಷ್ಟು ದಿನ

ಇರುತ್ತೋ ಅಷ್ಟೇ ದಿನ. ನಿಮ್ಮ ಧೈರ್ಯಕ್ಕೆ ನಾವು ಮೆಚ್ಚಬೇಕು ಅನ್ನುತ್ತಿದ್ದರು ಕತ್ತಲೆಯ ದಿನಗಳು ಅಂದುಕೊಂಡರೆ ಒಂದೆರಡು ದಿನ ಕತ್ತಲು ಇರುತ್ತೆ. ನಂತರ ಬೆಳಕು ಬರುತ್ತೆ ಅಂತಲ್ಲ. ಎಷ್ಟೋ ಜನರಿಗೆ ಕತ್ತಲೆಯ ಬದುಕೇ ಅಭ್ಯಾಸವಾಗಿಹೋಗುತ್ತೆ. ರಶ್ಮಿಗೂ ಹಾಗೇ ಆಯಿತು. ಇದು ಅನಿವಾರ್ಯ, ಹೀಗೇ ನಡೀಬೇಕು ಅನ್ನೋದಾದರೆ ನಾನೇನು ಮಾಡಲು ಸಾಧ್ಯ ಅಂತ ಅವಳೇ ಸಮಾಧಾನ ಮಾಡಿಕೊಂಡು ಒಂದು ದಿನ ಅನೂಪ ಕೆಲಸ ಮಾಡುತ್ತಿದ್ದ ಆಫೀಸಿಗೆ ಹೋಗಿ ಸಾಹೇಬರನ್ನು ಭೇಟಿ ಮಾಡಿ ಪರಿಚಯ ಮಾಡಿಕೊಂಡಳು. ಅನೂಪ ಆಗಲೇ ಅಲ್ಲಿ ಮಾತಾಡಿದ್ದ. ಹೀಗಾಗಿ ರಶ್ಮಿಯ ಓದಿನ ದಾಖಲೆಗಳನ್ನು ನೋಡಿ, ಸಂದರ್ಶನ ಅಂತ ಮಾಡಿ ಅವಳನ್ನು ಕೆಲಸಕ್ಕೆ ಸೇರಿಸಿಕೊಂಡರು. ಎಲ್ಲರೂ ಅನೂಪನ ಸಾಹಸವನ್ನು ಕೊಂಡಾಡಿದರು. ಅವತ್ತು ಅವಳ ಕೆಲಸದ ಮೊದಲನೇ ದಿನ. ಎಲ್ಲರನ್ನೂ ಪರಿಚಯಿಸಿಕೊಂಡು ಅವರೆಲ್ಲರ ಅಭಿನಂದನೆಯನ್ನು ಸ್ವೀಕರಿಸಿ ಕೆಲಸ ಶುರು ಮಾಡಿದ ಕೆಲವೇ ಕ್ಷಣಗಳಲ್ಲಿ ಸಹೋದ್ಯೋಗಿಯೊಬ್ಬರು

"ಮೇಡಂ ಮೇಡಂ ನೋಡಿ ಒಂದು ಅನಾಹುತವಾಗಿದೆ" ಅಂದು ಅವರ ಮೊಬೈಲ್ ರಶ್ಮಿಗೆ ತೋರಿಸಿದರು. ಗಡಿಯಲ್ಲಿ ಯುದ್ಧದ ಕಾರ್ಮೋಡ. ಇವತ್ತು ಬೆಳಗ್ಗಿನಿಂದಲೇ ಗಡಿಯಲ್ಲಿ ಸೈನಿಕರು ಜಮಾವಣೆಗೊಂಡಿದ್ದಾರೆ. ಗಡಿಯಾಚೆಯ ದೇಶದಿಂದ ಪದೇ ಪದೇ ಗುಂಡಿನ ಸದ್ದು ಕೇಳಿಬರುತ್ತಿದೆ. ಗಡಿ ಕಾಯುತ್ತಿದ್ದ ನಮ್ಮ ನಾಲ್ವರು ಯೋಧರು ಹುತಾತ್ಮರಾಗಿದ್ದಾರೆ ಅನ್ನುವ ವಾರ್ತೆ ನೋಡಿ ಅಯ್ಯೋ ದೇವರೇ ಅಂತ ಜೋರಾಗಿ ಕಿರುಚಿ ರಶ್ಮಿ ಕೆಳಗೆ ಬಿದ್ದಳು. ಆಫೀಸಿನ ಗಲಾಟೆ ಕೇಳಿ ಛೇಂಬರಿನೊಳಗಿದ್ದ ಸಾಹೇಬರು ಹೊರಗೆ ಬಂದು ರಶ್ಮಿಯನ್ನು ಎಬ್ಬಿಸಿ ಅವರ ಕೋಣೆಗೆ ಕರೆದುಕೊಂಡು ಹೋಗಿ, ಮುಖಕ್ಕೆ ನೀರು ತಟ್ಟಿ ಎಬ್ಬಿಸಿದರು. "ರಶ್ಮಿ, ಗಾಬರಿಯಾಗಬೇಡಿ. ನೀವು ತಿಳುವಳಿಕೆ ಇರೋರು. ಅನೂಪ ಸೈನ್ಯಕ್ಕೆ ಸೇರಿ ಇನ್ನೂ ಒಂದು ವಾರವಾಗಿಲ್ಲ. ಯಾವ ಯೋಧರನ್ನೂ ತಕ್ಷಣವೇ ಯುದ್ಧಭೂಮಿಗೆ ಕಳಿಸೋಲ್ಲ. ಸಾಕಷ್ಟು ತರಬೇತಿ ನೀಡುತ್ತಾರೆ. ಇನ್ನು ಸೈನ್ಯಕ್ಕೆ ಸೇರಿದೋರ್ನೆಲ್ಲಾ ಯುದ್ಧಭೂಮಿಗೆ ಕಳಿಸೋಲ್ಲ. ಏಕೆಂದರೆ ಬೇರೆ ಬೇರೆ ವಿಭಾಗಗಳಲ್ಲಿ ಕೆಲಸ ಇರುತ್ತೆ" ಅಂದು ತಮ್ಮ ಮೊಬೈಲಿನಿಂದಲೇ ಅನೂಪನಿಗೆ ಫೋನ್ ಮಾಡಿ ಮಾತಾಡಿ ರಶ್ಮಿ ಕೈಗೆ ಮೊಬೈಲ್ ಕೊಟ್ಟರು. ಅನೂಪ ರಶ್ಮಿಗೆ ಸಮಾಧಾನ ಮಾಡಿದ. ಆದರೂ ಅಂದಿನಿಂದ ಟಿವಿಯಲ್ಲಿ ಯುದ್ಧದ ವಾರ್ತೆ ಪ್ರಸಾರವಾಗ್ತಿದೆ ಎಂದರೆ ಗಾಬರಿಯಾಗುತ್ತಿದ್ದುದು ಸಹಜವೇ.

ಒಂದಾರು ತಿಂಗಳಿನಲ್ಲಿ ಅವಳು ಕಛೇರಿ ಕೆಲಸಕ್ಕೆ ಹೊಂದಿಕೊಂಡಳು. ಸಮಯವೂ ಹೋಗುತ್ತಿತ್ತು, ಖರ್ಚಿಗೆ ಹಣವೂ ದೊರೆಯುತ್ತಿತ್ತು. ಎಲ್ಲ ಸಹೋದ್ಯೋಗಿಗಳಿಗಿಂತ ಹೆಚ್ಚಾಗಿ ಶಂಕರ್ ಗಣೇಶ್ ರಶ್ಮಿನ ವಿಶೇಷ ಕಳಕಳಿಯಿಂದ ಮಾತಾಡಿಸುತ್ತಿದ್ದ. ಕಾಫಿಗೆ ಹೋಗೋಣ ಬನ್ನಿ ಅಂದು ಕರೆಯುತ್ತಿದ್ದ. ಹೀಗೊಂದು ದಿನ ಹೋಗಿ ಹೋಟೆಲಿನಲ್ಲಿ ಕೂತಿದ್ದಾಗ "ಏನ್ ಮೇಡಂ, ಬಹಳ ಕಾಲ ಗಂಡನನ್ನು ಬಿಟ್ಟಿರೋದು ಕಷ್ಟ ಅಲ್ಲವಾ" ಅಂತ ಕೇಳಿದ. "ಹೌದು ಏನು ಮಾಡೋದು" ಅಂದಳು. "ಆದರೂ ಅನೂಪ ಹೀಗೆ ಏಕಾಏಕಿ ನಿಮ್ಮನ್ನು ನಡುನೀರಲ್ಲಿ ಕೈ ಬಿಟ್ಟು ದೇಶಸೇವೆಗೆ ಹೋಗಬಾರದಿತ್ತು" ಅಂದ. ರಶ್ಮಿ, "ಇದು ನನ್ನೊಬ್ಬಳ ಸಂಸಾರದ ಕಥೆಯಲ್ಲ ಅಲ್ವಾ. ಎಷ್ಟೋ ಜನ ಯೋಧರು ಸೈನ್ಯಕ್ಕೆ ಸೇರಿ ಅಲ್ಲಿಂದ ಬಂದು ಮದುವೆ ಮಾಡಿಕೊಂಡು ಮತ್ತೆ ಸೈನ್ಯಕ್ಕೆ ಹೋಗ್ತಾರಲ್ಲ. ನೋಡಿ ಶಂಕರ್ ಗಣೇಶ್, ದೇಶ ಸೇವೆ ಮುಖ್ಯ ಅಂದುಕೊಂಡರೆ ಅದರ ಮುಂದೆ ಮಿಕ್ಕಿದ್ದೆಲ್ಲಾ ಗೌಣ. ನಾನು ಮೊದಲು ಬಹಳ ಗಾಬರಿಯಲ್ಲಿದ್ದೆ. ಆದರೆ ಈಗ ನನ್ನ ಗಂಡನ ಮೇಲೆ, ನನ್ನ ದೇಶದ ಮೇಲೆ ಹೆಮ್ಮೆ ಇದೆ". ಅಂದಳು. ಹೊರಡುವ ಮೊದಲು ಅವಳ ಕೈ ಹಿಡಿದು "ಮೇಡಂ ನಿಮಗೆ ಬೇಜಾರು ಅಂದರೆ ಹೇಳಿ ನಾನಿದೀನಿ, ಸಿನಿಮಾಕ್ಕೆ

ಹೋಗೋಣ, ಪಿಕ್‌ನಿಕ್ ಹೋಗೋಣ. ನಿಮ್ಮನ್ನು ಆದಷ್ಟು ಸಂತೋಷದಲ್ಲಿ ಇರಿಸಲು ಪ್ರಯತ್ನಿಸುತ್ತೇನೆ" ಅಂದ. ರಶ್ಮಿಗೆ ವಾಕರಿಕೆ ಬರೋ ಹಾಗಾಯಿತು. "ಮಿಸ್ಟರ್ ಶಂಕರ್ ಗಣೇಶ್, ನೀವು ಆಫೀಸಿಗೆ ಬಂದಾಗ ಅಲ್ಲಿ ಮನೇಲಿ ನಿಮ್ಮ ಹೆಂಡತಿಯನ್ನು ಯಾರ್‍ಯಾರು ಸಂತೋಷ ಪಡಿಸ್ತಿರ್‍ತಾರೆ ಅನ್ನೋದನ್ನು ಗಮನಿಸಿ ಹೋಗಿ. ನಾನಿಲ್ಲಿ ದೇಶದ ಚಿಂತಿಸುತ್ತಿದ್ದರೆ ನೀವು ದೇಹದ ಚಿಂತೆ ಮಾಡ್ತಿದೀರಲ್ಲ" ಅಂದಳು. ಅಲ್ಲಿಂದ ಮುಂದೆ ಶಂಕರ್ ಗಣೇಶ್ ಅವಳ ತಂಟೆಗೆ ಬರಲಿಲ್ಲ.

ಅನೂಪ ಹೇಳಿದಂತೆ ಆರು ತಿಂಗಳ ನಂತರ ಊರಿಗೆ ಬಂದು ಹದಿನೈದು ದಿನ ಇದ್ದ. ಜೊತೆಯಲ್ಲಿ ಸುತ್ತಾಡಿದರು. ಸಿನಿಮಾ ನೋಡಿದರು, ಪ್ರವಾಸ ಹೋದರು. ಆ ದಿನಗಳಲ್ಲಿ ಹೆಂಡತಿಯನ್ನು ಖುಷಿಯಲ್ಲಿಟ್ಟಿದ್ದ. ಅವತ್ತು ರಾತ್ರಿ "ನೋಡು ನಾನು ಸೈನ್ಯಕ್ಕೆ ಹೋಗಿರಬಹುದು, ಆದರೂ ನಮ್ಮ ಸಂಸಾರ ಬೆಳೆಯಬೇಕು, ನಾವು ಹೆಮ್ಮೆ ಪಡುವಂಥ ಮಕ್ಕಳು ನಮಗೆ ಬೇಕಲ್ವ, ಏನಂತೀಯ" ಅಂದಿದ್ದ. ಗಂಡನ ಎದೆಗೊರಗಿ ನಾಚಿಕೆಯಿಂದ ನಕ್ಕಿದ್ದಳು ರಶ್ಮಿ. ಅನೂಪ ಮತ್ತೆ ಸೈನ್ಯಕ್ಕೆ ವಾಪಸಾದ ಐದಾರು ತಿಂಗಳಾದ ಮೇಲೆ ರಶ್ಮಿ ಅವನೊಂದಿಗೆ ಮೊಬೈಲಲ್ಲಿ ಮಾತಾಡುವಾಗ "ನಮ್ಮ ಸಂಸಾರ ಬೆಳಿತಾ ಇದೆ. ಮರಿಸೈನಿಕ ಸಿದ್ಧವಾಗುತ್ತಿದ್ದಾನೆ" ಅಂದಳು. ಮುಂದಿನ ಸಾರಿ ಅನೂಪ ರಶ್ಮಿಗೆ ಹೆರಿಗೆಯಾಗುವ ದಿನಗಳನ್ನು ಹೊಂದಿಸಿಕೊಂಡು ರಜೆ ಹಾಕಿ ಬಂದ. ಮೊದಲನೇದು ಗಂಡು ಮಗು. ಎಲ್ಲರಿಗೂ ಸಂಭ್ರಮ. ರಶ್ಮಿ ತನ್ನ ಬದುಕು ಸಂಭ್ರಮಿಸಿತು ಎಂದುಕೊಂಡಳು. ಮುಂದಿನ ಹತ್ತು ವರ್ಷಗಳಲ್ಲಿ ಅನೂಪ-ರಶ್ಮಿಗೆ ಇನ್ನೂ ಇಬ್ಬರು ಗಂಡು ಮಕ್ಕಳಾದರು. ಅನೂಪ ಸಾಕಷ್ಟು ಹಣ ಕಳಿಸುತ್ತಿದ್ದ. ಈಗ ಮಕ್ಕಳೊಂದಿಗೆ ಇರೋದು ರಶ್ಮಿಗೆ ಸಂತಸವೇ. ಮೂವರು ಮಕ್ಕಳಾದ ಮೇಲೆ ರಶ್ಮಿ ಕೆಲಸ ಬಿಟ್ಟು ಮನೇಲಿದ್ದಳು. ಮಕ್ಕಳ ಜವಾಬ್ದಾರಿ ಹೆಚ್ಚಿತ್ತು. ಊರಿನ ಎಲ್ಲರೂ ಅವಳನ್ನು ವಿಶೇಷ ಗೌರವದಿಂದ ಕಾಣುತ್ತಿದ್ದರು. ಯೋಧರ ಕುಟುಂಬ ಅಂತ ಮಕ್ಕಳನ್ನು ಸ್ಕೂಲಿಗೆ ಸೇರಿಸುವಾಗ, ಸರ್ಕಾರೀ ಕಛೇರಿಯ ಕೆಲಸ ಕಾರ್ಯಗಳಲ್ಲಿ ರಶ್ಮಿಗೆ ವಿಶೇಷ ಮನ್ನಣೆ ದೊರೆಯುತ್ತಿತ್ತು. ಹೆಮ್ಮೆಯ ಮಾತಾಡಿ ಕೆಲಸ ಮಾಡಿಕೊಡುತ್ತಿದ್ದರು. ಹಿರಿಯ ಅಧಿಕಾರಿಗಳೂ ಕೂಡಾ ಅವಳನ್ನು ಕಂಡಾಗ ಗೌರವದಿಂದ ನಮಿಸುತ್ತಿದ್ದರು. ಅನೂಪನಿಂದಾಗಿ ನನಗೆ ಈ ಮರ್ಯಾದೆ ಅಂತ ರಶ್ಮಿಗೆ ಹೆಮ್ಮೆಯಾಗಿತ್ತು.

ಒಂದು ದಿನ ಕಿರುತೆರೆಯಲ್ಲಿ ಗಡಿಯಲ್ಲಿನ ಯುದ್ಧದ ವಿಚಾರ ಬಿತ್ತರವಾಗುತ್ತಿತ್ತು. ನಮ್ಮ ಮೂವರು ಯೋಧರು ಹುತಾತ್ಮರಾಗಿದ್ದಾರೆ ಎಂದು ಅವರುಗಳ ವಿವರ ಹೇಳಿದರು. ಆ ಮೂವರ ಪೈಕಿ ಪಕ್ಕದ ಊರಿನ ಯೋಧ

ಮುನಿಸ್ವಾಮಪ್ಪನೂ ಒಬ್ಬ. ಅವನ ಕಳೇಬರವನ್ನು ನಾಡಿದ್ದು ಅವನ ಹುಟ್ಟೂರಿಗೆ ಕಳಿಸಿಕೊಡುತ್ತಾರೆ ಎನ್ನುವ ವಾರ್ತೆ ನೋಡಿ ರಶ್ಮಿಗೆ ಅಳು ಬಂತು. ಮಕ್ಕಳು ಯಾಕಮ್ಮಾ ಅಳ್ತಿದೀಯ ಅಂತ ಕೇಳಿದಾಗ ಏನೂ ಹೇಳಲಾಗಲಿಲ್ಲ. ಮರುದಿನ ರಾಜಕೀಯ ಪಕ್ಷದ ತಾಲ್ಲೂಕು ಅಧ್ಯಕ್ಷರು ಮನೆಗೆ ಬಂದು "ಮೇಡಂ ಬನ್ನಿ ಮುನಿಸ್ವಾಮಪ್ಪನ ಮನೆಯವರಿಗೆ ಸಮಾಧಾನ ಹೇಳಿ ಬರೋಣ" ಅಂದು ಕರೆದುಕೊಂಡು ಹೋದರು. ಆ ಊರಿನ ಸಂಭ್ರಮ ನೋಡಿ ರಶ್ಮಿ ಹುತಾತ್ಮನಾದ ಯೋಧನಿಗೆ ಇಂಥಾ ಮರ್ಯಾದೆಯೇ ಅಂತ ಅಚ್ಚರಿಪಟ್ಟಳು. ಊರಿನ ತುಂಬಾ ಮುನಿಸ್ವಾಮಪ್ಪನ ಭಾವಚಿತ್ರಗಳು, ಕಟೌಟ್‌ಗಳು ರಾರಾಜಿಸುತ್ತಿದ್ದವು. ಶಾಮಿಯಾನ ಕುರ್ಚಿಗಳನ್ನು ಹಾಕಿದ್ದರು. ಎಲ್ಲರೂ ಮುನಿಸ್ವಾಮಪ್ಪನ ಗುಣಗಾನ ಮಾಡುತ್ತಿದ್ದರು. ವಾರ್ತಾ ವಾಹಿನಿಗಳ ಕ್ಯಾಮರಾಗಳೂ ಬಂದಿದ್ದವು. ಪೊಲೀಸರು, ಜನರೂ ಜಾತ್ರೆಯಂತೆ ನೆರೆದಿದ್ದರು. ಮುನಿಸ್ವಾಮಪ್ಪನ ಜಮೀನಿನಲ್ಲಿಯೇ ಅಂತ್ಯ ಸಂಸ್ಕಾರಕ್ಕೆ ವ್ಯವಸ್ಥೆ ಮಾಡಿದ್ದರು. ಮುನಿಸ್ವಾಮಪ್ಪನ ಕಳೇಬರ ಹೊತ್ತ ಪೆಟ್ಟಿಗೆ ಊರಿಗೆ ಬಂದಾಗ ಜನರ ಆಕ್ರಂದನ ಮುಗಿಲು ಮುಟ್ಟಿತ್ತು. ಜಿಲ್ಲಾಧಿಕಾರಿಗಳೂ, ಉಸ್ತುವಾರಿ ಮಂತ್ರಿಗಳೂ, ಎಲ್ಲರೂ ಬಂದು ಕಳೇಬರಕ್ಕೆ ವಂದನೆ ಸಲ್ಲಿಸಿದರು. ಇದನ್ನೆಲ್ಲಾ ನೋಡುತ್ತಿದ್ದ ರಶ್ಮಿಗೆ ಹುತಾತ್ಮರಾದ ಯೋಧರಿಗೆ ಎಂಥಾ ಗೌರವ ಅನಿಸಿತು. ಶವಪೆಟ್ಟಿಗೆಯ ಮೇಲೆ ಬಿದ್ದು ಹೊರಳಾಡುತ್ತಿದ್ದ ಮುನಿಸ್ವಾಮಪ್ಪನ ಹೆಂಡತಿ ರಶ್ಮಿಯನ್ನು ನೋಡಿ "ನನ್ನದು ಈ ಗತಿಯಾಯಿತು. ಇನ್ನು ನಿಮ್ಮದು ಯಾವಾಗ್ಲೋ" ಅಂದಿದ್ದು ಮಾತ್ರ ರಶ್ಮಿಗೆ ಅರಗಿಸಿಕೊಳ್ಳಲಾಗಲಿಲ್ಲ. ಇನ್ನೊಂದೆರಡು ದಿನಗಳಲ್ಲಿ ಮುನಿಸ್ವಾಮಪ್ಪನ ಮನೆಗೆ ಹರಿದು ಬಂದ ಸಹಾಯ, ಅವನ ಹೆಂಡತಿಗೆ ಮಂತ್ರಿಗಳು ಕೊಟ್ಟ ಆಶ್ವಾಸನೆ, ಮುನಿಸ್ವಾಮಪ್ಪನ ಮಗನಿಗೆ ಸರ್ಕಾರೀ ಕೆಲಸ, ಎಲ್ಲವೂ ಕಣ್ಣಿಗೆ ಕಟ್ಟಿದಂತಿತ್ತು. ಆದರೆ ರಶ್ಮಿಯ ಮನಸ್ಸಿನಲ್ಲಿ ಇವ್ಯಾವುದೂ ಒಬ್ಬ ಯೋಧನ ಜೀವಕ್ಕೆ ಸಮವಲ್ಲ ಅನಿಸಿದರೂ ಮುನಿಸ್ವಾಮಪ್ಪನ ಮನೆಗೆ ಸಿಕ್ಕ ಆರ್ಥಿಕ ಭದ್ರತೆ ಬಗ್ಗೆ ಸಂತಸವಾಯಿತು.

ಅನೂಪ ಊರಿಗೆ ಬಂದಿದ್ದ ಸಮಯದಲ್ಲಿ ಯುದ್ಧದ ಸನ್ನಿವೇಶಗಳನ್ನು ಕಣ್ಣಿಗೆ ಕಟ್ಟುವಂತೆ ವಿವರಿಸ್ತಿದ್ದ. ಯೋಧರ ಯೂನಿಫಾರಂ, ಅದರೊಳಗೆ ಇಟ್ಟುಕೊಳ್ಳುವ ಸಣ್ಣ ಆಹಾರದ ಪೊಟ್ಟಣ, ನೀರಿನ ಬಾಟಲು, ಕೈನಲ್ಲಿ ಹಿಡಿಯುವ ಬಂದೂಕು, ಅದರ ಗುಂಡುಗಳು, ಕಾಲಿಗೆ ಹಾಕಿಕೊಳ್ಳುವ ಷೂ, ಅವರು ನಡೆಯುವಂಥಾ ಜಾಗಗಳು, ಮಲಗುವ ಟೆಂಟ್‌ಗಳು, ಅಲ್ಲಿನ ಏರಿಳಿತಗಳು, ಆಗಾಗ ಉಂಟಾಗುವ ಹವಾಮಾನ ವೈಪರೀತ್ಯ, ಸದಾ ಜಾಗೃತಭಾವದಲ್ಲಿರಬೇಕಾದ ಸ್ಥಿತಿ, ಶತ್ರು ಸೈನಿಕರು ಕಂಡಾಗ ಮರೆಯಾಗಿ

ಇದ್ದು ಗುಂಡು ಹಾರಿಸುವ ಪರಿ ಇವುಗಳನ್ನೆಲ್ಲಾ ಹೇಳುತ್ತಿದ್ದ ಅನೂಪ "ಏನೇ ಆದರೂ ಯೋಧರ ಜೀವನ ಅನಿಶ್ಚಿತ. ಯುದ್ಧಭೂಮಿಗೆ ಹೋಗಿ ಹಿಂದಿರುಗಿ ಬಂದರೆ ಅದು ಯೋಧರಿಗೆ ಮರು ಹುಟ್ಟು. ಒಟ್ಟಿನಲ್ಲಿ ಸಾವನ್ನು ಹೆಗಲಲ್ಲಿ ಹೊತ್ತುಕೊಂಡು ಸೇವೆ ಮಾಡಬೇಕು. ಒಂದ್ಸಾರಿ ನಾನೂ ನನ್ನ ಸಹ ಯೋಧ ಗಡಿಯಂಚಿನಲ್ಲಿ ಎಚ್ಚರಿಕೆಯಿಂದ ಗಡಿ ಕಾಯತ್ತಿದ್ದೆವು. ಅವನ ಹೆಂಡತಿ ಗರ್ಭಿಣಿ. ಮಗು ಆದ ಸುದ್ದಿ ಕೇಳಿದೊಡನೇ ನೀನು ಬರಬೇಕು ಎಂದು ಹೆಂಡತಿ ದಿನಾ ಒತ್ತಾಯಿಸುತ್ತಿದ್ದಳು. ನನಗೆ ಮಗಳಾದರೆ ಕನ್ಯಾಕುಮಾರಿ ಅಂತ ಹೆಸರಿಡ್ತೀನಿ, ಮಗನಾದರೆ ಭರತ್ ಅಂತ ಹೆಸರಿಡ್ತೀನಿ ಅಂತ.

ಯೋಧ ಬಹಳ ಹೆಮ್ಮೆಯಿಂದ ಹೇಳಿಕೊಳ್ತಿದ್ದ ಆ ಯೋಧನನ್ನು ಒಂದು ದಿನ ಗಡಿಯಾಚೆಯಿಂದ ಬಂದ ಸರಣಿ ಗುಂಡುಗಳು ಬಲಿಪಡೆದವು. ನನಗೂ ಅವನಿಗೂ ಅಂತರ ಕೇವಲ ಒಂದು ಅಡಿ ಇತ್ತು. ಗುಂಡುಗಳು ನನಗೂ ತಗುಲಬಹುದಿತ್ತು. ಆದರೆ ಅವನ ಆಯಸ್ಸು ನನ್ನ ಆಯಸ್ಸಿಗಿಂತ ಮೊಟುಕಾಗಿತ್ತು" ಅಂದಿದ್ದ. ರಶ್ಮಿಗೆ ಮೈ ನಡುಗಿತ್ತು. ಸೈನ್ಯದಲ್ಲಿ ಇಂತಿಷ್ಟು ವರ್ಷ ಸೇವೆ ಮಾಡಿದ ಮೇಲೆ ಸ್ವಯಂ ನಿವೃತ್ತಿ ಪಡೆಯಬಹುದಂತೆ. ಆ ದಿನಗಳಿಗಾಗಿ ರಶ್ಮಿ–ಅನೂಪ ಕಾಯುತ್ತಿದ್ದಾರೆ. ದೊಡ್ಡ ಮಗ ಪಿ.ಯು.ಸಿ, ಎರಡನೆಯವನು ಈಗ ಹೈಸ್ಕೂಲು, ಮೂರನೆಯವನು ಮಾಧ್ಯಮಿಕ ಶಾಲೆ. ಮಕ್ಕಳಿಗೆ ಅಪ್ಪನ ಧೈರ್ಯದ ಸಾಹಸಗಾಥೆಗಳನ್ನು ರಶ್ಮಿ ಆಗಾಗ ಹೇಳುತ್ತಿರುತ್ತಾಳೆ. ಅಂದು ಸಂಜೆ ದೇವಸ್ಥಾನದಲ್ಲಿ ಮುನಿಸ್ವಾಮಪ್ಪನ ಹೆಂಡತಿ ಕಂಡು ಮಾತಾಡಿಸಿದಳು. ಅವಳ ಮೈ ಮೇಲಿದ್ದ ಒಡವೆಗಳನ್ನು ನೋಡಿಯೇ ರಶ್ಮಿ ಸುಸ್ತು. "ನಾವು ಮನೆಯನ್ನು ಒಡೆದು ದೊಡ್ಡ ಬಂಗಲೆ ಕಟ್ಟಿಸಿದ್ದೀವಿ. ಕಾರು ಕೊಂಡಿದ್ದೀವಿ. ಮಗಳ ಮದುವೆ ಧಾಂ ಧೂಂ ಅಂತ ಮಾಡಿದೆವು. ಗಂಡು ಮಕ್ಕಳಿಗೆ ಸರ್ಕಾರೀ ಕೆಲಸ ಸಿಕ್ಕಿದೆ. ದೊಡ್ಡ ಮಗ ಇನ್ನೊಂದು ಮನೆ ಕಟ್ಟಿಸಿದ್ದಾನೆ. ಇಷ್ಟೆಲ್ಲಾ ಮಾಡಿದರೂ ನಮಗೆ ಬಂದ ದುಡ್ಡು ಕರಗಿಲ್ಲ. ಐದಾರು ಕೋಟಿ ಬ್ಯಾಂಕಿನಲ್ಲಿಟ್ಟಿದ್ದೀವಿ" ಅಂದು ಹೆಮ್ಮೆಯಿಂದ ಹೇಳಿಕೊಂಡವಳು ಗಂಡನನ್ನು ಒಮ್ಮೆಯೂ ನೆನೆಸಿಕೊಳ್ಳಲಿಲ್ಲ.

ಆರು ತಿಂಗಳಾಯಿತು. ಈಗ ಅನೂಪ ಊರಿಗೆ ಬರಬಹುದು ಎನ್ನುವ ನಿರೀಕ್ಷೆಯಲ್ಲಿದ್ದ ರಶ್ಮಿಗೆ ಒಂದು ದಿನ ಟಿ.ವಿ.ಯಲ್ಲಿ ಎದೆ ಒಡೆಯುವಂಥ ಸುದ್ದಿ ಕಂಡಿತು. ಅನೂಪ ಯುದ್ಧದಲ್ಲಿ ಮರಣ ಹೊಂದಿದ್ದ. ಕೆಲವೇ ಕ್ಷಣಗಳಲ್ಲಿ ಅದು ಊರಿನಲ್ಲಿ ಸುದ್ದಿ ಆಯಿತು. ಮರುದಿನವೇ ಅನೂಪನ ಶವದ ಪೆಟ್ಟಿಗೆ ಊರಿಗೆ ಬಂತು. ಊರಿನ ಜನ, ಸೈನ್ಯಾಧಿಕಾರಿಗಳು, ಸರ್ಕಾರೀ ಅಧಿಕಾರಿಗಳೂ ಸೇರಿ ಎಲ್ಲ ಸಿದ್ಧತೆ ಮಾಡಿದರು, ಮುಖ್ಯಮಂತ್ರಿಗಳೂ, ಇನ್ನಿತರ ಮಂತ್ರಿಗಳೂ

ಬಂದು ಅನೂಪನ ದೇಹದ ದರ್ಶನ ಪಡೆದರು, ನಿಮ್ಮ ಮಕ್ಕಳಿಗೆ ಸರ್ಕಾರೀ ಕೆಲಸ ಕೊಡಿಸೋಣ ಎಂದು ಮುಖ್ಯಮಂತ್ರಿಗಳು ಹೇಳಿದರು, ಧನಸಹಾಯ ಅಂತ ಸಾರ್ವಜನಿಕರೂ, ಬ್ಯಾಂಕಿನವರೂ, ರಾಜಕಾರಿಣಿಗಳೂ ಕೊಟ್ಟ ರಾಶಿ ರಾಶಿ ಹಣ ರಶ್ಮಿಯ ಮಡಿಲು ತುಂಬಿದವು. ಎಲ್ಲ ಮುಗಿದ ಮೇಲೆ ದೊಡ್ಡ ಮಗ "ಅಮ್ಮಾ ಚೆಕ್ಕು, ಕ್ಯಾಷು ಸೇರಿ ಒಟ್ಟು ಹನ್ನೆರಡು ಕೋಟಿ ಆಗುತ್ತಮ್ಮ. ಅಪ್ಪ ಇದ್ದಿದ್ದರೂ ಅವರ ಜೀವಮಾನದಲ್ಲಿ ಇಷ್ಟೊಂದು ಹಣ ಸಂಪಾದನೆ ಆಗ್ತಿರಲಿಲ್ಲ." ಅಂದ. ಇಷ್ಟೆಲ್ಲ ಸಂಪತ್ತಿಗೆ ಕಾರಣನಾದ ಗಂಡನ ಬಗೆಗೆ ದುಃಖವೇ ಆಗುತ್ತಿಲ್ಲವಲ್ಲ ಅನಿಸುತ್ತಿರುವಾಗ ಅವಳಿಗೆ ಧಡಕ್ಕನೆ ಎಚ್ಚರವಾಯಿತು. ಮೈ ತುಂಬಾ ಬೆವರಿತ್ತು. ಮರುದಿನ ಏನೀ ಕನಸಿನ ಅರ್ಥ ಅಂತ ಜ್ಯೋತಿಷಿಯನ್ನು ಕೇಳಿದಾಗ "ಗಾಬರಿಯಾಗಬೇಡೀಮ್ಮ. ಕನಸು ನಿಜವಾಗುವ ಎಲ್ಲ ಲಕ್ಷಣಗಳೂ ಇವೆ" ಅಂದಿದ್ದರು. ಹೀಗಾಗಿ ಟಿವಿ ಆಫ್ ಮಾಡದೇ ಸದಾ ಮನೆಯವರೆಲ್ಲಾ ಯುದ್ಧದ ವಾರ್ತೆಗೆ ಕಿವಿಯಾಗಿದ್ದರು.

ಒಂದೆರಡು ವಾರಗಳ ನಂತರ ಅವಳ ಮನೆ ಮುಂದೆ ಬಂದು ನಿಂತ ಮಿಲಿಟರಿ ವ್ಯಾನ್‌ನಿಂದ ಯೋಧರೊಬ್ಬರು ಇಳಿದು "ಇದು ಕ್ಯಾಪ್ಟನ್ ಅನೂಪ್ ಅವರ ಮನೇನ" ಅಂತ ಕೇಳಿದರು. "ಹೌದು" ಅಂತ ವ್ಯಾನ್ ಕಡೆ ನೋಡಿದ ರಶ್ಮಿಗೆ ಇದರಲ್ಲಿ ಗಂಡನ ಕಳೇಬರ ಇರಬಹುದೇ ಅಂತ ಗಾಬರಿಯಾಯಿತು. ಬಂದವರು ಪದಾರ್ಥಗಳನ್ನು ತೆಗೆದುಕೊಡುತ್ತಾ "ಇದು ನಿಮ್ಮ ಗಂಡ ಹಾಕಿಕೊಳ್ಳುತ್ತಿದ್ದ ಯೂನಿಫಾರಂ, ಇದು ಅವರು ಉಪಯೋಗಿಸುತ್ತಿದ್ದ ಸ್ಟೌ, ಇದು ಅವರ ಟೇಬಲ್, ಕುರ್ಚಿ, ಇದು ಅವರು ಊಟ ಮಾಡುತ್ತಿದ್ದ ತಟ್ಟೆ, ಅಡಿಗೆ ಮಾಡಿಕೊಳ್ಳುತ್ತಿದ್ದ ಪಾತ್ರೆಗಳು" ಅಂತ ಒಂದೊಂದೇ ಪದಾರ್ಥ ತೆಗೆದಿಡುತ್ತಿರುವಾಗ, ಇದೇನು ಅನೂಪ ಯುದ್ಧದಲ್ಲಿ ಸತ್ತ ಸುದ್ದಿ ಟಿವಿಯಲ್ಲಿ ಬರಲೇ ಇಲ್ಲವಲ್ಲ ಅನಿಸಿ ರಶ್ಮಿ ಕುತೂಹಲದಿಂದ ವ್ಯಾನ್ ನೋಡುತ್ತಿದ್ದಳು. ವ್ಯಾನ್ ಹತ್ತಿ ಗಂಡನ ಕಳೇಬರ ನೋಡುವ ಆತುರ ಉಂಟಾಗಿತ್ತು. ಒಂದೆಡೆ ಗಂಡನ ಕಳೇಬರವೇ ಕಣ್ಣಿಗೆ ಬೀಳುತ್ತಿದ್ದರೆ ಇನ್ನೊಂದು ಕಡೆ ಹನ್ನೆರಡು ಕೋಟಿ ಹಣ ಕಣ್ಣಿಗೆ ರಾಚುತ್ತಿತ್ತು. ಎಲ್ಲ ಪದಾರ್ಥಗಳನ್ನೂ ಕೆಳಗಿಳಿಸಿದ ಮೇಲೆ ಬಂದವರು "ನಾನು ಕ್ಯಾಪ್ಟನ್ ಮುರುಳೀಧರ, ನಾನೂ ಅನೂಪನೂ ಐದಾರು ವರ್ಷಗಳಿಂದ ಒಟ್ಟಿಗೇ ಕೆಲಸ ಮಾಡುತ್ತಿದ್ದೆವು" ಅಂತ ಪ್ರಾರಂಭಿಸಿದಾಗ ಅನೂಪನ ದೊಡ್ಡ ಮಗ "ನಮ್ಮ ತಂದೆ ಕಳೇಬರ ವ್ಯಾನ್‌ನಲ್ಲಿದೆಯಾ" ಅಂತ ಕಿರುಚಿದ. "ಹೇಳ್ತೀನಿ ಇರಪ್ಪ, ನಾನು ಅವನೂ ಒಟ್ಟಿಗೇ ನಿವೃತ್ತಿಗೆ ಅರ್ಜಿ ಹಾಕಿದೆವು. ನನಗೆ ಮೊದಲು ಅನುಮತಿ ಸಿಕ್ಕಿತು. ನಾನು ಹೊರಟ ದಿನ ಅನೂಪನಿಗೆ ಅನುಮತಿ ಸಿಕ್ಕಿತು. ಹೀಗಾಗಿ ಅವನು ಅಲ್ಲಿ ಈ ತಿಂಗಳ

ಕೊನೆಯವರೆಗೂ ಇರಬೇಕು. ಅದಕ್ಕೆ ಹೇಗೂ ನಾನು ಬರ್ತಿದ್ನಲ್ಲ ಅದಕ್ಕೆ ನನ್ನ ಜೊತೆ ಅವನ ಪದಾರ್ಥಗಳನ್ನೆಲ್ಲ ಕಳಿಸಿಕೊಟ್ಟಿದ್ದಾನೆ. ಅವನು ಈ ತಿಂಗಳ ಕೊನೆಗೆ ಬರ್ತಾನೆ" ಅಂತ ಹೇಳಿ ಹೊರಟುಹೋದರು. ಕಣ್ಮುಂದೆ ಸುಳಿಯುತ್ತಿದ್ದ ಕಳೇಬರ, ಹನ್ನೆರಡು ಕೋಟಿಗಳ ನಡುವೆ ರಶ್ಮಿಯೂ ಅವಳ ಮೂವರೂ ಮಕ್ಕಳು ನಾವು ಕೇಳಿಸಿಕೊಂಡಿದ್ದು ನಿಜವೋ ಸುಳ್ಳೋ ಅಂತ ಅರಿವಾಗದೇ ನಿರಾಸೆಗೊಂಡ ಭಾವದಿಂದ ಬಹಳ ಹೊತ್ತು ನಿಂತೇ ಇದ್ದರು.

ಗೋರಿ ತೋಡಿದ ಹೆದ್ದಾರಿ

ಈಗ ಒಂದೆರಡು ವರ್ಷಗಳಿಂದ ಅಲ್ಲಲ್ಲಿ ಗುಸುಗುಸು ಪಿಸಪಿಸ ಎನ್ನುತ್ತಿದ್ದ ಸುದ್ದಿಗೆ ಇತ್ತೀಚೆಗೆ ಗರಿ ಮೂಡಿ ಊರಿನವರ ಬಾಯಲ್ಲಿ ಹರಿದಾಡುತ್ತಿದೆ. ಅರಳೀ ಕಟ್ಟೆಯಲ್ಲಿ, ಸೆಲೂನಿನಲ್ಲಿ, ಬೀಡ ಅಂಗಡಿಯಲ್ಲಿ, ಹೊಲಗದ್ದೆಗಳಲ್ಲಿ, ರಸ್ತೆಗಳಲ್ಲಿ ಇದೇ ಮಾತು. ನಗರಕ್ಕೆ ಸಂಪರ್ಕ ಕಲ್ಪಿಸುವ ನಾಲ್ಕು ಪಥದ ಹೊಸ ಹೆದ್ದಾರಿ ನಮ್ಮ ಹಳ್ಳಿಯ ಮೂಲಕ ಹಾದು ಹೋಗುತ್ತೆ. ಅದಕ್ಕೆ ಬೇಕಾದ ಜಮೀನುಗಳನ್ನು ಸರ್ಕಾರ ವಶಕ್ಕೆ ಪಡೆದು ರೈತರಿಗೆ ಹಣ ಕೊಡುತ್ತೆ ಎನ್ನುವ ಸುದ್ದಿ ಆ ಹಳ್ಳಿಯ ಪ್ರತಿಯೊಬ್ಬರಲ್ಲೂ ಮಿಂಚಿನ ಸಂಚಾರ ಮೂಡಿಸ್ತಿದೆ. ಜನ ಹೇಗಂದ್ರೆ ಹಾಗೆ ಮಾತಾಡ್ಕೊತಾ ಇದಾರೆ. "ರಸ್ತೆ ಮಾಡೋಕೆ ನನ್ನ ಮೂರು ಎಕರೆ ಜಮೀನು ತಗೊಂಡ್ರೆ ಒಂದೊಂದು ಎಕರೆಗೆ ಒಂದೊಂದು ಕೋಟಿ ಹಣ ಕೊಡ್ತಾರಂತೆ. ಅಷ್ಟು ಸಿಕ್ಕರೆ ನಾನು ಸಿಟಿಗೆ ಹೋಗಿ ಒಂದು ಅಪಾರ್ಟ್‌ಮೆಂಟ್ ಕೊಂಡ್ಕೊಂಡು ಉಳಿದ ಹಣಾನ ಬ್ಯಾಂಕಲ್ಲಿಟ್ಟು ಬರೋ ಬಡ್ಡೀಲಿ ಆರಾಮವಾಗಿರ್ತೀನಿ" ಅಂತ ಒಬ್ಬ ಅಂದರೆ ಇನ್ನೊಬ್ಬ "ನನಗೆ ಬರೋ ದುಡ್ಡಲ್ಲಿ ಪಕ್ಕದ ಹಳ್ಳೀಲಿ ಜಮೀನು ಕೊಂಡ್ಕೊಂಡು ವ್ಯವಸಾಯ ಮಾಡ್ತೀನಿ" ಅಂದರೆ ಮಗದೊಬ್ಬ "ಮಾಡಿರೋ ಸಾಲ ತೀರಿಸಿ, ಮಗಳ ಮದುವೆ ಮಾಡಿ ಉಳಿಯೋ ದುಡ್ಡಲ್ಲಿ ಒಂದು ಅಂಗಡಿ ಹಾಕ್ಕೊಂಡು ಕೂತ್ಕೊತೀನಿ" ಅಂತಾನೆ. ಎಲ್ಲರೂ ತಮ್ಮ ತಮ್ಮ ಭವಿಷ್ಯದ ಕನಸು ಕಾಣುತ್ತಿದ್ದಾರೆ. ಕೆಲವರಂತೂ ಪುರಸಭಾ ಕಛೇರಿಗೆ ಹೋಗಿ ರಸ್ತೆ ಹೇಗೆ ಹಾದುಹೋಗುತ್ತೆ ಅಂತ ವಿಚಾರಿಸಿ ಅದರಲ್ಲಿ ತಮ್ಮ ಜಮೀನು ಸೇರುತ್ತಾ ಅಂತ ವಿಚಾರಿಸುತ್ತಿದ್ದಾರೆ. ಸಂತೆಗೆ ಮುಂಚೆ ಗಂಟುಕಳ್ಳರು ನೆರೆದರು ಅನ್ನುವಂತೆ ಈ ಸುದ್ದಿ ಬರುತ್ತಿದ್ದಂತೆ ಕೆಲ ಶ್ರೀಮಂತರು ಸಣ್ಣ ಪುಟ್ಟ ರೈತರ ಜಮೀನು ಕೊಂಡ್ಕೊಳೋಕೆ ನೋಡ್ತಿದಾರೆ. ಆದರೆ ಆ ಹಳ್ಳೀಲಿ ಯಾರೊಬ್ಬರಿಗೂ ಈಗ ಜಮೀನು ಮಾರೋ ಆಸಕ್ತಿಯಿಲ್ಲ. ಏಕೆಂದರೆ ತಮ್ಮ ಜಮೀನನ್ನೇ ಸರ್ಕಾರ ತಗೊಂಡ್ರೆ ನಮಗೆ ಕೈ ತುಂಬಾ ಹಣ ಬರುತ್ತೆ, ಅಥವಾ ನಮ್ಮ ಜಮೀನು ತಗೊಳ್ಳಿಲ್ಲ ಅಂದ್ರೂ ರಸ್ತೆ ಆದ್ಮೇಲೆ ನಮ್ಮ ಜಮೀನಿಗೆ ಒಳ್ಳೆ ಬೆಲೆ ಬಂದೇ ಬರುತ್ತೆ ಅಂತ. ಆದರೂ ದಳ್ಳಾಳಿಗಳು "ಸರ್ಕಾರ ಹೇಳೋದೊಂದು ಮಾಡೋದೊಂದು ಅಂತ ನಿಮಗೆ ಗೊತ್ತಿಲ್ವಾ, ಅಷ್ಟೊಂದು ದುಡ್ಡು ಸುಮ್ಮನೇ ಕೊಡ್ತಾರಾ? ಕ್ರಯ ಪತ್ರ, ಕಂದಾಯ ರಸೀತಿ, ಋಣಭಾರ ಪತ್ರ, ಜಮೀನು ಪಿತ್ರಾರ್ಜಿತವೋ, ಸ್ವಯಾರ್ಜಿತವೋ ಅನ್ನೋ ದಾಖಲೆಗಳನ್ನೆಲ್ಲಾ ಕೇಳ್ತಾರೆ. ದಾಖಲೆ ಇಲ್ಲದಿದ್ದರೆ

ನಿಮ್ಮ ಜಮೀನು ಹೋಗುತ್ತೆ ಆದರೆ ದುಡ್ಡು ಬರಲ್ಲ ಗೊತ್ತಾ" ಅಂತ ಭಯ ಹುಟ್ಟಿಸ್ತಿದಾರೆ. ಆದರೂ ಯಾವ ರೈತರೂ ಜಮೀನು ಮಾರೋಕೆ ಸಿದ್ಧರಿಲ್ಲ. ಒಟ್ಟಿನಲ್ಲಿ ಆರಕ್ಕೇರಲಿಲ್ಲ ಮೂರಕ್ಕೆ ಇಳೀಲಿಲ್ಲ ಎನ್ನುವಂತಿದ್ದ ಆ ಹಳ್ಳೀಲಿ ಈಗ ಹೆದ್ದಾರಿದೇ ಬಿಸಿಬಿಸಿ ಸುದ್ದಿ.

ತನ್ನ ಜಮೀನಿನಲ್ಲಿ ಬೆಳೆದಿದ್ದ ರಾಗಿ ಫಸಲನ್ನು ಇನ್ನೇನು ಒಂದೆರಡು ವಾರದಲ್ಲಿ ಕಟಾವು ಮಾಡಬಹುದು ಅಂದ್ಕೊಂಡು ಮನೆಗೆ ಬಂದ ರುದ್ರಪ್ಪ ಹೆಗಲ ಮೇಲಿನ ಟವಲು ತೆಗೆದು ಕೊಡವಿ ನೆಲದ ಮೇಲೆ ಹಾಕಿ ಚಾಪೆ ಮೇಲೆ ಕೂತ. ಅವನ ಹೆಂಡತಿ ಪದ್ದಿ ಲೋಟದ ತುಂಬಾ ಕರೀ ಕಾಫಿ ತಂದುಕೊಟ್ಟಳು. ಪದ್ದಿ ಎಡಗಡೆ ಸೆರಗಿಂದ ಮೂಗು ಒರಸ್ಕೊಂಡು ಕೂತು "ಊರಲ್ಲೆಲ್ಲಾ ಸರ್ಕಾರೋದು ರೈತರ ಜಮೀನಿನಲ್ಲಿ ರಸ್ತೆ ಮಾಡಿ ರೈತರಿಗೆ ಹಣ ಕೊಡ್ತಾರೆ ಅನ್ನೋ ಮಾತೇ. ನಮ್ಮ ಜಮೀನೂ ತಗೊಂಡ್ರೆ, ಅದರಿಂದ ನಮಗೂ ದುಡ್ಡು ಬಂದರೆ ಸಿಟಿಗೆ ಹೊರಟುಹೋಗಣ, ಮಕ್ಕಳ ಓದಿಗೆ ಅನುಕೂಲವಾಗುತ್ತೆ" ಅಂದಳು. ರುದ್ರಪ್ಪ "ನೋಡು ಪದ್ದಿ ಇಡೀ ಹಳ್ಳಿಯವರೆಲ್ಲಾ ಇದೇ ಆಸೆ ಇಟ್ಕೊಂಡಿದಾರೆ. ಅದು ನಿಜ ಆಗಿಬಿಟ್ರೆ ಇಡೀ ಹಳ್ಳೀಯೇ ಖಾಲಿಯಾಗುತ್ತೆ. ಸುದ್ದಿ ಏನೋ ಬರ್ತಿದೆ, ಆದರೆ ರಸ್ತೆ ಯಾವ ಕಡೆ ಮಾಡ್ತಾರೆ, ಯಾರ್‍ಯಾರ ಜಮೀನು ಎಷ್ಟೆಷ್ಟು ಹೋಗುತ್ತೆ ಅನ್ನೋದು ಗೊತ್ತಿಲ್ಲ. ಆದರೆ ನಮ್ಮ ಜಮೀನಿನಲ್ಲಿ ರಸ್ತೆ ಹಾದು ಹೋಗೋದಾದರೆ ಏನು ಮಾಡೋದೂಂತ ನನಗೆ ಚಿಂತೆ" ಅಂದ. ಪದ್ದಿ "ನಮ್ಮ ಅದೃಷ್ಟ ಈಗ ರೊಟ್ಟಿ ಜಾರಿ ತುಪ್ಪಕ್ಕೆ ಬಿತ್ತು ಅನ್ನೋ ಹಾಗಾಗಿದೆ. ಸರ್ಕಾರದೋರು ಕೊಡೋಷ್ಟು ದುಡ್ನ ಈ ಜಮೀನಲ್ಲಿ ನಾವು ಐವತ್ತು ಅರವತ್ತು ವರ್ಷ ದುಡಿದ್ರೂ ಸಂಪಾದನೆ ಮಾಡೋಕಾಗಲ್ಲ. ಅದಕ್ಕೆ ಚಿಂತೆ ಬಿಟ್ಟು ಸಿಟಿಗೆ ಹೊರಡೋಕೆ ಸಿದ್ಧವಾಗಿ" ಅಂದಳು. ಕಾಫಿ ಕುಡಿದು ಲೋಟ ಹೆಂಡತಿ ಕೈಗಿತ್ತು "ನನ್ನ ಯೋಚನೆ ಅದಲ್ಲ ಪದ್ದಿ, ಅಪ್ಪಯ್ಯನ್ನ ಅವ್ವಯ್ಯನ್ನ ಮಣ್ಣು ಮಾಡಿರೋದು ನಮ್ಮ ಜಮೀನಲ್ಲೇ. ಒಂದು ವೇಳೆ ರಸ್ತೆ ಏನಾದರೂ ನಮ್ಮ ಜಮೀನಲ್ಲಿ ಹಾದು ಹೋಗೋದಾದರೆ ನಾವು ಜಮೀನು ಕೊಡೋದು ಹೇಗೆ, ಕೊಡದೇ ಇರೋದು ಹೇಗೆ" ಅಂದ. ರುದ್ರಪ್ಪ ಅವತ್ತೆಲ್ಲಾ ಬೇಜಾರಲ್ಲಿದ್ದ.

ರುದ್ರಪ್ಪ ಅದೇ ಊರಲ್ಲಿ ಹುಟ್ಟಿ ಬೆಳೆದೋನು. ಅಪ್ಪಯ್ಯ, ಅವ್ವಯ್ಯ ಹೋದ ಮೇಲೆ ಜಮೀನಿಗೆ ಅವನೊಬ್ಬನೇ ವಾರಸ್ದಾರ. ಇಪ್ಪತ್ತು ಎಕರೆ ಜಮೀನಲ್ಲಿ ಭತ್ತ, ರಾಗಿ, ಕಬ್ಬು, ತರಕಾರಿ ಬೆಳೀತಾನೆ. ಅಲ್ಲಲ್ಲಿ ತೆಂಗಿನ ಮರಗಳನ್ನೂ ಬೆಳೆಸಿದಾನೆ. ಆ ಊರಲ್ಲಿ ಮಳೆ ಚನ್ನಾಗಿ ಆಗ್ತಿರೋದ್ರಿಂದ ಇಲ್ಲೀವರೆಗೂ ಬೆಳೆ ನಾಶ ಆಯ್ತೂಂತ ಒಬ್ಬ ರೈತನೂ ಆತ್ಮಹತ್ಯೆ ಮಾಡಿಕೊಂಡಿಲ್ಲ. ರುದ್ರಪ್ಪ ತಿಂಗಳಿಗೊಮ್ಮೆ ಹೆಂಡತಿನೂ ಇಬ್ಬರು ಮಕ್ಕಳನ್ನೂ ಸಿಟಿಗೆ ಕರ್ಕೊಂಡು ಹೋಗಿ ಶಾಪಿಂಗು, ಹೋಟೆಲು, ಸಿನಿಮಾ ಅಂತ ಮಜಾ ಮಾಡ್ಕೊಂಡು ಬರ್ತಿದಾನೆ.

ಮಕ್ಕಳ ಭವಿಷ್ಯಕ್ಕೆ ಅಂತ ಅಷ್ಟಿಷ್ಟು ಹಣವನ್ನೂ ಕೂಡಿಟ್ಟಿದ್ದಾನೆ. ಬದುಕು ಸ್ಥಿರವಾಗಿದೆ ಅಂದ್ಕೊಂಡಿರುವಾಗಲೇ ಇಂಥಾ ಆಘಾತಕಾರಿ ಸುದ್ದಿ ಬಂದಿದೆ.

ರುದ್ರಪ್ಪ ಮಾರನೇ ಬೆಳಿಗ್ಗೆ ಹೊಲದ ಕೆಲಸಕ್ಕೆ ಹೊರಟ. ದಾರಿಯಲ್ಲಿ ಸಿಕ್ಕವರ ಬಾಯಲ್ಲೆಲ್ಲಾ ಇದೇ ಮಾತು. ಕೆಲವರಂತೂ ದುಡ್ಡಿನ ಆಸೆಯಿಂದ "ರಸ್ತೆ ಬರೋದು ಎಲ್ಲೀಂತ ಗೊತ್ತಾಯ್ತು. ನನ್ನ ಎಲ್ಲಾ ಜಮೀನೂ ಹೋಗುತ್ತೆ, ಕೋಟಿ ಕೋಟಿ ಬರುತ್ತೆ. ಇನ್ನು ಈ ಊರಿಗೆ ಟಾ ಟಾ" ಅಂತ ಹೇಳುವಷ್ಟು ಆತ್ಮವಿಶ್ವಾಸ ಬೆಳೆಸ್ಕೊಂಡಿದ್ರು. ಇಂಥಾ ಮಾತುಗಳನ್ನು ಕೇಳಿಸ್ಕೊಂಡು ರುದ್ರಪ್ಪ ತನ್ನ ಜಮೀನಿಗೆ ಬಂದ. ಇಪ್ಪತ್ತು ಎಕರೆ ಇರುವ ಜಾಗದ ಬೇಲಿ ಅಂಚಿನಲ್ಲಿ ಅವನ ಅಪ್ಪಯ್ಯ ಅವ್ವಯ್ಯ ಇಬ್ಬರನ್ನೂ ಮಣ್ಣು ಮಾಡಿರುವ ಜಾಗದ ಗುರುತಾಗಿ ಬೆಳೆಸಿರುವ ಗುಲಾಬಿ ಗಿಡಗಳಲ್ಲಿ ಬಣ್ಣ ಬಣ್ಣದ ಹೂಗಳು ಕಂಗೊಳಿಸುತ್ತಿವೆ. ಪ್ರತೀ ದಿನ ನಾಲ್ಕಾರು ಹೂಗಳನ್ನು ಕಿತ್ಕೊಂಡು ಬಂದು ಮನೇಲಿರೋ ಅಪ್ಪಯ್ಯ ಅವ್ವಯ್ಯನ ಫೋಟೋಗೆ ಮುಡಿಸ್ತಾನೆ. ರುದ್ರಪ್ಪ ಗುಲಾಬಿ ಗಿಡಗಳ ಬಳಿ ನಿಂತ. ಅವನ ಕಣ್ಣಂಚಿನಲ್ಲಿ ನೀರಾಡಿತು. ಅಪ್ಪಯ್ಯ ಅವ್ವಯ್ಯನ್ನ ಸಮಾಧಿ ಮಾಡಿ ಸುಮಾರು ಇಪ್ಪತ್ತೈದು ವರ್ಷಗಳೇ ಕಳೆದಿವೆ. ಕೇವಲ ಒಂದು ವರ್ಷದ ಅಂತರದಲ್ಲಿ ಇಬ್ಬರೂ ಈ ಲೋಕ ಬಿಟ್ಟು ಹೋಗಿದ್ದರು. ಆಗೆಲ್ಲಾ ಮನೇಲಿ ಹಿರಿಯರು ಕಾಲವಾದರೆ ಅವರವರ ಜಮೀನಿನಲ್ಲೇ ಮಣ್ಣು ಮಾಡ್ತಿದ್ದರು. ಈಚೆಗೆ ಊರಿನಲ್ಲಿ ಸ್ಮಶಾನ ಕಟ್ಟಿಸಿದ್ದಾರೆ. ಆದರೆ ಎಷ್ಟೋ ಜನ ಇನ್ನೂ ತಮ್ಮ ಜಮೀನಿನಲ್ಲೇ ಮಣ್ಣು ಮಾಡ್ತಿದಾರೆ. ಒಂದು ವೇಳೆ ಹೆದ್ದಾರಿ ರಸ್ತೆ ಈ ಜಾಗದಲ್ಲೇ ಹಾದು ಹೋಗೋದಾದರೆ ಅಪ್ಪಯ್ಯ ಅವ್ವಯ್ಯನ ನೆನಪು ಮಾಸೇ ಹೋಗುತ್ತಲ್ಲ ಅಂತ ಚಿಂತಿಸಿದ.

ಅದೇ ಊರಿನ ಇನ್ನೊಬ್ಬ ರೈತ ಮೈಲಾರಿ "ಏನ್ ರುದ್ರಪ್ಪಾ" ಅಂತ ಬಂದವನು "ಹೆದ್ದಾರಿ ನಿನ್ನ ಜಮೀನಿನಲ್ಲೇ ಹಾದು ಹೋದರೆ ಏನು ಮಾಡೋದೂಂತ ಚಿಂತಿಸ್ತಿದೀಯಾ ಅಂತ ಕೇಳಿದ. ರುದ್ರಪ್ಪ ಆತಂಕದಿಂದ ಮೈಲಾರಿನ ನೋಡಿ "ನನ್ನ ಜಮೀನಿನ ಸುತ್ತಮುತ್ತ ಹಾದು ಹೋಗಲಿ. ಆದರೆ ನಮ್ಮ ಅಪ್ಪಯ್ಯ, ಅವ್ವಯ್ಯನ್ನ ಮಣ್ ಮಾಡಿರೋ ಈ ಜಾಗದಲ್ಲಿ ಹೋಗದಿದ್ದರೆ ಸಾಕು" ಅಂದ. ಮೈಲಾರಿ ನಕ್ಕ. "ಅಲ್ಲ, ನಿಮ್ಮಪ್ಪಯ್ಯ ಅವ್ವಯ್ಯನ್ನ ಮಣ್ ಮಾಡಿ ಎಷ್ಟು ವರ್ಷ ಆಯ್ತು ಏನು ಕಥೆ, ಅವರು ಇನ್ನೂ ಹಾಗೇ ಒಳಗೇ ಇರ್ತಾರೆ ಅಂದ್ಕೊಂಡಿದೀಯ. ಮಣ್ಣಲ್ಲಿ ಮಣ್ಣಾಗಿ ಹೋಗಿರ್ತಾರೆ. ಹಿರಿಯರನ್ನು ಅವರ ಜಮೀನಿನಲ್ಲಿ ಮಣ್ಣು ಮಾಡಿರೋದು ನೀನೊಬ್ನೇ ಅಲ್ಲ. ಊರಿನಲ್ಲಿ ಅನೇಕರು ಮಾಡಿದ್ದಾರೆ. ಅವರು ನಿನ್ನ ಹಾಗೆ ಚಿಂತೆ ಮಾಡ್ತಿಲ್ಲ. ಹಿರಿಯರ ಬದುಕು ಮುಗೀತು, ಅವರು ತೀರ್ಕೊಂಡ್ರು, ಆದರೆ ನಾವಿನ್ನೂ ಬದುಕಿದ್ದೀವಲ್ಲ. ನಮ್ಮ ಬದುಕನ್ನು ನಾವೇ ನೋಡ್ಕೊಬೇಕು ತಾನೇ. ಆ ಭಗವಂತ ಎಲ್ಲರ

ಬದುಕಲ್ಲೂ ಒಂದು ಸಾರಿ ಸುವರ್ಣಾವಕಾಶ ತಂದುಕೊಡ್ತಾನಂತೆ. ಅಂಥಾ ಸುವರ್ಣಾವಕಾಶ ಈಗ ನಮಗೆ ಬಂದಿದೆ. ಎಣ್ಣೆ ಬಂದಾಗ ಕಣ್ ಮುಚ್ಚಿಕೊಂಡ್ರು ಅನ್ನೋ ಹಾಗಾಗಬಾರದು ನಮ್ಮ ಸ್ಥಿತಿ. ಸುಮ್ಮನೇ ಜಮೀನು ಕೊಟ್ಟು ಕೋಟಿ ಎಣಿಸ್ಕೊಂಡು ಸಿಟಿಗೆ ಬಾ" ಅಂದ. ರುದ್ರಪ್ಪ ಕೆಲವು ಕ್ಷಣ ಮೌನವಾಗಿದ್ದು ನಂತರ ಒಂದು ದೀರ್ಘ ಉಸಿರು ಬಿಟ್ಟು "ಮೈಲಾರಿ, ಹೆದ್ದಾರಿ ವಿಚಾರ ನಿಜಾನೋ ಇಲ್ಲಾ ಹಳ್ಳೀಲಿ ಹಬ್ಬಿರೋ ಹುಸಿ ಸುದ್ದೀನೋ ಗೊತ್ತಾಗ್ತಿಲ್ಲ. ಯಾಕಂದ್ರೆ, ಈಗ ಐದು ವರ್ಷದ ಹಿಂದೆ ಹರಡಿದ್ದ ಇಂಥದೇ ಸುದ್ದಿ ಆಮೇಲೆ ತಣ್ಣಗಾಗಿತ್ತು. ಇಲಿ ಹೋದ್ರೆ ಹುಲಿ ಹೋಯ್ತು ಅನ್ನೋರು ನಮ್ಮೂರ ಜನ" ಅಂದ. ಅದಕ್ಕೆ ಮೈಲಾರಿ "ಈಗ ನಾನು ಪುರಸಭಾ ಕಛೇರಿಗೆ ಹೊರಟಿದೀನಿ, ನೀನೂ ಬಾ, ಅವರತ್ರನೇ ಎಲ್ಲಾ ವಿಚಾರಿಸಿಕೊಂಡು ಬರೋಣ" ಅಂದ. ಇಬ್ಬರೂ ಪುರಸಭಾ ಕಛೇರಿಗೆ ಹೊರಟರು.

ಅನೇಕ ಫೈಲುಗಳನ್ನು ಇಟ್ಕೊಂಡು ಕೆಲಸ ಮಾಡ್ತಿದ್ದ ನಾಗರಾಜಪ್ಪ ಇಬ್ಬರನ್ನೂ ನೋಡಿ ಕೆಂಗಣ್ಣು ಮಾಡಿ "ರಸ್ತೆ ವಿಚಾರ ಊರಿನೋರಿಗೆ ಹೇಳೀ ಹೇಳೀ ಸಾಕಾಗಿದೆ ನನಗೆ. ಹೆದ್ದಾರಿ ರಸ್ತೆ ನಮ್ಮೂರಲ್ಲಿ ಹಾದು ಹೋಗೋದು ನಿಜ. ಅದರಲ್ಲಿ ಅನುಮಾನವೇ ಇಲ್ಲ. ಮೊನ್ನೆ ಡಿ.ಸಿ. ಕಛೇರಿಲೂ ಇದೇ ವಿಚಾರವಾಗಿ ಮೀಟಿಂಗ್ ನಡೀತಿತ್ತು. ರಸ್ತೆ ಹೇಗೆ ಹೋಗುತ್ತೆ, ಎಲ್ಲೆಲ್ಲಿ, ಎಷ್ಟೆಷ್ಟು ಜಾಗ ತಗೋಬೇಕು ಅಂತ ಒಂದು ನಕ್ಷೆ ಸಿದ್ಧ ಮಾಡಿ ನಮಗೆ ಕಳಿಸ್ತಾರೆ, ನಾವು ಸರ್ವೆ ನಂಬರು, ಕಲಂ ನಂಬರು, ವಾರಸುದಾರರು ಯಾರು, ಜಮೀನಿಗೆ ಎಷ್ಟು ಬೆಲೆ ನಿಗದಿ ಮಾಡಿದ್ದಾರೆ ಅಂತ ಎಲ್ಲಾ ಮಾಹಿತಿಗಳನ್ನೂ ನೋಟೀಸ್ ಬೋರ್ಡಲ್ಲಿ ಹಾಕ್ತೀವಿ. ನಂತರ ಸರ್ವೆ ಇಲಾಖೆಯವರು ಬಂದು ಸರ್ವೆ ಮಾಡಿ ಎಲ್ಲೆಲ್ಲಿ ಜಮೀನು ತಗೋತೀವಿ ಅಂತ ಮಾರ್ಕ್ ಮಾಡ್ತಾರೆ. ಯಾರ್‍ಯಾರು ಸೂಕ್ತ ದಾಖಲೆ ಕೊಡ್ತಾರೋ ಅವರಿಗೆ ಪರಿಹಾರ ಹಣ ಕೊಡ್ತಾರೆ. ಸದ್ಯಕ್ಕೆ ಇಷ್ಟೇ ಸಮಾಚಾರ. ಇದಕ್ಕಿಂತ ಹೆಚ್ಚಾಗಿ ನನ್ನನ್ನೇನೂ ಕೇಳ್ಬೇಡಿ" ಅಂದ. ಮೈಲಾರಿ ನಾಗರಾಜಪ್ಪನನ್ನು "ಕಾಫಿಗೆ ಬರ್ತೀರಾ ಸರ್" ಅಂತ ಕೇಳಿದ. ನಾಗರಾಜಪ್ಪನಿಗೂ ಅದೇ ಬೇಕಿತ್ತು. ಎಲ್ಲರೂ ಹೋಟೆಲಿಗೆ ಹೋದರು. ಅಲ್ಲಿ ರುದ್ರಪ್ಪ "ನಾವು ನಮ್ಮ ಜಮೀನು ಕೊಡೋಲ್ಲ ಅಂದ್ರೆ ಅಥವಾ ಇದು ತಗಳಿ ಅದು ಬೇಡ ಅಂತ ಅಂದ್ರೆ ಏನ್ ಮಾಡ್ತಾರೆ?" ಅಂತ ಕೇಳಿದ. ನಾಗರಾಜಪ್ಪ ಕಾಫಿ ಗುಟುಕರಿಸಿ ತಲೆ ಅಲ್ಲಾಡಿಸಿ "ಆಗಲ್ಲ, ಇದು ರಾಷ್ಟ್ರದ, ರಾಜ್ಯದ ಹಿತದೃಷ್ಟಿಯಿಂದ ಮಾಡ್ತಿರೋ ರಸ್ತೆ. ಇದರಿಂದ ಸಾರ್ವಜನಿಕರಿಗೆ ವಿಶೇಷವಾಗಿ ನಮ್ಮ ಮುಂದಿನ ಪೀಳಿಗೆಗೆ ಅನುಕೂಲವಾಗುತ್ತೆ. ಅದರಿಂದ ನಿಮಗೆ ಯಾವುದೇ ಆಯ್ಕೆ ಇಲ್ಲ. ಅವರು ಜಮೀನು ತಗೋತಾರೆ, ದುಡ್ಡು ಕೊಡ್ತಾರೆ ಅಷ್ಟೆ." ಅಂದ. ರುದ್ರಪ್ಪ "ನಾವು ಕೋರ್ಟಿಗೆ ಹೋದರೆ "ಅಂದ. ಮತ್ತೆ ನಾಗರಾಜಪ್ಪ ತಲೆ ಅಲ್ಲಾಡಿಸಿ "ಇಂಥಾ

ಕೇಸುಗಳನ್ನು ಕೋರ್ಟ್ ತಗೋಳಲ್ಲ. ಯಾರೋ ಕೆಲವು ಲಾಯರುಗಳು ನಿಮ್ಮ ಕೇಸ್ ನಾವು ನಡೆಸ್ತೀವೀಂತ ಆಸೆ ಹುಟ್ಟಿಸಿ ನಿಮ್ಮತ್ರ ದುಡ್ಡು ಕಿತ್ಕೊತಾರೆ. ಅದನ್ನೆಲ್ಲ ನಂಬಬೇಡಿ. ಬುದ್ಧಿವಂತರಾದರೆ ನಿಮ್ಮ ಜಮೀನು ತಗೊಂಡ ಸರ್ಕಾರ ಕೊಡೋ ದುಡ್ಡನ್ನು ಮುಂದಿನ ಬದುಕಿಗೆ ಜೋಪಾನ ಮಾಡ್ಕೊಳಿ" ಅಂದ. ಹೋಟೆಲಿನಿಂದ ಹೊರಗೆ ಬರುವಾಗ ಮೈಲಾರಿ "ನಿಮಗೆ ಹೊಸ ವಿಚಾರ ಗೊತ್ತಾದರೆ ನನಗೆ ಮೊದಲು ತಿಳಿಸಿ" ಅಂದ.

ಮೈಲಾರಿ ರುದ್ರಪ್ಪನ ಹೆಗಲ ಮೇಲೆ ಕೈ ಹಾಕಿ "ನೋಡಿದ್ಯಾ, ನಮಗೆ ಏನೂ ಆಯ್ಕೆ ಇಲ್ಲ. ಇದು ನಮಗೆ ದೇವರು ಕೊಟ್ಟ ವರ. ಒಂದು ವೇಳೆ ನಾವೇ ನಮ್ಮ ಜಮೀನು ಮಾರಾಟ ಮಾಡ್ತೀವಿ ಅಂದಿದ್ರೂ ನಮಗೆ ಈ ರೇಟು ಖಂಡಿತಾ ಸಿಗ್ತಿರಲಿಲ್ಲ. ನಾನಂತೂ ಸಿಟಿಗೆ ಹೋಗೋಕೆ ಸಿದ್ಧ" ಅಂದು ಭುಜ ಕುಣಿಸಿ ಹೊರಟ. ರುದ್ರಪ್ಪ ಅಲ್ಲಿಯೇ ತುಸು ಹೊತ್ತು ನಿಂತಿದ್ದ. ನಂತರ ಮತ್ತೆ ಜಮೀನಿಗೆ ಹೋಗಿ ಅವನ ಅಪ್ಪಯ್ಯ ಅವ್ವಯ್ಯರನ್ನು ಸಮಾಧಿ ಮಾಡಿದ ಜಾಗದಲ್ಲಿ ಕೂತು ಭಾವಪರವಶನಾಗಿ ಅತ್ತೇ ಬಿಟ್ಟ. ಸ್ವಲ್ಪ ಹೊತ್ತಾದ್ಮೇಲೆ ಅವನ ಹೆಂಡತಿ ಊಟ ತಗೊಂಡು ಬಂದಳು. ಇಬ್ಬರೂ ಅಲ್ಲೇ ಊಟ ಮಾಡಿದರು. ನಂತರ ರುದ್ರಪ್ಪ, "ಈ ಜಾಗ ನಮಗೆ ದೇವಸ್ಥಾನ, ನೆನಪಿಗೆ ಇಲ್ಲಿ ಗುಲಾಬಿ ಹೂವು ಬೆಳೆಸಿದೀವಿ. ಈ ಜಾಗಾನ ಮುಟ್ಟಿ ಕಣ್ಣಿಗೆ ಒತ್ಕೊತೀವಿ, ನಮಸ್ಕರಿಸ್ತೀವಿ. ಆದರೆ ಈ ಜಾಗದ ಮೇಲೇ ರಸ್ತೆ ಮಾಡಿದರೆ ಜನ ಈ ಜಾಗಾನ ತುಳ್ಕೊಂಡು ಓಡಾಡ್ತಾರೆ, ಇದರ ಮೇಲೆ ಚಪ್ಪಲಿ ಕಾಲಿಡ್ತಾರೆ, ಉಗೀತಾರೆ, ಕ್ಯಾಕರಿಸ್ತಾರೆ, ಸಿಂಬಳ ಸೀನ್ತಾರೆ, ಒಂದಾ ಮಾಡ್ತಾರೆ, ದೊಡ್ಡ ದೊಡ್ಡ ವಾಹನಗಳು ಇದರ ಮೇಲೇ ಹೋಗುತ್ತವೆ ಎದೆ ಮೇಲೇ ಹೋದ ಹಾಗೆ. ಅದ್ನೆಲ್ಲಾ ನೋಡ್ಕೊಂಡು ನಾವು ಹೇಗಿರೋದು" ಅಂದ. ಪದ್ದಿ ಗಂಡನ ಸ್ಥಿತಿ ಅರ್ಥ ಮಾಡ್ಕೊಂಡು "ನಾವು ಇಲ್ಲಿದ್ರೆ ತಾನೇ ನೋಡ್ಕೊಂಡಿರೋದು. ಅವರು ಕೊಟ್ಟಷ್ಟು ದುಡ್ಡು ತಗಂಡು ಸಿಟಿಗೆ ಹೋಗೋಣ. ಮಕ್ಕಳನ್ನು ಅಲ್ಲೇ ಓದಿಸಿಕೊಂಡು ಇರೋಣ. ಇಲ್ಲಿ ಏನಾಗ್ತಿದೆ ಅನ್ನೋದು ನಮಗೆ ಗೊತ್ತೇ ಆಗಲ್ಲ "ಅಂದಳು. ರುದ್ರಪ್ಪ ಕಣ್ಣೊರೆಸ್ಕೊಂಡು "ಅಪ್ಪಯ್ಯ ಅವ್ವಯ್ಯನ ಮರೆತುಬಿಡು ಅಂತೀಯ" ಅಂದ. ಪದ್ದಿ "ನಾನೆಲ್ಲಿ ಹಾಗಂದೆ, ಅವರು ಯಾವಾಗಲೂ ನಮ್ಮ ಮನಸ್ನಲ್ಲಿ ಇದ್ದೇ ಇರ್ತಾರಲ್ಲ" ಅಂದಳು.

ರುದ್ರಪ್ಪ ಯಾವುದು ಆಗದಿದ್ರೆ ಒಳ್ಳೇದು ಅಂತ ಪ್ರತೀದಿನ, ಪತೀಕ್ಷಣ ಅಂದ್ಕೊಳ್ತಿದ್ನೋ ಅದು ಆಗೇ ಹೋಯ್ತು. ಒಂದಿನ ಇದ್ದಕ್ಕಿದ್ದಂತೆ ಸರ್ವೆ ಮಾಡೋರು ಬಂದೇ ಬಿಟ್ಟರು. ಊರಿನ ಹೆಬ್ಬಾಗಿಲ ಬಳಿಯಿಂದ ಸರ್ವೆ ಶುರು ಮಾಡಿದರು. ಇಡೀ ಊರಿನ ಜನ ಸರ್ವೆ ಅಧಿಕಾರಿಗಳ ಹಿಂದೆ ಇದ್ದರು. ಅವರು ಸರ್ವೆ ಮಾಡುವಾಗ ಇದು ರಾಮಣ್ಣನ ಜಮೀನು, ಇದು

ಸುಕುಮಾರನದ್ದು, ಇದು ಮಂಗಳಮ್ಮಂದು ಅಂತ ಗುರುತು ಹೇಳ್ತಿದ್ರು. ಸರ್ವೆ ಪ್ರಾರಂಭವಾದ ಮೇಲೆ ಅನೇಕ ರೈತರಿಗೆ ರಸ್ತೆ ಅವರ ಜಮೀನಿನ ಬಳಿ ಹಾದು ಹೋಗಲ್ಲ ಅಂತ ದುಃಖವಾಯಿತು. ಕೋಟಿ ಕೋಟಿ ಕನಸು ಕಂಡವರ ಆಸೆ ಭಗ್ನವಾಯಿತು. ಅವರು ಸರ್ವೆ ಅಧಿಕಾರಿಗಳ ಬಳಿ "ನಮ್ಮ ಜಮೀನು ಅತ್ತ ಕಡೆ ಇದೆ, ಅದ್ನೂ ತಗಳಿ ನಿಮ್ಮ ಕಛೇರಿಗೆ ಬೇಕಾಗುತ್ತೆ" ಅನ್ನುತ್ತಿದ್ದರು. ರುದ್ರಪ್ಪ ಪ್ರಶ್ನೆ ಸರ್ವೆಯವರು ನಮ್ಮ ಜಮೀನಿನ ಕಡೆ ಬರದೇ ಇರಲಿ ಅಂತ ದೇವರಲ್ಲಿ ಬೇಡಿದ್ದ. ಸರ್ವೆಯವರು ಮಧ್ಯಾಹ್ನ ಊಟಕ್ಕೆ ಅಂತ ಹೋದಾಗ ರುದ್ರಪ್ಪನೂ ಮನೆಗೆ ಬಂದ. ಆತಂಕದಿಂದ ಪದ್ದಿ "ಏನಂತೆ" ಅಂದಳು. "ಅವರು ಅಳತೆ ಮಾಡ್ತಿದ್ದಿದ್ದು ನೋಡಿದರೆ ನಮ್ಮ ಜಮೀನಿನ ಕಡೆ ಬರೋ ಹಂಗೆ ಕಾಣಲ್ಲ. ನೋಡಣ" ಅಂದು ಕೈ ಕಾಲು ತೊಳ್ಕೊಂಡು ಊಟ ಮಾಡಿ ಚಾಪೆ ಮೇಲೆ ಮಲಗಿದ.

ಆತಂಕದಲ್ಲೂ ಅವನಿಗೆ ಜೋಂಪು ಹತ್ತಿತು. ಕೆಲವೇ ಕ್ಷಣಗಳಲ್ಲಿ ಮನೆಗೆ ಬಂದ ಮೈಲಾರಿ "ರುದ್ರಪ್ಪಾ ಸರ್ವೆಯವರು ನಿನ್ನ ಜಮೀನಿನ ಕಡೆ ಹೋದ್ರು. ನಿನ್ನ ಜಮೀನಿನ ಸಾಲಿನಲ್ಲೇ ಇರುವ ರಂಗಯ್ಯ, ತಿಮ್ಮಯ್ಯ, ಸುಬ್ಬಣ್ಣ ಇವರ ಜಮೀನುಗಳನ್ನೆಲ್ಲಾ ಅಳೀತಿದಾರೆ. ಅವರದು ಅಷ್ಟೂ ಜಮೀನು ಹೋಗುತ್ತಂತೆ. ಇನ್ನು ನಿನ್ನ ಜಮೀನೂ ಹೋಗಬಹುದು" ಅಂದ. ರುದ್ರಪ್ಪ ಬೇಗ ಎದ್ದು ಉಟ್ಟ ಪಂಚೆ ಸರಿಮಾಡ್ಕೊಂಡು ಜಮೀನಿಗೆ ಓಡಿದ. ಅಷ್ಟೊತ್ತಿಗೆ ಸುಮಾರು ಇಪ್ಪತ್ತು ಜನ ಅಧಿಕಾರಿಗಳು ಸರ್ವೆ ಮಾಡುತ್ತಿದ್ದರು. ರುದ್ರಪ್ಪ ಅಧಿಕಾರಿಗಳ ಬಳಿ ಹೋಗಿ "ಸ್ವಾಮಿ ಆ ಅರಳೀ ಮರದಿಂದ ಕೆರೆಯ ಆ ಕಡೆ ಕಟ್ಟೆವರೆಗೂ ಇಪ್ಪತ್ತು ಎಕರೆಯಷ್ಟು ನನ್ನ ಜಮೀನು ಇದೆ. ಅದ್ನೂ ತಗೋತೀರ" ಅಂತ ಕೇಳಿದ. ಅವರು "ತಮ್ಮಲ್ಲಿದ್ದ ಜಮೀನಿನ ದಾಖಲೆಗಳ ಕಡೆ ನೋಡಿ, ಹೌದು ಇದು ಸರಿಯಾಗಿ ರಸ್ತೆ ಮಾಡೋ ಸಾಲಿನಲ್ಲೇ ಬರುತ್ತೆ. ಹೀಗಾಗಿ ತಗೋತೀವಿ" ಅಂದರು. ಸರ್ವೆಯವರಲ್ಲಿ "ಸ್ವಾಮಿ ಅಲ್ಲಿ ಕಾಣುತ್ತಲ್ಲ ಗುಲಾಬಿ ಗಿಡಗಳ ಸಾಲು, ಅದಿಷ್ಟು ಜಾಗ ಬಿಟ್ಟುಬಿಡಿ. ಅದು ಇಪ್ಪತ್ತೈದು ವರ್ಷದಿಂದ ನಮ್ಮ ಅಪ್ಪಯ್ಯ ಅವ್ವಯ್ಯ ಇಬ್ಬರನ್ನೂ ಮಣ್ಣು ಮಾಡಿದ ಜಾಗ. ನೀವು ರಸ್ತೆ ಮಾಡಿಬಿಟ್ರೆ ಜನರು ಅವರನ್ನು ತುಳ್ಕೊಂಡು, ಅವರ ಮೇಲೇ ಉಗುಳ್ಕೊಂಡು, ಅವರ ಎದೆ ಮೇಲೆ ವಾಹನ ಓಡಿಸಿಕೊಂಡು ಹೋಗ್ತಾರೆ" ಅಂದ. ಅವರು ರುದ್ರಪ್ಪನಿಗೆ "ನೋಡಪ್ಪ ನಿಮ್ಮ ಅಪ್ಪಯ್ಯ ಅವ್ವಯ್ಯ ಅವರನ್ನು ಮಣ್ಣು ಮಾಡಿ ಇಪ್ಪತ್ತೈದು ವರ್ಷದ ಮೇಲಾಯ್ತು ಅಂತೀಯ. ಇನ್ನೂ ಅವರ ಹೆಣ ಅಲ್ಲೇ ಇರುತ್ತಾ. ನೀನು ತಕರಾರು ತೆಗೆದರೂ ಏನೂ ಪ್ರಯೋಜನವಾಗಲ್ಲ. ಅಬ್ಬಬ್ಬ ಅಂದರೆ ನೀನು ಈ ಜಾಗದಿಂದ ಒಂದೆರಡು ಮುಷ್ಟಿ ಮಣ್ಣು ತಗೊಂಡು ಹೋಗಬಹುದು ಅಷ್ಟೆ. ನಿನಗೆ ಗೊತ್ತಾ ಈಗಾಗಲೇ ಇಂಥಾ ಎಷ್ಟೋ ಸಮಾಧಿಗಳ ಮೇಲೇ

ರಸ್ತೆ ಮಾಡಿದೀವಿ. ಪಕ್ಕದ ಊರಲ್ಲಿ ಇಡೀ ಸ್ಮಶಾನನೇ ತಗೊಂಡಿದೀವಿ. ಅಂದ ಮೇಲೆ ನಿನ್ನದು ಯಾವ ಮಹಾ ಹೇಳು" ಅಂದರು.

ಸರ್ವೆ ಪ್ರಕಾರ ರುದ್ರಪ್ಪನ ಅಷ್ಟೂ ಜಮೀನು ಹೋಗುತ್ತೆ ಅನ್ನೋದು ನಿಶ್ಚಿತವಾಯಿತು. ಅದರಲ್ಲಿ ಅವನ ಅಪ್ಪಯ್ಯ ಅವ್ವಯ್ಯನ್ನ ಮಣ್ಣು ಮಾಡಿದ್ದ ಜಾಗವೂ ಸೇರಿತ್ತು. ಮುಂದೇನಪ್ಪಾ ಅಂತ ರುದ್ರಪ್ಪ ತಲೆ ಮೇಲೆ ಕೈ ಹೊತ್ತು ಕೂತ. ಅಪ್ಪಯ್ಯ ಅವ್ವಯ್ಯನ ಜೊತೆ ಕಳೆದ ದಿನಗಳು ನೆನಪಿಗೆ ಬಂದವು. ಅಪ್ಪಯ್ಯ, ಅವರಪ್ಪಯ್ಯ ಇಷ್ಟು ಜಮೀನನ್ನು ಸ್ವಂತದ್ದಾಗಿಸಿಕೊಳ್ಳಲು ಆಗಿನ ಕಾಲದಲ್ಲಿ ಎಷ್ಟು ಕಷ್ಟ ಪಟ್ಟಿದ್ರೋ ಗೊತ್ತಿಲ್ಲ. ಆದರೆ ಒಂದೇ ಕ್ಷಣಕ್ಕೆ ಜಮೀನೆಲ್ಲಾ ಸರ್ಕಾರದ ಪಾಲಾಗ್ತಿದೆಯಲ್ಲ ಅಂದು ನೊಂದುಕೊಂಡ.

ಕೆಲವೇ ದಿನಗಳಲ್ಲಿ ಊರಿನಲ್ಲಿರುವ ಜಮೀನುಗಳ ಪೈಕಿ ಯಾವ್ಯಾವುದನ್ನು ಸರ್ಕಾರ ಹೆದ್ದಾರಿಗಾಗಿ ತಗೊಳುತ್ತೆ ಅಂತ ಸರ್ವೆ ನಂಬರು, ವಾರಸುದಾರರ ಹೆಸರಿನ ಸಮೇತ ಪಟ್ಟಿ ಮಾಡಿ ಪುರಸಭಾ ಕಛೇರಿಯಲ್ಲಿ ಹಾಕಿದ್ದರು. ಸಂಬಂಧಪಟ್ಟ ರೈತರೆಲ್ಲಾ ಸರ್ಕಾರಕ್ಕೆ ಅರ್ಜಿ ಕೊಟ್ಟು ನಮಗೆ ಇಂತಿಷ್ಟು ಹಣ ಬರಬೇಕು ಅಂತ ಕೇಳಿಕೊಳ್ಳಬೇಕಿತ್ತು. ಜೊತೆಗೆ ಆ ಜಮೀನು ಅವರದೇ ಅನ್ನೋದಕ್ಕೆ ಮೂಲ ಕ್ರಯ ಪತ್ರ, ಋಣಭಾರ ಪತ್ರ, ಇತ್ತೀಚಿನ ಕಂದಾಯ ಕಟ್ಟಿದ ರಸೀದಿ, ಮತ್ತು ಅವರು ಕೇಳೋ ಎಲ್ಲಾ ದಾಖಲೆಗಳ ಸಮೇತ ಅರ್ಜಿ ಕೊಡಬೇಕಿತ್ತು. ಕೂಡಲೇ ಊರಲ್ಲಿ ಅನೇಕ ರೈತರು ಕ್ರಿಯಾಶೀಲರಾದರು. ಮೈಲಾರಿಯ ಅಷ್ಟೂ ಜಮೀನು ಹೋಗುತಿತ್ತು. ಅವನು ಅರ್ಜಿ ಬರೆದು ದಾಖಲೆಗಳ ಸಮೇತ ರುದ್ರಪ್ಪನ ಮನೆಗೆ ಬಂದು "ರುದ್ರಪ್ಪ ನೀನೂ ಅರ್ಜಿ ಬರಿ" ಅಂದ. ಬೇರೆ ದಾರಿ ಇಲ್ಲದ್ದರಿಂದ ರುದ್ರಪ್ಪನೂ ಮೈಲಾರಿಯಂತೆಯೇ ಅರ್ಜಿ ಬರೆದ. ಕಂದಾಯ ಕಟ್ಟಿದ ರಸೀದಿ ಜೊತೆಗಿಟ್ಟ. ಆದರೆ ಎಷ್ಟು ಹುಡುಕಿದರೂ ಕ್ರಯಪತ್ರ, ಋಣಭಾರ ಪತ್ರ ಸಿಗಲಿಲ್ಲ. ಋಣ ಭಾರ ಪತ್ರವನ್ನು ಅರ್ಜಿ ಹಾಕಿ ತಗೋಬಹುದು. ಆದರೆ ಕ್ರಯ ಪತ್ರ. ಆಗ ರುದ್ರಪ್ಪನಿಗೆ ನೆನಪಾದದ್ದು ಜಮೀನು ಅವನ ಅವ್ವಯ್ಯನ ಹೆಸರಲ್ಲಿತ್ತು ಅಂತ. ಒಂದು ಸಾರಿ ಅಪ್ಪಯ್ಯ ಇದು ನಿನ್ನ ಅವ್ವನ ಮನೆಯಿಂದ ಬಂದ ಉಡುಗೊರೆ ಅಂದಿದ್ದು ನೆನಪಾಯ್ತು. ಹಾಗಿದ್ದರೆ ಜಮೀನಿಗೆ ಕ್ರಯಪತ್ರ ಇದೆಯೋ ಇಲ್ಲವೋ ಅನ್ನೋದು ಹೊಸ ಚಿಂತೆಯಾಯಿತು. ಕಳೆದ ವರ್ಷ ಕಂದಾಯ ಕಟ್ಟಿದ ರಸೀದಿ ನೋಡಿದ. ಅದರಲ್ಲಿ ಆಸ್ತಿ ಅವನ ಅವ್ವಯ್ಯನ ಹೆಸರಲ್ಲೇ ಇದೆ. ಪ್ರತಿ ವರ್ಷ ಕಂದಾಯ ಕಟ್ತಿದ್ದ. ಅವ್ವಯ್ಯನ ಹೆಸರಿನಲ್ಲಿರುವ ಜಮೀನನ್ನು ನನ್ನ ಹೆಸರಿಗೆ ಮಾಡ್ಕೊಬೇಕು ಅಂತ ಅವನಿಗೆ ಗೊತ್ತಾಗಿರಲೇ ಇಲ್ಲ. ಅದನ್ನು ಯಾರೂ ಹೇಳಿರಲೂ ಇಲ್ಲ. ಎಂಥಾ ಕೆಲಸ ಆಗಿದೆ ಅಂತ ನೊಂದ. ಓಡಿ ಹೋಗಿ ಪುರಸಭಾ ಕಛೇರಿಯಲ್ಲಿ ಹಾಕಿದ್ದ ಪಟ್ಟಿಯಲ್ಲಿ ನೋಡಿದರೆ ಸರ್ಕಾರ ತಗೊಳ್ತಿರೋ ಜಮೀನುಗಳ

ಪಟ್ಟಿಯಲ್ಲಿ ಅವ್ವಯ್ಯನ ಹೆಸರು, ದಾಖಲೆ ಸಂಖ್ಯೆ ಎಲ್ಲಾ ಇತ್ತು. ಸಬ್ ರಿಜಿಸ್ಟ್ರಾರ್ ಕಛೇರಿಯಲ್ಲಿ ವಿಚಾರಿಸಿದ್ದಕ್ಕೆ ಅವರು "ಹಳೆ ದಾಖಲೆ ತೆಗೆದು ನೋಡಬೇಕು ಟೈಮಾಗುತ್ತೆ ಈಗ ಆಗಲ್ಲ" ಅಂದರು. ರುದ್ರಪ್ಪನಿಗೆ ಮೈ ನಡುಕ ಉಂಟಾಯಿತು. ಮೈಲಾರಿ "ಎಂಥಾ ಕೆಲಸ ಮಾಡ್ಕೊಂಡ್ಯೋ, ನಿಮ್ಮ ಅವ್ವಯ್ಯ ಇರುವಾಗಲೇ ಜಮೀನನ್ನು ನಿನ್ನ ಹೆಸರಿಗೆ ಮಾಡ್ಕೊಬಾರ್ದಾಗಿತ್ತಾ. ನಿಮ್ಮಪ್ಪಯ್ಯ ಅವ್ವಯ್ಯ ತೀರಿ ಹೋಗಿ ಇಪ್ಪತ್ತೈದು ವರ್ಷ ಆಯ್ತೂಂತೀಯ. ಇಷ್ಟು ದಿವಸ ಏನು ಮಾಡ್ತಿದ್ದೆ. ಹೋಗ್ಲಿ ನಿಮ್ಮ ಅವ್ವಯ್ಯಂಗೆ ಈ ಜಮೀನು ಹೇಗೆ ಬಂತು ಅಂತ ಏನಾದರೂ ದಾಖಲೆ ಇದೆಯಾ ನೋಡು" ಅಂದ. ರುದ್ರಪ್ಪ ಮನೆಗೆ ಬಂದು ಹಳೇ ಟ್ರಂಕು, ಪೆಟ್ಟಿಗೆ, ದೇವರ ಫೋಟೋ ಹಿಂದೆ ಎಲ್ಲಾ ಹುಡುಕಿದ. ಏನೂ ಸಿಗಲಿಲ್ಲ. ಜಮೀನು ನಂದು ಅನ್ನೋದಕ್ಕೆ ದಾಖಲೆಯೇ ಇಲವಲ್ಲ ಅಂತ ಕುಸಿದು ಕುಳಿತ.

ಕೂಡಲೇ ಅವನಿಗೆ ಪರಿಚಯವಿದ್ದ ವಕೀಲರ ಬಳಿ ಓಡಿದ. ಅವರು ರುದ್ರಪ್ಪನ ಕಥೆ ಕೇಳಿ "ಏನೂ ದಾಖಲೆ ಇಲ್ಲದಿದ್ರೆ ನಾನೇನು ಮಾಡ್ಲಯ್ಯ. ನಿಮ್ಮ ಅವ್ವಯ್ಯ ಸತ್ತು ಇಪ್ಪತ್ತೈದು ವರ್ಷ ಆಯ್ತೂಂತೀಯ. ಈಗ ಸಬ್ ರಿಜಿಸ್ಟ್ರಾರ್ ಕಛೇರಿಗೆ ಅರ್ಜಿ ಕೊಡಬೇಕು. ಹಳೇ ದಾಖಲೆ ತೆಗಿಸಬೇಕು. ಸರ್ವೆ ನಂಬರು ಯಾವುದು, ಅದರ ಮಾಲೀಕರು ಯಾರು ಇವನ್ನೆಲ್ಲಾ ಪತ್ತೆ ಮಾಡಿಸಬೇಕು. ಇವೆಲ್ಲಾ ಇವತ್ತು ನಾಳೆ ಆಗೋ ಕೆಲಸ ಅಲ್ಲ. ಆದರೂ ಆದೀತು, ಇಲ್ಲದಿದ್ದರೂ ಇಲ್ಲ. ಒಂದು ವೇಳೆ ನಿನ್ನ ತಾಯಿ ಹೆಸರಲ್ಲಿರೋ ದಾಖಲೆಗಳು ಸಿಕ್ಕಿದವು ಅಂದ್ಕೊ. ಅದನ್ನು ನಿನ್ನ ಹೆಸರಿಗೆ ಮಾಡೋದು ಹೇಗೆ? ನೀನು ಆಕೆಯ ಮಗ ಅಂತ ಹೇಗೆ ಖಚಿತಪಡಿಸೋದು. ನಿನ್ನ ತಾಯಿ ನಿನಗೆ ಬರೆದುಕೊಟ್ಟಿಲ್ಲ. ಜಮೀನು ನಿನ್ನ ತಾಯಿಗೆ ಅವರ ತಂದೆಯಿಂದ ಬಂದ ಉಡುಗೊರೆ ಅಂತೀಯ. ಇದಕ್ಕೆ ಏನಾದರೂ ದಾಖಲೆ ಇದೆಯಾ, ಅದು ರಿಜಿಸ್ಟರ್ ಆಗಿದೆಯಾ ಅಂತ ತಿಳ್ಕೊಬೇಕು. ಜೊತೆಗೆ ಆ ಜಮೀನು ನಿನ್ನ ತಾಯಿಯ ತಂದೆಗೆ ಪಿತ್ರಾರ್ಜಿತವೋ, ಸ್ವಯಾರ್ಜಿತವೋ ಅನ್ನೋ ದಾಖಲೆ ಬೇಕು. ದಾಖಲೆ ಇಲ್ಲದಿದ್ದರೆ ಜಮೀನು ಹೋಗುತ್ತೆ ಆದರೆ ನಿನಗೆ ಪರಿಹಾರ ಸಿಕ್ಕಲ್ಲ. ಇಷ್ಟು ಗೋಜಲಾಗಿರೋ ಕೇಸನ್ನು ನಾನು ತಗೋಳಲ್ಲಪ್ಪ. ತಗೊಂಡ್ರೂ ಎಷ್ಟು ವರ್ಷ ಹಿಡಿಯುತ್ತೆ, ನ್ಯಾಯ ನಿನ್ನ ಕಡೆಗೇ ಆಗುತ್ತೆ ಅಂತೆಲ್ಲಾ ಭರವಸೆ ಕೊಡ್ಲಾರೆ. ಇನ್ನು ನನ್ನ ಫೀಸು ಕೂಡಾ ಜಾಸ್ತೀನೇ ಆಗುತ್ತೆ" ಅಂದರು. ರುದ್ರಪ್ಪನದು ಇತ್ಲಾಗೆ ಜಮೀನೂ ಇಲ್ಲ ಅತ್ಲಾಗೆ ಹಣವೂ ಇಲ್ಲ ಅನ್ನೋ ಅತಂತ್ರ ಸ್ಥಿತಿ ಆಯಿತು.

ಒಂದೇ ವಾರದಲ್ಲಿ ಹಳ್ಳಿಯಲ್ಲಿ ಜೆಸಿಬಿಗಳು ಘರ್ಜಿಸಿದವು. ಊರಿಗೆ ಊರೇ ಗಿಜಿಗಿಜಿ ಅನ್ನುತ್ತಿತ್ತು. ಸಂಜೆ ಮನೆಗೆ ಬಂದ ಮೈಲಾರಿ "ನಾನು ನನ್ನ ಜಮೀನಿನ ದಾಖಲೆಗಳನ್ನೆಲ್ಲಾ ಕೊಟ್ಟಿದೀನಿ. ನನಗೆ ಎಷ್ಟು ಹಣ ಬರುತ್ತೆ ಅಂತ ಹೇಳಿದಾರೆ. ಇನ್ನೊಂದು ತಿಂಗಳಲ್ಲಿ ಹಣ ಬರುತ್ತೆ" ಅಂದ. ರುದ್ರಪ್ಪನಿಗೆ ಅಳು

ಬಂತು. ಜಮೀನು ಹೋಗುತ್ತೆ, ಹಣ ಬರಲ್ಲ. ಇನ್ನು ಈ ಊರಲ್ಲಿ ಇದ್ರೂ ಒಂದೇ ಬಿಟ್ಟರೂ ಒಂದೇ, ನನ್ನ ಹೋರಾಟನ ಹೇಗೆ ಮಾಡಬೇಕು ಅಂತಾನೇ ಗೊತ್ತಾಗ್ತಿಲ್ಲ ಅಂತ ಪರಿತಪಿಸಿದ. ಹೊರಗಡೆಯಿಂದ ಬಂದವನೊಬ್ಬ "ರುದ್ರಪ್ಪಾ ಗುಲಾಬಿ ಗಿಡಗಳ ಸಮೇತ ನಿನ್ನ ಹೊಲಾನೆಲ್ಲಾ ಮಟ್ಟ ಮಾಡಿದಾರೆ. "ಅಂದಾಗ ರುದ್ರಪ್ಪ ಅವನ ಅಪ್ಪಯ್ಯನನ್ನೂ ಅವ್ವಯ್ಯನನ್ನೂ ನೆನೆದು ಕುಸಿದು ಕುಳಿತ.

ಗುರಿಸಾಧನೆಯ ಗರಿ

ಕೈಗಾರಿಕೋದ್ಯಮಿಯೂ, ಸ್ವತಃ ಭರತನಾಟ್ಯ ಕಲಾವಿದರೂ, ನಾಟ್ಯಗುರು ಎಂದು ಹೆಸರಾದ ಭರತ್ ಭೈರವೇಶ್ವರ್ ಕಲಾಪೋಷಕರು. ಭರತ್ ಭೈರವೇಶ್ವರ್‌ಗೆ ತಮ್ಮ ಮೂವರು ಮಕ್ಕಳಲ್ಲಿ ಒಬ್ಬರಾದರೂ ತಮ್ಮಂತೆ ನೃತ್ಯದಲ್ಲಿ ಪ್ರವೀಣರಾಗಲಿ ಎನ್ನುವ ಆಸೆಯಿತ್ತು. ಪ್ರತಿಸಾರಿ ಮಗು ಹುಟ್ಟುವಾಗಲೂ ಈ ಬಾರಿ ಹೆಣ್ಣಾದರೆ ಅವಳನ್ನು ನಾಟ್ಯಶಾರದೆ ಮಾಡುತ್ತೀನಿ ಅಂದುಕೊಂಡಿದ್ದರು. ಆದರೆ ಹುಟ್ಟಿದ ಮೂವರೂ ಗಂಡುಮಕ್ಕಳು ನೃತ್ಯದಲ್ಲಿ ಆಸಕ್ತರಾಗಿರಲಿಲ್ಲ.

ಇಂದು ಕಲಾಕ್ಷೇತ್ರದಲ್ಲಿ ಆಯೋಜಿಸಿರುವ ನೃತ್ಯ ಸ್ಪರ್ಧೆಗೆ ನಾಟ್ಯಮಯೂರಿ ಪ್ರತಿಮಾ, ನಾಟ್ಯಸರಸ್ವತಿ ನಂದಿನಿ ಮತ್ತು ನಾಟ್ಯಗುರು ಭರತ್ ಭೈರವೇಶ್ವರ್ ತೀರ್ಪುಗಾರರು. ಅನೇಕ ವರ್ಷಗಳಿಂದ ಅಂತಿಮ ಸುತ್ತಿನ ಸ್ಪರ್ಧಿಗಳಿಗೆ ಭರತ್ ವೈಯಕ್ತಿಕವಾಗಿ ತಲಾ ಹತ್ತು ಸಾವಿರ ರೂಪಾಯಿಗಳ ನಗದು ಬಹುಮಾನ ನೀಡುತ್ತಿದ್ದಾರೆ.

ಕಲಾಕ್ಷೇತ್ರ ಪ್ರತಿವರ್ಷ ನಡೆಸುತ್ತಿರುವ ನೃತ್ಯ ಸ್ಪರ್ಧೆಯಲ್ಲಿ ಹಲವಾರು ಹೊಸ ಪ್ರತಿಭೆಗಳು ಭಾಗವಹಿಸಿ ಬಹುಮಾನ ವಿಜೇತರಾಗುವುದರ ಜೊತೆಗೆ ನಾಡಿನ ಒಳ್ಳೆ ನೃತ್ಯಪಟುಗಳಾಗಿ ಗುರುತಿಸಿಕೊಂಡಿದ್ದಾರೆ. ಹೀಗಾಗಿ ಕಲಾಕ್ಷೇತ್ರ ಏರ್ಪಡಿಸುವ ನೃತ್ಯ ಸ್ಪರ್ಧೆಯಲ್ಲಿ ಭಾಗವಹಿಸುವ ಅವಕಾಶ ಸಿಕ್ಕಿತೆಂದರೆ ಕಲಾವಿದರಿಗದು ಪ್ರತಿಷ್ಠೆಯ ವಿಷಯ. ಕಲಾಕ್ಷೇತ್ರ ಕಲಾಭಿಮಾನಿಗಳಿಂದ ಕಿಕ್ಕಿರಿದಿತ್ತು. ಅಂದಿನ ಸ್ಪರ್ಧೆಯಲ್ಲಿ ಪ್ರಾರಂಭಿಕ ಹಂತಗಳಿಂದ ವಿಜೇತರಾಗುತ್ತಾ ಬಂದು ಅಂತಿಮ ಹಂತಕ್ಕೆ ತಲುಪಿರುವ ಮೂವರು ಕಲಾವಿದರ ನಡುವೆ ಪೈಪೋಟಿಯ ನೃತ್ಯ ಪ್ರದರ್ಶನ ವಿಶೇಷ ಆಕರ್ಷಣೆಯಾಗಿತ್ತು.

ಅಂತಿಮ ಸುತ್ತಿಗೆ ಆಯ್ಕೆಯಾಗಿರುವ ಗೀತ, ಅಹಲ್ಯ, ಶಾರದ ಮೂವರೂ ಆತಂಕದ ನಡುವೆಯೇ ಸಿದ್ಧತೆ ಮಾಡಿಕೊಂಡಿದ್ದರು. ಸ್ಟೇಜ್‌ನ ಒಳಕೋಣೆಯಲ್ಲಿ ಸ್ಪರ್ಧಿಗಳ ಅಮ್ಮಂದಿರು ತಮ್ಮ ಮಕ್ಕಳಿಗೆ ಸ್ಫೂರ್ತಿ ತುಂಬುತ್ತಿದ್ದರು. ಶಾರದೆಯ ಅಮ್ಮ ಅರುಂಧತಿ ಮಗಳಿಗೆ "ಬೇರೆ ಸ್ಪರ್ಧೆಗಳಲ್ಲಿ ನೃತ್ಯ ಮಾಡುವಂತೆಯೇ ಇಲ್ಲೂ ಮಾಡು. ಸ್ಪರ್ಧೆಯಲ್ಲಿ ಗೆಲ್ಲಬೇಕೆನ್ನುವ ಗುರಿಯಿರಲಿ, ಆದರೆ ಗೆಲ್ಲಲೇಬೇಕೆನ್ನುವ ಹಠ ಬೇಡ. ಅಂತಿಮ ಸುತ್ತಿಗೆ ಆಯ್ಕೆಯಾಗಿದ್ದೇ ಒಂದು ಸಾಧನೆ" ಅಂದರು. ಗೀತಳ ಅಮ್ಮ "ನಿನಗೆ ಸಭಾಕಂಪವಿಲ್ಲ. ಆತ್ಮವಿಶ್ವಾಸ ಹೆಚ್ಚಾಗಿದೆ. ಸಿದ್ಧತೆ ಚನ್ನಾಗಿದೆ. ಗೆಲುವು ನಿನದಾಗಲಿ" ಎಂದು ಹುರಿದುಂಬಿಸಿದರು. ಅಹಲ್ಯ ಅಮ್ಮ "ಸ್ಪರ್ಧೆಯಲ್ಲಿ ಗೆಲುವು ಸೋಲು ಸಾಮಾನ್ಯ. ಒಬ್ಬರು ಗೆಲ್ಲಬೇಕೆಂದರೆ

ಮತ್ತೊಬ್ಬರು ಸೋಲಬೇಕು. ನೀನು ಕಲಿತಿರುವ ವಿದ್ಯೆಯನ್ನು ಆತ್ಮಸ್ಥೈರ್ಯದಿಂದ ಪ್ರದರ್ಶಿಸು. ಫಲಾಫಲಗಳು ದೈವೇಚ್ಛೆ" ಎಂದರು.

ಸಮಯಕ್ಕೆ ಸರಿಯಾಗಿ ಸ್ಪರ್ಧೆಯ ಆಯೋಜಕರಾದ ಭ್ರಮರಾಂಬಾದೇವಿ ಕಾರ್ಯಕ್ರಮ ಆರಂಭಿಸಿ ಸ್ಪರ್ಧೆಯ ವಿವರಗಳನ್ನು ತಿಳಿಸಿ, ಸ್ಪರ್ಧಿಗಳ ಪರಿಚಯ ಮಾಡಿಕೊಟ್ಟರು. ಸ್ಪರ್ಧೆ ಆರಂಭಕ್ಕೂ ಮುನ್ನ ಸ್ಪರ್ಧಿಗಳ ಅಂತಿಮ ಸುತ್ತಿನವರೆಗಿನ ಯಾತ್ರೆ ಹೇಗಿತ್ತು ಎನ್ನುವ ಒಂದು ಕಿರುಚಿತ್ರವನ್ನು ದೊಡ್ಡ ಪರದೆಯಲ್ಲಿ ಪ್ರದರ್ಶಿಸಲಾಯಿತು.

ಮೊದಲು ಗೀತ, "ಶಂಭೋ ಶಿವ ಶಂಭೋ" ಗೀತೆಗೆ ನೃತ್ಯ ಮಾಡಿದಳು. ಜನ ನೃತ್ಯವನ್ನು ಸ್ವಾಗತಿಸಿ ಪ್ರಶಂಶಿಸಿದರು. ನಂತರ ಅಹಲ್ಯ "ಸ್ವಾಗತಂ ಕೃಷ್ಣ" ಗೀತೆಗೆ ನೃತ್ಯ ಮಾಡಿದಳು. ಅಭಿಮಾನಿಗಳು ಅಹಲ್ಯಾಗೂ ಸಮಾನವಾಗಿ ಉತ್ತೇಜನ ನೀಡಿದರು. ಕಡೆಯ ಸ್ಪರ್ಧಿ ಶಾರದ ಆಯ್ಕೆಯ ಹಾಡು ಪುರಂದರದಾಸರ "ಜಗದೋದ್ಧಾರನ ಆಡಿಸಿದಳೆಶೋಧೆ".

ಕಲಾರಸಿಕರಿಗೆ ಕಲಾವಿದೆ, ಅವಳ ನೃತ್ಯ, ಅವಳ ಹಾವಭಾವ ಎಲ್ಲವೂ ವಿಭಿನ್ನವಾಗಿದೆ ಅನಿಸುವುದರ ಜೊತೆಗೆ ರಂಗದ ಮೇಲೆ ಯಶೋಧೆ ಕೃಷ್ಣರನ್ನು ನೋಡಿದ ಅನುಭವಾಯಿತು. ನೃತ್ಯ ಸ್ಪರ್ಧೆ ಮುಗಿದು ತೀರ್ಪುಗಾರರ ಮಾತುಗಳಿಗೆ, ಬಹುಮಾನ ಪಡೆದ ಕಲಾವಿದೆಯ ಹೆಸರು ಘೋಷಣೆಗೆ ಮುನ್ನ ಬಾಲ ಕಲಾವಿದರಿಂದ ನೃತ್ಯ ಏರ್ಪಡಿಸಿದ್ದರು.

ತೀರ್ಪುಗಾರರು ಅವರವರ ಅಭಿಪ್ರಾಯಗಳನ್ನು ಹಂಚಿಕೊಂಡರು. ಪ್ರತಿಮಾ ಮತ್ತು ನಂದಿನಿ ಇಬ್ಬರದೂ ಒಮ್ಮತದ ತೀರ್ಪು. "ಗೀತಗೆ 100ಕ್ಕೆ 80 ಅಂಕಗಳು. ಹಾಡು, ಸಂಗೀತ ಅದ್ಭುತವಾಗಿತ್ತು, ಆದರೆ ಅವಳ ಮುಖಭಾವದಲ್ಲಿ ಶಿವ ಭಕ್ತೆಯನ್ನು ಕಾಣಲಾಗಲಿಲ್ಲ. ಪಾದಗಳ ಚಲನೆ ಪಾದರಸದಂತಿರಲಿಲ್ಲ. ರಾಗತಾಳಗಳನ್ನು ಅನುಸರಿಸುವಲ್ಲಿ ತುಸು ಎಡವಿದಳು. ಎರಡನೆಯವಳು ಅಹಲ್ಯ ಹಾವಭಾವಕ್ಕೂ ಅವಳ ಮುಖಭಾವಕ್ಕೂ ಹೊಂದಾಣಿಕೆ ತಪ್ಪಿತ್ತು. ನೃತ್ಯಗಾರ್ತಿ ನೃತ್ಯ ಮಾಡುವಾಗ ತಾನೂ ಹಾಡಿಕೊಂಡು ನೃತ್ಯ ಮಾಡಬೇಕೆನ್ನುವುದನ್ನು ಮರೆತಿದ್ದಳು. ಹೆಜ್ಜೆಗಳ ಚಲನೆ ಲಾಲಿತ್ಯಪೂರ್ಣವಾಗಿರಲಿಲ್ಲ. ಸಾಹಿತ್ಯದ ಭಾವ ಮುಖದಲ್ಲಿ ಕಾಣಲಿಲ್ಲ. ಅಹಲ್ಯಗೆ 60 ಅಂಕಗಳು. ಪರಿಪಕ್ವತೆಗೆ ಇನ್ನೊಂದು ಹೆಸರೆನ್ನುವಂತೆ ನೃತ್ಯ ಮಾಡಿದವಳು ಶಾರದೆ. ರಂಗದ ಮೇಲೆ ಅವಳ ತನ್ಮಯತೆ, ಯಶೋಧೆಯ ಪಾತ್ರದ ಆವಾಹನೆ, ಕೃಷ್ಣನನ್ನು ಕಾಣುತ್ತಿದ್ದೇನೆನ್ನುವ ಅವಳ ಮುಖಭಾವ, ಕಣ್ಣುಗಳಲ್ಲಿ ತೋರುತ್ತಿದ್ದ ವಿವಿಧ ಭಾವಗಳು, ರಂಗದ ಎಲ್ಲ ಭಾಗಗಳಲ್ಲೂ ಅವಳ ಸಂಚಾರ, ಇವೆಲ್ಲಾ ಪ್ಲಸ್ ಪಾಯಿಂಟ್ಸ್. ಅವಳು ನಿಜಕ್ಕೂ ನಾಟ್ಯಶಾರದೆಯೇ. ನೂರು ಅಂಕಗಳನ್ನು ಪಡೆದ ಶಾರದೆ ವಿಜೇತೆ" ಅಂದರು. ಭರತ್ ಅವರಿಬ್ಬರ ಕಡೆ ನೋಡಿ "ಒಂದು ಮಾತು, ಸ್ಪರ್ಧೆಯ ನೃತ್ಯವನ್ನು

ಮನರಂಜನೆಯ ದೃಷ್ಟಿಯಿಂದ ನೋಡಬಾರದು. ನೃತ್ಯಗಾರ್ತಿಯರ ಒಂದೊಂದು ಹೆಜ್ಜೆಯನ್ನೂ, ಒಂದೊಂದು ಹಾವಭಾವಗಳನ್ನು, ಮುಖಭಾವವನ್ನೂ, ಕಣ್ಣಿನ ತೀಕ್ಷ್ಣತೆಯನ್ನೂ ಸೂಕ್ಷ್ಮವಾಗಿ ಗಮನಿಸಬೇಕು. ಹಾಡಿನ ಸಾಹಿತ್ಯ ಮತ್ತು ತಾಳಕ್ಕೆ ತಕ್ಕ ಹಾಗೆ ನೃತ್ಯಗಾರ್ತಿಯರ ಶರೀರವೂ ಓಲಾಡುತ್ತಿರಬೇಕು, ಮುಖಭಾವವೂ ಬದಲಾಗುತ್ತಿರಬೇಕು. ನೃತ್ಯದಲ್ಲಿ ತನ್ಮಯತೆ ಬಹಳ ಮುಖ್ಯ. ನನಗೆ ಅಹಲ್ಯ ಮತ್ತು ಶಾರದೆ ಇಬ್ಬರ ನೃತ್ಯವೂ ಚನ್ನಾಗಿದೆ ಎನಿಸಿದರೂ ಗೀತಳಲ್ಲಿ ಇದ್ದಂಥ ತನ್ಮಯತೆ ಮಿಕ್ಕ ಇಬ್ಬರಲ್ಲಿರಲಿಲ್ಲ. ಹೀಗಾಗಿ ನನ್ನ ಪ್ರಕಾರ ಗೀತ ವಿಜೇತೆ. ಒಬ್ಬೊಬ್ಬರ ನೃತ್ಯ ಪ್ರದರ್ಶನಕ್ಕೂ ನಾನು ನೀಡಿರುವ ಅಂಕಗಳನ್ನು ಬರೆದಿದ್ದೇನೆ ನೋಡಿ" ಅಂದರು. ಪ್ರತಿಮಾ ನಂದಿನಿ ಇಬ್ಬರಿಗೂ ಭರತ್ ಅವರ ವಿಮರ್ಶೆ ಸಮ್ಮತವಾಗಲಿಲ್ಲ. ಮೂವರಲ್ಲೂ ಚರ್ಚೆ ನಡೆದ ನಂತರವೂ ಯಾರೂ ತಮ್ಮ ಅಭಿಪ್ರಾಯ ಬದಲಿಸಲಿಲ್ಲ. ಮೂವರೂ ತಮ್ಮ ತೀರ್ಪುಗಳನ್ನು, ನೀಡಿರುವ ಅಂಕಪಟ್ಟಿಯನ್ನೂ ಭ್ರಮರಾಂಬಾದೇವಿಗೆ ಕೊಟ್ಟು ಅವರೇ ಅಂತಿಮ ನಿರ್ಧಾರ ಮಾಡಲಿ ಎಂದರು. ಭ್ರಮರಾಂಬಾದೇವಿ ಎಲ್ಲರ ಅಭಿಪ್ರಾಯಗಳನ್ನೂ ಕೇಳಿಸಿಕೊಂಡು ಕೊಟ್ಟಿರುವ ಅಂಕಗಳನ್ನೂ ನೋಡಿದರು. ಅವರೂ ಸಹ ಮೂವರೂ ಕಲಾವಿದೆಯರ ನೃತ್ಯವನ್ನು ನೋಡಿದ್ದರು.

ಕಲಾ ಪೋಷಕರಾದ ಭರತ್ ಅವರ ಅಭಿಪ್ರಾಯವನ್ನು ತಗೆದುಹಾಕುವಂತಿರಲಿಲ್ಲ. ಆದರೂ ಇಬ್ಬರ ಅಭಿಪ್ರಾಯ ಒಮ್ಮತದಿಂದ ಕೂಡಿದ್ದು, ಭರತ್ ಅಭಿಪ್ರಾಯ ಬೇರೆಯಾಗಿದ್ದರಿಂದ, ಭ್ರಮರಾಂಬಾದೇವಿಯವರು ಅದಕ್ಕೆ ತಮ್ಮ ಅಭಿಪ್ರಾಯವನ್ನೂ ಸೇರಿಸಿ ಗಳಿಸಿದ ಅಂಕಗಳು ಮತ್ತು ಓಟಿನ ಆಧಾರದ ಮೇಲೆ ಭ್ರಮರಾಂಬದೇವಿ ಶಾರದೆ ವಿಜೇತೆಯೆಂದು ತೀರ್ಪುಗಾರರಿಗೆ ತಿಳಿಸಿದರು.

ನಂತರ ಭ್ರಮರಾಂಬಾದೇವಿ "ತೀರ್ಪು ಅಂತಿಮವಾದ ಮೇಲೆ ನಾನು ಈ ಮಾತು ಹೇಳುತ್ತಿದ್ದೇನೆ. ಮೂವರು ನೃತ್ಯಪಟುಗಳ ಪೈಕಿ ನನ್ನ ವೈಯಕ್ತಿಕ ಆಯ್ಕೆಯೂ ಶಾರದೆ ಎನ್ನುವುದಕ್ಕೆ ಒಂದು ಕಾರಣವಿದೆ. ಶಾರದೆ ವಿಕಲಾಂಗ ಚೇತನೆ. ಸುಮಾರು ಹದಿನೈದು ವರ್ಷಗಳಿಂದ ಅವಳು ತನ್ನ ಕೃತಕ ಕಾಲುಗಳಿಂದ ನೃತ್ಯಾಭ್ಯಾಸ ಮಾಡಿ ಪರಿಣಿತಿ ಪಡೆದಿದ್ದಾಳೆ. ಆವಳು ಕೃತಕ ಕಾಲುಗಳಿಂದ ನೃತ್ಯ ಮಾಡಿದ್ದಾಳೆಂದು ಯಾರೂ ಗುರುತಿಸೋಕೇ ಆಗದಷ್ಟು ಸಹಜವಾಗಿತ್ತು ಅವಳ ನೃತ್ಯ. ಶಾರದೆಯ ಈ ವಿಶೇಷ ಸಾಧನೆಯನ್ನು, ಪರಿಶ್ರಮವನ್ನು, ನಾವು ಗುರುತಿಸಲೇಬೇಕು" ಎಂದರು. ತೀರ್ಪುಗಾರರಿಗೆ ಇದು ಸಮ್ಮತಿಯಾಗಿ ಭ್ರಮರಾಂಬದೇವಿಯವರ ನಿರ್ಧಾರವನ್ನು ಹೃದಯಪೂರ್ವಕವಾಗಿ ಸ್ವಾಗತಿಸಿದರು.

ಬಹುಮಾನ ವಿತರಣಾ ಕಾರ್ಯಕ್ರಮ ಪ್ರಾರಂಭವಾದಾಗ ಸಭಾಂಗಣದಲ್ಲಿ ಇದ್ದವರಲ್ಲಿ ಕುತೂಹಲವಿತ್ತು. ಮೊದಲು ಭರತ್ ಅವರ ವೈಯಕ್ತಿಕ ನಗದು

ಬಹುಮಾನ ಘೋಷಿಸಿ ಅದನ್ನು ಸ್ವೀಕರಿಸಲು ನೃತ್ಯಗಾರ್ತಿಯರನ್ನು ಆಹ್ವಾನಿಸಿದರು. ಅವರವರ ಅಮ್ಮಂದಿರು ಸ್ಟೇಜ್ ಬಳಿ ಬಂದು ಮೊಬೈಲ್ ಸಿದ್ಧಪಡಿಸಿಕೊಂಡರು. ಮೊದಲು ಗೀತ, ಅಹಲ್ಯ ಭರತ್ ಅವರಿಂದ ಬಹಮಾನ ಸ್ವೀಕರಿಸಿದರು.

ನಂತರ ಶಾರದೆ. ಅವಳಿಗೆ ಮೊದಲು ಭರತ್ ಅವರ ವೈಯಕ್ತಿಕ ನಗದು ಬಹುಮಾನ ನೀಡಲಾಯಿತು. ನಂತರ ಸ್ಪರ್ಧೆಯಲ್ಲಿ ಶಾರದೆ ವಿಜೇತೆ ಎಂದು ಘೋಷಿಸಿ ಭರತ್ ಅವರೇ ಬಹುಮಾನ ನೀಡಿದಾಗ ಸಭಾಂಗಣದಲ್ಲಿ ಬಹಳ ಹೊತ್ತು ಚಪ್ಪಾಳೆಯ ರಿಂಗಣ. ಬಹುಮಾನ ಕೊಡುವಾಗ ಭರತ್ ಶಾರದೆಯ ಭುಜ ಹಿಡಿದು ಕ್ಯಾಮರಾ ಕಡೆ ನೋಡಿದರು. ಅನೇಕ ಕ್ಯಾಮರಾಗಳ ನಡುವೆ ತುಂಬಿದ ಕಂಗಳಿಂದ ಮೊಬೈಲಲ್ಲಿ ಫೋಟೋ ತೆಗೆಯುತ್ತಿದ್ದ ಹೆಂಗಸು ಅವರನ್ನು ಸೆಳೆದಳು. ಭರತ್ ಆಕೆಯನ್ನು ತಕ್ಷಣ ಗುರುತಿಸಿದರು. ಆಕೆಯ ಕಣ್ಣಲ್ಲೂ ಮಿಂಚು ಸುಳಿಯಿತು. ಆ ಹೆಂಗಸು ಭರತ್ ಅವರಿಗೆ ಅವಳು ನನ್ನ ಮಗಳೆಂದು ಸಂಜ್ಞೆ ಮಾಡಿದಳು. ಭರತ್ ನೃತ್ಯ ಮಾಡಿದ ಶಾರದೆಯ ಕಾಲುಗಳನ್ನೇ ಗಮನಿಸಿದರು. ಮನಸ್ಸು ಚಂಚಲವಾಯಿತು. ಕಣ್ತುಂಬಿಕೊಂಡು ಮತ್ತೊಮ್ಮೆ ಶಾರದೆಯನ್ನು ತಬ್ಬಿದರು.

ಅತಿಥಿಗಳಿಗೆ, ಸ್ಪರ್ಧೆಯಲ್ಲಿ ಭಾಗವಹಿಸಿದ ಕಲಾವಿದರು ಮತ್ತವರ ಕುಟುಂಬದವರಿಗೆ ಭೋಜನ ವ್ಯವಸ್ಥೆಯಿತ್ತು. ಊಟಕ್ಕೆ ಮನಸ್ಸಿಲ್ಲದ ಭರತ್ ಒಬ್ಬರೇ ಕೂತಿದ್ದರು. ಮನಸ್ಸು ಇಪ್ಪತ್ತು ವರ್ಷಗಳ ಹಿಂದಕ್ಕೆ ಜಿಗಿಯಿತು.

ಶಾರದೆ ಭರತ್ ಅವರ ಮೊದಲ ಹೆಂಡತಿ ಅರುಂಧತಿಯ ಮಗಳು. ಭರತ್‌ಗೆ ಮಗಳನ್ನು ದೇಶದ ಅತ್ಯುತ್ತಮ ನೃತ್ಯಪಟುವನ್ನಾಗಿ ಮಾಡುವ ಗುರಿ ಇತ್ತು. ಆದರೆ ಮಗಳು ಚಿಕ್ಕಂದಿನಿಂದಲೇ ಪೋಲಿಯೋ ಪೀಡಿತೆ. ಕಾಲುಗಳು ಸ್ವತಂತ್ರವಿಲ್ಲ. ಅವುಗಳಲ್ಲಿ ಹೆಚ್ಚು ಬಲವಿರಲಿಲ್ಲ. ಎಷ್ಟೆಲ್ಲ ಚಿಕಿತ್ಸೆ ಕೊಡಿಸಿದರೂ ಪ್ರಯೋಜನವಾಗಿರಲಿಲ್ಲ. ಬಹಳ ನೊಂದುಕೊಂಡಿದ್ದ ಭರತ್‌ಗೆ ಮಗಳು ಮತ್ತು ಅಮ್ಮನನ್ನ ಕಂಡರೆ ತಾತ್ಸಾರ ಶುರುವಾಗಿತ್ತು. ಅಮ್ಮ, ಮಗಳನ್ನು ಕಂಡಾಗಲೆಲ್ಲ ಅವರಿಗೆ ಪಿತ್ತ ನೆತ್ತಿಗೇರಿದಂತಾಗೋದು. ಮಗಳು ಕಣ್ಣೆದುರಿಗೆ ಓಡಾಡುವಾಗಲೆಲ್ಲ ಇವಳಿಂದಾಗಿ ನನ್ನ ಆಸೆ ನುಚ್ಚುನೂರಾಯಿತು ಅಂತ ಸಿಟ್ಟಿಗೇಳುತ್ತಿದ್ದರು. ಅಮ್ಮ ಮಗಳಿಗೆ ಸಾಮಾಜಿಕ ಮತ್ತು ಆರ್ಥಿಕ ಭದ್ರತೆ ಒದಗಿಸಿ ಭರತ್ ಅವರಿಂದ ದೂರವಾದರು. ಅಮ್ಮ ಮಗಳು ಎಲ್ಲಿದಾರೆ, ಹೇಗಿದಾರೆ ಅಂತ ಭರತ್ ತಲೆಕೆಡಿಸಿಕೊಳ್ಳಲಿಲ್ಲ. ಭರತ್ ಮತ್ತೆ ಮದುವೆಯಾದರು, ಹುಟ್ಟಿದ ಮೂರೂ ಗಂಡು ಮಕ್ಕಳು ನೃತ್ಯದಲ್ಲಿ ಆಸಕ್ತಿ ಬೆಳೆಸಿಕೊಳ್ಳಲಿಲ್ಲ.

ಈಗ ನೋಡಿದರೆ ಅವರದೇ ಮಗಳು ಎಲ್ಲೋ, ಹೇಗೋ ಬೆಳೆದು, ಪೋಲಿಯೋ ಪೀಡಿತ ಕಾಲುಗಳಾದರೂ ಕೃತಕ ಕಾಲುಗಳಿಂದ ನೃತ್ಯ ಕಲಿತು,

ಪರಿಣಿತಳಾಗಿ ತಮ್ಮೆದುರಿಗೇ ಸ್ಪರ್ಧೆಯಲ್ಲಿ ನೃತ್ಯ ಮಾಡಿ ತಮ್ಮ ಕೈಯಿಂದಲೇ ಬಹುಮಾನವನ್ನೂ ಗಿಟ್ಟಿಸಿಕೊಂಡಿದ್ದಾಳೆ. ಇದಕ್ಕೆ ಅಮ್ಮ ಮಗಳ ಶ್ರದ್ಧೆ, ಗುರಿ, ನಿರಂತರ ಪರಿಶ್ರಮವೇ ಕಾರಣ ಎಂದುಕೊಂಡರು.

ಅರುಂಧತಿ ಕಾಣುತ್ತಿದ್ದಂತೆ ನೆನಪಿನ ಸರಪಣಿಯಿಂದ ಬಿಡಿಸಿಕೊಂಡ ಭರತ್ ಅವಳು ತಮ್ಮ ಹೆಂಡತಿ ಎನ್ನುವುದನ್ನೂ ಮರೆತು ಅವಳ ಕಾಲುಮುಟ್ಟಿ ನನ್ನನ್ನು ಕ್ಷಮಿಸು ಅರುಂಧತಿ ಅಂದರು. ಅರುಂಧತಿ ಕಾಲುಗಳನ್ನು ಹಿಂದಕ್ಕೆ ಸರಿಸಿ "ಇದೇನು ಮಾಡ್ತಿದೀರ, ನಾನು ಶಾರದೆ ತಾಯಿ. ಅವಳ ಶ್ರೇಯಸ್ಸಿಗಾಗಿ ದುಡಿದಿದ್ದೀನಿ. ನಿಮ್ಮ ಆಸೆ ಶಾರದೆ ಆಸೆ ಒಂದೇ. ಅಮ್ಮ ನಾನು ನೃತ್ಯಗಾರ್ತಿಯಾಗಬೇಕು, ನಾನು ನೃತ್ಯ ಕಲಿಯಲೇಬೇಕು ಅನ್ನೋದು ಅವಳ ನಿತ್ಯದ ಜಪ. ಅನೇಕರು ಜೈಪುರ ಕಾಲಿನ ಬಗೆಗೆ ಸಲಹೆ ಕೊಟ್ಟರು. ಪರಿಣಿತರನ್ನು ಸಂಪರ್ಕಿಸಿ ಶಾರದೆಗೆ ಹೊಂದುವಂತೆ ಜೈಪುರ ಕಾಲುಗಳು ಮಾಡಿಸಿದೆ. ಮೊದಮೊದಲು ಶಾರದೆ ಸರಿಯಾಗಿ ನಿಲ್ಲಲು, ನಡೆಯಲು ಕಲಿತಳು. ನಂತರ ನೃತ್ಯಾಭ್ಯಾಸ ಪ್ರಾರಂಭಿಸಿದಾಗ ಶಾರದೆಗೆ ತುಂಬಾ ಕಷ್ಟವಾಯಿತು. ಸತತ ನೋವಿದ್ದರೂ ಅವಳ ಗುರಿಯಿಂದಾಗಿ ಮತ್ತೆ ಸಿಡಿದೇಳುತ್ತಿದ್ದಳು. ನೋವು ತಿನ್ನುತ್ತಿದ್ದ ಅವಳನ್ನು ನೋಡಿ ನಾನೂ ಅಳುತ್ತಿದ್ದೆ. ಶಾರದೆಯ ಧೀಶಕ್ತಿ ಸದಾ ಅವಳನ್ನು ಪ್ರೇರೇಪಿಸುತ್ತಿತ್ತು. ಕ್ರಮೇಣ ಅವಳು ನೃತ್ಯ ಮಾಡುವಾಗ ತನ್ನದು ಕೃತಕ ಕಾಲು ಅನ್ನೋದನ್ನೇ ಮರೆತಿರೋಳು. ಇವತ್ತಿನ ದಿನಕ್ಕಾಗಿ ನಾನು ಶಾರದೆ ಇಬ್ಬರೂ ಕಾಯುತ್ತಿದ್ದೆವು. ಬೆಳಗ್ಗೆ ಶಾರದೆ ಅಮ್ಮಾ ಇವತ್ತಾದರೂ ಅಪ್ಪನ ಭೇಟಿಯಾದರೆ ಚನ್ನಾಗಿರುತ್ತೆ ಅಂದಿದ್ದಳು" ಅಂದರು. ಭರತ್ ಪಕ್ಕದಲ್ಲಿದ್ದ ತಮ್ಮ ಎರಡನೇ ಹೆಂಡತಿ ಗಿರಿಜಳನ್ನು ಪರಿಚಯಿಸಿದರು. ವ್ಯಥೆಯಿಂದಿದ್ದ ಗಿರಿಜ ಅರುಂಧತಿಯನ್ನು ತಬ್ಬಿ "ಇನ್ನು ನಮ್ಮಿಬ್ಬರ ಮನೆ ಮನ ಒಂದೇ" ಅಂದರು. ಅರುಂಧತಿಯ ಕೈ ಹಿಡಿದ ಭರತ್ "ನಿಮ್ಮಿಬ್ಬರ ಮಧ್ಯೆ ನಾನು ಚಿಕ್ಕವನಾಗಿಬಿಟ್ಟೆ ಅರು. ಮಗಳ ಬಗೆಗೆ ತುಂಬಾ ಆಸೆ ಇಟ್ಕೊಂಡಿದ್ದೆ. ಆದರೆ ಅವಳ ಪೋಲಿಯೊದಿಂದಾಗಿ ನನ್ನ ಕನಸು ಭಗ್ನವಾಗಿ ಹೃದಯ ಕಲ್ಲಾಯಿತು. ನಿಮ್ಮಿಬ್ಬರನ್ನು ದೂರ ಮಾಡಿಕೊಂಡೆ. ನೀನು ಮಾಡಿದ ತ್ಯಾಗ, ಕರ್ತವ್ಯವನ್ನೇ ನಾನೂ ಮಾಡಬಹುದಿತ್ತು. ಆದರೆ ಆ ಕ್ಷಣಕ್ಕೆ ಬುದ್ಧಿ ನನ್ನ ಕೈಲಿರಲಿಲ್ಲ" ಅಂದರು. ಮಗಳು ಶಾರದೆಯನ್ನು ತಬ್ಬಿ "ನೀನು ನನ್ನ ಮಗಳಲ್ಲಮ್ಮ ನನ್ನ ತಾಯಿ, ನಾನು ನಿನ್ನ ಮಗ, ನನ್ನನ್ನು ಕ್ಷಮಿಸು" ಎಂದರು.

ಕೆಲವೇ ದಿನಗಳಲ್ಲಿ ಭರತ್ ಅವರ ನೇತೃತ್ವದಲ್ಲಿ, ಮಗಳ ಹೆಸರಿನಲ್ಲಿ ಶಾರದಾ ನೃತ್ಯ ಅಕಾಡೆಮಿ ಅಸ್ತಿತ್ವಕ್ಕೆ ಬಂದು ಅಲ್ಲಿ ಸಾಮಾನ್ಯ ಮಕ್ಕಳೊಂದಿಗೆ ವಿಕಲಾಂಗ ಚೇತನರೂ ಉಚಿತವಾಗಿ ನೃತ್ಯ ಕಲಿಯಲು ಅವಕಾಶ ಮಾಡಿಕೊಟ್ಟರು.

(ಕರ್ಮವೀರ, 05.09.2021)

ದಡ ಸೇರದ ದೋಣಿಗಳು

ಇಲ್ಲಿ ಇರುವವರು ಎಲ್ಲಾ ಬಲ್ಲವರು, ಬಲ್ಲದವರು ಯಾರೂ ಇಲ್ಲ, ಆದರೆ ನಡವಳಿಕೆಗಳಲ್ಲಿ ಮಾತ್ರ ವಿಭಿನ್ನ, ವೈಪರೀತ್ಯ, ವಿಚಿತ್ರ. ಮನುಷ್ಯ ಒಬ್ಬರನ್ನು ನೋಡಿ ಕಲಿಯುತ್ತಾನೆ ಎನ್ನುತ್ತಾರೆ, ಆದರೆ ಅದು ಒಳ್ಳೆಯತನ ಮಾತ್ರ ಆಗಿರಬೇಕು, ಏನು ಮಾಡೋದು, ಒಳ್ಳೆಯದನ್ನು ಕಲಿಯುವ ಮನಸ್ಸು ಇರಬೇಕು, ಅದಕ್ಕೊಂದು ಸಂಸ್ಕಾರ ಬೇಕು, ಧೈರ್ಯ ಬೇಕು. ಆದರೆ ಕೆಟ್ಟದನ್ನು ಬಹು ಬೇಗ ಕಲಿತುಬಿಡುತ್ತಾನೆ, ಎಷ್ಟೋ ಸಾರಿ ಅವನಿಗೇ ಗೊತ್ತಾಗದಂತೆ... ರಾಮಮಂದಿರದಲ್ಲಿ ಪ್ರವಚನ ನಡೆಯುತ್ತಿತ್ತು. ಮೈಕ್ ಹಿಂದೆ ಕೂತಿದ್ದ ವಿದ್ವಾಂಸರೊಬ್ಬರು ಉಪನ್ಯಾಸ ಕೊಡುತ್ತಿದ್ದರು. ಅಲ್ಲಿ ಅರವತ್ತು ಎಪ್ಪತ್ತು ದಾಟಿದ್ದ ಸುಮಾರು ಇನ್ನೂರಕ್ಕೂ ಹೆಚ್ಚು ಮಂದಿ ಕೂತಿದ್ದರು. ಮಹಿಳೆಯರು, ಮಹನೀಯರು ಎಲ್ಲರೂ ಇದ್ದರು. ಅಲ್ಲಿ ನಾಪತ್ತೆಯಾದದ್ದು ಮಾತ್ರ ಯುವಕರು. ಸುಮಾರು ಎಂಟು ಗಂಟೆಯವರೆವಿಗೂ ಪ್ರವಚನ ನಡೆಯಿತು. ಶ್ರೀಮದ್ರಮಾರಮಣ ಗೋವಿಂದಾ, ಗೋವಿಂದ ಅಂತ ಉಪನ್ಯಾಸಕರು ಹೇಳಿದ ಮೇಲೆ ಎಲ್ಲರೂ ಎದ್ದರು. ಇಷ್ಟು ಹೊತ್ತು ನಾವು ಏನು ಕೇಳಿದೆವು, ಅವರು ಏನು ಹೇಳಿದರು, ನಾವು ಇನ್ನುಳಿದ ಜೀವನದಲ್ಲಿ ಏನನ್ನಾದರೂ ಅಳವಡಿಸಿಕೊಳ್ಳಲು ಇದೆಯೇ ಅನ್ನೋ ಯೋಚನೆ ಯಾರಲ್ಲೂ ಇರಲಿಲ್ಲ. ಮನೆಗೆ ಕಾಲಿಟ್ಟ ನಂತರ ಅವರವರ ಮನೆಯ ತೊಂದರೆ ತಾಪತ್ರಯಗಳು ಅವರವರಿಗೆ. ಅದರ ಕುರಿತು ಯೋಚಿಸಿಕೊಂಡೇ ಹೊರಟರು. ಹಾಗೆ ನೋಡಿದರೆ ಇವರೆಲ್ಲ ಪ್ರವಚನಕ್ಕೆ ಬಂದಿದ್ದು ಉಪನ್ಯಾಸಕರ ಪ್ರವಚನ ಕೇಳಬೇಕು ಎಂದಲ್ಲ, ಅವರಿಗೆ ತಿಳಿಯದ ಯಾವುದೋ ವಿಷಯವನ್ನು ಉಪನ್ಯಾಸಕರು ಹೇಳುತ್ತಾರೆ ಎಂದಲ್ಲ. ಎಲ್ಲವೂ ಎಲ್ಲರಿಗೂ ಗೊತ್ತಿರುವಂಥದೇ. ಆದರೆ ಅಲ್ಲಿ ಬಂದು ಕೂತರೆ ಸ್ನೇಹಿತರು ಸಿಗುತ್ತಾರೆ, ಅವರ ಮನೆಯ ತೊಂದರೆ ತಾಪತ್ರಯಗಳನ್ನು ಹೇಳಿಕೊಳ್ಳುತ್ತಾರೆ, ಒಂದು ಒಂದೂವರೆ ಗಂಟೆ ಕಾಲಕ್ಷೇಪವಾಗುತ್ತದೆ ಎನ್ನೋದೊಂದೇ ಅಲ್ಲಿ ಬಂದಿದ್ದವರೆಲ್ಲರ ಗುರಿ.

ಮನುಷ್ಯ ಹೇಗೆ ಬದುಕಬೇಕು, ಹೇಗೆ ಬಾಳಬೇಕು, ಹೇಗೆ ಸಮಾಜಮುಖಿಯಾಗಿರಬೇಕು ಎನ್ನೋದು ಆಗಾಗ ಅವಲೋಕಿಸಿಕೊಳ್ಳಬೇಕಾದ ವಿಚಾರ. ಬದುಕಿನ ಒಂದೊಂದು ದಿನವನ್ನೂ ವಿಮರ್ಶಿಸಿಕೊಂಡು ಬದುಕಬೇಕು. ಆಗ ತಿಳಿಯುತ್ತದೆ, ಏನು ಮಾಡಬೇಕು ಏನು ಮಾಡಬಾರದು ಅಂತ. ಆದರೆ

ಇವತ್ತು ನಾವೆಲ್ಲ ಎಂಥಾ ಸಂದಿಗ್ಧದಲ್ಲಿದ್ದೇವೆಂದರೆ ತಪ್ಪುಗಳನ್ನು ತಿದ್ದಲಾರದೇ ನೋಡಿಕೊಂಡು ಸುಮ್ಮನೇ ಇರಲಾರದೇ ಚಡಪಡಿಸುತ್ತಿದ್ದೇವೆ. ಅರವತ್ತು ದಾಟಿದವರಿಗೂ ಬೆಲೆಯಿಲ್ಲ ಅವರಾಡೋ ಮಾತಿಗೂ ಹೇಳುವ ತಿಳುವಳಿಕೆಗೂ ಬೆಲೆಯಿಲ್ಲ. ಒಟ್ಟಿನಲ್ಲಿ ಹೊಂದಿಕೊಂಡು ಹೋಗಬೇಕು ಎನ್ನುವ ಮನೋಭಾವ ಈಗಿನ ಯುವಜನತೆಯಿಲ್ಲ. ಏಕ್ ಮಾರ್ ದೋ ತುಕಡಾ ಎನ್ನೋ ಹಾಗೆ ಬದುಕನ್ನೂ ಮಾಡಿಕೊಂಡಿರುತ್ತಾರೆ.

ಮೂರು ವರ್ಷಗಳ ಹಿಂದೆ ಸಂಗೀತಳಿಗೆ ಮದುವೆ ಮಾಡಿ ಕಳಿಸಿಕೊಡುವ ಸಂದರ್ಭದಲ್ಲಿ ಸರೋಜಮ್ಮ ಮಗಳಿಗೆ ಸಲಹೆ ಕೊಡುತ್ತಾ "ನೋಡಮ್ಮಾ, ನಿನ್ನ ಗಂಡ ಒಂದೆರಡು ಮಾತು ಬೈದರೆ ನೀನು ಸೈರಿಸಿಕೊಂಡು ಹೋಗಬೇಕು, ಅತ್ತೆ ಮಾವಂದಿರನ್ನು ಚನ್ನಾಗಿ ನೋಡ್ಕೊಬೇಕು, ಒಟ್ಟಿನಲ್ಲಿ ಆ ಮನೆಗೆ ನೀನೊಂದು ಶಕ್ತಿಯಾಗಿರಬೇಕು" ಅಂತ ಹೇಳುತ್ತಾ ಇದ್ದಾಗ ಮಗಳು ಸಂಗೀತ "ನೀನೇನೂ ಯೋಚನೆ ಮಾಡಬೇಡಮ್ಮಾ, ನನ್ನ ಗಂಡ ನನಗೆ ಸರಿಹೋಗಲಿಲ್ಲ ಎಂದರೆ ಅವನಿಗೆ ಸೋಡಾ ಚೀಟಿ ಕೊಟ್ಟು ಬಂದುಬಿಡ್ತೀನಿ" ಅಂದಿದ್ದಾಗ ಸರೋಜಮ್ಮನಿಗೆ ಗಂಟಲಲ್ಲಿ ಇಲಿ ಹೊಕ್ಕ ಹಾಗಾಗಿತ್ತು. ಮುಂದೆ ಮಾತೇ ಹೊರಟಿರಲಿಲ್ಲ. ಆದರೆ ಮಗಳು ಆಕಸ್ಮಿಕವಾಗಿ ಆಡಿದ ಮಾತನ್ನು ಸಂದರ್ಭ ಬಂದರೆ ನಡೆಸಿಯೇ ನಡೆಸುತ್ತಾಳೆ ಅಂತ ಅರಿವಿರಲಿಲ್ಲ.

ಮುಂಬಾಗಿಲು ತೆಗೆದೇ ಇತ್ತು. ಜಯಣ್ಣ ಒಳಗೆ ಹೋಗಿ ಚಪ್ಪಲಿಯನ್ನು ಅದರ ಸ್ಥಾನದಲ್ಲಿ ಬಿಟ್ಟು ಛತ್ರಿಯನ್ನು ಗೂಟಕ್ಕೆ ಹಾಕಿ ನಡುಮನೆಗೆ ಹೊರಟಾಗ ಸರೋಜಮ್ಮ ಕಾಫಿ ಲೋಟದ ಸಮೇತ ಬಂದರು. "ಇವತ್ತು ಪ್ರವಚನದಲ್ಲಿ ವಿಶೇಷ ಏನು" ಅಂತ ಕೇಳಿದರು. "ರಾಮಾಯಣದ ಅಯೋಧ್ಯಾಕಾಂಡ ಪ್ರಾರಂಭ ಮಾಡಿದರು. ದಶರಥನ ಬದುಕನ್ನು ಉದಾಹರಣೆ ಕೊಡುತ್ತಾ ಇಂದು ನಾವು ಇರಬೇಕಾದ ರೀತಿನೀತಿಗಳನ್ನು ಹೇಳಿದರು" ಅಂದರು ಜಯಣ್ಣ. "ಸರಿಹೋಯ್ತು ಆ ಉಪನ್ಯಾಸಕರೇ ಹೆಂಡ್ತಿನ ಸರಿಯಾಗಿ ಬಾಳಿಸದೇ ಕಣ್ಣೀರಲ್ಲಿ ಕೈ ತೊಳೆಯೋ ಹಾಗೆ ಮಾಡಿ ತವರಿಗೆ ಅಟ್ಟಿ ಇನ್ನೊಬ್ಬಳನ್ನು ಕಟ್ಕೊಂಡಿದಾನೆ, ಇನ್ನು ಅವನೇನು ಉಪದೇಶ ಮಾಡೋದು, ಅದನ್ನು ಕೇಳೋಕೆ ನೀವು ಹೋಗಿದ್ರಲ್ಲ, ನಮ್ಮನೆದೇ ನೂರೆಂಟು ತೂತಿದೆ" ಅನ್ನುತ್ತಾ ಸರೋಜಮ್ಮ ಒಳಗೆ ಹೋದರು.

ರಾತ್ರಿ ಹತ್ತು ಗಂಟೆಯ ಹೊತ್ತಿಗೆ ಮನೆ ಮುಂದೆ ಕಾರು ಬಂದು ನಿಂತ ಸದ್ದು. ದಿನಾ ಇದೇ ಹೊತ್ತಿಗೆ ಕಾರು ಬಂದು ನಿಲ್ಲುತ್ತೆ. ಅದರಿಂದ ಸಂಗೀತ ಇಳಿದು ಮನೆಯೊಳಗೆ ಹೋಗುತ್ತಾಳೆ. ವರಾಂಡದಲ್ಲಿ ಕೂತಿರುವ ಅಪ್ಪನನ್ನಾಗಲೀ, ಒಳಗಿರುವ ಅಮ್ಮನನ್ನಾಗಲೀ ಮಾತಾಡಿಸೋಲ್ಲ. ಸ್ವಲ್ಪ ಹೊತ್ತಿಗೆ ಸರೋಜಮ್ಮನೇ ಊಟಕ್ಕೆ ಬರ್ತೀಯೇನೇ ಅಂತ ಮಹಡಿ ಕಡೆ ಮುಖ ಮಾಡಿ ಕೂಗಿದರೆ ರೂಮಿನ

ಒಳಗಿಂದಲೇ ನನ್ನದು ಊಟ ಆಯ್ತು ಅನ್ನೋ ಮಾತು ಕೇಳಿಬರುತ್ತೆ. ಗಂಡ ಹೆಂಡ್ತಿ ಮುಖ ನೋಡ್ಕೊತಾರೆ. ಹತ್ತೂವರೆಗೆ ಮತ್ತೆ ಕಾರು ಮನೆ ಮುಂದೆ ನಿಂತ ಸದ್ದು. ಇದೂ ಮಾಮೂಲಿಯೇ. ಶಿಶಿರ ಒಳಗೆ ಬರ್ತ್ತಾನೆ. ಅಪ್ಪ ಅಮ್ಮನ ಮುಖ ನೋಡಿ ಅವನೂ ಮಹಡಿ ಹತ್ತುತ್ತಾನೆ. ಅಲ್ಲೇ ನಿಂತು "ನಿಮಗೆ ಎಷ್ಟು ದಿನ ಹೇಳಬೇಕು, ಹೀಗೆ ನನಗಾಗಲೀ ಸಂಗೀತಗಾಗಲೀ ಕಾಯಬೇಡಿ ನಿಮ್ಮ ಪಾಡಿಗೆ ನೀವು ಊಟ ಮಾಡಿ ಮಲಗಿ ಅಂತ, ನಿಮ್ಮದೊಂದು ಹಣೆಬರಹ ನಾನೇನು ಮಾಡ್ಲಿ" ಅಂದು ಹೊರಡುತ್ತಾನೆ. ಮತ್ತೆ ಗಂಡ ಹೆಂಡ್ತಿ ಪರಸ್ಪರ ಮುಖ ನೋಡಿಕೊಳ್ಳುತ್ತಾರೆ. ಸರೋಜಮ್ಮ ತಟ್ಟೆ ಹಾಕುತ್ತಾರೆ, ಇಬ್ಬರೂ ಊಟದ ಶಾಸ್ತ್ರ ಮಾಡಿ ಮುಗಿಸಿ ಮಲಗುತ್ತಾರೆ.

ಮನೆಯಲ್ಲಿ ಮಗ, ಮಗಳು ಇಬ್ಬರೂ ಇದ್ದಾರೆ. ಏನು ವಿಶೇಷ ಎಂದರೆ ಹೆಂಡ್ತಿನ ದೂರಮಾಡ್ಕೊಂಡಿರೋ ಮಗ, ಗಂಡನಿಗೆ ಸೋಡಾ ಚೀಟಿ ಕೊಟ್ಟು ಬಂದಿರೋ ಮಗಳು. ಅವರ ಮುಂದಿನ ಬದುಕಿನದೇ ಈ ದಂಪತಿಗಳಿಗೆ ಚಿಂತೆ. ವಾಸ್ತವವಾಗಿ ಮಕ್ಕಳಿಗೇ ಆ ಚಿಂತೆ ಇಲ್ಲ. ಬೇಡ ಬೇಡ ಅಂದರೂ ಲಕ್ಷಗಟ್ಟಲೆ ಸಂಪಾದನೆ ಆಗುತ್ತೆ. ವಾರಕ್ಕೆ ಐದೇ ದಿನ ಕತ್ತೆ ದುಡಿದ ಹಾಗೆ ದುಡಿದರೆ ಇನ್ನು ಎರಡು ದಿನ ಆರಾಮ. ಎಷ್ಟು ಖರ್ಚು ಮಾಡಿದರೂ ಬ್ಯಾಂಕ್ ಬ್ಯಾಲೆನ್ಸ್ ಖಾಲಿಯಾಗದಷ್ಟು ಸಂಪಾದನೆ. ಇಷ್ಟೊಂದು ದುಡ್ಡಿರುವಾಗ ಅದು ಬೇರೆ ಏನನ್ನಾದರೂ ಯೋಚನೆ ಮಾಡಲು ಬಿಟ್ಟೀತೇ?

ಶನಿವಾರ ಎಲ್ಲರೂ ಒಟ್ಟಿಗೇ ತಿಂಡಿಗೆ ಕೂರ್ತಾರೆ. ಅವತ್ತೂ ಹಾಗೆ ಕೂತಾಗ ಶೇಷಣ್ಣ ಮಗನನ್ನು "ಮುಂದೆ ಏನು ಮಾಡ್ಬೇಕು ಅಂತಿದೀಯ. ಸರಳ ಜೊತೆ ಮಾತಾಡಿ ಅದೇನು ಸಮಸ್ಯೆಯೋ ಬಗೆಹರಿಸಿಕೊಂಡು ಅವಳನ್ನು ಮನೆಗೆ ಕರ್ಕೊಂಡು ಬಂದು ಸಂಸಾರ ಮಾಡೋದಲ್ವ "ಅಂತ ಶೇಷಣ್ಣ ಕೇಳಿದರೆ ಶಿಶಿರ ತಿಂಡಿ ತಿನ್ತಾ "ಸರಿಹೋಯ್ತು, ಕೇಸು ಕೋರ್ಟಿನಲ್ಲಿರುವಾಗ ಅದೆಲ್ಲ ಆಗೋಲ್ಲ. ಕೊಬ್ಬು ಮಾಡ್ಕೊಂಡು ಹೋದೋಳು ಹೋಗ್ಲಿ ಬಿಡಿ. ಕೇಸು ಫೈನಲ್ ಆದ ಮೇಲೆ ನಾನು ಇನ್ನೊಂದು ಮದುವೆ ಮಾಡ್ಕೊತೀನಿ" ಅಂದ. ಸರೋಜಮ್ಮ ಮಗಳ ಕಡೆ ನೋಡಿದರು. ಸಂಗೀತ, "ನನಗೆ ಮದುವೆ ಎನ್ನೋ ವಿಚಾರದಲ್ಲಿ ಸ್ವಲ್ಪವೂ ನಂಬಿಕೆ ಇಲ್ಲ. ಒಂದು ವೇಳೆ ನಿಮ್ಮ ಮಾತಿನಂತೆ ನಾನು ಇನ್ನೊಬ್ಬನನ್ನು ಕಟ್ಟಿಕೊಂಡರೆ ಅವನೂ ಹೀಗೇ ಮಾಡಲ್ಲ ಅಂತ ಏನು ಗ್ಯಾರಂಟಿ? ಮತ್ತೆ ಮತ್ತೆ ದೀಪದ ಹುಳು ತರ ಹೋಗಿ ಹೋಗಿ ಸುಟ್ಕೊತಾ ಇರ್ಲಾ" ಅಂತ ಕೇಳಿದಳು. ಸರೋಜಮ್ಮ ಮಗಳ ಹೆಗಲ ಮೇಲೆ ಕೈ ಹಾಕಿ ಹಾಗಲ್ಲ ಕಣೆ ಅಂತ ಇನ್ನೇನೋ ಹೇಳಲು ಶುರು ಮಾಡಿದಾಗ "ನಿಮ್ಮಿಬ್ರಿಗಂತೂ ಬೇರೆ ಗತಿ ಇರಲಿಲ್ಲ, ಅದಕ್ಕೇ ಮೂವತ್ತು ವರ್ಷ ಜೊತೇಲಿ ಕಳೆದಿದೀರ. ನಿಮಗೂ ನಮ್ಮ

ತರಹ ನೂರೆಂಟು ಅವಕಾಶ ಇದ್ದಿದ್ದರೆ ನೀವೂ ಹೀಗೆ ಒಟ್ಟಿಗೆ ಇರ್ತಿರ್ಲಿಲ್ಲ ಗೊತ್ತಾ" ಅಂದು ಎದ್ದು ಹೋದಳು.

ಒಂದು ಕಟ್ಟಡ ಬಹಳ ಕಾಲ ನಿಂತಿರಬೇಕಾದರೆ ಅದಕ್ಕೆ ಭದ್ರವಾದ ತಳಪಾಯ ಇರಬೇಕು. ಇನ್ನು ಕಂಬಗಳು ಸಾಕಷ್ಟು ಶಕ್ತಿವಂತವಾಗಿ ಭಾರ ಹೊರೋ ತಾಕತ್ತು ಇರಬೇಕು. ಹಾಗಿದ್ದಾಗ ಅಂಥಾ ಕಟ್ಟಡ ಎಂಥಾ ಮಳೆ, ಗಾಳಿ, ಸಿಡಿಲು, ಗುಡುಗು, ಎಲ್ಲವುಗಳನ್ನೂ ಮೆಟ್ಟಿ ನಿಲ್ಲುತ್ತದೆ. ಆದರೆ, ಗುಡಿಸಲಾದರೆ ಅದಕ್ಕೆ ಏನೂ ಬಲವಿಲ್ಲ, ಮಣ್ಣಿನ ಗೋಡೆ, ಸೂರಿಗೆ ತೆಂಗಿನ ಪಟ್ಟೆ, ಜೋರಾದ ಗಾಳಿ ಮಳೆ ಅಂದ್ರೆ ಅದು ನೆಲಸಮವಾಗಿಬಿಡುತ್ತದೆ. ನಮ್ಮ ಬದುಕೂ ಕೂಡಾ ಗುಡಿಸಲಿನ ಹಾಗಿರದೆ ಭದ್ರವಾದ ಕಟ್ಟಡದ ಹಾಗಿರಬೇಕು. ಸಂಸಾರದ ಒಬ್ಬೊಬ್ಬರೂ ಒಂದೊಂದು ಕಂಬವಾಗಿ ತಮ್ಮ ತಮ್ಮ ಕೈಲಾದಷ್ಟು ಭಾರವನ್ನು ಹೊರಬೇಕು. ಆಗ ಸಂಸಾರವೆಂಬ ಕಟ್ಟಡ ಗಟ್ಟಿಯಾಗಿ ನಿಂತಿರುತ್ತೆ. ಇದನ್ನು ಈಗಿನ ಪೀಳಿಗೆ ಯಾಕೆ ಅರ್ಥ ಮಾಡಿಕೊಳ್ಳುತ್ತಿಲ್ಲ ಅನ್ನೋದು ಜಯಣ್ಣ ಸರೋಜಮ್ಮ ಇಬ್ಬರ ಪ್ರಶ್ನೆಗೆ ಉತ್ತರವೇ ಇಲ್ಲ.

ಎಲ್ಲಕ್ಕೂ ದುಡ್ಡೇ ಮೂಲವೇ, ಹಣ ಅಪಾರವಾಗಿ ಬಂದು ಬೇರೆ ಎಲ್ಲಾ ಮುಖ್ಯವಾದುದನ್ನೂ ಮರೆಸಿಬಿಡುತ್ತದೆಯೇ? ಯಾವುದೇ ವಸ್ತುವಾದರೂ ಅಗತ್ಯಕ್ಕಿಂತ ಹೆಚ್ಚಾಗಿದ್ದರೆ ಅದು ವಿಷಕ್ಕೆ ಸಮ ಅಂತ ನಮ್ಮ ಹಿರಿಯರು ಹೇಳುತ್ತಿದ್ದರು. ಅದು ದುಡ್ಡಿಗೂ ಅನ್ವಯಿಸೋದಿಲ್ಲವೇ? ವಿದ್ಯೆ ವಿವೇಕ ಕಲಿಸಿದರೆ ದುಡ್ಡು ದುರಹಂಕಾರ ಕಲಿಸುತ್ತದೆಯೇ? ನನಗೆ ನನ್ನ ದುಡ್ಡು ಇದ್ದರೆ ಸಾಕು ಇನ್ಯಾರೂ ಬೇಡ ಎನ್ನುವ ಸ್ವಾರ್ಥ ಕಲಿಸುತ್ತದೆಯೇ? ಯಾಕೋ ಇಂದಿನ ಮಕ್ಕಳನ್ನು ನೋಡಿದಾಗ ಹಾಗೆ ಅನಿಸುತ್ತದೆ. ನಮ್ಮ ಕಾಲದಲ್ಲಿ ಯಾವತ್ತು ಒಂದನೇ ತಾರೀಖು ಬರುತ್ತೋ ಅಂತ ಕಾಯುತ್ತಿರೋರು ಸಂಬಳ ಬಂದ ಮೇಲೆ ಮನೆಗೆ ಬಂದು ಬಾಡಿಗೆಗೆ, ಹಾಲಿಗೆ, ಪೇಪರ್‌ನವನಿಗೆ, ರೇಷನ್ನಿಗೆ ಅಂತ ಒಂದೊಂದಕ್ಕೂ ಅಷ್ಟಿಷ್ಟು ದುಡ್ಡು ತೆಗೆದಿಟ್ಟು ಮಿಕ್ಕಿದ್ದನ್ನು ಒಂದಿಷ್ಟು ಉಳಿತಾಯ ಖಾತೆಗೆ ಒಂದಿಷ್ಟು ನಿತ್ಯದ ಖರ್ಚಿಗೆ, ಹೆಂಡತಿಗೆ ಒಂದಿಷ್ಟು, ಹೀಗೆ ವಿಂಗಡನೆ ಮಾಡಿ, ಇಡೀ ತಿಂಗಳು ಆಯವ್ಯಯದನ್ವಯವೇ ಖರ್ಚು ಸಾಗುತ್ತಿತ್ತು. ಒಂದಿಷ್ಟೂ ಹೆಚ್ಚಿನ ಖರ್ಚು ಇರುತ್ತಲೇ ಇರಲಿಲ್ಲ.

ಶಿಶಿರ ಈಗೀಗ ಮನೇಲೇ ಕೂತಿರ್ತಾನೆ. ಆಫೀಸಿಗೆ ಹೋಗೋದೇ ಇಲ್ಲ. ತಂದೆಯೊಂದಿಗೆ ಮಾತೂ ಕಡಿಮೆಯೇ. ಜಯಣ್ಣನೇ ಏನಾದರೂ ಮಾತಾಡಿಸಿದರೆ ಒಂದೋ ಎರಡೋ ಮಾತಿನಲ್ಲಿ ಮುಕ್ತಾಯವಾಗುತ್ತದೆ ಅವರ ಸಂಭಾಷಣೆ. ಇನ್ನು ಜಯಣ್ಣ ಏನಾದರೂ ಮಾತಾಡಿದರೆ ಸಾಕು ನಿನಗೇನು ಗೊತ್ತು ಎನ್ನೋ ರೀತಿ ಬಾಯಿ ಬಡೀತಾನೆ. ಅದಕ್ಕೆ ಜಯಣ್ಣ ಮಾತೇ ಆಡೋದಿಲ್ಲ. ಇನ್ನು ಸಂಗೀತಳೂ ಅಷ್ಟೆ. ಅವಳಾಯಿತು, ಅವಳ ರೂಮಾಯಿತು. ಅವತ್ತು ಬೆಳಗ್ಗೆ

ತಿಂಡಿಗೆ ಕೂತಾಗ ಜಯಣ್ಣ ಹೆಂಡ್ತಿನ "ಏನು ನಿನ್ನ ಮಗ ಈಗೀಗ ಮನೆ ಬಿಟ್ಟು ಆಚೆ ಹೋಗ್ತಿಲ್ಲ. ಕೆಲಸ ಮನೆಯಿಂದನೇ ಮಾಡ್ತಾನಾ" ಅಂತ ಕೇಳಿದರು. ಅದಕ್ಕೆ ಸರೋಜಮ್ಮ "ಇಲ್ಲ ಅವನಿಗೆ ಕೆಲಸ ಹೋಯಿತು. ಅವನಿಗೆ ಪಿಂಕ್ ಸ್ಲಿಪ್ ಕೊಟ್ಟು ಕಳಿಸಿ ಒಂದು ವಾರದ ಮೇಲಾಯಿತು. ಬೇರೆ ಕೆಲಸ ಹುಡುಕ್ತಿದಾನೆ" ಅಂದರು. ಒಂದು ವಾರ, ಒಂದು ತಿಂಗಳಾದರೂ ಅವನಿಗೆ ಬೇರೆ ಕೆಲಸ ಸಿಗಲಿಲ್ಲ. ನಾನು ಅಮೆರಿಕಾಕ್ಕೆ ಹೊರಟು ಹೋಗ್ತೀನಿ ಅಲ್ಲಿ ನನ್ನ ಸ್ನೇಹಿತರು ಇದಾರೆ ಹೇಗೋ ಒಂದು ಕೆಲಸ ಸಂಪಾದನೆ ಮಾಡ್ಕೊಬಹುದು ಅಂತಿದ್ದ. ಆದರೆ ಅವನ ಸ್ನೇಹಿತರು ಈಗ ಬರಬೇಡ, ನಮಗೇ ತೊಂದರೆಯಾಗಿದೆ ಅಂತ ಹೇಳಿದ ಮೇಲೆ ಇಲ್ಲೇ ಕೆಲಸ ಹುಡುಕ್ತಿದ್ದ. ಮುಂದಿನ ಒಂದು ತಿಂಗಳು ಅವನಿಗೆ ಬಹಳ ಕೆಟ್ಟದಾಗಿ ಹೋಯಿತು. ಅವನು ಲೋನು ಮಾಡಿ ತಗೊಂಡಿದ್ದ ಕಾರು, ಬೈಕ್, ಎರಡನ್ನೂ ಲೋನ್ ಕೊಟ್ಟೋರು ಬಂದು ತಗೊಂಡು ಹೋದರು. ಸಾಲ ಮಾಡಿ ಒಂದು ಫ್ಲಾಟನ್ನು ತಗೊಂಡಿದ್ನಂತೆ. ಅದೂ ಹೋಯ್ತಂತೆ. ಈಗ ಅವನು ಎಲ್ಲಿ ಹೋಗಬೇಕಾದರೂ ಆಟೋ ಇಲ್ಲಾ ಬಸ್ಸು. ದಿನಾ ಒಂದು ಹತ್ತು ಕಂಪನಿಗಳಿಗೆ ಅಪ್ಲಿಕೇಷನ್ ಹಾಕೋದು, ಉತ್ತರ ಬರದೇ ಇದ್ದಾಗ ನಿರಾಶನಾಗೋದು ಇದ್ದೇ ಇತ್ತು. ಸಂಬಳ ಕಡಿಮೆಯಾದರೂ ಪರವಾಗಿಲ್ಲಪ್ಪ ಒಂದು ಕೆಲಸ ಸಿಕ್ಕಿದರೆ ಸಾಕು ಅನ್ನೋ ಹಾಗಾಗಿತ್ತು. ಈಗೀಗ ಅವನು ಪದಾರ್ಥ ಕೊಳ್ಳಬೇಕಾದರೆ ಚೌಕಾಶಿ ಮಾಡೋದು ಶುರುವಾಗಿತ್ತು. ಇಷ್ಟಾದರೂ ಜಯಣ್ಣ ಮಗನನ್ನು ಮುಂದೆ ಏನು ಮಾಡಬೇಕು ಅಂತಿದೀಯ ಅಂತ ಕೇಳಲಿಲ್ಲ.

ಅಂಥಾ ದಿನಗಳಲ್ಲಿ ಒಂದು ದಿನ ಇದ್ದಕ್ಕಿದ್ದ ಹಾಗೆ ಸರಳ ಮನೆಗೆ ಬಂದಳು. ಸರೋಜಮ್ಮ ಸೊಸೆನ ಖುಷಿಯಿಂದ ಬರಮಾಡಿಕೊಂಡು ತಿಂಡಿ ಕೊಟ್ಟರು. ಪೇಟೆಗೆ ಹೋಗಿದ್ದ ಜಯಣ್ಣ ಬಂದು ಏನಮ್ಮಾ ಚನ್ನಾಗಿದೀಯಾ ಅಂತ ಕೇಳಿದರು. ಸರಳ ನಕ್ಕಳು. "ನಿಮ್ಮ ಪ್ರಶ್ನೆಗೆ ಏನು ಉತ್ತರ ಕೊಡಲಿ ಮಾವ, ಚನ್ನಾಗಿದೀನಿ ಅಂದ್ರೆ ನಿಮ್ಮ ಮಗನನ್ನು ಬಿಟ್ಟ ಮೇಲೆ ಚನ್ನಾಗಿದೀನಿ ಅನ್ನೋ ಅರ್ಥ ಬರುತ್ತೆ, ಚನ್ನಾಗಿಲ್ಲ ಅಂದ್ರೆ ನಿಮ್ಮ ಮಗ ನನ್ನನ್ನು ಬಿಟ್ಟ ಮೇಲೆ ನಾನು ಚನ್ನಾಗಿಲ್ಲ ಅನ್ನೋ ಅರ್ಥ ಬರುತ್ತೆ. ಎರಡೂ ಸುಳ್ಳು" ಅಂದಳು.

ಸರೋಜಯಮ್ಮ ಸೊಸೆ ಮುಂದೆ ಕೂತು ನಿಟ್ಟುಸಿರು ಬಿಟ್ಟು "ಇಂಥಾದ್ದನ್ನೆಲ್ಲ ನೋಡಿಕೊಂಡು ಆಯಸ್ಸು ಕಡಿಮೆ ಮಾಡಿಕೊಂಡು ಆರೋಗ್ಯ ಕಡಿಮೆ ಮಾಡಿಕೊಂಡು ಬದುಕುತ್ತಾ ಸಾವಿನ ನಿರೀಕ್ಷೆಯಲ್ಲಿರೋದು ಇಂದಿನ ವಯಸ್ಸಾದ ನಮ್ಮಂಥವರ ಕಥೆ, ಕರ್ಮ, ಏನು ಮಾಡೋದು ಹೇಳು, ಈಗ ನೀನು ಬಂದ ವಿಚಾರ ಏನು" ಅಂತ ಕೇಳಿದರು.

"ಶಿಶಿರಂಗೆ ಕೆಲಸ ಹೋಯ್ತಂತೆ, ಇನ್ನೂ ಯಾವುದೂ ಕೆಲಸ ಸಿಕ್ಕಿಲ್ವಂತೆ" ಕೇಳಿದಳು ಸರಳ.

"ಹೌದಮ್ಮ, ಎರಡು ಮೂರು ತಿಂಗಳಾಯಿತು, ಸಾಲ ಮಾಡಿ ತಂದಿದ್ದ ಕಾರು ಬೈಕು ಎಲ್ಲಾ ಹೋಯಿತು. ಕೈಲಿರೋ ಕಾಸೆಲ್ಲ ಖಾಲಿಯಾಗಿದೆ, ಅಮೆರಿಕಾಕ್ಕೆ ಹೋಗ್ತೀನಿ ಅಂದಿದ್ದ, ಅವನ ಸ್ನೇಹಿತರು ಈಗ ಬರಬೇಡ ಅಂದ್ರು. ದಿನಾ ಅರ್ಜಿ ಹಾಕ್ತಾ ಇದಾನೆ, ಬೇಜಾರು ಮಾಡ್ಕೊಂಡು ಕೂತಿದಾನೆ" ಅಂದರು

"ನನಗೆ ಗೊತ್ತು ಅತ್ತೆ, ಇಂಥಾ ಸಮಾಚಾರಗಳು ಬೇಡ ಬೇಡ ಅಂದ್ರೂ ನನ್ನ ಕಿವಿಗೆ ಬೀಳ್ತಿರುತ್ತೆ. ಈಗ ನಾನು ಬಂದಿರೋದು ಬಹಳ ಮುಖ್ಯವಾದ ವಿಷಯ ಮಾತಾಡೋಕೆ. ನಾನು ಒಂದು ಕಂಪನಿ ವಿಳಾಸ ಕೊಡ್ತೀನಿ. ಅಲ್ಲಿ ಕೆಲಸ ಇದೆ. ಶಿಶಿರ ಅರ್ಜಿ ಹಾಕಿದರೆ ಸಾಕು ಮಿಕ್ಕಿದ್ದು ನಾನು ನೋಡ್ಕೊತೀನಿ. ಆದರೆ ಇದು ನಾನು ಹೇಳಿದ್ದು ಅಂತ ನೀವು ಹೇಳಬಾರದು."

ಜಯಣ್ಣ "ಆಯ್ತಮ್ಮ, ಆದ್ರೆ ನಿನ್ನನ್ನು ನಿಕೃಷ್ಟವಾಗಿ ನೋಡಿಕೊಂಡು ಮನೆ ಬಿಟ್ಟು ಕಳಿಸಿದವನ ಬಗೆಗೆ ನೀನು ಯಾಕೆ ಮರುಕ ತೋರಿಸ್ತಿದೀಯ" ಅಂತ ಕೇಳಿದರು.

"ನೀವೇ ಹೇಳ್ತಿರ್ತೀರಲ್ಲ ಮಾವ ನಾವು ಬದುಕಿನಲ್ಲಿ ಒಳ್ಳೇದನ್ನು ಮಾತ್ರ ನೆನಪು ಇಟ್ಕೊಬೇಕು, ಕೆಟ್ಟದನ್ನು ಮರೆಯೋಕೆ ಪ್ರಯತ್ನ ಪಡಬೇಕು ಅಂತ. ನಾನೂ ಹಾಗೇ. ನಾನೂ ಶಿಶಿರ ಪ್ರೀತಿಸುತ್ತಿದ್ದ ದಿನಗಳನ್ನು ಮರೆತಿಲ್ಲ. ಅವರು ನನಗಾಗಿ ಅದೆಷ್ಟು ಪ್ರೀತಿ ಹರಿಸಿದ್ರು ಅನ್ನೋದನ್ನು ಮರೆತಿಲ್ಲ. ಈಗ ಕೆಟ್ಟ ದಿನಗಳು ಏನು ಮಾಡೋದು. ಅವರಿಂದ ಅಷ್ಟೊಂದು ಪ್ರೀತಿ ಸೂರೆಗೊಂಡ ನಾನು ಇಷ್ಟಾದರೂ ಮಾಡಬೇಕು ಅನಿಸಿತು. ಅದಕ್ಕೇ. ಈ ವಿಳಾಸ ಅವರಿಗೆ ಕೊಡಿ ನಾನು ಬರ್ತೀನಿ. ನಾನು ಇಲ್ಲಿರೋದನ್ನು ಕಂಡ್ರೆ ನಿಮ್ಮನ್ನು ಬೈದರೂ ಬೈಯಬಹುದು" ಅಂದು ಸರಳ ಸರ ಸರ ಹೊರಟುಹೋದಳು.

ಮರುದಿನ ಜಯಣ್ಣ ಶಿಶಿರನಿಗೆ ಅಡ್ರೆಸ್ ಕೊಟ್ಟು ನನ್ನ ಸ್ನೇಹಿತರ ಮಗ ಕೊಟ್ಟಿದಾನೆ. ಇಲ್ಲಿ ಕೆಲಸದ ಆಫರ್ ಇದೆಯಂತೆ ಬೇಕಾದ್ರೆ ಪ್ರಯತ್ನಿಸು ಅಂದರು. ಅಡ್ರೆಸ್ ನೋಡಿ ಶಿಶಿರ ಇದು ತುಂಬಾ ಒಳ್ಳೇ ಕಂಪನಿ. ಟ್ರೈಮಾಡ್ತೀನಿ ಅಂದ. ಸದ್ಯ ಇಷ್ಟಾದ್ರೂ ಹೇಳಿದ್ನಲ್ಲ ಅಂತ ಜಯಣ್ಣನಿಗೆ ಸಮಾಧಾನ. ಮುಂದಿನ ದಿನಗಳ ಕುರಿತು ಅವರಲ್ಲಿ ಆಶಾಭಾವನೆ ಮೂಡಿತು.

ಒಂದು ವಾರದಲ್ಲಿ ಶಿಶಿರ ಮನೆಗೆ ಬಂದು "ಅಣ್ಣಾ ನನಗೆ ಆ ಕಂಪನಿಲಿ ಕೆಲಸ ಸಿಕ್ತು. ಸರಳಾನೂ ಅಲ್ಲೇ ಇದಾಳೆ" ಅಂದ. ಸ್ವಲ್ಪ ಬದಲಾದ ಹಾಗೆ ಕಂಡ. ಒಂದು ತಿಂಗಳಿನಲ್ಲಿ ಜಯಣ್ಣ ಮತ್ತು ಸರೋಜಮ್ಮ ತಟ್ಟೆ ಇಟ್ಕೊಂಡು ಊಟಕ್ಕೆ ಕೂತಿದ್ದಾಗ ಶಿಶಿರ ಬಂದು "ನನಗೂ ತಟ್ಟೆ ಹಾಕು ಇಲ್ಲೇ ಊಟ ಮಾಡ್ತೀನಿ" ಅಂದ. ಊಟ ಮಾಡ್ತಾ "ನಿಮ್ಮಿಬ್ಬರಿಗೂ ಒಂದು ಪ್ರಶ್ನೆ ಕೇಳಬೇಕು, ಕೇಳ್ಲಾ" ಅಂದ. ಸರೋಜಮ್ಮ ನಕ್ಕರು. ಮಕ್ಕಳು ದೊಡ್ಡೋರಾದ ಮೇಲೆ ದೊಡ್ಡೋರ ಕೆಲಸ ಏನಿದ್ದರೂ ಮಕ್ಕಳ ಮಾತು ಕೇಳೋದಷ್ಟೆ, ಅದು ಅನಿವಾರ್ಯವೂ ಹೌದು.

"ಏನಪ್ಪಾ" ಅಂದರು. "ಒಂದು ವೇಳೆ ನಾನು ಸರಳಾನ ಮನೆಗೆ ಕರ್ಕೊಂಡು ಬಂದು ಸಂಸಾರ ಶುರು ಮಾಡಿದರೆ ನಿಮಗೆ ಏನೂ ಅಭ್ಯಂತರವಿಲ್ವಾ" ಅಂದ. ಜಯಣ್ಣ ಕತ್ತೆತ್ತಿ ಮಗನನ್ನು ನೋಡಿದರು.

"ನೋಡು ಶಿಶಿರ ಹೆಣ್ಣು ಮಕ್ಕಳನ್ನು ಬೆಳೆಸಿ ಓದಿಸಿ ಮದುವೆ ಮಾಡಿಕೊಟ್ಟ ಮೇಲೆ ಅವರವರ ಸಂಸಾರ ಅವರವರಿಗೆ. ನಿರ್ಧಾರ ಅವರೇ ತಗೋಬೇಕು. ಹಾಗೇ ಗಂಡು ಮಕ್ಕಳನ್ನು ಓದಿಸಿದ ಮೇಲೆ ಅವರವರ ಬದುಕಿನ ನಿರ್ಧಾರ ಅವರವರದೇ, ಸರಳಾ ಜೊತೆ ನೀನು ಕಡೇತನಕ ಸಂಸಾರ ಮಾಡ್ಕೊಂಡು, ಹೊಂದಾಣಿಕೆ ಮಾಡ್ಕೊಂಡು ಸುಖವಾಗಿರಲಿ ಅಂತಾನೇ ನಾವು ಮದುವೆ ಮಾಡಿದ್ದು. ನಿನ್ನ ದುಡುಕೋ ಅವಳ ದುಡುಕೋ ಗೊತ್ತಿಲ್ಲ ಸಂಸಾರದಲ್ಲಿ ಬಿರುಕು ಬಂತು. ಈಗಲಾದರೂ ಇಬ್ಬರೂ ನಿಮ್ಮ ನಿಮ್ಮ ತಪ್ಪು ತಿದ್ದಿಕೊಂಡು ಮತ್ತೆ ಸಂಸಾರ ಶುರು ಮಾಡ್ತೀನಿ ಅಂತಿದೀರಲ್ಲ ಅದೇ ಸಂತೋಷದ ವಿಷಯ. ಕರ್ಕೊಂಡ್ಬಾ. ಆದ್ರೆ ಮುಂದೆಂದೂ ನಿಮ್ಮ ಸಂಸಾರದಲ್ಲಿ ಬಿರುಕು ಕಾಣಿಸದ ಹಾಗೆ ನೋಡ್ಕೊಳಿ. ಸಂಸಾರ ಅಂದ್ರೆ ಕೊಟ್ಟು ತಗೋಳೋ ಸ್ಥಿತಿ ಕಣೋ. ಇಲ್ಲಿ ಯಾರೂ ನನ್ನದೇ ಸರಿ ಅನ್ನೋ ಹಾಗಿಲ್ಲ. ಕೆಲವು ಸಾರಿ ಇಬ್ಬರೂ ಸರಿ, ಇನ್ನು ಕೆಲವು ಸಾರಿ ಇಬ್ಬರೂ ತಪ್ಪು. ಹೋಗು ಕರ್ಕೊಂಡ್ಬಾ" ಅಂದರು.

ಮುಂದಿನ ಒಂದು ತಿಂಗಳಿನಲ್ಲಿ ಸರಳಾ ಮತ್ತೆ ಮನೆಗೆ ಬಂದಳು. ಸರಳಾ ಪ್ರಯತ್ನದಿಂದಲೇ ನನಗೆ ಕೆಲಸ ಸಿಕ್ಕಿತು. ಅವಳ ಹಂಗು ನನಗೇಕೆ ಅಂತ ಶಿಶಿರ ಕೊಬ್ಬು ತೋರಿಸಲಿಲ್ಲ. ನನ್ನನ್ನು ವಿನಾಕಾರಣ ದೂರ ಮಾಡಿದರು ಅವರಿಗೆ ನಾನೇಕೆ ಸಹಾಯ ಮಾಡಲಿ ಅಂತ ಸರಳಾ ದುರಹಂಕಾರ ಪ್ರದರ್ಶಿಸಲಿಲ್ಲ. ಇಬ್ಬರೂ ತಮ್ಮ ತಮ್ಮ ತಪ್ಪುಗಳನ್ನು ಅರಿತುಕೊಂಡು ಮತ್ತೆ ಜೊತೆಯಾಗಿ ನಡೆಯೋ ಪ್ರಯತ್ನ ಮಾಡಿದರು. ಸದ್ಯ ಶಿಶಿರನ ಸಂಸಾರ ನೆಟ್ಟಗಾಯಿತು. ಇನ್ನು ಸಂಗೀತಳದು ಹೇಗೋ ಅಂತ ಚಿಂತಿಸಿದರು.

ಮನೇಲೇ ಇದ್ದ ಸಂಗೀತ ಎಲ್ಲ ಸಂಗತಿಗಳನ್ನೂ ಗಮನಿಸುತ್ತಿದ್ದಳು. ಒಂದು ದಿನ ಸರಳಾ ಸಂಗೀತಳೊಡನೆ ಮಾತಾಡುತ್ತಾ "ಮುಂದೆ ಏನು ಮಾಡಬೇಕು ಅಂದ್ಕೊಂಡಿದೀಯ" ಅಂತ ಕೇಳಿದಳು. ಸಂಗೀತ "ಒಬ್ಬ ಡೈವೋರ್ಸಿ ಸಿಕ್ಕಿದಾನೆ. ಅವನು ಮಲ್ಟಿ ನ್ಯಾಷನಲ್ ಕಂಪನೀಲಿ ಕೆಲಸದಲ್ಲಿದಾನೆ. ತಿಂಗಳಿಗೆ ಮೂರು ಲಕ್ಷ ಸಂಬಳ. ಆದರೆ ಅವನಿಗೆ ಇಬ್ಬರು ಮಕ್ಕಳು. ಮಕ್ಕಳನ್ನು ಬಿಟ್ಟು ಬರೋದಾದ್ರೆ ಬಾ ಅಂದಿದೀನಿ, ನೋಡಬೇಕು" ಅಂದಳು. ಸರಳಾ ನಕ್ಕಳು. ಸಂಗೀತಳ ಬೆನ್ನು ಮೇಲೆ ಕೈ ಹಾಕಿ "ಒಂದು ಸಾರಿ ಕ್ಷಮಿಸೋ ಗುಣಾನ ಹೊರಗೆ ತೆಗಿ, ಉಪಯೋಗ ಮಾಡು, ನಿನ್ನ ಗಂಡ ಧವನ್ ಕಡೆ ನೋಡು, ನನ್ನದೇ ತಪ್ಪು ಅಂತ ಎಲ್ಲಾನೂ ತಲೆ ಮೇಲೆ ಹಾಕಿಕೋ. ಈ ದಡ ಸರಿಯಿಲ್ಲ ಅಂತ ನಾವು ಆಚೆ ದಡ ನೋಡುವಾಗ ಆಚೆ ದಡ ಚನ್ನಾಗಿರುತ್ತೆ ಅಂತ ಏನು ಗ್ಯಾರಂಟಿ,

ನಾವು ರಿಸ್ಕ್ ತಗೋತೀವಲ್ವ. ಅಂಥಾ ರಿಸ್ಕನ್ನು ಈಚೆ ದಡಕ್ಕೇ ತಗೋಬಹುದಲ್ವ. ಈ ಪ್ರಪಂಚದಲ್ಲಿ ಯಾರೂ ಸಾಚಾಗಳಿಲ್ಲಿ, ಯಾರೂ ಕೆಟ್ಟವರಲ್ಲ. ಪರಿಸ್ಥಿತಿ ಹಾಗೆ ಮಾಡುತ್ತೆ. ನಾವು ನಡ್ಕೊಳೋ ಮುಂಚೆ ಒಂದು ಸಾರಿ ನಿಧಾನವಾಗಿ ಅವಲೋಕನ ಮಾಡಿದರೆ ಎಲ್ಲ ಅರ್ಥವಾಗುತ್ತೆ. ಕೊಟ್ಟು ತೆಗೆದುಕೊಳ್ಳೋ ಬದುಕಲ್ಲಿ ಸುಖದ ಛಾಯೆ ಇರೋದು ಕಣ್ಣಿಗೆ ಬೀಳುತ್ತೆ. ನನಗೂ ಹೀಗೇ ಅನಿಸಿದ್ದು. ಈಗ ಶಿಶಿರನಿಗೂ ಎಲ್ಲ ಅರ್ಥವಾಗುತ್ತಿದೆ" ಅಂದಳು.

ಸಂಗೀತ ಸರಳಳ ಬೆನ್ನು ತಟ್ಟಿ ಹೊರಟುಹೋದಳು. ಇದು ಬಹಳ ದಿವಸಗಳಿಂದ ಜಡ್ಡು ಹಿಡಿದಿರೋ ಗಾಡಿ. ಒಂದೇ ಸಾರಿಗೆ ರಿಪೇರಿ ಆಗೋದಿಲ್ಲ ಅಂದುಕೊಂಡಳು ಸರಳ.

ಒಂದೆರಡು ದಿನಗಳ ನಂತರ ಅಪರೂಪಕ್ಕೆಂಬಂತೆ ಎಲ್ಲರೂ ಒಟ್ಟಿಗೇ ತಿಂಡಿಗೆ ಕೂತಿದ್ದರು. ಜಯಣ್ಣ ಮತ್ತು ಸರೋಜಮ್ಮ ಇಬ್ಬರಿಗೂ ಕಣ್ಣು ತುಂಬಿಬಂದಿತ್ತು. "ಎಲ್ರೂ ಇದೀವಿ, ಧವನ್ ಒಬ್ಬ ಇದ್ದಿದ್ದರೆ ಅದರ ಮಜಾನೇ ಬೇರೆ ಇರೋದು" ಅಂದರು. ಸಂಗೀತ ಮಾತಾಡದೇ ಇಡ್ಲಿ ತಿನ್ನುತ್ತಿದ್ದಳು. ಎಡಗೈಯಲ್ಲಿ ಮೊಬೈಲ್ ಇತ್ತು. ಅದು ಸದ್ದು ಮಾಡಿದಾಗ ಕಿವಿಗಿಟ್ಟುಕೊಂಡೇ ಇಡ್ಲಿ ಮುರಿದಳು. ಇದ್ದಕ್ಕಿದ್ದಂತ ಹೌಹಾರಿ "ಹೌದಾ, ಯಾವಾಗ, ಎಲ್ಲಿ, ಹೇಗೆ, ನಾನು ಈಗಲೇ ಬಂದೆ" ಅಂದು ಎದ್ದು ವಾಷ್ ಬೇಸಿನ್‌ನಲ್ಲಿ ಕೈ ತೊಳಿದಳು. ಸರೋಜಮ್ಮ ಗಾಬರಿಯಿಂದ "ಯಾರದ್ದೇ ಫೋನು, ಏನಂತೆ" ಅಂದಾಗ ಸಂಗೀತ "ಧವನ್‌ಗೆ ಆಕ್ಸಿಡೆಂಟ್ ಆಗಿದೆಯಂತೆ ತುಂಬಾ ಸೀರಿಯಸ್ ಅಂತೆ, ಅತ್ತೆ ಫೋನ್ ಮಾಡಿದ್ರು ನಾನು ಆಸ್ಪತ್ರೆಗೆ ಹೋಗ್ತೀನಿ" ಅಂದಳು. ಸರಳ ಅವಳನ್ನು ನೋಡಿ "ನೀನು ಧವನ್ ನನಗೆ ಬೇಡ ಅಂದ್ಕೊಂಡು ಆರಾಮವಾಗಿದೀಯಲ್ಲ, ಇನ್ನು ಅವನಿಗೆ ಆಕ್ಸಿಡೆಂಟ್ ಆದರೆ ನಿನಗೇನು" ಅಂದಳು. ಅವಳ ಮಾತು ಕೇಳಿಸಿಕೊಳ್ಳದೇ ಸಂಗೀತ ಓಡಿದಳು.

ಒಂದು ಗಂಟೆಯಾದ ನಂತರ ಸರೋಜಮ್ಮನೇ ಸಂಗೀತಳ ಮೊಬೈಲ್‌ಗೆ ಫೋನ್ ಮಾಡಿ ವಿಚಾರ ತಿಳಿದುಕೊಂಡು ಆಸ್ಪತ್ರೆಗೆ ಹೋದರು. ಧವನ್‌ಗೆ ಕೈಗೆ ಕಾಲಿಗೆ ಪೆಟ್ಟು ಬಿದ್ದಿತ್ತು. ಹೆಚ್ಚಿಗೆ ಏನು ಅಪಾಯವಿರಲಿಲ್ಲ. ಎಲ್ಲರಿಗೂ ಅಚ್ಚರಿಯಾದ ಸಂಗತಿಯೆಂದರೆ ಸಂಗೀತ ಧವನ್ ತಲೆಯ ಬಳಿ ಕೂತು ಆರೈಕೆ ಮಾಡುತ್ತಿದ್ದುದು. ಒಂದು ವಾರದಲ್ಲಿ ಧವನ್ ಚೇತರಿಸಿಕೊಂಡ. ಅವನೊಂದಿಗೆ ಸಂಗೀತಳೂ ಅವನ ಮನೆಗೆ ಹೋದಳು.

ಇನ್ನೊಂದು ವಾರದಲ್ಲಿ ಬಂದು ತನ್ನ ವಸ್ತುಗಳನ್ನು ತಗೊಂಡು ಅಮ್ಮನ ಬಳಿ ಬಂದು "ಅಮ್ಮಾ ನಾನು ಧವನ್ ಮನೆಗೆ ಹೋಗ್ತಿದೀನಿ, ಇನ್ನು ಅಲ್ಲೇ ಇರ್ತೀನಿ, ಇಬ್ಬರೂ ಕೂತು ನಮ್ಮ ನಮ್ಮ ತಪ್ಪುಗಳನ್ನು ಅರ್ಥ ಮಾಡಿಕೊಂಡಿದೀವಿ. ಮುಂದೆ ಹೊಂದಿಕೊಂಡು ಹೋಗೋ ಪ್ರತಿಜ್ಞೆ ಮಾಡಿದೀವಿ. ನೀನೂ ಅಷ್ಟೆ,

ನಾನು ಮಾಡಿದ ತಪ್ಪನ್ನು ಕ್ಷಮಿಸಿಬಿಡು. ಇನ್ನು ಮೇಲೆ ನಿನಗೆ ಮನಸ್ಸಿಗೆ ನೋವಾಗುವ ಹಾಗೆ ನಡ್ಕೊಳ್ಳೋಲ್ಲ. ಮುಂದಿನ ವಾರ ಎಲ್ಲರೂ ನಮ್ಮ ಮನೆಗೆ ಬನ್ನಿ "ಅಂದಳು. ಸರೋಜಮ್ಮ ಮಗಳನ್ನು ತಬ್ಬಿ "ಈಗ ನೀನು ನನ್ನ ಮಗಳು, ತಾಯಿಯಾಗಿ ನಾನು ನಿನಗೊಂದು ಮಾತು ಹೇಳ್ತೀನಿ ಕೇಳು, ನಿನ್ನತ್ರ ಒಂದಿಷ್ಟು ದುಡ್ಡಿದ್ರೆ ಖರ್ಚು ಮಾಡುತ್ತಿದ್ದ ಹಾಗೆ ಅದು ಕರಗಿ ಹೋಗುತ್ತೆ, ಆದರೆ ನಿನ್ನತ್ರ ಒಂದಿಷ್ಟು ಒಳ್ಳೇ ಗುಣ ಇದ್ದರೆ ಅದು ಸದಾ ಕಾಲ ನಿನತ್ರ ಇದ್ರೆ ಅದು ಇನ್ನಷ್ಟು ಒಳ್ಳೆತನಗಳನ್ನು ಕಲಿಸುತ್ತಲೇ ಇದ್ದು ನಿನ್ನ ನಡಿಗೆಗೆ, ನುಡಿಗೆ ಒಂದು ದಾರಿ ತೋರ್ತಿರುತ್ತೆ. ಆದ್ದರಿಂದ ನೀನು ಹೆಚ್ಚು ಗಳಿಸಿಕೊಳ್ಳಬೇಕಾದದ್ದು ಒಳ್ಳೇತನಾನ. ದುಡ್ಡು ಇವತ್ತು ಬರುತ್ತೆ ಹೋಗುತ್ತೆ, ದುಡ್ಡಿಂದ ಸಿಗೋ ಮರ್ಯಾದೆ ಕ್ಷಣಿಕ, ಅದೇ ಒಳ್ಳೇತನದಿಂದ ಸಿಗೋ ಮರ್ಯಾದೆ ಶಾಶ್ವತ. ಹೋಗಿ ಬಾ ಒಳ್ಳೇದಾಗಲಿ, ಇನ್ನ್ಯಾವತ್ತೂ ನೀನೂ ಧವನ್ ಬೇರೆಬೇರೆಯಾಗೋ ವಿಚಾರ ಕನಸಿನಲ್ಲೂ ಯೋಚಿಸಬೇಡಿ" ಅಂದರು.

ತಂದೆ ತಾಯಿ ಅಣ್ಣ ಅತ್ತಿಗೆಗೆ ನಮಸ್ಕರಿಸಿ ಸಂಗೀತ ಟ್ಯಾಕ್ಸಿ ಏರಿದಳು. ಅಬ್ಬಾ ಬಿರುಕು ಬಿಟ್ಟಿದ್ದ ಮಗ ಮತ್ತು ಮಗಳ ಸಂಸಾರದ ದೋಣಿ ರಿಪೇರಿ ಆಯಿತು ಅನಿಸಿದ ಮೇಲೆ ಜಯಣ್ಣ ಅವರಿಗೆ ನೆಮ್ಮದಿಯಾಯಿತು.

"ಇವತ್ತು ಮನೆ ಟ್ಯಾಕ್ಸ್ ಕಟ್ಟೋಕೆ ಕಡೇ ದಿನ ಹೋಗಬೇಕು ಅಂತಿದ್ರಲ್ಲ, ಏನು ಮರೆತೇಬಿಟ್ರಾ" ಅಂತ ಸರೋಜಮ್ಮ ಬಂದು ಗಂಡನನ್ನು ಎಬ್ಬಿಸಿದರು. ಆರಾಮ ಕುರ್ಚಿಯಲ್ಲಿ ಕೂತು ನಿದ್ದೆಗೆ ಜಾರಿದ್ದ ಜಯಣ್ಣ ಹಗಲುಗನಸು ಕಂಡಿದ್ದರು. ಗಾಬರಿಯಿಂದಲೇ ಎದ್ದರು. "ಶಿಶಿರ ಎಲ್ಲಿ, ಸಂಗೀತ ಎಲ್ಲಿ" ಅಂದರು. ಸರೋಜಮ್ಮ "ಶಿಶಿರ ಅವನ ರೂಮಲ್ಲಿ ಕೂತು ಕಂಪ್ಯೂಟರ್ ಕುಟ್ತಾ ಇದಾನೆ, ಇನ್ನು ಸಂಗೀತ ಇಷ್ಟೊತ್ತಿಗೆ ಎಲ್ಲಿ ಬರ್ತಾಳೆ" ಅಂದರು. ಜಯಣ್ಣ ಕಣ್ಣುಜ್ಜಿಕೊಂಡರು. ಒಂದು ದೀರ್ಘಶ್ವಾಸ ಹೊರಬಂತು. ಹೆಂಡತಿಯನ್ನು ನೋಡಿ "ಎಂಥಾ ಕನಸೂ ಅಂತೀಯ" ಅಂದು ತಾವು ತಿಂಡಿ ತಿಂದು ಪೇಪರ್ ಹಿಡಿದು ಆರಾಮ ಕುರ್ಚಿಯಲ್ಲಿ ಕೂತು ನಿದ್ದೆಗೆ ಜಾರಿದ್ದಾಗ ಬಿದ್ದ ಕನಸಿನ ವಿವರ ತಿಳಿಸಿದರು.

ಸರೋಜಮ್ಮ "ಹೋದ ವಾರ ದೇವಸ್ಥಾನದಲ್ಲಿ ಸರಳ ಅಮ್ಮ ಸಿಕ್ಕಿದ್ದರು. ನಿಮ್ಮ ಮನೆಗೆ ನಮ್ಮ ಮಗಳನ್ನು ಕೊಟ್ಟಿದ್ದಕ್ಕೆ ಅವಳಿಗೆ ಸರಿಯಾದ ಮರ್ಯಾದೆ ಮಾಡಿ ಕಳಿಸಿದೀರ. ತಪ್ಪು ನನ್ನ ಮಗಳು ಮಾತ್ರ ಮಾಡ್ತಾಳಾ, ಗಂಡ ಹೆಂಡ್ತಿ ಅಂದ್ಮೇಲೆ ಹೊಂದ್ಕೊಂಡು ಹೋಗಬೇಕು, ನಿಮ್ಮ ಮಗನಿಗೆ ತಾಳ್ಮೆ ಇಲ್ಲ ನನ್ನ ಮಗಳಿಗೆ ಮನಸ್ಸು ಮುರಿದು ಹೋಗಿದೆ. ಎಲ್ಲಾ ಅವಳ ಹಣೆಬರಹ ಅಂದು ಹೋದರು. ಏನು ಮಾಡೋದು ಸುಮ್ಮನೇ ಅನಿಸಿಕೊಂಡು ಬಂದೆ. ನೋಡಿ ಮಕ್ಕಳ ವಿಚಾರದಲ್ಲಿ ನಾವು ಇನ್ನು ಚಿಂತೆ ಮಾಡಿ ನಮ್ಮ ಆರೋಗ್ಯ

ಕೆಡಿಸಿಕೊಳ್ಳೋದು ಬೇಡ. ಅವರವರ ಬದುಕನ್ನು ಅವರವರೇ ಆಯ್ಕೆ ಮಾಡಿಕೊಳ್ಳಲಿ. ಅವರು ಹೇಗಿದ್ದರೂ ಸರಿ ಅಂತ ಅಂದುಕೊಂಡುಬಿಡೋಣ. ಏಳಿ ಹೊರಗೆ ಹೋಗಿ ಬನ್ನಿ ಮನಸ್ಸಿಗೆ ತುಸು ಆರಾಮ ಸಿಗುತ್ತೆ" ಅಂದು ಗಂಡನನ್ನು ಕಳಿಸಿಕೊಟ್ಟರು.

ಮರುವಾರ ಜಯಣ್ಣ ಸಂಜೆಯ ವಾಕಿಂಗ್ ಮುಗಿಸಿ ಮನೆಗೆ ಬಂದು ಆತುರಾತುರವಾಗಿ ಹೆಂಡ್ತಿನ "ಸರೋಜ, ನಮ್ಮ ಶಿಶಿರ ಇನ್ನೊಂದು ಹುಡುಗಿಯೊಂದಿಗೆ ಓಡಾಡ್ತಾ ಇದಾನಂತೆ ಕಣೆ. ಅವಳತ್ರ ಕಾರಿದೆಯಂತೆ, ನೋಡೋಕೆ ತುಂಬಾ ಚನ್ನಾಗಿದಾಳಂತೆ" ಅಂದರು. ಸರೋಜಮ್ಮ ಸಂತೋಷ ಅಂದರು. ಇನ್ನೇನೂ ಮಾತಾಡಬೇಕು ಅಂತ ಅವರಿಗೆ ಅನಿಸಲಿಲ್ಲ. ಇವರಿಬ್ಬರ ಕುತೂಹಲಕ್ಕೆ ತೆರೆ ಎಳೆದಂತೆ ಒಂದು ಸಂಜೆ ಶಿಶಿರ ಆ ಹುಡುಗಿಯನ್ನು ಮನೆಗೇ ಕರೆದುಕೊಂಡು ಬಂದ. ಅಪ್ಪ ಅಮ್ಮನ ಮುಂದೆ ನಿಲ್ಲಿಸಿ "ಇವಳು ರೀಟಾ, ರೀಟಾ ಚೌಧುರಿ, ಬೆಂಗಾಲಿ, ಇಲ್ಲೇ ಬೆಂಗಳೂರಲ್ಲಿ ಕೆಲಸದಲ್ಲಿದಾಳೆ." ಅಂದ. ರೀಟಾ ಇಬ್ಬರತ್ತಲೂ ನೋಡಿ "ಹಲೋ ಹೌ ಆರ್ ಯು" ಅಂದಳು. ಶಿಶಿರ ಅವಳನ್ನು ಕರೆದುಕೊಂಡು ಮಹಡಿಯ ತನ್ನ ಕೋಣೆಗೆ ಹೋದ. ಜಯಣ್ಣ ಸರೋಜಮ್ಮ ಪರಸ್ಪರ ಮುಖ ನೋಡಿಕೊಂಡರು. ಸ್ವಲ್ಪ ಹೊತ್ತಿಗೆ ಶಿಶಿರ ಕೆಳಗೆ ಬಂದು "ಎರಡು ತಟ್ಟೇಲಿ ಊಟ ಹಾಕಿ ಕೊಡು ಅಂದ. "ಯಾಕೋ ಅವಳನ್ನು ಇಲ್ಲೇ ಕರಿ, ನಮ್ಮ ಜೊತೇಲೇ ಊಟ ಮಾಡಲಿ" ಅಂದರು ಸರೋಜಮ್ಮ. ಆದರೂ ಶಿಶಿರ ಊಟ ತಗೊಂಡು ಮಹಡಿಗೆ ಹೋದ. ರಾತ್ರಿ ಹನ್ನೊಂದಾದರೂ ರೀಟಾ ಮನೆಗೆ ಹೋಗೋ ಸೂಚನೆ ಕಾಣಲಿಲ್ಲ. ಸರೋಜಮ್ಮ ಮಗನನ್ನು ಕೂಗಿದರು. ಶಿಶಿರ ಅಲ್ಲಿಂದನೇ ಏನಮ್ಮಾ ಅಂದ. "ರಾತ್ರಿ ಹನ್ನೊಂದಾಗ್ತಾ ಬಂತು ಅವಳನ್ನು ಮನೆಗೆ ಬಿಟ್ಟು ಬಾರೋ" ಅಂದರು. ಅದಕ್ಕೆ ಶಿಶಿರ "ಅವಳು ಇಲ್ಲೇ ಇರ್ತಾಳಮ್ಮಾ" ಅಂದು ಬಾಗಿಲು ಹಾಕಿಕೊಂಡ.

ಬೆಳಗ್ಗೆ ಮಗನನ ಜೊತೆ ರೀಟಾ ಎದ್ದು ಕೆಳಗೆ ಬಂದಳು. "ಅಮ್ಮಾ ನಾನು ಇನ್ಮೇಲೆ ಇಲ್ಲೇ ಇರ್ತೀನಿ. ನನ್ನದೂ ಶಿಶಿರನದೂ ಲಿವಿಂಗ್ ಇನ್ ರಿಲೇಷನ್‌ಷಿಪ್. ಒಂದೆರಡು ವರ್ಷ ಗಂಡ ಹೆಂಡ್ತಿ ತರನೇ ಇರ್ತೀವಿ. ಹೊಂದಾಣಿಕೆ ಆದರೆ ಮದುವೆ ಮಾಡ್ಕೊತೀವಿ" ಅಂದಳು. ಜಯಣ್ಣ ಕೆಳಕ್ಕೆ ಕುಸಿದರು. ಸರೋಜಮ್ಮ ಏನೋ ಹೇಳೋಕೆ ಹೋದಾಗ ಶಿಶಿರ "ನೀನೇನೂ ಹೇಳಬೇಡಮ್ಮ, ನಿನ್ನ ಕಾಲ ಮುಗೀತು ಈಗ ನಮ್ಮ ಕಾಲ" ಅಂದ. ಅವರಿಬ್ಬರೂ ಮತ್ತೆ ಮಹಡಿಗೆ ಹೋದರು.

ಈ ಹುಡುಗರಿಗೆ ಏನು ಹೇಳಲಿ, ಒಂದು ಹುಡುಗೀನ ಕರ್ಕೊಂಡು ಬಂದು ಇಟ್ಕೊಂಡು ಅವಳಿಗೆ ನಾನು, ನನಗೆ ಅವಳು ಸರಿಹೊಂದಿದರೆ ಮದುವೆಯಾಗೋದು ಎನ್ನೋ ಭಾವನೆ ಎಷ್ಟು ಸರಿ. ಅಪ್ಪ ಅಮ್ಮ, ನೆಂಟರಿಷ್ಟರು

ಎಲ್ಲ ಒಪ್ಪಿ ಮದುವೆಯಾದ ಹೆಣ್ಣನ್ನು ಮನೆಗೆ ಕರ್ಕೊಂಡು ಬಂದು ಅವಳು ನಮಗೆ, ನಾವು ಅವಳಿಗೆ ಹೊಂದಿಕೊಂಡು ಹೋಗೋದು ಸರಿಯಾದ ಬದುಕು. ನಾವೆಲ್ಲ ಬಟ್ಟೆ ತಗೊಂಡು ನಮ್ಮ ಅಳತೆಗೆ ಹೊಲಿಸಿಕೊಳ್ಳುತ್ತಿದ್ದೆವು. ಈಗ ಹೊಲಿದ ಬಟ್ಟೆ ತಂದು ಅದಕ್ಕೆ ನಮ್ಮ ಶರೀರವೇ ಹೊಂದಿಕೊಳ್ಳುವಂತೆ ಬದುಕುತ್ತಿದ್ದಾರೆ. ಇವುಗಳನ್ನೆಲ್ಲ ನೋಡಿಕೊಂಡು ಬದುಕಬೇಕೇ ಅನಿಸಿತು.

ಎರಡು ದಿನ ಬಿಟ್ಟು ಇನ್ನೊಂದು ಆಘಾತ ಕಾದಿತ್ತು. ಜಯಣ್ಣ ಪೇಪರ್ ಓದುತ್ತಿದ್ದಾಗ ಫೋನ್ ಬಂತು. ಡಾ. ಸುಧಾಕರ್ ಮಾತಾಡ್ತಾ ಇದ್ರು. "ನಾನು ಈಗ ತಾನೇ ರಿಲೆಯಬಲ್ ನರ್ಸಿಂಗ್ ಹೋಂನಿಂದ ಬಂದೆ. ಅಲ್ಲಿ ನಿಮ್ಮ ಮಗಳನ್ನು ನೋಡಿದೆ. ಡಾ. ವನಜ ನನ್ನ ಜೊತೆ ಓದಿದವರು. ನಿಮ್ಮ ಮಗಳು ಅವಳ ಬೇಡದ ಗರ್ಭ ತೆಗೆಸಿಕೊಳ್ಳೋಕೆ ಅವರ ಬಳಿ ಹೋಗಿದ್ದಳು. ಈ ವಿಚಾರ ನಿಮಗೆ ತಿಳಿದಿರಲಾರದು ಅಂತ ಫೋನ್ ಮಾಡ್ದೆ. ಏನು ಸಮಾಚಾರ" ಅಂತ ಕೇಳಿದರು. ಪಾಪ ಜಯಣ್ಣ ಏನು ತಾನೇ ಹೇಳುತ್ತಾರೆ. "ನಾನು ವಿಚಾರಿಸ್ತೀನಿ ಡಾಕ್ಟರ್, ನಿಮ್ಮ ಫೋನ್ ಕರೆಗೆ ಥ್ಯಾಂಕ್ಸ್" ಅಂದು ಹೆಂಡ್ತಿನ ಕರೆದು ವಿಚಾರ ತಿಳಿಸಿದರು.

ಸರೋಜಮ್ಮ "ನಡೀರಿ ಈಗಲೇ ನರ್ಸಿಂಗ್ ಹೋಂಗೆ ಹೋಗೋಣ. ಸಂಗೀತ ಹೇಗಿದಾಳೋ ಏನೋ, ಏನು ಸಮಾಚಾರ ಅಂತ ವಿಚಾರಿಸೋಣ" ಅಂದರು. ಜಯಣ್ಣ "ಬೇಡ ಅವಳಿಗೆ ನಾವು ಬೇಡ, ನಮಗೆ ವಿಷಯ ತಿಳಿಯುವುದೂ ಬೇಡ. ಏನು ಬೇಕಾದರೂ ಮಾಡ್ಕೊಳ್ಲಿ ಬಿಡು" ಅಂದು ಉಕ್ಕಿ ಬಂದ ಕಣ್ಣೀರನ್ನು ಒರೆಸಿಕೊಂಡರು. ಶಿಶಿರ ಮತ್ತು ಸಂಗೀತ ಇಬ್ಬರೂ ಚಿಕ್ಕ ಮಕ್ಕಳಾಗಿದ್ದಾಗಿನ ದಿನಗಳು ಅವರಿಗೆ ನೆನಪಾಯಿತು. ಸಂಗೀತ ತಂದೆಗೆ "ನೀನು ದೊಡ್ಡೋನಾಗು, ರಿಟೈರ್ ಆಗ್ತೀಯಲ್ಲ ನನ್ನ ಎರಡು ಮಕ್ಕಳನ್ನು ನಿನ್ನ ಬಳಿ ಬಿಡ್ತೀನಿ ನೀನೇ ಅವರನ್ನು ಸುಧಾರಿಸಬೇಕು. ಮಕ್ಕಳಿಗೆ ಹೇಳ್ತೀನಿ ಈ ತಾತನನ್ನು ಚನ್ನಾಗಿ ಗೋಳು ಹುಯ್ಕೊಳ್ಳಿ" ಅಂತ ಅಂದು ನಕ್ಕಿದ್ದಳು. ಸಂಗೀತ ಗಂಡನನ್ನು ಬಿಟ್ಟು ಬಹಳ ತಿಂಗಳುಗಳೇ ಆದವು. ಆದರೆ ಇದು ಯಾರ ಪಿಂಡವೋ, ಯಾಕೆ ತೆಗೆಸಿಕೊಂಡ್ಳೋ ಅಂತ ನೊಂದುಕೊಂಡರು. ಸರೋಜಮ್ಮನಿಗಂತೂ ಭೂಮಿ ಬಾಯಿ ತೆರೆದು ಇಬ್ಬರನ್ನೂ ನುಂಗಿಬಿಡಬಾರದೇ ಎನಿಸಿತ್ತು.

ರಾತ್ರಿ ಹನ್ನೊಂದರ ಹೊತ್ತಿಗೆ ಮನೆ ಮುಂದೆ ಟ್ಯಾಕ್ಸಿ ಶಬ್ದ. ಬಾಗಿಲು ತೆಗೆದರು. ಸಂಗೀತ ಸೀದಾ ಮಹಡಿ ಹತ್ತಿ ಅವಳ ಕೋಣೆ ಕಡೆ ಹೊರಟಾಗ ಸರೋಜಮ್ಮ "ಸಂಗೀತ ಒಂದು ನಿಮಿಷ ನಿಂತ್ಕೊ" ಅಂದಾಗ "ಅಮ್ಮಾ ನನಗೆ ಸುಸ್ತಾಗಿದೆ ಮಲ್ಕೊಬೇಕು ಬೆಳಗ್ಗೆ ಏನಿದ್ರೂ ಮಾತಾಡೋಣ" ಅಂದಳು.

ಬೆಳಗ್ಗೆ ಸಂಗೀತ ಎದ್ದಾಗ ಎಂಟು ಗಂಟೆಯಾಗಿತ್ತು. ಸರೋಜಮ್ಮನೇ ಅವಳ ಕೋಣೆಗೆ ಕಾಫಿ ತಗೊಂಡು ಹೋದರು. "ನೀನ್ಯಾಕಮ್ಮಾ ಇಲ್ಲಿಗೆ ಬಂದೆ ನಾನೇ

ಬರ್ತಿದ್ದೆ" ಅಂದು ಸ್ವಲ್ಪನೇ ಬಾಗಿಲು ತೆಗೆದು ಕಾಫಿ ಇಸ್ಕೊಂಡು ಮತ್ತೆ ಬಾಗಿಲು ಹಾಕಿಕೊಂಡಳು. ಅವಳು ಕೆಳಗಿಳಿದು ಬಂದಾಗ ಹನ್ನೊಂದು ಗಂಟೆಯಾಗಿತ್ತು.

"ಮನೆಗೆ ಯಾರೋ ಹುಡುಗಿ ಬಂದಿದಾಳಾ? ಶಿಶಿರನ ಕೋಣೆ ಹೊರಗೆ ಒಂದೆರಡು ಜೊತೆ ಚಪ್ಪಲಿ ನೋಡ್ದೆ" ಅಂದಳು. ಸರೋಜಮ್ಮ ಮನಸ್ಸಿಗೆ ಮುಜುಗರವಾದ ಸಂಗತಿಯನ್ನು ಮಗಳಿಗೆ ಹೇಳಿದಳು. ಅದಕ್ಕೆ ಸಂಗೀತ "ಅದೆಲ್ಲ ಭೋಗಸ್ಸು, ಈ ಗಂಡಸರು ಇದಾರಲ್ಲ ಅವರನ್ನು ಮದುವೆಗೆ ಮೊದಲೂ ನಂಬಬಾರದು, ಮದುವೆ ಆದ ಮೇಲೂ ನಂಬಬಾರದು" ಅಂದಳು. "ಯಾಕಮ್ಮಾ ನಾನು ಈಗ ನಿಮ್ಮ ತಂದೇನ ನಂಬಿ ಸುಖವಾಗಿ ಬದುಕಿಲ್ವೇ, ನಿನ್ನ ಅಣ್ಣನ ಮೇಲು ನಿನಗೆ ಅನುಮಾನಾನಾ" ಅಂತ ಮಗಳನ್ನು ಕೇಳಿದರು. ಸಂಗೀತ ಬೇರೆ ವಿಚಾರವನ್ನೇ ಮಾತಾಡ್ತಿದ್ಲೇ ಹೊರತು ತನ್ನ ವಿಚಾರ ತಿಳಿಸ್ತಾ ಇರಲಿಲ್ಲ.

"ಏನೇ ಇದು" ಅಂತ ಸರೋಜಮ್ಮನೇ ಹಿಂದಿನ ದಿನ ಕೇಳಿದ ಸಮಾಚಾರವನ್ನು ಪ್ರಶ್ನಿಸಿದಾಗ ಸಂಗೀತ ಅದೊಂದು ಸಾಮಾನ್ಯ ಸಂಗತಿ ಅನ್ನುವಂತೆ, "ಹೌದಮ್ಮಾ, ಪ್ರಭುಸ್ವಾಮಿ ಅಂತ ಪರಿಚಯವಾಗಿದ್ದರು. ಒಳ್ಳೆ ಜಂಟಲ್‌ಮನ್ ತರಹ ಇದ್ರು. ಜೊತೇಲಿ ಊಟ ಮಾಡಿದೆವು, ಸಿನಿಮಾ ನೋಡಿದೆವು, ಒಂದು ದಿನ ಹೋಟೆಲಿನಲ್ಲಿ ಏಕಾಂತದಲ್ಲಿ ರಾತ್ರಿ ಕಳೆದರೂ ಅವರು ಅತಿಕ್ರಮಿಸಲಿಲ್ಲ. ಅವರ ಮೇಲೆ ನನಗೆ ತುಂಬಾ ನಂಬಿಕೆ ಬಂತು. ಇನ್ನೊಂದು ದಿನ ನಾನೇ ಸ್ವಲ್ಪ ಸಲಿಗೆ ಕೊಟ್ಟೆ ಅಂತ ಕಾಣುತ್ತೆ. ಈ ಸಲಿಗೆ ಪದೇ ಪದೇ ಮುಂದುವರೀತು. ಒಂದೂವರೆ ತಿಂಗಳಾದ ಮೇಲೆ ನಾವು ಮದುವೆಯಾಗಿಬಿಡೋಣ, ನಿಮ್ಮ ಮಗು ನನ್ನ ಹೊಟ್ಟೇಲಿ ಬೆಳೀತಿದೆ ಅಂದೆ. ಅವರು ನಂಬಲಿಲ್ಲ. ನನ್ನನ್ನೇ ಅನುಮಾನಿಸಿದರು. ಇಬ್ಬರಿಗೂ ಜಗಳವಾಯಿತು. ಸರಿ, ಒಂದೆರಡು ದಿನ, ವಾರ ಹೋದ ಮೇಲೆ ಸರಿಹೋಗುತ್ತಾರೆ ಅಂದುಕೊಂಡೆ. ಆದರೆ ಆ ಮನುಷ್ಯ ನನ್ನಿಂದ ದೂರವೇ ಇದ್ದ, ನನ್ನನ್ನು ತಿರಸ್ಕಾರದಿಂದ ನೋಡ್ತಿದ್ದ. ಹೋಗೋಲೇ ನೀನೂ ಬೇಡ ನಿನ್ನ ಪಿಂಡಾನೂ ಬೇಡ ಅಂತ ನೆನ್ನೆ ತೆಗೆಸಿಕೊಂಡು ಬಂದೆ. ಇನ್ನು ಅವನ ಕಡೆ ತಿರುಗಿಯೂ ನೋಡೋದಿಲ್ಲ" ಅಂದಳು. ಸರೋಜಮ್ಮ ಬಿಕ್ಕಿ ಬಿಕ್ಕಿ ಅಳುತ್ತಿದ್ದರೆ ಸಂಗೀತಳಿಗೆ ಏನೂ ಅನಿಸಲಿಲ್ಲ.

ಈ ಹುಡುಗರಿಗೆ ಏನಾಗಿದೆ, ನಾವು ಇವರನ್ನು ಬೆಳೆಸಿದ ರೀತಿಯೇ ಸರಿಯಿಲ್ವೇ, ಓದಿಸಿದ್ದೇ ತಪ್ಪೇ, ಕೇಳಿದ್ದು ಕೊಡಿಸಿದ್ದೇ ತಪ್ಪೇ, ಇದರಲ್ಲಿ ನಮ್ಮ ತಪ್ಪೇನು ಅನ್ನೋದೇ ಅರ್ಥವಾಗುತ್ತಿಲ್ಲವಲ್ಲ ಅಂತ ಪೇಚಾಡಿಕೊಂಡರು. ಮುಂದಿನ ದಿನಗಳ ಬಗೆಗೆ ಆತಂಕವಾಯಿತು. ಸರೋಜಮ್ಮ ಜಯಣ್ಣ ಇಬ್ಬರೂ ಮಂಕು ಹಿಡಿದಂತೆ ಕೂತಿದ್ದರು. ಒಂದು ವಾರ ಆದ ಮೇಲೆ ಜಯಣ್ಣ ಕೊಡವಿಕೊಂಡು ಮೇಲೆದ್ದು ಒಂದು ರಾತ್ರಿ ಮಕ್ಕಳಿಬ್ಬರನ್ನೂ ಕರೆದರು. "ಶಿಶಿರ,

ಸಂಗೀತ ಸರಿಯಾಗಿ ಕೇಳಿಸ್ಕೊಳ್ಳಿ, ನಾನೂ ನಿಮ್ಮಮ್ಮ ಇಬ್ಬರೂ ಪ್ರಬುದ್ಧಾಲಯಕ್ಕೆ ಹೋಗ್ತಿದೀವಿ. ಅಲ್ಲೇ ಇರ್ತೀವಿ. ಈ ಮನೆ ಕೆಳಗಿನ ಭಾಗವನ್ನು ಸಂಗೀತಳಿಗೆ ಬರೆದಿದೀನಿ, ಮೊದಲ ಮಹಡಿ ಶಿಶಿರನಿಗೆ ಬರೆದಿದೀನಿ. ಇಲ್ಲಿ ನೀವು ಹೇಗೆ ಬೇಕಾದರೂ ಇರಬಹುದು. ಬೇಡ ಅಂದರೆ ಈ ಮನೇನ ಮಾರಿ ಇಬ್ಬರೂ ದುಡ್ಡು ತಗೊಂಡು ಎಲ್ಲಿ ಬೇಕಾದರೂ ಇರಿ. ನಮಗೆ ನಿಮ್ಮ ರೀತಿನೀತಿಗಳನ್ನು ನೋಡಿ ಸಾಕಾಗಿದೆ. ಇಲ್ಲೇ ಇದ್ರೆ ಯಾವತ್ತೋ ಒಂದು ದಿನ ಎದೆ ಒಡೆದು ಸತ್ತುಹೋಗ್ತೀವಿ ಅಷ್ಟೆ. ಇನ್ನುಳಿದ ಕೆಲವು ವರ್ಷಗಳನ್ನಾದರೂ ನೆಮ್ಮದಿಯಿಂದ ಕಳೆಯೋಣ ಅಂತ ಹೊರಟಿದೀವಿ" ಅಂದು ಶಿಶಿರನ ಕೈಗೆ ಒಂದು ಲಕೋಟೆ ಕೊಟ್ಟರು.

ಸಂಗೀತ ಮಾತಾಡಲು ಬಂದಾಗ ಸರೋಜಮ್ಮ ಅದರ ಅವಶ್ಯಕತೆಯಿಲ್ಲ ಎನ್ನುವಂತೆ ಕೈ ತೋರಿದರು. ರೀಟಾ ಮಾತಾಡುವುದನ್ನು ಶಿಶಿರ ತಡೆದ. ಜಯಣ್ಣ ಇನ್ನು ಮಕ್ಕಳು ಏನಾದರೂ ಮಾಡ್ಕೊಳ್ಳಿ ಅಂತ ಹೊರಗೆ ಬಂದಾಗ ಟ್ಯಾಕ್ಸಿ ಬಂತು. ಎರಡು ಲಗೇಜು ಟ್ಯಾಕ್ಸಿಲಿ ಹಾಕಿಕೊಂಡು ನೆಮ್ಮದಿ ಪ್ರಬುದ್ಧಾಲಯಕ್ಕೆ ಹೋಗೋಣ ನಡಿಯಪ್ಪ ಅಂದು ಹಿಂದಿನ ಸೀಟಿನಲ್ಲಿ ಹೆಂಡತಿಯನ್ನು ಹತ್ತಿಸಿಕೊಂಡು ತಾವೂ ಕೂತು ಕಣ್ಣು ಮುಚ್ಚಿದರು.

ಸರೋಜಮ್ಮನ ಕಣ್ಣಲ್ಲಿ ನೀರು ಉಕ್ಕಿಬರುತ್ತಿತ್ತು. ಎಲ್ಲೋ ಹುಟ್ತೀವಿ, ಎಲ್ಲೋ ಬೆಳೀತೀವಿ, ಇನ್ನು ಯಾರೊಂದಿಗೋ ಕೈ ಜೋಡಿಸಿ ಬದುಕ್ತೀವಿ, ನಮ್ಮ ಮಕ್ಕಳು ನಮ್ಮ ಆಸ್ತಿ ಅಂತ ಅಕ್ಕರೆಯಿಂದ ಬೆಳೆಸ್ತೀವಿ, ನಾವು ನಿರೀಕ್ಷಿಸದೇ ಇರುವಂಥ ಸಂಗತಿಗಳು ನಡೆಯುತ್ತವೆ. ಅವುಗಳನ್ನೆಲ್ಲ ನೋಡಿಕೊಂಡು ಬದುಕ್ತೀವಿ. ಇದಕ್ಕೆ ಕೊನೆ ಎಂದು, ಮುಕ್ತಿ ಎಂದು ಅಂತ ಅವರ ಮನ ಪ್ರಶ್ನಿಸುತ್ತಿತ್ತು. ಸಮಾಧಾನ ಮಾಡ್ಕೋ, ನನಗೂ ಸಮಾಧಾನ ಮಾಡು ಎನ್ನುವಂತೆ ಜಯಣ್ಣ ತಮ್ಮ ಕೈಯನ್ನು ಹೆಂಡತಿಯ ಕೈ ಮೇಲಿಟ್ಟು ಮೃದುವಾಗಿ ಅದುಮಿದರು.

ಕಳೆದು ಹೋದ ಆ ದಿನಗಳು

ಒಂದು ದಿನ ಮಧ್ಯಾಹ್ನ ಗೃಹಿಣಿಯೊಬ್ಬಳು ಮನೆಯಿಂದ ಹೊರಗೆ ಬಂದಾಗ ಎದುರುಗಡೆ ಮೂವರು ಗಡ್ಡ ಬಿಟ್ಟಿದ್ದ ಸನ್ಯಾಸಿಗಳಂತಿದ್ದ ಮೂವರು ಕೂತಿದ್ದರು. ಅವರು ಯಾರೆಂದು ಗೃಹಿಣಿಗೆ ತಿಳಿಯಲಿಲ್ಲ. ಆದರೂ ಅವಳು, ನೀವುಗಳು ಯಾರೆಂದು ನನಗೆ ಗೊತ್ತಿಲ್ಲ, ನನ್ನ ಪರಿಚಯವೂ ತಮಗಿಲ್ಲ ಎಂದು ಕಾಣುತ್ತೆ. ಆದರೂ ನಿಮ್ಮನ್ನು ನೋಡಿದರೆ ಹಸಿದಿರುವವರಂತೆ ಕಾಣುತ್ತಿದ್ದೀರಿ. ಒಳಗೆ ಬನ್ನಿ ನನ್ನ ಅಲ್ಪ ಆತಿಥ್ಯವನ್ನು ಸ್ವೀಕರಿಸಿ ಎಂದಳು. ಆಗ ಆ ಮೂವರಲ್ಲೊಬ್ಬ ನಿಮ್ಮ ಯಜಮಾನರು ಮನೆಯೊಳಗಿದ್ದಾರೆಯೇ ಅಂತ ಕೇಳಿದರು. ಇಲ್ಲ, ಅವರು ಹೊರಗಡೆ ಹೋಗಿದಾರೆ, ಇನ್ನೇನು ಬರೋ ಹೊತ್ತು ಅಂದಳು ಗೃಹಿಣಿ. ಹಾಗಿದ್ದರೆ ನಾವು ಒಳಗೆ ಬರುವುದಿಲ್ಲ ಅಂದರು. ಗೃಹಿಣಿ ಎಷ್ಟು ಕೇಳಿಕೊಂಡರೂ ಅವರು ಬರಲಿಲ್ಲ. ಗೃಹಿಣಿ ಅವರುಗಳ ಕಡೆ ಬೇಜಾರಿನಿಂದ ನೋಡಿ ಇನ್ನೇನೂ ಮಾತಾಡದೇ ಒಳಗೆ ಹೋದಳು.

ಸಂಜೆ ಗಂಡ ಮನೆಗೆ ಬಂದ ಮೇಲೆ ಬೆಳಗ್ಗೆ ನಡೆದ ಸಂಗತಿಯನ್ನು ತಿಳಿಸಿದಳು. ಆಗ ಅವಳ ಗಂಡ ಹೋಗಿ ನೋಡು ಅವರುಗಳು ಇನ್ನೂ ಅಲ್ಲೇ ಇದ್ದರೆ ನಾನು ಮನೆಗೆ ಬಂದಿದೀನಿ ಅಂತ ಹೇಳಿ ಅವರನ್ನು ಆಹ್ವಾನಿಸು ಅಂದ

ಗೃಹಿಣಿ ಹೋಗಿ ನೋಡಿದರೆ ಅಚ್ಚರಿಯಂತೆ ಆ ಮೂವರೂ ಇನ್ನೂ ಅಲ್ಲೇ ಇದ್ದರು. ಗೃಹಿಣಿ ಅವರುಗಳನ್ನು ಮತ್ತೆ ಆಹ್ವಾನಿಸಿದಳು. ಆಗ ಅವರಲ್ಲೊಬ್ಬ ನಾವು ಸಾಮಾನ್ಯವಾಗಿ ಮೂವರೂ ಒಟ್ಟಿಗೇ ಯಾರ ಮನೆಯೊಳಗೂ ಹೋಗೋದಿಲ್ಲ, ಯಾರಾದರೊಬ್ಬರು ಮಾತ್ರ ಹೋಗೋದು ಅಂದ. ಅಚ್ಚರಿಯಿಂದ ಗೃಹಿಣಿ ಅದೇಕೆ ಅಂತ ಕೇಳಿದಳು. ಆಗ ಅವನು ಹೇಳಿದ. ನನ್ನ ಹೆಸರು ಶ್ರೀಮಂತಿಕೆ, ಅಲ್ಲಿ ಇರುವವನ ಹೆಸರು ಯಶಸ್ಸು, ಇಗೋ ಇಲ್ಲಿ ಕೂತಿದಾನಲ್ಲ ಇವನ ಹೆಸರು ಪ್ರೀತಿ. ಈಗ ನೀನು ಮನೆಗೆ ಹಿಂದಿರುಗಿ ಹೋಗಿ ನಿನ್ನ ಗಂಡನನ್ನು ಕೇಳು ನಮ್ಮಲ್ಲಿ ಯಾರು ಒಳಗೆ ಬರಬಹುದು ಅಂತ ಅಂದ

ಗೃಹಿಣಿ ಮತ್ತೆ ಒಳಗೆ ಹೋಗಿ ಈ ವಿಷಯವನ್ನು ಗಂಡನಿಗೆ ತಿಳಿಸಿದಳು. ಆಗ ಗಂಡ ಖುಷಿಯಿಂದ ಹೌದಾ, ಹಾಗಾದರೆ ನಾವು ಶ್ರೀಮಂತಿಕೆಯನ್ನೇ ಆಹ್ವಾನಿಸೋಣ. ಅವನು ಬಂದು ನಮ್ಮ ಮನೆಯನ್ನು ಶ್ರೀಮಂತಿಕೆಯಿಂದ ತುಂಬಿ ತುಳುಕುವಂತೆ ಮಾಡಲಿ ಅಂದ. ಆದರೆ ಗಂಡನ ಮಾತು ಗೃಹಿಣಿಗೆ ವೇದ್ಯವಾಗಲಿಲ್ಲ. ಏನ್ರೀ ಶ್ರೀಮಂತಿಕೆಗಿಂತ ನಾವು ಯಶಸ್ಸನ್ನು ಆಹ್ವಾನಿಸಿದರೆ

ಹೇಗೆ. ಯಶಸ್ಸು ಇದ್ದರೆ ಶ್ರೀಮಂತಿಕೆ ತಾನೇ ತಾನಾಗಿ ಬರುತ್ತದೆ ಅಂದಳು.

ಈಗ ಸೊಸೆಯ ಸರದಿ. ಅತ್ತೆ ಮಾವ ಮಾತಾಡುವುದನ್ನು ಕೇಳಿಸಿಕೊಂಡ ಅವಳು ಅಲ್ಲಿಗೆ ಬಂದು ನೋಡಿ ನಮಗೆ ಶ್ರೀಮಂತಿಕೆಯೂ ಬೇಡ, ಯಶಸ್ಸೂ ಬೇಡ ನಾವು ಪ್ರೀತಿಯನ್ನು ಆಹ್ವಾನಿಸೋಣ. ಪ್ರೀತಿ ಇದ್ದರೆ ಎಲ್ಲ ಇದ್ದಂತೆ, ಮತ್ತು ಎಲ್ಲವೂ ಪ್ರೀತಿಯ ಹಿಂದೆ ಬಂದೇ ಬರುತ್ತವೆ, ಅದರಿಂದ ಪ್ರೀತಿ ಬಂದು ನಮ್ಮ ಮನೆಯನ್ನು ಆವರಿಸಲಿ ಎಂದಳು.

ಅತ್ತೆ ಮಾವನಿಗೆ ಸೊಸೆಯ ಮಾತು ಹಿಡಿಸಿತು. ಆಗ ಗಂಡ ಹೆಂಡತಿಗೆ ಹೇಳಿದ. ಈಗ ಹೋಗು ಪ್ರೀತಿಯನ್ನು ಒಳಗೆ ಬರೋಕೆ ಹೇಳು

ಗೃಹಿಣಿ ಹೊರಗೆ ಹೋಗಿ ನಿಮ್ಮಲ್ಲಿ ಪ್ರೀತಿ ಯಾರು, ಅವರು ಒಳಗೆ ಬರಬಹುದು ಮತ್ತು ನಮ್ಮ ಆತಿಥ್ಯ ಸ್ವೀಕರಿಸಬಹುದು. ಅಂದಳು.

ಆಗ ಆ ಮೂವರೂ ಎದ್ದು ಅವಳ ಹಿಂದೆ ಹೊರಟರು. ಗೃಹಿಣಿಗೆ ಅಚ್ಚರಿಯಾಯಿತು. ಅವಳು ನೋಡು ನೋಡುತ್ತಿರುವಂತೆ ಆ ಮೂವರೂ ಅವಳ ಹಿಂದೆಯೇ ಮನೆಯೊಳಗೆ ಬಂದರು. ಈ ಮೂವರನ್ನೂ ನೋಡಿ ಗೃಹಿಣಿಯ ಜೊತೆಗೆ ಅವಳ ಗಂಡ ಮತ್ತು ಸೊಸೆ ಇಬ್ಬರೂ ಅಚ್ಚರಿಪಟ್ಟರು.

ಗಂಡ ಕುತೂಹಲದಿಂದ ನಾವು ಆಹ್ವಾನ ಕೊಟ್ಟಿದ್ದು ಪ್ರೀತಿಗೆ ಮಾತ್ರ ಆದರೆ ನೀವು ಮೂವರೂ ಕೂಡಿ ಬಂದಿದ್ದೀರಿ, ಯಾಕೆ ಅಂತ ಕೇಳಿದ

ನೋಡಿ, ನೀವು ಶ್ರೀಮಂತಿಕೆಯನ್ನು ಆಹ್ವಾನಿಸಿದ್ದರೆ ಉಳಿದ ಇನ್ನಿಬ್ಬರು ಹಿಂದೆ ಬರುತ್ತಿರಲಿಲ್ಲ, ನೀವು ಯಶಸ್ಸನ್ನು ಆಹ್ವಾನಿಸಿದ್ದರೂ ಉಳಿದಿಬ್ಬರೂ ಜೊತೆಯಲ್ಲಿ ಬರುತ್ತಿರಲಿಲ್ಲ. ಆದರೆ ನೀವು ಪ್ರೀತಿಯನ್ನು ಆಹ್ವಾನಿಸಿದಿರಿ. ಪ್ರೀತಿ ಎಂದಿಗೂ ಒಂಟಿಯಾಗಿರುವುದಿಲ್ಲ. ಪ್ರೀತಿ ಎಲ್ಲಿದೆಯೋ ಅಲ್ಲಿ ಶ್ರೀಮಂತಿಕೆಯೂ ಇರುತ್ತದೆ, ಯಶಸ್ಸೂ ಇರುತ್ತದೆ. ಹೀಗಾಗಿ ನಾವು ಮೂವರೂ ಒಟ್ಟಿಗೇ ನಿಮ್ಮನೆಯೊಳಗೆ ಬಂದಿದೀವಿ ಎಂದರು.

ಸಂದರ್ಶನ

ಒಬ್ಬ ವಿಶ್ವವಿದ್ಯಾನಿಲಯದಲ್ಲಿ ಚನ್ನಾಗಿ ಓದಿ ವಿದ್ಯಾವಂತನಾದವನು ಒಂದು ಪ್ರಖ್ಯಾತ ಕಂಪನಿಯಲ್ಲಿ ವ್ಯವಸ್ಥಾಪಕರ ಹುದ್ದೆಗೆ ಸಂದರ್ಶನಕ್ಕೆ ಹೋದ. ಮೊದಲನೆಯ ಸಂದರ್ಶನದಲ್ಲಿ ಅವನು ಪಾಸಾದ. ನಂತರ ನಿರ್ದೇಶಕರ ಬಳಿ ಸಂದರ್ಶನಕ್ಕೆ ಕರೆ ಬಂತು. ನಿರ್ದೇಶಕರು ಆ ಹುಡುಗನ ಅರ್ಹತಾ ಪತ್ರಗಳನ್ನೂ, ಶೈಕ್ಷಣಿಕ ಪ್ರಗತಿಯನ್ನೂ ಕೂಲಂಕಷವಾಗಿ ನೋಡಿ ಅಚ್ಚರಿಪಟ್ಟರು. ಏಕೆಂದರೆ ಆ ಹುಡುಗ ಮಾಧ್ಯಮಿಕ ಶಾಲೆಯಿಂದ ಹಿಡಿದು ಅತ್ಯುನ್ನತ ಪರೀಕ್ಷೆಯವರೆವಿಗೂ ಒಂದು ವರ್ಷವೂ ಬಿಡದಂತೆ ಪ್ರತಿ ವರ್ಷವೂ ಚನ್ನಾಗಿ ನಂಬರು ತೆಗೆದುಕೊಂಡು ಪಾಸಾಗಿದ್ದ.

ನಿರ್ದೇಶಕರು ಪರವಾಗಿಲ್ಲ ಚನ್ನಾಗಿ ಓದಿ ವಿದ್ಯಾವಂತನಾಗಿದ್ದೀಯ. ನಿಮ್ಮ ತಂದೆ ನಿನಗೆ ಸ್ಕೂಲಿನ ಕಾಲೇಜಿನ ಫೀಸ್ ಕೊಟ್ಟು ನಿನ್ನನ್ನು ಓದಿಸಿದ್ದು ಸಾರ್ಥಕವಾಗಿದೆ ಅಂದರು. ಅದಕ್ಕೆ ಆ ಹುಡುಗ ಇಲ್ಲ ಸಾರ್, ನನ್ನ ತಂದೆ ನಾನು ಚಿಕ್ಕ ವಯಸ್ಸಿನಲ್ಲಿರುವಾಗಲೇ ತೀರಿಕೊಂಡರು. ನನ್ನ ತಾಯಿಯೇ ಕಷ್ಟ ಪಟ್ಟು ಸಂಪಾದಿಸಿ ನನ್ನನ್ನು ಓದಿಸಿರುವುದು ಎಂದ. ನಿರ್ದೇಶಕರು ಅಚ್ಚರಿಯಿಂದ ಹೌದಾ, ನಿನ್ನ ತಾಯಿ ಯಾವ ಕಛೇರಿಯಲ್ಲಿ ಕೆಲಸ ಮಾಡುತ್ತಿದ್ದರು ಅಂತ ಕೇಳಿದರು. ಅದಕ್ಕೆ ಆ ಹುಡುಗ ನನ್ನ ತಾಯಿ ಲಾಂಡ್ರಿಯವನ ಬಳಿ ಬಟ್ಟೆ ಒಗೆಯುವ ಕೆಲಸ ಮಾಡುತ್ತಿದ್ದಳು ಸರ್. ನಿರ್ದೇಶಕರು ಅಚ್ಚರಿಯಿಂದ ಎಲ್ಲಿ ನಿನ್ನ ಕೈ ತೋರಿಸು ಎಂದರು. ಹುಡುಗ ಕೈ ಒರೆಸಿಕೊಂಡು ತೋರಿಸಿದ. ಆ ಹುಡುಗನ ಕೈ ಬಹಳ ಮೃದುವಾಗಿತ್ತು. ಕಷ್ಟಪಟ್ಟು ಕೆಲಸ ಮಾಡಿದ ಯಾವ ಗುರುತುಗಳೂ ಇರಲಿಲ್ಲ.

ನಿರ್ದೇಶಕರು ಹುಡುಗನನ್ನೇ ನೋಡುತ್ತಾ ನೀನು ನಿನ್ನ ತಾಯಿ ಬಟ್ಟೆ ಒಗೆಯುವುದಕ್ಕೆ ಯಾವಾಗಲಾದರೂ ಸಹಾಯ ಮಾಡಿದ್ದುಂಟಾ ಅಂತ ಕೇಳಿದರು. ಅದಕ್ಕೆ ಹುಡುಗ ಇಲ್ಲ ಸರ್, ನನ್ನ ತಾಯಿ ನನ್ನನ್ನು ಆ ಕೆಲಸಗಳನ್ನು ಮಾಡೋಕೆ ಬಿಡುತ್ತಲೇ ಇರಲಿಲ್ಲ. ಯಾವಾಗಲೂ ನೀನು ಚನ್ನಾಗಿ ಓದಬೇಕು, ಮುಂದೆ ಬರಬೇಕು, ದೊಡ್ಡ ಹುದ್ದೆ ಅಲಂಕರಿಸಬೇಕು, ಚನ್ನಾಗಿ ಸಂಪಾದನೆ ಮಾಡಬೇಕು ಅನ್ನುತ್ತಿದ್ದಳು. ಇದರ ಜೊತೆಗೆ ನನ್ನ ತಾಯಿ ನನಗಿಂತ ವೇಗವಾಗಿ, ಮತ್ತು ಸ್ವಚ್ಛಗಾಗಿ ಬಟ್ಟೆಗಳನ್ನು ಒಗೆಯುತ್ತಾಳೆ ಅಂದ.

ನಿರ್ದೇಶಕರ ಕಣ್ಣಲ್ಲಿ ನೀರು ಬಂತು. ಆದರೂ ತೋರಿಸಿಕೊಳ್ಳದೇ, ಇವತ್ತು ಸಂದರ್ಶನ ಇಲ್ಲಿಗೆ ಮುಗಿಯಿತು. ನೀನು ಇವತ್ತು ಮನೆಗೆ ಹೋಗು. ನಂತರ ನಿನ್ನ ತಾಯಿಯ ಕೈಯನ್ನು ಚನ್ನಾಗಿ ತೊಳೆದು ಶುಭ್ರಗೊಳಿಸು ನಂತರ ನಾಳೆ ಬೆಳಗ್ಗೆ ಬಂದು ನನ್ನನ್ನು ನೋಡು ಅಂದರು.

ಹುಡುಗನಿಗೆ ಇದೇಕೆಂದು ಅರ್ಥವಾಗದಿದ್ದರೂ ಅವನ ಒಳಮನಸ್ಸಿನಲ್ಲಿ ಬಹುಶಃ ನನಗೆ ಇಲ್ಲಿ ಕೆಲಸ ಸಿಗೋ ಸಂಭವ ಹೆಚ್ಚು ಅನಿಸಿತು. ಮನೆಗೆ ಹೋದೊಡನೇ ತಾಯಿಯ ಎದುರು ಕೂತು ಅಮ್ಮಾ ಎಲ್ಲಿ ನಿನ್ನ ಕೈ ಕೊಡು, ಇವತ್ತು ನಾನು ನಿನ್ನ ಕೈಗಳನ್ನು ಸ್ವಚ್ಛಗೊಳಿಸಬೇಕು ಅಂದ. ತಾಯಿಗೆ ಮಗನ ಕೋರಿಕೆ ವಿಚಿತ್ರ ಎನಿಸಿತು. ಕುತೂಹಲದಿಂದ ಮಗನನ್ನು ನೋಡಿದಳು. ನಂತರ ಎರಡೂ ಕೈಗಳನ್ನು ಮಗನ ಮುಂದೆ ಚಾಚಿದಳು.

ತಾಯಿಯ ಕೈಗಳನ್ನು ಸ್ವಚ್ಛಗೊಳಿಸುತ್ತಾ ಹೋದಂತೆ ಹುಡುಗನಿಗೆ ಕಣ್ಣಲ್ಲಿ ನೀರು ಬಂತು. ಏಕೆಂದರೆ ತಾಯಿಯ ಎರಡೂ ಅಂಗೈಗಳು ಸುಕ್ಕುಗಟ್ಟಿದ್ದವು. ಹೆಚ್ಚಿನ ಕೆಲಸವಾದ್ದರಿಂದ ಅಲ್ಲಲ್ಲಿ ಗಂಟುಗಳೂ ಮೂಡಿದ್ದವು. ಒಂದೊಂದು ಕಡೆ ಸಣ್ಣ ಪುಟ್ಟ ಗಾಯಗಳೂ ಆಗಿದ್ದವು. ಮಗ ಕೈಯನ್ನು ತೊಳೆಯುತ್ತಿದ್ದಾಗ ಅವಳ ಕೈ ಸಣ್ಣಗೆ ನಡುಗುತ್ತಿತ್ತು. ಅದನ್ನು ಹುಡುಗನೂ ಗಮನಿಸಿದ.

ಆ ಹುಡುಗನಿಗೆ ಅವತ್ತೇ ಅರ್ಥವಾಗಿದ್ದು ಏನೆಂದರೆ ತಾಯಿಯ ಈ ಕೈಗಳೇ ತನ್ನನ್ನು ಇಷ್ಟು ವರ್ಷ ಓದಿಸಿದ್ದು. ಪ್ರತೀದಿನವೂ ರಾಶಿ ರಾಶಿ ಬಟ್ಟೆಗಳನ್ನು ಒಗೆದ ಈ ಕೈಗಳಿಂದಲೇ ನಾನು ಶಾಲೆಯ ಫೀಸ್ ಕೊಡಲು ಸಾಧ್ಯವಾದದ್ದು. ಈ ಗಾಯಗಳು ನಾನು ಇಷ್ಟು ವರ್ಷ ಓದಿದ್ದಕ್ಕೆ, ವಿಶ್ವವಿದ್ಯಾನಿಲಯದ ಓದಿನಲ್ಲಿ ಮುಂದೆ ಬಂದದ್ದಕ್ಕೆ ಮತ್ತು ನನ್ನ ಭವಿಷ್ಯಕ್ಕೆ ತಾಯಿ ಕೊಟ್ಟ ಅತೀ ಹೆಚ್ಚಿನ ಬೆಲೆ ಎನಿಸಿತು. ಆ ದಿನ ತಾಯಿಯ ಕೈಗಳನ್ನು ಸ್ವಚ್ಛಗೊಳಿಸಿದ ಮೇಲೆ ಉಳಿದಿದ್ದ ಬಟ್ಟೆಗಳನ್ನು ಹುಡುಗನೇ ಒಗೆದು ಹಾಕಿದ. ಇಷ್ಟೆಲ್ಲ ನಡೆಯುವಾಗಲೂ ತಾಯಿ ತನ್ನ ಮಗನನ್ನು ಅಚ್ಚರಿಯಿಂದಲೇ ನೋಡುತ್ತಿದ್ದಳು.

ಆ ದಿನ ರಾತ್ರಿ ಊಟವಾದ ಮೇಲೆ ತಾಯಿ ಮಗ ಇಬ್ಬರೂ ತಾವು ಬೆಳೆದು ಬಂದ ದಾರಿಯ ಬಗೆಗೆ ಬಹಳ ಹೊತ್ತು ಮಾತಾಡುತ್ತಲೇ ಇದ್ದರು.

ಮರುದಿನ ಬೆಳಗ್ಗೆ ಆ ಹುಡುಗ ಮತ್ತೆ ನಿರ್ದೇಶಕರ ಬಳಿ ಹೋದ. ಅವರು ಅವನನ್ನು ಕೂತುಕೊಳ್ಳಲು ಹೇಳಿ ಅವನ ಮುಖವನ್ನೇ ನೋಡುತ್ತಾ ಈಗ ಹೇಳು ನೆನ್ನೆ ನಿನ್ನ ಮನೆಯಲ್ಲಿ ನೀನು ಏನು ಮಾಡಿದೆ ಮತ್ತು ನೆನ್ನೆ ನೀನು ಕಲಿತ ಪಾಠವೇನು? ಅಂತ ಕೇಳಿದರು

ನೆನ್ನೆ ನಾನು ಮನೆಗೆ ಹೋದ ಮೇಲೆ ನನ್ನ ತಾಯಿಯ ಎರಡೂ ಕೈಗಳನ್ನು ಸ್ವಚ್ಛಗೊಳಿಸಿದೆ ಮತ್ತು ಉಳಿದಿದ್ದ ಬಟ್ಟೆಗಳನ್ನು ನಾನೇ ಒಗೆದು ಹಾಕಿದೆ.

ನಿರ್ದೇಶಕರ ಕಣ್ಣುಗಳು ಅರಳಿದವು. ಅವರು ಹೌದಾ, ಹಾಗಾದರೆ ನಿನ್ನ ಭಾವನೆಗಳೇನು ಅಂತ ಹೇಳುವಿಯಾ? ಅಂತ ಕೇಳಿದರು.

ಯುವಕ ಹೇಳಿದ ಮೊದಲನೆಯದಾಗಿ ಹೊಗಳುವುದು ಎಂದರೆ ಏನೆಂದು ನನಗೆ ನೆನ್ನೆ ತಿಳಿಯಿತು. ನನ್ನ ತಾಯಿ ಇಲ್ಲದಿದ್ದರೆ ನಾನು ಇವತ್ತು ಇಷ್ಟು ಯಶಸ್ವಿಯಾಗುತ್ತಿರಲಿಲ್ಲ. ಎರಡನೆಯದಾಗಿ ಜೊತೆಯಲ್ಲಿ ಕೆಲಸ ಮಾಡುತ್ತಾ, ನನ್ನ ತಾಯಿಗೆ ಸಹಾಯ ಮಾಡುತ್ತಿರುವಾಗ ಏನಾದರೂ ಕೆಲಸ ಮಾಡುವುದು ಎಷ್ಟು ಕಷ್ಟ ಅಂತ ಅರಿವಾಯಿತು. ಮತ್ತು ಮೂರನೆಯದಾಗಿ ಕುಟುಂಬದಲ್ಲಿ ಸೌಹಾರ್ದಯುತ ಸಂಬಂಧಗಳು ಎಷ್ಟು ಮುಖ್ಯ ಮತ್ತು ಅವುಗಳ ಮೌಲ್ಯ ಏನು ಎನ್ನುವುದನ್ನು ಅರಿತುಕೊಂಡೆ.

ಆಗ ಆ ನಿರ್ದೇಶಕರು ಇದನ್ನೇ ನಾನು ನಿನ್ನಲ್ಲಿ ನಿರೀಕ್ಷೆ ಮಾಡುತ್ತಿದ್ದುದು. ನಾನು ಇಲ್ಲಿ ಕೆಲಸ ಕೊಡುವ ವ್ಯಕ್ತಿಗೆ ತನ್ನ ನೌಕರರ ಸಹಾಯವನ್ನು ಶ್ಲಾಘಿಸುವ ಗುಣವಿರಬೇಕು, ತನ್ನೊಂದಿಗೆ ಕೆಲಸ ಮಾಡುವ ನೌಕರರ ಶ್ರಮವನ್ನು ಅರ್ಥಮಾಡಿಕೊಂಡು ಹೊಗಳುವ ಮನಸ್ಸಿರಬೇಕು, ಜೊತೆಗೆ ಅವರ ಕಷ್ಟಗಳೇನು ಎನ್ನುವುದನ್ನು ಅರಿಯುವ ಮನಸ್ಸಿರಬೇಕು ಮತ್ತು ಅಂತಹ ವ್ಯಕ್ತಿ ಬರೀ ದುಡ್ಡಿಗೆ ತನ್ನ ಜೀವನದಲ್ಲಿ ಪ್ರಾಧಾನ್ಯತೆ ಕೊಡುವವನಾಗಿರಬಾರದು ಎಂತ. ಈ ಮೂರೂ ಗುಣಗಳು ನಿನ್ನಲ್ಲಿ ಇವೆ ಅಂತ ನನಗೆ ಅರಿವಾಗಿದೆ. ನಿನಗೆ ಈ ಕಂಪನಿಯಲ್ಲಿ ಕೆಲಸ ಸಿಕ್ಕಿದೆ ಎಂದರು.

ನಂತರ ಈ ಹುಡುಗ ತನಗೆ ಕೆಲಸ ಕೊಟ್ಟ ಕಂಪನಿಯಲ್ಲಿ ಕಷ್ಟಪಟ್ಟು ಕೆಲಸ ಮಾಡುತ್ತಾ ಬಂದು ತನ್ನೊಂದಿಗೆ ಕೆಲಸ ಮಾಡುವ ಎಲ್ಲ ಸಹೋದ್ಯೋಗಿಗಳ ಗೌರವ, ಮೆಚ್ಚುಗೆ ಗಳಿಸಿಕೊಂಡ. ಪ್ರತಿಯೊಬ್ಬ ಕೆಲಸಗಾರನೂ ಒಂದು ಗುಂಪಿನಂತೆ ಕೆಲಸ ಮಾಡಿದ. ಇದರಿಂದಾಗಿ ಕಂಪನಿ ಹೆಚ್ಚಿನ ವ್ಯಾಪಾರ ವಹಿವಾಟು ನಡೆಸಿ ಚನ್ನಾಗಿ ಲಾಭ ಸಂಪಾದನೆ ಮಾಡಿತು.

ಯಾವುದೇ ಮಗುವಾಗಲೀ ಅದಕ್ಕೆ ಬೇಕಾದ್ದನ್ನು ಕೊಡಿಸುತ್ತಾ, ಅತಿಯಾಗಿ ಮುದ್ದಿಸುತ್ತಾ, ಅದು ಹೇಳಿದಂತೆ ಕೇಳುತ್ತಾ, ಅದರ ದಾರೀಲೇ ಹೋಗುತ್ತಾ ಇದ್ದರೆ, ಅದು ಬೆಳೆಯುತ್ತಾ ಬಂದ ಹಾಗೆ ಮಾನಸಿಕವಾಗಿ ಅರ್ಹತೆ ಬೆಳೆಸಿಕೊಂಡು ಎಲ್ಲಕ್ಕಿಂತ ಮೊದಲು ನಾನೇ ಎನ್ನುವ ಗರ್ವ ಬೆಳೆಸಿಕೊಳ್ಳುತ್ತದೆ. ಅದಕ್ಕೆ ತಂದೆ ತಾಯಿಯರ ಶ್ರಮ, ತ್ಯಾಗ ಇವ್ಯಾವುದೂ ಗೊತ್ತಾಗುವುದೇ ಇಲ್ಲ ಅಥವಾ ಅರ್ಥವಾಗುವುದೂ ಇಲ್ಲ. ಅಂಥಾ ಮಗು ಬೆಳೆದು ದೊಡ್ಡವನಾಗಿ ಯಾವುದೇ ಕಂಪನಿಯಲ್ಲಿ ಕೆಲಸಕ್ಕೆ ಸೇರಿದ ಮೇಲೆ ಎಲ್ಲರೂ ತಾನು ಹೇಳಿದಂತೆ ಕೇಳಬೇಕು ಎನ್ನುವ ಮನೋಭಾವ ಬೆಳೆಸಿಕೊಳ್ಳುತ್ತದೆ. ಇನ್ನು ಅವನು ವ್ಯವಸ್ಥಾಪಕ ಹುದ್ದೆಗೆ ಏರಿದ ಮೇಲೆ ಅವನಿಗೆ ಅವನ ಕೈ ಕೆಳಗಿನ ನೌಕರರ ಯಾವ ಸಮಸ್ಯೆಯೂ ಅರ್ಥವಾಗುವುದಿಲ್ಲ ಮತ್ತು ಯಾವುದೇ ತಪ್ಪಿಗೆ ಇತರರನ್ನು ಗುರಿ ಮಾಡುತ್ತಾನೆ.

ಇಂಥಾ ವ್ಯಕ್ತಿಗಳಿಗೆ, ಅವರು ಬೌದ್ಧಿಕವಾಗಿ, ಶೈಕ್ಷಣಿಕವಾಗಿ ಮುಂದಿದ್ದರೂ ಮತ್ತು ಕೆಲವು ಕಾಲ ಅಂಥವರು ಯಶಸ್ವಿಯಾಗಿದ್ದರೂ ಅವರಿಗೆ ತಮ್ಮ ಯಶಸ್ಸಿನ ಅರಿವಾಗುವುದಿಲ್ಲ. ಏಕೆಂದರೆ ಅಂಥವರು ಯಾವಾಗಲು ಯಾವುದಾದರೂ ವಿಚಾರಕ್ಕೆ ಕೊರಗುತ್ತಲೇ ಇರುತ್ತಾರೆ, ಹಠಮಾರಿಗಳಾಗುತ್ತಾರೆ, ಸಿಡುಕು ಸ್ವಭಾವದವರಾಗುತ್ತಾರೆ, ಈಗ ಯೋಚನೆ ಮಾಡೋಣ, ನಾವು ನಮ್ಮ ಮಕ್ಕಳಿಗೆ ಚಿಕ್ಕಂದಿನಿಂದ ವಿಪರೀತವಾಗಿ ಪ್ರೀತಿ ತೋರಿ, ಅವರ ಎಲ್ಲ ಕೋರಿಕೆಗಳನ್ನೂ ಈಡೇರಿರುತ್ತಾ, ಮಗುವಿಗೆ ಯಾವುದೇ ಕಷ್ಟ ಬರದೇ ಇರಲಿ, ಅವರು ನಾವು ಪಟ್ಟಂಥ ಕಷ್ಟ ಪಡದಿರಲಿ ಅಂತ ಅಂದುಕೊಂಡು ಮಕ್ಕಳಿಗೆ ಎಲ್ಲ ಸೌಲಭ್ಯಗಳನ್ನೂ ಕೊಡುತ್ತಾ ಬಂದರೆ ನಾವು ಮಕ್ಕಳನ್ನು ಚನ್ನಾಗಿ ಬೆಳೆಸಿದಂತಾಗುವುದಿಲ್ಲ, ಬದಲಿಗೆ ಅವರ ಬದುಕನ್ನು, ಅವರ ವ್ಯಕ್ತಿತ್ವವನ್ನು, ಅವರ ಭವಿಷ್ಯವನ್ನು ನಾವೇ ನಮ್ಮ ಕೈಯಾರ ಹಾಳು ಮಾಡಿದಂತಾಗುತ್ತದೆ.

ನಾವು ನಮ್ಮ ಮಕ್ಕಳಿಗೆ ಒಂದು ದೊಡ್ಡ ಮನೆಯನ್ನು ಕೊಡೋಣ, ಒಳ್ಳೆಯ ಆಹಾರವನ್ನು ಕೊಡೋಣ, ಅವರಿಗೆ ಆಸಕ್ತಿ ಇರುವ ಯಾವುದೇ ಸಾಂಸ್ಕೃತಿಕ ವಿದ್ಯೆಯನ್ನು ಕಲಿಯಲು ಬೆಂಬಲ ಸೂಚಿಸೋಣ, ಒಂದು ದೊಡ್ಡ ಟಿ.ವಿ. ಕೊಡಿಸೋಣ, ಆದರೆ ಯಾವುದೇ ಪ್ರಮುಖ ಕೆಲಸ ಆಗಬೇಕಾದಾಗ, ಮಕ್ಕಳಿಗೂ ಕಷ್ಟದ ಅರಿವಾಗುವಂತೆ ನೋಡಿಕೊಳ್ಳಿ. ಬದುಕಿನ ಬನಿಯನ್ನು ಹಂತಹಂತವಾಗಿ ಅರ್ಥಮಾಡಿಕೊಳ್ಳಲಿ, ಊಟವಾದ ಮೇಲೆ ಅವರ ತಟ್ಟೆಯನ್ನು ಅವರೇ ತೊಳೆಯಲಿ, ಮನೆಯ ಅಷ್ಟಿಷ್ಟು ಕೆಲಸಗಳನ್ನು ಮಾಡಲಿ, ಎಲ್ಲಕ್ಕಿಂತ ಹೆಚ್ಚಾಗಿ ಕೆಲಸಗಳನ್ನು ಗುರುತಿಸಿ ಆಯಾ ಕಾಲಕ್ಕೆ ಮಾಡುವ ಮನೋಭಾವ ಬೆಳೆಸಿಕೊಳ್ಳಲಿ, ನಿಮ್ಮ ಮನೆಯ ಮುಂದಿನ ತೋಟವನ್ನು ಅವರೇ ಚೊಕ್ಕಟಗೊಳಿಸಲಿ, ಅವಶ್ಯಕತೆ ಬಂದರೆ ಮನೆಯ ಎಲ್ಲ ಕೆಲಸಗಳನ್ನೂ ಅವರೇ ಮಾಡುವಂಥ ಸಾಮರ್ಥ್ಯ ಬೆಳೆಸಿಕೊಳ್ಳಲಿ. ನಿಮ್ಮ ಆರ್ಥಿಕ ಸುವ್ಯವಸ್ಥೆಯಲ್ಲಿ ನೀವು ಒಬ್ಬಳು ಮನೆಗೆಲಸದವಳನ್ನು ಇಟ್ಟುಕೊಳ್ಳಬಹುದು, ಆದರೆ ನಿಮ್ಮ ಮಕ್ಕಳನ್ನು ನೀವು ನಿಜವಾಗಿ ಪ್ರೀತಿಸುವವರಾದರೆ ಅವರನ್ನು ಎಲ್ಲ ಕೆಲಸಗಳಿಗೂ ತೊಡಗಿಸಬೇಕು. ನಿಮ್ಮ ಮಕ್ಕಳು ಯಾವ ರೀತಿಯ ಅರ್ಥೈಕ್ಯತೆಯನ್ನು ಬೆಳೆಸಿಕೊಳ್ಳಬೇಕು ಎಂದರೆ ನಮ್ಮ ತಂದೆ ತಾಯಿಯರು ಎಷ್ಟೇ ಶ್ರೀಮಂತರಾಗಿದ್ದರೂ ಅದು ಪ್ರಾರಂಭವಾಗಿದ್ದು ಬಡತನದಿಂದಲೇ, ಅಲ್ಪ ಸಂಪಾದನೆಯಿಂದಲೇ ಎನ್ನುವುದನ್ನು. ಎಲ್ಲಕ್ಕಿಂತ ಹೆಚ್ಚಾಗಿ ಇತರರು ಮಾಡುವ ಕೆಲಸವನ್ನು ಮೆಚ್ಚಿ ಮಾತಾಡುವ ಗುಣ, ಯಾವುದೇ ಕೆಲಸಕ್ಕೆ ತಗುಲುವ ಶ್ರಮದ ಪರಿಮಾಣ ಮತ್ತು ಎಲ್ಲರೊಳಗೊಂದಾಗಿ ಕೆಲಸ ಮಾಡುವ ಗುಣ, ಮತ್ತು ಯಾರ್ಯಾರಿಂದ ಏನೇನು ಕೆಲಸ ಮಾಡಿಸಬಹುದು ಎನ್ನುವ ಗುಣ ಇವುಗಳನ್ನು ಬೆಳೆಸಿಕೊಂಡರೆ ಅವರು ದೇಶಕ್ಕೆ ನಿಜವಾದ ಆಸ್ತಿಯಾಗುತ್ತಾರೆ.

ಇಲ್ಲೊಬ್ಬ ಕಸ್ತೂರಿ ನಿವಾಸದವನು

ಕೃಷ್ಣಮೂರ್ತಿ ಪಂಡಿತ್ ಸ್ವಲ್ಪ ಕೆಮ್ಮಿಕೊಂಡು ನಿಧಾನವಾಗಿ ಕೋಲು ನೆಲದ ಮೇಲೆ ಊರಿ ನಂತರ ಕಾಲು ತೆಗೆದು ಒಂದೊಂದೇ ಹೆಜ್ಜೆ ಇಟ್ಟು ಬಂದು ಸೋಫಾದಲ್ಲಿ ಕೂತರು. ಅಷ್ಟಕ್ಕೇ ಸುಸ್ತಾಯಿತು. ಅಯ್ಯೋ ಇದೇನಪ್ಪಾ ಎಪ್ಪತ್ತಕ್ಕೆಲ್ಲ ಹೀಗಾಯ್ತಲ್ಲ. ಒಟ್ಟೊಟ್ಟಿಗೇ ಐದಾರು ಮೈಲಿ ನಡೆಯುತ್ತಿದ್ದೆನಲ್ಲಾ ಅಂದುಕೊಂಡರು. ಒಡನೆಯೇ ತಮಗೆ ಆಗಿರುವ ವಯಸ್ಸು ಅನುಭವ, ಮಾಗಿರುವ ಶರೀರ ಎಲ್ಲ ನೆನಪಾಗಿ ಇದು ವಯೋಧರ್ಮ. ಇದೇ ಕಾಲು ಗಟ್ಟಿಯಾಗಿರುವಾಗ ನನ್ನನ್ನು ಎಲ್ಲೆಲ್ಲಾ ಕರೆದುಕೊಂಡು ಹೋಗಿತ್ತು. ಬೆಟ್ಟ ಹತ್ತಿ ವೆಂಕಟೇಶ್ವರನ ದರ್ಶನ ಮಾಡಿಸಿತ್ತು. ಈಗ ಅದರ ಕೈಲಾಗೋಲ್ಲ, ನಾನು ಅದನ್ನು ನೋಡಿಕೊಳ್ಳಬೇಕು ಎಂದುಕೊಂಡು ನಿಧಾನವಾಗಿ ಮಂಡಿ ಸವರಿಕೊಂಡರು.

ಅಡಿಗೆ ಮನೆಯಿಂದ ಹೆಂಡತಿ ವಾರಿಜ ಅವರ ರಿಪೋರ್ಟ್ ಬಂತೇ ಅನ್ನುವ ಧ್ವನಿ ಕೇಳಿತು. ಏನು ರಿಪೋರ್ಟೋ, ಅಂತೂ ಬರುತ್ತೆ. ರಿಪೋರ್ಟು ರೋಗಿಯ ಸ್ಥಿತಿಗತಿಯ ಮೇಲೆ ಅವಲಂಬಿತವೋ ಇಲ್ಲಾ ವೈದ್ಯರ, ನರ್ಸಿಂಗ್ ಹೋಂ ಅವಶ್ಯಕತೆಗಳ ಮೇಲೆ ಅವಲಂಬಿತವೋ ಎಂದು ತಿಳಿಯೋಲ್ಲ ಅಂದುಕೊಂಡರು. ಹೆಂಡತಿಯೇ ಹೊರಗೆ ಬಂದು ನಾನು ಹೇಳಿದ್ದು ಕೇಳಿಸಿತೇ ರಿಪೋರ್ಟ್ ಬಂತೇ ಅಂತ ಕೇಳಿದೆ ಅಂದರು. ಆಗ ಪಂಡಿತರು ಇನ್ನೂ ಇಲ್ಲ. ಮೂರು ಗಂಟೆಗೆ ತಂದುಕೊಡ್ತೀನಿ ಅಂದಿದಾನೆ. ಹೆಂಡತಿ ರಿಪೋರ್ಟಿನಲ್ಲಿ ಏನಿರುತ್ತೋ, ಕೊಬ್ಬು, ರಕ್ತದ ಗುಣಮಟ್ಟ, ಇತ್ಯಾದಿಗಳನ್ನೆಲ್ಲಾ ಸರಿಯಾಗಿ ನೋಡಿರುತ್ತಾರೆ. ಹೆಚ್ಚೂಕಮ್ಮಿ ಇದ್ದರೆ ಮಾತ್ರ ತಗೋಬೇಕೋ ಇಲ್ಲಾ ಒಂದೆರಡು ದಿನ ಅಡ್ಮಿಟ್ ಆಗಬೇಕೋ ನೋಡಬೇಕು ಅಂದುಕೊಂಡು ಒಳಗೆ ಹೋದರು. ಪಂಡಿತರು ಮೊದಲು ರಿಪೋರ್ಟು ಬರಲಿ ವೈದ್ಯರು ಏನು ಹೇಳುತ್ತಾರೋ ನೋಡೋಣ. ಅಂದರು.

ಪಂಡಿತರ ನೆಂಟರು, ಪರಿಚಯದವರು ಎಲ್ಲರೂ ಒಮ್ಮೆ ಡಾಕ್ಟರ ಹತ್ತಿರ ಹೋದರೆ ಸಾಕು ಮೊದಲು ಆಂಜಿಯೋಗ್ರಾಂ ಅಂತಾರೆ ಆಮೇಲೆ ಒಂದೋ ಎರಡೋ ಬ್ಲಾಕ್ ಇರುತ್ತೆ ಆಪರೇಷನ್ ಮಾಡಲೇಬೇಕು ಅಂತಾರೆ. ನೀವು ಒಂದೆರಡು ಲಕ್ಷ ರೆಡಿ ಮಾಡಿಟ್ಟುಕೊಂಡಿರೋದು ಒಳ್ಳೇದು ಅಂದಿದ್ದರು. ಆದರೆ ಗಂಡನಿಗೆ ಹಾಗೇನೂ ಆಗಿರಲಾರದು ಎನ್ನುವ ನಂಬಿಕೆ ವಾರಿಜ ಅವರದು. ಏಕೆಂದರೆ ಇಷ್ಟು ವರ್ಷಗಳಲ್ಲಿ ಯಾವ ಗಂಭೀರ ಕಾಯಿಲೆಯೂ ಅವರಿಗೆ

ಬಂದಿಲ್ಲ. ಆಪರೇಷನ್ನು, ನರ್ಸಿಂಗ್ ಹೋಂ ಇವೆಲ್ಲಾ ಬಹಳ ದೂರವೇ. ಏನಿದ್ದರೂ ಎಲ್ಲಾ ಒಂದು ಮಾತ್ರೆ ಅಬ್ಬಬ್ಬಾ ಅಂದರೆ ಇಂಜಕ್ಷನ್ ಇವುಗಳಲ್ಲಿ ಸರಿಯಾಗಿದೆ.

ಜೀವನದುದ್ದಕ್ಕೂ ಗಂಡ ಧಾರಾಳಿ. ಕೈ ಯಾವಾಗಲೂ ಮುಂದೇ ಇರುತ್ತಿತ್ತು. ಸಹಾಯ ಮಾಡಲು ನೆಂಟರು, ಸ್ನೇಹಿತರು ಅಂತ ಆಗಬೇಕು ಅಂತಿಲ್ಲ. ಯಾರಿಗೋ ಸಹಾಯ ಮಾಡಬೇಕು ಅಂತ ಇವರು ಸಾಲ ಮಾಡಿದ್ದೂ ಉಂಟು. ವಾರಿಜ ಒಂದೆರಡು ಸಾರಿ ಹೇಳಲು ಹೋದಾಗ ಕೊಟ್ಟಿದ್ದು ತನಗೆ ಬಚ್ಚಿಟ್ಟದ್ದು ಪರರಿಗೆ. ಅಷ್ಟಕ್ಕೂ ಈಗ ನಾವು ಮಾಡುತ್ತಿರುವ ಸಹಾಯ ಅವರಿಗಲ್ಲ. ನಮಗೆ ನಾವೇ ಬಹಳ ಮುಂಗಡವಾಗಿ ಸಹಾಯ ಮಾಡಿಕೊಂಡಿದ್ದೇವೆ ಎನ್ನುತ್ತಿದ್ದರು. ಇನ್ನೊಬ್ಬರ ನಲಿವಲ್ಲಿ ತಮ್ಮ ನಲಿವನ್ನು ಕಾಣುವ ಗಂಡನ ಗುಣ ಅವರಿಗೆ ಮೆಚ್ಚಿಕೆಯಾಗಿತ್ತು. ಆದರೂ ನಮ್ಮ ಮಿತಿಯಲ್ಲಿ ನಾವು ಇರುವುದು ಕ್ಷೇಮ ಅಂದುಕೊಂಡಿದ್ದರು. ಗಂಡ ಅವರಿವರ ಕಷ್ಟಕ್ಕೆ ಆಗುವುದರಲ್ಲೇ ಸಂತಸ ಪಡುವವರಾದ್ದರಿಂದ ಮುಂದಕ್ಕೆ ನಮಗೆ ಸಹಾಯಕ್ಕೆ ಬರಲಿ ಅಂತ ಬಹಳ ಏನೂ ಉಳಿಸಿರಲಿಲ್ಲ. ಗಂಡ ಕೊಡುಗೈ ದಾನಿ ಅಂತ ಅವರ ಸುತ್ತಮುತ್ತಲೂ ಪ್ರಚಲಿತವಾಗಿತ್ತು. ಇರಲಿ ನಾವು ಇವತ್ತು ಅವರ ಕಷ್ಟಕ್ಕೆ ಆದರೆ ಅವರು ನಮ್ಮ ಕಷ್ಟಕ್ಕೆ ಆಗುತ್ತಾರೆ ಅನ್ನುವ ಬಲವಾದ ನಂಬಿಕೆ ಇದ್ದವರು. ಹೀಗಾಗಿ ಸಹಾಯ ಮಾಡಲು ಹಿಂದೆ ಮುಂದೆ ನೋಡುತ್ತಿರಲಿಲ್ಲ. ಹಾಗೆಂದು ಹೆಂಡತಿ ಮಕ್ಕಳಿಗೆ ಅವರೆಂದೂ ಕಡಿಮೆ ಮಾಡಿಲ್ಲ. ಆದ್ದರಿಂದ ಸಮಯ ಸಂದರ್ಭ ಬಂದರೆ ಅಂತ ವಾರಿಜ ಸುಮಾರು ಎರಡೂವರೆಯಿಂದ ಮೂರು ಲಕ್ಷದವರೆಗೂ ಮನೆಯಲ್ಲೇ ಇಟ್ಟುಕೊಂಡಿದ್ದರು. ಅದನ್ನು ಅವರು ಗಂಡನಿಗೂ ತಿಳಿಸಿರಲಿಲ್ಲ. ತಿಳಿಸಿದ್ದರೆ ಅದಕ್ಕೂ ಒಂದು ದಾರಿ ಮಾಡಿಬಿಡ್ತಾರೆ ಎನ್ನುವ ಆತಂಕ ಅವರಿಗೆ ಇತ್ತು.

ಇಬ್ಬರು ಹೆಣ್ಣು ಮಕ್ಕಳು. ಗಂಡಂದಿರೊಂದಿಗೆ ಒಬ್ಬಳು ಲಂಡನ್‌ನಲ್ಲಿ ಇನ್ನೊಬ್ಬಳು ಜರ್ಮನಿಯಲ್ಲಿ ಇದ್ದಾಳೆ. ಅವರಿಗೆ ತಂದೆಗೆ ಹೀಗೆ ಹುಷಾರಿಲ್ಲ ಅಂತ ತಿಳಿದರೆ ಸಾಕು ಸುಮ್ಮನೇ ಗಾಬರಿ ಮಾಡ್ಕೊತಾರೆ. ಓಡಿ ಬರ್ತ್ತಾರೆ. ಅದಕ್ಕೆ ಲಕ್ಷಾಂತರ ರೂಪಾಯಿ ಖರ್ಚು. ಹೀಗಾಗಿ ಅವರಿಗೆ ಏನೂ ಹೇಳಿಲ್ಲ.

ಮಧ್ಯಾಹ್ನದ ಊಟ ಎರಡು ಗಂಟೆಗೆ. ದಂಪತಿಗಳ ಊಟ ಮೌನದಲ್ಲೇ ನಡೆಯುತ್ತಿತ್ತು. ಇಬ್ಬರಿಗೂ ಒಳಗೊಳಗೇ ಬರಲಿರುವ ರಿಪೋರ್ಟ್ ಬಗೆಗೆ ಚಿಂತೆ. ಪಂಡಿತರಿಗೆ ನನಗೆಂಥಾ ಬ್ಲಾಕ್ ಇದ್ದೀತು. ನಾನು ಸಿಗರೇಟು, ಬಿಡಿ, ಹೆಂಡ ಹೊಗೆಸೊಪ್ಪು ಇವುಗಳ ಸಹವಾಸ ಮಾಡಿದವನೇ ಅಲ್ಲ. ಮೊದಲಿಂದಲೂ ಶುದ್ಧ ಸಸ್ಯಾಹಾರಿ ಜೊತೆಗೆ ಮಿತಾಹಾರಿ ಕೂಡಾ. ಏನೋ ವಯೋಧರ್ಮಕ್ಕನುಗುಣವಾಗಿ ಸ್ವಲ್ಪ ವ್ಯತ್ಯಾಸವಿರುತ್ತೆ ಅಂದುಕೊಂಡು ಊಟ

ಮಾಡುತ್ತಿದ್ದರು. ವೈಶಾಲಿ ಮನದಲ್ಲಿ ಒಂದು ವೇಳೆ ಇವರಿಗೆ ಬ್ಲಾಕ್ ಇದೆ ಆಪರೇಷನ್ ಆಗಲೇಬೇಕು ಅಂದರೆ ಏನು ಮಾಡೋದು. ಇರೋ ದುಡ್ಡು ಸಾಕಾಗಬಹುದು. ಆದರೆ ಇದನ್ನು ಮಕ್ಕಳಿಗೆ ಹೇಳಬೇಕೋ ಬೇಡವೋ. ಸಹಾಯಕ್ಕೆ ಯಾರನ್ನು ಕರೆಯುವುದು. ಇವರು ಆಸ್ಪತ್ರೆಗೆ ಹೋದರೆ ನಾನೂ ಅಲ್ಲೇ ಹೋಗಿರಲೇ. ಹೌದು ಅದೇ ಸರಿ. ಸುಮಿತ್ರ ಬೇಕಾದರೆ ನಿಮಗೂ ಒಂದು ರೂಮು ಅಲ್ಲೇ ಕೊಡ್ತಾರೆ ಅಂದಿದ್ರು. ಒಟ್ಟಿನಲ್ಲಿ ಮೂರು ನಾಲ್ಕು ದಿನ ಹೊರಗೆ ಇರಬೇಕಾದೀತು. ಸದ್ಯ ಹಾಗೇನೂ ಆಗದೇ ಇರಲಿ ಅಂತ ದೇವರಿಗೆ ದಿನಾ ತುಪ್ಪದ ದೀಪ ಹಚ್ತಿದೀನಿ. ಆ ದೇವರೇ ಕಾಪಾಡಬೇಕು ಅನಿಸುತ್ತಿತ್ತು

ಗಟ್ಟಿ ಮೊಸರು ಬೇಡ ನೀರು ಮಜ್ಜಿಗೆ ಕೊಡು ಅಂದರು ಪಂಡಿತ್. ನಾನು ನೀರು ಮಜ್ಜಿಗೆ ಮಾಡಿಲ್ಲ ನೀವೇ ಸ್ವಲ್ಪ ಮೊಸರು ಹಾಕಿಕೊಂಡು ಎಷ್ಟು ಬೇಕೋ ಅಷ್ಟು ನೀರು ಹಾಕ್ಕೊಳಿ ಅಂದರು. ಊಟ ಮಾಡಿ ಎದ್ದಾಗ ಏನೋ ಬೆಟ್ಟ ಕಡಿದು ರಸ್ತೆ ಮಾಡಿದಷ್ಟು ಆಯಾಸವಾಗಿತ್ತು.

ನೀವು ಇಲ್ಲೇ ಕೈ ತೊಳ್ಕೊಳಿ ಅಂದು ವಾರಿಜ ಗಂಡನ ಕೈ ಮತ್ತು ಬಾಯಿಗಳನ್ನು ತಾವೇ ತೊಳೆಸಿ ಸೆರಗಿನಿಂದ ಒರೆಸಿ ಒಂದು ಐದು ನಿಮಿಷ ಕೂತ್ಕೊಂಡಿದ್ದು ಹಾಗೇ ಉರುಳ್ಕೊಳಿ ಅಂದು ಉಳಿದ ಅಡಿಗೆ ಮನೆ ಕೆಲಸದತ್ತ ಹೋದರು. ಪಂಡಿತರಿಗೆ ಚನ್ನಾಗಿ ನಿದ್ದೆ ಬಂದಿರಬಹುದು. ಯಾರೋ ಕಾಲಿಂಗ್ ಬೆಲ್ ಮಾಡುತ್ತಿರೋ ಸದ್ದು. ನಮ್ಮನೆದಲ್ಲ ಅಂದುಕೊಂಡು ಹಾಸಿಗೆಯಲ್ಲಿ ಉರುಳಿದರು. ಇನ್ನೆರಡು ಕ್ಷಣಕ್ಕೆ ಮನೆಯ ಲ್ಯಾಂಡ್ ಲೈನ್ ಹೊಡ್ಕೊಂಡ್ತು. ವಾರಿಜ ಫೋನ್ ರಿಸೀವ್ ಮಾಡಿ ಮಾತಾಡುತ್ತಿರುವುದು ಕೇಳಿಸಿತು.

ಇನ್ನೈದು ನಿಮಿಷಕ್ಕೆ ವಾರಿಜ ಗಂಡನ ಬಳಿ ಬಂದು ನಿದ್ದೆ ಬಂತೇ, ಈಗ ಫೋನು ಬಂದಿದ್ದು ನಮ್ಮ ಸೋದರತ್ತೆ ಮನೆಯಿಂದ. ಅವರಿಗೆ ತುಂಬಾ ಸೀರಿಯಸ್ ಆಗಿದೆಯಂತೆ. ಬಹುಶಃ ಇನ್ನು ಸ್ವಲ್ಪ ಹೊತ್ತಿಗೆ ಹೋಗೇಬಿಡಬಹುದು ಅಂತ ಕಾಣುತ್ತೆ. ನಾನು ಹೋಗಿ ನೋಡ್ಕೊಂಡು ಬರ್ತೀನಿ. ನೀವು ಬಾಗಿಲು ಹಾಕಿಕೊಂಡು ಮಲಗಿರಿ ಅಂದರು. ಸರಿ ನೀನು ಹೋಗಿಬಾ. ಹುಷಾರು. ಒಂದು ವೇಳೆ ಅವರು ಹೋಗೇಬಿಟ್ಟಿದ್ದರೆ ನನ್ನ ಸಂತಾಪವನ್ನೂ ತಿಳಿಸು. ಹಾಗೇ ಒಂದು ಹತ್ತು ಸಾವಿರ ಕೈಲಿ ಇಟ್ಕೊಂಡಿರು. ಅವರಿಗೆ ಏನು ಕಷ್ಟ ಇರುತ್ತೋ. ಕೊಟ್ಟುಬಾ ಅಂದರು. ವಾರಿಜ ಇದಕ್ಕೇನು ಕಮ್ಮಿಯಿಲ್ಲ ಅಂದುಕೊಂಡು ಮನೆಯಿಂದ ಆಚೆ ಹೊರಡುವಾಗ ಬರಿಗೈಲಿ ಹೊರಟರೂ ನಂತರ ಗಂಡ ಹೇಳಿದ ಮಾತು ನೆನಪಾಗಿ ಹತ್ತು ಸಾವಿರ ಇಟ್ಕೊಂಡೇ ಹೊರಟರು.

ಪಂಡಿತರಿಗೆ ನಿದ್ದೆ ಹತ್ತಿರಬಹುದು. ಮತ್ತೆ ಕಾಲಿಂಗ್ ಬೆಲ್ಲು. ಅಯ್ಯೋ ಯಾವೋನಾದ್ರೂ ಹೊಡ್ಕೊಳ್ಳಿ, ನನಗೇನು ಅಂತ ಮಲಗಿದ್ದರೂ ಬೆಲ್ ಸದ್ದು ನಿಲ್ಲಲಿಲ್ಲ. ನಿಧಾನವಾಗಿ ಎದ್ದು ಹೋಗಿ ಬಾಗಿಲು ತೆಗೆದರು. ಕ್ಲಿನಿಕ್‌ನಿಂದ

ಹುಡುಗ ಬಂದಿದ್ದ. ಸರ್ ನಿಮ್ಮ ರಿಪೋರ್ಟು ಕೊಟ್ಟುಬಾ ಅಂದಿದಾರೆ ಅಂದು ಒಂದು ಫೋಲ್ಡರ್ ಕೊಟ್ಟ. ಏನು ಬರೆದಿದೀಯಪ್ಪಾ ಇದರಲ್ಲಿ ಏನಾದರೂ ಸೀರಿಯಸ್ಸಾ ಅಂತ ಕೇಳಿದರು. ನನಗೆ ಗೊತ್ತಿಲ್ಲ ಸರ್. ನೀವು ಸಂಜೆ ಐದು ಗಂಟೆಗೆ ಡಾಕ್ಟರಿಗೆ ಫೋನ್ ಮಾಡಬೇಕಂತೆ ಅಂತ ಹೇಳಿ ಹೊರಟುಹೋದ.

ಪಂಡಿತರು ಹಿಂದೆ ಮುಂದೆ ಅಂತ ಇಪ್ಪತ್ತು ಸಾರಿ ರಿಪೋರ್ಟು ತಿರುಗಿಸಿ ನೋಡಿದರೂ ವೈದ್ಯರ ಭಾಷೆ, ವೈದ್ಯರ ಸೂಚನೆಗಳು ಅರ್ಥ ಆಗಲಿಲ್ಲ. ಸಂಜೆ ಡಾಕ್ಟರಿಗೆ ಫೋನ್ ಮಾಡೋಣ ಅಂದುಕೊಂಡು ಮತ್ತೆ ಮಲಗಿದರು. ಇನ್ನೊಂದು ಹತ್ತು ನಿಮಿಷದಲ್ಲಿ ಮತ್ತೆ ಫೋನು. ಇದ್ಯಾಕೋ ಇವತ್ತು ಸರಿಹೋಗಲಿಲ್ಲ ಅಂದುಕೊಂಡು ನಿಧಾನವಾಗಿ ಬಂದು ಫೋನ್ ರಿಸೀವ್ ಮಾಡಿದರು.

ಮಾವಾ ನಾನು ಸುಮತಿ ಮಾತಾಡ್ತಾ ಇದೀನಿ ಮನೇಲೇ ಇದೀರಾ ಎನ್ನುವ ಅಳುವಿನ ಧ್ವನಿಯ ಮಾತು ಕೇಳಿಸಿತು. ಅರೇ ಸುಮತಿ ಯಾಕಮ್ಮಾ ಅಳ್ತಿದೀಯ ಏನಾಯ್ತು ಅಂತ ಕೇಳಿದರು. ಮಾವಾ ನೀವು ಮನೇಲೇ ಇರಿ ನಾನು ಈಗಲೇ ಬರ್ತೀನಿ ಅಂದಳು. ಸುಮತಿ ಪಂಡಿತರು ಕೆಲಸ ಮಾಡುತ್ತಿದ್ದ ಕಂಪನಿಯಲ್ಲಿ ಅವರಿಗೆ ಆಪ್ತ ಸಹಾಯಕಿಯಾಗಿ ದುಡಿಯುತ್ತಿದ್ದಳು. ಈಗ ಅವಳೂ ನಿವೃತ್ತಿಯಾಗಿದ್ದಾಳೆ. ಅವಳು ಕೆಲಸಕ್ಕೆ ಸೇರಿದ ಮೊದಲ ದಿನದಿಂದಲೇ ಪಂಡಿತರಿಗೆ ಬಹಳ ಆಪ್ತವಾದಳು. ನನಗೆ ಮೂವರು ಹೆಣ್ಣು ಮಕ್ಕಳು ಇಬ್ಬರು ಬೇರೆ ದೇಶದಲ್ಲಿದ್ದಾರೆ ನೀನೊಬ್ಬಳು ಇಲ್ಲಿದೀಯ ಎಂದಿದ್ದರು. ಸುಮತಿ ಪಂಡಿತರ ಮನೆಗೆ ಬಂದು ಹೋಗಿ ಮಾಡುತ್ತಾ ಅವರ ಮನೆ ಮಗಳೇ ಆಗಿಹೋಗಿದ್ದಳು.

ಆದರೆ ಮಗಳು ಎಂದುಕೊಂಡು ಗಂಡ ಅವಳಿಗೆ ಮಾಡುತ್ತಿದ್ದ ಸಹಾಯ ಬಹಳ ಅತಿಯಾಯ್ತು ಅಂತ ಎಷ್ಟೋ ಸಲ ಅನಿಸಿದ್ದರೂ ವಾರಿಜ ಮಾತಾಡಿರಲಿಲ್ಲ. ಏನೇ ಸಮಸ್ಯೆ ಎಂದರೂ ಓಡಿ ಬಂದು ಗಂಡನಿಂದ ಅವಳು ಸಹಾಯ ಪಡೆಯುತ್ತಿದ್ದುದು ವಾರಿಜರಿಗೆ ಸರಿಹೋಗಿರಲಿಲ್ಲ. ಸುಮತಿಗೆ ಕೆಲಸ ಕೊಡಿಸಿದ್ದರ ಜೊತೆಗೆ ಅವರ ತಂದೆಯ ಆರೋಗ್ಯಕ್ಕೆ ಸಹಾಯ ಮಾಡಿದ್ದು ತಂದೆ ಸತ್ತಾಗ ಎಲ್ಲ ಖರ್ಚುಗಳನ್ನೂ ಪಂಡಿತರೇ ನೋಡಿಕೊಂಡಿದ್ದು, ಅವಳಿಗೆ ಒಂದು ಮನೆಯನ್ನೂ ಕೊಡಿಸಿದ್ದು, ಹುಡುಗನನ್ನು ನೋಡಿ ಮದುವೆ ಮಾಡಿದ್ದು ಎಲ್ಲಾ ಪಂಡಿತರೇ. ಸುಮತಿಯೂ ಪಂಡಿತರನ್ನು ಆಫೀಸಿನಲ್ಲಿ ಸರ್ ಸರ್ ಎನ್ನುತ್ತಿದ್ದವಳು ಮನೆಗೆ ಬಂದಾಗ ಮಾವ ಎನ್ನುತ್ತಿದ್ದಳು.

ಒಂದು ದಿನವಂತೂ ವಾರಿಜ ರೋಸಿಹೋಗಿ ಏನು ಸುಮತಿ ನಿನಗೆ ಏನೇ ಕಷ್ಟ ಬಂದರೂ ನಮ್ಮವರನ್ನೇ ಹಿಡ್ಕೊತೀಯಲ್ಲ ನಿನಗೆ ಇನ್ಯಾರೂ ಇಲ್ವಾ ಅಂತ ಕೇಳಿದ್ದಾಗ ಸುಮತಿ ಅತ್ತೆ ಬೇರೆಯವರು ಇದ್ದಾರೆ ಅವರೆಲ್ಲಾ ಬರೀ ಮಾತಾಡ್ತಾರೆ

ಆದರೆ ಮಾವ ನಿಜವಾಗಿ ಸಹಾಯ ಮಾಡ್ತಾರೆ ಅಂದಿದ್ದಳು. ಮಗಳು ಜಾನ್ಹವಿ ಮದುವೆಯಾಗಿ ಲಂಡನ್‌ಗೆ ಹೋದ ಮೇಲೆ ಅವಳು ಉಪಯೋಗಿಸುತ್ತಿದ್ದ ಸ್ಕೂಟರನ್ನು ಪಂಡಿತರು ಸುಮತಿಗೆ ಕೊಟ್ಟುಬಿಟ್ಟರು. ಏನೂಂದ್ರೆ ಒಂದು ಹತ್ತು ಸಾವಿರ ರೂಪಾಯನ್ನಾದರೂ ಅವಳತ್ರ ಇಸ್ಕೊಬಾರದಿತ್ತೇ ಅಂದಾಗ ಪಂಡಿತರು ನಕ್ಕು ಅವಳು ನಮಗೆ ತೋರಿಸುತ್ತಿರುವ ಪ್ರೀತಿಯಲ್ಲಿ ಸಾವಿರವಲ್ಲ ಲಕ್ಷವೇ ಬಂದಿದೆ ಎಂದಿದ್ದರು. ಆದರೂ ಯಾವಾಗಲಾದರೂ ಸುಮತಿ ಮನೆಗೆ ಬಂತೂ ಅಂದ್ರೆ ಇವಳು ಇವರತ್ರ ಏನಾದರೂ ಕಿತ್ಕೊಂಡು ಹೋಗೋಕೇ ಬಂದಿದಾಳೆ ಅಂತ ವಾರಿಜ ಸಿಟ್ಟುಮಾಡೋರು.

ಗಂಡನೊಂದಿಗೆ ಸಿಂಗಪೂರ್ ಮಲೇಷಿಯಾ ಪ್ರವಾಸ ಹೋಗ್ತಾ ಇದೀನಿ ಅಂತ ಸುಮ್ಮನೆ ತಿಳಿಸೋಕೆ ಬಂದವಳಿಗೂ ಪಂಡಿತರು ಇರಲಿ ಇಟ್ಕೊಂಡಿರು ಅಂತ ಐವತ್ತು ಸಾವಿರ ರೂಪಾಯಿ ಕೊಟ್ಟು ಇದನ್ನು ಉಪಯೋಗಿಸಿಕೋ ಅಂದಿದ್ದು ಮಾತ್ರ ವಾರಿಜರಿಗೆ ಸರಿಹೋಗಿರಲಿಲ್ಲ. ಕೇಳಿದಾಗ ಇಷ್ಟೋ ಅಷ್ಟೋ ಸಹಾಯ ಮಾಡೋದು ಸರಿ. ಆದರೆ ಅವಳು ಕೇಳದಿದ್ದರೂ ಇವರು ಮೇಲೆ ಬಿದ್ದು ಸಹಾಯ ಮಾಡೋದು ಏಕೆ. ಇಷ್ಟಾದರೂ ಸುಮತಿ ಒಂದು ದಿನವೂ ಒಂದು ಪೈಸವನ್ನೂ ಹಿಂದಕ್ಕೆ ಕೊಟ್ಟಿಲ್ಲ. ಹೀಗಾಗಿ ವಾರಿಜರಿಗೆ ಸುಮತಿಯನ್ನು ಕಂಡರೆ ಮೈ ಉರಿಯೋದು. ಈಚೆಗೆ ಸುಮತಿ ಮನೆಗೆ ಬರದೇ ಇದ್ದುದು ವಾರಿಜರಿಗೆ ಸಮಾಧಾನವೂ ಸಂತೋಷವೂ ಆಗಿತ್ತು.

ಫೋನ್ ಅಟೆಂಡ್ ಮಾಡಿದ ಮೇಲೆ ಸುಮತಿಗೆ ಏನು ಕಷ್ಟವೋ ಅಂತ ಪಂಡಿತರು ಮತ್ತೆ ನಿದ್ದೆ ಮಾಡಲಿಲ್ಲ. ಹತ್ತು ನಿಮಿಷದಲ್ಲಿ ಸುಮತಿ ಓಡೋಡಿ ಬಂದು ಪಂಡಿತರ ಕಾಲಿಗೆ ಬಿದ್ದು ಜೋರಾಗಿ ಅಳಲಾರಂಭಿಸಿದಳು. ಅವಳನ್ನು ಎಬ್ಬಿಸಿ ತಬ್ಬಿಕೊಂಡು ಯಾಕಮ್ಮಾ ಹೀಗೆ ಅಳ್ತಿದೀಯ, ಏನಾಯ್ತು. ಕೂತ್ಕೊ ಸುಧಾರಿಸಿಕೋ ನಿಧಾನವಾಗಿ ಹೇಳು. ಇವಳು ಮನೇಲಿಲ್ಲ. ನೀನೇ ನಮ್ಮಿಬ್ಬರಿಗೂ ಕಾಫಿ ಮಾಡಿಕೊಂಡು ಬಾ ಅಂದರು. ಸುಮತಿ ಕಣ್ಣೀರು ಒರೆಸಿಕೊಂಡು ಇಲ್ಲ ಮಾವಾ ನಾನು ಈಗ ಕಾಫಿ ಕುಡಿಯುವ ಸ್ಥಿತೀಲಿಲ್ಲ. ನಾನು ಬಹಳ ದೊಡ್ಡ ತಾಪತ್ರಯದಲ್ಲಿ ಸಿಕ್ಕಿಕೊಂಡಿದ್ದೇನೆ. ಇವತ್ತು ಬೆಳಗ್ಗೆ ನನ್ನ ಯಜಮಾನರಿಗೆ ಅಪಘಾತವಾಗಿ ಈಗ ತುರ್ತುಸೇವಾ ಘಟಕದಲ್ಲಿದ್ದಾರೆ. ತುಂಬಾ ರಕ್ತ ಹೋಗಿದೆಯಂತೆ. ಎರಡೋ ಮೂರೋ ಆಪರೇಷನ್ ಆಗಬೇಕಂತೆ. ಏನಿಲ್ಲ ಎಂದರೂ ಎರಡು ಎರಡೂವರೆ ಲಕ್ಷ ರೂಪಾಯಿ ಹೊಂದಿಸಿಕೊಳ್ಳಬೇಕು. ಇವತ್ತು ಆಪರೇಷನ್ ಮಾಡದಿದ್ದರೆ ಅವರು ಉಳಿಯೋದು ಕಷ್ಟವಂತೆ. ಎಲ್ಲಿಂದ ತರಲಿ ನಿಂತ ಕಡೆ ಅಷ್ಟೊಂದು ಹಣಾನ. ನನಗೆ ನಿಮ್ಮನ್ನು ಬಿಟ್ಟರೆ ಯಾರೂ ಇಲ್ಲ. ಏನಾದರೂ ಮಾಡಿ ನನ್ನ ತಾಳಿ ಉಳಿಸಿಕೊಡಿ ಅಂತ ಅವರ ಕಾಲ ಮೇಲೆ ಬಿದ್ದು ಅತ್ತಳು.

ಪಂಡಿತರಿಗೆ ಕಣ್ಣೀರು ಹರಿಯಿತು. ಅಯ್ಯೋ ದೇವರೇ ಯಾಕೆ ಈ ಮಗೂಗೆ ಇಂಥಾ ಕಷ್ಟ ಕೊಟ್ಟೆ ಅಂತ ಚಿಂತಿಸಿದರು. ಸುಮತಿ ಸ್ವಲ್ಪ ಹೊತ್ತು ಬಿಕ್ಕಿ ಬಿಕ್ಕಿ ಅತ್ತು ಮಾವಾ ಇವರು ಉಳಿತಾಯ ಅಂತ ಏನೂ ಮಾಡಿಲ್ಲ. ಇದ್ದರೆ ಒಂದಿಪ್ಪತ್ತು ಸಾವಿರ ರೂಪಾಯಿ ಇರಬಹುದು. ಇವರಿಗೆ ಆರೋಗ್ಯ ವಿಮೆ ಕೂಡಾ ಇಲ್ಲ. ಒಂದು ವರ್ಷದ ಹಿಂದೆ ವಿದೇಶ ಪ್ರವಾಸ ಅಂತ ಲಕ್ಷಾಂತರ ರೂಪಾಯಿ ಖರ್ಚು ಮಾಡಿಬಿಟ್ಟೆವು. ನನಗೆ ಈಗ ಏನು ಮಾಡಬೇಕು ಅಂತ ತಿಳೀತಿಲ್ಲ. ಎರಡೂವರೆ ಲಕ್ಷ ರೂಪಾಯಿ ಹೊಂದಿಸಬೇಕು ಇಲ್ಲಾ ನನ್ನ ಗಂಡನನ್ನು ಮರೆತುಬಿಡಬೇಕು ಅಂದು ಅತ್ತಳು.

ಪಂಡಿತರು ಸುಮತಿಯ ಬೆನ್ನು ತಟ್ಟಿ ಸಮಾಧಾನ ಮಾಡಿ ಈಗ ನನ್ನ ಸ್ಥಿತಿ ಹೇಗಿದೆ ಅಂತ ನಿನಗೇ ಗೊತ್ತು. ಆದರೂ ನಿನ್ನ ಕೈ ಬಿಡೋಕೆ ಆಗುತ್ಯೇ. ಸ್ವಲ್ಪ ಇರು ಅಂದು ತಮ್ಮ ಬಳಿ ಎಷ್ಟಿರಬಹುದು ಅಂತ ಹುಡುಕಿದರು. ಬ್ಯಾಂಕಿನಲ್ಲಿ ಒಂದೈವತ್ತು ಸಾವಿರ ಇರಬಹುದು. ಅದು ಯಾವ ಮೂಲೆಗೆ. ಮಲಗುವ ಕೋಣೆಯ ಬೀರುಗಳನ್ನು ಕೆದಕುತ್ತಿದ್ದಾಗ ವಾರಿಜಳ ಸೀರೆಯ ಪದರಗಳ ನಡುವೆ ಅದ್ಯಾವುದೋ ಕವರು ಕಾಣಿಸಿತು. ತೆಗೆದು ನೋಡಿದರೆ ಅದರಲ್ಲಿ ಕಂತೆ ಕಂತೆ ಹಣ. ಅರೇ ಇವಳು ಇದನ್ನೆಲ್ಲಾ ಇಲ್ಯಾಕೆ ಇಟ್ಟಿದಾಳೆ. ಯಾವಾಗಿನಿಂದ ಹೀಗೆ ಕೂಡಿಟ್ಟಿದಾಳೆ ಅಂತ ತಿಳೀಲಿಲ್ಲ. ಸರಿ ಹಣ ಯಾವುದಾದರೇನು ಅದು ಉಪಯೋಗಕ್ಕೆ ಬಂದರೆ ಸರಿ ಅಂತ ಅಷ್ಟೂ ಹಣವನ್ನು ಸುಮತಿಗೆ ಕೊಟ್ಟು ಮೊದಲು ನಿನ್ನ ಗಂಡನನ್ನು ಉಳಿಸಿಕೊ ಅಂದರು. ಅವಳು ಮಾವಾ ಅಂದು ಅತ್ತು ಪಂಡಿತರ ಕಾಲಿಗೆ ಬಿದ್ದು ಅಳುತ್ತಾ ಮನೆಗೆ ಹೊರಟಳು. ನಂತರ ಪಂಡಿತರು ಬಾಗಿಲು ಹಾಕಿಕೊಂಡು ಮಲಗಿದರು.

ಯಾಕೋ ಸುಮತಿಯ ಸ್ಥಿತಿ ನೋಡಿ ಮರುಕ ಉಂಟಾಗಿ ಪಂಡಿತರಿಗೂ ಮನಸ್ಸಿಗೆ ವ್ಯಥೆಯಾಗಿ ಆ ವ್ಯಥೆ ಅವರಿಗೆ ದೈಹಿಕ ನೋವನ್ನು ಹೆಚ್ಚು ಮಾಡಿದಂತಾಯಿತು ಹೆಂಡತಿ ಬೇಗ ಬರಲಿ ಎನ್ನುವ ಧಾವಂತ ಆಯಿತು. ವಾರಿಜ ಬಂದ ಮೇಲೆ ಸುಮತಿ ಮನೆಗೋ ಆಸ್ಪತ್ರೆಗೋ ಹೊಗಿ ನೋಡಿಕೊಂಡು ಬರಬೇಕು ಅಂದುಕೊಂಡರು. ಎರಡು ಮೂರು ಸಾರಿ ಎದ್ದಿದ್ದರಿಂದ ಮತ್ತೆ ನಿದ್ದೆ ಬರಲಿಲ್ಲ. ಯಾಕೋ ಎದೆ ನೋವು ಸ್ವಲ್ಪ ಜಾಸ್ತಿಯಾಗಿದೆ ಅನಿಸ್ತಿದೆಯಲ್ಲ. ಉಸಿರಾಟಕ್ಕೂ ತೊಂದರೆ ಆಗುತ್ತಿದೆ ಅನಿಸಿ ಮಲಗಿದ್ದವರು ಎದ್ದು ಕೂತರು. ನೀರು ಕುಡಿಯಬೇಕು ಅನಿಸಿದರೂ ಎದ್ದು ಹೋಗಲಾಗಲಿಲ್ಲ. ವಾರಿಜ ಬರಲಿಲ್ಲ. ಅವರ ಸೋದರತ್ತೆ ಹೇಗಿದಾರೋ ಗೊತ್ತಿಲ್ಲ ಅಂದುಕೊಂಡಾಗ ಆಯಾಸ ಹೆಚ್ಚಾಯಿತು. ಬಹಳ ಕಷ್ಟಪಟ್ಟು ಎದ್ದು ನೀರು ಕುಡಿದು ಬಂದರು. ಯಾಕೋ ಉಸಿರು ಮೇಲೆ ಮೇಲೆ ಬರುತ್ತಿದೆ

ಅನಿಸಿತು. ಫ್ಯಾನ್ ಜೋರಾಗಿ ಹಾಕಿಕೊಂಡರು. ವಾರಿಜ ಸೋದರತ್ತೆ ಮನೆ ಫೋನ್ ನಂಬರು ತಿಳಿದಿಲ್ಲ. ಸದ್ಯ ಅವಳು ಬೇಗ ಬಂದ್ರೆ ಸಾಕಪ್ಪಾ ಅಂತ ಗೋಡೆಗೆ ಒರಗಿದರು.

ಅರ್ಧಗಂಟೆ ಕಳೆದಿರಬಹುದು. ಕಾಲಿಂಗ್ ಬೆಲ್ ಸದ್ದಾಯಿತು. ನಿಧಾನವಾಗಿ ಎದ್ದು ಹೋಗಿ ಬಾಗಿಲು ತೆಗೆದು ಅಲ್ಲೇ ಕುಸಿದರು. ಅಯ್ಯೋ ಇದೇನಾಯ್ತು ಅಂತ ಗಂಡನನ್ನು ಎಬ್ಬಿಸಲು ನೋಡಿದರೆ ಐದೇ ನಿಮಿಷದಲ್ಲಿ ಪಂಡಿತರ ಆರೋಗ್ಯ ಕ್ಷೀಣಿಸಿತು. ಏದುಸಿರು ಬರಲಾರಂಭಿಸಿತು. ಪರಿಚಯವಿದ್ದ ವೈದ್ಯರಿಗೆ ಫೋನ್ ಮಾಡಿದಳು. ಅವರು ಅರ್ಧ ಗಂಟೆ ಬಿಟ್ಟು ಬರೋಹೊತ್ತಿಗೆ ಪಂಡಿತರು ಇನ್ನಷ್ಟು ಸುಸ್ತಾಗಿದ್ದರು. ಡಾಕ್ಟರು ಬಂದು ಪರೀಕ್ಷೆ ಮಾಡಿ ಇವರನ್ನು ಕೂಡಲೇ ನರ್ಸಿಂಗ್ ಹೋಂಗೆ ಸೇರಿಸೋದು ಅವಶ್ಯಕ. ಏನಾದರೂ ಟೆಸ್ಟ್ ಮಾಡಿಸಿದ್ರಾ ಅಂತ ಕೇಳಿದರು. ಹೌದು ಮಾಡಿಸಿದ್ದೆವು. ಇವತ್ತು ರಿಪೋರ್ಟ್ ಬರಬೇಕಿತ್ತು ಅಂದು ಸುತ್ತಮುತ್ತ ನೋಡಿದಾಗ ಟೀಪಾಯ್ ಮೇಲಿದ್ದ ರಿಪೋರ್ಟ್ ಕಾಣಿಸಿತು. ಅದನ್ನು ವೈದ್ಯರಿಗೆ ತೋರಿಸಿದಾಗ ಅವರು ಅಯ್ಯೋ ಎರಡು ಬ್ಲಾಕ್ ಇದೆಯಲ್ಲಾ, ಕೂಡಲೇ ಆಪರೇಷನ್ ಆಗಬೇಕು ಇಲ್ಲದಿದ್ದರೆ ಕಷ್ಟ ಅಂತ ಬರೆದಿದಾರಲ್ಲ. ಕೂಡಲೇ ಇವರನ್ನು ನರ್ಸಿಂಗ್ ಹೋಂಗೆ ಸೇರಿಸಿ. ಹಾಗೇ ಒಂದೆರಡು ಮೂರು ಲಕ್ಷ ಹೊಂದಿಸಿಕೊಳ್ಳಿ. ಅಡ್ಮಿಟ್ ಮಾಡುವಾಗಲೇ ಹಣ ಕಟ್ಟಬೇಕು ಅಂದು ಹೊರಟುಹೋದರು.

ವಾರಿಜ ಅಕ್ಕಪಕ್ಕದ ಮನೆಯವರನ್ನು ಸಹಾಯಕ್ಕೆ ಕರೆದರು. ಸುಮಿತ್ರ ಮಗ ನಾನು ಅಂಕಲ್‌ನ ಆಸ್ಪತ್ರೆಗೆ ಕರ್‍ಕೊಂಡು ಹೋಗ್ತೀನಿ ಅಂತ ಕಾರು ತಂದ. ಕೋಣೆಗೆ ಹೋಗಿ ಬೀರು ತೆಗೆದು ಸೀರೆಗಳ ಸಂದಿಯಲ್ಲಿದ್ದ ಕವರಿಗಾಗಿ ಹುಡುಕಿದರು. ಅದರಲ್ಲಿ ಕವರಿತ್ತು ಹಣ ಇರಲಿಲ್ಲ. ಅಯ್ಯೋ ದೇವರೇ ಇಂಥಾ ಕೆಲಸಕ್ಕೇ ಬೇಕಾಗುತ್ತೆ ಅಂತ ಜೋಪಾನವಾಗಿಟ್ಟಿದ್ದೆ ಇವರ ಕಣ್ಣಿಗೆ ಹೇಗೆ ಬಿತ್ತು. ಅದನ್ನು ಯಾರಿಗೆ ಕೊಟ್ಟರು ಅಂತ ಯೋಚಿಸುತ್ತಾ ಗಂಡನ ಬಳಿ ಬಂದು ನೀವು ಆ ಕವರ್ ತೆಗೆದ್ರಾ ಅದರಲ್ಲಿದ್ದ ದುಡ್ಡನ್ನು ಯಾರಿಗೆ ಕೊಟ್ರಿ ಅಂತ ಕೇಳಿದರೂ ಪಂಡಿತರು ಉತ್ತರಿಸುವ ಸ್ಥಿತೀಲಿರಲಿಲ್ಲ. ಏನೂ ತಿಳಿಯದೇ ಮಗಳಿಗೆ ಫೋನ್ ಮಾಡಿದಾಗ ನಾನು ಕೂಡಲೇ ನಿನ್ನ ಅಕೌಂಟಿಗೆ ಹಣ ವರ್ಗಾವಣೆ ಮಾಡ್ತೀನಿ ಅಪ್ಪನ್ನು ಕೂಡಲೇ ನರ್ಸಿಂಗ್ ಹೋಂಗೆ ಸೇರಿಸು ಅಂದಳು.

ಕ್ಷಣಕ್ಷಣಕ್ಕೂ ಪಂಡಿತರು ಕ್ಷೀಣವಾದರು. ಕೈ ಕಾಲು ನಿಸ್ತೇಜವಾಗಿತ್ತು. ವಾರಿಜ ಗಾಬರಿಯಿಂದ ಮತ್ತೆ ಡಾಕ್ಟರಿಗೆ ಫೋನ್ ಮಾಡಿದಳು. ಅವರು ನರ್ಸಿಂಗ್ ಹೋಂಗೆ ಸೇರಿಸಿಬಿಡಿ ಅಂದರು. ದುಡ್ಡಿಲ್ಲದೇ ನರ್ಸಿಂಗ್ ಹೋಂಗೆ ಹೋಗೋದು ಹೇಗೆ. ಲಂಡನ್‌ನಿಂದ ಹಣ ಯಾವಾಗ ಬರುತ್ತೋ. ಈಗೇನು ಮಾಡಲಿ. ಅಷ್ಟೊಂದು ದುಡ್ಡು ಯಾರು ಕೊಡ್ತಾರೆ ಅಂತ ಯೋಚಿಸಿದಾಗ

ತಾಳಿ ಮಾರಿ ಹಣ ತರಬೇಕಾದರೂ ಸಮಯ ಬೇಕು. ಆದರೆ ಆ ಹಣ ಯಾವ ಮೂಲೆಗೆ. ನಾನು ಜೋಪಾನವಾಗಿ ಇಟ್ಟಿದ್ದ ಹಣವನ್ನು ಇವರು ಯಾರಿಗೆ ಕೊಟ್ಟರು ಅಂತ ಗಾಬರಿಯಿಂದ ಚಿಂತಿಸುತ್ತಾ ಗಂಡನನ್ನು ಮಾತಾಡಿಸಲು ಎಬ್ಬಿಸಲು ಯೋಚಿಸುತ್ತಿದ್ದರು.

ಆಗ ವಾರಿಜಳಿಗೆ ದೇವರಂತೆ ಬಂದವನು ಅವಳ ಅಕ್ಕನ ಮಗ. ಅವನೂ ಡಾಕ್ಟರೇ. ಮುಂಬಯಿಯಲ್ಲಿ ವೈದ್ಯನಾಗಿರೋನು ಏನೋ ಕೆಲಸದ ನಿಮಿತ್ತ ಬಂದಿದ್ದನಂತೆ ಹಾಗೇ ಚಿಕ್ಕಮ್ಮನನ್ನು ನೋಡಿಕೊಂಡು ಹೋಗೋಣ ಅಂತ ಬಂದ. ಏಯ್ ಸುರೇಶ ಸ್ವಲ್ಪ ನಿಮ್ಮ ಚಿಕ್ಕಪ್ಪನನ್ನು ನೋಡು. ಬೆಳಗ್ಗೆ ಚನ್ನಾಗಿದ್ದೋರು ಈಗ ನೋಡು ಹೇಗಾಗಿಹೋಗಿದಾರೆ. ಅಲ್ಲಿ ನೊಡು ನೆನ್ನೆ ಟೆಸ್ಟ್ ಮಾಡಿಸಿದ ರಿಪೋರ್ಟ್ ಇದೆ ಅಂದಳು. ರಿಪೋರ್ಟ್ ನೋಡಿದ ಸುರೇಶ ಚಿಕ್ಕಮ್ಮ ಎಷ್ಟೊಂದು ಕಾಂಪ್ಲಿಕೇಷನ್ ಇದೆಯಲ್ಲಾ. ಇವತ್ತೇ, ಈ ಕೂಡಲೇ ಆಪರೇಷನ್ ಮಾಡಬೇಕು ಅಂತ ರಿಪೋರ್ಟಿನಲ್ಲಿ ಬರೆದಿದೆ ಅಂದು ಪಂಡಿತರನ್ನು ಪರೀಕ್ಷಿಸಲು ಹತ್ತಿರ ಬಂದ. ನಾಡಿ ನೋಡಿದ, ಹೃದಯ ಬಡಿತ ನೋಡಿದ. ನಂತರ ಚಿಕ್ಕಮ್ಮನ ಕಡೆ ನೋಡಿ, ಚಿಕ್ಕಮ್ಮಾ ಧೈರ್ಯ ತಂದ್ಕೊಳ್ಳಿ ಚಿಕ್ಕಪ್ಪ ಇನ್ನಿಲ್ಲ ಅಂದ. ವಾರಿಜಳಿಗೆ ಹೃದಯ ಒಡೆದಂತಾಯಿತು. ಅಷ್ಟು ಹಣ ಇದ್ದಿದ್ದರೆ ಕೂಡಲೇ ಇವರನ್ನು ನರ್ಸಿಂಗ್ ಹೋಂಗೆ ಸೇರಿಸಿದ್ದರೆ ಇಷ್ಟೊತ್ತಿಗೆ ಆಪರೇಷನ್ ಆಗಿ ಇವರು ಬದುಕಿರುತ್ತಿದ್ದರು. ಆದರೆ ಆ ಹಣ ಹೋದದ್ದಾದರೂ ಎಲ್ಲಿಗೆ ಅಂತ ಮತ್ತೆ ಚಿಂತಿಸುವಾಗ ಸುಮತಿ ಓಡೋಡಿ ಬಂದಳು.

ಮಾವ ಮಾವ ಅಂತ ಓಡಿ ಬಂದವಳು ಹಾಗೇ ಕಲ್ಲು ಕಂಬದ ಹಾಗೆ ನಿಂತಳು. ಅತ್ತೆ ಮಾವ ಕೊಟ್ಟ ಹಣದಿಂದ ನನ್ನ ಗಂಡ ಬದುಕಿದರು. ಸ್ವಲ್ಪ ಹೊತ್ತಿನ ಮುಂಚೆ ಆಪರೇಷನ್ ಆಯಿತು. ಅವರು ಹುಷಾರಗ್ತಾ ಇದಾರೆ. ಇದನ್ನು ಮಾವನಿಗೆ ಹೇಳೋಣ ಅಂತ ಬಂದ್ರೆ ಅವರೇ ಇಲ್ವಲ್ಲಾ ಅಂತ ಬಿದ್ದು ಬಿದ್ದು ಅತ್ತಳು. ವಾರಿಜಳ ದುಃಖ ಕ್ರಮೇಣ ಕೋಪವಾಗಿ ಪರಿವರ್ತನೆಗೊಂಡು ಏನಮ್ಮಾ ಅವರು ಬದುಕಿದ್ದಾಗ ಅವರನ್ನು ಸಿಕ್ಕಾಪಟ್ಟೆ ಹಿರಿದು ತಿಂದೆ. ಅವರು ಕೊಡ್ತಾರೆ ಅಂದಾಕ್ಷಣ ನಿನ್ನ ಹಸಿವು ಹೆಚ್ಚಾಯ್ತು. ಅವರ ಆರೋಗ್ಯದ ಖರ್ಚಿಗೆ ಅಂತ ನಾನು ಜೋಪಾನ ಮಾಡಿಟ್ಟುಕೊಂಡಿದ್ದ ಹಣವನ್ನೂ ಕಿತ್ತುಕೊಂಡು ಹೋದೆ. ಕಡೆಗೆ ಅವರ ಪ್ರಾಣವನ್ನೂ ಕಿತ್ಕೊಂಡ್ಯಾ. ಈಗ ನಿನಗೆ ಸಮಾಧಾನಾನಾ ಅಂತ ಗೋಳಾಡಿದರು.

ತಮ್ಮ ಕರ್ತವ್ಯಗಳನ್ನು ಮುಗಿಸಿ ಹೊರಟಿದ್ದೇನೆ ಎನ್ನುವಂತೆ ಶಾಂತಿಯಿಂದ ಮಲಗಿದ್ದರು ಪಂಡಿತರು. ಕೊಡುವವನು ಯಾವುದಕ್ಕೂ ಕಾಯಲಾರ. ಕೊಡಬೇಕು ಅನಿಸಿದರೆ ಆ ಭಗವಂತನೇ ಕೊಡುವ ಮನಸ್ಸು ಕೊಡುತ್ತಾನೆ.

ಕೊಟ್ಟಿದ್ದೇ ಸಾರ್ಥಕ ಎನ್ನುವ ಭಾವ ಅವರ ಮುಖದಲ್ಲಿ ಕಾಣುತ್ತಿತ್ತು. ವಾರಿಜಳ ದುಃಖವೇ ಒಂದು ರೀತಿಯಾದರೆ ಸುಮತಿಯದೇ ಇನ್ನೊಂದು ರೀತಿ. ನಾನು ನೆನ್ನೆ ಇವರ ಮನೆಗೆ ಬರದಿದ್ದರೆ ಇವತ್ತು ಮಾವನಿಗೆ ಈ ಸ್ಥಿತಿ ಬರುತ್ತಿರಲಿಲ್ಲ ಅನಿಸಿತು. ಸುಮತಿ ವಾರಿಜಳ ಕೋಪದ ದೃಷ್ಟಿಯನ್ನು ತಾಳಲಾರದೇ ಗೋಡೆಗೊರಗಿ ನಿಂತಳು.

(ಸಮಾಜಮುಖಿ, ಏಪ್ರಿಲ್–2022)

ಸ್ವರ್ಗದಲ್ಲಿ ನಿಶ್ಚಯವಾದ ಮದುವೆ

ಬದುಕು ಹುಟ್ಟಿನಿಂದ ಪ್ರಾರಂಭವಾಗಿ ಸಾವಿನಲ್ಲಿ ಅಂತ್ಯವಾಗುತ್ತದೆ. ಕೆಲವರಿಗೆ ಇನ್ನೊಬ್ಬರ ಸಾವಿಂದ ಅವರ ಬದುಕು ಪ್ರಾರಂಭವಾಗುತ್ತದೆ. ಶ್ರೀದೇವಿಗೆ ಆಗಿರುವುದೂ ಹಾಗೇ. ಬನ್ನಿ, ಶ್ರೀದೇವಿಯ ಹಿನ್ನೆಲೆಯನ್ನು ಕೆದಕಿಕೊಂಡು ಬರೋಣ.

ಹಿಂದಿನ ರಾತ್ರಿ ಶ್ರೀದೇವಿ ನಿದ್ದೆ ಮಾಡಿಲ್ಲ, ಮನೆಯವರೂ ಸಹ. ಬೆಳಗ್ಗೆ ತಾಯಿ ಸುನಂದ ಅಡಿಗೆ ಮನೆಗೆ ಬರುತ್ತಿದ್ದ ಮಗಳು ಶ್ರೀದೇವಿಯನ್ನು "ಅಲ್ಲೇ ನಿಂತ್ಕೊ" ಅಂದು ಕಾಫಿ ಲೋಟ ನೆಲದ ಮೇಲಿಟ್ಟು "ಕಾಫಿ ಕುಡಿದು ಲೋಟಾನ ಹೊರಗಿನ ಬಚ್ಚಲಲ್ಲಿ ತೊಳೆದಿಡು" ಅಂದರು. ಶ್ರೀದೇವಿಗೆ ಕಣ್ಣೀರು ಹರಿದು ತಾಯಿಯಿಂದ ಮಗಳಿಗೆ ಇದೆಂಥಾ ತಿರಸ್ಕಾರ ಅನಿಸಿತು. ಬಗ್ಗಿ ಲೋಟ ತಗೊಂಡು ಕಾಫಿ ಕುಡಿದು ಲೋಟ ತೊಳೆದು ಹೊರಗಿನ ಬಚ್ಚಲಲ್ಲಿಟ್ಟಳು. ಆಫೀಸಿಗೆ ಹೊರಡುವಾಗ ಅಮ್ಮನಿಗೆ ತುಸು ದೂರದಲ್ಲೇ ನಿಂತು "ನೆನ್ನೆ ಸಂಬಳ ಬಂತು ಮನೆ ಖರ್ಚಿಗೆ ದುಡ್ಡು ತಗೋ" ಅಂದು ಇಪ್ಪತ್ತು ಸಾವಿರ ಇದ್ದ ಕವರನ್ನು ಟೇಬಲ್ ಮೇಲಿಟ್ಟಳು. ಸುನಂದ ಕವರಿನ ಕಡೆ ನೋಡಿ ಎರಡು ಹೆಜ್ಜೆ ಹಿಂದಕ್ಕೆ ಇಟ್ಟು "ನಮಗೆ ದರಿದ್ರ ಜಾತಿಯ ಹಣ ಬೇಡ" ಅಂದರು. ಶ್ರೀದೇವಿ "ಹಣಕ್ಕೆ ಯಾವ ಜಾತೀನಮ್ಮಾ, ಇದು ಯಾವ ದರಿದ್ರ ಜಾತೀದೂ ಅಲ್ಲ" ಅಂದಳು. "ನಿನ್ನ ದುಡ್ಡು, ಋಣ ಯಾವುದೂ ನಮಗೆ ಬೇಡ." ಅಂದರು ಸುನಂದ. ತಾಯಿಯ ಮುಖದಲ್ಲಿ ಅಸಹನೆ ಕುದಿಯುತ್ತಿತ್ತು. ಶ್ರೀದೇವಿ ಹಣದ ಕವರನ್ನು ಹಿಂದೆಗೆದುಕೊಂಡಳು. ಬ್ಯಾಂಕಿಗೆ ಹೋಗಿ ಆ ಹಣವನ್ನು ಅಪ್ಪನ ಅಕೌಂಟಿಗೆ ಹಾಕಿ ಮಾರ್ಕೆಟ್ ಕಾಂಪ್ಲೆಕ್ಸ್‌ನಲ್ಲಿದ್ದ ಕೆಫೆಗೆ ಹೋದಳು. ಅಲ್ಲಿ ಪ್ರಶಾಂತ ಅವಳಿಗಾಗಿ ಕಾಯುತ್ತಿದ್ದ. ಶ್ರೀದೇವಿಯ ಮುಖದಲ್ಲಿದ್ದ ಬೇಸರವನ್ನು ಪ್ರಶಾಂತ ಅರ್ಥ ಮಾಡಿಕೊಂಡ.

ಪ್ರಶಾಂತನಿಗೂ ಶ್ರೀದೇವಿಗೂ ಒಳ್ಳೆಯ ಕೆಲಸವಿದೆ. ಪರಸ್ಪರ ಇಷ್ಟ ಪಟ್ಟಿದ್ದಾರೆ. ಆದರೆ ಅವರಿಬ್ಬರ ಮದುವೆಗೆ ಪ್ರಶಾಂತನ ಮನೆಯಲ್ಲಿ ವಿರೋಧವಿಲ್ಲದಿದ್ದರೂ ಶ್ರೀದೇವಿ ಮನೆಯಲ್ಲಿ ಅಡ್ಡಿ ಬಂದಿರುವುದು ಜಾತಿ. ಸುಮಾರು ಆರು ತಿಂಗಳಿನಿಂದ ಜಾತಿ ತಿಕ್ಕಾಟ ನಡೀತಿದೆ. ಇಪ್ಪತ್ತೊಂದನೇ ಶತಮಾನದಲ್ಲೂ ಜಾತಿ ನೋಡ್ತೀರಲ್ಲ ಅಂತ ಕೆಲವರು ಕೇಳಿದ್ದಕ್ಕೆ ಶ್ರೀಪತಿರಾಯರು ಅವರ ಪರಂಪರೆ ಬಗೆಗೆ ಮಾತಾಡುತ್ತಾರೆ. ಒಂದು ವೇಳೆ ಮಗಳು ಈ

ಮದುವೆಯಾದರೆ ನಮ್ಮ ಸಂಬಂಧಿಕರೆಲ್ಲ ನಮ್ಮನ್ನು ಖಂಡಿತಾ ದೂರ ಮಾಡ್ತಾರೆ ಅನಿಸಿದೆ.

ಪ್ರಶಾಂತ "ನಾನು ಬಂದು ನಿಮ್ಮ ಪೇರೆಂಟ್ಸ್ ಜೊತೆ ಮಾತಾಡ್ಲಾ" ಅಂತ ಕೇಳಿದ.

ಶ್ರೀದೇವಿ ಭಯದಿಂದ "ಅಯ್ಯಯ್ಯೋ ಬೇಡಪ್ಪಾ, ಅವರು ಖಂಡಿತಾ ನಿನ್ನನ್ನು ಮನೆಯೊಳಗೆ ಸೇರಿಸೋಲ್ಲ." ಅಂದಳು

ಪ್ರಶಾಂತ "ಹಾಗಾದರೆ ನಾವು ನಿಧಾನಿಸೋಣ, ಆತುರ ಪಡೋದು ಬೇಡ. ನಮ್ಮ ಪ್ರೀತಿ ಅನ್ನೋದು ಗಟ್ಟಿಯಾಗಿದ್ರೆ ಅದಕ್ಕೆ ದೇವರ ಆಶೀರ್ವಾದ ಇದ್ದೇ ಇರುತ್ತೆ. ಋಣಾನುಬಂಧ ರೂಪೇಣ ಪಶು ಪತ್ನಿ ಸುತಾಲಯ ಅಂತಾರಲ್ಲ ಹಾಗೆ." ಅಂದ.

ಮನೆಯಲ್ಲಿ ರಾತ್ರಿ ಊಟವಾದ ಮೇಲೆ ಶ್ರೀದೇವಿ "ನೀವು ನನಗೆ ಜನ್ಮ ಕೊಟ್ಟಿರಿ, ಸಾಕಿದಿರಿ, ಓದಿಸಿದಿರಿ ಎಲ್ಲ ಸರಿ. ಆದರೆ ಮದುವೆ ವಿಚಾರದಲ್ಲಿ ಯಾಕಿಷ್ಟು ಹಠ. ನನ್ನ ಬದುಕನ್ನು ನಾನು ಆಯ್ಕೆ ಮಾಡಿಕೊಳ್ಳೋ ಸ್ವಾತಂತ್ರ್ಯವಿಲ್ವಾ." ಅಂತ ಕೇಳಿದಳು. ಶ್ರೀಪತಿರಾಯರು ಮಗಳ ಕಡೆ ನೋಡಿ "ನಿನ್ನ ಬದುಕನ್ನು ಆಯ್ಕೆ ಮಾಡಿಕೊಳ್ಳುವ ಸ್ವಾತಂತ್ರ್ಯ ನಿನಗಿದೆ. ಆದರೆ ನೀನು ಆಯ್ಕೆ ಮಾಡಿಕೊಂಡದ್ದನ್ನು ನಾವು ಒಪ್ಪಬೇಕು ಅಂತಿಲ್ಲ. ಮದುವೆಯೊಂದಿಗೆ ನಮ್ಮ ನಿನ್ನ ಸಂಬಂಧ ಮುರಿದು ಹೋಗುತ್ತೆ. ನಿನ್ನ ಮದುವೆ ವಿಚಾರದಲ್ಲಿ ನಮಗೆ ಸಂತೋಷನೂ ಇಲ್ಲ ಬೇಜಾರೂ ಇಲ್ಲ." ಅಂದರು. ಶ್ರೀದೇವಿ ಅಳುತ್ತಾ ನಿಂತಲ್ಲಿಂದನೇ ತಂದೆಗೆ ನಮಸ್ಕರಿಸಿ "ಅಪ್ಪಾ ನಾನು ನಿಮ್ಮ ಮಗಳು. ನನಗೆ ಇಷ್ಟು ದೊಡ್ಡ ಶಿಕ್ಷೆ ಕೊಡಬೇಡಿ. ನಿಮ್ಮನ್ನು ನೋಯಿಸಿ ನಾನು ಸಂತೋಷವಾಗಿರೋಕಾಗುತ್ತಾ. ನನಗೆ ಎರಡು ಲಕ್ಷ ಸಂಬಳ ಬರುತ್ತೆ. ಮನೆ ಜವಾಬ್ದಾರಿ ತಗೊಂಡು ನಿಮ್ಮ ಮನಸ್ಸಿಗೆ ನೆಮ್ಮದಿ ಕೊಡೋಣ ಅಂದುಕೊಂಡೆ. ನಾಗರಾಜ ಪದ್ಮಿನಿ ಇವರಿಬ್ಬರೂ ಚನ್ನಾಗಿ ಓದಬೇಕು., ಮದುವೆ ಆಗಬೇಕು. ಅದಕ್ಕೆಲ್ಲ ನಾನು ನಿಮಗೆ ಊರುಗೋಲಾಗಿರೋಣ ಅಂದುಕೊಂಡೆ. ಆದರೆ ನೀವು ನನ್ನನ್ನೇ ತಿರಸ್ಕರಿಸ್ತಿದ್ದೀರ. ನನ್ನ ಸಂಪಾದನೆ ಯಾರಿಗಾಗಿ ಹೇಳಿ. ಮಕ್ಕಳು ತಂದೆ ತಾಯಿಯರಿಗೆ ಆಸರೆಯಾಗಿ ನಿಲ್ಲದಿದ್ದರೆ ಅವರ ಓದಿಗೆ,ಅವರ ಸಂಪಾದನೆಗೆ ಏನು ಬೆಲೆ. ಲೋಕದಲ್ಲಿ ಯಾರೂ ಮಾಡದ ತಪ್ಪು ನಾನು ಮಾಡುತ್ತಿಲ್ಲ. ಪ್ರಶಾಂತ ನಮ್ಮ ಜಾತಿಯವನಲ್ಲ ಸರಿ. ಆದರೆ ಅವರ ಕುಟುಂಬ ಯಾವುದರಲ್ಲೂ ಕಡಿಮೆಯಿಲ್ಲ" ಅಂದಳು.

ಶ್ರೀಪತಿರಾಯರು "ಯಾರಾದರೂ ಯಾವುದಾದರೂ ವಿಚಾರದಲ್ಲಿ ನಿರ್ಧಾರ ಮಾಡಿದ್ದರೆ ಅದನ್ನು ಅವರು ಸಮರ್ಥಿಸಿಕೊಳ್ಳುವುದರಲ್ಲಿ ನಿಪುಣರು.

ಅದೇ ಕೆಲಸವನ್ನು ನೀನೂ ಮಾಡ್ತಿದೀಯ. ಇದರಲ್ಲಿ ನಿನ್ನ ತಪ್ಪಿಲ್ಲ. ನಿನ್ನ ಸಂಬಂಧ ನಮ್ಮ ಜನಗಳಿಗೆ ಗೊತ್ತಾದರೆ ಮುಂದೆ ನಾನು ತಲೆ ಎತ್ಕೊಂಡು ತಿರುಗೋಕ್ಕೆ ಆಗಲ್ಲ. ನಮ್ಮ ನೆಂಟರಿಷ್ಟರನ್ನು ಎದುರಿಸೋಕೂ ಆಗಲ್ಲ" ಅಂದರು. ಶ್ರೀದೇವಿ "ಒಂದು ವೇಳೆ ಅವರೂ ನನ್ನ ಹಾಗೇ ನಿರ್ಧಾರ ಮಾಡಿದರೆ ಆಗೇನು ಮಾಡ್ತೀರ" ಅಂದಾಗ ಶ್ರೀಪತಿರಾಯರು "ಇದನ್ನೇ ಹಿರಿಯಕ್ಕನ ಚಾಳಿ ಮನೆಮಂದಿಗೆಲ್ಲ ಅನ್ನೋದು. ನಿನ್ನ ದಾರಿ ನೀನು ನೋಡ್ಕೋಮ್ಮ" ಅಂದು ಅಲ್ಲಿಂದ ಹೊರಟರು.

ಪ್ರಶಾಂತನ ಮನೆಯವರಿಗೆ ಇರುವ ವಿಶಾಲ ಮನೋಭಾವ ನಮ್ಮ ಮನೆಯವರಿಗೆ ಯಾಕಿಲ್ಲ ಅಂತ ಶ್ರೀದೇವಿ ಚಿಂತಿಸಿದಳು. ನನ್ನನ್ನು ಇವರು ಅಸ್ಪೃಶ್ಯಳಂತೆ ನೊಡುತ್ತಿದ್ದಾರೆ ಅನಿಸಿತು. ಇವರ್‍ಯಾರೂ ನನ್ನ ಮದುವೆಗೆ ಬರೋಲ್ಲ, ಅಕ್ಷತೆಯನ್ನು ಹಾಕೋಲ್ಲ, ಆಶಿರ್ವಾದವನ್ನು ಮಾಡೋಲ್ಲ, ಉಡುಗೊರೆಯನ್ನೂ ಕೊಡೋಲ್ಲ, ನಾನು ಕೊಡೋ ಉಡುಗೊರೆಯನ್ನೂ ತಗೊಳೋಲ್ಲ. ಹೆಣ್ಣು ಮದುವೆಯಾಗಿ ಗಂಡನ ಮನೆ ಸೇರಿದಳು ಎಂದರೆ ತಾಯಿ ಮನೆಯ ಸಂಬಂಧ ಮುಗಿದಂತೆ. ಕೊಟ್ಟ ಹೆಣ್ಣು ಕುಲಕ್ಕೆ ಹೊರಗೆ ಎನ್ನುತ್ತಾರಲ್ಲ ಹಾಗೆ. ಒಳಮನಸ್ಸಿಗೆ ನನ್ನ ಪ್ರಶಾಂತನ ಸಂಬಂಧ ಅಂತ್ಯಗೊಳಿಸಿಕೊಳ್ಳೋಣವೇ ಎನ್ನುವ ಭಾವ ಬಂದಾಗ ಮನಸ್ಸು ಅದನ್ನು ಒಪ್ಪಲಿಲ್ಲ.

ಎರಡು ಮೂರು ತಿಂಗಳು ಇದೇ ದ್ವಂದ್ವದಲ್ಲಿ ಕಾಲ ಕಳೆಯಿತು. ಒಂದು ಸಂಜೆ ಕೆಫೆಯಲ್ಲಿ ಕೂತ ಪ್ರಶಾಂತ "ನನಗೊಂದು ಉಪಾಯ ಹೊಳೆದಿದೆ. ಆದರೆ ಅದೊಂದು ಪ್ರಯತ್ನ. ಇದರಿಂದ ನಿನ್ನ ತಂದೆ ತಾಯಿಯರಿಗೂ ನೋವಿಲ್ಲ. ನಮ್ಮ ಆಸೆಯೂ ಈಡೇರುತ್ತೆ" ಅಂದ. ಕಾಫಿ ಕಪ್ ಹಿಡಿದಿದ್ದ ಪ್ರಶಾಂತನ ಬೆರಳುಗಳನ್ನು ಸವರಿ "ನನಗೆ ಏನು ಮಾಡಬೇಕೋ ಗೊತ್ತಾಗ್ತಿಲ್ಲ. ಮದುವೆನೇ ಬೇಡ ಅನಿಸಿದೆ" ಅಂದಳು. ಪ್ರಶಾಂತ "ಎಷ್ಟೋ ಪ್ರೇಮಿಗಳಿಗೆ ಇಂಥಾ ಅನುಭವವಾಗಿದೆ. ಇಂಥವುಗಳನ್ನು ಮೆಟ್ಟಿ ನಿಂತಾಗ ಮಾತ್ರ ಪ್ರೀತಿ ಗಟ್ಟಿಯಾಗೋದು. ಯೋಚನೆ ಮಾಡಬೇಡ. ನೂರು ಮೆಟ್ಟಿಲುಗಳನ್ನು ಹತ್ತಿಕೊಂಡು ಹೋಗೋ ಆನಂದಕ್ಕೂ ಲಿಫ್ಟಿನಲ್ಲಿ ಹೋಗೋ ಆನಂದಕ್ಕೂ ಅಜಗಜಾಂತರ ವ್ಯತ್ಯಾಸವಿದೆ. ನಾವೀಗ ಮೆಟ್ಟಿಲು ಹತ್ತುತ್ತಿದ್ದೇವೆ. ನೂರನೇ ಮೆಟ್ಟಿಲು ಹತ್ತಿ ಸಂಭ್ರಮಿಸೋಣ. ಅಲ್ಲೀವರೆಗೂ ವಿಶ್ವಾಸ ಕಳೆದುಕೊಳ್ಳಬಾರದು" ಅಂದ.

ಪ್ರಶಾಂತ ಹೇಳಿದ ಉಪಾಯ ಕೇಳಿ ಅವಳು ನಡುಗಿದಳು ಗುರಿ ಸಾಧನೆಗೆ ಮುಖ್ಯದಾರಿ ಮುಚ್ಚಿದ್ದರೆ ಅಡ್ಡ ದಾರಿಯಿಂದ ಸಾಗೋದು ಅನಿವಾರ್ಯವಾದರೂ ಇದೆಂಥಾ ಅಡ್ಡದಾರಿ ಅಂತ ಭಯವಾಯಿತು. ಸರಿ ಒಂದು ಪ್ರಯತ್ನ ಮಾಡೋಣ ಅಂದುಕೊಂಡಳು.

ಭಾನುವಾರ ಸ್ನಾನವಾದ ಮೇಲೆ ಅಮ್ಮ ತಿಂಡಿ ತಂದು ಕೋಣೆಯ ಬಾಗಿಲಲ್ಲಿಟ್ಟು ಹೋಗುತ್ತಿದ್ದಾಗ ಶ್ರೀದೇವಿ "ಅಮ್ಮಾ ಇನ್ಮೇಲೆ ಇದೆಲ್ಲಾ ಬೇಡ. ನಾನೂ ನಿಮ್ಮ ಜೊತೆನೇ ಕೂತು ತಿಂಡಿ ತಿನ್ತೀನಿ" ಅಂದಳು. ತಾಯಿಗೆ ಮಗಳ ಮಾತು ಅರ್ಥವಾಗಲಿಲ್ಲ. ಶ್ರೀದೇವಿ "ಮನೆಯವರಿಗೆಲ್ಲ ನೋವು ಕೊಟ್ಟು ನಾನು ಮಾತ್ರ ಸಂತೋಷವಾಗಿರೋದು ಬೇಡಾಂತ ನನ್ನ ನಿರ್ಧಾರ ಬದಲಿಸಿ ಮದುವೆ ವಿಚಾರಾನ ಕೈಬಿಟ್ಟಿದ್ದೀನಿ. ನೀನೂ ಅಪ್ಪ ನನ್ನ ಮದುವೆ ನಿರ್ಧಾರ ಮಾಡಿ" ಅಂದಳು. ಪೇಪರ್ ಓದುತ್ತಿದ್ದ ಶ್ರೀಪತಿರಾಯರು ಮಗಳ ಬಳಿ ಬಂದು "ಅಂದ್ರೆ ನೀನು ಪ್ರಶಾಂತನ್ನ ಮದುವೆ ಆಗೋಲ್ವೇ" ಅಂತ ಕೇಳಿದರು. ಶ್ರೀದೇವಿ "ಹೆತ್ತವರಿಗೆ ಸಂಕಟ ಕೊಟ್ಟರೆ ಮಕ್ಕಳಿಗೆ ಒಳ್ಳೇದಾಗಲ್ಲ ಅಂತಾರೆ. ಅದಕ್ಕೆ ಪ್ರಶಾಂತನನ್ನು ನನ್ನ ಮನಸ್ಸಿನಿಂದ ತೆಗೆದುಹಾಕಿದೆ" ಅಂದಳು. ಸುನಂದ ಮಗಳನ್ನು ತಬ್ಬಿ ಬಾ ಅಂದು ಡೈನಿಂಗ್ ಟೇಬಲಲ್ಲಿ ಕೂರಿಸಿ ಎಲ್ಲರೂ ಒಟ್ಟಿಗೆ ತಿಂಡಿ ತಿಂದರು. ಶ್ರೀಪತಿರಾಯರು ಮಗಳ ಭುಜ ಹಿಡಿದು "ನಿನ್ನ ಮಾತು ನಂಬಬಹುದು ತಾನೇ. ಏಕೇಂದ್ರೆ ನಮಗೆ ಈ ವಯಸ್ಸಿನಲ್ಲಿ ಮೋಸ, ದಗಾ, ವಂಚನೆ ಇವುಗಳನ್ನು ಅರಗಿಸಿಕೊಳ್ಳೋಕಾಗಲ್ಲ" ಅಂದರು. ಶ್ರೀದೇವಿ "ಇಲ್ಲಪ್ಪ ಹಾಗೇನೂ ಇಲ್ಲ. ನೀವು ನನಗೆ ಗಂಡು ನೋಡಿ" ಅಂದಾಗ ಶ್ರೀದೇವಿಗೆ ಹೃದಯ ಸಣ್ಣಗೆ ಅದುರಿತು.

ಆದರೂ ಮನೆಯವರೆಲ್ಲರೂ ಶ್ರೀದೇವಿಯ ಚಲನವಲನಗಳನ್ನು ಗಮನಿಸುತ್ತಿದ್ದರು. ಮಗಳಲ್ಲಿ ಇಂಥಾ ಬದಲಾವಣೆ ಹೇಗೆ ಸಾಧ್ಯ ಅಂತ ಅವರಿಗೆ ಅನುಮಾನ ಕಾಡಿತು. ಪ್ರೀತಿಸಿದವರನ್ನು ಮರೆಯೋದು, ದೂರ ಮಾಡಿಕೊಳ್ಳೋದು ಅಷ್ಟು ಸುಲಭವಲ್ಲ. ಹೀಗಿರುವಾಗ ಮಗಳ ನಡವಳಿಕೆ ನಿಜವೇ, ನಾಟಕವೇ ಅಂತ ಚಿಂತಿಸಿದರು. ಪ್ರಶಾಂತ ಇವಳು ಸೇರಿ ಏನೋ ಮಸಲತ್ತು ಮಾಡ್ತಿಲ್ಲ ಅಂತ ಹೇಗೆ ನಂಬೋದು ಅನಿಸಿತು.

ಮನೆಯಲ್ಲಿ ಶ್ರೀದೇವಿ ಮದುವೆ ಪ್ರಯತ್ನ ಪ್ರಾರಂಭವಾಯಿತು. ಒಂದೆರಡು ತಿಂಗಳ ನಂತರ ಸುನಂದ ಗಂಡನಿಗೆ "ನಮ್ಮ ಬಿರಟೆಮನೆ ಶಾನುಭೋಗರ ಮಗ ಇದೇ ಊರಲ್ಲಿ ಡಾಕ್ಟರಾಗಿದಾನಂತೆ. ದೊಡ್ಡ ಹೆಸರೂ ಮಾಡಿದಾನಂತೆ. ಜಾತಕ ಕಳಿಸೋಕೆ ಹೇಳಿದೀನಿ. ಸರಿಹೋದರೆ ನೋಡೋಣ" ಅಂದರು. ಜಾತಕ ಹೊಂದಾಣಿಕೆ ಆದ ಮೇಲೆ ರಾತ್ರಿ ಊಟ ಮಾಡುವಾಗ ಸುನಂದ ಮಗಳಿಗೆ ಭಾನುವಾರ ಗಂಡಿನ ಮನೆಯವರು ಮನೆಗೆ ಬರ್ತಾರೆ. ನೀನು ಒಪ್ಪಿದರೆ ಮುಂದಿನ ಮಾತು" ಅಂದರು.

ಭಾನುವಾರ ಬಂದ ಡಾಕ್ಟರ್ ಶ್ರೀಕಾಂತ್ ಮತ್ತು ಅವರ ಮನೆಯವರೆಲ್ಲ ಶ್ರೀದೇವಿನ ಒಪ್ಪಿದರು. ಶ್ರೀದೇವಿನೂ ಆಗಲಿ ಅಂದಳು. ಮಗಳು ಏನನ್ನೂ ಪ್ರಶ್ನಿಸದೇ, ಶ್ರೀಕಾಂತನೊಂದಿಗೆ ಏಕಾಂತದಲ್ಲಿ ಮಾತೂ ಆಡದೇ ಮದುವೆಗೆ

ಒಪ್ಪಿದ್ದು ತಂದೆ ತಾಯಿಯರಿಗೆ ಮಗಳ ಹೆಜ್ಜೆಯ ಜಾಲ ಅರಿವಾಗಲಿಲ್ಲ. ಮೂರೇ ತಿಂಗಳಲ್ಲಿ ಸಿಕ್ಕಿದ ಶುಭ ಮುಹೂರ್ತದಲ್ಲಿ ಶ್ರೀದೇವಿ ಶ್ರೀಕಾಂತ್ ಮದುವೆ ಗೊತ್ತಾಯಿತು. ಡಾಕ್ಟರು ಒಂದು ದಿನ ಶ್ರೀದೇವಿಯೊಂದಿಗೆ ವೈಯಕ್ತಿಕವಾಗಿ ಮಾತಾಡುತ್ತಾ "ನಾನು ಡಾಕ್ಟರಾಗಿರೋದರಿಂದ ತಡವಾಗಿ ಮನೆಗೆ ಬರೋದು, ಬೇಗ ಹೋಗೋದು ಇವೆಲ್ಲಾ ಇರುತ್ತೆ. ನೀವು ಹೊಂದ್ಕೊಬೇಕು" ಅಂದರು. ಶ್ರೀದೇವಿ ಸಮ್ಮತಿಸಿದಳು. ಮದುವೆಗೆ ಮುಂಚೆ ಅವರಿಬ್ಬರೂ ಒಂದೆರಡು ಸಾರಿ ಭೇಟಿ ಆಗಿದ್ದರು.

ಮದುವೆ ಚನ್ನಾಗಿ ನಡೆಯಿತು. ಶ್ರೀದೇವಿ ತನ್ನ ಉಳಿತಾಯದ ಹಣವನ್ನು ತನ್ನ ಮದುವೆಗೆ ಖರ್ಚಿಗೆ ತಂದೆಗೆ ಕೊಟ್ಟಳು. ನೆಂಟರಿಷ್ಟರು ಬಂದು ಸಂಭ್ರಮಿಸಿದರು. ಧಾರೆ, ಊಟವಾದ ಮೇಲೆ ಶ್ರೀದೇವಿಗೆ ಒಂದು ಕರೆ ಬಂತು. ಅವಳು ಗಾಬರಿಯಿಂದ ಕೋಣೆಗೆ ಹೋಗಿ ಬಾಗಿಲು ಹಾಕಿಕೊಂಡು ಮಾತಾಡಿದಳು. ಅವಳಿಗೆ ಇಡುತ್ತಿರುವ ಒಂದೊಂದು ಹೆಜ್ಜೆಯೂ ಸರಿಯಿಲ್ಲವೇನೋ ಅನಿಸಲು ಶುರುವಾಗಿತ್ತು. ಮುಖದಲ್ಲಿದ್ದ ಗಾಬರಿ ಅಮ್ಮನಿಗೆ ಅರಿವಾಯಿತು. "ಯಾಕೇ ಬೆಳಗಿಂದ ಚನ್ನಾಗಿದ್ದೋಳು ಈಗ ಸಪ್ಪಗಾಗಿದ್ದೀಯ" ಅಂತ ಪ್ರಶ್ನಿಸಿದರು. ಶ್ರೀಕಾಂತ "ಸ್ವಲ್ಪ ಹೊತ್ತು ಕೂತು ಮಾತಾಡಬಹುದಾ" ಅಂತ ಕೇಳಿದಾಗ "ಇಲ್ಲ ಯಾಕೋ ತಲೆ ನೋಯ್ತಿದೆ. ಇನ್ನು ಆರತಕ್ಷತೆಗೆ ಸಿದ್ಧವಾಗಬೇಕು. ಒಂದು ರಾಶಿ ಜನ ಬರ್ತಾರಲ್ಲ, ಪ್ಲೀಸ್" ಅಂದು ಅಲ್ಲಿಂದ ಹೊರಟಾಗ ಶ್ರೀದೇವಿ ಕೈ ಹಿಡಿದ ಶ್ರೀಕಾಂತ ನಾಡಿ ಪರೀಕ್ಷೆ ಮಾಡಿ, ರೆಪ್ಪೆ ಬಿಡಿಸಿ ಕಣ್ಣು ಪರೀಕ್ಷೆ ಮಾಡಿ "ಎಲ್ಲ ಸರಿಯಾಗಿದೆ ಸ್ವಲ್ಪ ವಿಶ್ರಾಂತಿ ಪಡೆದರೆ ಸರಿಹೋಗುತ್ತೆ" ಅಂದರು.

ಆರತಕ್ಷತೆಯ ಸಂಭ್ರಮ ರಾತ್ರಿ ಹತ್ತು ಗಂಟೆಯವರೆಗೂ ನಡೆಯಿತು. ಶ್ರೀದೇವಿಯ ಒಡಲಾಂತರಾಳದಲ್ಲಿ ಅಗ್ನಿಕುಂಡ ಕುದಿಯುತ್ತಿದ್ದರೂ ಮುಖದಲ್ಲಿ ಕಮಲ ಅರಳಿಸಬೇಕಿತ್ತು. ಪದೇ ಪದೇ ನೆನಪಾಗುವ ವ್ಯಕ್ತಿಯನ್ನು ಕಿತ್ತು ಹಾಕುವುದು ಅಷ್ಟು ಸುಲಭವಾಗಿರಲಿಲ್ಲ. ಮೊಬೈಲ್‌ಗೆ ಮೆಸೇಜ್ ಬಂದಿತ್ತು. "ಬಿ ಕೇರ್‌ಫುಲ್, ಅನಿವಾರ್ಯ ಆದರೆ ಪರವಾಗಿಲ್ಲ. ಒಂದು ದಿನ ತಾನೇ. ನಾನು ತಪ್ಪು ತಿಳಿಯೋಲ್ಲ." ಮೆಸೇಜ್ ಓದಿ ಅಳಿಸಿಬಿಟ್ಟಳು. ಆರತಕ್ಷತೆಯ ಮಂಟಪದಲ್ಲಿ ಪಕ್ಕದಲ್ಲಿ ಕುಳಿತಿದ್ದ ಶ್ರೀದೇವಿಗೆ ಶ್ರೀಕಾಂತ ಪ್ರಥಮ ರಾತ್ರಿಯ ಕುರಿತು ಒಂದೆರಡು ಜೋಕುಗಳನ್ನು ಪಿಸುಮಾತಿನಲ್ಲಿ ಹೇಳಿದಾಗ ಅವಳು ನಾಚಿಕೊಳ್ಳಲು ಯತ್ನಿಸಿದರೂ ನಾಚಿಕೆಗಿಂತ ಭಯವೇ ಹೆಚ್ಚಾಯಿತು. ಅಂತೂ ಎಲ್ಲಾ ಮುಗಿದು ಪ್ರಥಮ ರಾತ್ರಿಯ ಸಂಭ್ರಮಕ್ಕೆ ಸಿದ್ಧವಾಗಿದ್ದಾಗ ಶ್ರೀಕಾಂತನ ತಾಯಿ ಮಗನ ಬಳಿ ಬಂದು "ಶ್ರೀಕಾಂತ, ಶ್ರೀದೇವಿಗೆ ಮೈ ಸರಿಯಿಲ್ವಂತೆ. ಇವತ್ತು ಬಲವಂತ ಮಾಡೋದು ಬೇಡ ಅಂತ ಅವರಮ್ಮ ಹೇಳಿದ್ರು. ಅವಳಾಗಿಯೇ

ಬಂದರೆ ಸರಿ, ಆದರೆ ನೀನು ಆತುರಪಡಬೇಡ" ಅಂದು ಎಚ್ಚರಿಸಿದರು. ಶ್ರೀಕಾಂತ ಸರೀಮ್ಮ ಅಂದರು.

ಕೋಣೆಯಲ್ಲಿ ಇಬ್ಬರೇ ಇದ್ದಾಗ ಶ್ರೀಕಾಂತ ಶ್ರೀದೇವಿಯ ಕೈ ಹಿಡಿದು "ನಾನು ಮಧ್ಯಾನ್ಹದಿಂದ ನೋಡ್ತಿದೀನಿ, ನೀನು ಗಾಬರಿಯಲ್ಲಿದ್ದೀಯ. ಈಗ ನಮ್ಮಿಬ್ಬರ ಬದುಕು ಒಂದೇ. ಏನಿದ್ರೂ ನನ್ನ ಬಳಿ ಹೇಳ್ಕೊ. ನಿನಗೆ ಏನಾಗ್ತಿದೆ ಅಂತ ಹೇಳು. ನಾನು ಡಾಕ್ಟರು. ನಿನ್ನನ್ನು ಸರಿಮಾಡಲು ಪ್ರಯತ್ನ ಮಾಡ್ತೀನಿ. ಇವತ್ತು ನಾನು ನಿನ್ನನ್ನು ಯಾವುದಕ್ಕೂ ಬಲವಂತ ಮಾಡೋಲ್ಲ ಅಂದರು. ಶ್ರೀದೇವಿ "ನನ್ನನ್ನು ಕ್ಷಮಿಸಿ ನಿಮ್ಮನ್ನು ನಿರಾಸೆಗೊಳಿಸ್ತಾ ಇದೀನಿ. ಆದರೆ ನನಗೆ ಇವತ್ತು ಮನಸ್ಸು ಸರಿಯಿಲ್ಲ" ಅಂದಳು. ಕೋಣೆಯ ದೀಪ ಆರಿತು.

ಬೆಳಗ್ಗೆ ಶ್ರೀದೇವಿನೇ ಮೊದಲು ಎದ್ದು ಹೊರಟಾಗ ಶ್ರೀಕಾಂತನಿಗೆ ಇನ್ನೂ ನಿದ್ದೆ ಹರಿದಿರಲಿಲ್ಲ. ಮಗಳ ಮುಖದಲ್ಲಿ ಯಾವ ಸಂತಸವೂ ಇಲ್ಲದಿರುವುದನ್ನು ಸುನಂದ ಗಮನಿಸಿದರು. ಈ ಕುರಿತು ಅವರು ಪ್ರಶ್ನಿಸಿದಾಗ ಶ್ರೀದೇವಿ "ಅಮ್ಮಾ ತಾಯಿಯಾಗಿ ನೀನೂ ಹೀಗೆ ಮಾತಾಡ್ತೀಯಲ್ಲ. ಹೆಂಗಸರ ಸಮಸ್ಯೆಗಳು ನಿನಗೂ ಗೊತ್ತಿದೆಯಲ್ಲಾ. ನಾನು ಏನೂಂತ ಬಿಡಿಸಿ ಹೇಳ್ಲಿ, ಸುಮ್ನಿರು" ಅಂದಳು.

ಅವತ್ತು ಛತ್ರದಲ್ಲಿ ಸತ್ಯನಾರಾಯಣ ಪೂಜೆಗೆ ಕೂತ ಶ್ರೀದೇವಿ ಮೊಬೈಲ್‌ಗೆ ಪದೇ ಪದೇ ಕರೆ ಬರ್ತಾನೇ ಇತ್ತು. ಅವಳು ರಿಸೀವ್ ಮಾಡ್ತಿರಲಿಲ್ಲ. ಪುರೋಹಿತರು "ಆ ದರಿದ್ರಾನ ಅತ್ಲಾಗೆ ಯಾರ ಹತ್ರನಾದರೂ ಕೊಡಮ್ಮಾ. ಇಲ್ಲದಿದ್ದರೆ ಪೂಜೆ ಮಾಡೋದೂ ಕಷ್ಟಾನೇ ಮಾಡಿಸೋದೂ ಕಷ್ಟಾನೇ" ಅಂದರು. ಆದರೂ ಶ್ರೀದೇವಿ ಮೊಬೈಲ್ ಯಾರಿಗೂ ಕೊಡಲಿಲ್ಲ. ಪೂಜೆ ಮುಗಿದ ಮೇಲೆ ಡ್ರೆಸ್ ಬದಲಾಯಿಸ್ತೀನಿ ಅಂತ ಕೋಣೆಗೆ ಹೋದ ಶ್ರೀದೇವಿ ಇನ್ನೂ ಊಟಕ್ಕೆ ಬರಲಿಲ್ಲವಲ್ಲಾ ಅಂತ ಶ್ರೀಕಾಂತ ಕೋಣೆಗೆ ಬಂದಾಗ ಶ್ರೀದೇವಿ ಮೊಬೈಲಲ್ಲಿ ಮಾತಾಡ್ತಾ ಆಗಲಿ, ನಾಳೆ ಸಂಜೆ ನಾನು ಸಿದ್ಧವಾಗಿರ್ತೀನಿ. ನೀನು ಕಾರು ಕಳಿಸಿದ ತಕ್ಷಣ ನಾನು ಹೊರಡ್ತೀನಿ ಅಂದಿದ್ದು ಕೇಳಿಸಿತು. ಕೋಣೆಯಿಂದ ಹೊರಬಂದ ಶ್ರೀದೇವಿ ಗಂಡನನ್ನು ಕಂಡು ಗಾಬರಿಯಾದರೂ ತೋರಿಸಿಕೊಳ್ಳಲಿಲ್ಲ. ಆದರೆ ಶ್ರೀಕಾಂತನಿಗೆ ಗೊಂದಲವಾಗಿದ್ದು ಸಹಜ.

ಊಟ ಆಯಿತು. ನೆಂಟರು ಹೊರಟರು. ಛತ್ರದಲ್ಲಿ ಜನಸಂದಣಿ ಕಡಿಮೆಯಾದ ಮೇಲೆ ಶ್ರೀದೇವಿ ಇದ್ದ ಕೋಣೆಗೆ ಶ್ರೀಕಾಂತ ಹೋದಾಗ ಅವಳು ಗಾಬರಿಯಿಂದ ಮೊಬೈಲ್ ಕರೆ ನಿಲ್ಲಿಸಿದಳು. ಶ್ರೀಕಾಂತ "ಸಾರಿ, ನೀನು ಮಾತಾಡು ನಾನು ಆಮೇಲೆ ಬರ್ತೀನಿ" ಅಂದಾಗ "ಇಲ್ಲ ಮಾತಾಡಾಯ್ತು ಬನ್ನಿ" ಅಂದಳು. ಅವಳಲ್ಲಿ ಗಾಬರಿ ತುಂಬಿರುವುದನ್ನು ವೈದ್ಯನಾಗಿ ಶ್ರೀಕಾಂತ

ಗುರುತಿಸಿದರು. ಇಬ್ಬರಲ್ಲೂ ಅಗಾಧ ಮೌನ. ಶ್ರೀಕಾಂತ ಶ್ರೀದೇವಿ ಹತ್ತಿರ ಬಂದು ಕೂತು ಅವಳ ಕೈ ಹಿಡಿದು "ಮತ್ತೆ ಕೇಳ್ತಾ ಇದೀನಿ, ಏನಾದರೂ ಸಮಸ್ಯೆ ಇದ್ದರೆ ನನ್ನತ್ರ ಹೇಳ್ಕೊ" ಅಂದರು. "ಸಮಸ್ಯೆ ಏನಿಲ್ಲ" ಅಂದಳು. "ಆದರೆ ನಿನ್ನಲ್ಲಿ ಮದುವೆ ಸಂಭ್ರಮ ಆನಂದ ಯಾವುದೂ ಕಾಣ್ತಿಲ್ಲ" ಅಂದರು. ಶ್ರೀದೇವಿ ಬಲವಂತದಿಂದ ನಕ್ಕಳು. ಅಷ್ಟರಲ್ಲಿ "ಶ್ರೀದೇವಿ ಬೇಗ ಬಾ ನಿಮ್ಮಮ್ಮ ತಲೆ ತಿರುಗಿ ಬಿದ್ದಿದ್ದಾರೆ" ಅಂತ ಕೂಗಿದ್ದು ಕೇಳಿಸಿ ಶ್ರೀದೇವಿ ಓಡಿದಳು. ಕೆಲವೇ ಕ್ಷಣಗಳಲ್ಲಿ ಶ್ರೀದೇವಿ ಅಲ್ಲೇ ಬಿಟ್ಟು ಹೋಗಿದ್ದ ಅವಳ ಮೊಬೈಲ್ ರಿಂಗ್ ಆಯಿತು. ಹೊಸ ಹೆಂಡತಿಯ ಫೋನ್. ನಾನು ರಿಸೀವ್ ಮಾಡೋದು ಬೇಡಾಂತ ಶ್ರೀಕಾಂತ ಸುಮ್ಮನಿದ್ದರು. ಕ್ಷಣಮಾತ್ರದಲ್ಲಿ ಬಂದ ಸಂದೇಶದಲ್ಲಿ "ನಾಳೆ ಸಂಜೆಗೆ ವ್ಯವಸ್ಥೆ ಆಗಿದೆ. ಡೀಟೈಲ್ಸ್ ನಾಳೆ ಬೆಳಗ್ಗೆ ಮೆಸೇಜ್ ಮಾಡ್ತೀನಿ" ಅಂತಿತ್ತು. ಶ್ರೀಕಾಂತನಿಗೆ ಸಂದೇಶದ ಹಿಂದೆ ಮುಂದೆ ತಿಳಿಯಲಿಲ್ಲ. ನನಗೇಕೆ ಎಂದು ಸುಮ್ಮನಾದರು. ಏನೋ ಕಳೆದುಕೊಂಡವಳಂತೆ ಓಡಿಬಂದ ಶ್ರೀದೇವಿ ತನ್ನ ಮೊಬೈಲ್‌ಗೆ ಕೈ ಹಾಕಿ ಶ್ರೀಕಾಂತನನ್ನು ಅನುಮಾನದಿಂದ ನೋಡಿ "ಯಾವುದಾದರೂ ಕರೆ ಬಂದಿತ್ತಾ" ಅಂತ ಕೇಳಿದಳು. ಶ್ರೀಕಾಂತ "ಪ್ರಶಾಂತ ಕಾಲಿಂಗ್ ಅಂತ ಬರ್ತಿತ್ತು. ನಿನ್ನ ಫೋನ್ ನಾನೇಕೆ ರಿಸೀವ್ ಮಾಡೋದೂಂತ ತಗೊಳ್ಳಿಲ್ಲ" ಅಂದರು. ವಿಪರೀತ ಬೆವರುತ್ತಾ ಸರಸರ ಮೊಬೈಲ್ ನೋಡಿದ ಹೆಂಡತಿಯನ್ನೇ ಶ್ರೀಕಾಂತ ಕುತೂಹಲದಿಂದ ಗಮನಿಸಿದರು.

ಅವಳ ಕೈ ಹಿಡಿದು ಪಕ್ಕದಲ್ಲಿ ಕೂರಿಸಿಕೊಂಡು ಅಕ್ಕರೆಯಿಂದ "ನಾನೂ ಎರಡು ದಿನದಿಂದ ನೋಡ್ತಿದೀನಿ. ನೀನು ಯಾವುದೋ ಟೆನ್‌ಷನ್‌ನಲ್ಲಿ ಒದ್ದಾಡ್ತಿದೀಯ. ನಿನ್ನ ಮದುವೇನೂ ನೀನು ಎಂಜಾಯ್ ಮಾಡ್ಲಿಲ್ಲ. ಧಾರೆಯಾಗುವಾಗ ಎಲ್ಲ ಹುಡುಗಿಯರೂ ಮೊದಲು ಗಂಡಿನ ತಲೆ ಮೇಲೆ ಅಕ್ಷತೆ ಸುರಿಯಲು ಹಾತೊರೆಯುತ್ತಿರುತ್ತಾರೆ. ಆದರೆ ನೀನು ನೀರಸವಾಗಿದ್ದೆ. ನಮ್ಮ ಮೊದಲ ರಾತ್ರಿಯೂ ಆಗಲಿಲ್ಲ. ಪ್ರತಿಕ್ಷಣ ಯಾವುದೋ ಸಮಸ್ಯೆ ನಿನ್ನನ್ನು ಕಾಡುತ್ತಿದೆ ಅಂತ ನನಗೆ ಅನುಮಾನ. ನೋಡು ಸಮಸ್ಯೆಗಳನ್ನು ಇನ್ನೊಬ್ಬರ ಹತ್ತಿರ, ಅದರಲ್ಲೂ ನಮ್ಮ ಹತ್ತಿರದವರ ಬಳಿ ಹೇಳಿಕೊಂಡರೆ ಮನಸ್ಸು ಹಗುರವಾಗುತ್ತದೆ. ನಾನು ನಿನಗೆ ಹೊರಗಿನವನಲ್ಲ, ಹೊಸಬನೂ ಅಲ್ಲ. ಈಗ ನಮ್ಮಿಬ್ಬರ ಬದುಕು ಒಂದಾಗಿದೆ. ಅಂದ ಮೇಲೆ ಇಬ್ಬರ ಸಂತೋಷ, ಸಮಸ್ಯೆ ಎರಡನ್ನೂ ಷೇರ್ ಮಾಡ್ಕೊಬೇಕು. ಏನೇ ಸಮಸ್ಯೆ ಇದ್ದರೂ ನನ್ನತ್ರ ಹೇಳು. ಅಂದರು. ಶ್ರೀದೇವಿ ಮೌನವಾಗೇ ಇದ್ದಳು. ಮತ್ತೆ ಶ್ರೀಕಾಂತ "ಈ ವಿಚಾರನ ಹೇಳಬೇಕೋ ಬೇಡವೋ ಆದರೂ ಹೇಳ್ತಿದೀನಿ. ನೀನು ಬೇರೆ ಯಾರನ್ನಾದರೂ ಪ್ರೀತಿಸುತ್ತಿದ್ದು, ನಿನ್ನ ಮನೆಯವರ ಬಲವಂತಕ್ಕೆ ನನ್ನ ಜೊತೆ ಮದುವೆಗೆ ಒಪ್ಪಿಕೊಂಡಿದ್ದರೆ ನಾನು ನಿನ್ನನ್ನು ಸಂತೋಷದಿಂದ ಬಿಟ್ಟುಕೊಡುತ್ತೇನೆ. ನೀನು

ಪ್ರೀತಿಸಿದವರನ್ನು ಹೋಗಿ ಸೇರಿಕೋ. ನನಗೆ ಪ್ರೀತಿಯ ಸೆಳೆತ ಏನೂಂತ ನನಗೆ ಗೊತ್ತು, ಅದಕ್ಕೇ ಹೇಳ್ತಿದೀನಿ" ಅಂದರು. ಶ್ರೀದೇವಿ ಕಣ್ಣಲ್ಲಿ ಮಿಂಚು ಚಿಮ್ಮಿದ್ದನ್ನು ಶ್ರೀಕಾಂತ ಗಮನಿಸಿದರು.

ಶ್ರೀಕಾಂತನ ಮನೆಯಲ್ಲಿ ಮನೆತುಂಬಿಸಿಕೊಳ್ಳುವ ಶಾಸ್ತ್ರ ಆಯಿತು. ಶ್ರೀಪತಿರಾಯರೂ ಸುನಂದನೂ ಮಗಳಿಗೆ ಕೆಲವು ಹಿತವಚನಗಳನ್ನು ಹೇಳಿ, ನಂತರ ಮಗಳನ್ನು ಚನ್ನಾಗಿ ನೋಡಿಕೊಳ್ಳುವಂತೆ ಶ್ರೀಕಾಂತನಿಗೆ ಹೇಳಿ ಹೊರಟರು. ಅವತ್ತು ರಾತ್ರಿ ಶ್ರೀಕಾಂತನ ಕೋಣೆ ಸಜ್ಜಾಗಿತ್ತು. ಶ್ರೀಕಾಂತ ಹೆಂಡತಿಯನ್ನು ತಬ್ಬಿ "ಮೊದಲ ವಿಘ್ನ ಆಯಿತು. ಇವತ್ತೂ ವಿಘ್ನ ಆಗಬಾರದು. ನೀನು ಮನಸ್ಸು ಮಾಡಿದರೆ ನಾವು ನಮ್ಮ ಸಂಸಾರ ಶುರು ಮಾಡಬಹುದು" ಅಂದರು. ಶ್ರೀದೇವಿ "ನಾನು ನಿಮ್ಮತ್ರ ಮಾತಾಡಬೇಕು. ಆಮೇಲೆ ಮಿಕ್ಕಿದ್ದು" ಅಂದಳು. ಶ್ರೀಕಾಂತನಿಗೆ ಹೆಂಡತಿ ಸಮಸ್ಯೆಯಾಗಿ ಕಾಡಿದಳು. ಅವರಿಗೆ ಸಹನಾಶಕ್ತಿ ಇದ್ದಿದ್ರಿಂದ ಈಗಲೇ ರೇಗಿದರೆ ಸರಿಯಿರಲ್ಲ ಅಂತ ಸುಮ್ಮನೆ ಮಲಗಿದರು. ಒಂದು ಹೊತ್ತಿನಲ್ಲಿ ಎಚ್ಚರವಾದಾಗ ಶ್ರೀದೇವಿ ಮಾತು ಕೇಳಿಸುತ್ತಿತ್ತು. ಅಲ್ಲಿಗೆ ಹೋದ ಶ್ರೀಕಾಂತನಿಗೆ ಆಗಲಿ, ನಾನು ನಿಮ್ಮ ಕಾಲ್‌ಗೆ ಕಾಯ್ತೀನಿ. ಆದರೆ ನನ್ನನ್ನು ನಿರಾಸೆ ಮಾಡಬೇಡಿ ಅಂತ ಶ್ರೀದೇವಿ ಅಂದದ್ದು ಕೇಳಿಸಿತು. ಅಷ್ಟರಲ್ಲಿ ಗಂಡನನ್ನು ಕಂಡ ಶ್ರೀದೇವಿ ಬೆವೆತು ಮೊಬೈಲ್ ಸ್ವಿಚ್ ಆಫ್ ಮಾಡಿ ಮಲಗಿದಳು. ಶ್ರೀಕಾಂತನಿಗೆ ನನ್ನ ಮದುವೆ ಮುಳುಗ್ತಿರೋ ಹಡಗು ಅನಿಸಿತು.

ಮರುದಿನ ಬೆಳಗ್ಗೆ ಈ ಸಮಸ್ಯೆಗೆ ಇತಿಶ್ರೀ ಹಾಡಲೇಬೇಕೂಂತ ಶ್ರೀಕಾಂತ ಅಂದುಕೊಂಡರು. ಹೆಂಡತಿಯೊಂದಿಗೆ ಮಾತಾಡಿ ಹನಿಮೂನ್ ಟ್ರಿಪ್ ಪ್ಲಾನ್ ಮಾಡೋಣ ಅಂದುಕೊಂಡರು. ಶ್ರೀಕಾಂತನಿಗೆ ಅಚ್ಚರಿಯಾಗುವಂತೆ ಅವತ್ತು ಅತ್ತೆ ಮನೆಯಲ್ಲಿ ಶ್ರೀದೇವಿ ಸಂಭ್ರಮದಿಂದ ಓಡಾಡಿಕೊಂಡಿದ್ದಳು. ಅವಳಲ್ಲಿ ಹೊಸ ಉಲ್ಲಾಸ ತುಂಬಿದ್ದನ್ನು ಎಲ್ಲರೂ ಗಮನಿಸಿದರು. ಹೆಂಡತಿಗಿದ್ದ ಯಾವುದೋ ಆತಂಕ ಬಗೆಹರಿದಿರಬೇಕು. ಹಾಗಾದರೆ ಇವತ್ತು ನಮ್ಮ ಸಂಸಾರ ಶುರು ಮಾಡಬಹುದು ಅಂದುಕೊಂಡರು. ಬಹಳ ಗೆಲುವಾಗಿದ್ದ ಶ್ರೀದೇವಿ ಹಿಂದಿನಿಂದ ಬಂದು ಗಂಡನ ಕುತ್ತಿಗೆ ಬಳಸಿ "ಇವತ್ತು ಸಂಜೆ ನಾನು ನನ್ನ ಸ್ನೇಹಿತೆ ಮನೆಗೆ ಹೋಗಬಹುದಾ" ಅಂತ ಕೇಳಿದಳು. ಶ್ರೀಕಾಂತ "ಇದನ್ನೇನಾ ಮಾತಾಡಬೇಕು ಅಂದಿದ್ದು. ಹೋಗಿ ಬಾ ಏನು ವಿಶೇಷ" ಅಂತ ಕೇಳಿದರು. "ಅವಳು ನನ್ನ ಪರಮಾಪ್ತೆ. ಇವತ್ತು ಯು.ಎಸ್.ಗೆ ಹೋಗ್ತಿದಾಳೆ ಇನ್ನು ಬರೋದು ಯಾವತ್ತೋ. ಅದಕ್ಕೇ ಸ್ನೇಹಿತೆಯರ ಗುಂಪು ಇವತ್ತು ಮೀಟ್ ಮಾಡ್ತಿದೀವಿ" ಅಂದಳು. "ನಾನು ಡ್ರಾಪ್ ಮಾಡ್ಲಾ" ಅಂತ ಶ್ರೀಕಾಂತ ಕೇಳಿದ್ದಕ್ಕೆ "ಬೇಡ ಅವಳೇ ವೆಹಿಕಲ್ ಕಳಿಸ್ತಾಳೆ, ಬೇಗ ಬಂದುಬಿಡ್ತೀನಿ" ಅಂದಳು. ಅವತ್ತು ಇಬ್ಬರೂ ಜೊತೆಯಲ್ಲಿ ಊಟ ಮಾಡಿದರು.

ಮನೆಯಲ್ಲೇ ಇದ್ದ ಶ್ರೀಕಾಂತ ಹೆಂಡತಿಯನ್ನು ಗಮನಿಸುತ್ತಲೇ ಇದ್ದರು. ಶ್ರೀದೇವಿ ಒಂದು ದೊಡ್ಡ ಸೂಟ್‌ಕೇಸ್ ಸಿದ್ಧಮಾಡಿಕೊಂಡಿದ್ದಳು. ಶ್ರೀಕಾಂತ ಕೇಳುವ ಮೊದಲೇ "ಇದರಲ್ಲಿ ನಮ್ಮ ಸ್ನೇಹಿತೆಯರ ಗುಂಪು ತಗೊಂಡಿರೋ ಗಿಫ್ಟ್ ಐಟಮ್ಸ್ ಇದೆ" ಅಂದವಳು ಪದೇ ಪದೇ ಸಮಯ ನೋಡಿಕೊಳ್ಳುತ್ತಿದ್ದಳು, ಪದೇ ಪದೇ ಮೊಬೈಲ್ ನೋಡುತ್ತಿದ್ದಳು ನಿರೀಕ್ಷಿಸಿದ್ದ ಕರೆ ಬಂದಾಗ ಸ್ವೀಕರಿಸಿ ಮಾತಾಡ್ತಾ ಹೌದಾ ಹೌದಾ ಅಂತ ಪದೇ ಪದೇ ಕೇಳಿ ನೆಲಕ್ಕೆ ಕುಸಿದಳು. ಶ್ರೀಕಾಂತ ಅವಳನ್ನು ಹಿಡಿದುಕೊಂಡರು. ಶ್ರೀದೇವಿ ಕಣ್ಣಲ್ಲಿ ಧಾರಾಕಾರವಾಗಿ ನೀರು ಸುರಿಯುತ್ತಿತ್ತು. ಮೊಬೈಲ್ ಪಕ್ಕಕ್ಕೆ ವಾಲಿತ್ತು. ಯಾರೋ ಇನ್ನೂ ಹಲೋ ಹಲೋ ಅನ್ನುತ್ತಿದ್ದರು. ಶ್ರೀಕಾಂತ ಮೊಬೈಲ್ ಕಿವಿಗಿಟ್ಟುಕೊಂಡು "ಯಾರು ಮಾತಾಡೋದು" ಅಂತ ಕೇಳಿದರು "ಸರ್. ನಾನು ರಂಗಸ್ವಾಮಿ. ಇದೀಗ ತಾನೇ ಪ್ರಶಾಂತ್ ಅವರು ಅಪಘಾತದಲ್ಲಿ ಮೃತರಾಗಿದ್ದಾರೆ. ಅದನ್ನು ಶ್ರೀದೇವಿ ಅವರಿಗೆ ತಿಳಿಸೋಕೆ ಫೋನ್ ಮಾಡ್ದೆ. ಪ್ರಶಾಂತ್ ಮತ್ತು ಶ್ರೀದೇವಿ ಅವರು ಇವತ್ತು ಊರಿಗೆ ಹೊರಡಬೇಕಾಗಿತ್ತು" ಅಂದ. "ಪ್ರಶಾಂತ್ ಯಾರು" ಅಂತ ಕೇಳಿದ್ದಕ್ಕೆ "ಅದು ಶ್ರೀದೇವಿಯವರಿಗೆ ಗೊತ್ತು" ಅಂದು ಕರೆ ಕಟ್ ಮಾಡಿದ. ಶಾಕ್ ಆಗಿದ್ದ ಶ್ರೀದೇವಿಯನ್ನು ಶ್ರೀಕಾಂತ ಕೋಣೆಯಲ್ಲಿ ಮಲಗಿಸಿ ಜೋರಾಗಿ ಫ್ಯಾನ್ ಹಾಕಿ ತಲೆಗೆ ಮುಖಕ್ಕೆ ನೀರು ತಟ್ಟಿದರು.

ಕೆಲವೇ ಕ್ಷಣಗಳಲ್ಲಿ ಅವಳ ಮೊಬೈಲ್ ಮತ್ತೆ ರಿಂಗಾಯಿತು. ಅಮ್ಮ ಕಾಲಿಂಗ್ ಅಂತ ಇತ್ತು. ಶ್ರೀಕಾಂತ ಮೊಬೈಲ್ ಕಿವಿಗಿಟ್ಟುಕೊಂಡೊಡನೇ ಸುನಂದ ಅವರು "ಶ್ರೀದೇವಿ ಗೊತ್ತಾಯ್ತಾ ಸಮಾಚಾರ. ಪ್ರಶಾಂತ ಅಪಘಾತದಲ್ಲಿ ಸತ್ತನಂತೆ. ಅವನು ಸತ್ತದ್ದೇ ಒಳ್ಳೇದಾಯಿತು. ನೀನು ಅದ್ಯಾವ ಘಳಿಗೇಲಿ ಮನಸ್ಸು ಬದಲಾಯಿಸಿದೆಯೋ. ಅಂತೂ ದೇವರು ದೊಡ್ಡವನು. ಇನ್ನು ಅವನನ್ನು ಮರೆತು ನೆಮ್ಮದಿಯಾಗಿ ಸಂಸಾರ ಮಾಡ್ಕೊಂಡಿರು" ಅಂದರು. ಶ್ರೀಕಾಂತನಿಗೆ ಮಾತಾಡಲು ಅವಕಾಶವೇ ಇರಲಿಲ್ಲ. ಶ್ರೀದೇವಿ ಸುಧಾರಿಸಿಕೊಂಡ ಎಷ್ಟೋ ಹೊತ್ತಾದ ಮೇಲೆ ಶ್ರೀಕಾಂತ "ಪ್ರಶಾಂತ ಅಂದರೆ ಯಾರು, ಯಾಕಿಷ್ಟು ಗಾಬರಿ" ಅಂತ ಕೇಳಿದರು. ಶ್ರೀದೇವಿ ಬಿಕ್ಕಳಿಸಿ ಅಳುತ್ತಾ ಶ್ರೀಕಾಂತನ ಎದೆಗೆ ಒರಗಿದಳು. "ನೀವು ನನ್ನನ್ನು ಕ್ಷಮಿಸ್ತೀನಿ ಅಂದರೆ ಹೇಳ್ತೀನಿ" ಅಂದಳು. ಶ್ರೀಕಾಂತ ಸಮ್ಮತಿಸಿದ ಮೇಲೆ ಶ್ರೀದೇವಿ ಎಲ್ಲ ವಿಚಾರವನ್ನೂ ಚಾಚೂ ತಪ್ಪದೇ ಶ್ರೀಕಾಂತನಿಗೆ ತಿಳಿಸಿದಳು. ಎಲ್ಲವನ್ನೂ ಕೇಳಿಸಿಕೊಂಡ ಶ್ರೀಕಾಂತ ಸಾವಧಾನವಾಗಿ "ಇದರಲ್ಲಿ ನಿನ್ನದೇನೂ ತಪ್ಪಿಲ್ಲ. ಯಾವ ಪ್ರಮಾದವೂ ಆಗಿಲ್ಲ. ನೆಮ್ಮದಿಯಾಗಿರು. ನಾವು ಏನು ಅರ್ಥ ಮಾಡ್ಕೊಬೇಕು ಅಂದ್ರೆ ನಾವು ಎಷ್ಟೇ ಓದಿದ್ದರೂ ಎಷ್ಟೇ ಸಂಪಾದನೆ ಮಾಡುತ್ತಿದ್ದರೂ ನಮ್ಮ ಹಿರಿಯರಿಗೆ ಗೌರವ ಕೊಡಬೇಕು ಮತ್ತು ಋಣಾನುಬಂಧ ಎನ್ನುವುದರಲ್ಲಿ ನಂಬಿಕೆ ಇಡಬೇಕು.

ಪ್ರಶಾಂತನೊಂದಿಗೆ ನನ್ನ ಬದುಕು ಎಂದುಕೊಂಡಿದ್ದವಳಿಗೆ ಪ್ರಶಾಂತನ ಸಾವಿನೊಂದಿಗೆ ಅವಳ ಹೊಸ ಬದುಕು ಶ್ರೀಕಾಂತನೊಂದಿಗೆ ಶುರುವಾಯಿತು. ಇದನ್ನೇ ಮನುಷ್ಯ ಅಂದುಕೊಳ್ಳುತ್ತಾನೆ, ಆದರೆ ದೇವರು ನಡೆಸುತ್ತಾನೆ, ಋಣಾನುಬಂಧ ರೂಪೇಣ ಪಶು, ಪತ್ನಿ, ಸುತಾಲಯ, ಮದುವೆಗಳು ಸ್ವರ್ಗದಲ್ಲಿ ನಿಶ್ಚಯವಾಗಿರುತ್ವೆ, ಅದು ಭೂಮಿಯಲ್ಲಿ ಆಚರಣೆಗೆ ಬರುತ್ತೆ ಎನ್ನುವ ಮಾತುಗಳೆಲ್ಲಾ ಅಮೃತಕ್ಕೆ ಸಮಾನ ಅನಿಸಿತು.

ಇಂಥಾ ಪ್ರೀತೀನ ಎಲ್ಲಾರ ಕಂಡಿರಾ

(ದಾಂಪತ್ಯ)

ಒಂದು ಸುಂದರ ಸಭಾಂಗಣದಲ್ಲಿ ಸುಮಾರು ಇನ್ನೂರು ಜನ ಸೇರಿದ್ದಾರೆ. ಇನ್ನೂರು ಜನ ಅಂದರೆ ನೂರು ದಂಪತಿಗಳು. ಅದು ದಂಪತಿಗಳ ಕಾರ್ಯಕ್ರಮ. ಎಲ್ಲರೂ ಸುಮಾರು ನಲವತ್ತು ಐವತ್ತರ ಆಸುಪಾಸಿನವರು. ಎಲ್ಲರ ಮುಖದಲ್ಲೂ ಬಿಗುಮಾನದ ಭಾವ. ಬಂದಿರುವವರು ದಂಪತಿಗಳಾದರೂ ಪರಸ್ಪರ ಮುಖ ನೋಡದಂತಿದ್ದಾರೆ. ಅವರವರಲ್ಲಿ ಏನೂ ಮಾತುಕತೆಯಿರಲಿಲ್ಲ. ಮುಖಭಾವದಲ್ಲಿ ಅಚ್ಚರಿ. ನಮ್ಮನ್ನು ಇಲ್ಲಿ ಯಾಕೆ ಕರೆದುಕೊಂಡು ಬಂದರು, ಅಥವಾ ನಾವು ಇಲ್ಲಿ ಯಾಕೆ ಬಂದಿದ್ದೀವಿ ಅನ್ನೋ ಗೊಂದಲ ಅವರಲ್ಲಿದ್ದಂತಿತ್ತು. ಎಲ್ಲರೂ ಬೆಳಗ್ಗೆ 10 ಗಂಟೆಗೆ ಸೇರುವುದು, ಹತ್ತೂವರೆಗೆ ಉಪಾಹಾರ, ಹನ್ನೊಂದು ಗಂಟೆಗೆ ಕಾರ್ಯಕ್ರಮ ಪ್ರಾರಂಭ,. ಒಂದು ಗಂಟೆಗೆ ಊಟದೊಂದಿಗೆ ಮುಕ್ತಾಯ ಎಂದು ಕಾರ್ಯಕ್ರಮ ರೂಪಿಸಿದ್ದರು. ಒಂದು ಸಂತೋಷದ ಸಂಗತಿ ಎಂದರೆ ಬರಬೇಕಾದ ದಂಪತಿಗಳೆಲ್ಲರೂ ಹತ್ತು ಗಂಟೆಗೆ ಮುಂಚೆಯೇ ಬಂದಿದ್ದರು. ಸುಮಾರು ನೂರು ದಂಪತಿಗಳಿಗೆ ಆಹ್ವಾನ ಕೊಟ್ಟಾಗ ಕೆಲವರು ಬರ್ತೀನಿ ಅನ್ನಲೂ ಇಲ್ಲ, ಬರಲ್ಲ ಅನ್ನಲೂ ಇಲ್ಲ. ಅಡ್ಡಗೋಡೆ ಮೇಲೆ ದೀಪವಿಟ್ಟ ಹಾಗೆ ನೋಡೋಣ ಅಂದಿದ್ದರು. ದಂಪತಿಗಳು ಒಟ್ಟಿಗೇ ಬರಲಿಲ್ಲ. ಕೆಲವರು ಒಬ್ಬೊಬ್ಬರೇ ಬಂದರು. ಏನು ನಿಮ್ಮ ಮನೆಯವರು ಬರಲಿಲ್ಲವೇ ಅಂತ ಕೇಳಿದರೆ ಯಾವುದೋ ಸೋಬೆರಾಗದಲ್ಲಿ ಬಂದ್ರೆ ಬರ್ತಾಳೆ ಅಂದಿದ್ದರು. ಕೆಲವರು ಅವಳ ವಿಚಾರ ನನ್ನ ಕೇಳಬೇಡಿ. ನಾನು ಯಾವತ್ತೂ ಅವಳಿಗೆ ಕಾಯುತ್ತಿರಲಿಲ್ಲ. ಇವತ್ತೂ ಕಾಯಲಿಲ್ಲ ಅಂದರು. ಮಹಿಳೆಯರೇ ಮೊದಲು ಬಂದಾಗ ನಿಮ್ಮ ಯಜಮಾನರು ಬರಲಿಲ್ವೇ ಅಂತ ಕೇಳಿದರೆ ಮುಖ ಸಿಂಡರಿಸಿ ಹೋಗಿದ್ದರು. ಅಚ್ಚರಿ ಎಂದರೆ ಕೆಲವು ಮಹಿಳೆಯರು ಒಂಟಿಯಾಗಿ ಬಂದರೂ ಅವರ ಯಜಮಾನರು ಇರುವುದನ್ನು ಖಚಿತಪಡಿಸಿಕೊಂಡರು. ಸಾಮಾನ್ಯವಾಗಿ ಹೆಂಗಸರು ಸೇರಿದ ಕಡೆ ಮಾತು ಜಾಸ್ತಿ. ಏನಾದರೂ ವಿಷಯ ಪ್ರಾರಂಭವಾಗಿ ಅದು ಎಲ್ಲಿಂದ ಎಲ್ಲೆಲ್ಲಿಗೋ ಹೋಗಿ, ಇಬ್ಬರು ಇದ್ದ ಕಡೆ ಇನ್ನಿಬ್ಬರು ಅಂತ ಸೇರಿಕೊಂಡು ಎಲ್ಲರೂ ಮಾತಾಡುತ್ತಿರುತ್ತಾರೆ. ಆದರೆ ಇಲ್ಲಿ ಹಾಗಾಗಿಲ್ಲ. ಮಹಿಳೆಯರು ಅವರವರ ಗಂಡಂದಿರ ಜೊತೆಗೂ ಇರದೇ ಬೇರೆ

ಹೆಂಗಸರ ಜೊತೆಗೂ ಸೇರದೇ ಮೊಬೈಲ್ ಮೊರೆಹೋಗಿದ್ದರು. ಅನೇಕರ ನಡುವೆ ಇದ್ದರೂ ಒಂಟಿಯಾಗಿದ್ದಾರೇನೋ ಅನಿಸುತ್ತಿತ್ತು. ನಾನೊಂದು ಧೀರ ನೀನೊಂದು ತೀರ ಎನ್ನುವಂತೆ ಗಂಡ ಒಂದು ಮೂಲೆ ಹೆಂಡತಿ ಇನ್ನೊಂದು ಮೂಲೆ ಹಿಡಿದು ಕೂತರು. ಸುಮಾರು ಐವತ್ತರ ಆಸುಪಾಸಿನ ಮಹಿಳೆಯೊಬ್ಬಳು ಒಬ್ಬಳೇ ಕೂತು ಮೊಬೈಲ್ ತಿವಿಯುತ್ತಿರುವ ಇನ್ನೊಬ್ಬ ಮಹಿಳೆಯ ಪಕ್ಕದಲ್ಲಿ ಬಂದು ಕೂತು "ನಮಸ್ಕಾರ ನನ್ನ ಹೆಸರು ಶಾಲಿನಿ, ನೀವು" ಅಂತ ಕೇಳಿದಳು. ಮೊಬೈಲ್ ತಿವಿಯುತ್ತಿದ್ದವಳು ಬೇಕು ಬೇಡದವಳಂತೆ "ನಾನು ಸುಮಿತ್ರ, ಮದುವೆಯಾಗಿ ಹತ್ತು ವರ್ಷ ಆಯಿತು, ನನ್ನ ಗಂಡನೂ ಬಂದಿದಾನೆ, ನಾವಿರೋದು ಗಾಂಧಿನಗರದಲ್ಲಿ, ನಾನೂ ಕೆಲಸ ಮಾಡ್ತಿದೀನಿ, ನಮ್ಮದು ಸ್ವಂತ ಮನೆ ಇದೆ. ನಮಗೆ ಇಬ್ಬರು ಮಕ್ಕಳು" ಅಂತ ಒಂದೇ ಉಸುರಿಗೆ ಒದರಿ ಇನ್ನೇನೂ ಪ್ರಶ್ನೆ ಕೇಳಬೇಡ ಎನ್ನುವಂತೆ ಮುಖ ನೋಡಿ ಮತ್ತೆ ಮೊಬೈಲ್ ತಿವಿಯಲಾರಂಭಿಸಿದಳು.

ಆಯೋಜಕರು ಮೈಕ್ ಬಳಿ ಬಂದು "ನೀವೆಲ್ಲಾ ಇಲ್ಲಿಗೆ ಬಂದು ಹದಿನೈದು ನಿಮಿಷಗಳಾಗಿದೆ. ಆದರೂ ಯಾರೂ ಯಾರೊಡನೆಯೂ ಮಾತಾಡಿದ್ದು ಕಂಡಿಲ್ಲ. ಯಾಕೆ ಎಲ್ಲರೂ ಗಂಭೀರವಾಗಿದ್ದೀರಿ. ಜೊತೆಯವರೊಡನೆ ಹರಟೆ ಹೊಡೆಯಿರಿ, ಹೊಡೆದು ಮನಸ್ಸು ಹಗುರ ಮಾಡಿಕೊಳ್ಳಿ. ಎಲ್ಲರೂ ಬಂದಿರುವುದು ಸಂತಸ. ಇನ್ನೇನು ಕಾರ್ಯಕ್ರಮ ಪ್ರಾರಂಭವಾಗುವುದರಲ್ಲಿದೆ. ಅದಕ್ಕೆ ಮೊದಲು ಉಪಾಹಾರದ ವ್ಯವಸ್ಥೆ ಆಗಿದೆ. ದಯವಿಟ್ಟು ಎಲ್ಲರೂ ನಗುನಗುತ್ತಾ ಸಂತೋಷದಿಂದ ಉಪಾಹಾರ ಮಾಡಿ ಮತ್ತೆ ಬಂದು ನಿಮ್ಮ ಸ್ಥಾನವನ್ನು ಅಲಂಕರಿಸಿ" ಅಂದರು.

ಎಲ್ಲರೂ ಎದ್ದು ಉಪಾಹಾರಕ್ಕೆ ಹೋದರು. ಅಲ್ಲಿಯೂ ಒಂಟಿಯಾಗಿ ಒಬ್ಬೊಬ್ಬರು ಒಂದೊಂದು ಮೂಲೆ ಅಂತ ನಿಂತುಕೊಂಡೇ ಉಪಾಹಾರ ಮುಗಿಸಿದರು. ಗಂಡ ಹೆಂಡತಿ ಒಟ್ಟಿಗೇ ತಿಂದರು ಅನ್ನುವಂತಿಲ್ಲ. ಗೆಳೆಯರು ಒಟ್ಟಿಗೇ ತಿಂದರು ಎನ್ನುವಂತಿಲ್ಲ. ಉಪಾಹಾರದ ರುಚಿಯ ಬಗೆಗೆ ಮಾತಾಡಿದರು ಅನ್ನುವಂತಿಲ್ಲ. ಯಾರೊಬ್ಬರೂ ಇನ್ನೊಬ್ಬರೊಡನೆ ಮಾತಾಡಿದ್ದನ್ನು ಯಾರೂ ಗಮನಿಸಿಲ್ಲ. ಉಪಾಹಾರ ಮುಗಿಸಿ ಸಭಾಂಗಣದೊಳಕ್ಕೆ ಹೋಗುವಾಗ ಒಬ್ಬರು "ಇದೆಲ್ಲಾ ಸುಮ್ಮನೆ ದಂಡ. ನಮ್ಮ ಕೆಲಸ ಮಾಡ್ಕೊಂಡ್ರಯ್ಯಾ ಅಂದ್ರೆ ಇದೇನೋ ಶುರು ಹಚ್ಕೊಂಡಿದಾರೆ. ಇದೆಲ್ಲಾ ಯಾವ ನನ್ನ ಮಗನಿಗೆ ಬೇಕಾಗಿತ್ತು" ಅಂದರು. ಆ ಮಾತು ಅವರು ಯಾರಿಗೆ ಹೇಳಿದರೋ ಗೊತ್ತಿಲ್ಲ. ಆದರೆ ಇನ್ನೊಬ್ಬರು ಅದನ್ನು ನನಗೇ ಹೇಳಿದ್ದು ಎನ್ನುವಂತೆ "ನೀವು ಹೇಳೋದು ಸರಿ, ಅತ್ಲಾಗೆ ಕಡ್ಡಿ ಮುರೀರಯ್ಯಾ ಅಂದರೆ ಇದೇನೋ ಗೋಂದು ಇಟ್ಕೊಂಡು ಅಂಟಿಸೋ ಕೆಲಸ ಮಾಡ್ತಿದಾರೆ. ಬಲ್ಲವರೇ ಬಲ್ಲರು ಬೆಲ್ಲದ ಸವಿಯಾ ಅನ್ನುವ ಹಾಗೆ ಆನೆ

ತೂಕ ಆನೆಗೆ ಇರುವೆ ತೂಕ ಇರುವೆಗೆ. ಬೇರೆಯವರಿಗೆ ಏನು ಅರ್ಥ ಆಗುತ್ತೆ. ಇಲ್ಲಿ ಏನು ಕಿಸೀತಾರೆ ನೋಡ್ದೋಣ ಬನ್ನಿ" ಅಂದು ಒಳಗೆ ಹೋದರು.

ಆಯೋಜಕರು ಮೈಕ್‌ನಲ್ಲಿ "ದಯಮಾಡಿ ನಿಮ್ಮ ನಿಮ್ಮ ಹೆಸರು ಇರುವ ಆಸನವನ್ನೇ ಅಲಂಕರಿಸಬೇಕಾಗಿ ವಿನಂತಿ" ಎಂದರು. ಅಲ್ಲಿ ಗಂಡ ಹೆಂಡತಿ ಹೆಸರನ್ನು ಪಕ್ಕಪಕ್ಕದ ಸೀಟಿಗೆ ಅಂಟಿಸಿದ್ದರು. ಹೀಗಾಗಿ ದಂಪತಿಗಳು ಒಟ್ಟಾಗಿ ಕೂತುಕೊಳ್ಳುವುದು ಅನಿವಾರ್ಯವಾಯಿತು. ಕೆಲವು ಹೆಂಗಸರ ಮುಖಭಾವ ಹೇಗಿತ್ತು ಎಂದರೆ ಇವನ್ಯಾವ್ಯೋನೋ ದರಿದ್ರದವನು ನನ್ನ ಪಕ್ಕ ಬಂದು ಕೂತ್ಕೊಂಡಿದಾನೆ, ಇವನ ಪಕ್ಕ ಕೂತ್ಕೊಳೋಕೆ ಇವತ್ತು ನನಗೇನು ಕರ್ಮವೋ ಎನ್ನುವಂತಿತ್ತು. ಕೆಲವು ಹೆಂಗಸರಿಗೆ ಯಾವತ್ತೋ ಒಂದು ದಿನ ಕತ್ತಲೆ ಸಿನಿಮಾ ಮಂದಿರದಲ್ಲಿ ಕೈ ಕೈ ಹಿಡಿದು ಕೂತಿದ್ದು ನೆನಪಾಗಿ ಪುಳಕವಾಗುವ ಬದಲು ಆ ದರಿದ್ರದ ಕೈನ ಹಿಡಿದದ್ದೇ ನನ್ನ ಗ್ರಹಚಾರ ಪ್ರಾರಂಭವಾಗಿದ್ದು ಅನಿಸುತ್ತಿತ್ತು. ಎಲ್ಲರೂ ಒಂದು ರೀತಿ ಮುಖ ಉರಿಸ್ಕೊಂಡು ಕೂತಿದ್ದರು. ಆಗಾಗ ನಿಟ್ಟುಸಿರು ಬಿಡುತ್ತಿದ್ದರು. ಅಷ್ಟರಲ್ಲೇ ಸಭಾಂಗಣದಲ್ಲಿದ್ದ ಒಬ್ಬರು ಎದ್ದು ನಿಂತು "ರೀ ಸ್ವಾಮಿ ಅದೇನು ಹೇಳಬೇಕೋ ಅಂತಿದೀರೋ ಅದನ್ನು ಹೇಳಿ ಮುಗಿಸಿ. ಇದಕ್ಕಿಂತ ಮುಖ್ಯವಾದ ಕೆಲಸ ನನಗಿದೆ. ಇದ್ಯಾವ ಕರ್ಮ" ಅಂದರು.

ಆಯೋಜಕರು ಮೈಕ್ ಮುಂದೆ ಬಂದು ನಿಂತು "ನನಗೆ ಗೊತ್ತು ನಿಮಗೆಲ್ಲಾ ಬಹಳ ಇರಸು ಮುರುಸು ಆಗಿದೆ ಅಂತ. ಇದು ಅಂತಿಮ ಹಂತ. ದಯಮಾಡಿ ಸಹಕರಿಸಿ. ಈಗ ನಾವು ನಿಮಗೆ ಒಂದು ಸಾಕ್ಷ್ಯ ಚಿತ್ರವನ್ನು ತೋರಿಸುತ್ತೇವೆ. ಇದರ ಹೆಸರು ದಾಂಪತ್ಯಗಾನ. ಇದರ ಹೀರೋ ಚಂದ್ರಶೇಖರಯ್ಯ, ಹೀರೋಯಿನ್ನು, ವಿಶಾಲಾಕ್ಷಿ. ಇದು ಅವರು ಅಭಿನಯಿಸಿದ್ದಲ್ಲ. ಅವರ ಮನೆಯಲ್ಲಿ ಅವರಿಗೇ ತಿಳಿಯದಂತೆ ಸಿಸಿಟಿವಿ ಅಳವಡಿಸಿ ಸುಮಾರು ಒಂದು ತಿಂಗಳು ಅವರ ಜೀವನ ವಿಧಾನವನ್ನು ಚಿತ್ರೀಕರಿಸಿ ಅದರಲ್ಲಿ ರಿಪೀಟ್ ಎನ್ನುವಂಥ ದೃಶ್ಯಗಳನ್ನು, ಮತ್ತು ತೀರಾ ವೈಯಕ್ತಿಕ ಎನ್ನುವಂತಹ ದೃಶ್ಯಗಳನ್ನು ಕತ್ತರಿಸಿ ಒಂದು ಗಂಟೆ ಅವಧಿಗೆ ಸಂಕಲನ ಮಾಡಿದ್ದೇವೆ. ಇದನ್ನು ನೋಡಿದ ಮೇಲೂ ನಿಮ್ಮ ಮನೋಭಾವ ಬದಲಾಗಲಿಲ್ಲ ಎಂದರೆ ನಿಮ್ಮ ಇಷ್ಟದಂತೆಯೇ ಎಲ್ಲವೂ ನಡೆಯುತ್ತದೆ. ಸಾಮಾನ್ಯವಾಗಿ ನಾವೆಲ್ಲರೂ ಬದುಕಿನ ಒಂದು ಮಗ್ಗುಲನ್ನೇ ನೋಡಿ ಅದೇ ಸರಿ ಎಂದುಕೊಂಡಿರುತ್ತೇವೆ. ಆದರೆ ಇನ್ನೊಂದು ಮಗ್ಗುಲೂ ಇರುತ್ತದೆ ಮತ್ತು ಅದು ಅತೀ ಸುಂದರವಾಗಿರುತ್ತದೆ ಎನ್ನುವುದು ನಮಗೆ ತಿಳಿದಿರುವುದೇ ಇಲ್ಲ. ಈ ಸಾಕ್ಷ್ಯ ಚಿತ್ರಕ್ಕೆ ಈ ದಂಪತಿಗಳನ್ನೇ ಏಕೆ ಆಯ್ಕೆ ಮಾಡಿಕೊಂಡೆವು ಎನ್ನುವುದಕ್ಕೆ ಕಡೆಯಲ್ಲಿ ನಿಮಗೆ ಉತ್ತರ ಒರೆಯುತ್ತದೆ. ಇಂಗ್ಲಿಷಿನಲ್ಲಿ ದಿ ಅದರ್ ಸೈಡ್ ಆಫ್ ದ ಸೀ ಈಸ್ ಬ್ಯೂಟಿಫುಲ್ ಎನ್ನುತ್ತಾರಲ್ಲ ಹಾಗೆ. ದಯಮಾಡಿ ಒಂದು ಗಂಟೆ ಕಾಲ ನಿಮ್ಮ ನಿಮ್ಮ ಮನಸ್ಸನ್ನು, ಹೃದಯವನ್ನು ಮುಂದೆ ನೋಡುವ ಸಾಕ್ಷ್ಯ

ಚಿತ್ರದತ್ತ ಹರಿಸಿ. ಮತ್ತೊಮ್ಮೆ ಎಲ್ಲರಿಗೂ ನಮಸ್ಕಾರ" ಎಂದರು

ಸಭಾಂಗಣದಲ್ಲಿ ಕತ್ತಲು ಆವರಿಸಿತು. ಒಂದು ಕಾಲದಲ್ಲಿ ಕತ್ತಲು ಆವರಿಸುವುದೇ ತಡ ಒತ್ತಿಕೊಂಡು ಕೂತು ಕಾಲಿಗೆ ಕಾಲು ತಗುಲಿಸುತ್ತಾ, ಭುಜಕ್ಕೆ ಭುಜ ತಗುಲಿಸಿ ಸ್ವಲ್ಪ ಹೊತ್ತಾದ ಮೇಲೆ ಭುಜಕ್ಕೆ ತಲೆ ಆನಿಸಿ ಕೆನ್ನೆ ಸವರುತ್ತಿರುವ ಕೈ ಬೆರಳುಗಳನ್ನು ಮೊದಲು ಸವರುತ್ತಾ ನಂತರ ಅವುಗಳ ಪೈಕಿ ಒಂದು ಬೆರಳನ್ನು ಬಾಯಲ್ಲಿಟ್ಟು ಚೀಪುತ್ತಾ ಸ್ವಲ್ಪ ಜೋರಾಗೇ ಕಚ್ಚಿ ಹಾಯ್ ಅನಿಸುತ್ತಿದ್ದ ದಿನಗಳಿಂದ ಈಗ ಪಕ್ಕದಲ್ಲಿ ಕೂತಿರುವ ಶರೀರದ ಒಂದು ಕೂದಲೂ ತನಗೆ ಸೋಕಬಾರದು ಎನ್ನುವ ಭಾವದಲ್ಲಿ ದೂರ ಕೂತಿದ್ದರು. ಸಾಕ್ಷ್ಯ ಚಿತ್ರ ಪ್ರಾರಂಭವಾಯಿತು.

ಸುಮಾರು ಎಪ್ಪತ್ತು ವಯಸ್ಸಿನ ಚಂದ್ರಶೇಖರಯ್ಯ ಮನೆ ಬಳಿಗೆ ಬಂದಾಗ ಕಾಂಪೌಂಡಿನಲ್ಲಿ ಅವರಷ್ಟೇ ವಯಸ್ಸಾದ ಅವರ ಹೆಂಡತಿ ವಿಶಾಲಾಕ್ಷಿ ನಿಂತಿದ್ದು ಅವರ ಮುಖದಲ್ಲಿ ನಗುವಿನ ಗೆರೆ ಕಾಣಿಸಿತು. ವಿಶಾಲಾಕ್ಷಿ ಗಂಡನ ಕೈ ಹಿಡಿದು "ನಿಧಾನಕ್ಕೆ ಬನ್ನಿ, ಇದೇನು ಇಷ್ಟೊತ್ತು ಆಗೋಯತ್ತಲ್ಲ ಅಂತ ನನ್ನೆದೆ ಹೊಡ್ಕೊತಾ ಇತ್ತು" ಅಂದರು. ಇಬ್ಬರೂ ವರಾಂಡಕ್ಕೆ ಬಂದು ಕೂತರು. ಹೆಂಡತಿ ತನ್ನ ಸೆರಗಿನಿಂದ ಗಂಡನ ಹಣೆ, ಕೆನ್ನೆ ಎಲ್ಲಾ ಒರಸಿದರು. ಚಂದ್ರಶೇಖರಯ್ಯ "ನೋಡು ನಾನು ಹೀಗೆ ಬಿಸಿಲಿನಲ್ಲಿ ಬೆವರು ಸುರಿಸಿಕೊಂಡು ಮನೆಗೆ ಬಂದದ್ದು ಸಾರ್ಥಕವಾಯಿತು. ಇದು ಎಷ್ಟೋ ವರ್ಷಗಳಿಂದ ನನ್ನ ನಿನ್ನ ನಡುವೆ ಇರುವ ಬೆವರಿನನುಬಂಧ" ಅಂದರು. ಅಡಿಗೆ ಮನೆಯಲ್ಲಿ ಚಂದ್ರಶೇಖರಯ್ಯ ತಟ್ಟೆ ಇಟ್ಟು ನೀರು ಇಟ್ಟರು. ವಿಶಾಲಾಕ್ಷಿ ಊಟ ತಂದಿಟ್ಟಾಗ ಚಂದ್ರಶೇಖರಯ್ಯನೇ ಇಬ್ಬರ ತಟ್ಟೆಗೂ ಬಡಿಸಿದರು. ಹೆಂಡತಿ ಪಕ್ಕದಲ್ಲಿ ಕೂತು ಒಂದೆರಡು ತುತ್ತು ಒಳಗಿಳಿಸಿದ ಚಂದ್ರಶೇಖರಯ್ಯ "ಲೇ, ನಾನೂ ನೀನೂ ಜೊತೆಯಾಗಿ ಐವತ್ತು ವರ್ಷವಾಯಿತು. ಅವತ್ತಿನಿಂದ ಇವತ್ತಿನವರೆಗೂ ಒಂದೇ ಒಂದು ದಿನವಾದರೂ ನಿನ್ನ ಕೈ ರುಚಿಯಲ್ಲಿ ವ್ಯತ್ಯಾಸವಾಗೇ ಇಲ್ವಲ್ಲೇ. ಅಡಿಗೆ ಚನ್ನಾಗಿಲ್ಲ ಅಂತ ನಿನ್ನ ಮೇಲೆ ಬೇಜಾರು ಮಾಡ್ಕೊಳ್ಳೋ, ಸಿಟ್ಟು ಮಾಡ್ಕೊಳೋ ಪ್ರಸಂಗವೇ ಬರಲಿಲ್ಲವಲ್ಲೇ" ಅಂದರು. ಆ ವಯಸ್ಸಿನಲ್ಲಿಯೂ ವಿಶಾಲಾಕ್ಷಿಯ ಮುಖದಲ್ಲಿ ನಾಚಿಕೆ ಗೆರೆ ಕಂಡಿತು. ಕುಂಬಳಕಾಯಿ ಹೋಳನ್ನು ಬಾಯಲ್ಲಿ ಹಾಕಿಕೊಂಡು ಅಗಿಯುತ್ತಾ ವಿಶಾಲಾಕ್ಷಿ "ಅದು ಹೇಗೆ ಅಂದ್ರೆ, ಈ ಐವತ್ತು ವರ್ಷದಲ್ಲಿ ನನ್ನ ಮೇಲಿನ ನಿಮ್ಮ ಪ್ರೀತಿ ಹೇಗೆ ಒಂದು ಚೂರೂ ಬಾಡಿಲ್ಲವೋ ಹಾಗೇ" ಅಂದರು. ಅಭಿಮಾನದಿಂದ ಹೆಂಡತಿಯನ್ನು ತಬ್ಬಿ ಕೆನ್ನೆಗೆ ಒಂದು ಹೂ ಮುತ್ತು ಕೊಟ್ಟರು. ಅದು ವಿಶಾಲಾಕ್ಷಿಗೆ ಇಷ್ಟವೂ ಆಯಿತು.

ಮಲಗುವ ಮನೆಗೆ ದೃಶ್ಯ ಬದಲಾಯಿತು. ಗಂಡನಿಗೆ ಒತ್ತಿಕೊಂಡು ಮಲಗಿದ ವಿಶಾಲಾಕ್ಷಿ "ಮದುವೆಯಾದ ಮೊದಲ ಆರು ತಿಂಗಳು ನನಗೆ

ಏನೂ ತಿಳಿಯುತ್ತಿರಲಿಲ್ಲ. ಆದರೂ ನಿಮಗೆ ತಾಳ್ಮೆ ಹೆಚ್ಚು. ಅದರಿಂದಾಗಿ ನಮ್ಮ ಸಂಸಾರ ಗಟ್ಟಿಯಾಗಿದೆ. ಮೊದಮೊದಲು ನೀವು ನಾನು ಕೇಳಿದ್ದು ಏನನ್ನೂ ಕೊಡಿಸಿರಲಿಲ್ಲ. ಅದು ನನಗೆ ಸಿಟ್ಟು ತರಿಸಿತ್ತು. ಆದರೂ ಇಂದಲ್ಲ ನಾಳೆ ನೀವು ನಾನು ಬಯಸಿದ್ದನ್ನು ಕೊಡಿಸ್ತೀರ ಅಂತ ನಂಬಿಕೆ ಇತ್ತು" ಅಂದರು. ಚಂದ್ರಶೇಖರಯ್ಯ ನಕ್ಕರು. ಹೆಂಡತಿ ತಲೆಗೂದಲು ಸವರುತ್ತಾ "ನನಗೆ ಮದುವೆಯಾದಾಗ ನಮ್ಮ ತಂದೆ ಒಂದು ಮಾತು ಹೇಳಿದ್ದರು, ನೀನು ಯಾರಿಗೆ ಹೆದರದಿದ್ದರೂ ಪರವಾಗಿಲ್ಲ ಸಮಾಜಕ್ಕೆ ಹೆದರು. ಆದರೆ ನೀನು ಹೆದರುವಂಥಾ ಕೆಲಸ ಮಾಡಲೇಬೇಡ. ಹೆಂಡತಿಗೆ ಬದ್ಧನಾಗಿರು. ಅವಳು ನೀನು ಹೇಳಿದಂತೆ ಕೇಳಬೇಕು ಅಂತ ಬಯಸಬೇಡ. ಬದಲಿಗೆ ನೀನೂ ಅವಳು ಹೇಳಿದಂತೆ ಕೇಳಿದರೆ ಅದರಲ್ಲಿ ತಪ್ಪಿಲ್ಲ. ಗಂಡ ಹೆಂಡತಿ ಸಂಬಂಧ ಅಂದರೆ ಅದು ಒಂದು ಮನೆಯೊಳಗೆ ನಡೆಯುವ ವ್ಯವಹಾರ. ಇತರರು ಅದಕ್ಕೆ ಸಾಕ್ಷಿಯಾಗಬೇಕಿಲ್ಲ. ಗಂಡ ಹೆಂಡತಿ ಇಬ್ಬರಲ್ಲಿ ಒಬ್ಬರು ಏನೇ ಮಾಡಿದರೂ ಅದು ಕುಟುಂಬದ ಹಿತದೃಷ್ಟಿಯಿಂದ ಮಾಡಬೇಕು. ಒಬ್ಬರು ಇನ್ನೊಬ್ಬರ ಅಭಿಪ್ರಾಯಕ್ಕೆ ಬೆಲೆ ಕೊಡಲೇಬೇಕು. ಹಠ ಅನ್ನುವುದು ಯಾರಿಗೂ ಇರಲೇಬಾರದು. ಹೊಂದಾಣಿಕೆಗೆ ಹೆಚ್ಚು ಮಹತ್ವ ಕೊಡಬೇಕು ಎಂದಿದ್ದರು."

ವಿಶಾಲಾಕ್ಷಿ "ಹೌದೂರೀ ನಾನು ನಿಮ್ಮನ್ನು ಚನ್ನಾಗಿ ಗಮನಿಸಿದ್ದೇನೆ. ಅವತ್ತವತ್ತಿನ ಮಾತುಕತೆ ಅವತ್ತವತ್ತಿಗೇ ಮುಗಿಸಿಬಿಡ್ತೀರ. ನನಗೆ ಚನ್ನಾಗಿ ನೆನಪಿದೆ. ನಾನು ಅದ್ಯಾವುದೋ ವಿಚಾರಕ್ಕೆ ಒಂದು ದಿನ ರಾತ್ರಿ ನಿಮ್ಮ ಮೇಲೆ ಚನ್ನಾಗಿ ರೇಗಿದ್ದೆ. ರಾತ್ರಿ ಒಂದು ಹೊತ್ತಿನಲ್ಲಿ ಇನ್ನೊಂದು ವಾರ ನೀವು ನನ್ನೊಂದಿಗೆ ಮಾತಾಡೋಲ್ಲ ಅಂದುಕೊಂಡಿದ್ದೆ. ಆದರೆ ಮರುದಿನ ಬೆಳಗ್ಗೆ ನೀವು ನಾನು ಏಳೋ ಮುಂಚೆಯೇ ಕಾಫಿ ಮಾಡಿ ನನಗೆ ತಂದುಕೊಟ್ಟು ನನ್ನ ತಲೆ ಸವರಿ ನೆನ್ನೆ ನೀನು ಮಾತಾಡಿದ್ರಲ್ಲಿ ಒಂದು ಚೂರೂ ತಪ್ಪಿಲ್ಲ. ತಪ್ಪು ನನ್ನದೇ. ಇನ್ನು ಮೇಲೆ ನೀನು ರೇಗುವ ಹಾಗೆ ನಾನು ನಡ್ಕೊಳೋಲ್ಲ ಅಂದ್ರಿ. ನಿಮ್ಮ ಮುಂದೆ ನಾನು ಅವತ್ತು ಚಿಕ್ಕವಳಾಗಿದ್ದೆ" ಅಂದರು

ಸಭಾಂಗಣದಲ್ಲಿ ದೀಪ ಬೆಳಗಿತು. ಆಯೋಜಕರು "ಐದು ನಿಮಿಷಗಳ ವಿಶ್ರಾಂತಿ. ನಂತರ ಇನ್ನೊಂದು ಇಪ್ಪತ್ತು ನಿಮಿಷ ಸಾಕ್ಷ ಚಿತ್ರ ಮುಂದುವರಿಯುತ್ತದೆ" ಅಂದರು. ಸಭಾಂಗಣದಲ್ಲಿ ನಿಶ್ಶಬ್ದತೆ ಇತ್ತು. ಕೆಲವು ಹೆಂಗಸರು ಕರ್ಚೀಪಿನಿಂದ ಕಣ್ಣು ಒರೆಸಿಕೊಳ್ಳೋದನ್ನು ಕಾರ್ಯಕ್ರಮ ಆಯೋಜಿಸಿದವರು ಗಮನಿಸಿದರು. ಕೆಲವು ಗಂಡಸರು ತಮ್ಮ ಪಕ್ಕ ಕೂತಿದ್ದ ಹೆಂಡತಿಯತ್ತ ಕುತೂಹಲದ ನೋಟ ಬೀರಿದ್ದನ್ನೂ ಗಮನಿಸಿದರು. ಮತ್ತೆ ಸಭಾಂಗಣದಲ್ಲಿ ಕತ್ತಲೆ ಆವರಿಸಿತು. ಸಾಕ್ಷ ಚಿತ್ರ ಮುಂದುವರಿಯಿತು.

ವಿಶಾಲಾಕ್ಷಿಗೆ ಕಾಲು ನೋವು. ಚಂದ್ರಶೇಖರಯ್ಯ ಹತ್ತಿರ ಕೂತು ಮಂಡಿಯಿಂದ ಕೆಳಗೆ ಮುಲಾಮು ಸವರುತ್ತಾ ಎಳೆ ಮಗುವನ್ನು ಸಮಾಧಾನ ಮಾಡುವಂತೆ "ಸ್ವಲ್ಪ ತಡ್ಕೋ, ಬೆಳಗ್ಗೆ ಬಿಸಿ ಬಿಸಿ ನೀರು ಹಾಕ್ತೀನಿ. ರಾತ್ರಿ ಒಂದು ಮಾತ್ರೆನೂ ತಗೋ. ಬೆಳಗ್ಗೆ ಹೊತ್ತಿಗೆ ಸ್ವಲ್ಪ ಕಡಿಮೆಯಾಗಬಹುದು" ಅಂದು ಹೆಂಡತಿಯ ಕಣ್ಣಲ್ಲಿ ಇಲ್ಲದ ನೀರನ್ನು ತಮ್ಮ ಪಂಚೆಯಿಂದ ಒರೆಸಿದರು. ವಿಶಾಲಾಕ್ಷಿ ಗಂಡನ ಭುಜ ಹಿಡಿದು "ನೀವು ಹೀಗೆ ಮಾತಾಡಿದರೆ, ನೀವು ಹೀಗೆ ಆರೈಕೆ ಮಾಡುತ್ತಿದ್ದರೆ ನನಗೆ ಇಲ್ಲೇನು ಕೆಲಸ ಅಂತ ನೋವು ಹೊರಟೇಹೋಗುತ್ತದೆ" ಅಂದರು. ಚಂದ್ರಶೇಖರಯ್ಯ ಹೆಂಡತಿಯನ್ನು ನಿಧಾನವಾಗಿ ಮಲಗಿಸಿ, ಕುತ್ತಿಗೆಯವರೆಗೂ ಹೊದಿಸಿ ನಿಧಾನವಾಗಿ ತಟ್ಟುತ್ತಾ "ನಾನು ಹೊರಟು ಹೋದ ಮೇಲೆ ನಿನಗೆ ಈ ರೀತಿ ನೋವು ಬಂದರೆ ನಿನಗೆ ಯಾರು ಆರೈಕೆ ಮಾಡುತ್ತಾರೆ ಅನ್ನೋದೇ ನನಗೆ ಸಮಸ್ಯೆಯಾಗಿರೋದು" ಅಂದರು. ವಿಶಾಲಾಕ್ಷಿ ಆ ಮಾತಿಗೆ ಬೆದರಲಿಲ್ಲ. "ನನಗೆ ಆ ಯೋಚನೆ ಇಲ್ಲ" ಅಂದರು. ಚಂದ್ರಶೇಖರಯ್ಯ "ಅದು ಹೇಗೆ" ಅಂದರು. ವಿಶಾಲಾಕ್ಷಿ "ನಾನು ನಿಮಗಿಂತ ಮುಂಚೆನೇ ಹೊರಟುಹೋಗ್ತೀನಲ್ಲ" ಅಂದಾಗ ಚಂದ್ರಶೇಖರಯ್ಯನವರಿಗೆ ನಿಜವಾಗಿಯೂ ದು:ಖವಾಗಿ ಕಣ್ಣೀರು ಬಂದೇ ಬಿಟ್ಟಿತು. ಕಣ್ಣೀರು ಒರೆಸಿಕೊಂಡು "ಹುಚ್ಚೀ ನನಗಿಂತ ನೀನು ಮುಂಚೆ ಹೋದರೆ ನಾನು ಇರ್ತೀನೇನೇ. ನಿನಗೆಲ್ಲೋ ಭ್ರಾಂತು. ನಾವು ಇದ್ದರೂ ಒಟ್ಟಿಗೇ ಹೋದರೂ ಒಟ್ಟಿಗೇ, ಈಗ ಆ ಮಾತೆಲ್ಲ ಯಾಕೆ ಆರಾಮವಾಗಿ ನಿದ್ದೆ ಮಾಡು" ಅಂದರು.

ಮುಂದಿನ ದೃಶ್ಯ. ಬೆಳಗ್ಗೆ ವಿಶಾಲಾಕ್ಷಿ ಆರಾಮವಾಗಿದ್ದು ತಿಂಡಿ ಅವರೇ ಮಾಡಿದ್ದರು. ಟೇಬಲ್ ಮೇಲೆ ತಿಂಡಿ ತಂದು ಗಂಡನ ಪಕ್ಕ ಕೂತ್ಕೊಂಡು "ನನಗೆ ಒಂದೈನೂರು ರೂಪಾಯಿ ಬೇಕಲ್ಲ" ಅಂದರು. ಚಂದ್ರಶೇಖರಯ್ಯ ನಕ್ಕು. "ಇದೇನು ಹೊಸದಾಗಿ ನೀನು ನನ್ನತ್ರ ದುಡ್ಡು ಕೇಳ್ತಿದೀಯ. ಈ ಮನೇಲಿ ನನ್ನ ದುಡ್ಡು ನಿನ್ನ ದುಡ್ಡು ಅಂತ ಯಾವತ್ತೂ ಇರಲಿಲ್ಲವಲ್ಲ. ನನ್ನ ನಿನ್ನ ಬದುಕು ಒಂದಾದ ದಿನಗಳಿಂದ ನನ್ನ ದುಡ್ಡು ನಿನ್ನ ದುಡ್ಡು ಎಲ್ಲಾ ಒಂದೇ ಅಲ್ವಾ. ದುಡ್ಡು ಇರೋ ಜಾಗ ನಿನಗೆ ಗೊತ್ತು. ನಿನಗೆಷ್ಟು ಬೇಕೋ ತಗೋ" ಅಂದರು. ವಿಶಾಲಾಕ್ಷಿ ನಕ್ಕು "ನೀವು ಯಾವತ್ತೂ ನನ್ನತ್ರ ದುಡ್ಡಿನ ಲೆಕ್ಕ ಕೇಳಿಲ್ಲ. ನಿನ್ನ ತವರು ಮನೆಗೆ ದುಡ್ಡು ಕೊಡ್ತೀಯಾ ಅಂತ ನನ್ನನ್ನು ಅನುಮಾನಿಸಲಿಲ್ಲ. ಬಹಳ ಹಿಂದೆ ನಮ್ಮ ತಂದೆಗೆ ಇದ್ದ ಒಂದು ಮನೆ ಮಾರಿದ್ದರಲ್ಲಿ ನನಗೂ ತವರು ಮನೆಯಿಂದ ದುಡ್ಡು ಬರುತ್ತೆ ಅಂದಾಗ ನೀವು ಅದು ನಮಗೆ ಬೇಡ. ಸುಮ್ನೆ ತವರು ಮನೇದು ಅಂತ ಒಂದು ರೂಪಾಯಿ ತಗೋ ಮಿಕ್ಕಿದ್ದನ್ನು ನಿನ್ನ ತಮ್ಮ ಇದಾನಲ್ಲ ಅವನಿಗೆ ಕೊಡು. ಅವನಿಗೆ ಕೆಲಸ ಇಲ್ಲ ಏನೋ ವ್ಯಾಪಾರ ವ್ಯವಹಾರ ಮಾಡ್ತೀನಿ ಅಂತಾನೆ. ಈಗ ನಮಗೆ ಇಲ್ಲಿ ದುಡ್ಡಿನ ಅವಶ್ಯಕತೆ ಇಲ್ಲ

ಅಂದಿದ್ರಿ. ಆಮೇಲೆ ಅದಕ್ಕೆ ಯಾಕೆ ಇಷ್ಟು ಕೊಟ್ಟೆ ಇದಕ್ಕೆ ಯಾಕೆ ಅಷ್ಟು ಕೊಟ್ಟೆ ಅಂತ ಯಾವತ್ತೂ ಪ್ರಶ್ನೆ ಮಾಡಿಲ್ಲ. ದುಂದುವೆಚ್ಚ ಅಂತ ಗೊತ್ತಾದಾಗಲೂ ಹೋಗ್ಲಿ ಬಿಡು ಅಂತ ಅಷ್ಟೆ ಅಂದಿದ್ರಿ" ಅಂತ ಇದ್ದ ಹಾಗೆ ವಿಶಾಲಾಕ್ಷಿಗೆ ಬಿಕ್ಕಳಿಕೆ ಬಂದು ಬಾಯಲ್ಲಿ ಇಟ್ಟುಕೊಂಡಿದ್ದ ಉಪ್ಪಿಟ್ಟಿನ ಜೊತೆಗೆ ಹೊಟ್ಟೆ ಸೇರಿದ್ದ ಇನ್ನೊಂದಿಷ್ಟು ಉಪ್ಪಿಟ್ಟೂ ಬಾಯಿಂದ ಆಚೆ ಬಂದಾಗ ಚಂದ್ರಶೇಖರಯ್ಯ ಹೆಂಡತಿಯ ಬಾಯಿ ಬಳಿ ಕೈ ಹಿಡಿದು ಅಷ್ಟನ್ನೂ ತಮ್ಮ ಕೈಗೇ ಬೀಳುವಂತೆ ಮಾಡಿ ಅದನ್ನು ತಗೊಂಡು ಹೋಗಿ ಬಿಸಾಕಿ ಬಂದು ಹೆಂಡತಿಯ ಬಾಯಿ ಒರೆಸಿ ನೀರು ಕುಡಿಸಿ "ಸುಧಾರಿಸಿಕೊ" ಅಂದರು.

ಆದರ್ಶ ದಂಪತಿಗಳು ಅಂತ ಬಂದ ಬಹುಮಾನದ ಫಲಕ ಫ್ರಿಜ್ ಮೇಲಿತ್ತು. ಚಂದ್ರಶೇಖರಯ್ಯ ಅದನ್ನೇ ನೋಡುತ್ತಾ "ನನ್ನ ಎಲ್ಲ ಕೀರ್ತಿಗೆ, ಎಲ್ಲ ನೆಮ್ಮದಿಗೆ, ಎಲ್ಲ ಸಂತಸಕ್ಕೆ, ನೀನೇ ಕಾರಣ. ಮಕ್ಕಳನ್ನು ಅದೆಷ್ಟು ಚನ್ನಾಗಿ ಬೆಳೆಸಿದ್ದೀಯ ಅಂದರೆ ಅವರು ಇವತ್ತೂ ಆಡುವ ಒಂದೊಂದು ಮಾತೂ ಮುತ್ತು. ಮಗ ಸೊಸೆ, ಮಗಳು ಅಳಿಯ ಮೊಮ್ಮಕ್ಕಳು ಎಲ್ಲರಿಗೂ ಬರೀ ನಿನ್ನ ಬಗೆಗೆ ಅಲ್ಲ ನನ್ನ ಬಗೆಗೂ ಪ್ರೀತಿ ಉಕ್ಕುತ್ತಿರುವಂತೆ ನೋಡಿಕೊಂಡಿದ್ದೀಯ" ಅಂದರು. ವಿಶಾಲಾಕ್ಷಿ ಗಂಡನ ಮಗ್ಗುಲಿನಲ್ಲಿ ನಿಂತು ಅವರ ಭುಜ ಬಳಸಿ "ಮಕ್ಕಳನ್ನು ಬೆಳೆಸೋ ವಿಚಾರದಲ್ಲಿ, ಅವರ ಓದಿನ ವಿಚಾರದಲ್ಲಿ, ಅವರ ಮದುವೆ ವಿಚಾರದಲ್ಲಿ ನೀವು ನಾನು ಈ ಮನೆಯ ಯಜಮಾನ ಎನ್ನುವ ದರ್ಪ ಯಾವತ್ತೂ ತೋರಿಸಿಲ್ಲ. ಒಬ್ಬ ಆದರ್ಶ ಗಂಡ, ಒಬ್ಬ ಆದರ್ಶ ತಂದೆ ಹೇಗಿರಬೇಕು ಎಂದರೆ ನಿಮ್ಮನ್ನು ತೋರಿಸಬಹುದು" ಅಂದರು.

ಊಟ ಮಾಡುವ ಸಮಯ. ಚಂದ್ರಶೇಖರಯ್ಯ ಬಾಯಲ್ಲಿ ಉಳಿದಿದ್ದ ಮೂರ್ನಾಲ್ಕು ಹಲ್ಲುಗಳನ್ನು ಬಿಟ್ಟು ನಗುತ್ತಾ "ಅಲ್ಲಾ ಈಗೊಂದೆರಡು ದಿನದಿಂದ ನಾವು ಯಾಕೆ ನಮ್ಮ ಬದುಕಿನ ದಿನಗಳನ್ನು ನೆನಪು ಮಾಡ್ಕೊತಾ ಇದೀವಿ" ಅಂತ ಕೇಳಿದರು. ಅದಕ್ಕೆ ವಿಶಾಲಾಕ್ಷಿ "ಇದು ಎಲ್ಲರೂ ಮಾಡಬೇಕಾದ ಕೆಲಸ ಕಣ್ರೀ. ಇವತ್ತಿನ ಬದುಕನ್ನು ಇವತ್ತೇ ಅವಲೋಕನ ಮಾಡಿಕೊಂಡು ಅದರಲ್ಲಿರುವ ತಪ್ಪನ್ನು ಸರಿಪಡಿಸಿಕೊಳ್ಳಬೇಕು. ಗಂಡ ನಾನು ಈ ಮನೆ ಯಜಮಾನ ಎನ್ನುವ ದರ್ಪ ಬಿಡಬೇಕು. ಹೆಂಡತಿ ನಾನೂ ದುಡೀತಾ ಇದೀನಿ ಅನ್ನುವ ದರ್ಪ ಬಿಡಬೇಕು. ಹೆಂಡತಿ ದುಡಿಯಲಿ ದುಡಿಯದೇ ಇರಲಿ ಮೂಲಭೂತವಾಗಿ ಅವಳು ಗಂಡನ ಮನೆ ಬೆಳಗಲು ಬಂದಿರವವಳು ಎನ್ನುವುದನ್ನು ಮರೆಯಬಾರದು. ದುಡ್ಡು ಯಾವುದಕ್ಕೂ ಪರ್ಯಾಯವಲ್ಲ. ಗಂಡನ ಮೇಲೆ ರೇಗಾಡಿ ಸಿಡುಕಾಡಿ ಮನಸ್ಸು ಕೆಡಿಸಿಕೊಂಡರೆ ಅದನ್ನು ದುಡ್ಡು ಸರಿಪಡಿಸೋಲ್ಲ. ಹೆಂಡತಿಯ ಮೇಲೆ ಮುನಿಸಿಕೊಂಡು ಗಂಡ ಊಟ ಬಿಟ್ಟರೆ ದುಡ್ಡು ಅವನ ಹೊಟ್ಟೆ ತುಂಬಿಸುವುದಿಲ್ಲ. ಎಲ್ಲದಕ್ಕೂ ಮನಸ್ಸೇ ಕಾರಣ. ನಾವು

ಯಾವತ್ತೂ ಮನಸ್ಸನ್ನು ಕೆಡಿಸಿಕೊಂಡಿಲ್ಲ. ಅದೇ ನಮ್ಮ ಯಶಸ್ವೀ ದಾಂಪತ್ಯದ ಗುಟ್ಟು" ಅಂದರು. ಮತ್ತೆ ಚಂದ್ರಶೇಖರಯ್ಯ ನಕ್ಕರು. "ಹೌದು ನಮ್ಮಲ್ಲಿ ಕೊಟ್ಟು ತೆಗೆದುಕೊಳ್ಳುವ ಬುದ್ಧಿ ಇದೆ. ಇದು ಎಲ್ಲ ದಂಪತಿಗಳಲ್ಲೂ ಇರಬೇಕು. ಹಾಲು ಸಕ್ಕರೆ ಬೇರೆ ಬೇರೆ ಇರುತ್ತದೆ. ಹಾಲನ್ನು ಲೋಟಕ್ಕೆ ಬಗ್ಗಿಸಿ ಅದಕ್ಕೆ ಸಕ್ಕರೆ ಹಾಕಿದರೆ ಸಕ್ಕರೆ ತನ್ನತನವನ್ನು ಕಳೆದುಕೊಂಡು ಹಾಲಿನಲ್ಲಿ ಬೆರೆಯುತ್ತದೆ. ಹಾಲಿನಲ್ಲಿ ಸಕ್ಕರೆ ಕಾಣುವುದಿಲ್ಲ. ಆದರೆ ಕುಡಿದವರಿಗೆ ಹಾಲಿನಲ್ಲಿ ಸಕ್ಕರೆ ಇದೆ ಅನ್ನೋದು ತಿಳಿಯುತ್ತದೆ. ದಾಂಪತ್ಯವೂ ಹಾಗೆ. ಗಂಡ ಹೆಂಡತಿ ಅಂತ ಒಂದಾಗಿಬಿಟ್ಟರೆ ಅದು ಬರೀ ಗಂಡನೂ ಆಗಿರಬಹುದು ಅಥವಾ ಬರೀ ಹೆಂಡತಿಯೂ ಆಗಿರಬಹುದು. ಅವರು ನಾನು ಗಂಡ ನಾನು ಹೆಂಡತಿ ಎನ್ನುವುದನ್ನು ಬಿಟ್ಟು ನಾವು ದಂಪತಿಗಳು ಎನ್ನುವ ವಿಶಾಲಾರ್ಥದಿಂದ ಬದುಕಬೇಕು. ದಾಂಪತ್ಯದಲ್ಲಿ ನಮ್ಮ ಮನಸ್ಸು ಒಬ್ಬರೊಂದಿಗೆ ಹೊಂದಿಕೊಳ್ಳಲಿಲ್ಲ ಎಂದರೆ ಅದು ಇನ್ಯಾರ ಮನಸ್ಸಿನೊಂದಿಗೂ ಹೊಂದೋದಿಲ್ಲ. ಹೊಂದುತ್ತೆ ಅಂದುಕೊಂಡು ಇನ್ನೊಂದು ಮನಸ್ಸು ಹುಡುಕಿಕೊಂಡು ಹೋಗೋದು ಒಂದು ಭ್ರಮೆ. ಅದರ ಬದಲಿಗೆ ಇರುವ ಮನಸ್ಸಿನೊಂದಿಗೇ ಹೊಂದಾಣಿಕೆ ಮಾಡಿಕೊಂಡು ಇರೋದು ಕ್ಷೇಮ. ಇಂಗ್ಲಿಷಿನಲ್ಲಿ ಒಂದು ಗಾದೆ ಮಾತಿಗೆ ಗೊತ್ತಾ. ಇಫ್ ಮಹಮದ್ ಡಸ್ ನಾಟ್ ಗೋ ಟು ಮೌಂಟನ್, ಮೌಂಟನ್ ಕಮ್ಸ್ ಟು ಮಹಮದ್ ಅಂತ. ಹಾಗೆ ಹೆಂಡತಿ ಗಂಡನ ಮಾತು ಕೇಳಲಿಲ್ಲ ಅಂದರೆ ಗಂಡನೇ ಹೆಂಡತಿ ಮಾತು ಕೇಳಬೇಕು. ಹೆಂಡತಿ ತನ್ನ ಮಾತುಗಳನ್ನು ಕೇಳುತ್ತಿಲ್ಲ ಅಂದರೆ ಅವಳು ತನ್ನ ಮಾತನ್ನು ಕೇಳುವ ಹಾಗೆ ಮಾಡೋದು ಬಹಳ ಮುಖ್ಯ. ಗಂಡನಾಗಲೀ ಹೆಂಡತಿಯಾಗಲೀ ನೀನು ಹೇಗೆ ಹೇಳಿದರೆ ಹಾಗೆ ಎನ್ನುವ ಭಾವ ಇಟ್ಟುಕೊಂಡುಬಿಟ್ಟರೆ ವೈಮನಸ್ಯಕ್ಕೆ ಜಾಗವೆಲ್ಲಿ. ಒಟ್ಟಿನಲ್ಲಿ ಗಂಡ ಹೆಂಡತಿ ನಡವಳಿಕೆಯಲ್ಲಿ ಮಾತಿನಲ್ಲಿ, ನಿರ್ಧಾರದಲ್ಲಿ ಕುಟುಂಬದ ಹಿತವೇ ಬಹಳ ಮುಖ್ಯವಾಗಿರಬೇಕು. ಅವರ ನಡವಳಿಕೆ ಹೇಗಿರಬೇಕಪ್ಪಾ ಎಂದರೆ ಒಬ್ಬರು ಇನ್ನೊಬ್ಬರನ್ನು ಕಣ್ಣು ಮುಚ್ಚಿ ನಂಬುವ ಹಾಗಿರಬೇಕು." ಬೊಚ್ಚು ಬಾಯಿಂದ ನಗುವುದು ಈಗ ವಿಶಾಲಾಕ್ಷಿಯ ಸರದಿ. ಅವರು "ರೀ ನಾನು ನಿಮಗೊಂದು ಮಾತು ಕೇಳ್ತೀನಿ, ಬೇಜಾರು ಮಾಡ್ಕೊಬೇಡಿ. ನಿಮಗೆ ಯಾವತ್ತಾದರೂ ನನಗೆ ವಿಚ್ಛೇದನ ಕೊಡಬೇಕು ಅನಿಸಿತ್ತಾ" ಅಂತ ಕೇಳಿದರು. ಚಂದ್ರಶೇಖರಯ್ಯ ಮತ್ತೆ ನಕ್ಕರು. "ಇಲ್ಲ, ಯಾವತ್ತೂ ಹಾಗೆ ಅನಿಸಿರಲಿಲ್ಲ. ಆದರೆ ನೀನು ಒಂದೊಂದು ತಪ್ಪು ಮಾಡಿದಾಗಲೂ ನನಗೆ ನಿನ್ನನ್ನು ಹೆಚ್ಚು ಮುದ್ದಿಸಬೇಕು ಅನಿಸೋದು. ಏಕೆಂದರೆ ತಪ್ಪು ಯಾರೂ ಬೇಕೆಂದು ಮಾಡೋದಿಲ್ಲ. ಅದು ತಪ್ಪು ಅಂತ ಗೊತ್ತಾದರಂತೂ ಯಾರೂ ಮಾಡುವುದೇ ಇಲ್ಲ. ಯಾವುದೋ ಭ್ರಮೆಗೆ ಒಳಗಾಗಿ ನಾನು ನನ್ನದು, ನನ್ನತನ ಎನ್ನುವ ಭ್ರಮೆಯಲ್ಲಿ ಬಿದ್ದು ಬದುಕನ್ನು

ಹಾಳುಮಾಡಿಕೊಳ್ಳುತ್ತೇವೆ. ಆದರೆ ನಾನು ನಿನ್ನ ತಪ್ಪನ್ನು ತೋರಿಸಿಕೊಟ್ಟಾಗ ನೀನು ಜಂಬ ಪಡದೇ ನಿನ್ನ ತಪ್ಪನ್ನು ಅರಿತುಕೊಂಡು ಅದನ್ನು ತಿದ್ದಿಕೊಂಡ್ಯಲ್ಲ ಅದು ಅದ್ಭುತ" ಅಂದರು. ವಿಶಾಲಾಕ್ಷಿ ಈಗ ಗಂಡನನ್ನು ಬಿಗಿಯಾಗಿ ತಬ್ಬಿದರು. ಗಂಡನ ಮುಖವನ್ನು ತಮ್ಮತ್ತ ತಿರುಗಿಸಿಕೊಂಡು "ನೀವು ನನಗೋಸ್ಕರ ಎಷ್ಟೊಂದು ತ್ಯಾಗ ಮಾಡಿದ್ದೀರ. ಮದುವೆಯಾದ ಹೊಸದರಲ್ಲಿ ಒಂದೊಂದು ಸಾರಿ ಸಿಗರೇಟು ಸೇದುತ್ತಿದ್ದಿರಿ. ನಾನು ಹಾಳಾದ್ದು ಆರೋಗ್ಯ ಕೆಡುತ್ತೆ ಅದನ್ನು ಬಿಟ್ಟುಬಿಡಿ ಎಂದಾಗ ನಿನಗೆ ಇಷ್ಟ ಇಲ್ಲ ಅಂದರೆ ಇವತ್ತೇ ಈಗಲೇ ಬಿಟ್ಟೆ ಅಂದು ಸಿಗರೇಟು ಸೇದೋದನ್ನೇ ಬಿಟ್ಟಿರಿ. ನೀವು ಕೆಲಸ ಬದಲಾಯಿಸಬೇಕಾದಾಗ, ನಿವೇಶನ ತೆಗೆದುಕೊಳ್ಳುವಾಗ, ಮನೆ ಕಟ್ಟುವಾಗ, ವಾಹನ ಕೊಳ್ಳುವಾಗ ನೀವು ನನ್ನ ವಿಚಾರಕ್ಕೆ, ಸಲಹೆಗಳಿಗೆ ಎಷ್ಟೊಂದು ಬೆಲೆ ಕೊಟ್ಟಿದ್ದೀರಿ, ಗೌರವಿಸಿದ್ದೀರಿ. ಸಂಸಾರ ಗಟ್ಟಿಯಾಗಿ ನಿಲ್ಲೋದೇ ಇಂಥಾ ಸಂಗತಿಗಳಿಂದಾಗಿ" ಅಂದರು.

ವಿಶಾಲಾಕ್ಷಿ ಕಣ್ಣಲ್ಲಿ ನೀರು ಉಕ್ಕುತ್ತಿತ್ತು. ಅದನ್ನು ಒರೆಸಿಕೊಂಡು "ರೀ ನಾನೂ ನೀವೂ ಭೇಟಿಯಾಗೋ ಮೊದಲು ನೀವು ಯಾರೋ ನಾನು ಯಾರೋ ಆದರೆ ಮದುವೆ ಅಂತ ಆದ ಮೇಲೆ ನೀವೇ ನಾನು ನಾನೇ ನೀವು ಅಂತ ಆಗಿಬಿಟ್ವಲ್ವಾ? ಆಮೇಲೆ ನಮ್ಮ ಬದುಕಿಗೆ ಎಷ್ಟೊಂದು ಅರ್ಥ ಬಂತು ಅಲ್ವೇನ್ರೀ. ನನಗಾಗಿ ಒಂದು ಜೀವ ಸದಾ ಮಿಡಿಯುತ್ತಿದೆ ಎಂದು ಗಂಡನೂ ನನಗಾಗಿ ಮಿಡಿಯುವ ಜೀವವನ್ನು ನೋಯಿಸಬಾರದು ಎಂದು ಹೆಂಡತಿಯೂ ಅರ್ಥ ಮಾಡಿಕೊಂಡೇ ನಡೆಯಬೇಕು. ಎಷ್ಟೋ ವೇಳೆ ಗೊತ್ತಿದ್ದೂ ಗೊತ್ತಿದ್ದೂ ನಾವೇ ತಪ್ಪು ಮಾಡುತ್ತೇವೆ, ಎಷ್ಟೋ ವೇಳೆ ನಾವು ಇತರರನ್ನು ನೋಡಿ ನಮಗೇ ತಿಳಿಯದಂತೆ ತಪ್ಪು ಮಾಡುತ್ತೇವೆ, ಅಲ್ಲೆಲ್ಲೋ ಸರಿ ಇರಬಹುದು ಅಂತ ಇಲ್ಲಿರುವ ಸರಿಯನ್ನು ತಪ್ಪಿನ ದೃಷ್ಟಿಯಲ್ಲಿ ನೋಡುತ್ತೇವೆ" ಅಂದರು.

ಚಂದ್ರಶೇಖರ್ ಅವರು ಹೆಂಡತಿಯ ಕೈ ಹಿಡಿದು ಮೃದುವಾಗಿ ಮುಂಗೈ ಸವರುತ್ತಾ "ಯಾಕೋ ಒಂದು ತಿಂಗಳಿನಿಂದ ನಮ್ಮ ಜೀವನವನ್ನು ರೀವೈಂಡ್ ಮಾಡಿಕೊಳ್ಳುತ್ತಿದ್ದೇವೆ. ಅದಕ್ಕೆ ಕಾರಣ ಏನಿರಬಹುದು ಗೊತ್ತಾ. ನೀನು ನನ್ನ ಕೈ ಹಿಡಿದು ಮುಂದಿನ ತಿಂಗಳು ಆರನೇ ತಾರೀಖಿಗೆ ಐವತ್ತು ವರ್ಷ ಪೂರ್ತಿಯಾಗುತ್ತದೆ. ಮಗ, ಮಗಳು ಇಬ್ಬರೂ ನಮ್ಮ ವೈವಾಹಿಕ ಜೀವನದ ಈ ಸಂದರ್ಭವನ್ನು ಅದ್ದೂರಿಯಾಗಿ ಆಚರಿಸಬೇಕು ಅಂತ ಅವತ್ತು ಫೋನ್ ಮಾಡಿ ಹೇಳಿದಾರೆ. ಅವತ್ತಿನಿಂದ ನನಗೆ ಹಿಂದಿನ ದಿನಗಳದೇ ನೆನಪು. ನನಗೆ ಇನ್ನೂ ನೆನಪಿರುವ ಸಂಗತಿ ಯಾವುದು ಗೊತ್ತಾ" ಅಂತ ಚಂದ್ರಶೇಖರಯ್ಯ ಕೇಳಿದಾಗ ವಿಶಾಲಾಕ್ಷಿ "ನನಗೂ ತುಂಬಾ ನೆನಪಿದೆ, ಆದರೆ ನಿಮಗೆ ನೆನಪಿರೋದು ಯಾವುದು" ಅಂತ ಕೇಳಿದರು. ಅದಕ್ಕೆ ಚಂದ್ರಶೇಖರಯ್ಯ "ನಾವು ಮದುವೆಯಾದ ಛತ್ರದ ಮಹಡಿಯ ಕೋಣೆಯಲ್ಲಿ ನಮ್ಮ ಫಸ್ಟ್ ನೈಟ್

ಏರ್ಪಾಡು ಮಾಡಿದ್ದರು. ನೀನು ಕೈನಲ್ಲಿ ಹಾಲಿನ ಲೋಟ ಹಿಡಿದು ಬಂದು ಅದೇನು ಗಾಬರಿಯೋ, ಸಂತೋಷವೋ, ಅಕ್ಕರೆಯೋ, ಕುತೂಹಲವೋ, ಕಾತುರವೋ ಏನೋ ಒಂದು, ಹಾಲಿನ ಲೋಟದ ಸಮೇತ ಎಡವಿ ಬಿದ್ದೆ. ನಾನು ಬಂದು ನಿನ್ನನ್ನು ಗಬಕ್ಕಂತ ಹಿಡ್ಕೊಳ್ದೇ ಹೋಗಿದ್ದರೆ ನೀನು ಬಿದ್ದು ಹೋಗುತ್ತಿದ್ದೆ. ನಾನು ಅವತ್ತೇ ಅಂದುಕೊಂಡಿದ್ದು ಏನೆಂದರೆ ಇನ್ನು ಈ ಜೀವನದಲ್ಲಿ ಇವಳು ಯಾವತ್ತೂ ಹೀಗೆ ಬೀಳದಂತೆ ನೋಡ್ಕೊಬೇಕು" ಅಂತ ಅಂದು ನಗುತ್ತಾ ಹೆಂಡತಿಯ ಕಡೆ ನೋಡಿ "ನಿನಗೆ ಏನನಿಸಿತ್ತು" ಅಂತ ಕೇಳಿದರು. ಮೊದಲ ರಾತ್ರಿ ವಿಚಾರ ಅಂದಾಗಲೇ ಐವತ್ತು ವರ್ಷಗಳ ಹಿಂದಿನದೆಲ್ಲಾ ನೆನಪಾಗಿ ನಾಚಿಕೆ ಬಂದರೂ "ನಾನು ಒಂದು ವೇಳೆ ಹೀಗೆ ಬಿದ್ದರೆ ನನ್ನನ್ನು ಗಟ್ಟಿಯಾಗಿ ಹಿಡಿದುಕೊಳ್ಳುವವರು ಒಬ್ಬರು ಇದಾರಲ್ಲ ಅನ್ನುವ ಭರವಸೆ ಇತ್ತು" ಅಂದರು. ಚಂದ್ರಶೇಖರಯ್ಯ ಪ್ರೀತಿ, ಅಭಿಮಾನದಿಂದ ಹೆಂಡತಿಯನ್ನು ತಬ್ಬಿದರು.

ಮತ್ತೊಂದು ದೃಶ್ಯ. ಚಂದ್ರಶೇಖರಯ್ಯ ಸಣ್ಣಗೆ ಎಲ್ಲೋ ಹುಡುಕಿದೆ ಇಲ್ಲದ ದೇವರ ಕಲ್ಲು ಮಣ್ಣುಗಳ ಗುಡಿಯೊಳಗೆ ಎನ್ನುವ ಹಾಡನ್ನು ಗುನುಗುತ್ತಾ ಇದ್ದಾಗ ಹೆಂಡತಿ ಅಲ್ಲಿಗೆ ಬಂದರು. "ರೀ ನನಗೊಂದು ಹಾಡು ನೆನಪಾಗ್ತಾ ಇದೆ ಇಲ್ಲೇ ಸ್ವರ್ಗ ಇಲ್ಲೇ ನರಕ ಮೇಲೇನಿಲ್ಲ ಸುಳ್ಳು ಅಂತ. ನಮಗೆ ಇಲ್ಲಿ ಸುಖ ಸಿಗಲಿಲ್ಲ ಅಂದರೆ ಇನ್ನೆಲ್ಲೂ ಸುಖ ಸಿಗೋಲ್ಲರೀ. ಏಕೆಂದರೆ ಇರೋ ಸುಖವನ್ನು ಅನುಭವಿಸುವಂಥಾ ಮನಸ್ಥಿತಿಯನ್ನು ನಾವು ಕಳೆದುಕೊಂಡಿರುತ್ತೀವಿ. ಅದರಿಂದಾಗಿ ನಮ್ಮನ್ನು ನಾವೇ ತಿದ್ದಿಕೊಂಡು ಇರೋ ಕಡೆನೇ ಸುಖಾನ ಅರಸಬೇಕು. ಮತ್ತು ಅದು ನಮಗೆ ದಕ್ಕುವಂತೆ ನಡೆದುಕೊಳ್ಳಬೇಕು. ಈಗ ನೋಡಿ ಗಂಡನಿಗೆ ತನ್ನ ಹೆಂಡತಿಯಿಂದ ಸುಖ ಸಂತೋಷ ನೆಮ್ಮದಿ ಸಿಗಲಿಲ್ಲ ಅಂತ ಇನ್ನೊಂದು ಹೆಣ್ಣಿನ ಸಂಗ ಮಾಡಿದರೆ ಅದು ಭ್ರಮೆ. ಅವನಿಗೆ ಅಲ್ಲೂ ಅವ್ಯಾವುದೂ ಸಿಗೋಲ್ಲ. ಬದಲಿಗೆ ಇರುವ ಹೆಂಡತಿಯಿಂದಲೇ ಅವೆಲ್ಲವನ್ನೂ ಪಡೆದುಕೊಳ್ಳುವುದು ಹೇಗೆ ಎನ್ನುವುದನ್ನು ಕಲಿಯಬೇಕು. ಇದು ಹೆಂಡತಿಗೂ ಅನ್ವಯವಾಗುತ್ತೆ. ಒಬ್ಬ ಗಂಡಸಿನ ಜೊತೆ ಸುಖ ನೆಮ್ಮದಿ ಸಿಗಲಿಲ್ಲ ಅಂದರೆ ಅದು ಇನ್ನೊಬ್ಬ ಗಂಡಸಿನೊಂದಿಗೆ ಸಿಗುತ್ತೆ ಅನ್ನೋದು ಭ್ರಮೆ. ಯಾವ ಗಂಡನೂ ತನ್ನ ಹೆಂಡತಿಯ ಮೇಲೆ ಕೆಟ್ಟ ಅಭಿಪ್ರಾಯ ಹೊಂದಿರೋಲ್ಲ. ಆದರೆ ಒಮ್ಮೆ ಆ ರೀತಿಯ ಅಭಿಪ್ರಾಯ ಬಂದರೆ ಯಾಕೆ ಬಂತು ಅಂತ ಆತ್ಮ ವಿಮರ್ಶೆ ಮಾಡಿಕೊಳ್ಳಬೇಕು" ಅಂದರು.

ವಿಶಾಲಾಕ್ಷಿ "ನೋಡಿ ಒಂದು ಮನೆ ಕಟ್ಟಿದಾಗ ಅದು ಹೊಸದಾಗಿದ್ದು ಎಲ್ಲೆಲ್ಲೂ ಸುಂದರವಾಗಿ ಕಾಣುತ್ತದೆ. ದಾಂಪತ್ಯವೂ ಹಾಗೆ. ಮಳೆ, ಗಾಳಿ, ಬಿಸಿಲು, ಧೂಳು ಇವುಗಳಿಗೆ ಸಿಕ್ಕ ಮನೆ ಬರುಬರುತ್ತಾ ಶಿಥಿಲವಾಗುತ್ತಾ ಬರುತ್ತದೆ. ಅದನ್ನು ರಿಪೇರಿ ಮಾಡಿಸಿ, ಹೊಸದಾಗಿ ಪೈಂಟ್ ಮಾಡಿಸಿ ಮತ್ತೆ

ಮೊದಲಿನ ಹಾಗೆ ಕಾಣುವಂತೆ ಮಾಡುತ್ತಾರೆ. ಸಂಸಾರವೂ ಹಾಗೆ. ಕಾಲ ಕಳೆದಂತೆ ಮನೆಯಲ್ಲೂ ಗಂಡ ಹೆಂಡಿರ ನಡುವೆ ಶೀತಲ ಸಮರ ಶುರುವಾಗಿ ಮನದಲ್ಲಿ ಕಿಲುಬು ಕಾಣಿಸಿಕೊಳ್ಳುತ್ತದೆ. ಹೆಂಡತಿ ಮಾಡಿದ್ದೆಲ್ಲವೂ ತಪ್ಪು ಅಂತ ಗಂಡನೂ ಗಂಡ ಮಾಡಿದ್ದೆಲ್ಲವೂ ತಪ್ಪು ಅಂತ ಹೆಂಡತಿಯೂ ಅಭಿಪ್ರಾಯ ಹೊಂದುತ್ತಾರೆ. ಆಗ ಆ ಅಭಿಪ್ರಾಯಕ್ಕೆ ಹೊಸದಾಗಿ ಪ್ರೀತಿ, ಅರ್ಥೈಕ್ಯತೆ, ಅಕ್ಕರೆ, ತಾಳ್ಮೆ ಎನ್ನುವ ಬಣ್ಣ ಬಳಿದು ಆ ಅಭಿಪ್ರಾಯವನ್ನು ಅಳಿಸಿ ಸಂಸಾರ ಮತ್ತೆ ಲಕಾ ಲಕಾ ಅಂತ ಹೊಳೆಯುವಂತೆ ಮಾಡಬೇಕು" ಅಂದರು.

ಅಲ್ಲಿಗೆ ಸಾಕ್ಷ್ಯ ಚಿತ್ರ ಮುಗಿಯಿತು.

ಸಾಕ್ಷ್ಯ ಚಿತ್ರದ ಅಂತಿಮ ಹಂತದಲ್ಲಿ ಇಡೀ ಸಭಾಂಗಣದ ಅನೇಕ ಕಡೆಗಳಿಂದ ಸಣ್ಣಗೆ ಅಳುವಿನ ಧ್ವನಿ ಕೇಳುತ್ತಿತ್ತು. ಸಭಾಂಗಣದಲ್ಲಿ ಬೆಳಕು ಬಂದಾಗ ಅನೇಕ ಜೋಡಿಗಳು ಕಣ್ಣೊರೆಸಿಕೊಳ್ಳುತ್ತಿದ್ದರು. ಕೆಲವು ಗಂಡಸರು ತಮ್ಮ ಹೆಂಡತಿ ಕೈ ಹಿಡಿದು ಕೂತಿದ್ದರು. ಕೆಲವರು ಹೆಂಡತಿ ಭುಜ ಬಳಸಿದ್ದರು. ಇನ್ನೂ ಕೆಲವರು ಹೆಂಡತಿಯ ಕಣ್ಣು ಒರೆಸುತ್ತಿದ್ದರು.

ಕಾರ್ಯಕ್ರಮ ಆಯೋಜಕರು ಮತ್ತೆ ಮೈಕ್ ಬಳಿ ಬಂದು "ಇವತ್ತಿನ ಈ ಕಾರ್ಯಕ್ರಮ ಇಲ್ಲಿಗೆ ಮುಗಿಯಿತು. ಇನ್ನು ಉಳಿದಿರೋದು ಭೋಜನ. ಅದಕ್ಕೂ ಮೊದಲು ಇಲ್ಲಿ ಲಾಯರ್ ಶ್ರೀನಿವಾಸ್ ಬಂದಿದ್ದಾರೆ. ಅವರು ಅನೇಕ ಲಾಯರುಗಳ ಪರವಾಗಿ ಮಾತಾಡುತ್ತಾರೆ" ಅಂದಾಗ ಲಾಯರ್ ಶ್ರೀನಿವಾಸ್ ಮೈಕ್ ಬಳಿ ಬಂದು "ಎಲ್ಲರಿಗೂ ನಮಸ್ಕಾರ. ಈ ಕಾರ್ಯಕ್ರಮ ಯಾಕೆ ಆಯೋಜನೆ ಮಾಡಿ ನಿಮ್ಮನ್ನೆಲ್ಲಾ ಇಲ್ಲಿಗೆ ಬರಮಾಡಿಕೊಂಡಿದ್ದೀವಿ ಎನ್ನುವ ಕುತೂಹಲ ನಿಮ್ಮಲ್ಲಿತ್ತು ಅಂತ ನಮಗೆ ಗೊತ್ತು. ಅದಕ್ಕೆ ಉತ್ತರ ಈಗ ನಾನು ಹೇಳುವ ಮಾತುಗಳಲ್ಲಿದೆ. ಇಲ್ಲಿ ನೆರೆದಿರುವಂಥಾ ನೀವೆಲ್ಲರೂ ಈಗ ಸುಮಾರು ಎರಡು ವರ್ಷಗಳಿಂದೀಚೆಗೆ, ಬೇರೆ ಬೇರೆ ಸಂದರ್ಭಗಳಲ್ಲಿ ಬೇರೆ ಬೇರೆ ಲಾಯರುಗಳ ಬಳಿ ಹೋಗಿ ನಿಮಗೆ ವಿವಾಹ ವಿಚ್ಛೇದನ ಬೇಕು ಅಂತ ಕೇಳಿಕೊಂಡಿದ್ದಿರಿ. ಆ ಎಲ್ಲಾ ಲಾಯರುಗಳೂ ಇಂದು ಈ ಸಮಾರಂಭಕ್ಕೆ ಬಂದಿದ್ದಾರೆ. ನನ್ನ ಬಳಿಯೂ ಸುಮಾರು ಇಪ್ಪತ್ತು ಜನ ಬಂದಿದ್ದೀರಿ. ನಮ್ಮ ನಮ್ಮಲ್ಲಿ ಅನೇಕ ಚರ್ಚೆಗಳು ನಡೆದಿವೆ. ನಿಮ್ಮಲ್ಲಿ ಯಾರೂ ನಿಮ್ಮ ತೀರ್ಮಾನ ಅಥವಾ ಹಠವನ್ನು ಬಿಟ್ಟುಕೊಡುವಂತಿರಲಿಲ್ಲ. ನನ್ನ ಒಂದು ಕಣ್ಣು ಹೋದರೂ ಪರವಾಗಿಲ್ಲ ಅವರ ಎರಡೂ ಕಣ್ಣು ಹೋಗಬೇಕು ಎನ್ನುವ ಭಾವದಲ್ಲಿದ್ದಿರಿ. ನಿಮ್ಮ ದಾಂಪತ್ಯದ ವಿಚ್ಛೇದನವನ್ನು ತಪ್ಪಿಸಬೇಕೆಂದು ನಾವು ಮಾಡಿದ ಎಲ್ಲ ಪ್ರಯತ್ನಗಳೂ ಸಫಲವಾಗಲಿಲ್ಲ. ಒಂದು ಕಡೆ ಗಂಡ ಹಠ ಹಿಡಿದಿದ್ದರೆ ಇನ್ನೊಂದು ಕಡೆ ಹೆಂಡತಿ. ಯಾರೂ ಹೊಂದಾಣಿಕೆಗೆ ಬಯಸಲೇ ಇಲ್ಲ. ನಿಮಗೆಲ್ಲಾ ವಿಚ್ಛೇದನ ಕೊಡಿಸಿದರೆ ನಾವು ನಮ್ಮ ಕರ್ತವ್ಯ ಮಾಡಿದಂತಾಗುತ್ತದೆ

ಮತ್ತೆ ಅದಕ್ಕೆ ನಮ್ಮ ಫೀಸ್ ಕೂಡಾ ದೊರೆಯುತ್ತದೆ. ಆದರೆ ಮುರಿದುಹೋಗುವ ಸಂಸಾರವನ್ನು ಮತ್ತೆ ಕಟ್ಟಿ ನಿಲ್ಲಿಸಬೇಕು ಎನ್ನುವ ಕಳಕಳಿ ನಮ್ಮಲ್ಲಿತ್ತು. ಅದಕ್ಕೇ ನಾವೆಲ್ಲಾ ಅಂದರೆ ನಿಮ್ಮ ನಿಮ್ಮ ಕೇಸಿಗೆ ಸಂಬಂಧಪಟ್ಟ ಲಾಯರುಗಳು ನಮ್ಮ ಅಂತಿಮ ಪ್ರಯತ್ನವಾಗಿ ನಿಮಗೆ ಈ ಸಾಕ್ಷ್ಯ ಚಿತ್ರ ತೋರಿಸಬೇಕು ಅಂತ ಕರೆದುಕೊಂಡು ಬಂದೆವು. ಈ ಸಾಕ್ಷ್ಯ ಚಿತ್ರ ನೋಡಿದ ಮೇಲೂ ನೀವುಗಳು ನಿಮ್ಮ ನಿಮ್ಮ ನಿರ್ಧಾರಕ್ಕೆ ಬದ್ಧ ಅಂದರೆ ಅದು ನಿಮ್ಮಿಷ್ಟ. ನಾಳೆ ಬೆಳಗ್ಗೆ ಹನ್ನೊಂದು ಗಂಟೆಗೆ ನನ್ನ ಬಳಿ ಬರಬೇಕಾದವರು ಬನ್ನಿ, ಉಳಿದವರು ಅವರವರ ಲಾಯರುಗಳ ಬಳಿ ಹೋಗಿ ಅವರು ನಿಮಗೆ ಏನು ಮಾಡಬೇಕು ಅಂತ ತಿಳಿಸುತ್ತಾರೆ" ಅಂದರು.

ಹತ್ತು ನಿಮಿಷ ಮೌನ. ನಂತರ ಸಭಾಂಗಣದಲ್ಲಿ ಒಬ್ಬರು ಎದ್ದು ನಿಂತು "ನನಗೆ ವಿಚ್ಛೇದನ ಬೇಡ, ನಾನು ಏನು ತಪ್ಪು ಮಾಡುತ್ತಿದ್ದೆ ಎನ್ನುವುದು ನನಗೆ ಈಗ ಗೊತ್ತಾಯಿತು. ಇದು ನನ್ನೊಬ್ಬನ ನಿರ್ಧಾರ ಅಲ್ಲ, ನನ್ನ ಪಕ್ಕದಲ್ಲೇ ಇರುವ ನನ್ನ ಹೆಂಡತಿಯದೂ" ಅಂದರು. ಅದೇ ಸಮಯಕ್ಕೆ ಸಭಾಂಗಣದ ಎಲ್ಲ ಕಡೆಯಿಂದಲೂ ಹೌದು ಹೌದು ಎನ್ನುವ ಮಾತು ಕೇಳಿಸಿತು. ಸುಮಾರು ಐವತ್ತರ ವಯಸ್ಸಿನ ಜಾಗೀರ್‌ದಾರ್ ಮೈಕ್ ಬಳಿ ಬಂದು "ನಾನು ಸಭಾಂಗಣದಲ್ಲಿರುವ ಎಲ್ಲರ ಪರವಾಗಿ ಮಾತಾಡುತ್ತೇನೆ, ಹೌದು ಇಲ್ಲಿರುವ ಸುಮಾರು ನೂರು ಕುಟುಂಬಗಳೂ ವಿಚ್ಛೇದನಕ್ಕೆ ಅರ್ಜಿ ಹಾಕಿದ್ದೆವು. ಅದಕ್ಕೆ ಅವರವರದೇ ಆದ ಕಾರಣಗಳಿವೆ. ಆದರೆ ಇವತ್ತು ನಮ್ಮ ಕಾರಣಗಳೆಲ್ಲ ಬುಡಮೇಲಾಗಿದೆ. ದಾಂಪತ್ಯ ಎಂದರೆ ಏನು, ಹೆಂಡತಿ ಅಂದರೆ ಅವಳು ಯಾರು, ಕುಟುಂಬದ ವ್ಯವಸ್ಥೆ ಅಂದರೆ ಏನು, ಸುಖ ಅಂತಾರಲ್ಲ ಅದು ಎಲ್ಲಿರುತ್ತೆ, ಹೇಗಿರುತ್ತೆ, ಕೊಟ್ಟು ತೆಗೆದುಕೊಳ್ಳುವುದರಲ್ಲಿ ಇರುವ ಸುಖ ಹೇಗಿರುತ್ತೆ ಮುಂತಾದುವೆಲ್ಲಾ ನಮಗೆ ಅರಿವಾಗಿದೆ. ಅದರಿಂದಾಗಿ ನಾವು ಇಷ್ಟು ದಿವಸ ಹೇಗಿದ್ದೆವೋ ತಿಳಿಯದು ಆದರೆ ಇನ್ನು ಮುಂದೆ ಸಂತೋಷವಾಗಿ ಇರೋಣ ಅಂತ ತೀರ್ಮಾನ ಮಾಡಿದ್ದೇವೆ" ಅಂದರು. ಮಹಿಳೆಯರ ಪರವಾಗಿ ಜಾನಕಿ ಅವರು ಮೈಕ್ ಬಳಿ ಬಂದು, "ಹೌದು ನಾವು ದುಡಿಯುತ್ತೀವಿ ಎನ್ನುವ ಅಹಂ ನಮಗೆ ಸ್ವಲ್ಪ ಇತ್ತು. ಇರಬೇಕು ನಿಜ. ಆದರೆ ಅದೇ ಸಂಸಾರಕ್ಕೆ ಮುಳುವಾಗಬಾರದು. ಹೊಸ ನೀರು ಬಂದು ಹಳೇ ನೀರನ್ನು ಕೊಚ್ಚಿಕೊಂಡು ಹೋಯಿತು ಎನ್ನುವಂತೆ ದುಡ್ಡು ಬಂದು ಸಂಬಂಧಗಳನ್ನು ನುಂಗಿಹಾಕಿತು ಎನ್ನುವಂತಾಗಬಾರದು. ನಾವು ಏನು ತಪ್ಪು ಮಾಡುತ್ತಿದ್ದೆವು ಎನ್ನುವುದನ್ನು ನಮಗೆ ಯಾರೂ ತೋರಿಸಿಕೊಟ್ಟಿರಲಿಲ್ಲ. ಇವತ್ತು ನಮ್ಮ ಕಣ್ಣು ತೆರೆಯಿತು. ಕೊಟ್ಟು ತೆಗೆದುಕೊಳ್ಳುವುದರಲ್ಲಿರುವ ಸುಖ, ತಾಳ್ಮೆಯಿಂದ ವ್ಯವಹರಿಸುವುದರಲ್ಲಿ ಇರುವ ನೆಮ್ಮದಿ, ತಗ್ಗಿ ಬಗ್ಗಿ ನಡೆದರೆ ಸಿಗುವ ಗೌರವ ಇವೆಲ್ಲಾ ಚನ್ನಾಗಿ ಅರಿವಾಗಿದೆ. ಇನ್ನು ನಾವು ಏನಿದ್ದರೂ

ಜೊತೆಯಾಗೇ ಸಾಗುವವರು" ಎಂದರು. ಸಭಾಂಗಣ ಕಿತ್ತುಹೋಗುವಂತೆ ಚಪ್ಪಾಳೆ ಮೊಳಗಿತು.

ಎಲ್ಲರಿಗೂ ಅಚ್ಚರಿಯಾಗುವಂತೆ ಸಾಕ್ಷ್ಯ ಚಿತ್ರದಲ್ಲಿದ್ದ ದಂಪತಿಗಳು ವೇದಿಕೆಗೆ ಬಂದಾಗ ಅವರನ್ನು ಗುರುತಿಸಿ ಎಲ್ಲರೂ ಜೋರಾಗಿ ಚಪ್ಪಾಳೆ ತಟ್ಟಿದರು. ಚಂದ್ರಶೇಖರಯ್ಯ "ನಮಗೇ ತಿಳಿಯದಂತೆ ನಮ್ಮ ಮನೆಯಲ್ಲಿ ಸಿಸಿಟಿವಿ ಅಳವಡಿಸಿ ನಮ್ಮ ದಾಂಪತ್ಯವನ್ನು ಚಿತ್ರಣ ಮಾಡಿದ್ದಾರೆ. ಆದರೆ ಇದು ನೂರು ಕುಟುಂಬಗಳ ಕಣ್ಣು ತೆರೆಸುತ್ತೆ ಅಂದುಕೊಂಡಿರಲಿಲ್ಲ. ನಾವು ಏನು ವಿಶೇಷವಾಗಿ ಬದುಕಿಲ್ಲ. ಹೇಗೆ ಬದುಕಬೇಕೋ ಹಾಗೆ ಬದುಕಿದ್ದೀವಿ. ಇದರಲ್ಲಿ ನಮ್ಮ ಹೆಚ್ಚುಗಾರಿಕೆ ಇದೆ ಅಂತ ನಮಗೆ ಅನಿಸೋಲ್ಲ. ನಿಮಗೆಲ್ಲಾ ಒಳ್ಳೆಯದಾಗಲಿ. ತಾಳ್ಮೆ ಎನ್ನುವ ಆಯುಧವನ್ನು ಸದಾ ನಿಮ್ಮ ಜೊತೆ ಇಟ್ಟುಕೊಂಡಿರಿ. ಆಗಾಗ ಅದನ್ನು ಬಳಸುತ್ತಿರಿ. ಆತುರಗಾರನಿಗೆ ಬುದ್ಧಿ ಮಟ್ಟ ಎನ್ನುತ್ತಾರೆ, ಆತುರ ಪಡಬೇಡಿ. ನಾವು ಯಾವತ್ತು ಕಂತೆ ಒಗೆದು ಹೋಗುತ್ತೇವೋ ಗೊತ್ತಿಲ್ಲ. ಆದರೆ ಅಲ್ಲಿಯವರೆವಿರೂ ನಾವೂ ಸಂತೋಷದಿಂದ ಬದುಕಿ ನಮ್ಮ ಒಡನಾಡಿಗಳನ್ನೂ ಸಂತೋಷದಿಂದ ಬದುಕಲು ಬಿಟ್ಟರೆ ಅದಕ್ಕಿಂತ ಹೆಚ್ಚಿನದು ಇನ್ನೇನೂ ಇಲ್ಲ. ನಿಮಗೆಲ್ಲಾ ಒಳ್ಳೆಯದಾಗಲಿ" ಎಂದರು. ಬೇಡ ಬೇಡ ಎಂದರೂ ಎಲ್ಲಾ ನೂರು ಜೋಡಿಗಳೂ ವೇದಿಕೆಗೆ ಬಂದು ಹಿರಿಯ ದಂಪತಿಗಳ ಕಾಲು ಮುಟ್ಟಿ ನಮಸ್ಕರಿಸಿ ಅವರಿಗೆ ಅಭಿನಂದಿಸಿದರು.

ಅಲ್ಲಿಗೆ ನೂರು ಜೋಡಿಗಳು ನೂರು ದಿಕ್ಕುಗಳಾಗಿ ಹೋಗುವುದು ತಪ್ಪಿತು. ಈ ಕಾರ್ಯಕ್ರಮಕ್ಕಾಗಿ ಆಯೋಜಕರಿಗೆ ಅಭಿನಂದನೆಗಳ ಸುರಿಮಳೆಯಾಯಿತು. ತಿಂಡಿ ತಿನ್ನುವಾಗ ಸಿಡಿ ಸಿಡಿ ಎನ್ನುತ್ತಿದ್ದ ದಂಪತಿಗಳು ಊಟ ಮಾಡುವಾಗ ಪಕ್ಕ ಪಕ್ಕದಲ್ಲೇ ಕೂತು ನಗುತ್ತಾ, ಹರಟುತ್ತಾ ಮಾತಾಡಿಕೊಂಡು ಊಟ ಮಾಡುತ್ತಿದ್ದರು. ನಂತರ ಎಲ್ಲರೂ ಕೈ ಕೈ ಹಿಡಿದುಕೊಂಡು ಕೆಲವರು ಭುಜ ತಬ್ಬಿಕೊಂಡು ಹೋಗಿ ಅವರವರ ಕಾರುಗಳಲ್ಲಿ ಕೂತು ಹೊರಟರು. ಇದನ್ನು ನೋಡಿದ ಸಂಘಟಕರ ಕಣ್ಣಂಚಿನಲ್ಲಿ ನೀರಾಡಿ ಮನಸ್ಸಿನಲ್ಲಿ ಸಾರ್ಥಕತೆಯ ಛಾಯೆ ಅಚ್ಚೊತ್ತಿತು.

ಮಮತೆಯ ಚೂರಿ

ಬೆಳಗಿನ ಹನ್ನೊಂದು ಗಂಟೆ.

ಸಾಮಾನ್ಯವಾಗಿ ಸಿಲ್ಕ್‌ಪೇಟೆ ಪೊಲೀಸ್ ಸ್ಟೇಷನ್ನು ಬಹಳ ಜನರಿಂದ ತುಂಬಿರುತ್ತದೆ. ದಿನಾ ನೂರಾರು ಕೇಸುಗಳು ಬರುತ್ತಲೇ ಇರುತ್ತವೆ. ಆಗಾಗ ದೊಡ್ಡ ಸಾಹೇಬರ ಫೋನು. ಮಂತ್ರಿಗಳ ಮನೆಯಿಂದ ಫೋನು. ಮಂತ್ರಿಗಳ ಕುಟುಂಬ ಷಾಪಿಂಗ್‌ಗೆ ಬರ್ತಿದಾರೆ, ಅವರಿಗೆ ಭದ್ರತೆ ಕೊಡಿ, ಮಂತ್ರಿಗಳ ಕಡೆಯವರು ಬರುತ್ತಾರೆ. ಅವರಿಗೆ ಸಹಾಯ ಮಾಡಿ ಹೀಗೆ ಕರೆಗಳು ಬರುತ್ತಲೇ ಇರುತ್ತವೆ. ಆದರೆ ಅವತ್ತು ಮಾತ್ರ ಸ್ಟೇಷನ್ನಿಗೆ ಯಾರೂ ಹೆಚ್ಚು ದೂರುಗಳನ್ನೂ ತಂದಿಲ್ಲ. ಇಂಥಾ ಕರೆಗಳೂ ಬಂದಿಲ್ಲ, ಇರೋ ಸಿಬ್ಬಂದಿಗಳೆಲ್ಲಾ ಉಳಿದಿದ್ದ ಫೈಲ್‌ಗಳ ಕೆಲಸ ನೋಡ್ತಾ ಇದ್ದರು. ಸರಿ ಪೆಂಡಿಂಗ್ ಇರುವ ಕೇಸುಗಳನ್ನು ನೋಡೋಣ ಎಂದು ಇನ್ಸ್‌ಪೆಕ್ಟರ್ ರಾಜ್‌ಗುಡಿ ಸಹ ಫೈಲ್‌ಗಳನ್ನು ತೆಗೆದು ಟೇಬಲ್ ಮೇಲೆ ಹಾಕಿಕೊಂಡರು.

“ಪುಟ್ಟಾಮಿ ಏನೋ ಇದು ಇವತ್ತು ನಮ್ಮ ಸ್ಟೇಷನ್ನು ಹೀಗೆ ಭಣಗುಡ್ತಿದೆ” ಅಂದರು ಪಿ.ಸಿ.ಗೆ.

“ಹೀಗಾದರೆ ನಮ್ಮ ಇವತ್ತಿನ ಕಲಕ್ಷನ್ ಗತಿ ಏನು ಸರ್” ಅಂದ ಪುಟ್ಟಾಮಿ. ಅವರವರ ಚಿಂತೆ ಅವರವರಿಗೆ.

ಸಾಹೇಬರು ಅವನ ಕಡೆ ಕೆಕ್ಕರಿಸಿಕೊಂಡು ನೋಡಿದ ಮೇಲೆ ತಲೆ ಕೆರ್ಕೊಂಡು “ಸರ್ ಕಾಫಿ ತರ್ಲಾ” ಅಂತ ಕೇಳಿದ.

“ಅದಕ್ಕಿಂತ ಇನ್ನೇನು ಕೆಲಸ ಹೋಗು ತಗೊಂಡ್ಬಾ, ಕಾಫಿ ಬಿಸಿ ಇರಲಿ” ಅಂದು ಪುಟ್ಟಾಮಿನ ಕಳಿಸೋ ಹೊತ್ತಿಗೆ ಬಾಗಿಲಿನಲ್ಲಿ ಮಿಂಚು ಸುಳಿಯಿತು.

ಪುಟ್ಟಾಮಿ ಸಾಹೇಬರ ಹತ್ತಿರ ಬಂದು ರಾಗವಾಗಿ “ಬಂತು ಬಂತು ಕರಂಟು ಬಂತು, ಪೊಲೀಸ್ ಸ್ಟೇಷನಿನಲೀ” ಅಂತ ಹಾಡಿದ.

ಇನ್ಸ್‌ಪೆಕ್ಟರು ಬಾಗಿಲ ಕಡೆ ನೋಡಿದರು.

ಇಬ್ಬರು ಹುಡುಗಿಯರಂತಹ ಹೆಂಗಸರು, ಹೆಂಗಸರಂತಹ ಹುಡುಗಿಯರು ಒಂದು ಬಿಳಿ ಸೀರೆ ಮತ್ತೊಂದು ಹಳದೀ ಸೀರೆ. ಅನುಮತಿಗಾಗಿ ಕಾಯುವಂತೆ ಬಾಗಿಲಿನಲ್ಲೇ ನಿಂತಿದ್ದರು.

ಇನ್ಸ್‌ಪೆಕ್ಟರ್ ದೃಷ್ಟಿ ಅವರ ಮೇಲೆ ಬಿದ್ದ ನಂತರ ಇಬ್ಬರೂ ಒಂದೇ ಸಾರಿಗೆ ತಮ್ಮ ತಂಪು ಕನ್ನಡಕ ತೆಗೆದು

"ನಾವು ಒಳಗೆ ಬರಬಹುದಾ ಸಾರ್" ಅಂತ ಕೇಳಿದರು. ಜೋಡಿ ವೀಣಾನಾದದ ಅನುಭವ.

ಪುಟ್ಸಾಮಿ ಅವರಿಬ್ಬರ ಕಡೆ ನೋಡಿ "ಬನ್ನಿ ಮೇಡಂ ಬನ್ನಿ, ನಮ್ಮ ಸಾಹೇಬರಿಗೆ ನಿಮ್ಮನ್ನು ನೋಡಿ ಇದೇನು ಡಬ್ಬಲ್ ಧಮಾಕಾ ಅಂತ ಅಚ್ಚರಿಯಾಗಿದೆ" ಅಂದು ಅವರನ್ನು ಕರೆದು ಸಾಹೇಬರ ಕಡೆ ತಿರುಗಿ "ಸರ್, ಅವರಿಗೂ ಸೇರಿಸಿ ಕಾಫಿ ತಂದ್ಬಿಡ್ಲಾ" ಅಂತ ಕೇಳಿದ.

ಇನ್ಸ್‌ಪೆಕ್ಟರ್ ರಾಜ್‌ಗುಡಿಗೆ ಪುಟ್ಸಾಮಿ ಮೇಲೆ ಕೋಪ ಬಂದರೂ ತೋರಿಸಿಕೊಳ್ಳದೇ ಆಗಲಿ ಎನ್ನುವಂತೆ ತಲೆಯಾಡಿಸಿ ಬಂದ ಹೆಣ್ಣು ಮಕ್ಕಳ ಕಡೆ ನೋಡಿ ನಗುಮುಖದಿಂದ "ಬನ್ನಿ ಮೇಡಂ, ಪ್ಲೀಸ್ ಕಂ" ಅಂದರು.

ಒಂದು ಶಾವಂತಿಗೆ ಮಾಲೆ ಮತ್ತೊಂದು ಮಲ್ಲಿಗೆ ಮಾಲೆಯಂತೆ ಬಳುಕುತ್ತಾ ಇಬ್ಬರೂ ಒಳಗೆ ಬಂದರು. ಇನ್ಸ್‌ಪೆಕ್ಟರು ತೋರಿಸಿದ ಕುರ್ಚಿಗಳಲ್ಲಿ ಕೂರುತ್ತಾ "ಥ್ಯಾಂಕ್ಸ್ ಸರ್" ಅಂದರು.

ಅಷ್ಟೊಂದು ಸುಂದರ ಹುಡುಗಿಯರನ್ನು ಕಂಡರೆ ಮಾತು ಹೊರಡದೇ ಇನ್ಸ್‌ಪೆಕ್ಟರು ಅವರನ್ನೇ ನೋಡುತ್ತಾ ಕೂತರು.

ಆದರೆ ಇದು ಸ್ಟೇಷನ್ನು. ಸೌಜನ್ಯತೆಗೆ ಇಲ್ಲಿ ಮೊದಲ ಆದ್ಯತೆ ಅನಿಸಿ.

"ಹೇಳಿ ಮೇಡಂ ನನ್ನಿಂದೇನಾಗಬೇಕು" ಅಂತ ಕೇಳಿದರು.

ಇಬ್ಬರಲ್ಲಿ ಒಬ್ಬಳು ಮಾತಾಡಿದಳು, "ಸರ್ ನನ್ನ ಹೆಸರು ಸರೋಜ, ಇವಳು ವಿನುತ ನಾವಿಬ್ಬರೂ ಅಕ್ಕ ತಂಗಿಯರು. ನಾನು ವಿಜಯನಗರದಲ್ಲಿದೀನಿ ಇವಳು ಕೋರಮಂಗಲದಲ್ಲಿದಾಳೆ."

ತನ್ನ ವ್ಯಾನಿಟಿ ಬ್ಯಾಗಿನಿಂದ ಒಂದು ಫೋಟೋ ತೆಗೆದು ಇನ್ಸ್‌ಪೆಕ್ಟರ್ ಮುಂದಿಟ್ಟು ಮಾತುಗಳನ್ನು ವಿನುತ ಮುಂದುವರಿಸಿದಳು.

"ಇವರು ನಮ್ಮ ತಂದೆ ಪಾಂಡುರಂಗರಾವ್, ವಯಸ್ಸು 75, ಆರೋಗ್ಯ ಚನ್ನಾಗಿದೆ. ಮರೆವು ಇಲ್ಲ. ಗಟ್ಟಿಮುಟ್ಟಾಗಿದಾರೆ. ಆದರೆ ಇವರು ಹದಿನೈದು ದಿನಗಳಿಂದ ನಾಪತ್ತೆಯಾಗಿದ್ದಾರೆ" ಅಂದಳು

ಇನ್ಸ್‌ಪೆಕ್ಟರು ಫೋಟೋ ಕೈಲಿ ಹಿಡಿದು ನೋಡಿದರು.

"ಇವರು ಇರೋದು ವಿಜಯನಗರದಲ್ಲಾ ಇಲ್ಲಾ ಕೋರಮಂಗಲದಲ್ಲಾ" ಅಂತ ಕೇಳಿದರು

"ಇವರು ಇರೋದು ಬಸವನಗುಡಿ ಸರ್, ನಮ್ಮ ಇನ್ನೊಬ್ಬಳು ತಂಗಿ ಶಾಲಿನಿ ಜೊತೆ ಇದಾರೆ. ನಮ್ಮ ತಾಯಿ ಇಲ್ಲ. ನಾವು ಮೂರೇ ಜನ ಹೆಣ್ಣು ಮಕ್ಕಳು.

"ಇವರು ನಿಮ್ಮ ತಂಗಿ ಮನೇಲಿ ಇರೋದು ಮತ್ತು ಅಲ್ಲಿಂದಲೇ ಅವರು ಕಾಣೆಯಾಗಿರೋದು ಅಂದ್ರೆ ದೂರು ಕೊಡೋಕೆ ನಿಮ್ಮ ತಂಗಿ ಬರಬೇಕಿತ್ತು

ಮತ್ತು ದೂರು ಕೊಡಬೇಕಾಗಿರೋದು ಬಸವನಗುಡಿ ಸ್ಟೇಷನ್ನಿಗೆ. ಇಲ್ಲಿ ನಿಮ್ಮ ಜೊತೆ ದೂರು ಕೊಡೋಕೆ ನಿಮ್ಮ ತಂಗಿ ಯಾಕೆ ಬರಲಿಲ್ಲ."

"ನೋಡಿ ಸರ್, ನಮ್ಮ ತಂದೆ ಕಾಣೆಯಾಗಿ ಹದಿನೈದು ದಿವಸಗಳಾದರೂ ಅವಳು ಈ ವಿಚಾರ ನಮಗೂ ಹೇಳ್ಲಿಲ್ಲ. ಅವಳೂ ಪೋಲೀಸ್ ಕಂಪ್ಲೇಂಟ್ ಕೊಟ್ಟಿಲ್ಲ. ನಾನು ಇವತ್ತು ಬೆಳಗ್ಗೆ ನಮ್ಮ ತಂದೆ ಹತ್ರ ಮಾತಾಡಬೇಕು ಅಂತ ಫೋನ್ ಮಾಡಿದಾಗ ಅವರು ಕಾಣೆಯಾಗಿರುವ ವಿಚಾರ ತಿಳಿಸಿದಳು. ದೂರು ಯಾಕೆ ಕೊಟ್ಟಿಲ್ಲ ಅಂದ್ರೆ ಇವತ್ತಲ್ಲ ನಾಳೆ ಬಂದೇ ಬರ್ತಾರೆ ಅಂತಾಳೆ. ಅದಿಕ್ಕೆ ಅವಳಿಗೆ ಹೇಳದೆ ನಾವೇ ನಿಮ್ಮಲ್ಲಿಗೆ ಬಂದು ಕಂಪ್ಲೇಂಟ್ ಕೊಡ್ತಿದೀವಿ. ಪ್ಲೀಸ್ ನಮ್ಮ ತಂದೆ ಹುಡುಕಿಕೊಡಿ ಸರ್."

ಪುಟ್ಸಾಮಿ ಕಾಫಿ ತಂದ.

"ನಿಮ್ಮ ತಂದೆ ದಿನನಿತ್ಯದ ಕಾರ್ಯಕ್ರಮಗಳು ಏನು, ಅವರ ಸ್ನೇಹಿತರು ಯಾರು, ಅವರಿಗೆ ಈ ವಯಸ್ಸಿನಲ್ಲಿ ಯಾರಾದರೂ ವೈರಿಗಳು ಇದಾರಾ ಅಂತ ನಮಗೆ ವಿವರಣೆಗಳು ಬೇಕಾಗುತ್ತವೆ. ಇವುಗಳನ್ನು ನೀವು ಕೊಡ್ತೀರಾ ಇಲ್ಲಾ ನಿಮ್ಮ ತಂಗೀನ ಕರೆಸ್ತೀರ" ಅಂತ ಕೇಳಿದರು ಇನ್ಸ್‌ಪೆಕ್ಟರು.

"ಇರಿ ಸರ್ ಅವಳಿಗೆ ಫೋನ್ ಮಾಡ್ತೀನಿ" ಅಂದು ಸರೋಜ ತಂಗಿಗೆ ಮೊಬೈಲ್ ಮಾಡಿದಳು.

"ನೋಡಿ ಸರ್, ಈಗ ಅವಳು ಬ್ಯೂಟಿಷಿನ್ ಹತ್ರ ಇದಾಳಂತೆ, ಅಲ್ಲಿಂದ ಬರೋಕೆ ಏನಿಲ್ಲ ಅಂದ್ರೂ ಎರಡು ಗಂಟೆಯಾಗುತ್ತಂತೆ ನೀವೇ ಡೀಟೈಲ್ಸ್ ಕೊಟ್ಬಿಡಿ" ಅಂತಿದಾಳೆ ಅಂದಳು ಸರೋಜ

ಇನ್ಸ್‌ಪೆಕ್ಟರು ಗಡ್ಡ ಕೆರೆದುಕೊಂಡು.

"ನಿಮ್ಮ ತಂದೆ ಕಾಣೆಯಾಗಿರೋದು ನಿಮ್ಮ ತಂಗಿ ಮನೆಯಿಂದ. ಮೊದಲಿಗೆ ಅವರು ಕಂಪ್ಲೇಂಟ್ ಕೊಟ್ಟಿಲ್ಲ. ಇನ್ನೊಂದು, ಕಾಣೆಯಾದ ಸಮಯದ ಆಚೆ ಈಚೆ ನಡೆದ ಸಂಗತಿಗಳನ್ನು ಅವರು ಹೇಳಬೇಕು. ಇಲ್ಲಿ, ನಿಮ್ಮ ತಂದೆಯವರು ಯಾವ ವಿಚಾರಕ್ಕಾದರೂ ಬೇಜಾರು ಮಾಡಿಕೊಂಡು ಯಾರಿಗೂ ಹೇಳೋದು ಬೇಡ ಅಂತ ಅವರೇ ಎಲ್ಲಿಗಾದರೂ ಹೋಗಿರಬಹುದಾ, ಇಲ್ಲಾ ಅವರನ್ನು ಯಾರಾದರೂ ಅಪಹರಿಸಿರಬಹುದಾ" ಅಂತ ಕೇಳಿದರು.

"ಇಲ್ಲ ಸರ್, ಅವರಿಗೆ ಬೇಜಾರು ಆಗುವಂಥಾದ್ದು ಏನೂ ಇಲ್ಲ. ಅವರು ಎಲ್ಲಿ ಹೋಗಬೇಕಾದರೂ ನಮಗೆ ಹೇಳೇ ಹೋಗ್ತಾರೆ ಸರ್. ಅವರಿಗೆ ಈ ವಯಸ್ಸಿನಲ್ಲೂ ಪ್ರವಾಸ ಅಂದ್ರೆ ಹುಚ್ಚು. ಮೂರು ದಿನದ ಪ್ರವಾಸ, ಒಂದು ವಾರದ ಪ್ರವಾಸ ಅಂತ ಕಂಡಕ್ಟೆಡ್ ಟೂರಲ್ಲಿ ಹೋಗ್ತಿರ್ತಾರೆ. ಆದರೆ ಹಾಗೆ ಹೋಗುವಾಗ ನಮಗೆ ಎಲ್ಲಾ ದೂರವಾಣಿ ನಂಬರುಗಳನ್ನೂ ಕೊಟ್ಟಿರುತ್ತಾರೆ. ಆಮೇಲೆ ದಿನಕ್ಕೊಂದು ಸಾರಿ ಫೋನ್ ಮಾಡಿ ಮಾತಾಡಿ ಪ್ರವಾಸದ ವಿವರಗಳನ್ನು ಕೊಡ್ತಾರೆ. ಅವರ ಸ್ವಭಾವದಲ್ಲಿ ಅವರಿಗೆ ಯಾರೂ ಶತ್ರುಗಳೇ

ಇಲ್ಲ. ಇನ್ನು ಅವರನ್ನು ಯಾರು ತಾನೇ, ಯಾಕೇಂತ ಅಪಹರಿಸ್ತಾರೆ ಹೇಳಿ ಸರ್."

"ನಿಮ್ಮ ಕಡೆಯಿಂದ ಅವರಿಗೆ ಬೇಜಾರಾಗದೇ ಇರಬಹುದು ಆದರೆ ನಿಮ್ಮ ತಂಗಿ ಕಡೆಯಿಂದ. ಅದಕ್ಕೇ ಅವರು ನಿಮಗೆಲ್ಲಾ ಸರ್ಪ್ರೈಸ್ ಕೊಡಬೇಕು ಅಂತ ಅವರು ನಿಮಗ್ಯಾರಿಗೂ ಹೇಳದೇ ಹೋಗಿದಾರಾ."

"ನಮ್ಮ ತಂಗಿ ಕಡೆಯಿಂದ ಏನಾದರೂ ಬೇಜಾರಾದರೆ ಅವರು ನಮ್ಮಿಬ್ಬರಲ್ಲಿ ಒಬ್ಬರ ಮನೆಗೆ ಬಂದಿರೋರು. ಅವರಿಗೆ ಏನು ಬೇಜಾರಾದರೂ ಅವರೇ ನುಂಗಿಕೊಳ್ತಾರೆ ಸರ್. ಅವರು ಯಾವತ್ತೂ ಒಬ್ಬರ ಮೇಲೆ ಇನ್ನೊಬ್ಬರ ಹತ್ತಿರ ಕೆಟ್ಟದಾಗಿ ಮಾತಾಡಿದೋರಲ್ಲ. ಸ್ನೇಹಿತರ ವಲಯದಲ್ಲೂ ಅವರು ಹೀಗೇ ಇದಾರೆ ಸರ್. ಇನ್ನು ಇಷ್ಟು ವರ್ಷಗಳ ಜೀವನದಲ್ಲಿ ಅವರು ಒಂದು ದಿನವಾದರೂ ಯಾರಿಗೂ ಹೇಳದೇ ಎಲ್ಲಿಗೂ ಹೋದವರಲ್ಲ. ಅವರು ಬಹಳ ಕುಟುಂಬಪ್ರಿಯರು. ಎಲ್ಲರನ್ನೂ ಬಹಳ ಪ್ರೀತಿಯಿಂದಲೇ ಕಾಣುತ್ತಾರೆ. ಅವರು ಯಾವಾಗಲೂ ಪ್ರವಾಸ ಹೋಗೋ ಟ್ರಾವಲ್ ಆಫೀಸಿಗೆ ಹೋಗಿ ವಿಚಾರಿಸಿದೆವು. ಅವರು ಈ ಮೂರು ದಿನಗಳಲ್ಲಿ ಎಲ್ಲಿಯೂ ಪ್ರವಾಸ ಹೋಗಿಲ್ಲ."

"ಸರಿ ನಿಮ್ಮ ನೆಂಟರಿಷ್ಟರ ಮನೆಗೆ."

"ತಗೊಳ್ಳಿ ಸರ್ ಇವಿಷ್ಟೂ ನಮ್ಮ ನೆಂಟರಿಷ್ಟರ ಮನೆ ವಿಳಾಸ ಮತ್ತು ಮೊಬೈಲ್ ನಂಬರುಗಳು. ನಮ್ಮ ತಂದೆ ಇಲ್ಲಿಗೂ ಹೋಗಿಲ್ಲ. ಇನ್ನು ಅವರ ಸ್ನೇಹಿತರ ನಂಬರುಗಳು ನಮಗೆ ಅಷ್ಟಾಗಿ ಗೊತ್ತಿಲ್ಲ."

"ಅವರ ವಾಕಿಂಗ್ ಸ್ನೇಹಿತರು."

"ನಾವು ನೆನ್ನೆ ಬೆಳಗ್ಗೆ ನಮ್ಮ ತಂದೆ ವಾಕಿಂಗ್ ಹೋಗೋ ಪಾರ್ಕಿಗೆ ಹೋಗಿ ಅಲ್ಲಿನ ಹಿರಿಯ ನಾಗರೀಕರನ್ನು ವಿಚಾರಿಸಿದೆವು. ಅವರೆಲ್ಲಾ ಹೌದಾ, ನಾವೂ ಪಾಂಡುರಂಗರಾವ್ ಎಲ್ಲಿ ಕಾಣಿಸ್ತಿಲ್ವಲ್ಲಾ ಅಂತ ಯೋಚನೆ ಮಾಡ್ತಿದ್ದೆವು. ಎಲ್ಲಿ ಹೋದ ಅವನು. ನೋಡಿ ನಾವು ಇಲ್ಲಿ ವಾಕಿಂಗಿಗೆ ಮಾತ್ರ ಬರೋಲ್ಲ. ಜೊತೆಗೆ ನಮ್ಮ ಕಷ್ಟ ಸುಖಗಳನ್ನು ಹಂಚಿಕೊಳ್ತೀವಿ. ಒಬ್ಬರಿಗೊಬ್ಬರು ಸಹಾಯ ಮಾಡ್ತೀವಿ ಅಂದರು."

ಸರೋಜ ಹೇಳಿ ಮುಗಿಸಿದ ಮೇಲೆ ವಿನುತ ಮಾತಾಡಿದಳು.

"ಅವರಲ್ಲಿ ಕೆಲವರು ನಿಮ್ಮ ತಂದೆ ಈಚೆಗೆ ಏನೋ ಯೋಚನೆಯಲ್ಲಿ ಇದ್ದಂತಿತ್ತು. ಎಲ್ಲ ವಿಚಾರನೂ ನಮ್ಮ ಮುಂದೆ ಹೇಳ್ತಾ ಇದ್ದೋನು ಈಚೆಗೆ ಏನೋ ವಿಚಾರ ಮುಚ್ಚಿಡ್ತಾ ಇದಾನೆ ಅನಿಸ್ತು. ಎಷ್ಟು ಕೇಳಿದರೂ ಏನೂ ಬಾಯಿಬಿಡ್ತಿಲ್ಲ ಅಂದ್ರು" ಅಂತ ಹೇಳಿದಳು ಸರೋಜ.

ಕೊಂಚ ಯೋಚಿಸಿ ರಾಜ್‌ಗುಡಿ "ಪೇಪರಿನಲ್ಲಿ ಒಂದು ಪ್ರಕಟಣೆ ಕೊಡಬಹುದಾಗಿತ್ತಲ್ಲ" ಅಂದರು

"ಏನು ಮಾಡಬೇಕಾದರೂ ಮೊದಲು ನಮ್ಮ ತಂಗಿ ಮಾಡಬೇಕಾಗಿತ್ತು. ಆದರೆ ಅವಳು ಹದಿನೈದು ದಿವಸಗಳಾದರೂ ಸುಮ್ಮನೇ ಇದ್ದಾಳೆ. ಕೇಳಿದ್ದಕ್ಕೆ ಇವತ್ತೋ ನಾಳೆನೋ ದೂರು ಕೊಡೋಣಾಂತ ಇದ್ದೆ. ಆದರೆ ಮನೆ ವಿಚಾರ ಪೊಲೀಸ್ ಸ್ಟೇಷನ್ ತನಕ ಯಾಕೆ ಅಂತ ಸುಮ್ಮನಿದ್ದೆ ಅಂದಳು" ವಿವರಿಸಿದಳು ವಿನುತ

"ನೀವಿಬ್ಬರೂ ನಿಮ್ಮ ತಂದೇನ ನೋಡಿ ಎಷ್ಟು ದಿವಸಗಳಾಗಿದೆ."

"ನೋಡಿ ಸುಮಾರು ಒಂದು ತಿಂಗಳಾಗಿರಬಹುದು ಸರ್. ಆದರೆ ಮಾತಾಡಿ ಹದಿನೈದು ದಿವಸಗಳ ಮೇಲಾಯಿತು. ನಾವು ಫೋನ್ ಮಾಡಿ ಅಪ್ಪನಿಗೆ ಕೊಡು ಅಂದಾಗಲೆಲ್ಲ ಶಾಲಿನಿ ಅವರು ವಾಕಿಂಗ್ ಹೋಗಿದಾರೆ, ಪಾರ್ಕಿಗೆ ಹೋಗಿದಾರೆ, ಮಲಗಿದಾರೆ ಅಂತ ಹೇಳ್ತಾ ಇದ್ದಳು. ಅವರು ಹೋದ ಸಾರಿ ಪ್ರವಾಸ ಹೋಗಿ ಬಂದ ಮೇಲೆ ದೇವರ ಪ್ರಸಾದ ತಂದು ಕೊಡೋಕೆ ಇಬ್ಬರ ಮನೆಗೂ ಬಂದಿದ್ದರು. ಅವರು ಬೆಳಗ್ಗೆ ನನ್ನ ಮನಗೆ ಬರ್ತಾರೆ. ತಿಂಡಿ ತಿಂದು, ಊಟ ಮಾಡಿ ರೆಸ್ಟ್ ತಗೊಂಡು ಆಮೇಲೆ ಇವಳ ಮನೆಗೆ ಹೋಗ್ತಾರೆ. ಅಲ್ಲಿ ಸ್ವಲ್ಪ ಹೊತ್ತಿದ್ದು ರಾತ್ರಿ ಊಟ ಅಲ್ಲೇ ಮಾಡಿ ನಂತರ ಕ್ಯಾಬ್ ಮಾಡ್ಕೊಂಡು ಮನೆಗೆ ಹೋಗ್ತಾರೆ" ಅಂದಳು ವಿನುತ.

ಪುಟ್ಟಾಮಿ ಕಾಫಿ ಕಪ್ ತೆಗೆಯುವ ಸಮಯದಲ್ಲಿ ಇನ್ಸ್‌ಪೆಕ್ಟರ್ ಕಿವೀಲಿ.

"ಸರ್ ಇದು ರಿಯಲ್ ಎಸ್ಟೇಟ್ ಕೇಸ್ ಇದ್ದ ಹಾಗಿದೆ ಸರ್. ಆಯಪ್ಪನ ಮನೆ ವಿಚಾರ ಸ್ವಲ್ಪ ಕೇಳಿ" ಅಂದ

ಸ್ವಲ್ಪ ಹೊತ್ತು ಮೌನವಾಗಿದ್ದು ನಂತರ ಇನ್ಸ್‌ಪೆಕ್ಟರು.

"ನಿಮ್ಮ ತಂಗಿ ಹೇಗೆ, ಅವರ ಹೆಸರೇನು, ಸ್ವಭಾವ, ಅವರ ಕೆಲಸ, ಅವರ ಯಜಮಾನರು" ಅಂತ ಕೇಳಿದರು.

"ಅವಳ ಹೆಸರು ಶಾಲಿನಿ ಅಂತ. ನಮ್ಮ ತಂದೆ ನಾವು ಮೂರೂ ಜನ ಹೆಣ್ಣು ಮಕ್ಕಳನ್ನು ಚನ್ನಾಗಿ ಓದಿಸಿದರು. ಆದರೆ ಮದುವಯಾಗುವವರೆಗೂ ನಾನು ನಿಮ್ಮನ್ನು ಕೆಲಸಕ್ಕೆ ಸೇರಿಸೋದಿಲ್ಲ. ಮದುವೆಯಾದ ಮೇಲೆ ನಿಮ್ಮ ನಿಮ್ಮ ಅತ್ತೆ ಮಾವನ ಮನೆಯವರು, ಗಂಡ ಕೆಲಸಕ್ಕೆ ಹೋಗು ಅಂದರೆ ಹೋಗಿ ಅಂದಿದ್ದರು. ನನಗೂ ಇವಳಿಗೂ ಮದುವೆಯಾದ ಮೇಲೆ ನಮ್ಮ ನಮ್ಮ ಗಂಡನ ಮನೆಯಲ್ಲಿ ನೀವು ಕೆಲಸ ಮಾಡೋದೇನು ಬೇಡ. ಮನೆ ನೋಡಿಕೊಂಡಿದ್ದರೆ ಸಾಕು ಅಂದರು. ನಮಗೂ ಕೆಲಸ ಮಾಡಲೇಬೇಕು ಅಂತ ಹಠ ಇರಲಿಲ್ಲ. ಆದರೆ ನಮ್ಮ ತಂಗಿ ಸ್ವಾಭಿಮಾನಿ. ಅವಳು ಸದಾ ನನ್ನ ಕಾಲ ಮೇಲೆ ನಾನು ನಿಂತ್ಕೊಬೇಕು ಅಂತ ಹಾತೊರಿಯೋಳು. ಮದುವೆಯಾದ ಮೇಲೆ ಅವಳ ಗಂಡನ ಮನೆಯವರೂ ಕೆಲಸಕ್ಕೆ ಹೋಗೋದು ಬೇಡ ಅಂದ್ರು. ಹೀಗಾಗಿ ಅವಳೂ ಮನೇಲೇ ಇದಾಳೆ. ಆದರೂ ಸ್ವಂತವಾಗಿ ದುಡೀಬೇಕು ಅಂತ ಹಂಬಲಿಸ್ತಾ ಇದ್ದಳು. ಈಚೆಗೆ ಅವಳ ಗಂಡನಿಗೆ ಕೆಲಸ ಹೋಯ್ತಂತೆ.

ಮೈ ತುಂಬಾ ಸಾಲ ಆಗಿದೆ ಅಂತಿದ್ಲು. ನಾನೂ ಕೆಲಸಕ್ಕೆ ಹೋಗ್ತಾ ಇದ್ದಿದ್ದರೆ ಒಂದಿಷ್ಟು ಸೇವಿಂಗ್ಸ್ ಇರೋದು ಮತ್ತು ಸಂಬಳಾನೂ ಬರ್ತಾ ಇರೋದು ಅಂತ ನಮ್ಮ ಎದುರಿಗೇ ಹೇಳಿದ್ಲು" ಅಂದಳು ಸರೋಜ.

"ನಿಮ್ಮ ತಂದೆಯವರ ಆಸ್ತಿ, ಅವರ ಬ್ಯಾಂಕ್ ಡಿಪಾಸಿಟ್ಟು, ಸೇವಿಂಗ್ಸು, ನಿಮ್ಮ ತಾಯಿಯವರ ಒಡವೆಗಳು ಇತ್ಯಾದಿ ವಿಚಾರ ಏನಾದರೂ ಗೊತ್ತಿದೆಯಾ."

"ನಮ್ಮ ತಂದೆ ನಮ್ಮ ಬಳಿ ಆಗಾಗ ನಾನು ಹೋದ ಮೇಲೆ ಇವೆಲ್ಲಾ ನಿಮ್ಮದೇ ಅಂತಿರೋರು. ಇವೆಲ್ಲಾ ಅಂದ ಮೇಲೆ ಈಗ ನಮ್ಮ ತಂದೆ ಇರೋ ಮನೆ, ಅವರ ಬ್ಯಾಂಕ್ ಡಿಪಾಸಿಟ್ಟು, ಎಲ್ಲಾ. ಇನ್ನು ನಮ್ಮ ತಾಯಿಯ ಒಡವೆಗಳನ್ನು ಆಗಲೇ ನಮ್ಮ ಮೂವರಿಗೂ ಕೊಟ್ಟುಬಿಟ್ಟಿದ್ದರು."

"ಮನೆ ಎಷ್ಟು ಬೆಲೆ ಬಾಳಬಹುದು."

"ಸುಮಾರು ಐದು ಕೋಟಿ."

"ಇನ್ನು ಅವರ ಬ್ಯಾಂಕ್ ಡಿಪಾಸಿಟ್ಟು ಇತ್ಯಾದಿ."

"ಅದೂ ಸುಮಾರು ಇಪ್ಪತ್ತು ಮೂವತ್ತು ಲಕ್ಷ ಇರಬೇಕು. ಅವರಿಗೆ ಪೆನ್‌ಷನ್ ಬರ್ತಿದೆ. ಅದರಲ್ಲಿ ಸ್ವಲ್ಪ ಮನೆ ಖರ್ಚಿಗೆ ಅಂತ ಕೊಡ್ತಾರೆ. ಮಿಕ್ಕಿದ್ದು ಅವರೇ ಇಟ್ಕೊಂಡಿರ್ತಾರೆ. ಗೌರಿ ಹಬ್ಬ, ನಮ್ಮ ಹುಟ್ಟಿದ ಹಬ್ಬ ಅಂದರೆ ಕೈ ತುಂಬಾ ದುಡ್ಡು ಕೊಡ್ತಾರೆ."

"ನೀವು ಯಾರಾದರೂ ಮನೆ ವಿಚಾರದಲ್ಲಿ ತಕರಾರು ತೆಗೆದಿದ್ದಿರಾ."

"ಇಲ್ಲ ಸರ್. ಯಾಕೆ ತಕರಾರು ತೆಗೆಯಬೇಕು."

"ನೀವಿಬ್ಬರೂ ನಿಮ್ಮ ಗಂಡನ ಮನೇಲಿದೀರ. ಆದರೆ ನಿಮ್ಮ ತಂಗಿ ನಿಮ್ಮ ತಂದೆಯ ಮನೇಲಿ ಇದಾಳೆ. ಅಂದರೆ ಆ ಮನೆಯನ್ನು ಅವಳೊಬ್ಬಳೇ ಅನುಭವಿಸ್ತಿದಾಳೆ."

"ನಮಗೆ ಹಾಗನಿಸ್ತಿಲ್ಲ ಸರ್. ಯಾಕೇಂದರೆ ನಮ್ಮ ತಂಗಿ ತಂದೇನ ಚನ್ನಾಗಿ ನೋಡ್ಕೊತಾ ಇದಾಳೆ. ಇದುವರೆವಿಗೂ ನಮ್ಮ ತಂಗಿಯ ಬಗೆಗೆ ನಮ್ಮ ತಂದೆಯಿಂದ ಒಂದೂ ಅಸಮಾಧಾನದ ಮಾತು ಬಂದಿಲ್ಲ ಸರ್."

"ನಿಮ್ಮ ತಂಗಿಗೆ ಈಚೆಗೆ ಕಷ್ಟ ಅಂದ್ರಿ. ಅವರೇನಾದರೂ ನಿಮ್ಮ ತಂದೇನ ಹಣಕ್ಕಾಗಿ ಇಲ್ಲ ಮನೆಗಾಗಿ ಬಲವಂತ ಮಾಡ್ತಿದ್ರಾ."

"ಅದು ನಮಗೆ ಗೊತ್ತಿಲ್ಲ ಸರ್. ನಮ್ಮ ತಂಗಿ ಆಗ್ಲೀ, ನಮ್ಮ ತಂದೆ ಆಗ್ಲಿ ಸೂಕ್ಷ್ಮವಾಗೂ ಈ ವಿಚಾರ ಮಾತಾಡಿಲ್ಲ."

"ನಿಮ್ಮ ತಂದೆ ವಿಲ್ ಮಾಡಿದಾರಾ."

"ಇಲ್ಲ ಮಾಡ್ತೀನಿ ಅಂತ ಹೇಳ್ತಿದ್ರು ಇನ್ನೂ ಮಾಡಿಲ್ಲ."

"ಅವರು ವಿಲ್ ಮಾಡೋ ವಿಚಾರದಲ್ಲಿ ನಿಮ್ಮ ಮೂವರಲ್ಲಿ ಏನಾದರೂ ತಕರಾರು ಇದೆಯಾ."

"ನೋಡಿ ಸರ್. ನನಗೆ ನಮ್ಮ ಯಜಮಾನರ ಬಂಗಲೆ ಮತ್ತು ಆಸ್ತಿನೇ ಸಾಕಷ್ಟಿದೆ. ಇನ್ನು ಇವಳಿಗೂ ಅಷ್ಟೆ. ಆದರೆ ತಂದೆಯ ಆಸ್ತಿ ಅಂದ್ರೆ ಅದು ನಮ್ಮ ಮೂವರೂ ಹೆಣ್ಣು ಮಕ್ಕಳಿಗೂ ಸೇರಬೇಕು. ಏಕೆಂದರೆ ತವರು ಮನೇದು, ಅರಶಿನ ಕುಂಕುಮದ್ದು ಅಂತ ನೆನಪಿಗಾದರೂ ನಮಗೆ ಏನಾದರೂ ಬೇಕು. ಆದರೆ ಯಾವತ್ತಿದ್ದರೂ ನಮ್ಮ ತಂದೆ ಏನು ಕೊಟ್ಟರೂ ಅದನ್ನು ತಗೋತೀವಿ. ಆದರೆ ಇಷ್ಟೇ ಬೇಕು ಅನ್ನೋ ಆಸೆಯಾಗಲೀ, ದುರಾಸೆಯಾಗಲೀ ನಮ್ಮಿಬ್ಬರಿಗೂ ಇಲ್ಲ."

"ನಿಮ್ಮ ತಂಗಿಗಿಂತ ಹೆಚ್ಚಾಗಿ ನಿಮ್ಮ ತಂಗಿ ಗಂಡ ಈ ವಿಚಾರದಲ್ಲಿ ಏನಾದರೂ ಕಿತಾಪತಿ ಮಾಡಿರಬಹುದಾ."

"ಇದ್ದರೂ ಇರಬಹುದು. ಅವಳ ಗಂಡ ಅಂಥಾ ಒಳ್ಳೆ ಮನುಷ್ಯ ಅಲ್ಲ ಅನಿಸುತ್ತೆ. ಮೊದಲು ಅಂದರೆ ಮದುವೆಯಾಗುವಾಗ ಬಹಳ ದೊಡ್ಡ ಕೆಲಸದಲ್ಲಿದ್ದ. ದೊಡ್ಡ ಮನೇಲೂ ಇದ್ದ. ಅದಕ್ಕೇ ನಮ್ಮ ತಂದೆ ಸಂಬಂಧ ಒಪ್ಪಿದ್ದು. ಆಮೇಲೆ ಅದೇನಾಯ್ತೋ ಆ ಕೆಲಸ ಬಿಟ್ಟ. ಇನ್ನೊಂದು ಕೆಲಸಕ್ಕೆ ಹೋದ. ಅದನ್ನೂ ಬಿಟ್ಟ. ಮೊದಲು ಲಕ್ಷಾಂತರ ರೂಪಾಯಿ ಸಂಬಳ ಬರ್‍ತಿತ್ತು. ಆಮೇಲೆ ಸಾವಿರಾರು ಆಯಿತು. ಅದನ್ನೂ ಬಿಟ್ಟ. ನಾನೇ ಸ್ವಂತ ಬಿಸಿನೆಸ್ ಶುರು ಮಾಡ್ತೀನಿ ಅಂತ ಏನೇನೋ ಮಾಡಿದ. ಎಲ್ಲಾ ಕೈ ಖಾಲಿ ಮಾಡ್ಕೊಂಡ. ಆಮೇಲೆ ಮಾವನ ಮನೇಲಿ ಬಂದು ಸೇರಿಕೊಂಡ. ಇಬ್ಬರು ಮಕ್ಕಳು. ಅವರನ್ನು ಹೇಗೆ ಸಾಕ್ತಿದಾರೋ ಗೊತ್ತಿಲ್ಲ. ನಮ್ಮ ತಂದೆ ಅಂತೂ ನಮ್ಮ ತಂಗಿಗೆ ತುಂಬಾ ಸಹಾಯ ಮಾಡ್ತಿದಾರೆ. ಸದ್ಯಕ್ಕೆ ನಮ್ಮ ತಂದೆ ಪೆನ್‌ಷನ್ ಹಣದಿಂದಲೇ ನನ್ನ ತಂಗಿ ಮನೆ ನಡೆಯುತ್ತಿರುವುದು. ಆದರೆ ನಮ್ಮ ತಂದೆಗೆ ಮಗಳು ಅಳಿಯನ ಬಗೆಗೆ ಒಂದು ಚೂರೂ ಅಸಮಾಧಾನ ಇಲ್ಲ. ಯಾಕಂದರೆ ಬಿಸಿನೆಸ್ಸು ಅಂದ ಮೇಲೆ ಇದೆಲ್ಲಾ ಇದ್ದಿದ್ದೇ. ಒಂದು ಕಡೆ ಕಳ್ಕೊಂಡಿದ್ದನ್ನು ಇನ್ನೊಂದ್ಕಡೆ ಹುಡುಕ್ತಾರೆ. ಇವತ್ತಲ್ಲ ನಾಳೆ ಅವರು ಸರಿಹೋಗ್ತಾರೆ ಅಂತಿದ್ರು. ಈಚೆಗೆ ನಮ್ಮ ತಂಗಿ ಗಂಡ ಈಗ ನಾನೊಂದು ಮಲ್ಟಿ ನ್ಯಾಷನಲ್ ಕಂಪನಿಗೆ ಕನ್ಸಲ್ಟೆಂಟು ಅಂದ್ಕೊಂಡು ಓಡಾಡ್ತಾ ಇದಾನೆ."

"ಒಂದು ವೇಳೆ ನಿಮ್ಮ ತಂದೆ ಆ ಮನೆಯನ್ನು ನಿಮ್ಮ ತಂಗಿ ಒಬ್ಬಳಿಗೇ ಕೊಡ್ತೀನಿ ಅಂದ್ರೆ ನಿಮ್ಮ ಪ್ರತಿಕ್ರಿಯೆ ಏನು."

"ಗೊತ್ತಿಲ್ಲ ಸರ್. ಅವರು ಹಾಗೆಂದೂ ಕೇಳಿಲ್ಲ. ಹೇಳಿದ್ವಲ್ಲ. ನಮ್ಮ ತಂದೆ ಏನು ನಿರ್ಧಾರ ಮಾಡ್ತಾರೋ ಅದಕ್ಕೆ ನಾವು ಒಪ್ತೀವಿ. ಆದರೆ ತವರು ಮನೆಯದು ಅಂತ ನಮಗೆ ಏನು ಕೊಟ್ಟರೂ ಸಂತೋಷವೇ."

"ನಿಮ್ಮ ತಂಗಿ ನಿಮ್ಮನ್ನು ಯಾವಾಗಲಾದರೂ ಹಣ ಬೇಕೂಂತ ಕೇಳಿದಾರಾ."

"ಇಲ್ಲ. ಅವಳು ಕಷ್ಟ ಹೇಳ್ಕೊಂಡಿದಾಳೆ. ಆದರೆ ನೇರವಾಗಿ ಸಹಾಯ ಏನೂ ಕೇಳಿಲ್ಲ. ಸುಮ್ನೆ ನಾವ್ಯಾಕೆ ಮೇಲೆ ಬಿದ್ದು ಕೊಡ್ಲೋದು ಅಂತ ನಾವೂ ಏನೂ ಕೊಟ್ಟಿಲ್ಲ."

"ಇನ್ನು ನಿಮ್ಮ ಮನೆಯನ್ನು ಮಾರಿ ಅಂತ ನಿಮ್ಮ ತಂದೆಯ ಮೇಲೆ ಯಾರಾದರೂ ಒತ್ತಾಯ ಹೇರ್ತಿದ್ರಾ."

"ಒತ್ತಾಯ ಅಂತ ಏನಿಲ್ಲ. ಸುಮಾರು ಪ್ರಪೋಸಲ್‌ಗಳು ಬರ್ತಿದ್ವು."

"ಏನಂತ."

"ಅಗ್ರಿಮೆಂಟ್ ಮಾಡ್ಕೊಳ್ಳೋಣ. ನಿಮಗೆ ಐವತ್ತು ಲಕ್ಷ ಕೊಡ್ತೀವಿ ಮತ್ತೆ ಎರಡು ಅಪಾರ್ಟ್‌ಮೆಂಟ್ ಕೊಡ್ತೀವಿ. ಮಿಕ್ಕಿದ್ದು ನಾವು. ಮಾರ್ಕ್ಕೊತೀವಿ ಅಂತ. ಹೀಗೆ ಸುಮಾರು ಜನ ಬರೋರು. ಆದರೆ ನಮ್ಮ ತಂದೆ ಇಲ್ಲ ಅಂತ ಹೇಳಿ ಕಳಿಸಿಬಿಟ್ಟಿದ್ರು."

ಸರೋಜ ವಿನುತಳ ಸೊಂಟ ತಿವಿದು "ಆ ಪರಮೇಶನ ವಿಚಾರನೂ ಹೇಳಿಬಿಡು" ಅಂದಳು.

"ಯಾರದು ಪರಮೇಶ" ಇನ್ಸ್‌ಪೆಕ್ಟರ್ ಕೇಳಿದರು.

"ಅವನು ಒಬ್ಬ ರಿಯಲ್ ಎಸ್ಟೇಟ್ ವ್ಯವಹಾರಸ್ಥ. ತುಂಬಾ ಪ್ರಾಜೆಕ್ಟ್ ಮಾಡಿದಾನಂತೆ. ಅನೇಕರು ಬಂದಿದ್ದ ಹಾಗೆ ಅವನೂ ನಮ್ಮ ತಂದೆಯ ಹತ್ತಿರ ಬಂದು ಅಪಾರ್ಟ್‌ಮೆಂಟ್ ಕಟ್ಟೋ ಪ್ರಪೋಸಲ್ ಕೊಟ್ಟಿದ್ದ. ಅವನಿಗೂ ನಮ್ಮ ತಂದೆ ಆಗಲ್ಲ ಅಂದಿದ್ದರು ಇನ್ನೊಂದು ದಿವಸ ಬಂದೋನು ನೋಡಿ ಸರ್ ಈಗ ಮೊದಲಿನ ಹಾಗಿಲ್ಲ. ನಿಮ್ಮ ದಾಖಲೆಗಳನ್ನು ಡೂಪ್ಲಿಕೇಟ್ ಮಾಡ್ಕೊಂಡು ನಿಮ್ಮ ಮನೇನ ತಮ್ಮ ಹೆಸರಿಗೆ ಮಾಡ್ಕೊತಾರೆ. ನಿಮ್ಮನ್ನು ಬಲವಂತವಾಗಿ ಮನೆ ಖಾಲಿ ಮಾಡಿಸ್ತಾರೆ. ಆಮೇಲೆ ನಿಮಗೆ ಮನೆಯೂ ಇಲ್ಲ ದುಡ್ಡೂ ಇಲ್ಲ ಹಾಗಾಗುತ್ತೆ. ನೀವೇನೋ ಕೋರ್ಟಿಗೆ ಹೋಗಬಹುದು. ಆದರೆ ಅದರ ತೀರ್ಪು ಬರೋ ಹೊತ್ತಿಗೆ ನೀವೂ ಇರಲ್ಲ ನಿಮ್ಮ ಮಕ್ಕಳೂ ಇರೋಲ್ಲ. ಅದಕ್ಕೆ ನನ್ನ ಮಾತು ಕೇಳಿ ನನಗೆ ಅಗ್ರಿಮೆಂಟ್ ಮಾಡಿಕೊಡಿ ಅಂತ ಕೇಳಿದ. ಇನ್ನೊಂದು ದಿವಸ ಬಂದು ನಿಮಗೆ ಈ ತಿಂಗಳ ಕೊನೇವರೆಗೂ ಸಮಯಾವಕಾಶ ಕೊಟ್ಟಿದೀನಿ ಅಂತ ಹೆದರಿಸಿದ. ಮತ್ತೊಂದು ಸಾರಿ ಮೂವರು ರೌಡಿಗಳ ತರಹದ ಜನರನ್ನು ಕರ್ಕೊಂಡು ಬಂದಿದ್ದ. ನಮ್ಮ ತಂದೆ ಯಾವುದಕ್ಕೂ ಜಗ್ಗಲಿಲ್ಲ. ನಮ್ಮ ತಂದೆಯ ಕ್ಲಾಸ್‌ಮೇಟ್ ಸತ್ಯಪ್ರಕಾಶ್ ಅಂತ ಈ ಊರಲ್ಲಿ ಇನ್ಸ್‌ಪೆಕ್ಟರ್ ಇದ್ರು ನೀವು ಬರೋ ಮುಂಚೆ. ಅವರು ಪರಮೇಶನನ್ನು ಸ್ಟೇಷನ್ನಿಗೆ ಕರೆಸಿ ಉಗಿದು ಕಳಿಸಿದ್ರು. ನಮ್ಮ ತಂದೆಗೆ ಏನೇ ಆದರೂ ಅವನೇ ಜವಾಬ್ದಾರಿ ಅಂತ ಹೆದರಿಸಿದ್ರು. ಅಂದಿನಿಂದ ಅವನು ನಮ್ಮ ತಂದೆ ತಂಟೆಗೆ ಬಂದಿರಲಿಲ್ಲ. ಆದರೆ ಈಗ ಸತ್ಯಪ್ರಕಾಶ್ ಈ ಊರಲ್ಲಿಲ್ಲ ಅಂತ ಅವನೇ ಏನಾದರೂ ನಮ್ಮ

ತಂದೆಯನ್ನು ಅಪಹರಿಸಿ ಅವರಿಂದ ಬಲವಂತವಾಗಿ ಆಸ್ತಿ ಹೊಡ್ಕೊಳೋ ತಂತ್ರ ರೂಪಿಸಿರಬಹುದು. ಸರ್. ನೀವು ಪರಮೇಶನನ್ನು ಹಿಡಿದರೆ ನಮ್ಮ ತಂದೆ ವಿಚಾರ ಗೊತ್ತಾಗಬಹುದು" ಅಂದಳು.

ಸುದೀರ್ಘ ಮಾತುಕತೆ ಇನ್ಸ್‌ಪೆಕ್ಟರಿಗೆ ತಲೆನೋವು ತಂದಿತು. ವಿನುತ ಮತ್ತೇನೋ ಮಾತಾಡಲು ಶುರು ಮಾಡಿದಾಗ ಇವತ್ತಿಗೆ ಸಾಕು ಅನ್ನುವಂತೆ ಕೈ ತೋರಿದರು.

ಮೂವರೂ ಕೆಲವು ಕಾಲ ಸುಮ್ಮನೇ ಕೂತಿದ್ದರು ನಂತರ ಇನ್ಸ್‌ಪೆಕ್ಟರು, "ನೋಡಿ ಮೇಡಂ ನಿಮ್ಮ ಬಳಿ ಸಾಕಷ್ಟು ಮಾಹಿತಿ ಪಡೆದಿದ್ದೇನೆ. ನಾನು ಪರಮೇಶನನ್ನೂ ನಿಮ್ಮ ತಂಗಿಯನ್ನೂ ವಿಚಾರಿಸ್ತೀನಿ. ನೀವು ಒಂದೆರಡು ದಿವಸ ಬಿಟ್ಟು ಬನ್ನಿ" ಅಂದರು.

ಸರೋಜಳ ಕಣ್ಣಂಚಿನಲ್ಲಿ ನೀರು ತುಂಬಿತ್ತು.

"ಸರ್ ನಮ್ಮ ತಂದೆ ಮಗುವಿನಂಥವರು ಸರ್. ಅವರು ಇದುವರೆವಿಗೂ ಯಾರನ್ನೂ ನೋಯಿಸಿದವರಲ್ಲ. ಹೊತ್ತುಹೊತ್ತಿಗೆ ಅವರ ಆರೈಕೆ ನಡೆಯುತ್ತಿತ್ತು. ನಮ್ಮ ತಂಗಿ ಅವಳನ್ನು ಚನ್ನಾಗಿ ನೋಡ್ಕೊತಿದ್ದಳು. ಈಗ ಅವರಿಗೆ ಊಟ ಯಾರು ಹಾಕ್ತಾರೋ ತಿಂಡಿ ಯಾರು ಕೊಡ್ತಾರೋ. ನಿದ್ದೆ ಎಲ್ಲಿ ಮಾಡ್ತಾರೋ ಒಂದೂ ಗೊತ್ತಾಗ್ತಾ ಇಲ್ಲ ಸರ್" ಅಂದಳು

"ನಿಮ್ಮ ನೋವು ನಮಗೆ ಅರ್ಥವಾಗುತ್ತೆ ಮೇಡಂ. ಆದರೆ ನಮಗೂ ಸಮಯಾವಾಕಾಶ ಬೇಕಲ್ಲ. ಆದಷ್ಟು ಬೇಗ ನಿಮ್ಮ ತಂದೆಯನ್ನು ಹುಡುಕೋಣ" ಅಂದರು.

ಪುಟ್ಸಾಮಿ "ಸರ್ ಎಲ್ಲಾ ಆಕ್ಸಿಡೆಂಟ್ ಕೇಸ್‌ಗಳನ್ನೂ ನೋಡೋಣ. ಗುರುತು ಸಿಗದ ಶವಗಳು ಎಲ್ಲಾದರೂ ಇದ್ದರೆ" ಅಂದ

ಆಕ್ಸಿಡೆಂಟ್ ಮತ್ತು ಸಾವು ಅನ್ನುವ ಪದ ಕೇಳಿ ಸರೋಜ ವಿನುತ ಇಬ್ಬರಿಗೂ ಅಳು ಬಂತು.

ರಾಜ್‌ಗುಡಿ " ಹಾಗೇನೂ ಆಗಿರೋಲ್ಲ ನೀವು ಧೈರ್ಯವಾಗಿರಿ. ನಾವು ಇಂಥಾ ಕಾಣೆಯಾದ ವ್ಯಕ್ತಿಗಳ ಬಗೆಗೆ ವಿಚಾರ ಮಾಡುವಾಗ ಎಲ್ಲಾ ಆಯಾಮಗಳಿಂದಲೂ ಮಾಡಬೇಕಲ್ಲ. ಅದಕ್ಕೇ ಅವನು ಹಾಗೆ ಹೇಳ್ದ" ಅಂದರು

ಸರೋಜ ಮತ್ತು ವಿನುತ ಎದ್ದು ಹೋದ ಮೇಲೆ ಫ್ಲಾಸ್ಕ್‌ನಲ್ಲಿದ್ದ ಬಿಸಿಕಾಫಿಯನ್ನು ಸಾಹೇಬರಿಗೆ ಕೊಟ್ಟ ಪುಟ್ಸಾಮಿ

"ಸರ್ ಸಂಜೆಹೊತ್ತಿಗೆ ಪರಮೇಶನನ್ನು ಕರ್ಕೊಂಡು ಬರ್ಲಾ" ಅಂತ ಕೇಳಿದ

"ನಾನೂ ಯೋಚನೆ ಮಾಡ್ತಿದೀನಿ. ಪಾಂಡುರಂಗರಾವ್ ಅವರನ್ನು ಹೆದರಿಸಿದ್ದಾನೆ ಅಂದರೆ ಯೋಚನೆ ಮಾಡಬೇಕಾದ್ದೇ ಆದರೆ. ಆ ಪರಮೇಶ ಅಂಥಾ ಪುಡಿ ಮನುಷ್ಯ ಅಲ್ಲ. ಅವನು ದೊಡ್ಡ ದೊಡ್ಡ ಪ್ರಾಜೆಕ್ಟ್‌ಗಳನ್ನು ಮಾಡಿದಾನೆ. ಅವನ ಮೇಲೆ ಎಲ್ಲೂ ಕಂಪ್ಲೇಂಟ್ ಇದ್ದ ಹಾಗಿಲ್ಲ."

"ಎಲ್ಲೂ ಇಲ್ಲ ಅಂದ್ರೆ ಇಲ್ಲಿ ಇರಬಾರದು ಅಂತಲ್ವಲ್ಲ ಸರ್. ಯಾಕೇಂದರೆ ಈ ಮನೆ ಇರೋದು ಮುಖ್ಯವಾದ ಏರಿಯಾದಲ್ಲಿ. ಅಲ್ಲಿ ಸುಮಾರು ಹದಿನೈದು ಅಪಾರ್ಟ್‌ಮೆಂಟ್ ಕಟ್ಟಬಹುದು. ಒಂದೊಂದಕ್ಕೂ ಎರಡು ಮೂರು ಕೋಟಿ ಬೆಲೆ ಬರುತ್ತೆ. ದೊಡ್ಡ ಪ್ರಾಜೆಕ್ಟು ಸರ್. ಯಾರು ಬಿಡ್ತಾರೆ ಹೇಳಿ."

"ಇರ್ಲಿ ಇವತ್ತು ನನ್ನನ್ನು ಬಿಟ್ಟುಬಿಡು ನಾಳೆ ನೋಡೋಣ" ಅಂದರು ಇನ್ಸ್‌ಪೆಕ್ಟರು.

ಎಲ್ಲರೂ ಹೊರಗಡೆ ಹೋದ ಮೇಲೆ ಅವರು ಬಸವನಗುಡಿ ಸ್ಟೇಷನ್ನಿಗೆ ಫೋನ್ ಮಾಡಿ ಎಲ್ಲ ವಿವರ ತಿಳಿಸಿ ನೀವು ಆ ಶಾಲಿನಿ ಅನ್ನೋ ಹುಡುಗೀನ ಸ್ವಲ್ಪ ವಿಚಾರಿಸಬೇಕು ಸರ್" ಅಂದರು

ಇನ್ಸ್‌ಪೆಕ್ಟರ್ ಗೌತಮ್ ನಾವು ವಿಚಾರಿಸ್ತೀನಿ ಸರ್ ಅಂತ ಹೇಳಿದರು.

** ** **

ರಿಯಲ್ ಎಸ್ಟೇಟ್ ದಂಧೆಗಳೇ ಹಾಗೆ. ಜನ ಬಂದ್ರೆ ಒಬ್ಬರ ಹಿಂದೆ ಒಬ್ಬರು ಅಂತ ಬರ್ತಾನೇ ಇರ್ತಾರೆ. ಇಲ್ಲದಿದ್ದರೆ ನೊಣ ಹೊಡೀತಾ ಕೂತ್ಕೊಬೇಕು ಅಂತ ಪರಮೇಶ ಗೊಣಗಿಕೊಂಡು ಛೇಂಬರ್‌ನಿಂದ ಆಚೆ ಬಂದು ರಿಸೆಪ್ಷನಿಸ್ಟ್ ಕಡೆ ನೋಡಿ "ಯಾವುದಾದರೂ ಕಾಲ್ ಬಂದಿತ್ತೇನ್ರೀ" ಅಂತ ಕೇಳಿದ.

"ಇಲ್ಲ ಸರ್ ಇವತ್ತು ಬೆಳಗ್ಗೆಯಿಂದ ಒಂದೂ ಕಾಲ್ ಬಂದಿಲ್ಲ" ಅಂದಳು ರೀಮಾ.

"ಸರಿ ಬ್ಲೂ ಮೌಂಟನ್ ಪ್ರಾಜೆಕ್ಟ್‌ನಲ್ಲಿ ಎಷ್ಟು ಫ್ಲಾಟ್ ಖಾಲಿ ಇದೆ ಹೇಳಿ" ಅಂದ.

"ಮೂವತ್ತು ಸರ್" ಅಂದಳು.

"ಒಂದು ವಾರದಿಂದ ಬಹಳ ವಿಚಾರಣೆ ಕರೆಗಳು ಬಂದಿದ್ವಲ್ಲ. ಅವರ್‍ಯಾರೂ ಬಂದಿಲ್ವ"

"ಇಲ್ಲ ಸರ್."

"ಸರಿ ಮುಂದಿನ ಭಾನುವಾರದ ಪತ್ರಿಕೆಗಳಲ್ಲಿ ಒಂದು ಪೂರ್ಣ ಪುಟದ ಜಾಹೀರಾತಿಗೆ ವ್ಯವಸ್ಥೆ ಮಾಡಿ. ಪ್ರಾಜೆಕ್ಟ್ ಇಂಜಿನಿಯರುಗಳನ್ನು ನನ್ನನ್ನು ಬಂದು ನೋಡೋಕೆ ಹೇಳಿ. ಅಕೌಂಟೆಂಟ್‌ನ ಮೂರು ಗಂಟೆಗೆ ನನ್ನನ್ನು ಭೇಟಿ ಮಾಡೋಕೆ ಹೇಳಿ" ಅಂತ ಪರಮೇಶ ಹೇಳುತ್ತಿದ್ದಂತೆ ಫೋನ್ ಕರೆ ಬಂತು.

"ಸರ್ ಯಾವುದೋ ಕರೆ ಬರ್ತಿದೆ ಸರ್ ಕಸ್ಟಮರ್ ವಿಚಾರಣೆ ಇರಬೇಕು ಸರ್."

"ಸರಿ ಫೋನ್ ರಿಸೀವ್ ಮಾಡಿ ಮಾತಾಡಿ. ಯಾರಾದರೂ ಮುಖ್ಯವಾದ ಕರೆಯಾದರೆ ನನಗೆ ಕನೆಕ್ಟ್ ಮಾಡಿ" ಅಂದು ಛೇಂಬರ್ ಒಳಗೆ ಬಂದು ಮೊಬೈಲ್ ತೆಗೆದು ವಾಟ್ಸಾಪ್ ಮೆಸೇಜ್ ನೋಡಲಾರಂಭಿಸಿದ.

ಗೂಳಿಯಂತೆ ಒಳಗೆ ನುಗ್ಗಿದಳು ರಿಸಪ್ಷನಿಸ್ಟ್.

"ಏನ್ರೀ ಏನಾಯ್ತು" ಕೇಳಿದರು ಪರಮೇಶ.

"ಸರ್ ಪೊಲೀಸ್ ಸ್ಟೇಷನ್ನಿಂದ ಫೋನು."

"ಅಯ್ಯೋ ರಾಮ ಪೊಲೀಸ್ ಸ್ಟೇಷನ್ನಿಂದ ಫೋನ್ ಬರಬಾರದಾ ಇದ್ಯಾಕ್ರೀ ಹೀಗೆ ಗಾಬರಿ ಮಾಡ್ಕೊತೀದೀರ."

"ಅಲ್ಲ ಸರ್ ಪರಮೇಶ ಅನ್ನೋರು ಇದಾರ ಇದ್ದರೆ ಅವರಿಗೆ ಕನಕ್ಟ್ ಮಾಡ್ರೀ ಅಂದ್ರು."

"ಸರಿ ಕನಕ್ಟ್ ಮಾಡಿ ನಾನು ಮಾತಾಡ್ತೀನಿ."

ರಿಸಪ್ಷನಿಸ್ಟ್ ಕನಕ್ಟ್ ಮಾಡಿದ ಮೇಲೆ ಪರಮೇಶ ರಿಸೀವರ್ ಎತ್ತಿ "ಹಲೋ ಪರಮೇಶ ಹಿಯರ್ ಅಂದ."

"ಸರ್ ಸಿಲ್ಕ್‌ಪೇಟೆ ಪೊಲೀಸ್ ಸ್ಟೇಷನ್ನಿಂದ ನಾನು ಪಿ.ಸಿ. ಪುಟ್ಸಾಮಿ ಮಾತಾಡ್ತಾ ಇರೋದು. ನಮ್ಮ ಸಾಹೇಬರು ನಿಮ್ಮನ್ನು ಬರಹೇಳ್ತಿದಾರೆ."

"ಏನು ವಿಷಯ."

"ಯಾವುದೋ ಪ್ರಾಜೆಕ್ಟ್ ಬಗ್ಗೆ ಮಾತಾಡಬೇಕಂತೆ."

"ಅವರು ಕೊಂಡ್ಕೊಬೇಕಂತಾ."

"ಇಲ್ಲ ಸರ್. ಒಂದು ಕಂಪ್ಲೇಂಟ್ ಬಂದಿದೆ. ಅದರಲ್ಲಿ ನಿಮ್ಮ ರೆಫರೆನ್ಸ್ ಇದೆ, ಅದಿಕ್ಕೆ."

"ಆಯ್ತು ಬರ್ತೀನಿ. ಇನ್ನೊಂದು ಅರ್ಧ ಗಂಟೇಲಿ ಅಲ್ಲಿರ್ತೀನಿ" ಅಂತ ಹೇಳಿ ಅಂದ.

ಯಾವುದೇ ಆತಂಕ ಗಾಬರಿ ಇಲ್ಲದೇ ಪರಮೇಶ ಹೊರಗೆ ಹೊರಟು ರಿಸಪ್ಷನಿಸ್ಟ್‌ಗೆ "ರೀ ನಾನು ಪೊಲೀಸ್ ಸ್ಟೇಷನ್ನಿಗೆ ಹೋಗಿ ಬರ್ತೀನಿ. ಹುಷಾರು. ಪ್ರಾಜೆಕ್ಟ್ ಇಂಜಿನಿಯರುಗಳು ಬಂದ್ರೆ ಕೂತಿರೋಕೆ ಹೇಳಿ" ಅಂದು ಹೊರಟ.

"ರಿಸಪ್ಷನಿಸ್ಟ್ ಸರ್ ಹುಷಾರು ಸರ್" ಅಂದಳು. ಪರಮೇಶ ಮುಗುಳ್ನಕ್ಕು ಹೊರಟ.

ಇನ್ಸ್‌ಪೆಕ್ಟರ್ ರಾಜ್‌ಗುಡಿ ಪರಮೇಶನನ್ನು ಬರಮಾಡಿಕೊಂಡರು.

"ಹೇಳಿ ಸರ್, ಏನು ವಿಷಯ" ಅಂತ ಕೇಳಿದ ಪರಮೇಶ.

ನೇರವಾಗಿ ವಿಷಯ ಪ್ರಸ್ತಾಪ ಮಾಡುತ್ತಾ "ನಿಮ್ಮ ರಿಯಲ್ ಎಸ್ಟೇಟ್ ವ್ಯವಹಾರದಲ್ಲಿ ಪಾಂಡುರಂಗರಾವ್ ಅನ್ನೋರ ಹೆಸರು ನಿಮಗೆ ನಿನಪಿದೆಯಾ" ಅಂತ ಕೇಳಿದರು ಇನ್ಸ್‌ಪೆಕ್ಟರು.

"ಅವರೊಂದು ದೊಡ್ಡ ಕುಳ ಅನ್ನೋ ಹಾಗೆ ಕೇಳ್ತಿದೀರಲ್ಲ ಸರ್. ದೊಡ್ಡ ದೊಡ್ಡ ಪ್ರಾಜೆಕ್ಟ್ ಮಾಡಿದೋರ ಹೆಸರೇ ನನಗೆ ನೆನಪಿರೋಲ್ಲ ಅಂಥಾದ್ರಲ್ಲಿ. ಇರಲಿ ನನಗೆ ನೆನಪಿಲ್ಲ ಅಂದ್ರೆ ನಿಮಗೆ ಕೋಪ ಬರುತ್ತೆ. ನನ್ನನ್ನು ಒದ್ದು ಒಳಗೆ ಹಾಕ್ತೀನಿ ಅಂತೀರ. ಅದೆಲ್ಲಾ ಯಾಕೆ. ಪಾಂಡುರಂಗರಾವ್ ಅನ್ನೋರ ಮನೇನ

ನಾನು ಕಾಂಪ್ಲೆಕ್ಸ್ ಕಟ್ಟೋಕೆ ಕೇಳಿದ್ದೆ. ಅವರು ಕೊಡಲ್ಲ ಅಂದ್ರು. ಒಂದೆರಡು ಸಾರಿ ಅವರಿಗೆ ಅದರಿಂದ ಬರೋ ಲಾಭದ ವಿಷಯವಾಗಿ ಆಸೆ ತೋರಿಸಿದೆ. ಆದರೂ ಅವರು ಆಗಲ್ಲ ಅಂದ್ರು. ಅಲ್ಲಿಗೆ ಆ ಕಥೆ ಮುಗಿಯಿತು."

"ಆದರೂ ಮತ್ತೆ ಮತ್ತೆ ಅವರನ್ನು ಆ ವಿಚಾರದಲ್ಲಿ ಕೆಣಕುತ್ತಾ ಇದ್ರಂತೆ. ಯಾರ ಯಾರ ಮುಖಾಂತರನೋ ಹೆದರಿಸಿದೀರಂತೆ. ಅವರು ಯಾವುದಕ್ಕೂ ಜಗ್ಗದಿದ್ದಾಗ ಅವರನ್ನು ಕಿಡ್ನಾಪ್ ಮಾಡಿ ಅವರಿಂದ ಬಲವಂತವಾಗಿ ಮನೆ ಬರಸ್ಕೊಬೇಕು ಅಂತ ಅಂದ್ಕೊಂಡಿದ್ದು ಈಗ ಅವರ ಕಥೇನೇ ಮುಗಿಸಿಬಿಟ್ರಾ."

"ನಾನು ಹೇಳಿದ್ದು ಪ್ರಾಜೆಕ್ಟ್ ಕಥೆ ಮುಗಿತು ಅಂತ. ಮಿಕ್ಕಿದ್ದು ಅದು ನಿಮ್ಮ ಕಲ್ಪನೆ. ನೋಡಿ ಸರ್ ನಾವು ಯಾವತ್ತೂ ಒಂದೇ ಪ್ರಾಜೆಕ್ಟ್ ಬಗ್ಗೆ ತಲೆ ಕೆಡಿಸಿಕೊಳ್ಳೋಲ್ಲ. ಅದಿಲ್ಲದೇ ಇದ್ರೆ ಇನ್ನೊಂದು ಅಂತ ಹೊರಡ್ತೀವಿ."

"ಆದರೆ ರಿಯಲ್ ಎಸ್ಟೇಟ್ ವ್ಯಕ್ತಿಗಳು ಸುಲಭಕ್ಕೆ ಜಗ್ಗೋ ಅಂಥವರಲ್ಲ. ಏನಾದರೂ ಮಾಡಿ ತಮ್ಮ ಕೆಲಸ ಸಾಧಿಸಿಕೊಳ್ತಾರೆ. ಈಗ ಇರೋ ವಿಷಯ ತಿಳಿಸ್ತೀನಿ. ಪಾಂಡುರಂಗರಾವ್ ಅವರು ಹದಿನೈದು ದಿವಸಗಳಿಂದ ಕಾಣ್ತಿಲ್ಲ. ಅವರ ಹೆಣ್ಣು ಮಕ್ಕಳು ಬಂದು ದೂರು ಕೊಟ್ಟಿದಾರೆ. ಅದಕ್ಕೆ ಸಂಬಂಧಪಟ್ಟವರನ್ನು ನಾನು ವಿಚಾರಿಸ್ತಿದೀನಿ."

"ನಿಮ್ಮ ಕೆಲಸ ನೀವು ಮಾಡಿ ಸರ್. ಆದರೆ ನನಗೆ ಗೊತ್ತಿರೋ ವಿಷಯ ಇಷ್ಟೇ. ಈ ಮಾತುಕತೆ ಆಗಿ ಆರು ತಿಂಗಳಾಯ್ತು. ಅವರು ಆಗೋಲ್ಲ ಅಂದ ಮೇಲೆ ಮತ್ತೆ ನಾನು ಅವರ ತಂಟೆಗೆ ಹೋಗಿದೀನಾ ನೋಡಿ. ನಾನು ಅವರನ್ನು ಕಿಡ್ನಾಪ್ ಮಾಡೋ ಹಾಗಿದ್ರೆ ಆರು ತಿಂಗಳ ಹಿಂದೇನೇ ಮಾಡ್ತಿದ್ದೆ. ನಾವು ವ್ಯವಹಾರ ಮಾಡ್ತಿರಬಹುದು. ಆದರೆ ಸ್ವಲ್ಪ ಧರ್ಮ ಕರ್ಮನೂ ನೋಡ್ತಿವಿ ಸರ್. ಪಾಂಡುರಂಗರಾವ್ ವಿಚಾರ ನಾನು ನನ್ನ ಮನಸ್ಸಿನಿಂದ ತೆಗೆದುಹಾಕಾಯ್ತು."

"ಸರಿ ಹಾಗಿದ್ರೆ. ಮತ್ತೆ ಏನಾದರೂ ಮಾಹಿತಿ ಬೇಕಾದರೆ ನಿಮ್ಮನ್ನು ಕರೆಸ್ತೀನಿ. ಈಗ ನೀವು ಹೊರಡಿ."

"ಧಾರಾಳವಾಗಿ ಸರ್. ನಿಮ್ಮಂತೆ ನಾನೂ ಕಾನೂನನ್ನು ಗೌರವಿಸೋನು. ನಾನು ರಿಯಲ್ ಎಸ್ಟೇಟ್ ವ್ಯವಹಾರದಲ್ಲಿ ಸುಮಾರು 20 ವರ್ಷಗಳಿಂದ ಇದೀನಿ. ಆದರೆ ಒಂದೇ ಒಂದು ಪೊಲೀಸ್ ಕೇಸಾಗಲೀ, ಕೋರ್ಟ್ ಕೇಸಾಗಲೀ ಇಲ್ಲ. ಇವತ್ತೇ ಮೊದಲು ನಾನು ಪೊಲೀಸ್ ಸ್ಟೇಷನ್ ಮೆಟ್ಟಿಲು ಹತ್ತುತ್ತಿರೋದು. ಇಷ್ಟೇ ಸಾಕಲ್ವ ನನ್ನ ನೇರ ವ್ಯವಹಾರಕ್ಕೆ. ನೀವು ಹೇಳಿ ಕಳಿಸಿದಾಗ ಬರೋದು ನನ್ನ ಕೆಲಸ. ನಾನು ಬರ್ತೀನಿ ಸರ್."

ಪರಮೇಶ ಹೊರಟುಹೋದ ಮೇಲೆ ಇನ್ಸ್‌ಪೆಕ್ಟರ್ ತಲೆ ಕೆರೆದುಕೊಂಡು "ಲೇ ಪುಟ್ಟಾಮಿ. ಏನೋ ಇದು. ಇವನು ಹೀಗೆ ಮಾತಾಡಿ ಹೋಗ್ತಿದಾನೆ. ನಮಗೆ ಇದ್ದಿದ್ದು ಒಂದೇ ಲಿಂಕು. ಅದೂ ಹೀಗಾದರೆ ಇನ್ನು ಆ ಹೆಣ್ಣು ಮಕ್ಕಳ ತಂದೇನ ಹೇಗೋ ಹುಡುಕೋದು."

"ನೀವೇ ಹೇಳ್ತೀರಲ್ಲ ಸರ್ ಒಂದು ಬಾಗಿಲು ಮುಚ್ಕೊಳೋದೇ ಇನ್ನೊಂದು ಬಾಗಿಲು ತೆಕ್ಕೊಳೋಕೆ ಅಂತ. ನೋಡ್ತಾ ಇರಿ ಇನ್ಯಾವ್ದಾದ್ರೂ ಬಾಗಿಲು ತೆಕ್ಕೋಬಹುದು" ಅಂದ.

** ** **

ಶಾಲಿನಿ ಮನೆ ಹೊರಗಡೆ ಬಂದು ಅತ್ತ ಇತ್ತ ನೋಡಿ ಮನೆ ಬಾಗಿಲಿಗೆ ಬೀಗ ಹಾಕಿ ಮನೆಯನ್ನು ಒಂದು ಸುತ್ತು ಬಂದು ಎಲ್ಲ ಭದ್ರವಾಗಿದೆ ಅಂತ ಖಚಿತಪಡಿಸಿಕೊಂಡು ಗೇಟ್ ತೆಗೆಯುವಾಗ ಅವಳ ಎದೆ ಧಸ್ ಎಂದಿತು. ಗೇಟ್ ಹೊರಗಡೆ ಪೊಲೀಸ್ ಬೈಕ್ ನಿಂತಿತು. ಅದರಲ್ಲಿ ಇನ್ಸ್‌ಪೆಕ್ಟರ್ ಕೂತಿದ್ದರು. ತಪ್ಪು ಮಾಡಿ ಸಿಕ್ಕಿಕೊಂಡವಳ ಹಾಗೆ ಬೆವೆತುಬಿಟ್ಟಳು ಶಾಲಿನಿ ಆದರೂ ನನ್ನ ಕೆಲಸವೇ ಬೇರೆ ಇವರ ಕೆಲಸವೇ ಬೇರೆ ಅಂತ ತನ್ನ ಸ್ಕೂಟಿ ಸ್ಟಾರ್ಟ್ ಮಾಡೋಕೆ ಹೊರಟಾಗ ಗೌತಮ್ "ಮೇಡಂ ಒಂದು ನಿಮಿಷ, ನೀವು ಶಾಲಿನಿ ಅಲ್ವಾ" ಅಂತ ಕೇಳಿದರು.

ಅನುಮಾನದಿಂದ ಅವರ ಮುಖ ನೋಡಿ "ಹೌದು, ನೀವು" ಅಂದಳು.

"ನಿಮಗೆ ಇಬ್ಬರು ಅಕ್ಕಂದಿರು ಒಬ್ಬರು ಸರೋಜ ಇನ್ನೊಬ್ಬರು ವಿನುತ ಅಲ್ವಾ"

ಮತ್ತೆ ಅಚ್ಚರಿಯಿಂದ "ಹೌದು" ಅಂದಳು.

"ನಿಮ್ಮ ತಂದೆ ಪಾಂಡುರಂಗರಾವ್, ನಿವೃತ್ತ ಸರ್ಕಾರೀ ಅಧಿಕಾರಿ, ನಿಮಗೆ ತಾಯಿ ಇಲ್ಲ ಅಲ್ವಾ"

ಶಾಲಿನಿ ಅಸಹನೆಯಿಂದ "ಇದನ್ನೆಲ್ಲಾ ನನಗೆ ಯಾಕೆ ಹೇಳ್ತಿದೀರ" ಅಂದಳು.

"ಏನಿಲ್ಲ ಮೊನ್ನೆ ನಿಮ್ಮ ತಂದೆ ಪಾಂಡುರಂಗರಾವ್ ಸಿಕ್ಕಿದ್ದರು. ನಿಮ್ಮ ಮನೆ ವಿಚಾರ ಎಲ್ಲ ತಿಳಿಸಿದರು."

ಮತ್ತೆ ಶಾಲಿನಿಗೆ ಅಚ್ಚರಿ "ನಮ್ಮ ತಂದೆ ನಿಮಗೆ ಸಿಕ್ಕಿದ್ದರಾ, ನಮ್ಮ ಮನೆ ವಿಚಾರ ಏನು ಹೇಳಿದರು? ದಿಸೀಸ್ ಇಂಪಾಸಿಬಲ್, ಎಲ್ಲಿ ಸಿಕ್ಕಿದ್ರು" ಅಂದಳು.

"ಯಾಕೆ ನಿಮ್ಮ ತಂದೆ ನನಗೆ ಸಿಗಬಾರದಾ. ನನ್ನ ಸ್ನೇಹಿತರಿಗೆ ಅವರು ಸ್ನೇಹಿತರು. ಅವರ ಮನೆಯಲ್ಲೇ ಭೇಟಿ ಆಯಿತು."

"ಇದೆಲ್ಲಾ ಕಾಗೆ ಕಥೆ ಗೂಬೆ ಕಥೆ ಇನ್ಸ್‌ಪೆಕ್ಟರ್ ನಮ್ಮ ತಂದೆ ಹಾಗೆಲ್ಲಾ ಎಲ್ಲೂ ಹೋಗೋಕೆ ಸಾಧ್ಯನೇ ಇಲ್ಲ. ಅವರು ನಮ್ಮ ಮನೇಲೇ ಇರೋದು, ನನಗೆ ಹೇಳದೇ ಅವರು ಎಲ್ಲಿಗೂ ಹೋಗೋಲ್ಲ."

"ಹಾಗಾದರೆ ಈಗ ಅವರು ಮನೇಲೇ ಇರಬೇಕಲ್ವಾ" ಅಂತ ಗೌತಮ್ ಕೇಳಿದಾಗ ಶಾಲಿನಿ ಇನ್ನಷ್ಟು ಬೆವೆತಳು. ಇದನ್ನು ಗೌತಮ್ ಚನ್ನಾಗಿ ಗಮನಿಸಿದರು.

"ಇಲ್ಲ ಇಲ್ಲ ಇಲ್ಲ ಅವರು ಮನೇಲಿ ಇಲ್ಲ."

"ಎಲ್ಲಿ ಹೋಗಿದಾರೆ."

"ಅವರು ಊರಲ್ಲೇ ಇಲ್ಲ. ಅವರ ಕಸಿನ್ ಒಬ್ಬರು ಚಿಕ್ಕಮಗಳೂರಿಲ್ಲಿ ಇದಾರೆ. ಅಲ್ಲಿಗೆ ಹೋಗಿಬರ್ತೀನಿ ಅಂತ ಹೋಗಿದಾರೆ. ಯಾವಾಗ ಬರ್ತಾರೆ ಅಂತ ಗೊತ್ತಿಲ್ಲ. ನಿಮಗೆ ಅವರತ್ರ ಏನು ಕೆಲಸ."

" ಅವರತ್ರ ಸ್ವಲ್ಪ ಮಾತಾಡಬೇಕಿತ್ತು."

"ಇಲ್ಲ ಅವರು ಸದ್ಯಕ್ಕೆ ಬರೋಲ್ಲ."

"ಯಾಕೆ ಸದ್ಯಕ್ಕೆ ಬರೋಲ್ಲ ಅಂತಿದೀರ."

ಶಾಲಿನಿ ಈಗ ಇನಷ್ಟು ಅಸಹನೆಯಿಂದ "ಇನ್ಸ್‌ಪೆಕ್ಟರ್ ಅವರತ್ರ ನಿಮಗೇನು ಕೆಲಸ, ಅವರು ಎಲ್ಲಾದರೂ ಹೋಗ್ತಾರೆ, ಬರ್ತಾರೆ ಅದನ್ನು ಕಟ್ಕೊಂಡು ನಿಮಗೇನು" ಅಂದಳು.

"ಅವರನ್ನು ಒಂದು ಕಳ್ಳತನದ ಕೇಸ್‌ನಲ್ಲಿ ಬಂಧಿಸಬೇಕು."

"ಕಳ್ಳತನಾನಾ ಯಾವಾಗ ಎಲ್ಲಿ."

"ನೆನ್ನೆ ಮುಖ್ಯರಸ್ತೆಯ ಜ್ಯೂಯಲರಿ ಅಂಗಡಿಗೆ ಹೋಗಿದ್ರಂತೆ. ಅಲ್ಲಿಂದ ಒಂದು ಚೈನ್ ಕದ್ದಿರೋದು ಸಿಸಿಟಿವಿನಲ್ಲಿ ಸೆರೆಯಾಗಿದೆ."

ಮತ್ತೆ ಶಾಲಿನಿ ಅಸಹನೆಯಿಂದ "ಅವರು ಊರಲ್ಲೇ ಇಲ್ಲ ಅಂತ ಅಂದಿದೀನಿ. ಇನ್ನು ಅವರು ಅವರು ಯಾವ ಅಂಗಡಿಗೂ ಹೋಗಿಲ್ಲ ಯಾವ ಚೈನೂ ಕದ್ದಿಲ್ಲ."

"ಅರೆ ಮೇಡಂ ಅದು ಸಿಸಿಟಿವಿಯಲ್ಲಿ ಸೆರೆಯಾಗಿದೆ. ನೀವು ಇಲ್ಲ ಅಂದುಬಿಟ್ರೆ ನಾವು ಅವರನ್ನು ವಿಚಾರಿಸದೇ ಇರೋಕೆ ಆಗುತ್ತಾ. ನಮಗೆ ಈಗ ಆಗಿರೋ ಗೊಂದಲ ಏನು ಗೊತ್ತಾ ನಿಮ್ಮ ತಂದೆ ಕಳ್ಳತನ ಮಾಡ್ತಿರೋದು ಸಿಸಿಟಿವಿಯಲ್ಲಿ ಸೆರೆಯಾಗಿದೆ, ನೀವು ನೋಡಿದರೆ ನಿಮ್ಮ ತಂದೆ ಚಿಕ್ಕಮಗಳೂರಿಗೆ ಹೋಗಿದಾರೆ ಅಂತಿದೀರ. ಅಲ್ಲಿ ನಿಮ್ಮ ಅಕ್ಕಂದಿರು ನಿಮ್ಮ ತಂದೆ ಕಾಣೆಯಾಗಿದ್ದಾರೆ ಅಂತ ದೂರು ಕೊಟ್ಟಿದಾರೆ. ನಾವು ಯಾವುದನ್ನು ನಂಬೋದು."

"ಯಾವುದನ್ನಾದರೂ ನಂಬಿ ನನಗೇನು. ನಮ್ಮ ತಂದೆ ಮನೆಗೆ ಬಂದ ಮೇಲೆ ಅವರನ್ನೇ ವಿಚಾರಿಸಿಕೊಳ್ಳಿ, ಈಗ ನನಗೆ ಕೆಲಸ ಇದೆ. ಹೋಗಬೇಕು ದಾರಿ ಬಿಡಿ" ಅಂದು ತನ್ನ ವಾಹನ ಚಲಾಯಿಸಿಕೊಂಡು ಹೊರಟೇ ಹೋದಳು.

ಸ್ವಲ್ಪ ಹೊತ್ತು ಹಾಗೇ ನಿಂತಿದ್ದ ಗೌತಮ್ ಮನೆಯನ್ನು ಒಂದು ಸುತ್ತು ಗಮನಿಸಿ ಅಕ್ಕಪಕ್ಕದವರಲ್ಲಿ ವಿಚಾರಿಸಿಕೊಂಡು ಸ್ಟೇಷನ್ನಿಗೆ ಹೋದರು. ಒಬ್ಬ ಪೇದೆಗೆ ನೀನು ಮಫ್ತಿಯಲ್ಲಿ ಆ ಮನೆಯ ಕಡೆ ಸ್ವಲ್ಪ ಗಮನವಿರಿಸು ಎಂದು ಹೇಳಿ ಇನ್ಸ್‌ಪೆಕ್ಟರ್ ರಾಜ್‌ಗುಡಿಗೆ ಎಲ್ಲ ವಿಚಾರ ತಿಳಿಸಿದರು.

** ** **

ಹೀಗೇ ಸುಮಾರು ಮೂರು ತಿಂಗಳು ಹೀಗೇ ಕಳೆಯಿತು. ಅಲ್ಲಿಗೆ ಪಾಂಡುರಂಗರಾವ್ ಕಾಣೆಯಾಗಿ ನಾಲ್ಕು ತಿಂಗಳುಗಳೇ ಆಗುತ್ತಾ ಬಂದಿತ್ತು. ತಂದೆಯ ವಿಚಾರ ಏನೂ ತಿಳಿಯದೇ ಸರೋಜ ಮತ್ತು ವಿನುತ ಬಹಳ ಒದ್ದಾಡಿದರು. ವಾರಕ್ಕೆ ಒಂದ್ಸಾರಿ, ತಿಂಗಳಿಗೆ ಒಂದ್ಸಾರಿ ಅಂತ ಸರದಿಯ ಪ್ರಕಾರ ಅವರಿಬ್ಬರೂ ಪೊಲೀಸ್ ಸ್ಟೇಷನ್ನಿಗೆ ಬಂದು ವಿಚಾರಿಸಿಕೊಂಡು ಹೋದರು.

ತಮ್ಮ ಮನೆಯಿಂದಲೇ ತಂದೆ ಕಾಣೆಯಾಗಿರುವಾಗಲೂ ಶಾಲಿನಿ ಸ್ಟೇಷನಿಗೆ ಬಂದು ವಿಚಾರಿಸಿಕೊಂಡು ಹೋಗಿಲ್ಲವಲ್ಲ ಅಂತ ರಾಜ್‌ಗುಡಿಗೆ ಅಚ್ಚರಿ ಅದಕ್ಕೇ ಅವರು ಸರೋಜ ವಿನುತ ಬಂದಾಗ "ನಿಮ್ಮ ತಂಗಿ ಶಾಲಿನೀನೂ ಒಂದ್ಸಾರಿ ಕರ್‍ಕೊಂಡು ಬನ್ರೀ" ಅಂದಿದ್ರು ಇನ್ಸ್‌ಪೆಕ್ಟರು

ಆಗ ವಿನುತ "ಸರ್ ನಮ್ಮ ವಂಶದಲ್ಲಿ ಎಲ್ಲರಿಗೂ ಯೂನಿಫಾರಂನಲ್ಲಿರೋ ಪೊಲೀಸೂ, ಪೊಲೀಸ್ ಸ್ಟೇಷನ್ನು, ವಿಚಾರಣೆ, ಕೋರ್ಟು, ಅಂದರೆ ಒಂಥರಾ ಭಯ, ಜೊತೆಗೆ ಮುಜುಗರ. ನಾವು ಎಷ್ಟೋ ಸಾರಿ ನಮ್ಮ ಮನೇಲಿ ಕಳ್ಳತನ ಆಗಿದ್ರೂ ಸಹ ಪೊಲೀಸ್ ಕಂಪ್ಲೇಂಟ್ ಕೊಡದೇ ಸುಮ್ಮನಾಗಿದ್ದೀವಿ. ಈ ವಿಚಾರದಲ್ಲೂ ಅಷ್ಟೆ. ನೀನೊಂದು ಸಾರಿ ಸ್ಟೇಷನ್ನಿಗೆ ಹೋಗಿ ಬಾ ಅಂತ ನಮ್ಮ ತಂಗಿಗೆ ಹೇಳಿದ್ದಕ್ಕೆ ಅವಳು ನನಗೆ ಅಲ್ಲಿಗೆ ಹೋಗೋಕೇ ಭಯ, ಸಂಕೋಚ, ಮುಜುಗರ ಎಲ್ಲ ಆಗುತ್ತೆ. ನೀವಿಬ್ರೂ ದೂರು ಕೊಟ್ಟಿದೀರಲ್ಲ ಸಾಕು. ಅವರು ವಿಚಾರಿಸ್ತಾರೆ ಅಂದಿದಾಳೆ" ಅಂತ ವಿವರಿಸಿದಳು.

ಆದರೆ ಈ ಕೇಸಿನ ಸಂಬಂಧ ವಿನುತ, ಸರೋಜ ಅವರುಗಳ ಮನೆಗಾಗಲೀ, ಶಾಲಿನಿ ಮನೆಗಾಗಲೀ ಭೇಟಿ ಕೊಡಬೇಕು ಅಂತ ಎಷ್ಟೋ ಸಾರಿ ಅಂದುಕೊಂಡಿದ್ದರು. ಪಾಂಡುರಂಗರಾವ್ ಅವರು ವಾಸ ಮಾಡುತ್ತಿದ್ದ ಮನೆ, ಅವರ ಪ್ರತ್ಯೇಕ ಕೋಣೆ, ಅಕ್ಕಪಕ್ಕದವರು ಹೀಗೆ ಎಲ್ಲವನ್ನೂ ಕೂಲಂಕಷವಾಗಿ ವಿಚಾರಿಸಿಕೊಂಡು ಬರಬೇಕು ಅನಿಸಿತ್ತು. ಆದರೆ ಬಸವನಗುಡಿ ಇನ್ಸ್‌ಪೆಕ್ಟರ್ ಗೌತಮ್ ಅವರಿಗೆ ಈ ಜವಾಬ್ದಾರಿ ಕೊಟ್ಟಿದ್ದರಿಂದ ಸುಮ್ಮನಾಗಿದ್ದರು.

ಆದರೆ ಪುಟ್ಸಾಮಿ "ನಡೀರಿ ಸರ್ ಎಲ್ಲರ ಮನೆಗೂ ಒಂದು ಸಾರಿ ಹೋಗಿ ಬರೋಣ. ಕ್ಲೂ ಸಿಗುತ್ತೋ ಇಲ್ವೋ ಅವರುಗಳ ಮನೇಲಿ ತಿಂಡಿ ಕಾಫಿನಾದರೂ ಸಿಗುತ್ತೆ. ಅದೂ ಅಲ್ದೆ ಪಾಂಡುರಂಗರಾವ್ ಅವರು ಇದ್ದದ್ದು ಶಾಲಿನಿ ಅವರ ಮನೇಲಿ. ನಾವು ಶಾಲಿನಿ ಮನೆಗೆ ಹೋದರೆ ಅವರನ್ನು ವಿಚಾರಿಸಿದ ಹಾಗೂ ಆಗುತ್ತೆ ಮತ್ತು ಪಾಂಡುರಂಗರಾವ್ ಅವರು ಯಾವ ಕೋಣೇಲಿ ಇದ್ರು ಅಂತ ಸೂಕ್ಷ್ಮವಾಗಿ ಗಮನಿಸಿದರೆ ಏನಾದರೂ ಕ್ಲೂ ಸಿಗಬಹುದು ಸರ್" ಅಂದಿದ್ದ.

ಶಾಲಿನಿ ಮನೆಗೆ ಭೇಟಿ ಕೊಡಬೇಕು ಅಂತ ರಾಜ್‌ಗುಡಿ ಅಂದುಕೊಂಡಿದ್ದರು.

ಒಂದು ದಿನ ಇದ್ದಕ್ಕಿದ್ದಂತೆ ಪುಟ್ಸಾಮಿ "ಸರ್, ಹೆಡ್ ಆಫೀಸಿನಲ್ಲಿ ಮಧುರ ಅನ್ನೋ ಹೊಸ ಇನ್ಸ್‌ಪೆಕ್ಟರ್ ಬಂದಿದಾರಂತೆ. ಅವರಿಗೆ ಭಲೇ ಬುರುಡೆ ಅಂತ

ಅಲ್ಲಿನ ಸ್ಟಾಫ್ ಮಾತಾಡ್ಕೊತಾರೆ, ಅಂದ್ರೆ ಪತ್ತೇದಾರಿ ಬುರುಡೆ. ಯಾವುದಾದರೂ ಸಮಸ್ಯೆ ಬಗ್ಗೆ ಮಾತಾಡ್ತಾ ಇದ್ದ ಹಾಗೆ ಇದು ಹೀಗೇ ಆಗಿದೆ ಅಂತ ನಿಖರವಾಗಿ ಹೇಳಿಬಿಡ್ತಾರಂತೆ ಸರ್. ಅವರನ್ನು ಒಂದ್ಸಾರಿ ಕರೆಸಿ ಸರ್."

"ಅಲ್ಲ ಕಣೋ ಅವರನ್ನು ಕರೆಸಿ ಅವರಿಂದ ಕೇಸ್ ಗೆಲ್ಲಿಸಿದರೆ ನಾವು ಸುಮ್ಮನೇ ಕೂತಿದ್ದಂಗೆ ಅಲ್ವೇನೋ."

"ಅದ್ಹೇಗೆ ಸರ್. ನೀವು ಅವರ ಸಹಾಯ ತಗೋತಾ ಇದೀರ ಅಷ್ಟೆ. ಇಷ್ಟಕ್ಕೂ ಎಲ್ಲಾದೂ ಪೋಲೀಸ್ ಸ್ಟೇಷನ್ ಕೆಲಸ ತಾನೇ."

ಸರಿ ಅಂತ ಹೆಡ್ ಆಫೀಸಿಗೆ ಫೋನ್ ಮಾಡಿ ವಿಚಾರ ತಿಳಿಸಿದರು.

ಮರುದಿನವೇ ಮಧುರ ಸ್ಟೇಷನ್ನಿಗೆ ಹಾಜರು.

ಇನ್ಸ್‌ಪೆಕ್ಟರ್ ರಾಜ್‌ಗುಡಿ ಅವರನ್ನು ಗೌರವದಿಂದ ಬರಮಾಡಿಕೊಂಡು ಕಾಫಿ ಕುಡಿಸಿ ನಿಧಾನವಾಗಿ ವಿಷಯಕ್ಕೆ ಬಂದರು.

ಇನ್ಸ್‌ಪೆಕ್ಟರು ಇನ್ನೂ ಅರ್ಧ ವಿಚಾರ ತಿಳಿಸಿರಲಿಲ್ಲ ಆಗಲೇ ಮಧುರ "ನೀವು ಎಡವಿರೋದು ನಿಮಗೆ ಕಾಣಿಸ್ಲೇ ಇಲ್ವ ಸರ್" ಅಂತ ಕೇಳಿದರು.

ಪುಟ್ಸಾಮಿ ತಲೆ ಜೋರಾಗಿ ಆಡಿಸಿದ.

"ಯಾವುದು ಮೇಡಂ" ಅಂತ ಕೇಳಿದರು ರಾಜ್‌ಗುಡಿ.

"ನೋಡಿ ಪಾಂಡುರಂಗರಾವ್ ಅವರಿಗೆ ಮೂರು ಜನ ಮಕ್ಕಳು. ನೀವು ಇಬ್ಬರನ್ನು ಮಾತ್ರ ವಿಚಾರಿಸಿದೀರ. ಅಥವಾ ಇಬ್ಬರು ಕೊಟ್ಟ ಮಾಹಿತಿ ಮಾತ್ರ ಪಡೆದಿದೀರ. ಆದರೆ ಮೂರನೇ ಮಗಳನ್ನು ಯಾಕೆ ವಿಚಾರಿಸಿಲ್ಲ, ಅಥವಾ ನೀವು ಅವರ ಮನೆಗೆ ಯಾಕೆ ಹೋಗಿಲ್ಲ ಅಥವಾ ಅವರನ್ನು ಸ್ಟೇಷನ್ನಿಗೆ ಯಾಕೆ ಕರೆಸಿಲ್ಲ."

"ತುಂಬಾ ಸಿಂಪಲ್ ಮೇಡಂ ಅಕ್ಕ ತಂಗಿಯರಿಬ್ಬರೂ ತಮ್ಮ ಕಡೇ ತಂಗಿಯ ಬಗೆಗೆ ಬಹಳ ಸಾಫ್ಟ್ ಆಗಿ ಮಾತಾಡಿದಾರೆ. ಅವಳ ಪೊಸಿಷನ್ನು ಏನು ಅಂತ ತಿಳಿಸಿದಾರೆ. ಜೊತೆಗೆ ಅವಳಿಗೆ ಪೋಲೀಸ್ ಸ್ಟೇಷನ್ನು ಅಂದ್ರೆ ಒಂಥರಾ ಭಯ, ಮುಜುಗರ ಇನ್ನೇನೋ ಅಂತೆ. ನಮಗೆ ಬೇಕಾದ ಮಾಹಿತಿ ಎಲ್ಲ ಸಿಕ್ಕಿದೆ. ಹೀಗಿರುವಾಗ."

"ಎಲ್ಲಾ ಸರಿ. ಆದರೆ ಪೋಲೀಸ್ ಭಾಷೆಯಲ್ಲಿ ಯಾವುದನ್ನೂ ಪ್ರಮಾಣಿಸದೇ ನಂಬಬಾರದು ಅಲ್ವಾ, ಅವರು ಹೇಳಿದ್ದು ಸರಿನೋ ಇಲ್ಲವೋ ಅಂತ ಪರೀಕ್ಷಿಸಬೇಕು. ನನಗೆ ಅನಿಸ್ತಿದೆ ಈ ಕೇಸಲ್ಲಿ ಆ ಮೂರನೇ ಹುಡುಗಿಯೇ ತಪ್ಪಿತಸ್ಥೆ ಅಂತ."

"ಇಲ್ಲ ಮೇಡಂ ಅವಳೇ ತಂದೆಯನ್ನು ಚನ್ನಾಗಿ ನೋಡ್ಕೊತಾ ಇರೋದು."

"ಆಯ್ತು ಈ ಕೇಸು ಬಸನವಗುಡಿ ಸ್ಟೇಷನ್‌ಗೆ ಸಂಬಂಧಪಟ್ಟದ್ದು. ಈ ಕೇಸ್‌ನ ನೀವು ಅಲ್ಲಿಗೆ ವರ್ಗಾವಣೆ ಮಾಡಬಹುದಿತ್ತು. ಇಲ್ಲಾ ಅಲ್ಲಿನ ಇನ್ಸ್‌ಪೆಕ್ಟರ್ ಸಹಾಯ ತಗೋಬಹುದಿತ್ತು. ಹಾಗೇನಾದರೂ ಮಾಡಿದೀರಾ."

"ಮಾಡಿದೀನಿ ಮೇಡಂ. ಅಲ್ಲಿನ ಇನ್ಸ್‌ಪೆಕ್ಟರ್ ಗೌತಮ್ ಅವರಿಗೆ ಎಲ್ಲ ವಿಚಾರ ತಿಳಿಸಿ ನೀವು ಸ್ವಲ್ಪ ಆ ಮನೆಯ ಕಡೆ ಹೋಗಿ ಶಾಲಿನಿನ ವಿಚಾರಿಸಿ ಅಂದಿದೀನಿ."

"ಒಂದು ಸಾರಿ ಹೇಳಿದರೆ ಪ್ರಯೋಜನವಿಲ್ಲ. ಪದೇ ಪದೇ ಹೇಳಬೇಕು. ನಿಮಗೆ ಯಾವಾಗ ಇಬ್ಬರು ಅಕ್ಕತಂಗಿಯರು ಬಂದು ದೂರು ಕೊಟ್ರೋ ಆಗಲೇ ನೀವು ಮೂರನೇ ಮಗಳ ಮನೆಗೆ ಹೋಗಬೇಕಿತ್ತು ಇಲ್ಲ ಅವಳನ್ನೇ ಇಲ್ಲಿಗೆ ಕರೆಸಬೇಕಿತ್ತು. ಈಗಲೂ ಕಾಲ ಮಿಂಚಿಲ್ಲ ನೀವು ಮೊದಲು ಆ ಹುಡುಗಿಯನ್ನು ಸ್ಟೇಷನ್ನಿಗೆ ಕರೆಸಿ ಇಲ್ಲ ಅಂದ್ರೆ ನೀವೇ ಅಲ್ಲಿಗೆ ಹೋಗಿ ಬನ್ನಿ."

ಇವರಿಬ್ಬರೂ ಮಾತಾಡ್ತಾ ಕೂತಿದ್ದಾಗ ಪೇದೆಯೊಬ್ಬ ಪದೇ ಪದೇ ಇಣುಕಿ ನೋಡುತ್ತಿದ್ದ.

ಇನ್ಸ್‌ಪೆಕ್ಟರು ರೇಗಿ "ಏನೋ ಅದು. ಇಲ್ಲಿ ಮಾತಾಡ್ತಿರೋದು ಗೊತ್ತಾಗ್ತಾ ಇಲ್ವ" ಅಂದರು.

"ಸರ್. ಒಂದು ಹುಡುಗಿನೋ ಹೆಂಗಸೋ ನಿಮ್ಮನ್ನು ಅರ್ಜಂಟಾಗಿ ನೋಡಬೇಕೂಂತ ಅವಾಗ್ಲಿಂದ ಬಂದು ಕೂತಿದೆ ಸರ್. ಸಂಜೆ ಬನ್ನಿ ಅಂದ್ರೂ ಕೇಳ್ತಿಲ್ಲ" ಅಂದ.

ಮಧುರ "ಆ ಹುಡುಗಿನ ಒಳಗೆ ಕಳಿಸಿ" ಅಂದರು.

ಸುಮಾರು ಮೂವತ್ತು ವರ್ಷ ವಯಸ್ಸಿನ ಹೆಂಗಸು ಒಳಗೆ ಬಂದು ತುಸು ಆತಂಕ ಗಾಬರಿಯಿಂದ.

"ಸರ್. ನಾನು ವಿಶ್ವೇಶ್ವರಯ್ಯ ಬಡಾವಣೆಯಲ್ಲಿರೋದು. ನಮ್ಮ ಎದುರಿನ ಮನೇಲಿ ಏನೋ ಅನುಮಾನಾಸ್ಪದವಾಗಿ ನಡೀತಿದೆ. ಆ ಮನೇಲಿ ಯಾರನ್ನೋ ಕೂಡಿ ಹಾಕಿದಾರೆ ಅನಿಸುತ್ತೆ."

"ಯಾಕೆ ಹಾಗೆ ಅನಿಸ್ತು."

"ನಮ್ಮನೆ ಕೆಲಸದವಳೂ ಅವರ ಮನೆ ಕೆಲಸದವಳೂ ಒಬ್ಬಳೇ. ಅವಳು ಕೆಲಸಕ್ಕೆ ಹೋದಾಗ ಮಹಡಿ ಮೇಲಿರೋ ಆ ರೂಮಿಗೆ ಹೋಗಬೇಡ ಅಂತ ಬೈತಾರಂತೆ. ರೂಮಿನ ಬಾಗಿಲಲ್ಲೂ ನಿಲ್ಲೋ ಹಾಗಿಲ್ವಂತೆ. ರೂಮಿನಿಂದ ಏನೋ ಶಬ್ದ ಬರುತ್ತಂತೆ. ಎಲ್ಲಾ ಕಿಟಕಿಗಳನ್ನೂ ಮುಚ್ಚಿಬಿಟ್ಟಿದ್ದಾರಂತೆ. ಇವಳು ಹೇಗಾದರೂ ಮಾಡಿ ಪತ್ತೆ ಮಾಡಬೇಕು ಅಂತ ತುಂಬಾ ಪ್ರಯತ್ನ ಮಾಡ್ತಾ ಇದ್ಲಂತೆ. ಒಂದಿನ ಇವಳು ಮನೆಗೆಲಸ ಮುಗಿಸಿ ಅಮ್ಮಾ ನಾನು ಬರ್ತೀನಿ ಅಂತ ಹೊರಟೋಳು ಮನೆಯೊಳಗೇ ಅವಿತುಕೊಂಡಳಂತೆ. ತುಸು ಹೊತ್ತಿನ ನಂತರ ಮನೆಯಾಕೆ ಮಹಡಿ ಮೇಲಿನ ಕೋಣೆಗೆ ಹೋಗಿ ಅದೇನೋ ಇಟ್ಟು ಮತ್ತೆ ಬಾಗಿಲು ಹಾಕಿಕೊಂಡು ಬಂದಳಂತೆ. ಅವಳು ಹಿಂದಕ್ಕೆ ಬಂದ ಮೇಲೆ ಕೆಲಸದವಳು ನಿಧಾನವಾಗಿ ಮಹಡಿಗೆ ಹೋಗಿ ಕಿಟಕಿಯಿಂದ ಇಣುಕಿದರೆ

ಒಳಗೆ ಯಾರೋ ಇದ್ದ ಹಾಗಿತ್ತಂತೆ. ಅದಕ್ಕೆ ಅವಳು ಅನುಮಾನ ಬಂದು ನನಗೆ ಹೇಳಿದಳು, ನಾನು ನಿಮಗೆ ಹೇಳ್ತಿದೀನಿ."

ಮಧುರ ಚಪ್ಪಾಳೆ ತಟ್ಟಿ "ನಾನು ಹೇಳಲಿಲ್ವಾ ಮೂರನೇ ಮಗಳ ಕರಾಮತ್ತು ಅಂತ. ನೋಡಿ ಅದು ಇದೇ ಇರಬೇಕು" ಅಂದರು.

"ಸರಿ ನಿಮ್ಮನೆ ಅಡ್ರೆಸ್ ಕೊಡೀಮ್ಮ ನಾನು ವಿಚಾರಿಸ್ತೀನಿ" ಅಂದರು ಇನ್ಸ್‌ಪೆಕ್ಟರು.

ಆ ಹೆಂಗಸು ಹೋದ ಮೇಲೆ ಇನ್ಸ್‌ಪೆಕ್ಟರು ಮಧುರಾಗೆ "ಮೇಡಂ, ನಿಮ್ಮ ಅನುಮಾನ ಏನು" ಅಂತ ಕೇಳಿದರು

"ಏನಿಲ್ಲ, ಮೂರನೇ ಮಗಳು ತಂದೆಯ ಆಸ್ತಿಯನ್ನು ತನ್ನ ಹೆಸರಿಗೆ ಬರಿ ಅಂತ ಬಲವಂತ ಮಾಡಿದಾಳೆ. ತಂದೆ ಆಗಲ್ಲ ಅಂತಲೋ, ಅಥವಾ ಇನ್ನಿಬ್ಬರು ಮಕ್ಕಳನ್ನು ಕೇಳಬೇಕು ಅಂತಲೋ ಅಂದಿದಾರೆ. ಇದು ಹೀಗೇ ಮುಂದುವರಿತಿರುವಾಗ ಮೂರನೇ ಮಗಳಿಗೆ ತಾಳ್ಮೆ ಕಡಿಮೆ ಆಗಿ ತಂದೆಯನ್ನು ಬಲವಂತ ಮಾಡಿದಾಳೆ, ಹೆದರಿಸಿದಾಳೆ, ಯಾರ್ಯಾರನ್ನೋ ಕರೆದು ಬೆದರಿಕೆ ಹಾಕಿಸಿದಾಳೆ. ತಂದೆ ಯಾವುದಕ್ಕೂ ಜಗ್ಗದಿದ್ದಾಗ ಅವರನ್ನು ರೂಮಲ್ಲಿ ಕೂಡಿ ಹಾಕಿ ನೀನು ಸಹಿ ಹಾಕಿದರೆ ಮಾತ್ರ ಆಚೆಗೆ ಬಿಡ್ತೀನಿ ಅಂತ ಹೆದಿರಿಸ್ತಿದಾಳೆ. ನಡೀರಿ ಹೋಗಿ ಎಲ್ಲಾ ಸರಿ ಮಾಡಿಕೊಂಡು ಬರೋಣ" ಅಂದು ಎದ್ದರು ಮಧುರ.

ಅಷ್ಟರಲ್ಲಿ ಗೌತಮ್ ಜೀಪ್ ಬಂದು ಸ್ಟೇಷನ್ ಮುಂದೆ ನಿಂತಿತು.

"ಬನ್ನಿ ಗೌತಮ್ ಏನಾದರೂ ಸುದ್ದಿ ತಂದಿದೀರಾ" ಅಂತ ಕೇಳಿದರು.

ಗೌತಮ್ ಇಬ್ಬರಿಗೂ ನಮಸ್ಕರಿಸಿ ಅವರು ಶಾಲಿನಿನ ಭೇಟಿ ಮಾಡಿದ್ದು ಆಗ ಅವಳ ನಡವಳಿಕೆ ಇವುಗಳನ್ನು ವಿವರವಾಗಿ ತಿಳಿಸಿ "ನನಗೇನೋ ಆ ಮಗಳ ಮೇಲೇ ಅನುಮಾನ. ಅವಳು ತಂದೇನ ಮನೇಲೇ ಕೂಡಿಟ್ಟಿರಬಹುದು. ಅವಳನ್ನು ಸ್ವಲ್ಪ ಹೆದರಿಸಿ ಪ್ರಶ್ನಿಸಿದರೆ ಎಲ್ಲಾ ತಿಳಿಯುತ್ತೆ" ಅಂದರು.

ಮಧುರ ಟೇಬಲ್ ಕುಟ್ಟಿ "ನಾನು ಹೇಳ್ಲಿಲ್ವಾ, ಗುಟ್ಟು ಇರೋದೇ ಅಲ್ಲಿ ನಡೀರಿ ಶಾಲಿನಿ ಮನೆಗೆ ಹೋಗಿ ಎಲ್ಲಾ ಪರಿಹರಿಸಿಕೊಂಡು ಬರೋಣ" ಅಂದು ಎದ್ದರು.

ಈ ಯಮ್ಮ ಇಷ್ಟು ನಿಖರವಾಗಿ ಹೇಳ್ತಾರಲ್ಲ ಅಂತ ಇನ್ಸ್‌ಪೆಕ್ಟರ್ ರಾಜ್‌ಗಡಿ ಎದ್ದು ಗೌತಮ್ ಅವರ ಜೊತೆ ಹೊರಟರು.

** ** **

ಬೆಳಗ್ಗೆ ಶಾಲಿನಿ ಉಪ್ಪಿಟ್ಟು ಮಾಡಿ ಗಂಡನಿಗೂ ಕೊಟ್ಟು ತಾನೂ ತಿಂದು ಮಕ್ಕಳನ್ನು ಸ್ಕೂಲಿಗೆ ಕಳಿಸಿಕೊಟ್ಟು ಮನೆಗೆಲಸದಲ್ಲಿ ನಿರತಳಾಗಿದ್ದಳು.

ಕಾಲಿಂಗ್ ಬೆಲ್ ಸದ್ದಾಯಿತು. ಬಾಗಿಲು ತೆಗೆದರೆ ಹೊರಗೆ ಒಂದು ಗಂಡು ಒಂದು ಹೆಣ್ಣು.

"ಯಾರು ಬೇಕಾಗಿತ್ತು, ನೀವು ಯಾರು."

"ನನ್ನ ಹೆಸರು ರಘೋತ್ತಮ, ಇವಳು ರಾಧ ನಾವು ಈ ಏರಿಯಾದಲ್ಲಿ ಕೊಂಡ್ಕೊಳೋಕೆ ಒಂದು ಮನೆ ಹುಡುಕ್ತಿದ್ವಿ. ಯಾರೋ ಈ ಮನೆ ಮಾರಾಟಕ್ಕಿದೆ ಅಂತ ಹೇಳಿದರು ಅದಕ್ಕೆ ಬಂದೆವು. ನೀವು ಮನೆ ಮಾರ್ತಿದೀರಾ."

"ಮಾರ್ತಿದೀವಿ, ಆದರೆ ಸ್ವಲ್ಪ ಗೊಂದಲಗಳಿವೆ."

"ಏನು ಗೊಂದಲ. ನಮ್ಮ ಲಾಯರು ಏನಿದ್ರೂ ಸರಿಮಾಡ್ತಾರೆ. ನೀವು ಹೇಳೋ ರೇಟಿಗಿಂತ ಐದ್ಹತ್ತು ಲಕ್ಷ ಹೆಚ್ಚಿಗೇನೇ ಕೊಡ್ತೀವಿ. ಒಟ್ನಲ್ಲಿ ನಮಗೆ ಆದಷ್ಟು ಬೇಗ ಆಸ್ತಿ ಸಿಗಬೇಕು."

"ಗೊಂದಲ ಅಂದ್ರೆ ನಾವು ಮೂರು ಜನ ಹೆಣ್ಣು ಮಕ್ಕಳು. ಈ ಮನೆ ನಮ್ಮ ತಂದೆ ಸ್ವಂತ ಆಸ್ತಿ. ಅವರು ಯಾರಿಗೆ ಬೇಕಾದರೂ ಕೊಡಬಹುದು."

"ನಿಮ್ಮ ತಂದೆ ನೀವು ಮೂರೂ ಜನ ಹೆಣ್ಣುಮಕ್ಕಳು ಸಹಿ ಮಾಡಿದರಾಯಿತು, ಸರಿ, ನಿಮ್ಮ ತಂದೆ ಏನಂತಾರೆ."

"ಅವರು ಇರೋ ಮನೇನ ನಾನು ಮೂರು ಮಕ್ಕಳಿಗೂ ಸಮಾನವಾಗಿ ವಿಲ್ ಮಾಡ್ತೀನಿ ಅಂತಾರೆ."

"ಅದು ಸರಿಯಾದದ್ದು ತಾನೇ."

"ಆದರೆ ಅವರು ಇನ್ನೂ ವಿಲ್ ಮಾಡಿಲ್ಲ. ಅದಕ್ಕೇ ಹೇಳಿದ್ದು ಸ್ವಲ್ಪ ಗೊಂದಲ ಇದೆ ಅಂತ."

"ಈ ಮನೆ ನಿಮ್ಮ ತಂದೆ ಸಂಪಾದನೆದೋ ಇಲ್ಲಾ ಪಿತ್ರಾರ್ಜಿತನೋ."

"ನಮ್ಮ ತಂದೇನೇ ಸ್ವಂತ ಕಟ್ಟಿಸಿದ್ದು."

"ಅಂದ ಮೇಲೆ ಅವರು ಇದನ್ನು ಯಾರಿಗೆ ಬೇಕಾದರೂ ಕೊಡಬಹುದು."

"ಆದರೆ ಮಕ್ಕಳಿಗೆ ತಂದೆ ಆಸ್ತಿ ಮೇಲೆ ಹಕ್ಕು ಇರುತ್ತಲ್ವ. ಒಂದು ವೇಳೆ ಮಕ್ಕಳಿಗೆ ಇಲ್ಲ ಅಂದರೆ ಮೊಮ್ಮಕ್ಕಳಿಗೆ ಇರುತ್ತಲ್ವಾ."

"ಅದು ಸರಿ, ಮನೇನ ಮಾರ್ತೀನಿ ಅಂದ್ರೆ ನಮ್ಮ ಲಾಯರು ಈ ವಿಚಾರಗಳನ್ನೆಲ್ಲಾ ಚಿಟಿಕೆ ಹೊಡೆದ ಹಾಗೆ ಮಾಡಿ ಮುಗಿಸ್ತಾರೆ."

"ಆದರೆ ಇದಕ್ಕೆ ನಮ್ಮ ತಂದೆ ಒಪ್ಕೊಬೇಕಲ್ವಾ."

"ಸರಿ, ನಿಮ್ಮ ತಂದೆಯವರನ್ನು ಕರೀರಿ ಮಾತಾಡೋಣ."

" ಅವರು ಈಗ ಇಲ್ಲಿಲ್ಲ."

"ಮತ್ತೆಲ್ಲಿದಾರೆ."

"ಅವರು ಟೂರ್ ಹೋಗಿದಾರೆ. ಇನ್ನೊಂದು ಹದಿನೈದು ದಿವಸದಲ್ಲಿ ಬರ್‍ತಾರೆ."

"ಸರಿ ನಾವು ಮನೆ ನೋಡಬಹುದಾ."

"ಇಲ್ಲ ಸ್ವಲ್ಪ ದಿನ ಆದ ಮೇಲೆ ಬನ್ನಿ ಆಗ ನಮ್ಮ ತಂದೆನೂ ಇರ್ತಾರೆ."

"ಅಯ್ಯೋ ಈಗ ಬಂದಿದೀವಲ್ಲ ಮೇಡಂ ಒಂದು ಸಾರಿ ನೋಡೋಣ" ಅಂದು ರಘೋತ್ತಮ್ಮ ರಾಧ ಮುನ್ನುಗ್ಗಿದಾಗ ಶಾಲಿನಿ ಮನೆ ತೋರಿಸೋದು ಅನಿವಾರ್ಯವಾಯಿತು. ಶಾಲಿನಿ ಇಬ್ಬರಿಗೂ ಮನೆ ತೋರಿಸಿದಳು. ಮಹಡಿಯ ಮೇಲಿನ ಮೂಲೆಯ ಕೋಣೆಯ ಮುಂದೆ ಹಾದು ಹೋಗುತ್ತಿರುವಾಗ ರಘೋತ್ತಮ್ "ಈ ಕೋಣೇಲಿ ಏನಿದೆ ಮೇಡಂ" ಅಂತ ಕೇಳಿದರು.

"ಅದು ನಾಲ್ಕನೇ ಕೋಣೆ. ಗೆಸ್ಟ್ ರೂಂ. ಸ್ವಲ್ಪ ರಿಪೇರಿ ಆಗಬೇಕಾಗಿದೆ. ಅದಕ್ಕೆ ಬಾಗಿಲು ಹಾಕಿದೀವಿ."

ಶಾಲಿನಿ ಪದೇ ಪದೇ ಮಹಡಿಯ ಮೇಲಿನ ಕೋಣೆಯ ಕಡೆ ನೋಡುತ್ತಿದ್ದುದನ್ನು ಇವರಿಬ್ಬರೂ ಗಮನಿಸಿದರು.

"ನಾಲ್ಕು ರೂಮುಗಳ ಪೈಕಿ ಎರಡು ಕೆಳಗಡೆ ಇದೆ, ಎರಡು ಮೇಲ್ಗಡೆ ಇದೆ ಅಲ್ವಾ, ಅವುಗಳಲ್ಲಿ ಒಂದನ್ನು ನಾವು ಆಫೀಸ್ ಕೋಣೆ ಮಾಡ್ಕೊಬಹುದು. ಇನ್ನೊಂದ್ಸಾರಿ ಕೋಣೆಗಳನ್ನು ತೋರಿಸಿ" ಅಂದರು ರಘೋತ್ತಮ.

"ಆಗಲೇ ನೋಡಿದ್ರಲ್ಲ ಸರ್ ಇನ್ನೆಷ್ಟು ಸಾರಿ. ನೀವು ಅಡ್ವಾನ್ಸ್ ಕೊಡೋಕೆ ಬರ್ತೀರಲ್ಲ ಅವಾಗ ನೋಡಿ."

"ಮೇಡಂ, ಮನೆ ಮಾರಾಟ ವಿಚಾರದಲ್ಲಿ ಹೀಗೆ ಚೌಕಾಶಿ ಮಾಡಬಾರದು. ನಮಗೆ ಯಾವುದೋ ಒಂದು ಉದ್ದೇಶ ಇದೆ. ಅದರ ಪ್ರಕಾರ ನಾವು ಮನೆ ನೋಡ್ತೀವಿ."

"ಸರಿ ಮಹಡಿ ಮೇಲಿನ ಒಂದು ಕೋಣೆ ಎಂಗೇಜ್ ಆಗಿದೆ. ಇದನ್ನು ಬಿಟ್ಟು ಮಿಕ್ಕ ಮೂರನ್ನು ನೋಡಿ" ಅಂದಳು

"ಎಂಗೇಜ್ ಅಂದ್ರೆ ಏನು ಮೇಡಂ ಒಳಗಡೆ ಯಾರಾದ್ರೂ ಇದಾರಾ" ಅಂತ ಕೇಳಿದರು ಮಧುರ.

"ಹೌದು ನಮ್ಮ ತಂದೆ ರೆಸ್ಟಲ್ಲಿ ಇದಾರೆ. ಅವರಿಗೆ ವಯಸ್ಸಾಗಿದೆ. ತೊಂದರೆ ಮಾಡೋ ಹಾಗಿಲ್ಲ."

"ಮತ್ತೆ ಆಗಲೇ ಕೋಣೆ ರಿಪೇರಿ ಆಗಬೇಕು ಅಂದ್ರಿ" ಅಂತ ರಘೋತ್ತಮ ಸರಸರ ಮಹಡಿಗೆ ಹೋಗಿ ಕೋಣೆಯ ಬಾಗಿಲನ್ನು ನೂಕಿದರು. ಎರಡೂ ಬಾಗಿಲು ತೆರೆದುಕೊಂಡಿತು. ಒಳಗೆ ಮಂಚದ ಮೂಲೇಲಿ ಪಾಂಡುರಂಗರಾವ್ ಕೂತಿದ್ದರು. ತಲೆ ಕೂದಲು ಕೆದರಿತ್ತು. ಗಡ್ಡ ಮೀಸೆ ಚನ್ನಾಗಿ ಬೆಳೆದಿತ್ತು. ಬೇಜಾರು ಮುಖದಲ್ಲಿ ಎದ್ದು ಕಾಣುತ್ತಿತ್ತು.

ಶಾಲಿನಿ ಬೆವರಲಾರಂಭಿಸಿದಳು. ಅದೇ ಸಮಯಕ್ಕೆ ಶಾಲಿನಿ ಗಂಡ ರಾಮಕೃಷ್ಣ ಮನೆಗೆ ಬಂದು.

"ಇದೇನೇ ಮಾವ ಇಲ್ಲೇ ಇದಾರೆ. ಮಾವ ಎಲ್ಲಿ ಅಂತ ಕೇಳಿದರೆ ನನಗೆ ಗೊತ್ತಿಲ್ಲ ಅಂತಿದ್ದೆ. ನನಗೂ ಗೊತ್ತಿಲ್ಲದ ಹಾಗೆ ನಿಮ್ಮ ತಂದೇನ ನೀನೇ ಕೂಡಿ ಹಾಕಿದೀಯಾ" ಅಂದರು ಅಚ್ಚರಿಯಿಂದ.

"ಮೇಡಂ, ನಿಮ್ಮ ತಂದೆ ರೆಸ್ಟ್ ತಗೋತಾ ಇಲ್ಲ. ನಿಮ್ಮ ತಂದೆ ಇರೋದು ನೋಡಿದರೆ ನೀವು ಅವರನ್ನ ಬಂಧನದಲ್ಲಿಟ್ಟಿದ್ದೀರ."

"ಅಯ್ಯೋ ಹಾಗೇನಿಲ್ಲ ಸರ್. ಅವರು ಇರೋದೇ ಹಾಗೆ."

"ಇಲ್ಲ ಮೇಡಂ. ನೀವು ನಿಮ್ಮ ತಂದೇನ ಮನೇಲಿ ಬಂಧನದಲ್ಲಿಟ್ಟಿದೀರ ಅಂತ ನಿಮ್ಮನ್ನು ಅರೆಸ್ಟ್ ಮಾಡ್ತಿದೀವಿ" ಅಂದರು ಮಧುರ.

"ಅರೆಸ್ಟ್ ಮಾಡೋಕೆ ನೀವ್ಯಾರು? ಇಷ್ಟಕ್ಕೂ ಇವರು ನನ್ನ ತಂದೆ. ಇವರನ್ನು ನಾನು ಏನು ಬೇಕಾದರೂ ಮಾಡ್ತೀನಿ. ಇದು ನಮ್ಮ ಮನೆ ವೈಯಕ್ತಿಕ ವಿಷಯ" ಅಂದಳು ಶಾಲಿನಿ.

"ಮೇಡಂ ನಾನು ರಾಧ ಅಲ್ಲ ಮಧುರ ಐಜಿ ಆಫೀಸ್ ಇನ್ಸ್‌ಪೆಕ್ಟರ್, ಇವರು ರಘೋತ್ತಮ್ ಅಲ್ಲ ರಾಜ್‌ಗುಡಿ ನಗರದ ಸಿಲ್ಕ್‌ಪೇಟೆ ಸ್ಟೇಷನ್ ಇನ್ಸ್‌ಪೆಕ್ಟರ್, ಇವರು ಗೌತಮ್ ನಿಮ್ಮ ಏರಿಯಾ ಇನ್ಸ್‌ಪೆಕ್ಟರ್. ನಿಮ್ಮ ಇಬ್ಬರು ಅಕ್ಕಂದಿರು ಸಿಲ್ಕ್‌ಪೇಟೆ ಸ್ಟೇಷನ್ನಿಗೆ ಬಂದು ನೀವು ನಿಮ್ಮ ತಂದೆ ಕಾಣೆಯಾಗಿರುವ ಬಗೆಗೆ ದೂರು ಕೊಟ್ಟಿದಾರೆ."

ಪಾಂಡುರಂಗರಾವ್ ಹೊರಗೆ ಬಂದು, "ನೀವು ಹೇಳ್ತಿರೋದು ನಿಜ ಸುಮಾರು ನಾಲ್ಕು ತಿಂಗಳಿನಿಂದ ಶಾಲಿನಿ ನನ್ನನ್ನು ಕೋಣೆಯೊಳಗೆ ಕೂಡಿ ಹಾಕಿದಾಳೆ. ಕೋಣೆಯಿಂದ ಆಚೆ ಬರೋಕೆ ಬಿಡ್ತಿಲ್ಲ. ನನ್ನ ಊಟ ತಿಂಡಿ ನಿದ್ದೆ ಎಲ್ಲಾ ಈ ನಾಲ್ಕು ಗೋಡೆಯೊಳಗೇ ಆಗಿದೆ. ಆದರೂ ಏನೋ ಚಿಕ್ಕ ಹುಡುಗಿ ತಿಳಿದೇ ಮಾಡಿದಾಳೆ ಬಿಡಿ ಸರ್. ನಾವು ಸರಿ ಮಾಡ್ಕೊತೀವಿ. ನಾನು ನನ್ನ ಇಬ್ಬರು ಹೆಣ್ಣು ಮಕ್ಕಳಿಗೆ ಕಂಪ್ಲೇಂಟ್ ಹಿಂದಕ್ಕೆ ತಗೋ ಅಂತ ಹೇಳ್ತೀನಿ" ಅಂದರು

"ಅದ್ಸರಿ ಸರ್, ನಿಮ್ಮ ಮಗಳು ನಿಮ್ಮನ್ನು ಕೂಡಿಹಾಕಿದಾಳೆ ಅಂದರೆ ನೀವು ಕೂಗಾಡಿ, ಕಿರುಚಾಡಿ, ಗಲಾಟೆ ಮಾಡಿ ಯಾರಿಗಾದರೂ ಸುದ್ದಿ ತಿಳಿಸಬೇಕಾಗಿತ್ತಲ್ವ" ಅಂತ ಕೇಳಿದರು ರಾಜ್‌ಗುಡಿ.

"ಮಾಡಬಹುದಾಗಿತ್ತು ಸರ್, ಆದರೆ ಮನೆ ಜಗಳ ಬೀದಿಗೇಕೆ. ಅದರಲ್ಲೂ ತಂದೆಯೇ ಮಗಳ ಬಗೆಗೆ ದೂರು ಕೊಡೋದು ಅಷ್ಟು ಚನ್ನಾಗಿರೋಲ್ಲ."

"ಆದರೆ ಮಗಳು ತಂದೇನ ಕೋಣೆಯೊಳಗೆ ತಿಂಗಳುಗಟ್ಟಳೆ ಕೂಡಿಹಾಕೋದು ನ್ಯಾಯಾನಾ."

ನಾನು ಇದು ಇಷ್ಟು ದಿನ ಆಗುತ್ತೆ ಅಂದುಕೊಂಡಿರಲಿಲ್ಲ. ಏನೋ ಒಂದೆರಡು ದಿನ ಅಂದ್ಕೊಂಡಿದ್ದೆ. ಆದರೆ ಬರುಬರುತ್ತಾ ಮಗಳು ಬದಲಾದಳು.

ತಂದೆ ಅನ್ನುವ ಮಮತೆಯನ್ನೇ ಕಳೆದುಕೊಂಡಳು. ನಾನು ಅವಳು ಹೇಳಿದಂತೆ ಕೇಳಿದರೆ ಮಾತ್ರ ನನಗೆ ಉಳಿಗಾಲ ಅನ್ನುವ ಹಾಗಾಗಿತ್ತು. ಇನ್ನು ಇವತ್ತೋ ನಾಳೆನೋ ಅವಳು ಹೇಳಿದಂತೆ ಕೇಳಿ ಕೋಣೆಯಿಂದ ಆಚೆ ಬರೋಣ ಅಂದ್ಕೊಂಡಿದ್ದೆ" ಅಂದರು ಪಾಂಡುರಂಗರಾವ್.

ಆಗಲೇ ಫೋನ್ ಮಾಡಿದ್ರಿಂದ ವಿನುತ, ಸರೋಜ ಇಬ್ಬರೂ ಬೇಗ ಬೇಗ ಬಂದರು. ಜೊತೇಲಿ ಅವರ ಯಜಮಾನರೂ ಇದ್ದರು. ಎಲ್ಲರ ಮುಂದೆ ಅವಮಾನ ಆಗುತ್ತಲ್ಲ ಅಂತ ಶಾಲಿನಿ ಪರದಾಡಿದಳು. ಅಕ್ಕ ತಂಗಿಯರ ನಡುವೆ ಬಿರುಸಿನ ಮಾತುಕತೆಗಳಾದವು. ತಂದೆಯ ಸ್ಥಿತಿ ನೋಡಿ ವಿನುತ, ಸರೋಜ, ಶಾಲಿನಿಯನ್ನು ಚನ್ನಾಗಿ ಬೈದರು. ಸಿಟ್ಟಿನಿಂದ ಸರೋಜ ಶಾಲಿನಿಗೆ ಒಂದೆರಡು ಏಟೂ ಹಾಕಿಬಿಟ್ಟಳು.

ಪಾಂಡುರಂಗರಾವ್ ಅವರು ವಿನುತ, ಸರೋಜ ಇವರಿಗೆ "ಕಂಪ್ಲೇಂಟ್ ವಾಪಸ್ ತಗೋಳಿ. ನಾವು ಕೂತು ಎಲ್ಲ ಸರಿ ಮಾಡಿಕೊಳ್ಳೋಣ" ಅಂದರು.

ಆಗಲೂ ಬಿದ್ದರೆ ಮೀಸೆ ಮಣ್ಣಾಗಲಿಲ್ಲ ಅನ್ನುವ ಜಟ್ಟಿಯಂತೆ ಶಾಲಿನಿ "ನಮ್ಮ ತಂದೇನ ನಾನು ಕೂಡಿ ಹಾಕಿದೀನಿ ಅಂತ ನಮ್ಮ ತಂದೆ ಏನೂ ಕಂಪ್ಲೇಂಟ್ ಕೊಟ್ಟಿಲ್ವಲ್ಲ. ನನ್ನನ್ನು ನೀವು ಏನೂ ಮಾಡೋಕೆ ಆಗಲ್ಲ" ಅಂದಳು.

ಪಾಂಡುರಂಗರಾವ್ ಅವರು ಮಗಳ ಕಡೆ ನೋಡಿ ರೇಗಿ.

"ಸುಮ್ನಿರಮ್ಮ, ಈಗ ನಾನು ಕಂಪ್ಲೇಂಟ್ ಕೊಟ್ಟರೆ ನಿನ್ನನ್ನು ಜೈಲಿಗೆ ಹಾಕ್ತಾರೆ ಅಷ್ಟೆ. ನಾಲ್ಕು ತಿಂಗಳಿಂದ ಕೋಣೇಲಿ ಕೂಡಿ ಹಾಕಿ ಎಷ್ಟು ಗೋಳು ಹುಯ್ಕೊಂಡಿದೀಯ. ಹೀಗೆ ಮಾಡಬಹುದಾ ನೀನು. ನಿನಗೆ ಮನೆ ಬೇಕು ಅಂದಾಗ ನಿನ್ನ ಅಕ್ಕಂದಿರನ್ನು ಕೇಳಿ ಕೊಡ್ತೀನಿ ಅಂದ್ರೆ ಅವರನ್ನು ಕೇಳಬೇಡ. ಮೊದಲು ನನ್ನ ಹೆಸರಿಗೆ ಬರಿ ಅಂತ ದಿನಾ ನನ್ನನ್ನು ಪೀಡಿಸ್ತಾ ಇದ್ಯಲ್ಲ" ಅಂದ ಪಾಂಡುರಂಗರಾವ್ ಅವರಿಗೆ ಕಳೆದ ದಿನಗಳ ನೆನೆದು ಕಣ್ಣೀರು ಹರಿಯಿತು.

ವಿನುತ, ಸರೋಜ ಇಬ್ಬರೂ ತಂದೆಯ ಪಕ್ಕ ಬಂದು ನಿಂತು ತಂದೆಯ ಸ್ಥಿತಿಗೆ ಮರುಗಿದರು.

"ಅಪ್ಪಾ ನಡೀರಿ ನಮ್ಮನೆಗೆ ಹೋಗೋಣ. ಎರಡು ದಿನ ನೀವು ವಿಶ್ರಾಂತಿ ತಗೊಳಿ. ಮಿಕ್ಕಿದ್ದು ಆಮೇಲೆ" ಅಂದಳು.

ರಾಮಕೃಷ್ಣ "ನಾನು ಅವತ್ತೇ ಬಡ್ಕೊಂಡೆ ಈ ರೀತಿ ಒತ್ತಡ ತಂತ್ರ ಸರಿಹೋಗಲ್ಲ ಕಣೆ ಅಂತ. ನೀನು ನನ್ನ ಮಾತು ಕೇಳಿದ್ಯಾ. ಈಗ ಅನುಭವಿಸು. ಇನ್ಸ್‌ಪೆಕ್ಟರ್ ನಮ್ಮ ಮಾವನ ಆಸ್ತಿಯಲ್ಲಿ ನನಗೇನೂ ಬೇಡ. ನಾನು ಶಾಲಿನಿಗೆ ನಿಮ್ಮ ತಂದೆ ಆಸ್ತಿ ಬರೆಸ್ಕೊ ಅಂತ ಕೇಳಿಲ್ಲ, ಬಲವಂತ ಮಾಡಿಲ್ಲ. ನನ್ನ ಬಿಸಿನೆಸ್ಸು ಕೈ ಕೊಟ್ಟಿದೆ ನಿಜ, ಸಾಲ ಆಗಿದೆ ನಿಜ. ಆದರೆ ಅದನ್ನು ತೀರಿಸೋ ಶಕ್ತಿ ನನಗಿದೆ. ಈ ಮನೆ ಮಾರಾಟದಿಂದ ನನಗೇನೂ ಬೇಡ. ನನ್ನ ಮಾವನವರನ್ನು

ಮನೇಲಿ ಕೂಡಿಹಾಕಿರೋದು ನನಗೇ ಗೊತ್ತಿಲ್ಲ. ನನ್ನ ಹೆಂಡ್ತಿ ಮಾಡಿದ್ದಕ್ಕೆ ನಾನು ನಿಮ್ಮ ಕ್ಷಮೆ ಕೇಳ್ತೀನಿ" ಅಂದ.

ಪಾಂಡುರಂಗರಾವ್ ಅವರು ತಮ್ಮ ಇಬ್ಬರು ಹೆಣ್ಣು ಮಕ್ಕಳ ಜೊತೆ ಹೋಗುವಾಗ ಇನ್ಸ್‌ಪೆಕ್ಟರ್ ಕಡೆ ನೋಡಿ.

"ಇವರಿಬ್ಬರೂ ಕಂಪ್ಲೇಂಟ್ ವಾಪಸ್ ತಗೋತಾರೆ. ಶಾಲಿನಿನ ಅರೆಸ್ಟ್ ಮಾಡಬೇಡಿ. ಈ ಮನೆ ವಿಚಾರ ನಾವು ಬಗೆ ಹರಿಸ್ಕೊತೀವಿ ನಿಮ್ಮ ಸಹಕಾರಕ್ಕೆ ವಂದನೆಗಳು" ಅಂದು ಹೇಳಿ ಹೊರಟರು.

ಇನ್ಸ್‌ಪೆಕ್ಟರ್ ರಾಜ್‌ಗುಡಿ, ಗೌತಮ್ ಮತ್ತು ಮಧುರ ಹೊರಡುವಾಗ. ಶಾಲಿನಿಗೆ "ತಂದೆಯ ಆಸ್ತಿ ಮೇಲೆ ಹೆಣ್ಣು ಮಕ್ಕಳಿಗೆ ಮಮಕಾರ, ಆಸೆ, ಇವೆಲ್ಲ ಸಹಜ. ಆದರೆ ಅವುಗಳನ್ನು ಸರಿಯಾದ ದಾರಿಯಿಂದ ಪಡೆದರೇ ದಕ್ಕೋದು. ಬಲವಂತದಿಂದ ಪಡೆದ ಆಸ್ತಿ ಅಷ್ಟೇ ಬೇಗ ಕೈ ಬಿಟ್ಟು ಹೋಗುತ್ತದೆ. ರಕ್ತ ಸಂಬಂಧಗಳಲ್ಲಿ ಇಂಥಾ ಆಟ ಒಳ್ಳೇದಲ್ಲ" ಅಂತ ಹೇಳಿ ಹೊರಟರು.

ಮನೆಯಲ್ಲಿ ಗಂಡ ಶಾಲಿನಿ ಇಬ್ಬರೇ. ಮುಂದೇನು ಅಂತ ಶಾಲಿನಿ ತಲೆ ಮೇಲೆ ಕೈ ಹೊತ್ತು ಕುಳಿತಳು.

ಅರೆಸ್ಟ್ ಆಗಲಿಲ್ಲ, ಕಂಬಿ ಎಣಿಸಲಿಲ್ಲ, ಬೀದಿಯ ಜನರ ಮುಂದೆ ಅವಮಾನವಾಗಲಿಲ್ಲ. ಎಲ್ಲಾ ಸರಿ ಆದರೆ ತಂದೆಯ ಆಸ್ತೀಲಿ ಅಷ್ಟೂ ನನಗೇ ಸಿಗುತ್ತೋ ಇಲ್ಲಾ ಮೂರನೇ ಒಂದು ಭಾಗನೋ, ಈಗಲೇ ಸಿಗುತ್ತೋ ಇಲ್ಲ ತಂದೆ ಸತ್ತ ಮೇಲೆ ಸಿಗುತ್ತೋ ಅನ್ನೋ ಪ್ರಶ್ನೆಗಳಿಗೆ ಶಾಲಿನಿಗೆ ಉತ್ತರ ಸಿಗಲಿಲ್ಲ.

ಮೂರು ದಿನ ಆದ ಮೇಲೆ ತಂದೆ ಫೋನ್ ಮಾಡಿ "ನಾನು ಮನೇನ ಮೂರೂ ಮಕ್ಕಳಿಗೂ ಸಮವಾಗಿ ಬರಬೇಕು ಅಂತ ವಿಲ್ ಮಾಡಿದೀನಿ. ಅದು ನಾನು ಸತ್ತ ಮೇಲೆ ನಿಮ್ಮೆಲ್ಲರಿಗೂ ಸಿಗುತ್ತೆ. ಅಲ್ಲೀವರೆಗೂ ತಾಳ್ಮೆ ಇರಲಿ. ನಾನು ನಿನ್ನ ಜೊತೆ ಇದ್ದರೆ ನೀನು ನನ್ನನ್ನು ಆಸ್ತಿಗಾಗಿ ಸಾಯಿಸೋಕೂ ಹಿಂದೆ ಮುಂದೆ ನೋಡಲ್ಲ. ನಾನು ಇನ್ನು ಮೇಲೆ ವಿನುತ ಮನೇಲೇ ಇರ್ತೀನಿ. ನೀನು ಒಂದು ತಿಂಗಳಲ್ಲಿ ಮನೆ ಖಾಲಿ ಮಾಡು. ನಾನು ಅದನ್ನು ಬಾಡಿಗೆಗೆ ಕೊಡ್ತೀನಿ. ಬಾಡಿಗೆ ದುಡ್ಡು ನಾನಿರೋ ತನಕ ನನ್ನ ಖರ್ಚಿಗೆ ಬೇಕು" ಅಂತ ಹೇಳಿ ಫೋನ್ ಇಟ್ಟರು.

ಎಲ್ಲಾನೂ ಪಡ್ಕೊಳ್ಳೋಕೆ ಹೋಗಿ ಇರೋದನ್ನು ಕಳ್ಕೊಂಡ ಹಾಗಾಯ್ತಲ್ಲ. ಈಗ ಇನ್ನು ತಂದೇನ ಭೇಟಿ ಮಾಡುವಂತಿಲ್ಲ. ಎಲ್ಲ ಕಡೆ ಅವಮಾನವಾಗಿದೆ ಅಂತ ಶಾಲಿಗೆ ಗೋಡೆಗೆ ಒರಗಿದಳು.

ವೀರಲೋಕದ ಪ್ರಕಟಣೆಗಳು

1. ಕೈ ಹಿಡಿದು ನೀ ನಡೆಸು ತಂದೆ–ವಿಶ್ವೇಶ್ವರ ಭಟ್ 250/–
2. ವಿಶ್ವಸುಂದರಿ–ಕುಂ. ವೀರಭದ್ರಪ್ಪ........160/–
3. ನಿಮಗೆಷ್ಟು ಹಣ ಬೇಕು?–ಅನಂತ ಹುದೆಂಗಜೆ........250/–
4. ಆರ್ಟ್ ಆಫ್ ಸಕ್ಸಸ್–ರಮೇಶ್ ಅರವಿಂದ್........120/–
5. ಮನಿ ಮನಿ ಎಕಾನಮಿ–ರಂಗಸ್ವಾಮಿ ಮೂಕನಹಳ್ಳಿ........160/–
6. ಇವರು ಅವರು ದೇವರು–ಜೋಗಿ........200/–
7. ಲಾಸ್ಟ್ ಡೇಸ್ ಆಫ್ ಲೆಜೆಂಡ್ಸ್–ಗಣೇಶ್ ಕಾಸರಗೋಡು 225/–
8. ಒಳ್ಳೆಯ ಬದುಕಿನ ಸೂತ್ರಗಳು–ರವಿ ಕೃಷ್ಣಾರೆಡ್ಡಿ........150/–
9. ಸೋಲೆಂಬ ಗೆಲುವು–ದೀಪಾ ಹಿರೇಗುತ್ತಿ........150/–
10. ಬೆಳ್ಳಿತೆರೆಯ ಬಂಗಾರದ ಗೆರೆ–ಗಣೇಶ್ ಕಾಸರಗೋಡು 150/–
11. ನಟನ ಕಥೆ–ಮಂಡ್ಯ ರಮೇಶ್–ಎನ್. ಧನಂಜಯ 250/–
12. ತ್ಯಾಗಕ್ಕಿಲ್ಲ ನೂಕುನುಗ್ಗಲು–ಡಾ. ಗವಿಸ್ವಾಮಿ ಎನ್. 140/–
13. ಬದುಕೇ ಭಗವಂತ–ಡಾ. ಡಿ.ಎಸ್. ಶ್ರೀನಿವಾಸ ಪ್ರಸಾದ್ 170/–
14. ಮಾದಕ ದೊರೆ–ಸಂತೋಷಕುಮಾರ ಮೆಹೆಂದಳೆ........375/–
15. ದ್ವೈತ–ರಾಘವ್ 140/–
16. ಹೃದಯದ ಮಾತು ಕೇಳಿ–ಮಂಜುನಾಥ್ ಚಾಂದ್........150/–
17. ಹಿಂದಿನ ನಿಲ್ದಾಣ–ಶುಭಶ್ರೀ ಭಟ್ಟ........120/–
18. ಪ್ರೀತ್‌ಸು–ರಾಜೀವ ನಾರಾಯಣ ನಾಯಕ 170/–
19. ಕೃಷಿ ಯಾಕೆ ಖುಷಿ?–ನರೇಂದ್ರ ರೈ ದೇರ್ಲ........140/–
20. ಕ್ಷಯ–ಡಾ. ವಾಸುದೇವ ಶೆಟ್ಟಿ........120/–
21. ಅರ್ಧ ಬಿಸಿಲು ಅರ್ಧ ಮಳೆ...–ಸದಾಶಿವ ಸೊರಟೂರು........120/–
22. ಯಾರೂ ಹೇಳದ ಕಥೆಗಳು–(ಸಂ.) ಸುದರ್ಶನ ಚೆನ್ನಂಗಿಹಳ್ಳಿ........150/–
23. ಕಥಾ ಸಾಗರಿ–ನಾಗವೇಣಿ ವೆಂ. ಹೆಗಡೆ ಹೆಗ್ಗರ್ಸಿಮನೆ........120/–
24. ಮೆಮರೀಸ್ ಆಫ್ ಬಾರ್ಸಾ–ರಂಗಸ್ವಾಮಿ ಮೂಕನಹಳ್ಳಿ........160/–
25. ಮೇರುನಟ–ಡಾ. ಶರಣು ಹುಲ್ಲೂರು........120/–
26. ನಾ ಸೆರೆಹಿಡಿದ ಕನ್ಯಾಸ್ತ್ರೀ–ಶಶಿಧರ ಹಾಲಾಡಿ 200/–
27. ಟ್ರಾಯ್–ಗಾಯಿತ್ರಿ ರಾಜ್........200/–
28. ಫಾರೆಸ್ಟರ್ ಪೊನ್ನಪ್ಪ–ನೌಶಾದ್ ಜನ್ನತ್........300/–
29. ವಿಶ್ವಯಾನಕ್ಕೆ ಗಣಿತವಾಹನ–ಎಸ್.ವಿ. ಶ್ರೀನಿವಾಸಮೂರ್ತಿ 200/–
30. ಲೆಟ್ಸ್ ಮೇಕ್ ಎ ಶಾರ್ಟ್ ಫಿಲಂ–ಜಯರಾಮಾಚಾರಿ 120/–
31. ಕುಣಿಗಲ್ ಟು ಕಂದಹಾರ್–ಮಂಜುನಾಥ್ ಕುಣಿಗಲ್........260/–
32. ಗದಾಯುದ್ಧಂ–ಡಾ. ಎಂ.ಎ. ಜಯರಾಮ್ ರಾವ್........350/–
33. ಫೀನಿಕ್ಸ್–ದೀಪಾ ಹಿರೇಗುತ್ತಿ........120/–
34. ಹಿಟ್ಲರ್ ಲವ್ ಪಾಲಿಟಿಕ್ಸ್–ಸತೀಶ ಬಳೆಗಾರ 170/–
35. ಭಾನುಮತಿಯ ಪರಿವಾರ–ಕುಮಾರಸ್ವಾಮಿ ತೆಕ್ಕುಂಜ........140/–
36. ನೀ ದೂರ ಹೋದಾಗ–ಫೌಝಿಯ ಸಲೀಂ........220/–
37. ವ್ಯಗ್ರ ಮತ್ತು ಇತರ ಕಾದಂಬರಿಗಳು–ಕುಮಾರ ಬೇಂದ್ರೆ........180/–
38. ಸತ್ಯದ ಅನಾವರಣ–ಕೆ.ಎಸ್. ರಮಾಸುಂದರಿ 100/–
39. ಅಂತಾರಾಷ್ಟ್ರೀಯ ಕುಂಬಳಕಾಯಿ ಮತ್ತು ಇತರ ಕಥೆಗಳು–ಅಬ್ದುಲ್ ರಶೀದ್........120/–
40. ಅನಾಥ ಪ್ರೀತಿಯ ಅನುಬಂಧ–ಬಿ. ಮಂಜುನಾಥ್ ಕಾಮತ್ ಹಾಲಾಡಿ........140/–
41. ಹಕ್ಕಿ ಮತ್ತು ಹುಡುಗಿ (ಕವನ ಸಂಕಲನ)–(ಸಂ.) ಪ್ರಜಾವಾಣಿ ಬಳಗ........150/–

42. ಹಾವಿನ ಮನೆ–ಅನು ಬೆಳ್ಳೆ (ರಾಘವೇಂದ್ರ ಬಿ. ರಾವ್)..250/–
43. ಈಗಲ್ಸ್ ಲೈನ್–ರಾಜೇಶ್ ಕುಮಾರ್ ಕಲ್ಯಾ..220/–
44. ನಂಬಿಕೆಯೆಂಬ ಗಾಳಿಕೊಡೆ–ಡಾ. ಪ್ರೇಮಲತ ಬಿ. 180/–
45. 10 ಕುಟುಂಬ 18 ಗೋತ್ರದ ಗೌಡ ಪರಂಪರೆ–ಪುತ್ತೂರು ಅನಂತರಾಜ ಗೌಡ......300/–
46. ಗಿಳಿಯು ಬಾರದೆ ಇರದು (ಕಥಾಸಂಕಲನ)–ಪಿ.ಎಸ್. ಶ್ರೀಧರನ್ ಪಿಳ್ಳ
(ಅನುವಾದ: ಮೇರಿ ಜೋಸೆಫ್) 85/–
47. ಒಂದು ಆದಿಮ ಪ್ರೇಮ (ಕವನ ಸಂಕಲನ)–ನಂದಿನಿ ಹೆದ್ದುರ್ಗ...........................150/–
48. ಮಣ್ಣೇ ಮೊದಲು... (ಕವನ ಸಂಕಲನ)–ಪಾಮುಗುರು..120/–
49. ಬಿಂಚೆಮುಳ್ಳು (ಕವನ ಸಂಕಲನ)–ಫಾಲ್ಗುಣ ಗೌಡ ಅಚವೆ...................................120/–
50. ಅಮೋಘವರ್ಷ–ಡಾ. ಲಕ್ಷ್ಮಣ ಕೌಂಟೆ...420/–
51. ಗಾಯಗೊಂಡ ಸಾಲುಗಳು (ಕವನ ಸಂಕಲನ)–ಸದಾಶಿವ ಸೊರಟೂರು 110/–
52. ನಿನ್ನ ಧ್ಯಾನದ ನೂರೊಂದು ಹಣತೆ (ಕವನ ಸಂಕಲನ)–ವಾಸುದೇವ ನಾಡಿಗ್ 170/–
53. ಕ್ರಿಕೆಟಾಯಣ–ಎಚ್. ಪ್ರೇಮಾನಂದ ಕಾಮತ್ 230/–
54. ಹೂವಿನಕೊಲ್ಲಿ–ಅಬ್ದುಲ್ ರಶೀದ್ 270/–
55. ಕನಸುಗಳ ಶ್ರಾದ್ಧ–(ಅನುವಾದ) ಡಾ. ಗೀತಾ ಸುನಿಲ್ ಕಶ್ಯಪ್.............................200/–
56. ವೀರ ಸಿಂಧೂರ ಲಕ್ಷ್ಮಣ–ಕೌಂಡಿನ್ಯ...190/–
57. ಸಹಭಾಷಿಕರ ಕನ್ನಡ ಪ್ರೇಮ–ಡಾ. ಡಿ.ಎಸ್. ಶ್ರೀನಿವಾಸ ಪ್ರಸಾದ್.........................400/–
58. ಚಿತ್ರ–ವಿಚಿತ್ರ–ರವೀಂದ್ರ ವೆಂಶಿ...220/–
59. ಜನಮಿತ್ರ ಅರಸು–ಡಾ. ಡಿ.ಎಸ್. ಚೌಗಲೆ 80/–
60. ಹಂಸಾಕ್ಷರ–ಜಯರಾಮಾಚಾರಿ 165/–
61. ನದಿಯೊಂದು ಕಡಲ ಹುಡುಕುತ್ತಾ–ಸಂತೆಬೆನ್ನೂರು ಫೈಜ್ನಟ್ರಾಜ್ 180/–
62. ನೀಲಿ ಮತ್ತು ಸೇಬು–ಸುಧಾ ಆಡುಕಳ...180/–
63. ಕಾಗೆ ಮೇಷ್ಟ್ರು–ವಿಕ್ರಮ ಹತ್ವಾರ..125/–
64. ಪರಿಮಳದ ಪಡಸಾಲೆ (ಎಸ್. ದಿವಾಕರ್ ಪ್ರಪಂಚಕ್ಕೊಂದು ಪ್ರವೇಶಿಕೆ)................190/–
65. ಈ ಹೊತ್ತಿನ ಕಥೆಗಳು–(ಸಂ) ವಿಜಯ ಕರ್ನಾಟಕ..250/–
66. ನಿಶ್ಚಲವ ಕಲಕಿದ ಹಕ್ಕಿ–ವಿಕ್ರಮ ಹತ್ವಾರ...100/–
67. ಹರಿವ ಕನ್ನಡಿ–ಸ್ವಯಂಪ್ರಭಾ ಮಹೇಶ..120/–
68. ನರಕದ ಕೆನ್ನಾಲಿಗೆಯಂಥ ನಿನ್ನ ಬೆನ್ನಹುರಿ–ಅಬ್ದುಲ್ ರಶೀದ್ 130/–
69. ಚಿಕ್ಕಪುಟ್ಟಮ್ಮನವರ ಗೃಹನ್ಯಾಯ–ಕೆ. ಸತ್ಯನಾರಾಯಣ 140/–
70. ಹಕ್ಕಿ ಅಟೆಂಡೆನ್ಸ್–ಡಾ. ಲೀಲಾ ಅಪ್ಪಾಜಿ...495/–
71. ದಡ ಸೇರದ ದೋಣಿಗಳು–ಬೇಲೂರು ರಾಮಮೂರ್ತಿ..275/–
72. ನಿಶಿತೆ–ಪ್ರೀತಿನಿ ಧನಂಜಯ...250/–
73. ಮಲೆನಾಡ ಅಜ್ಜಿ–ಶೋಭಾ ರಾವ್ 175/–
74. ಮಲ್ಲಿಮಲ್ಲಿಗಿ–ಎಂ.ಎಲ್. ಪ್ರಸನ್ನ...210/–
76. ಆರೋಹಣ–ವಿವೇಕಾನಂದ ಕಾಮತ್ 190/–

www.ingramcontent.com/pod-product-compliance
Lightning Source LLC
LaVergne TN
LVHW060245051026
849517LV00005B/1723